AF766111

മൃത്യുഞ്ജയം
കാവ്യജീവിതം

mrutyunjayam kavyajeevitham

•

m k sanu

•

first edition
august 2017

•

published
chintha publishers, thiruvananthapuram

•

typesetting
star communications, thiruvananthapuram

•

cover
midas

Rights reserved

വിതരണം

ദേശാഭിമാനി ബുക്ക് ഹൗസ്

H O തിരുവനന്തപുരം-695 035
phone: 0471-2303026, 6063026
www.chinthapublishers.com
chinthapublishers@gmail.com

ബ്രാഞ്ചുകൾ

ഹെഡ്ഡാഫീസ് ബ്രാഞ്ച് കുന്നുകുഴി • സ്റ്റാച്യു തിരുവനന്തപുരം • കെ എസ് ആർ ടി സി ബസ് സ്റ്റേഷൻ ആലപ്പുഴ • കെ എസ് ആർ ടി സി ബസ് സ്റ്റേഷൻ എറണാകുളം • മച്ചിങ്ങൽ ലെയ്ൻ തൃശൂർ • ഐ ജി റോഡ് കോഴിക്കോട് • മാവൂർ റോഡ് കോഴിക്കോട് • എൻ ജി ഒ യൂണിയൻ ബിൽഡിങ് കണ്ണൂർ • സെൻട്രൽ ബസ് ടെർമിനൽ കോംപ്ലക്സ് താവക്കര കണ്ണൂർ

CO - 2559 / 4403
ISBN - 978-93-86637-28-4

മൃത്യുഞ്ജയം
കാവ്യജീവിതം

(കുമാരനാശാന്റെ ജീവചരിത്രം)

എം കെ സാനു

ചിന്ത പബ്ലിഷേഴ്സ്
തിരുവനന്തപുരം-695 035

പ്രൊഫ. എം കെ സാനു

പ്രശസ്ത നിരൂപകൻ, വാഗ്മി, അദ്ധ്യാപകൻ, എഴുത്തുകാരൻ, ചിന്തകൻ. ആലപ്പുഴ മംഗലത്തു വീട്ടിൽ 1928 ൽ ജനിച്ചു. അച്ഛൻ: എം സി കേശവൻ. അമ്മ: കെ പി ഭവാനി. നാലുവർഷത്തോളം സ്കൂൾ അദ്ധ്യാപകനായിരുന്നു. പിന്നീട് വിവിധ ഗവൺമെന്റ് കോളേജുകളിൽ അദ്ധ്യാപകനായി, വിരമിച്ചു.

പുരോഗമനകലാസാഹിത്യസംഘം പ്രസിഡന്റ്, കേരള സാഹിത്യ അക്കാദമി ചെയർമാൻ, കേരള യൂണിവേഴ്സിറ്റി ശ്രീനാരായണ സ്റ്റഡി സെന്റർ ഡയറക്ടർ എന്നീ നിലകളിൽ പ്രവർത്തിച്ചു. എറണാകുളം നിയോജകമണ്ഡലത്തിൽ ഇടതു പക്ഷ സ്വതന്ത്ര സ്ഥാനാർത്ഥിയായി മത്സരിച്ച് എട്ടാം കേരള നിയമസഭയിൽ അംഗമായി.

കേരളസാഹിത്യഅക്കാദമി അവാർഡ്, വയലാർ അവാർഡ്, കേരളസാഹിത്യഅക്കാദമി സമഗ്ര സംഭാവനയ്ക്കുള്ള പുരസ്കാരം, പത്മപ്രഭാ പുരസ്കാരം, കേന്ദ്രസാഹിത്യ അക്കാദമി അവാർഡ്, കേരള സംസ്ഥാന ബാലസാഹിത്യ ഇൻസ്റ്റിറ്റ്യൂട്ട് അവാർഡ്, എഴുത്തച്ഛൻ പുരസ്കാരം തുടങ്ങി നിരവധി അവാർഡുകളും ബഹുമതികളും ലഭിച്ചു.

കൃതികൾ: *പ്രഭാതദർശനം, സഹോദരൻ അയ്യപ്പൻ, ഇവർ ലോകത്തെ സ്നേഹിച്ചവർ, എം ഗോവിന്ദൻ, അശാന്തിയിൽ നിന്ന് ശാന്തിയിലേക്ക്, ആശാൻ പഠനത്തിന് ഒരു മുഖവുര, ചങ്ങമ്പുഴ കൃഷ്ണപിള്ള നക്ഷത്രങ്ങളുടെ സ്നേഹഭാജനം, യുക്തിവാദി എം സി ജോസഫ്, ബഷീർ ഏകാന്തവീഥിയിലെ അവധൂതൻ, അസ്തമിക്കാത്ത വെളിച്ചം, ഉറങ്ങാത്ത മനീഷി.*

ഭാര്യ	:	എൻ രത്നമ്മ
മക്കൾ	:	രഞ്ജിത്, രേഖ, ഗീത, സീത, ഹാരിസ്
വിലാസം	:	സന്ധ്യ, കാരിക്കാമുറി കൊച്ചി - 682011

ഉള്ളടക്കം

നക്ഷത്രങ്ങളെ നോക്കിയിപ്പുഴു പറ-
ന്നീടുന്നു മേല്പോട്ടതിൻ-
പക്ഷം ദുർബ്ബലമാണതോർത്തു ഭയവും
തോന്നുന്നു. മേൻമേൽ വിഭോ!
രക്ഷയ്ക്കായതിനിന്നു നിൻ കരുണയ-
ല്ലാതില്ല രാപ്പക്ഷിതൻ-
ഭിക്ഷയ്ക്കാക്കൊല, നിൻ പ്രകാശകണിക-
യ്ക്കാപത്തു ചേർത്തീടൊലാ.

- ആശാൻ

പ്രസാധകക്കുറിപ്പ്

പ്രൊഫ. എം കെ സാനു രചിച്ച മഹാകവി കുമാരനാശാന്റെ ജീവചരിത്രമാണ് *മൃത്യുഞ്ജയം കാവ്യജീവിതം* എന്ന പ്രൗഢഗ്രന്ഥം. എസ് എൻ ചന്ദ്രിക എജ്യൂക്കേഷണൽ ട്രസ്റ്റ് 1996 ൽ ആദ്യമായി പ്രസിദ്ധീകരിച്ച ഈ ഗ്രന്ഥത്തിന്റെ അടുത്ത പതിപ്പ് പ്രസിദ്ധീകരിക്കുന്നതിനുള്ള ചുമതല ചിന്ത പബ്ലിഷേഴ്സ് ഏറ്റെടുക്കുകയാണ്. ഗ്രന്ഥകാരനും സാഹിത്യനിരൂപകനും ജീവചരിത്രകാരനും. പരിഭാഷകനും എഡിറ്ററും അദ്ധ്യാപകനുമായ സാനു മാസ്റ്റർ ചെറുപ്പത്തിൽത്തന്നെ ആശാൻ കൃതികളുടെ സ്വാധീനത്തിനുവിധേയനായിട്ടുള്ളയാളാണ്.

കുമാരനാശാന്റെ ജീവചരിത്രം ആദ്യ പതിപ്പ് തന്നെ സഹർഷം സ്വാഗതം ചെയ്യപ്പെട്ടതാണ്. ഇന്നത്തെ പുതുവായനക്കാരുടെ ഇടയിലും അതിനു പ്രസക്തിയുണ്ട്.

ചിന്ത പബ്ലിഷേഴ്സ്

പ്രസ്താവന*

തറവാട്ടിലെ ബാല്യകാലത്തെക്കുറിച്ചാണ് ഇത് എഴുതാൻ തുനിയുമ്പോൾ ഞാൻ ഓർമ്മിക്കുന്നത്. സന്ധ്യാസമയത്ത് കത്തിച്ചുവച്ച നിലവിളക്കിനരികിലിരുന്ന് കുട്ടികളായ ഞങ്ങൾ പ്രാർത്ഥനകൾ ചൊല്ലുമായിരുന്നു. നാരായണഗുരുസ്വാമികളുടെ *ദൈവദശക*മാണ് ആദ്യം ചൊല്ലുക. അതിനുശേഷം കുമാരനാശാന്റെ 'സങ്കീർത്തനം' തുടർന്ന് ആശാൻതന്നെ രചിച്ച 'ആത്മാർപ്പണം', 'ദീപാർപ്പണം' തുടങ്ങിയ പ്രാർത്ഥനകളും ചൊല്ലിപ്പോന്നു. വിശേഷദിവസങ്ങളിൽ തറവാട്ടിൽ എല്ലാവരും ചേർന്ന് ഭജന നടത്തുകയും പതിവായിരുന്നു. പുറത്തുനിന്ന് ചിലർ കൂടി അതിൽ സംബന്ധിച്ചുപോന്നു. ഭജന എപ്പോഴും അവസാനിക്കുന്നത്,

"ആകാശങ്ങളെയണ്ഡരാശികളോടും
    ഭക്ഷിക്കുമാകാശമാ;
യിക്കാണുന്ന സഹസ്രരശ്മിയെ യിരു-
    ട്ടാക്കും പ്രഭാസാരമായ്
ശോകാശങ്കയെഴാത്ത ശുദ്ധസുഖവും
    ദുഃഖീകരിക്കുന്നതാ-
മേകാന്താദ്വയശാന്തിഭൂവിനു നമ-
    സ്കാരം നമസ്കാരമേ"

എന്ന ശ്ലോകം ആലപിച്ചുകൊണ്ടാണ്. ഭക്തിഭാവം കലർന്ന ഈണത്തിൽ അതു ചൊല്ലുമ്പോൾ അച്ഛന്റെ കണ്ണുകൾ അടയുന്നതും മുഖം ഏറെ ദീപ്തമായി മാറുന്നതും ഞാൻ സ്പഷ്ടമായോർമ്മിക്കുന്നു.

---

* ആദ്യ പതിപ്പിന് എഴുതിയത്

ആശാൻകവിതയുമായുള്ള എന്റെ പരിചയം ഇവിടെ ആരംഭിക്കുന്നു. പ്രാർത്ഥനാപദ്യങ്ങളുടെ അർത്ഥം അച്ഛൻ വിശദീകരിച്ചുതന്നതും എനിക്കോർമ്മയുണ്ട്. ഒരിക്കൽപ്പോലും നോവിക്കാതെ വാത്സല്യം വർഷിച്ച് എന്നെ വളർത്തിയ ആ സ്നേഹസ്വരൂപൻ പറഞ്ഞുതന്നതൊക്കെയും മനസ്സിലാക്കാൻ എനിക്കു കഴിയുമായിരുന്നില്ല (ഞാൻ കൗമാരത്തിലേക്ക് കാലൂന്നുന്ന ഘട്ടത്തിൽ അദ്ദേഹം അന്ത്യയാത്ര പറഞ്ഞു). എങ്കിലും, ആ പ്രാർത്ഥനകൾ പുതിയ ആകാശങ്ങൾക്ക് രൂപംനല്കുന്നതായി എങ്ങനെയോ ഞാൻ അറിഞ്ഞു. എന്റെ ചെറിയ മനസ്സ് അതിൽ വിഹരിക്കാൻ വെമ്പുകയും ചെയ്തു. ഏകാന്തദ്വയശാന്തിഭൂവിനെപ്പറ്റി അച്ഛൻ നല്കിയ വിവരണം അനന്തതയുടെ നിഗൂഢതകൾ തിരയാൻ പ്രേരിപ്പിക്കുന്നതായിരുന്നു.

വള്ളത്തോൾ, ഉള്ളൂർ എന്നിവരുടെ കവിതകളും അച്ഛൻ പരിചയപ്പെടുത്തിത്തന്നെങ്കിലും എന്റെ സവിശേഷമായ പ്രീതിക്കും ബഹുമാനത്തിനും പാത്രമായത് കുമാരനാശാന്റെ കവിതകളാണ്. എന്റെ ആത്മാവ് എപ്പോഴും അനുഭവിക്കുന്ന അസ്വാസ്ഥ്യവും വേദനയും അവയിൽ തുടിച്ചു നില്ക്കുന്നതായി ഞാൻ അനുഭവിച്ചു.

കാലം കടന്നതോടെ കവിതയുമായുള്ള എന്റെ പരിചയം വിപുലമായി. അന്യസാഹിത്യങ്ങളുമായും ഞാൻ സമ്പർക്കത്തിലേർപ്പെട്ടു, സാഹിത്യത്തിലെ ഇതരശാഖകളുമായും. കവിതയാണോ എനിക്കേറ്റവും ഇഷ്ടപ്പെട്ട സാഹിത്യശാഖയെന്നു ചോദിച്ചാൽ ഉത്തരംപറയാൻ ഇന്ന് ബുദ്ധിമുട്ടുണ്ട്. എന്നിട്ടും, ആശാൻ കവിത എന്റെ ആത്മാവിന്റെ ഭാഗമായി ഇപ്പോഴും നിലനില്ക്കുന്നു.

കുമാരനാശാന്റെ ജീവചരിത്രം രചിക്കാൻ ഞാൻ മുതിർന്നതിന് ഇതിലധികം വിശദീകരണം ആവശ്യമില്ല.

അബുദാബിയിലെ ആശാൻ മെമ്മോറിയൽ അസോസിയേഷൻ ഭാരവാഹികളാണ് ഈ സംരംഭം തുടങ്ങാൻ എന്നെ ആദ്യം പ്രേരിപ്പിച്ചത്. ഒരു ദശവത്സരത്തിലേറെയായി തങ്ങൾ തുടർന്നുപോന്ന സാംസ്കാരിക പ്രവർത്തനത്തിന്റെ ഒരു സ്മരണികയായി ഈ ഗ്രന്ഥം രചിച്ച് പ്രസിദ്ധീകരിക്കണമെന്ന് അവർ എന്നോടാവശ്യപ്പെട്ടു. ഞാൻ സമ്മതം മൂളുകയും ചെയ്തു.

ഈ വിവരമറിഞ്ഞ ശ്രീ. സി വി ത്രിവിക്രമൻ (സ്നേഹം ചൊരിഞ്ഞ് വീർപ്പുമുട്ടിക്കുന്ന ആ സഹോദരൻ) എന്നെ വിടാതെ പിടികൂടി. എന്തോ കാര്യവശാൽ തിരുവനന്തപുരത്തെത്തിയ എന്നോട് അദ്ദേഹം പറഞ്ഞു: 'ജീവചരിത്രരചന ഇന്ന് ഇവിടെവച്ച് തുടങ്ങണം' രണ്ടു ഡീലക്സ് നോട്ടുബുക്കുകളും ഏതാനും ബോൾപെന്നുകളും എന്നെ ഏല്പിച്ചിട്ട് അദ്ദേഹം തുടർന്നു: 'മാസ്റ്റർ കാറിൽ കയറൂ, നമുക്ക് കോലത്തുകര ക്ഷേത്രത്തിൽ പോകാം.' ഒരു കുട്ടിയെപ്പോലെ അനുസരിക്കുകയേ എനിക്കു നിവൃത്തിയുണ്ടായിരുന്നുള്ളൂ. ശ്രീ. എൻ രാമചന്ദ്രനെയും അദ്ദേഹം വിളിച്ചുവരുത്തി. ഞങ്ങളൊരുമിച്ച് കോലത്തുകര ക്ഷേത്രം സന്ദർശിച്ചു. കുമാരനാശാൻ

ആദ്യം നാരായണഗുരുസ്വാമികളുടെ സന്നിധാനത്തിലെത്തി സമസ്യാപൂരണം നടത്തിയ സ്ഥലവും അവിടത്തെ അന്തരീക്ഷവും നേരിൽക്കണ്ടു. ഞങ്ങൾ അവിടെ നമസ്കരിച്ചു. അതിനുശേഷം ആ സ്നേഹിതന്മാർ രണ്ടുപേരുംകൂടി എന്നെ തോന്നയ്ക്കൽ കൊണ്ടുപോയി. ഏതു വീട്ടിലിരുന്നാണോ കുമാരനാശാൻ തന്റെ കവി ഭാവനയ്ക്ക് മൂർത്തരൂപം നല്കിയത് ആ വീടിന്റെ വരാന്തയിലിരുന്ന് ഞാൻ ഈ ജീവചരിത്രത്തിന്റെ ആദ്യത്തെ ഏതാനും വാക്യങ്ങളെഴുതി.

ഉടനെ എഴുതിത്തീർക്കണമെന്ന് തീവ്രമായി ആഗ്രഹിക്കാതിരുന്നില്ല. കാര്യാന്തരവ്യഗ്രതകൾക്കിടയിൽ അതിനാവശ്യമായ സമയവും സൗകര്യവും കിട്ടിയില്ലെന്നു മാത്രം. എങ്കിലും ശ്രീ ത്രിവിക്രമൻ എന്നെ നിരന്തരം പ്രേരിപ്പിച്ചുകൊണ്ടിരുന്നു. ഈ പ്രസ്താവന കുറിക്കുമ്പോൾ അദ്ദേഹത്തെ മാത്രമല്ല, എന്നിൽ അളവറ്റ സ്നേഹം വർഷിച്ച ആ കുടുംബത്തെയും കൃതജ്ഞതയോടെ ഞാൻ ഓർമ്മിക്കുന്നു.

കുമാരനാശാന്റെ ജീവചരിത്രം എഴുതുക എന്നത് ബുദ്ധിമുട്ടുള്ള കാര്യമാണെന്ന് എനിക്കറിയാമായിരുന്നു. എഴുതിത്തുടങ്ങിയപ്പോൾ ആ ബുദ്ധിമുട്ട് ഏറിവന്നതേയുള്ളൂ. കവിയെന്ന നിലയ്ക്കാണ് ആശാനെ ലോകം ആരാധിക്കുന്നത്. എന്നാൽ, അദ്ദേഹത്തിന്റെ വ്യക്തിത്വത്തിൽ പൊതുപ്രവർത്തകൻ, ചിന്തകൻ, പത്രപ്രവർത്തകൻ മുതലായ അംശങ്ങളും സജീവമായി കലർന്നിട്ടുണ്ട്. അവയൊക്കെയും സംയോജിപ്പിച്ചുകൊണ്ട് അദ്ദേഹത്തിന്റെ ആത്മവത്തയ്ക്ക് രൂപം നല്കാൻ ശ്രമിക്കുമ്പോൾ നിരാശയോളമെത്തുന്ന ക്ലേശം ഒരാൾക്കനുഭവപ്പെടും. അതനുഭവിച്ചു എന്നതാണ് ഈ പുസ്തകം പ്രകാശിപ്പിക്കാൻ എന്നെ ഏറ്റവുമധികം പ്രേരിപ്പിക്കുന്നത്.

പുസ്തകങ്ങളും മാസികകളും രേഖകളും പരിശോധിച്ച് കുറിപ്പുകളെഴുതിവച്ചത് പലപ്പോഴായിട്ടാണ്. സൂക്ഷിച്ചുവയ്ക്കുക എന്ന് ശീലമില്ലാത്തതുമൂലം പലതും നഷ്ടപ്പെട്ടിട്ടുണ്ട്. പലതിന്റെയും റഫറൻസ് കൃത്യമായി നല്കാനും സാധിച്ചിട്ടില്ല. സഹോദരൻ പലപ്പോഴായി പറഞ്ഞു കേൾപ്പിച്ചിട്ടുള്ള അനുസ്മരണങ്ങൾ എന്നെ ഒട്ടൊന്നുമല്ല സഹായിച്ചത്.

സി ഒ കേശവൻ എഴുതിയ *മഹാകവി കുമാരനാശാൻ* എന്ന ഗ്രന്ഥത്തോടാണ് എനിക്ക് ഏറ്റവുമധികം കടപ്പാടുള്ളത്. ആശാനെപ്പറ്റി അറിയാൻ ആ ഗ്രന്ഥംപോലെ സഹായകരമായി മറ്റൊന്നില്ല. ഞാൻ ഉപജീവിച്ച മറ്റു ചില പുസ്തകങ്ങൾ താഴെ പറയുന്നവയാണ്.

ആശാൻ ചില യാഥാർത്ഥ്യങ്ങൾ - കോമലേഴത്ത് കെ ജി മാധവൻ
കുമാരനാശാൻ - ചില സ്മരണകൾ - കെ സദാശിവൻ
ആശാൻസ്മരണകൾ - സി വി കുഞ്ഞുരാമൻ
മാസികാപഠനങ്ങൾ - ജി പ്രിയദർശനൻ
സാഹിത്യസംഭവങ്ങൾ - ജി പ്രിയദർശനൻ
ആശാന്റെ ഡയറിക്കുറിപ്പുകളിലൂടെ - കെ പ്രഭാകരൻ
കുമാരനാശാന് മകന്റെ പ്രണാമം - കെ സുധാകരൻ

സാഹിത്യത്തിലെ നെറിയും നെറികേടും - പി ഭാസ്കരനുണ്ണി

കുമാരനാശാന്റെ രചന ശില്പം - ഡോ. എം എം ബഷീർ

ഇനിയും ചിലതുകൂടിയുണ്ടെന്ന് തോന്നുന്നു. മറവിമൂലമാണ് അവ ഇവിടെ കുറിക്കാൻ കഴിയാത്തത്.

കുമാരനാശാന്റെ ഡയറികളും ആശാനെ സംബന്ധിക്കുന്ന മറ്റുരേഖകളും തോന്നയ്ക്കൽ ആശാൻ സ്മാരകത്തിലുണ്ട്. അവ പരിശോധിക്കാനും ആവശ്യമായ വിവരങ്ങൾ കുറിച്ചെടുക്കാനും എന്നെ സഹായിച്ചത് ആ സ്ഥാപനത്തിന്റെ സെക്രട്ടറി ശ്രീ. തോന്നയ്ക്കൽ എം കെ വിദ്യാധരനാണ്. കൃതജ്ഞത പ്രകാശിപ്പിക്കുന്നത് ആ നല്ല മനസ്സിനോട് കാട്ടുന്ന അപരാധമായിരിക്കും.

നാനാവിധമുള്ള ക്ലേശങ്ങളിലുഴലുമ്പോഴും എനിക്ക് പുസ്തകരചനയ്ക്കാവശ്യമായ ഉത്തേജനം ലഭിച്ചത് ചില ആത്മസുഹൃത്തുക്കളിൽ നിന്നാണ് ഡോ. ആർ പ്രസന്നൻ, ഡോ. കെ ഗോപാലകൃഷ്ണൻ, ശ്രീ. കെ സുഗുണേന്ദ്രൻ, ശ്രീ. ജി പ്രിയദർശൻ എന്നിവരെ ഈ അവസരത്തിൽ ഞാൻ പ്രത്യേകം ഓർമ്മിക്കുന്നു. എന്റെ ചേട്ടൻ ശ്രീ. കെ വാസുദേവനെയും. ഇവരുടെ ഉദാരമായ സ്നേഹം നുകരാൻ കഴിഞ്ഞു എന്നത് എന്റെ ജീവിതത്തിലെ അസുലഭസൗഭാഗ്യമാണെന്ന് ഞാൻ കരുതുന്നു.

എല്ലാറ്റിനുമുപരിയായി ഈ രചന പൂർത്തീകരിക്കുന്ന കാര്യത്തിൽ ഞാൻ കടപ്പെട്ടിരിക്കുന്നത് ഡോക്ടർ എൻ പി ഷീലയോടാണ്. ആ പ്രിയ സഹോദരിയുടെ നിശ്ചയദാർഢ്യവും ഇച്ഛാശക്തിയുമില്ലായിരുന്നെങ്കിൽ ഇതെഴുതിത്തീർക്കാൻ അടുത്തകാലത്തൊന്നും എനിക്ക് കഴിയുമായിരുന്നില്ല. രചനയ്ക്കാവശ്യമായ അന്തരീക്ഷം ഒരുക്കിത്തരാൻ എന്റെ സഹധർമ്മിണി കാട്ടിയ ശ്രദ്ധയും എന്നെ നല്ലപോലെ സഹായിച്ചു.

ഇത്രയും കുറിച്ചു കഴിഞ്ഞപ്പോഴും ഒരു സങ്കടം മനസ്സിൽ ശേഷിക്കുന്നു. പുസ്തകത്തിൽ ഉൾപ്പെടുത്തണമെന്ന് ഞാൻ ആഗ്രഹിച്ചതും, ഉൾപ്പെടുത്താൻ കഴിയാതെപോയതുമായ കാര്യങ്ങളോർത്തുണ്ടാകുന്ന സങ്കടമാണത്. അതൊക്കെയും പ്രതിപാദിക്കുന്നതിന് ഒരു രണ്ടാംഭാഗം ആവശ്യമാണെന്ന് ഞാൻ മനസ്സിലാക്കുന്നു. കവിതയെ സംബന്ധിക്കുന്ന വിവരണങ്ങൾ അതിലേക്ക് മാറ്റി വയ്ക്കുകയാണ് ചെയ്തിരിക്കുന്നത്.

ചില കാര്യങ്ങൾ ഗ്രന്ഥത്തിൽ ആവർത്തിച്ച് പ്രതിപാദിക്കുകയും ഉദ്ധരിക്കുകയും ചെയ്തിട്ടുണ്ട്. രണ്ടാമതു വായിച്ചു നോക്കിയപ്പോൾ അവ എന്റെ ശ്രദ്ധയിൽപ്പെടുകയുണ്ടായി. എങ്കിലും, ആ അവസ്ഥയ്ക്ക് മാറ്റം വരുത്തിയിട്ടില്ല. സാധാരണക്കാരായ വായനക്കാർക്ക് ആവർത്തനം ആവശ്യമാണെന്ന് ഞാൻ വിചാരിക്കുന്നു.

ഈ ഗ്രന്ഥം എഴുതിത്തീർന്നിട്ട് ഒരു വർഷത്തോളമായെങ്കിലും ഇപ്പോൾ മാത്രമേ പ്രസിദ്ധീകരിക്കാൻ സൗകര്യം കിട്ടുന്നുള്ളൂ. ഇരിങ്ങാലക്കുട എസ് എൻ ചന്ദ്രിക എഡ്യൂക്കേഷണൽ ട്രസ്റ്റ് ആണ് ഇത് പ്രസിദ്ധീകരിക്കുന്ന ചുമതല ഏറ്റെടുത്തിട്ടുള്ളത്. ശ്രീ. സി ആർ കേശവൻ വൈദ്യർ രൂപം നല്കി സേവനനിരതമായി നല്കിപ്പോരുന്ന ഒരു സ്ഥാപ

നമാണിതെന്ന് പ്രത്യേകം പറയേണ്ടതില്ലല്ലോ. നാരായണഗുരുസ്വാമികളെ നേരിൽ കാണാനും അദ്ദേഹത്തിന്റെ അനുഗ്രഹം ലഭിക്കാനും സൗഭാഗ്യം സിദ്ധിച്ചിട്ടുള്ള വ്യക്തിയെന്ന നിലയ്ക്ക് ആദർശസുരഭിലമായ അനേകം പ്രവർത്തനങ്ങൾക്ക് സാരഥ്യം നല്കി ജീവിതം ധന്യമാക്കാൻ വൈദ്യർക്ക് സാധിച്ചിട്ടുണ്ട്. കുമാരനാശാൻ നടത്തിപ്പോന്ന *വിവേകോദയം* മാസിക വൈദ്യരുടെ പത്രാധിപത്യത്തിലാണ് വീണ്ടും ഭംഗിയായി നടന്നത്. *വിവേകോദയ*ത്തിന്റെ പഴയ താളുകളിൽനിന്ന് അനേകം ഭാഗങ്ങൾ വീണ്ടും പ്രകാശിപ്പിക്കുന്നതിൽ അദ്ദേഹം ശ്രദ്ധവയ്ക്കുകയും ചെയ്തു. കുമാരനാശാനെപ്പറ്റി അദ്ദേഹം ധാരാളം ലേഖനങ്ങളും പ്രസിദ്ധീകരിച്ചിട്ടുണ്ട്. (അവയൊക്കെയും എനിക്ക് പ്രയോജനപ്പെടുകയുണ്ടായി) ആശാന്റെ പ്രതിമ തിരുവനന്തപുരത്ത് സ്ഥാപിക്കുന്നതിന് നേതൃത്വം നല്കിയതും വൈദ്യർ തന്നെയാണ്. അദ്ദേഹം വ്യക്തിപരമായി എന്നിൽ വർഷിച്ചിട്ടുള്ള സ്നേഹവാത്സല്യങ്ങൾക്ക് അതിരില്ല. അദ്ദേഹം മാത്രമല്ല, അദ്ദേഹത്തിന്റെ സഹധർമ്മിണിയും മക്കളും ഒരുപോലെ. ആ നിലയ്ക്ക് ഈ ഗ്രന്ഥത്തിന്റെ പ്രസിദ്ധീകരണച്ചുമതല അദ്ദേഹം ഏറ്റെടുത്തതിനെപ്പറ്റി വിധി നിയോഗം എന്നേ പറയാനുള്ളൂ. സൗമനസ്യം നിറഞ്ഞ അനുവാദം പ്രതീക്ഷിച്ചുകൊണ്ട് ഈ ഗ്രന്ഥം പ്രിയപ്പെട്ട ശ്രീ. സി ആർ കേശവൻ വൈദ്യർക്ക് ഞാൻ സമർപ്പിക്കുന്നു.

എന്റെ മറ്റു കൃതികൾക്കു ലഭിച്ച സ്വാഗതം ഈ കൃതിക്കും സഹൃദയലോകത്തിൽ നിന്നു ലഭിക്കുമെന്ന പ്രതീക്ഷയോടെ,

കൊച്ചി
18-6-1996

എം കെ സാനു

അന്വേഷണത്തിന്റെ അസ്വാസ്ഥ്യം

തിരകൾ തിരയുന്നത് തീരമല്ല. തീരമണയുമ്പോൾ അവ തകരുന്നു എന്നു മാത്രം.

തിരയുന്നതിന്റെ വേദന എപ്പോഴും നിലനില്ക്കുന്നു. കടലിന്റെ ഇരമ്പലിൽ ആ വേദനയുടെ വിലാപമല്ലേ കേൾക്കുന്നത്.

കടൽ കണ്ടപ്പോൾ ഇങ്ങനെയൊരു വിചാരമാണോ കുമാരന്റെ മനസ്സിൽ ഉണർന്നത്? ആയിരിക്കണം. അപ്രകാരമൊരു വിചാരമേ അന്ന് ആ മനസ്സിലുണരാൻ ന്യായമുള്ളൂ. ജീവിതത്തിൽ താനെന്താണ് തിരയുന്നതെന്ന് മനസ്സിലാക്കാൻ ബോധപൂർവ്വം നടത്തുന്ന ആദ്യപരിശ്രമത്തിന്റെ ഭാഗമായാണ് കുമാരൻ വീട്ടിൽനിന്ന് ഇറങ്ങിയിരിക്കുന്നത്.

വീട്ടിൽ നിന്നിറങ്ങിയപ്പോൾ ആദ്യം കണ്ടത് കടലാണ്. പടിഞ്ഞാറുഭാഗത്ത്, അധികം അകലെയല്ലാതെ, ഇരമ്പിക്കൊണ്ടിരിക്കുന്ന കടൽ. ചിരപരിചിതമായ കാഴ്ചയാണത്. കടൽത്തീരത്ത് കളിക്കുക മാത്രമല്ല, കടലിൽ കുളിക്കുകയും നീന്തുകയും കൂടി ചെയ്യാറുണ്ട്. പ്രഭാതത്തിലും മദ്ധ്യാഹ്നത്തിലും സായംസന്ധ്യയിലും രാത്രിയിലും കടലിന്റെ ഭാവഭേദങ്ങൾ വിസ്മയം നോക്കിക്കാണാറുണ്ട്. ഋതുഭേദങ്ങളിലും അപ്പോഴെല്ലാം ഗഹനമായ വിസ്മയം മാത്രമാണ് മനസ്സിൽ തങ്ങിനിന്നത്. പക്ഷേ, ഇന്ന് തിരകളുടെ അവിരാമചലനത്തിൽ വിലാപം കേൾക്കുന്നു. സ്വന്തം മനസ്സിന്റെ വിലാപം അതിൽ പ്രതിദ്ധ്വനിച്ചു കേൾക്കുകയാണോ? ആണെന്നു വരാം.

അങ്ങനെ വിലപിക്കുന്നതിന് എന്താണൊരു കാരണം? അതാണ് നിശ്ചയമില്ലാത്തത്. തന്നെപ്പോലുള്ള മറ്റു കുട്ടികളെല്ലാവരും ജീവിതത്തിന്റെ ഉല്ലാസവേളകൾ ആസ്വദിക്കുന്നു. അല്ലലറിയാതെ അവർ കഴിഞ്ഞുപോകുന്നു. മാതാപിതാക്കളുടെ ലാളനയും, കൂട്ടുകാരുമൊത്തുള്ള കളികളും, തുച്ഛമായ നേട്ടങ്ങളും മറ്റും അവരെ സന്തോഷിപ്പിക്കുന്നു. താൻ

മാത്രം...

താൻ ഏകാകിയാണെന്ന് എപ്പോഴും അനുഭവപ്പെടുന്നു. അച്ഛനും അമ്മയും തന്നെ സ്നേഹിക്കുന്നുണ്ടെന്നറിയാം. സഹോദരങ്ങളുമായി വഴക്കൊന്നുമില്ല. എങ്കിലും തന്റെ താല്പര്യങ്ങളോ ബന്ധങ്ങളോ വീട്ടിനകത്ത് ഒതുങ്ങിനില്ക്കുന്നില്ല. അതിനപ്പുറം താൻ എന്തിനൊക്കെയോ ദാഹിക്കുന്നു. ആ ദാഹത്താൽ താൻ എപ്പോഴും നിർവ്വചിക്കാനാവാത്ത സങ്കടം അനുഭവിക്കുന്നു. മനസ്സ് കരയുന്നു. ഈ അവസ്ഥയിൽനിന്ന് മോചനമില്ലേ? അതിനെന്താണൊരു വഴിയെന്നാണ്, ഓർമ്മവച്ചകാലംമുതൽ ആലോചിച്ചുപോന്നത്. ഇന്ന് ആ വഴിയിൽ താൻ കാലൂന്നാൻ പോകുന്നു. ആ പ്രതീക്ഷയോടെയാണ് വീട്ടിൽനിന്നിറങ്ങിയിരിക്കുന്നത്.

ഇപ്രകാരം നീങ്ങുന്ന വിചാരങ്ങളോടെ കുമാരൻ വീട്ടിൽനിന്ന് നടന്നകന്നു. അച്ഛനമ്മമാരോട് യാത്ര പറഞ്ഞില്ല. ഇന്ന് സ്വാമിയെ കാണാൻ പോകുമെന്ന് അവർക്കറിയാം. അവരുടെയും അഭിപ്രായം അനുസരിച്ചാണ് സ്വാമിയെ കാണാൻ പോകുന്നത്. അതിനായിറങ്ങിയപ്പോൾ, മുമ്പൊരിക്കലുമില്ലാത്തതുപോലെ കടൽ കുമാരന്റെ ശ്രദ്ധ പിടിച്ചുനിർത്തി എന്നുമാത്രം. പ്രഭാതത്തിലെ വെയിൽതട്ടി തിളങ്ങുന്ന കടലിന്റെ അസ്വാസ്ഥ്യം. കണ്ണുകൾ പിൻവലിച്ചുകൊണ്ട് കുമാരൻ നടന്നു.

2

കോലത്തുകര ക്ഷേത്രത്തിന്റെ മണൽപ്പരപ്പിൽ കാലൂന്നിയപ്പോൾ ശാന്തി ഇളംകാറ്റായി തലോടുന്നതുപോലെ.

ആളുകൾ ധാരാളം കൂടിയിരിക്കുന്നു. വൃദ്ധരും യുവാക്കളും കുട്ടികളും. അവർ തിരക്കുകൂട്ടുന്നുണ്ടെങ്കിലും ഏതോ ഒരു ശക്തി അവരെ നിയന്ത്രിക്കുന്നതായി കാണാം. അകത്ത് മുറിയിലിരിക്കുന്ന സ്വാമിയെ കാണാനും നമസ്കരിക്കാനും അവർക്കു തിടുക്കമാണ്. അതിനുവേണ്ടി അവർ മത്സരിക്കുന്നു. എങ്കിലും, ആ മത്സരം അതിരുവിടുന്നില്ല. സ്വാമിയുടെ സ്വസ്ഥതയ്ക്ക് അതു ഭംഗം വരുത്തിയാലോ? സ്വാമിയുടെ നേർക്കുള്ള അവരുടെ ഭക്തി അവരുടെ ചേഷ്ടകളെ നിയന്ത്രിക്കുന്നു.

സാധാരണക്കാരായ മനുഷ്യർ. അവരിലധികംപേരും ദരിദ്രരാണ്. രോഗികളും അക്കൂട്ടത്തിലുണ്ട്. തങ്ങളുടെ വ്യാധികളകറ്റാൻ സ്വാമിയുടെ ദിവ്യശക്തിക്കു കഴിയുമെന്ന് അവർ വിശ്വസിക്കുന്നു. അധികമാളുകളും വെറുതെ ഒന്നു കാണാൻ ആഗ്രഹിക്കുന്നവരാണ്. അതു പുണ്യമാണല്ലോ.

താൻ എന്തിനാണ് ഇത്രയും ദൂരം പിന്നിട്ട് ഇവിടെയെത്തിയത്! കുമാരൻ സ്വയം ചോദിച്ചു. വരണമെന്ന് സ്വാമി പറഞ്ഞിരുന്നു. വാസ്തവം. അക്കാര്യം സ്വാമി ഓർമ്മിക്കുന്നുണ്ടാവുമോ? എത്രയോ പേരെയാണ് അദ്ദേഹം ഓരോ ദിവസവും ഓരോ സ്ഥലത്തുവച്ചും കാണുക! ആ കൂട്ടത്തിലൊരാളായ തന്നെ അദ്ദേഹം ഓർമ്മിക്കുമോ? പക്ഷേ, തേജസ്സാർന്ന ആ മുഖവും, നിത്യതയിൽ വിശ്രമിക്കുന്ന കണ്ണുകളും ആ സംശയം ഇല്ലാ

താക്കുന്നു. സ്വാമി സർവ്വവും അറിയുന്നു.

സ്വാമിയുടെ സന്നിധാനത്തിലെത്താതെ തന്റെ അശാന്തി ശമിക്കുകയില്ല എന്ന വിചാരവും ഒന്നിനൊന്നു വളർന്നുവന്നത് കുമാരൻ ഓർമ്മിച്ചു. അതൊരു വിചാരം മാത്രമല്ല, പ്രാർത്ഥനകൂടിയായിരുന്നു.

കുമാരന്റെ വീടിന് സ്വാമിയുടെ സന്ദർശനം ലഭിക്കാനുള്ള ഭാഗ്യം സിദ്ധിച്ചിട്ടുണ്ട്. ഒരിക്കലല്ല, പല പ്രാവശ്യം. അച്ഛനമ്മമാരും ബന്ധുജനങ്ങളും സ്വാമിയെ ഈശ്വരനെപ്പോലെയാണ് കാണുന്നത്. അവർ പറഞ്ഞു കേട്ട കാര്യങ്ങൾ അത്ഭുതം കലർന്നതാണ്. അവ കേട്ടിരുന്നില്ലെങ്കിലും കുമാരനിൽ സ്വാമി ഭക്തി ജനിപ്പിക്കുമായിരുന്നു. മുൻകൂട്ടി നിശ്ചയിക്കപ്പെട്ടതുപോലെയാണല്ലോ ഈ ലോകത്തിൽ ചരിത്രപുരുഷന്മാർ തമ്മിൽ ബന്ധപ്പെടുന്നത്! അതനുസരിച്ചായിരിക്കാം വിധി ആശാനെ ശ്രീനാരായണ സന്നിധിയിലേക്ക് നയിച്ചത്.

അധികം കാത്തു നില്‌ക്കേണ്ടതായിവന്നില്ല. സ്വാമിയുടെ കണ്ണുകൾ കുമാരന്റെമേൽ പതിഞ്ഞു. കുമാരനെ തന്റെ സമീപത്തേക്ക് കടത്തിവിടാൻ ശിഷ്യന്മാർക്ക് സ്വാമി നിർദ്ദേശം നല്കി. അതനുസരിച്ച് സ്വാമിയുടെ സമീപത്ത് കടന്നുചെന്നു.

തിരക്കൊഴിഞ്ഞപ്പോൾ സ്വാമി കുമാരനെ നോക്കി മന്ദസ്മിതം തൂകി. അദ്ദേഹം പറഞ്ഞു.

"കുമാരനെ നാം പ്രതീക്ഷിച്ചിരിക്കുകയായിരുന്നു. ഇപ്പോൾ വരുമെന്നു നാം കരുതി."

സ്വാമിയുടെ പരഹൃദയജ്ഞാനത്തെക്കുറിച്ച് കുമാരൻ ധാരാളം കഥകൾ കേട്ടിരുന്നു. ഇപ്പോൾ സ്വന്തം അനുഭവത്തിൽനിന്ന് അത് നേരിട്ടു ബോദ്ധ്യമായി. ഇനി എത്രയോ തവണ അതു ബോദ്ധ്യമാകാനിരിക്കുന്നു!

ഭക്തി മൂലം കുമാരന് വർത്തമാനം പറയാൻ സാധിച്ചില്ല. സ്വാമിയാകട്ടെ മിതഭാഷിയും. അതുകൊണ്ട് അവിടെ മൗനം തങ്ങിനിന്നു. ഒടുവിൽ മൗനം ഭേദിച്ചുകൊണ്ട് സ്വാമിയുടെ ചോദ്യം: "കുമാരൻ നമ്മോടൊപ്പം വരുന്നോ?"

"തൃപ്പാദങ്ങളുടെ അനുഗ്രഹമുണ്ടെങ്കിൽ."

"നമ്മുടെ അനുഗ്രഹമോ? അത് എപ്പോഴുമുണ്ടല്ലോ."

വീട്ടിൽ മടങ്ങിപ്പോയി മാതാപിതാക്കളുടെ അനുവാദം വാങ്ങി സ്വാമിയുടെ സന്നിധാനത്തിലേക്ക് തിരിച്ചുവരാനാണ് ഉദ്ദേശിച്ചിരുന്നതെങ്കിലും കുമാരൻ അന്ന് സ്വാമിയോടൊപ്പം ചേർന്നു. ശിഷ്യത്വം മനസ്സാ വരിച്ചുകൊണ്ട്.

തുടർന്ന് കുമാരന്റെ കാവ്യരചനാ പരിശ്രമങ്ങളെക്കുറിച്ചറിയാൻ സ്വാമി താല്പര്യം പ്രദർശിപ്പിച്ചു. അതിനു കാരണമുണ്ട്. കുമാരനെ നെടുങ്ങണ്ടയിൽവച്ച് ആദ്യമായി സ്വാമിയുടെ മുമ്പാകെ ചിലർ പരിചയപ്പെടുത്തിയത് കവിതയെഴുതാൻ വാസനയുണ്ട് എന്നു പറഞ്ഞുകൊണ്ടായിരുന്നു. സ്വാമിയുടെ ആവശ്യപ്രകാരം കുമാരൻ തന്റെ രചനാപരിശ്രമങ്ങൾ (സങ്കോചത്തോടുകൂടി) സ്വാമിയെ കാണിക്കുകയും ചെയ്തു. അവ മറി

ച്ചുനോക്കാൻ സ്വാമിക്ക് ഒട്ടും സമയം വേണ്ടിവന്നില്ല. അവയിൽ ഒളിഞ്ഞിരിക്കുന്ന വാസനാവിശേഷം അദ്ദേഹം അപ്പോൾത്തന്നെ തിരിച്ചറിഞ്ഞു. കുമാരനെ അഭിനന്ദിക്കാൻ അദ്ദേഹം മടിച്ചില്ല

എങ്കിലും അതോടൊപ്പം ലഘുവായ ഒരുപദേശംകൂടി സ്വാമി നല്കി, "ശൃംഗാരപദ്യങ്ങൾ എഴുതരുത്." പില്ക്കാലത്ത് വളരെ പ്രസിദ്ധമായിത്തീർന്ന വാക്കുകൾ.

ഈ ഉപദേശത്തിന്റെ അർത്ഥം കുമാരൻ അക്കാലത്ത് ശൃംഗാരപദ്യങ്ങൾ എഴുതിയിരുന്നു എന്നാണോ? ആണെന്നു ചിലർ കരുതുന്നുണ്ട്. അത് സ്ഥാപിക്കുന്നതിനുവേണ്ടി അക്കൂട്ടർ ചില ശ്ലോകങ്ങൾ (തെറ്റായി) ഉദ്ധരിച്ചു കാണിക്കുകയും ചെയ്തിട്ടുണ്ട്. എന്നാൽ, കുമാരൻ ശൃംഗാരശ്ലോകങ്ങൾ രചിച്ചിരുന്നതിന് തെളിവൊന്നുമില്ല. ആ പ്രതിഭയെ അങ്കുരാവസ്ഥയിൽപ്പോലും അലട്ടിക്കൊണ്ടിരുന്നത് നശ്വരതയെ സംബന്ധിക്കുന്ന ബോധമാണ്. അതിന്റെ ഭാഗമായി ഭക്തി ആ ഹൃദയത്തിൽ ആധിപത്യം ചെലുത്തിപ്പോന്നു. ജീവിതത്തിന്റെ അർത്ഥമെന്തെന്ന ചോദ്യം അതിൽ അന്തർഭവിച്ചിട്ടുണ്ട്. അർത്ഥം കണ്ടെത്താതെ ജീവിതം തുടരാൻ പ്രയാസമാണെന്നുള്ള അവസ്ഥയും അതിനെ ചൂഴ്ന്നു നില്ക്കുന്നു. ഒടുങ്ങാത്ത അസ്വാസ്ഥ്യത്തിന്റെ വേദനയുടെ ഉറവിടമാണത് (ജീവിതത്തിന് അർത്ഥം തേടാൻ തുടങ്ങുന്നതോടെ നിങ്ങൾ മനോരോഗിയായിത്തീരുന്നു എന്ന് കീർകെഗാർഡ് കുറിച്ചിട്ടുള്ളത് ഇവിടെ സ്മരണീയം). ഈ അസ്വാസ്ഥ്യത്തിനിടയിൽ ശൃംഗാരത്തിന്റെ നാമ്പുകൾ ആ പ്രതിഭയിൽ കൂമ്പെടുക്കുക സാദ്ധ്യമല്ല.

എങ്കിലും നാരായണഗുരുസ്വാമി അങ്ങനെ ഒരു ഉപദേശം നല്കി. അന്നു കാവ്യലോകത്തിൽ ആധിപത്യം ചെലുത്തിയ പ്രവണതയാണ് അതിനദ്ദേഹത്തെ പ്രേരിപ്പിച്ചത്.

ശൃംഗാരശ്ലോകങ്ങൾ എഴുതുകയെന്നത് അന്നത്തെ രീതിയായിരുന്നു. അതിൽ പ്രാവീണ്യം തെളിയിക്കാത്ത യുവകവികൾ അന്നുണ്ടായിരുന്നില്ല.

അന്നത്തെ സമാഗമത്തിനുശേഷം രചിച്ച ചില കവിതകൾ കുമാരൻ സ്വാമിയെ കാണിച്ചു. അവ വായിച്ചതിനുശേഷം സ്വാമി ആശാനോടു ചോദിച്ചു.

"കുമാരൻ സമസ്യാപൂരണം നടത്തിയിട്ടുണ്ടോ?"

ഉണ്ടെന്നു കുമാരൻ മറുപടി പറഞ്ഞു. അതിൽ ചിലതു സ്വാമിയെ കാണിക്കുകയും ചെയ്തു. അതു പരിശോധിച്ചതിനുശേഷം, "നാം ഒരു സമസ്യ നല്കാം, കുമാരൻ അതു പൂരിപ്പിക്കൂ" എന്നു പറഞ്ഞുകൊണ്ട് സ്വാമി രണ്ടു വരികൾ ചൊല്ലി.

"കോലത്തുകര കുടികൊണ്ടുരുളും
ബാലിപ്പിറ ചൂടിയ വാരിധിയേ
എന്ന വരികൾ.
ഉടൻ കുമാരൻ അനായാസമായി അതു പൂരിപ്പിച്ചു.

കാലൻ കനിവറ്റു കുറിച്ചുവിടു
ന്നോലപ്പടിയെന്നെയയയ്ക്കരുതേ!"

അർത്ഥവത്തും ധീരോദാത്തവുമായ ഒരു പൂരണമായിരുന്നു അത്. കനിവില്ലാതെ കാലൻ കുറിച്ചുവിടുന്ന 'ഓല'യനുസരിച്ച് തന്റെ ജീവിതം നീങ്ങാൻ പാടില്ലെന്നുള്ള അഭിനിവേശമാണ് അതിന്റെ പിന്നിൽ തുടിക്കുന്നത്. വിധിയെയും മൃതിയെയും അതിലംഘിക്കാനുള്ള വെമ്പൽ. അതാണല്ലോ കവിയുടെ പ്രേരണയും തന്റേടവും.

ജീവിതത്തിന് അപൂർണ്ണതയരുളുന്ന പ്രകൃതി നിയമങ്ങളെയാണ് കവിത അതിലംഘിക്കുന്നത്. തന്റെ സൃഷ്ടികളിലൂടെ കവി ക്ഷണികതയെ മറികടക്കുകയും അനശ്വരതയുടെ ഭാസുരനക്ഷത്രമായി രൂപാന്തരപ്പെടുകയും ചെയ്യുന്നു. പ്രകൃതിയുടെ പരിമിതികളെയും കുറവുകളെയും പോലും പരിഹരിക്കാനുള്ള പരിശ്രമം കവിതയിലുണ്ട്. ഇത്രയുമൊക്കെ ആലോചിച്ചുകൊണ്ടാണ് കുമാരൻ സമസ്യാപൂരണം നടത്തിയതെന്ന് പറയുന്നില്ല. എങ്കിലും ആത്മാവിന്റെ അടിത്തട്ടിൽ ഈ മനോഭാവം അന്നേ തങ്ങിനിന്നിരുന്നു.

കുമാരൻ അടുത്ത ദിവസം വീട്ടിലേക്ക് മടങ്ങി. സ്വാമിയുടെ പാദങ്ങളിൽ പ്രണമിച്ചുകൊണ്ടാണ് വിട പറഞ്ഞത്. അടുത്തു നിന്ന ഒരു ഭക്തൻ പറഞ്ഞു. "ഇത് സമർപ്പണം പോലെയാണല്ലോ."

അത് സമർപ്പണം തന്നെയായിരുന്നു. തൃപ്പാദങ്ങളിൽ സമർപ്പിച്ച ആ ജീവിതമാണ് പില്ക്കാലത്ത് അനശ്വരതയുടെ ചില്ലയിൽ വാടാമലരായി വിരിഞ്ഞത്.

3

നോട്ടുബുക്കിൽ പദ്യകൃതികൾ രചിക്കുകമാത്രമല്ല, കുമാരൻ ചെയ്തത്, പത്രങ്ങളിൽ സമസ്യാപൂരണങ്ങൾ കവിതകൾ, പാട്ടുകൾ എന്നിവ അതിനകം തുച്ഛമായി പ്രകാശിപ്പിച്ചുകഴിഞ്ഞുമിരുന്നു. ആ രചനകൾ മികച്ചവയാണെന്നു പറഞ്ഞുകൂടാ. പക്ഷേ, അന്ന് പ്രചാരത്തിലിരുന്ന രീതിയിൽ നിന്ന് വ്യത്യസ്തമായ ഒരു രീതിയാണ് അവ പ്രകടമാക്കിയത്. സമസ്യാപൂരണങ്ങളിൽപ്പോലും ആശയം എപ്പോഴും വൈചിത്ര്യം കലർന്നതായിരുന്നു. പദരചനയിൽ അക്കാലത്ത് പ്രഗത്ഭനായി പരിഗണിക്കപ്പെട്ടുപോന്ന പെരുന്നയിൽ കൃഷ്ണൻ വൈദ്യൻ പാഠശാലയിൽവച്ച് ശിഷ്യൻമാർക്കായി ഒരു സമസ്യ കൊടുത്തു. 'താലോലിച്ചഗ്ഗജത്തെപ്പരിച്ചോടു പശിലാളിച്ചുപാലിച്ചു മുന്നം.'

കുമാരൻ അതു പൂരിപ്പിച്ചത് ഇപ്രകാരമാണ്.

കാലൻതൻ കാലനാകും ത്രിപുരദഹനനാ-
  യാനവേഷം ചമഞ്ഞ
ക്കാലം നീലാരവിന്ദത്തളിരൊളിമിഴിയാൾ

തൻരസപ്രൗഢയായി
മാലില്ലാതേ വസിച്ചഗ്ഗിരിസുത പ്രസവി
ച്ചാനയെക്കണ്ടു ദേവൻ
താലോലിച്ചഗ്ഗജത്തെ
പരിചൊടുപരിലാളിച്ചു പാലിച്ചു മുന്നം."

പുരാണങ്ങളിലെ വ്യത്യസ്തങ്ങളായ കഥകളുമായി ഇണക്കിച്ചേർക്കാവുന്ന ഒന്നാണ് ആ സമസ്യ. അത് മറ്റുള്ളവർ പൂരിപ്പിച്ചത് കൃഷ്ണൻ വൈദ്യൻ സ്വയം പൂരിപ്പിച്ച ശ്ലോകവുമായി ഇണങ്ങുന്ന രീതിയിലാണ്. അതെന്താണെന്നു നോക്കൂ:

"കാളും കോപം കലർന്നങ്ങൊരു മുതല പിടി-
ച്ചൊട്ടു നട്ടംതിരിച്ചാ-
യോളത്തിൽ താണുകേണീടിനകൊടുമതിയാ-
മാനയിൽ താനലിഞ്ഞും
വാളൂരിപ്പാഞ്ഞുചെന്നാ വലിയ മുതലയെ-
ക്കൊന്നു തൻതൃക്കരത്താൽ
താലോലിച്ചഗ്ഗജത്തെപ്പരിചൊടു പരിലാളിച്ചുപാലിച്ചു മുന്നം."

ഭക്തിമാർഗ്ഗത്തിൽ ദൃഢവ്രതനായി സഞ്ചരിച്ചിരുന്ന കുമാരന് ശിവനും ഗണപതിയും സുബ്രഹ്മണ്യനും ഇഷ്ടദേവതകളായിരുന്നു. സമസ്യാപൂരണം മറ്റൊരു തരത്തിലാകുക സാദ്ധ്യമായിരുന്നില്ല.

ഏകദേശം പതിനാറു വയസ്സു പ്രായമായ ഘട്ടത്തിലാണ് ഭക്തിഭാവം സ്വഭാവഘടനയിൽ ആധിപത്യം ചെലുത്തിയതെന്നോർക്കണം. സമപ്രായക്കാർക്കില്ലാത്ത അറിവും ചിന്താശീലവും ദാർശനികവീക്ഷണവും കുമാരൻ അക്കാലത്തുതന്നെ പ്രകടിപ്പിക്കാൻ തുടങ്ങിയിരുന്നു.

ഏഴാമത്തെ വയസ്സിലാണു സമീപത്തുള്ള നാട്ടുപള്ളിക്കൂടത്തിൽ കുമാരൻ പഴയരീതിയിലുള്ള വിദ്യാഭ്യാസം ആരംഭിച്ചത്. അന്ന് എല്ലാവരും കുമാരു എന്നാണ് വിളിച്ചു പോന്നത്. ഇനിയും കുറേക്കാലത്തേക്ക് ഈ പേരിലാണ് അറിയപ്പെടുക. പഠനത്തിൽ വലിയ സാമർത്ഥ്യമാണ് തുടക്കംമുതൽ കുമാരു പ്രകടമാക്കിയത്. അതേപ്പറ്റി വഴിയെ പ്രതിപാദിക്കുന്നതാണ്. പഠനം പൂർത്തിയാക്കുകയും കുറച്ചു കാലം അദ്ധ്യാപകനാകുകയും ചെയ്തു. അപ്പോഴും സംസ്കൃതത്തിൽ പരിജ്ഞാനം നേടണമെന്ന ആഗ്രഹമാണ് കത്തിനിന്നത്.

സംസ്കൃതം പഠിക്കാനുള്ള ആഗ്രഹത്താൽ കുമാരു അക്കാലത്ത് ഒരു സംസ്കൃതപണ്ഡിതന്റെ ശിഷ്യനായി. ഉടയാൻകുഴി കൊച്ചുരാമൻ വൈദ്യനായിരുന്നു പ്രസിദ്ധനായ ആ പണ്ഡിതൻ. അമരകോശം, സിദ്ധരൂപം തുടങ്ങിയ ആദ്യപാഠങ്ങൾ വശപ്പെടുത്തിയതിനുശേഷം ശ്രീരാമോദന്തം, ശ്രീകൃഷ്ണവിലാസം മുതലായ ലഘുകാവ്യങ്ങൾ അദ്ദേഹത്തിന്റെ ശിക്ഷണത്തിൽ ഭംഗിയായി പഠിച്ചു. അത് തുടരാൻ തീവ്രമായ ആഗ്രഹം കുമാരുവിനുണ്ടായി. എന്നാൽ ചികിത്സയുടെ തിരക്കുമൂലം കൊച്ചു

രാമൻവൈദ്യർക്ക് കുട്ടികളെ പഠിപ്പിക്കാൻ സമയമില്ലാതായി. തല്ക്കാലത്തേക്ക് കുമാരുവിന്റെ സംസ്കൃതപഠനം നിലച്ചു.

അങ്ങനെ വെറുതെ കഴിയുന്ന കാലത്ത് കുമാരു വള്ളിവിവാഹം, അമ്മാനപ്പാട്ട് എന്നിവ രചിച്ചിരുന്നതായി ജീവചരിത്രകാരന്മാർ രേഖപ്പെടുത്തുന്നു. നാട്ടിലെ സഹൃദയർക്കിടയിൽ അവ പ്രചരിക്കുകയും ചെയ്തു. എല്ലാവരും ആ രചനകളെ പ്രോത്സാഹിപ്പിച്ചു എന്നു കരുതരുത്. ജന്മവാസനയുടെ അഭാവം മൂലം അവ വിരസങ്ങളായിത്തീർന്നിട്ടുണ്ടെന്ന് തുറന്നടിക്കാൻ ചിലർ മടിച്ചതുമില്ല. എങ്കിലും കുമാരുവിനെ ഭഗ്നോത്സാഹനാക്കാൻ ആ വിപരീതാഭിപ്രായങ്ങൾക്കു കരുത്തുണ്ടായിരുന്നില്ല.

ഉഷാകല്യാണം എന്ന പേരിൽ ഒരു നാടകം കുമാരു രചിച്ചതും ഇക്കാലത്താണ്. അതേപ്പറ്റി പിന്നീട് വിവരിക്കും.

സ്വന്തമായ പഠനം അപ്പോഴും തുടരാതിരുന്നില്ല. നേരത്തേ അല്പമായി പഠിച്ചിരുന്ന തമിഴിൽ കൂടുതൽ പരിജ്ഞാനം നേടാൻ സാഹചര്യമുണ്ടായത് ഇപ്പോഴാണ്. സംസ്കൃതത്തിലും തമിഴിലുമുള്ള വേദാന്തതത്ത്വപ്രതിപാദകങ്ങളായ ഗ്രന്ഥങ്ങൾ തൃഷ്ണയോടുകൂടി വായിക്കുകയും പഠിക്കുകയും ചെയ്തു. ദിവസത്തിലധികം ഭാഗവും വായനയ്ക്കും പഠനത്തിനുമായാണ് കുമാരു ചെലവഴിച്ചത്.

സ്നേഹിതന്മാരുമായിച്ചേർന്ന് ഉല്ലാസവേളകൾ സൃഷ്ടിക്കുന്നതിൽ കുമാരു വിമുഖനായിരുന്നില്ല. പക്ഷേ, സമയമെവിടെ? മാത്രമല്ല, ഏകാന്തതയുടെ നേർക്ക് പ്രത്യേകമായ ആഭിമുഖ്യവും ഉണ്ടായിരുന്നു. മുൻപു സൂചിപ്പിച്ച അസ്വാസ്ഥ്യം-അകാരണമായ അസ്വാസ്ഥ്യം - നിരന്തരം അലട്ടിയിരുന്നതുമൂലം ഏകാന്തതയിൽ ഒതുങ്ങിക്കൂടാനുള്ള വാസന ദൃഢമാവുകയും ചെയ്തു. സ്വന്തം മനസ്സിന്റെ വേദന താലോലിച്ച് ചിന്തയുടെ ലോകത്തിൽ വിഹരിക്കാൻ കുമാരു എപ്പോഴും മുതിർന്നുപോന്നു.

കളികൾ പലതിലും ഏർപ്പെട്ടിരുന്നെങ്കിലും കുമാരു നീന്തലിലാണ് ഏറെ ഉത്സാഹം കാട്ടിയത്. കായലിനും കടലിനുമിടയിൽ കുരുങ്ങിക്കിടക്കുന്ന ഒരു പ്രദേശമാണല്ലോ കായിക്കര. കായലിൽ ഇറങ്ങി കുളിക്കുകയും നീന്തുകയും ചെയ്യുകയെന്നത് ചെറുപ്പക്കാർക്കിടയിൽ സാധാരണമായിരുന്നു. മറ്റാരെയും വെല്ലുന്ന കഴിവാണ് കുമാരു നീന്തലിൽ പ്രകടിപ്പിച്ചുപോന്നതെന്ന് സ്നേഹിതന്മാർ പറഞ്ഞുപോന്നു. നീന്തുന്നതിലുള്ള തന്റെ കഴിവിനെക്കുറിച്ച് പില്ക്കാലത്ത് കുമാരനാശാനും തെല്ലഭിമാനത്തോടെ പറയുമായിരുന്നു. കായലിൽ മാത്രമല്ല കടലിലും നീന്തുന്നതിന് ഉത്സാഹമായിരുന്നു.

എങ്കിലും ആത്മാവിന്റെ സൂക്ഷ്മതയിൽ വിട്ടുമാറാതെ നിലനിന്ന ദുഃഖമാണ് ആ ജീവിതത്തിലെ സ്ഥിരമായ യാഥാർത്ഥ്യം. പില്ക്കാലത്ത് കുമാരനാശാൻ ഇതേപ്പറ്റി അടുത്ത സ്നേഹതന്മാരോടു പറയുമായിരുന്നു. അത് കേൾക്കുകയും മനസ്സിലാക്കുകയും ചെയ്ത ഒരു സ്നേഹിതൻ സഹോദരൻ അയ്യപ്പനാണ്. കച്ചവടക്കാർ കാളവണ്ടിയിൽ സുഖമായി സഞ്ചരിക്കുന്നതു കാണുമ്പോഴും മറ്റുള്ളവർ വിനോദങ്ങളിൽ മുഴുകി

സന്തോഷിക്കുന്നതു കാണുമ്പോഴും ആശാൻ പറയുമായിരുന്നത്രേ.

"നോക്കൂ അയ്യപ്പൻ, ഇവരൊക്കെ എത്ര സുഖമായി ജീവിക്കുന്നു. മാഘവും വേദാന്തവുമൊന്നും പഠിച്ചിട്ടില്ല. ജീവിതത്തിന്റെ അർത്ഥത്തെക്കുറിച്ച് ആലോചിച്ചു വിഷമിക്കുന്നില്ല. ചെറിയ ചെറിയ സന്തോഷങ്ങളിൽ അവർ സായൂജ്യം അനുഭവിക്കുന്നു.

ഒരിക്കൽ ഒരു പദ്യഭാഗം കുമാരനാശാൻ സഹോദരനയ്യപ്പനെ കാണിച്ചുകൊടുത്തു. തന്റെ അവസ്ഥ അതിൽ ഭംഗിയാംവിധം ആവിഷ്കൃതമായിട്ടുണ്ടെന്ന് അദ്ദേഹം പറയുകയും ചെയ്തു.

"How long, oh! how long will it be ere I cease
This aimless and passion less life to endure
And deep in my heart must still suffer the wound
For which I'm unable to find any cure.
And Heaven alone knows who dealt me this wound
This pain which from childhood I'm never without."

(ടോൾസ്റ്റോയിയുടെ ഡയറിക്കുറിപ്പുകളിലുള്ള വരികളാണിവ)

അന്തരാത്മാവിൽ അനുഭവപ്പെട്ട അസഹ്യമായ വ്യഥ ശമിപ്പിക്കുന്നതിന് രണ്ടേ മാർഗ്ഗമുണ്ടായിരുന്നുള്ളൂ. വേദാന്തഗ്രന്ഥങ്ങളിലഭയം തേടുക, ദേവാലയങ്ങളിൽ പോയി പ്രാർത്ഥിക്കുക. സമീപത്തുള്ള അമ്പലങ്ങളിൽ പതിവായി പോകുകയും പ്രാർത്ഥിക്കുകയും ചെയ്യുന്നതു കണ്ട് സമപ്രായക്കാർ പലരും കുമാരുവിനെ കളിയാക്കിയിട്ടുണ്ട്. ഏറെ സമയമെടുക്കുന്ന പ്രാർത്ഥന ഏതോ വലിയ സങ്കടം നേരിട്ടു പറഞ്ഞു ദൈവത്തെ ബോദ്ധ്യപ്പെടുത്തുകയാണെന്നേ തോന്നൂ.

ക്ഷേത്രസന്ദർശനത്തിന്റെ ഭാഗമായി പൂജാരികളുമായി നല്ലവണ്ണം പരിചയപ്പെട്ടു. പൂജാവിധികൾ പലതും നല്ലവണ്ണം മനസ്സിലാക്കുകയും ചെയ്തു. വീടിനടുത്തുള്ള വേലായുധൻ നടയിൽ കുറച്ചു കാലം പൂജാരിയുടെ ചുമതല നിർവ്വഹിക്കുന്നതിന് കുമാരുവിനെ യോഗ്യനാക്കിയത് ഈ അറിവാണ്. ആ വൃത്തി ഒട്ടാകെ സമാധാനം മനസ്സിന് നല്കുകയും ചെയ്തു.

4

പഠനം, കാവ്യരചന, പ്രാർത്ഥന തുടങ്ങിയവയിൽ മുഴുകി ജീവിതം നയിക്കുന്ന ഇക്കാലത്ത് അയൽവീടുകളിലൊന്നിലുള്ള മുതിർന്ന വ്യക്തിയുമായി കുമാരു ബന്ധപ്പെട്ടു. അദ്ദേഹം സാമാന്യമായ വിദ്യാഭ്യാസവും സംസ്കാരവുമുള്ള ആളായിരുന്നു. അവിവാഹിതനായ അദ്ദേഹം ഭക്തനും സരസനുമായിരുന്നു. ഹോമിയോചികിത്സയും അദ്ദേഹം വശമാക്കിയിരുന്നു. മാധവൻസാറെന്നും മാധവൻ ഡോക്ടറെന്നും ആളുകൾ അദ്ദേഹത്തെ വിളിച്ചുപോന്നു. കറുത്ത് ഉയരമുള്ള രൂപം. പരുപരുത്ത സ്വര

ത്തിലാണ് വർത്തമാനം. അതിനിടയിൽ നല്ലൊരു നർമ്മബോധവും സാഹിത്യവാസനയും കൂടി അദ്ദേഹത്തിനുണ്ടായിരുന്നു. ജീവിതത്തെ ഒരു ഫലിതമായിട്ടാണ് അദ്ദേഹം കാണുന്നതെന്ന് തോന്നും.

ഓട്ടൻതുള്ളലുകൾ അനായാസമായി രചിച്ച് സുഹൃത്തുക്കളെ വായിച്ചുകേൾപ്പിക്കുക എന്നത് അദ്ദേഹത്തിന്റെ വിനോദമായിരുന്നു. ഒന്നു രണ്ടു നാടകങ്ങളും അദ്ദേഹം രചിച്ചിരുന്നു. അച്ചടിക്കാത്ത ആ സാഹിത്യകൃതികൾ അദ്ദേഹം തന്നെയാണ് വായിച്ചു കേൾപ്പിക്കുക. അതു കേട്ടു രസിക്കാൻ കൂടുന്ന ചെറിയ സദസ്സിൽ പങ്കുകൊള്ളാൻ കുമാരുവിനെയും മുതിർന്നവർ അനുവദിച്ചുപോന്നു.

മറ്റാരെക്കാളും അധികമായി മാധവൻസാറിന്റെ വായന ആസ്വദിച്ചതു കുമാരു ആയിരുന്നു. മാധവൻസാറും കുമാരുവും മാത്രമേ അതറിഞ്ഞുള്ളൂ. അവർ തമ്മിൽ നിഗൂഢമായ ഒരു ആത്മീയ ബന്ധം ഉണ്ടായിരുന്നു എന്നു പറയാം. പലപ്പോഴും മാധവൻസാറിന്റെ വീട്ടിൽ കുമാരു ഒറ്റയ്ക്കു പോകും. എത്ര തിരക്കായിരുന്നാലും മാധവൻ സാർ അതെല്ലാം മാറ്റിവച്ച് കുമാരുവുമായി സല്ലാപത്തിൽ ഏർപ്പെടും. ജീവിതത്തെ ഒരു ഫലിതമായി കണ്ടുപോന്ന അദ്ദേഹത്തിന്റെ സംഭാഷണം ആരെയും രസിപ്പിക്കുന്നതായിരുന്നു.

കവിതയെക്കുറിച്ചാണ് ഒട്ടുമിക്കപ്പോഴും സംസാരിക്കുക. ചിലപ്പോൾ സാമൂഹ്യവിമർശനമായിരിക്കും നടത്തുക. കാവ്യരചനയിൽ കുമാരുവിന് എത്രമാത്രം വാസനയും താല്പര്യവുമുണ്ടെന്ന് ആദ്യം തിരിച്ചറിഞ്ഞ് മാധവൻസാറാണെന്നു പറയാം.

കുമാരുവിന്റെ മുഖം പലപ്പോഴും ശോകാധീനമാകുന്നത് അദ്ദേഹം ശ്രദ്ധിച്ചിട്ടുണ്ട്. അതു മാറ്റാനായി അദ്ദേഹം ധാരാളം ഫലിതങ്ങൾ തന്റെ പരുക്കൻ സ്വരത്തിൽ പറഞ്ഞുകേൾപ്പിക്കും. കുമാരു അതു കേട്ടു പൊട്ടിച്ചിരിച്ചു പോകും. മനസ്സിന്റെ മ്ലാനതയൊക്കെ മാറിയാണ് താൻ എപ്പോഴും മാധവൻസാറിന്റെ സമീപത്തുനിന്ന് മടങ്ങിയിട്ടുള്ളതെന്ന് കുമാരനാശാൻ പില്ക്കാലത്തു പറഞ്ഞുപോന്നു.

ലജ്ജാലുവായിരുന്ന കുമാരുവിന്റെ കാവ്യരചനാ പരിശ്രമങ്ങൾക്ക് പ്രോത്സാഹനം നല്കാൻ മാധവൻസാർ അമിതമായ ഉത്സാഹം കാണിച്ചുപോന്നു. "എവിടെടേ, നിന്റെ നോട്ടുബുക്ക്? തുറന്നു വായിക്കെടേ കുമാരാ..." എന്നും മറ്റും അദ്ദേഹം സരസമായി ആജ്ഞാപിക്കും. അപ്പോൾ കുമാരൻ തന്റെ ബുക്കു തുറന്ന് സങ്കോചത്തോടെ വായിച്ചു കേൾപ്പിക്കും. അതു ശ്രദ്ധയോടെ കേട്ടിരുന്നതിനുശേഷം മാധവൻസാർ പറയും. "നന്നായിട്ടുണ്ടെടേ, നന്നായിട്ടുണ്ട്. നീയിങ്ങനെ ഉറക്കം തൂങ്ങിയായി നടക്കാതെ ധാരാളം കവിതയെഴുത്. അതിനാണു നീ ജനിച്ചിരിക്കുന്നത്. മനസ്സിലായോടാ, മണ്ടച്ചാരേ?"

പ്രായത്തിനു വളരെ വ്യത്യാസമുണ്ടായിരുന്നെങ്കിലും അവർ തമ്മിൽ അഭേദ്യമായ ഹൃദയബന്ധം സ്ഥാപിതമാകാൻ ഇതു കാരണമായി. അസഹ്യമായ സങ്കടത്തിന്റെ മുഹൂർത്തങ്ങളിൽ തനിക്ക് ആശ്വാസം നല്കാൻ കെല്പുള്ള കാരണവരായിട്ടാണ് മാധവൻസാറിനെ കുമാരു കണ്ടത്.

അവർ തമ്മിലുള്ള ഹൃദയബന്ധത്തിന് മറ്റൊരു വശം കൂടിയുണ്ടായിരുന്നു. കളിതമാശകളെല്ലാം പറയുകയും മറ്റുള്ളവരെ നിശിതമായി വിമർശിക്കുകയും ചെയ്യുന്നതിനിടയ്ക്കും മാധവൻസാർ ഒരു സന്ന്യാസിയെപ്പോലെയാണ് ജീവിച്ചുപോന്നത്. അദ്ദേഹം അവിവാഹിതനായിരുന്നു എന്നു പറഞ്ഞല്ലോ. വിധവയായ സഹോദരിയോടും അവരുടെ മക്കളോടുമൊപ്പം ഒരു ചെറിയ വീട്ടിൽ താമസിക്കുന്നു. വീടിന്റെ ചുമർ ഓലയായിരുന്നു. അതിൽ സുബ്രഹ്മണ്യന്റെ ചിത്രം. ദിവസവും രണ്ടു നേരം ആ ചിത്രത്തിനു മുന്നിൽ വിളക്കുകൊളുത്തും. അവിടെയിരുന്നു മാധവൻസാർ ഏറെനേരം ധ്യാനിക്കും.

യോഗാസനങ്ങൾ അദ്ദേഹം പതിവായി ശീലിച്ചുപോന്നു.

ആ ജീവിതത്തിന്റെ ആത്മീയവശം കുമാരുവിനെ ഒട്ടൊന്നുമല്ല ആകർഷിച്ചത്. സ്വന്തം ജീവിതത്തിൽ ആത്മീയചര്യ പുലർത്താൻ നിഷ്ഠ പുലർത്തിപ്പോന്നതുമൂലം കുമാരുവിന് അങ്ങനെയൊരു ആഭിമുഖ്യം തോന്നിയതു സ്വാഭാവികം മാത്രം.

വിവേകാനന്ദസ്വാമികളുടെ *രാജയോഗം* എന്ന കൃതിയെക്കുറിച്ച് കുമാരു ആദ്യമായി കേൾക്കുന്നത് മാധവൻസാറിൽനിന്നാണ്. അദ്ദേഹത്തിന്റെ ഉപദേശപ്രകാരം താൻ അക്കാലത്തുതന്നെ പ്രാണായാമം ശീലിച്ചു പോന്നതായി കുമാരനാശാൻ പില്ക്കാലത്തു പറഞ്ഞിട്ടുണ്ട്. അതുമൂലം ശരീരത്തിന് ആരോഗ്യവും മനസ്സിന് ഏകാഗ്രതയും സിദ്ധിച്ചു. നല്ല മനസ്സമാധാനം കിട്ടുകയും ചെയ്തു.

ആ ബന്ധം തനിക്ക് ബലമായും ആശ്വാസമായും അനുഭവപ്പെട്ടു കൊണ്ടിരിക്കുന്നതിനിടയിൽ അതു സംഭവിച്ചു. മാധവൻസാർ പെട്ടെന്നു മരണമടഞ്ഞു.

ഒരു ദിവസം രാവിലെ ക്ഷേത്രത്തിൽനിന്നും മടങ്ങി വീട്ടിലെത്തിയ കുമാരു അകലെനിന്നും നിലവിളിച്ചുകൊണ്ടോടിവരുന്ന ഒരു സ്ത്രീയെയാണ് കണ്ടത്. മാധവൻസാറിന്റെ സഹോദരിയായിരുന്നു അത്. അവർ കുമാരന്റെ വീട്ടിലെത്തി അമ്മയോടും അച്ഛനോടുമപേക്ഷിച്ചു. “ഞങ്ങളുടെ വീട്ടിലേക്കോടിവരണേ. മാധവൻ എന്തെല്ലാമോ പരിഭ്രമം കാട്ടുന്നു.”

അച്ഛനും അമ്മയും അവരോടൊപ്പം പോകുന്നതിന്റെ പിന്നാലെ കുമാരനും ഓടിച്ചെന്നു ആശങ്കമൂലം ഹൃദയം മിടിച്ചുകൊണ്ടിരുന്നു. മാധവൻസാറിന്റെ വീട്ടിലെത്തിയപ്പോൾ—

നിലത്തു വിരിച്ച പായയിൽ ‘വായുവലിച്ചു’കിടക്കുന്ന രൂപമാണ് കണ്ടത്. ചുറ്റും ആളുകൾ കൂട്ടംകൂടി നില്ക്കുന്നു.

ഒന്നുനോക്കാനേ ശേഷി ഉണ്ടായിരുന്നുള്ളൂ. വിമ്മിക്കരഞ്ഞുകൊണ്ട് കുമാരൻ വീട്ടിലേക്കു മടങ്ങി. ആരുമില്ലാത്ത ഒരിടത്ത് ഒതുങ്ങിക്കൂടി. എത്ര ശ്രമിച്ചിട്ടും കരച്ചിൽ നിയന്ത്രിക്കാൻ സാധിക്കുന്നില്ല. ഇന്നലെയും ധാരാളം ഫലിതം പറഞ്ഞ് തങ്ങളെ രസിപ്പിച്ച മാധവൻസാർ, എന്നും ഉന്മേഷം പകർന്നുതന്ന മാധവൻസാർ, ഇപ്പോൾ...

കുമാരന്റെ കണ്ണുകളിലൂടെ കണ്ണുനീരൊഴുകി. ഒരിക്കലും മനസ്സ് ഇത്ര

യധികം തളർന്നിട്ടില്ല. തളർച്ചയുടെ നിസ്സഹായതയിൽ വലയുന്നതിനിടയ്ക്ക് മാധവൻസാറിന്റെ വീട്ടിൽനിന്ന് കൂട്ടനിലവിളി ഉയർന്നുകേട്ടു.

ശവസംസ്കാരച്ചടങ്ങിൽ കുമാരുവും പങ്കുകൊണ്ടു. ഇടയ്ക്കിടെ വിതുമ്പിക്കൊണ്ടിരുന്നു. കത്തിച്ചുവെച്ച നിലവിളക്കുകൾക്കിടയിൽ, പട്ടിൽ പൊതിഞ്ഞ മൃദേഹം കണ്ടപ്പോൾ തീർത്തും വിവശനായി...

ആളുകൾ ജഡം ചുമന്ന് ചിതയിൽ വയ്ക്കുകയും മുകളിൽ വിറക് അടുക്കുകയും ചെയ്തു. അനന്തരവൻ, വെള്ളം നിറച്ച മൺകുടം ചുമന്നുകൊണ്ട്, ചിതയ്ക്കു വലംവച്ചു. മൂന്നുതവണ വലംവച്ചുകഴിഞ്ഞപ്പോൾ കുടം നിലത്തിട്ടുടച്ചു.

പുരോഹിതൻ കത്തിച്ചുകൊടുത്ത കൊതുമ്പ് കൈയിൽ വാങ്ങി ആ അനന്തരവൻ ചിതയ്ക്കു തീ കൊളുത്തി. ദാഹത്തോടെ അഗ്നി ആളിപ്പടരാൻ തുടങ്ങിയപ്പോൾ ആളുകൾ പിരിഞ്ഞു. വിശേഷങ്ങൾ പലതും പറഞ്ഞുകൊണ്ട് പിരിയുന്നതിനിടയിൽ അവർ ഉച്ചത്തിൽ ചിരിക്കുകയും ചെയ്യുന്നുണ്ടായിരുന്നു. ചിരിയുടെ ആ ശബ്ദവും കുമാരുവിന്റെ മനസ്സിൽ വിലാപമായിട്ടാണ് പ്രതിധ്വനിച്ചത്.

അകന്നുമാറിനിന്ന്, ആളിപ്പടരുന്ന ചിതയിൽ ഒന്നുകൂടി നോക്കിയതിനുശേഷം കുമാരു ഏകാകിയായി, മൗനിയായി, വീട്ടിലേക്കു മടങ്ങി. അപ്പോൾ മനസ്സിലുയർന്ന വാക്കുകൾ ഇവയാണെന്ന് പിന്നീടൊരിക്കൽ കുമാരനാശാൻതന്നെ പറഞ്ഞിട്ടുണ്ട്...

"നഷ്ടപ്പെട്ടൊരു ബന്ധുരത്നം..."

പില്ക്കാലത്ത് *പ്രരോദന*ത്തിലെ ഒരു ശ്ലോകത്തിലെ സ്ഥാനം നേടുന്നതുവരെ ഈ വാക്കുകൾ കുമാരുവിന്റെ മനസ്സിലെ ഏതോ നിഗൂഢതയിൽ നിലീനമായിരുന്നു.

വീടിന്റെ മുൻവശത്ത് അച്ഛനും മറ്റുള്ളവരും ഒത്തുചേർന്നിരുന്ന് മാധവൻസാറിനെക്കുറിച്ച് പറയുന്നത് സങ്കടം നിറഞ്ഞ മനസ്സോടെ കുമാരൻ കേട്ടു. അവരുടെ വർത്തമാനം ഏതാണ്ടിപ്രകാരമായിരുന്നു.

"എന്നാലും മാധവൻസാറിന്റെ മരണം നമുക്കെല്ലാം വലിയ നഷ്ടം തന്നെ." ഒരാൾ

"മരണമെന്നാണോ കരുതിയത്." - മറ്റൊരാൾ

"പിന്നെ എന്തരാണെടേ? നീ എന്താണുദ്ദേശിക്കുന്നത്?"

"ഓ! ഡോക്ടർ എന്തോ മരുന്നു കഴിച്ച് കാര്യമങ്ങു തീർത്തതല്ലേ?"

"ചുമ്മാതെ വല്ലതും പറയല്ലേ?"

"ഓ! ഞാനെന്തിനാണു ചുമ്മാതെ വല്ലതും പറയണത്? തന്നെത്താൻ മരിക്കുന്നതിനെക്കുറിച്ച് ഡോക്ടർ പലപ്പളും എന്നോടു പറഞ്ഞിട്ടൊണ്ട്. കൈയിലുള്ള മരുന്നുകളുടെ കൂട്ടത്തിൽ അതിനുള്ള ഉപായോം ഒണ്ടെന്നുവച്ചോ. ഒരു സൂക്കേടും ഇല്ലാതിരുന്ന ഒരാൾ അല്ലെങ്കിലിങ്ങനെ പെട്ടെന്നു മരിക്കുമോ?"

ആ വാക്കുകൾ കുമാരന്റെ മനസ്സിൽ പതിഞ്ഞു. സ്വയം മരിക്കുക എന്ന ആശയം കുമാരുവിന് പരിചിതമാണ്. അതേക്കുറിച്ച് എത്രയോ

തവണ ആലോചിച്ചിരിക്കുന്നു. അടുത്ത സ്ഥലത്തുള്ള ഒരാൾ കായലിൽ ചാടി ജീവനൊടുക്കിയപ്പോഴാണ് ആദ്യമായി ആത്മഹത്യയെക്കുറിച്ച് കേട്ടത്. ജഡത്തിനു ചുറ്റും ആളുകൾ കൂടിനില്ക്കുന്നത് കാണുകയും ചെയ്തു. അവരുടെ മുഖങ്ങളിൽ ഏതോ പ്രാകൃതമായ ഭയം നിറഞ്ഞു നില്ക്കുന്നതു പോലെ തോന്നി. അത് കുമാരുവിന്റെ മനസ്സിലേക്കും വ്യാപിച്ചു. അതോടൊപ്പം ഒരു ചോദ്യവുമുയർന്നു - എന്തുകൊണ്ടാണ് ഒരാൾ അങ്ങനെയൊരു പാപകർമ്മം ചെയ്യുന്നത്? അതിനുത്തരം ഒരാൾ പറഞ്ഞുകൊടുത്തു. "സങ്കടം സഹിക്കാൻ കഴിയാതെ വരുമ്പോൾ മരിച്ചുകളയണമെന്നു നമുക്കു തോന്നാറില്ലേ, അതുതന്നെയാണ് ആ മനുഷ്യനും തോന്നിയത്. പക്ഷേ, അങ്ങനെ തോന്നിയെന്നുവച്ച് നാമാരും 'അതു' ചെയ്യാറില്ല. ഇയാൾ അതു ചെയ്തു. ദ്രോഹി!"

ആ കുറ്റപ്പെടുത്തലിൽ ക്രൂരതയുള്ളതായിട്ടാണ് കുമാരുവിന്റെ ഇളം മനസ്സിന് തോന്നിയത്. സങ്കടം സഹിക്കാഞ്ഞിട്ടല്ലേ അയാൾ അങ്ങനെ ചെയ്തത്? അയാൾ അത് ആശ്വാസമായി കണ്ടിരിക്കണം. ആ പാവത്തോട് അനുകമ്പയല്ലേ കാണിക്കേണ്ടത്? അതിനു പകരം അയാളെ ദ്രോഹിയായി കരുതുന്നത്... കഠിനമല്ലേ? ഇമ്മാതിരി ചോദ്യങ്ങൾ പലതും കുമാരുവിന്റെ മനസ്സിനെ അസ്വസ്ഥമാക്കി. സാവധാനത്തിലാണ് അതിൽനിന്ന് മോചിതമായത്. ഇപ്പോൾ, ഇതാ, താനേറ്റവും സ്നേഹിക്കുകയും ആരാധിക്കുകയും ചെയ്തുപോന്ന മാധവൻസാറും 'അത്' ചെയ്തിരിക്കുന്നു.

എപ്പോഴും ഫലിതം പറയുകയും, തന്റെ ഏതു സങ്കടവും തീർത്തു തന്ന് ഉന്മേഷം പകരുകയും ചെയ്തുപോന്ന മാധവൻസാർ 'അത്' ചെയ്തിരിക്കുമോ? ആലോചനയ്ക്ക് എത്തും പിടിയും ഒന്നും കിട്ടുന്നില്ല. എങ്കിലും മാധവൻസാറിനെ കുറ്റപ്പെടുത്താൻ കുമാരുവിനു സാദ്ധ്യമല്ല. മരണത്തിനെന്നപോലെ ആത്മഹത്യക്കും വിശുദ്ധിയുണ്ടെന്ന വിചാരത്തിലേക്കാണ് ആ മനസ്സ് നീങ്ങിയത്. ആ മനസ്സാണ് പില്ക്കാലത്ത് ആത്മഹത്യയുടെ സൗന്ദര്യം കാവ്യത്തിലൂടെ ആവിഷ്കരിച്ചത്. *വീണപൂവി*ലെ വണ്ട് പശ്ചാത്താപവിവശനായി സ്വയം തലതല്ലി ചാകാൻ ശ്രമിക്കുന്നു. സ്വന്തം ജീവനൊടുക്കാൻവേണ്ടി ഒരു രാത്രിയിൽ തടാകതടമെത്തിയ നളിനി ആകാശത്തിലെ നക്ഷത്രങ്ങളോടു പറയുന്നതിതാണ്:

"നിത്യഭാസുരനഭശ്ചരങ്ങളേ
ക്ഷിത്യവസ്ഥ ബത! നിങ്ങളോർത്തിടാ
അത്യനർത്ഥവശ ഞാൻ ക്ഷമിപ്പിനീ
കൃത്യം..."

മരണത്തിന്റെ ജലാശയത്തിൽനിന്ന് അവൾ ജീവിതത്തിലേക്കു മടങ്ങിവന്നത്, തപസ്വിനിയുടെ രൂപത്തിൽ യാദൃച്ഛികത അവിടെ എത്തിച്ചേർന്നതുമൂലം മാത്രമാണ്. ലീലയും മദനനും ഒരുപോലെ രേവാനദിയുടെ ഹ്രദങ്ങളിൽ ജീവിതം അവസാനിപ്പിക്കുന്നു.

ജീവിതവ്യഥ അസഹ്യമാകുമ്പോൾ അഭയമരുളുന്ന രക്ഷാനികേത

നമായി *പ്രരോദന*ത്തിൽ ആത്മഹത്യ വിവരിക്കപ്പെടുന്നു.

"ആരായുന്നിതു രാഗപുഷ്പസൃതിമേൽ
മുള്ളേറ്റ നോവാറ്റുവാൻ
താരാർമേനികൾതന്നെ ശീതതരമാം
നിന്നംഗസംഗം മൃതേ!"

ആത്മഹത്യയെ മുൻനിർത്തി *വിവേകോദയ*ത്തിൽ ഒരു കുറിപ്പ് ആശാൻ പില്ക്കാലത്ത് പ്രസിദ്ധീകരിച്ചിട്ടുണ്ട്. അതു താഴെ കൊടുക്കുന്നു.

ഒരു ആത്മഹത്യ

ഹിന്ദുക്കൾക്കു മാത്രമല്ല ആസ്തികന്മാർക്കെല്ലാം ആത്മാവ് നിത്യനാകുന്നു. ന ഹന്യതേ ഹന്യമാനേ ശരീരേ. ശരീരം നശിച്ചാലും ആത്മാവ് നശിക്കുന്നതല്ല എന്നാണ് ഭഗവാൻ അർജ്ജുനനോട് ഉപദേശിക്കുന്നത്. ആത്മാവിന് ദേവസംബന്ധം കൊണ്ട് ദുഃഖമുണ്ടാകുന്നു. ആ ദുഃഖനിവൃത്തി അല്ലെങ്കിൽ ദേഹസംബന്ധ നിവൃത്തിയാകുന്നു മോക്ഷം. അദ്വൈതികൾക്ക് ഈ ദുഃഖം വെറും കല്പിതമാണ്. ബുദ്ധമതക്കാർക്ക് നേരെമറിച്ച് ദുഃഖം സത്യമാകുന്നു. അതായത്, എന്നേക്കും ഉള്ളതാണ്. അവർ ആത്മാവിന്റെ സത്തയെ അംഗീകരിക്കാത്തതിനാൽ നിർവ്വാണത്തിന് ആത്മദുഃഖനിവൃത്തി അപേക്ഷിതമല്ല. എന്നാൽ ജീവിതം ദുഃഖമാണെന്നു ഒരു പ്രകാരത്തിലല്ലെങ്കിൽ മറ്റൊരു പ്രകാരത്തിൽ എല്ലാവരും സമ്മതിക്കുന്നു. പാശ്ചാത്യതത്ത്വശാസ്ത്രജ്ഞരിൽ സ്കോഫ്ൻഹവർ തുടങ്ങിയ ചിലർ ജീവിതം എപ്പോഴായാലും ദുഃഖത്തിലും ഹിംസയിലും അവസാനിക്കുകയേ ഉള്ളൂ എന്ന അഭിപ്രായക്കാരാണ്. ജീവിക്കുക എന്നാൽ ഈ ദുഃഖം അനുഭവിക്കുക മാത്രമാണെന്ന് സിദ്ധാന്തിക്കുകയാൽ ആ കൂട്ടർ ആത്മഹത്യയെ അഭിനന്ദിക്കുന്നു. ബുദ്ധമതത്തിൽ 'പരോപകാരാർത്ഥമിദം ശരീരം' എന്ന തത്ത്വമനുസരിച്ച് ജീവിച്ചിരിക്കുന്നത് സപ്രയോജനമാണെങ്കിലും, ശരീരം വാർദ്ധക്യത്താലോ രോഗത്താലോ ആ ഉദ്ദേശത്തിന് തീരെ പറ്റാത്തതായിത്തീരുകയും പൂർണ്ണമായ ജ്ഞാനവും വൈരാഗ്യവും സിദ്ധിക്കുകയും ചെയ്തുകഴിഞ്ഞാൽ ആത്മഹത്യ ചെയ്യാൻ ഒരു ഭിക്ഷു ആഗ്രഹിക്കുന്നു എങ്കിൽ അതു നിഷിദ്ധമല്ലെന്ന് അഭിപ്രായമുള്ള ചില ആചാര്യന്മാരുണ്ട്. ഹിന്ദുക്കൾക്ക് 'ധർമ്മസാധന'മായ ശരീരത്തെ സ്വയം നശിപ്പിക്കുന്നത് പാപമാണ്. ആത്മഹത്യയ്ക്കായുള്ള ശ്രമം തന്നെ നമ്മുടെ ശിക്ഷാനിയമത്തിലും ഒരു വലിയ കുറ്റമാണല്ലോ. ജീവിതകാലത്തിൽ ഒരിക്കലെങ്കിലും ആത്മഹത്യയ്ക്കു ശ്രമിച്ചിട്ടില്ലാത്ത മനുഷ്യൻ ജീവിച്ചിരിക്കാൻ യോഗ്യനല്ലെന്ന് ഒരു ചിന്തകൻ പറഞ്ഞിട്ടുള്ളതായി ഓർക്കുന്നു. ഹിന്ദുക്കളിൽത്തന്നെ പല മഹാ

ന്മാരും ആത്മഹത്യ ചെയ്തിരിക്കുന്നതായി കാണുന്നു. ധാർമ്മിക ശിരോമണിയായ കുമാരിലഭട്ടൻ അഗ്നിപ്രവേശം ചെയ്തു. അതും ആത്മഹത്യയാണല്ലോ. ചില യോഗികൾ സ്വേച്ഛാ മരണസിദ്ധി കൊണ്ടു ദേഹത്യാഗം ചെയ്യുന്നതായി പറയപ്പെടുന്നു. അതും ആത്മഹത്യയുടെ ഒരു വകഭേദമാണെന്നു പറയാം. യോഗഭ്രംശം വന്നവർ അഗ്നിയിൽ ചാടിയോ, വെള്ളത്തിൽ മുങ്ങിയോ, മലമുകളിലോ ഗോപുരത്തിലോ നിന്നു തലകീഴായി താഴെ വീണോ ആത്മഹത്യ ചെയ്യുന്നത് പ്രായശ്ചിത്തമായി സ്മൃതികർത്താക്കന്മാർ വിചാരിക്കുന്നു. ഭഗവാൻ രാമകൃഷ്ണപരമഹംസരുടെ സമകാലീനനും മഹാപണ്ഡിതനും മഹായോഗിയുമായ പാവാരിവാവാ എന്ന മഹാത്മാവുതന്നെ തന്റെ ഏകാന്തവസതിയിൽ തന്നത്താൻ അഗ്നികൂട്ടി അതിൽ പ്രവേശിച്ച് ശരീരത്തെ ദഹിപ്പിച്ചുകളയുകയാണുണ്ടായത്. വിശ്രുതനായ സ്വാമി രാമതീർത്ഥൻ ഗംഗയിൽ മുങ്ങി ദേഹത്യാഗം ചെയ്തു എന്നുള്ളതും പ്രസിദ്ധമാണ്.

മരണഭയം ജന്തുസാധാരണമാകുന്നു. ഏതു ദുരവസ്ഥയിലും ജീവിതപ്രകാശത്തെ വിട്ടുപിരിഞ്ഞുപോകുവാൻ ജന്തുക്കളുടെ ആത്മാവ് ഭയപ്പെടുകയും മരണാന്ധകാരത്തെ നോക്കി നടുങ്ങുകയും ചെയ്യുന്നു. ജീവിതത്തോട് ആത്മാവിന് അത്ര പ്രതിപത്തിയാണ്. ഈ ജീവിതപ്രണയത്തിന് യോഗശാസ്ത്രത്തിൽ 'അഭിനിവേശം' എന്നു പറയുന്നു. അതു ആത്മാവിനെ പരമാത്മാവിൽനിന്ന് വ്യാവർത്തിപ്പിക്കുന്ന സഹജമായ പഞ്ച ക്ലേശങ്ങളിൽ ഒന്നാകുന്നു. മഹാപുരുഷന്മാരെപ്പോലും സാധാരണ ഈ അഭിനിവേശം വിട്ടുപിരിയാറില്ല. ദിവ്യപുരുഷനായ ക്രിസ്തു കുരിശിൽത്തൂങ്ങി മരണമടുത്തപ്പോൾ 'ഈശ്വരാ, നീ എന്നെ കൈവെടിഞ്ഞോ' എന്നു കരയുന്ന ഘട്ടം ആരെയും ശോകരസത്തിൽ മുക്കുന്നതാണ്. അനുഗൃഹീതനായ മുഹമ്മദ് ശയ്യയിൽ കിടന്നുകൊണ്ട് ദയനീയമാംവണ്ണം മരണത്തെപ്പറ്റി സങ്കടം പറഞ്ഞിട്ടുണ്ട്. ഭഗവാൻ ഗൗതമബുദ്ധനും മഹാനിർവ്വാണകാലത്ത് ലോകത്തിൽനിന്നുള്ള വേർപാടിനെപ്പറ്റി ഖേദിക്കാതിരുന്നിട്ടില്ല.

എന്നാൽ ഉൽക്കടമായ രാഗദ്വേഷാദികളുടെ ആവേശത്താൽ ആത്മാവ് ചിലപ്പോൾ മോഹാന്ധമായിട്ട് ഭയം വിസ്മരിക്കുകയും മരണം കാംക്ഷിക്കുകയും ചെയ്യാറുണ്ട്. പ്രിയതമന്മാരെ അനുഗമിക്കുന്ന സതികൾ യുദ്ധത്തിൽ പ്രതിയോഗിയോടേറ്റു മരിക്കുന്നവീരന്മാർ തുടങ്ങിയവരുടെ ദേഹത്യാഗം അങ്ങനെയുള്ളതിന്റെ ദൃഷ്ടാന്തമാണ്. അതിനെ പാപമായി ഗണിച്ചുവരുന്നില്ല. നേരേമറിച്ച്, ശ്രേയസ്സായി വിചാരിക്കുകയും ചെയ്തു വരുന്നു. ഉല്ക്കടമായ വിഷയവൈരാഗ്യം, ജ്ഞാനദീപ്തി ഇവയാൽ യോഗികൾ പ്രാരാബ്ധക്ഷയത്തിൽ ശരീരം എങ്ങനെയെങ്കിലും എവിടെയെങ്കിലും ത്യജിച്ച്

നിർഭയമായി ലോകരംഗത്തിൽനിന്ന് മായുന്നതും ചിലപ്പോൾ ആത്മഹത്യപോലെ തോന്നാം. ചില അവസ്ഥകളെ അനുസരിച്ച് ഇങ്ങനെ ആത്മഹത്യ സ്വീകാര്യമായി കാണുന്നതിനാൽ അതു സാമാന്യേന പാപമെന്നു പറയാൻ പാടുള്ളതല്ലെന്നു വരുന്നു.

5

വീണ്ടും പിന്നിലേക്കു പോകാം.

ഏഴാമത്തെ വയസ്സിലാണ് കുമാരുവിനെ പള്ളിക്കൂടത്തിൽ ചേർത്ത തെന്ന് നേരത്തേ പ്രസ്താവിച്ചല്ലോ. മന്ത്രവാദം, വൈദ്യം, ജ്യോതിഷം എന്നിവയിൽ പണ്ഡിതനും നാട്ടിൽ പ്രമാണിയുമായ തുണ്ടത്തിൽ പെരു മാളാശാന്റെ കീഴിലാണ് പഠനം തുടങ്ങിയത്. ഓലയിൽ എഴുതി ശീലിച്ചതുമൂലം കൈപ്പടയ്ക്കു നല്ല വടിവുണ്ടായി. ആശാന്റെ കൈപ്പട പില്ക്കാലത്ത് പലരുടെയും പ്രശംസയ്ക്ക് പാത്രമായി.

പള്ളിക്കൂടത്തിൽ ഓരോദിവസവും അഞ്ച് ഓലവീതം ഗൃഹപാഠം എഴുതണമെന്ന് നിർബ്ബന്ധമായിരുന്നു. അതിൽ വീഴ്ച വരുത്തുന്നവർക്ക് നല്ല ചുട്ട അടി കൊള്ളും. ഒരിക്കലും അടികിട്ടാത്ത കുട്ടിയായിരുന്നു കുമാരു. ശുഷ്കാന്തിയോടുകൂടി ചുമതലകളൊക്കെയും നിർവ്വഹിച്ചുപോ ന്നു. എഴുത്തും വായനയും മാത്രമല്ല. എഞ്ചുവടിപോലും ഏതാനും ദിവ സംകൊണ്ട് ആ ബാലൻ അഭ്യസിച്ചുകഴിഞ്ഞത്രേ.

അന്ന് പള്ളിക്കൂടത്തിലെ ഒരു അനുഭവത്തെക്കുറിച്ച് കുമാരനാശാന്റെ അനുജൻ ശങ്കരപ്പണിക്കർ പറയുന്നു.

> ഞങ്ങൾ തുണ്ടത്തിൽ പെരുമാൾ ആശാന്റെ പള്ളിക്കൂടത്തിൽ പഠി ച്ചുകൊണ്ടിരുന്ന കാലത്ത് ഞാനും അണ്ണനും അടുത്തടുത്തായി രുന്നു ഇരുന്നത്. ഇന്നത്തെപ്പോലെ അന്ന് പള്ളിക്കൂടത്തിലിരിക്കു ന്നതിനു ബഞ്ചും മറ്റും ഉണ്ടായിരുന്നില്ല. അതിനുപകരം അവര വർ കൊണ്ടുവരുന്ന തടുക്കു പായ് നിവർത്തിയിട്ട് അതിൽ ഇരുന്നു പാഠങ്ങൾ പഠിച്ചുകൊണ്ടിരുന്നു. ആശാൻ പള്ളിക്കൂടത്തിന്റെ മദ്ധ്യേ ആയി, തറയിൽ പതിഞ്ഞ് ചാരോടു കൂടിയ ഒരു കുരണ്ടിപ്പലകയി ലിരിക്കും. അടുത്ത് മേശയുടെ സ്ഥാനത്ത് അത്ര വലുതല്ലാതെ ഒരു വീഞ്ഞപ്പെട്ടിയും കാണും. ചൂരൽ, മറ്റുപകരണങ്ങൾ ഇവ വെച്ചു പൂട്ടുന്നതിന് ആ പെട്ടി ഉപയോഗിച്ചുപോന്നിരുന്നു. അണ്ണന്റെ അടു ത്തിരുന്ന ഒരു കുട്ടി ആശാൻ (ഗുരുനാഥൻ) എത്തി അടിച്ചപ്പോൾ ഉദ്ദേശിച്ച സ്ഥാനത്ത് അടി കൊള്ളാതെ അണ്ണന്റെ തലയുടെ ഒരു വശത്ത് കണ്ണിനു മുകളിലായി അടി ഏല്ക്കുകയും, തൽക്ഷണം അണ്ണൻ ബോധരഹിതനായി വീഴുകയും ചെയ്തു. കൂടെയുണ്ടാ യിരുന്ന മൂത്ത ജേഷ്ഠനും ഗുരുനാഥനും മറ്റു സഹപാഠികളും കൂടി വേണ്ട ശുശ്രൂഷകൾ ചെയ്യുകയും, ക്രമേണ അണ്ണനു ബോധമു

> ണ്ടാകുകയും ചെയ്തു. ആശാന്റെ ആജ്ഞയനുസരിച്ച് മൂത്തണ്ണനും ഞാനുംകൂടി അണ്ണനെ വീട്ടിലേക്കു കൂട്ടിക്കൊണ്ടുപോയി. പോകുന്ന വഴിയിൽ, അച്ഛനറിഞ്ഞാൽ ഉണ്ടാകാവുന്ന അനിഷ്ട സംഭവത്തെക്കരുതി, വിവരം അച്ഛനെ ധരിപ്പിക്കരുതെന്ന് അണ്ണൻ ഞങ്ങളോട് അപേക്ഷിച്ചു. പറഞ്ഞതല്ലാതെ, ആശാന്റെ സൂക്ഷ്മ ക്കുറവിനെപ്പറ്റി അദ്ദേഹത്തെ കുറ്റപ്പെടുത്തുകയാകട്ടെ, അദ്ദേഹ ത്തിന്റെ തെറ്റ് അച്ഛനെയറിയിച്ച് തന്റെ നിരപരാധിത്വത്തെ തെളി യിച്ച് ആശാന്റെ പേരിൽ അച്ഛനു വിദ്വേഷം ജനിപ്പിക്കാൻ ശ്രമിക്കു കയാവട്ടെ ചെയ്തില്ല.

ബാല്യത്തിൽ ആശാനുണ്ടായിരുന്ന ഒരു പ്രത്യേക സ്വഭാവത്തെപ്പറ്റി സമകാലികരെല്ലാം ഒരുപോലെ രേഖപ്പെടുത്തിയിട്ടുണ്ട്. ഉറങ്ങാൻ കിട ന്നാൽ ബോധം കെട്ടുറങ്ങുക എന്നതാണത്. ആരെത്ര ശ്രമിച്ചാലും ഉണർത്താൻ പ്രയാസമാണ്. അഥവാ ഉണർന്നാൽത്തന്നെയും സ്ഥലകാ ലബോധം വീണ്ടുകിട്ടാൻ കുറച്ചു സമയമെടുക്കും. അതിനുദാഹരണം എന്ന നിലയ്ക്ക് ആശാൻതന്നെ വിവരിച്ചിട്ടുള്ള ഒരു കാര്യം ഇതാണ്.

> ഒരിക്കൽ അച്ഛന്റെ വിളി കേട്ട് ഉറക്കത്തിൽനിന്നും ബദ്ധപ്പെട്ടു ണർന്ന് കൈയിൽ കിട്ടിയ പായ്, വസ്ത്രമാണെന്നു തെറ്റിദ്ധരിച്ച്, അതെടുത്ത് ഉടുത്തുകൊണ്ട്, അച്ഛന്റെ മുമ്പിൽ ഹാജരാവുകയും അതുകണ്ട് അച്ഛനും മറ്റുകൂടെയുണ്ടായിരുന്നവരും പൊട്ടിച്ചിരിക്കു കയും ഇളിഭ്യത മനസ്സിലാക്കിയ ഞാൻ തൽക്ഷണം അവിടെനിന്ന് അപ്രത്യക്ഷനാവുകയും ഒന്നിച്ചു കഴിഞ്ഞു.

അതുപോലെതന്നെ താനേറ്റെടുക്കുന്ന ഏതു സംരംഭത്തിലും ലക്ഷ്യം പ്രാപിക്കുന്നതിന് ദൃഢവ്രതം പുലർത്തുക എന്നത് കുട്ടിക്കാലം മുതൽ ആശാന്റെ പ്രത്യേകതയായിരുന്നു. ഒരിക്കൽ ചൂണ്ടയിട്ട് മീൻപിടിക്കാൻ തുനിഞ്ഞപ്പോൾ, ഒരു വലിയ മത്സ്യം ചൂണ്ട കൊത്തിവിഴുങ്ങിക്കൊണ്ട് പാഞ്ഞുപോയി. അതങ്ങനെ പോകാൻ കുമാരു അനുവദിച്ചില്ല. വെള്ള ത്തിൽ ചാടി മീനിന്റെ പിന്നാലെ നീന്തി. മത്സ്യം നീന്തിക്കുഴയുന്നതുവരെ കുട്ടി അതിനെ പിന്തുടർന്നു. അതിനെ പിടിക്കുന്നത് അത്യന്തം ക്ലേശക രവും ചിലപ്പോൾ ആപല്ക്കരവുമാണെന്ന് കൂട്ടുകാർ ഓർമ്മപ്പെടുത്തിയിട്ടും അതു വകവെച്ചില്ല. അതിനെ പിടിക്കുകതന്നെ ചെയ്തു.

നീന്തലിൽ കുമാരു നേടിയ സാമർത്ഥ്യത്തെപ്പറ്റി നേരത്തെ സൂചി പ്പിക്കുകയുണ്ടായല്ലോ. ആശാന്റെ സമതീർത്ഥ്യനായിരുന്ന സി കെ മാധ വൻ മുതലാളി ഇങ്ങനെ ഓർമ്മിക്കുന്നു:

> വീട്ടിന്റെ കിഴക്കുവശത്തായി, തെക്കുവടക്കു നീണ്ടുനില്ക്കുന്ന കോഴിത്തോട്ടംകായലിൽ ഞങ്ങൾ സാധാരണ കുളിക്കാൻ പോകാ റുണ്ടായിരുന്നു. ചിലപ്പോൾ ഞങ്ങൾ മത്സരിച്ചു നീന്തിയിട്ടുമുണ്ട്.

ഉദ്ദേശം അരമൈൽ കിഴക്കുപടിഞ്ഞാറു വീതിയുള്ള ഈ കായലിൽ, അക്കരയിക്കരെ നില്ക്കാതെ ഞാനും ആശാനുമായി മത്സരിച്ചു നീന്താറുണ്ടായിരുന്നു അപ്പോഴെല്ലാം ആശാൻ വളരെ വേഗത്തിൽ നീന്തി വിജയം നിഷ്പ്രയാസം കരസ്ഥമാക്കിയിരുന്ന വസ്തുത ഇപ്പോഴും ഞാൻ ഓർക്കുന്നു.

കടലിലും ഞങ്ങൾ ചിലപ്പോൾ കുളിക്കാൻ പോകാറുണ്ട്. ആശാൻ തിരയ്ക്കപ്പുറം നീന്തിപ്പോയിട്ട് എല്ലാവരേക്കാളും മുമ്പേ തിരിച്ചു വരിക പതിവായിരുന്നു. നീന്തലിൽ ഇത്രമാത്രം വൈദഗ്ദ്ധ്യം സമ്പാദിച്ചിരുന്ന ഒരാൾ, കേവലം പരിമിത വിസ്തൃതി മാത്രമുള്ള പല്ലനയാറ്റിൽവച്ച് കാലയവനികയിൽ തിരോഭൂതനായ വാർത്ത കേട്ടപ്പോൾ എനിക്ക് തീരെ വിശ്വസിക്കാൻ കഴിഞ്ഞില്ല.

കാട്ടരുവിയുടെ ദാഹം

കുമാരനാശാൻ ജനിച്ചത് കൊ. വ 1048 മേടമാസം രണ്ടാം തീയതി ചിത്രാപൗർണ്ണമിനാളിലാണ്. പുലർച്ചെ 16 നാഴികയും ഒരു വിനാഴികയും ചെന്ന സമയം (ക്രി. വ. 1873 ഏപ്രിൽ) ചിറയിൻകീഴ്, താലൂക്കിൽ കായിക്കര ദേശത്ത് സമുദ്രത്തോടു ചേർന്നു കിടക്കുന്ന തൊമ്മൻവിളാകം എന്ന പുരാതനകുടുംബത്തിലാണ് അദ്ദേഹം ജനിച്ചത്.

പടിഞ്ഞാറു കടൽ, കിഴക്കു കായൽ, അവയ്ക്കിടയിൽ ജന്മം പോലെ കുടുങ്ങിക്കിടക്കുന്ന ഒരു ചെറിയ പ്രദേശം. അതാണു കായിക്കര. കടലിന്റെ തീരത്ത് ഉയർന്ന സ്ഥലത്ത് ചെന്നു നിന്നാൽ അകലെയുള്ള മലകൾ ജീവിതരഹസ്യംപോലെ അവ്യക്തമായി കാണാം. അവിടുത്തെ മനോഹരമായ ഭൂഭാഗഭംഗിയിൽ ആരും ലയിച്ചുപോകും. അതേസമയം തന്നെ, കടൽ ചിലപ്പോഴെങ്കിലും മരണക്കെണിപോലെ ഭീഷണമായി ബോധസീമകളെ ഉലയ്ക്കുകയും ചെയ്യും. അലൗകികമായ പ്രകൃതിദൃശ്യവും അപകടസാദ്ധ്യതയും സമ്മേളിക്കുന്ന ഒരു സ്ഥലമാണതെന്നു പറയാം. കുട്ടിക്കാലത്ത് ആശാൻ ഓടിക്കളിച്ചതും മനോരാജ്യങ്ങളിൽ മുഴുകിയതും ഇവിടെയാണ്.

കായിക്കരയിലെ ജനങ്ങൾ ഭൂരിഭാഗവും ഈഴവരാണ്. അവർ പൊതുവിൽ അദ്ധ്വാനശീലർ. ഓരോ തൊഴിലിൽ ഏർപ്പെട്ട് അവർ ജീവിതമാർഗ്ഗം തേടുന്നു. ചുരുക്കം ചിലർ ചെറിയ വ്യവസായത്തിലും കച്ചവടത്തിലും ഏർപ്പെട്ട് പണക്കാരായി മാറിയിരിക്കുന്നു. സാക്ഷരത താരതമ്യേന ഏറിയ സ്ഥലമാണിത്. കയർ, കൊപ്ര, ചെമ്മീൻ തുടങ്ങിയവ ധാരാളമായി ഇവിടെ കിട്ടുന്നതുകൊണ്ടാണ് ഇംഗ്ലീഷുകാർ ഇതിനടുത്ത് അഞ്ചുതെങ്ങ് എന്ന സ്ഥലത്ത് പണ്ടകശാല കെട്ടാൻ തീരുമാനിച്ചത്.

മതപരമായ കാര്യങ്ങളിലും കായിക്കരനിവാസികൾ മുൻപന്തിയിലാ

യിരുന്നു. ഒരുകാലത്ത് ബുദ്ധമതം ഇവിടെ പ്രചാരത്തിലിരുന്നതിന് തെളിവുകളുണ്ട്. മൺമറഞ്ഞുപോയ ബുദ്ധമതപ്രഭാവത്തിന്റെ സ്വാധീനം മൂലമായിരിക്കാം ആളുകൾ അധികംപേരും മതവിശ്വാസത്തോടൊപ്പം സ്വതന്ത്രചിന്താശീലവും പുലർത്തിപ്പോന്നത്.

ഇന്നു കായിക്കരയിൽ എത്തുമ്പോൾ ഒരാൾ കാണുന്നത് നിരനിരയായി നില്ക്കുന്ന തെങ്ങുകളാണ്. പഴയകാലത്തുനിന്ന് ഒരു വ്യത്യാസവുമില്ലാതെ ഇന്നും തുടരുന്ന പ്രകൃതിയുടെ വിന്യാസമാണിത്. അവിടവിടെയായി മരങ്ങളും ഹരിതശോഭചാർത്തി നിലകൊള്ളുന്നു.

പുത്തൻകടവത്ത് നാരായണനാണ് കുമാരനാശാന്റെ അച്ഛൻ. നാരായണൻ പെരുങ്കുടി എന്നാണദ്ദേഹം അറിയപ്പെട്ടത്. കരുനാഗപ്പള്ളി താലൂക്കിൽ തഴവാ വട്ടത്തുമുറിയിൽ തൊടിയിൽവീട്ടിലെ ഒരംഗമാണ് അദ്ദേഹം. ധനസമൃദ്ധിയും പണിക്കർസ്ഥാനവുമുള്ള ഒരു വീടായിരുന്നു അത്. നാരായണപ്പണിക്കർ എന്നറിയപ്പെടാൻ ആഗ്രഹിക്കാതെ നാരായണൻ എന്നു മാത്രമാണ് അദ്ദേഹം തന്റെ പേര് പറഞ്ഞിരുന്നത്. ഒരു ജീവചരിത്രകാരൻ അദ്ദേഹത്തെക്കുറിച്ചെഴുതുന്നു.

> നാരായണൻ സുമുഖനും വിദ്യാപ്രണയിയും, ബുദ്ധിമാനും സത്യസന്ധനും, വലിയ ഈശ്വരഭക്തനും ആയിരുന്നു. നിത്യവും നാമജപം ഈശ്വരപ്രാർത്ഥന, രാമായണാദി ഗ്രന്ഥപാരായണം എന്നിവ കൃത്യമായി ചെയ്തുവന്നിരുന്നു. അദ്ദേഹം നല്ല ജ്യോത്സ്യനും പൊതുകാര്യപ്രസക്തനുമായിരുന്നു. കായിക്കരയിൽ ആദ്യമായി ഒരു പ്രൈമറി സ്കൂൾ സ്ഥാപിച്ചത് അദ്ദേഹത്തിന്റെ ഉത്സാഹവും നിരന്തരമായ ശ്രമവും ഒന്നുകൊണ്ടുമാത്രമാണ്. സംഗീതവും സാഹിത്യവും അദ്ദേഹത്തിന് ഒന്നുപോലെ വശമായിരുന്നു. മലയാളത്തിൽ നല്ല പരിജ്ഞാനവും തമിഴ് സാഹിത്യത്തിൽ സാമാന്യജ്ഞാനവും അദ്ദേഹം സമ്പാദിച്ചിരുന്നു. 'സോപാന' സമ്പ്രദായത്തിൽ നല്ല അഭ്യാസവും ശാരീരഗുണവുമുള്ള ഒരു സംഗീതശാസ്ത്രജ്ഞനായിരുന്ന അദ്ദേഹം സ്വന്തമായി പല കീർത്തനങ്ങളും മലയാളത്തിൽ രചിച്ചിട്ടുണ്ട്.

(*മഹാകവി കുമാരനാശാൻ* - സി ഒ കേശവൻ ബി എ, ചന്ദ്രമോഹൻ പ്രസ് തിരുവനന്തപുരം 1958)

സംഗീതസാഹിത്യാദികളിൽ നൈസർഗ്ഗികമായ വാസന ഉണ്ടായിരുന്നെങ്കിലും അദ്ദേഹം കച്ചവടമാണ് ജീവിതവൃത്തിയായി അംഗീകരിച്ചുപോന്നത്. പുൽതൈലം, കയർ, ഈറൽ ഇവ മൊത്തമായും ചില്ലറയായും കച്ചവടം ചെയ്തുപോന്നു. തുണിത്തരങ്ങളും ജൗക്കാളങ്ങളും നെയ്യിച്ചു വില്ക്കുന്ന ഏർപ്പാടുണ്ടായിരുന്നു. പെരുങ്കുടി എന്ന പേരു വന്നതങ്ങനെയാണ്. അതിനിടയിലും ചർച്ചകൾ, വാദപ്രതിവാദം എന്നിവയ്ക്കുള്ള അവസരം അദ്ദേഹം ഉത്സാഹപൂർവ്വം ഉപയോഗിച്ചുകൊണ്ടിരുന്നു.

കുമാരനാശാന്റെ അമ്മയുടെ പേര് കാളിയമ്മ എന്നായിരുന്നു. കൊച്ചു പെണ്ണ് എന്ന് ഏവരും വിളിച്ചുപോന്നു. അമ്മയുടെ വീടാണ് തൊമ്മൻ വിളാകത്തു വീട്. കാര്യമായ വിദ്യാഭ്യാസമൊന്നും ഇല്ലായിരുന്നെങ്കിലും *രാമായണം, ഭാരതം, ഭാഗവതം* തുടങ്ങിയ കാവ്യങ്ങളിലെ കഥകൾ കുട്ടി കൾക്ക് രസകരമായി പറഞ്ഞുകൊടുക്കാനുള്ള അറിവും കഴിവും അവർക്കുണ്ടായിരുന്നു. ഓട്ടൻതുള്ളൽ, കഥകളി തുടങ്ങിയവ ആസ്വദി ക്കുന്നതിൽ അവർ പ്രത്യേക താല്പര്യം കാട്ടിപ്പോന്നു. കുമാരുവിന് പുരാ ണകഥകളിൽ കൗതുകവും പരിജ്ഞാനവും ഉണ്ടായത് അമ്മയിൽനിന്ന് കഥകൾ കേട്ടതിലൂടെയാണ്. അസുലഭങ്ങളായ ഗുണവിശേഷങ്ങളും ആ അമ്മയിലുണ്ടായിരുന്നു. അനുകമ്പ, ഔദാര്യം, മഹാമനസ്കത തുടങ്ങിയവ. അമ്മയുടെ ദീനാനുകമ്പയെക്കുറിച്ച് ആശാൻതന്നെ രേഖ പ്പെടുത്തിയിട്ടുള്ള ഒരു സംഭവമുണ്ട്.

> സാധുക്കളോടുള്ള അത്യധികമായ അനുകമ്പ നിമിത്തം അവർക്ക് എന്തു സഹായം ചെയ്തു കൊടുക്കുന്നതിനും അമ്മ സന്നദ്ധയാ യിരുന്നു. ഞങ്ങളുടെ ആശ്രിതരോ, അയൽവീട്ടുകാരായ മറ്റു വല്ല സാധുക്കളുമോ നിത്യവൃത്തിക്കു മുട്ടുവരുന്ന അവസരങ്ങളിലെല്ലാം അമ്മയെ ശരണം പ്രാപിക്കുകയും ദയാലുവായ അമ്മ അവരുടെ സങ്കടങ്ങൾ കേട്ടിട്ട് യഥാർഹം വല്ല അരിയോ, നെല്ലോ, നാളികേ രമോ അപൂർവ്വം സന്ദർഭങ്ങളിൽ പണമോ കൊടുത്തു സഹായി ക്കുകയും പതിവായിരുന്നു. ഞങ്ങളുടെ അടുത്ത് ഒരു പാവപ്പെട്ട കുടുംബക്കാർ താമസിച്ചിരുന്നു. ഒരു പുരുഷനും അയാളുടെ ഭാര്യയും ഏതാനും കുട്ടികളും ഉൾപ്പെട്ട ആ ചെറിയ ഭവനത്തിൽ കഷ്ടകാലം കൊണ്ട് കുട്ടികളുടെ മാതാവായ, പാവപ്പെട്ട സ്ത്രീക്ക് മസൂരി പിടിപെട്ടു. ദീനം വളരെ അവശതയിലായപ്പോൾ കുട്ടിക ളുടെ രക്ഷയെക്കരുതി ഭർത്താവ് ആ വീടുവിട്ട് മാറിത്താമസിക്കാൻ നിർബ്ബന്ധിതനായി. കുട്ടികളെ സംരക്ഷിക്കേണ്ട ഭാരം കൂടി തന്നിൽ വന്നുചേർന്നതുകൊണ്ട്, ഭാര്യയെ ശുശ്രൂഷിക്കുന്നതിനോ, ധനശേ ഷിയില്ലാത്തതുകൊണ്ട് മറ്റാരെയെങ്കിലും ശുശ്രൂഷയ്ക്കായി ഏർപ്പെ ടുത്തുന്നതിനോ അയാൾക്ക് സൗകര്യം ഉണ്ടായിരുന്നില്ല. ആ സാധു രോഗശയ്യയിൽ നിരാശ്രയയായി സങ്കടപ്പെടുന്ന വിവരം അറിഞ്ഞിട്ട് അമ്മ, നിർഭയം, അവർക്കു വേണ്ട ശുശ്രൂഷകൾ ചെയ്യുകയും, ധന സംബന്ധമായ ഒത്താശകൾ ചെയ്തു കൊടുക്കുകയും ചെയ്തു കൊണ്ടിരുന്നു. അങ്ങനെ അമ്മയുടെ നിഷ്കർഷയോടെയുള്ള ശുശ്രൂഷയുടെയും സഹായത്തിന്റെയും ഫലമായി രോഗി ക്രമേണ സുഖം പ്രാപിച്ചുവന്നു. ഏതാനും ദിവസങ്ങൾക്കകം പൂർണ്ണ സുഖം ലഭിച്ചു. എന്നാൽ രോഗിയെ ശുശ്രൂഷിച്ചതിൽനിന്നും അമ്മയ്ക്കു മൂസരി രോഗം പിടിക്കപ്പെടുകയും ഏതാനും ദിവസങ്ങൾക്കുള്ളിൽ രോഗം ഭയങ്കരമായ നിലയിൽ അമ്മയെ അവശയാക്കിത്തീർക്കു

കയും ചെയ്തു. എത്രതന്നെ നിഷ്കർഷിച്ചു വൈദ്യന്മാർ ചികിത്സിച്ചിട്ടും ആ മഹാമാരിയിൽനിന്നും അമ്മയെ രക്ഷിക്കുന്നതിനു സാധിച്ചില്ല. ഒടുവിൽ ദീനദയാലുവായ അമ്മ മഹാമനസ്കതയോടുകൂടി വിധിക്കു കീഴടങ്ങുകയാണ് ചെയ്തത്.

ഈ ഘട്ടത്തിൽ (1911) കുമാരനാശാൻ യോഗം പ്രവർത്തനങ്ങളുടെ ഭാഗമായി പലയിടങ്ങളിലും ചുറ്റിസഞ്ചരിക്കുകയായിരുന്നു. അമ്മയുടെ മരണം മുൻനിർത്തിയാണ് 'ഒരു അനുതാപം' എന്ന കവിത രചിച്ചത്. അതേപ്പറ്റി പിന്നീട് പരാമർശിക്കും. അമ്മാവനായ കൊച്ചുരാമൻവൈദ്യർ അയച്ച കത്തിൽനിന്നാണ് ആശാൻ അമ്മയുടെ ചരമവാർത്ത അറിയുന്നത്.

അമ്മയുടെ മരണഘട്ടവുമായി ബന്ധപ്പെടുത്തി ഒരു ജീവചരിത്രകാരൻ രേഖപ്പെടുത്തിയിട്ടുള്ള സംഭവം താഴെ കൊടുക്കുന്നു.

> രോഗം ആദ്യഘട്ടത്തിൽ നിസ്സാരകോടിയിൽ ഗണിക്കപ്പെട്ടിരുന്നെങ്കിലും പിന്നീടു ക്രമേണ കൂടുകയാണു ചെയ്തത്. ശുശ്രൂഷകൾ സന്ദിഗ്ദ്ധാവസ്ഥയെ പ്രഖ്യാപനം ചെയ്തു. സുഖക്കേടു കൂടുതൽ അനുഭവപ്പെട്ടപ്പോൾ മുതൽ ശ്രീനാരായണഗുരുസ്വാമിയെ ഒന്നു കണ്ടാൽ കൊള്ളാമെന്ന ആഗ്രഹം പുറപ്പെടുവിച്ചതല്ലാതെ ഭയസൂചകമായ ഭാവഭേദങ്ങളൊന്നും ദീനകാരിയുടെ വദനാരവിന്ദത്തിൽ കാണപ്പെട്ടില്ല. സ്വാമികൾ അക്കാലത്ത് യാതൊരിടത്തും സ്ഥിരമായി വിശ്രമിച്ചിരുന്നില്ല. അതുകൊണ്ട് വിവരം ഗ്രഹിപ്പിച്ച് അഭിലാഷസിദ്ധി വരുത്തുവാനും തല്ക്കാലം അസാദ്ധ്യമായിരുന്നു. എങ്കിലും സ്വാമിയുടെ ദർശനഭാഗ്യം തനിക്കുണ്ടാകണമെന്ന പ്രാർത്ഥനയും ഉണ്ടാകുമെന്ന വിശ്വാസവും ദീനക്കാരിയെ ആശ്വസിപ്പിച്ചിരുന്നു. ഇങ്ങനെ കഴിയുമ്പോൾ ഒരു ദിവസം അർദ്ധരാത്രിയിൽ ആരോ ഒരാൾ പടിപ്പുരക്കതക്കിൽ മുട്ടി. 'വീട്ടുകാരേ നമുക്കുകൂടി രാത്രി ഇവിടെ കഴിച്ചുകൂട്ടാൻ അനുവദിക്കുമോ? എന്നു ചോദിച്ചു. അവിടെ മസൂരിയാണെന്ന അർത്ഥം സൂചിപ്പിച്ചുകൊണ്ട് 'ഇല്ല ഇവിടെ സൗകര്യമില്ല. അടുത്ത വീട്ടിൽ സൗകര്യമുണ്ട്' എന്ന് അകത്തുനിന്നും പ്രതിവചിച്ചു. 'നമുക്ക് അകത്തു കടക്കുന്നതിൽ വിരോധമില്ല.' എന്നിങ്ങനെ പുറത്തു നിന്നും നിർബ്ബന്ധിക്കയാൽ ആൾ ആരാണെന്നറിവാനായി കതകു തുറന്നു. ഗുരുസ്വാമികൾ അകത്തേക്കു പ്രവേശിച്ചു. തൽസമയം രോഗശുശ്രൂഷകർക്കുണ്ടായ അത്ഭുതവികാരങ്ങൾ പറഞ്ഞറിയിക്കാനാവതല്ല. സ്വാമികൾ അകത്തുകടന്ന് രോഗശയ്യയെ സമീപിച്ച് ദീനക്കാരിയുടെ മുഖത്തുനോക്കി. 'എഴുന്നേറ്റു നമസ്കരിക്കാൻ നിവൃത്തിയില്ല' എന്നിങ്ങനെ ദീനക്കാരി തൊഴുകൈയോടുകൂടി സ്വാമികളെ നോക്കി പ്രാർത്ഥിച്ചു 'വേണ്ട എഴുന്നേല്ക്കണമെന്നില്ല, ആഗ്രഹം സാധിച്ചല്ലോ' എന്നു സ്വാമികൾ അരുൾ ചെയ്തു. അനന്തരം അടുത്തുനിന്നവരോട്

ആജ്ഞാപിച്ചതനുസരിച്ച് കൊണ്ടുവരപ്പെട്ട നാരങ്ങാനീരിൽ മൂന്നു നാലുതുള്ളി സ്വാമികൾതന്നെ ദീനക്കാരിയുടെ വായിൽ ഒഴിച്ച് കൊടുത്തിട്ട്, 'ഇനി സുഖമായി ഉറങ്ങിക്കൊള്ളുക' എന്നു പറഞ്ഞ് സ്വാമികൾ മടങ്ങിപ്പോയി. ആ ദിവ്യാത്മാവ്, എങ്ങനെ എവിടെ നിന്നും അവിടെ എത്തി എന്നും, അവിടെനിന്നും എങ്ങോട്ടാണു പോയതെന്നും മറ്റുമുള്ള സംഗതികൾ ഇന്നും അജ്ഞാതമാണ്. സ്വാമികൾ പോയി കഷ്ടിച്ച് ഒരു നാഴിക കഴിയുന്നതിന് മുമ്പായി പുണ്യവതിയായ ആ മാതാവ് അനന്തമായ സുഖനിദ്രയെ പ്രാപിച്ചു.

"ഏകുമർത്ഥിയാം പ്രാണിതൻ പ്രിയമൊരിക്കലീശ്വരൻ"
എന്നിങ്ങനെ പില്ക്കാലത്ത് ആശാൻ കണ്ഠം തുറന്നു പാടിയത് ഈ മാതിരി അനുഭവങ്ങൾ കൊണ്ടായിരിക്കണമെന്ന് ഊഹിക്കേണ്ടിയിരിക്കുന്നു.
(സി ഒ കേശവന്റെ പുസ്തകത്തിൽ ഉദ്ധരിച്ചു ചേർത്തിട്ടുള്ളത്)

അമ്മയുടെ ചരമത്തിൽ മനംനൊന്തെഴുതിയ കവിത വായിക്കുന്ന ആർക്കും ഒരു കാര്യം മനസ്സിലാകും. അമ്മയുടെ നേർക്കായിരുന്നു ആശാന് കൂടുതൽ സ്നേഹം. പിതാവിന്റെ മരണം തന്റെ മനസ്സിനെ ഇത്രത്തോളം മഥിക്കുകയുണ്ടായില്ലെന്ന് ആ കവിതയിൽ അദ്ദേഹം പ്രസ്താവിക്കുന്നുണ്ട്. അതുപോലെ ആ അമ്മയ്ക്ക് മക്കളുടെ കൂട്ടത്തിൽ ഏറ്റവും സ്നേഹം കുമാരുവിന്റെ നേർക്കായിരുന്നു.

കുമാരുവിനെ കൂടാതെ ആറ് ആൺമക്കളും രണ്ടു പെൺമക്കളും കൂടി അവർക്കുണ്ടായിരുന്നു. അവരിൽ കൊച്ചുനീലകണ്ഠൻ, കേശവൻ എന്നീ സഹോദരന്മാരും അനന്തമ്മ എന്ന സഹോദരിയും കുട്ടിക്കാലത്തു തന്നെ ചരമം പ്രാപിച്ചു. ഇളയ സഹോദരന്മാരിൽ ഒരാൾ നിത്യബ്രഹ്മചാരിയായി സന്ന്യാസവൃത്തി സ്വീകരിച്ചിരുന്നു. അദ്ദേഹം നല്ല ഗായകനായിരുന്നു. മറ്റു രണ്ട് അനുജന്മാർ അദ്ധ്യാപകരായിരുന്നു. അവരിൽ ഗോവിന്ദ വാദ്ധ്യാർ സംഗീതവിദ്വാനും കവിയുമായിരുന്നുവെന്നു കാണുന്നു. അദ്ദേഹം *നളിനി*ക്ക് ഒരു വ്യാഖ്യാനം എഴുതിയിട്ടുണ്ടെങ്കിലും അത് ഇന്നു കാണാനില്ല. സഹോദരിയായ പഞ്ചമി ലളിതകലകളിൽ പ്രത്യേക വാസന കാണിച്ചതുമൂലം അതിമധുരമായി പാടി അവർ ശ്രോതാക്കളെ നിർവൃതി കൊള്ളിക്കുമായിരുന്നു.

2

കുടിപ്പള്ളിക്കൂടത്തിലെ പഠനത്തിനുശേഷം കുമാരു പ്രൈമറി സ്കൂളിൽ ചേർന്നു. ആ സ്കൂളിന്റെ പേര് ചക്കൻവിളാകം പ്രൈമറി സ്കൂൾ എന്നായിരുന്നു. അത് സ്ഥാപിക്കുന്നതിൽ കുമാരുവിന്റെ പിതാവിനുകൂടി പങ്കുണ്ടായിരുന്നു. അക്കാലത്ത് പ്രധാന സ്ഥലങ്ങളിൽ മാത്രമേ സ്കൂളുകൾ നടത്താൻ സർക്കാർ മുതിർന്നിരുന്നുള്ളൂ. എന്നാൽ നാട്ടിൻപുറങ്ങ

ളിൽ സ്ഥലവാസികൾ ഒത്തുചേർന്ന് കെട്ടിടം പണികഴിപ്പിച്ചു സർക്കാരിലേക്ക് വിട്ടുകൊടുത്താൽ സർക്കാർ തന്നെ അതു നേരിട്ട് നടത്തിക്കൊള്ളും. ആ രീതിയിലാണ് നമ്മുടെ ചക്കൻവിളാകം പ്രൈമറി സ്കൂൾ സ്ഥാപിതമായത്.

തുടക്കത്തിൽത്തന്നെ അവിടെ ചേർന്ന വിദ്യാർത്ഥികളിൽ ഒരാളായിരുന്നു കുമാരു. അന്നു പതിനൊന്നു വയസ്സു പ്രായം. അവിടെ ഹെഡ്മാസ്റ്ററായിരുന്നത് നാവായിക്കുളം സ്വദേശിയായ കുമാരപിള്ളയായിരുന്നു. ഉറച്ച ആസ്തികനും സാത്വികാത്മാവുമായ അദ്ദേഹം ഒരു മാതൃകാദ്ധ്യാപകനായിരുന്നു. കുട്ടികൾക്ക് ആദ്ധ്യാത്മികമായി ശിക്ഷണം നല്കുന്നതിൽ അദ്ദേഹം പ്രത്യേകം നിഷ്കർഷിച്ചിരുന്നു. ആണ്ടുതോറും പൂജയെടുപ്പു കാലത്ത് പൂജയും മറ്റു ചടങ്ങുകളും നടത്തി അതിൽ വിദ്യാർത്ഥികളെ പങ്കെടുപ്പിക്കാൻ അദ്ദേഹം ഉത്സാഹം കാട്ടി. അനുഷ്ഠാനങ്ങളും അദ്ദേഹം ചിട്ടയോടുകൂടി നടത്തിപ്പോന്നു. നിറഞ്ഞ മനസ്സോടുകൂടി അവയിലെല്ലാം പങ്കുകൊണ്ട കുമാരന്റെ നേർക്ക് അദ്ദേഹത്തിന് പ്രത്യേകമായ വാത്സല്യം തോന്നി. പഠനത്തിൽ ഒന്നാമനായിരുന്നതുകൊണ്ട് ആ വാത്സല്യം ശതഗുണീഭവിക്കുകയാണു ചെയ്തത്. ലോകം ആരാധിക്കുന്ന ഒരു വ്യക്തിയായി കുമാരൻ മാറുമെന്നുതന്നെ അദ്ദേഹം പ്രവചിച്ചു.

കുമാരപിള്ള സ്ഥലം മാറിപ്പോയപ്പോൾ പകരം വന്നുചേർന്നത് വെമ്പായം പപ്പുപിള്ള എന്ന ഹെഡ്മാസ്റ്ററായിരുന്നു. അദ്ദേഹം നല്ല ഇംഗ്ലീഷ് പരിജ്ഞാനം ഉള്ള വ്യക്തിയായിരുന്നതുകൊണ്ട് താല്പര്യമുള്ള വിദ്യാർത്ഥികളെ ഇംഗ്ലീഷ് പഠിപ്പിക്കാൻ സന്നദ്ധത പ്രകടിപ്പിച്ചു. അതനുസരിച്ച് ഒരു സഹപാഠിയോടൊപ്പം കുമാരൻ പ്രൈവറ്റായി ഇംഗ്ലീഷ് പഠിക്കാൻ തുടങ്ങി. ഗാർത്ത് വൈറ്റ് രചിച്ച പ്രൈമറാണു പഠിക്കാൻ തുടങ്ങിയത്. അത് തുടരാൻ കഴിഞ്ഞില്ല. പപ്പുപിള്ള സ്ഥലം മാറിപ്പോയി. പകരം വന്നുചേർന്ന മടവൂർ സി നാരായണപിള്ളയും വേഗത്തിൽ പെൻഷൻപറ്റി പിരിഞ്ഞു. അദ്ദേഹത്തിന് ഏവരും ചേർന്ന് നല്ലൊരു യാത്രയയപ്പ് നല്കി. അതിൽ വായിക്കുന്നതിനു കുമാരൻ മൂന്നു പദ്യങ്ങൾ രചിച്ചു.

"ഗുരുവര! ഗുണരാശേ! കൂരിരുട്ടാകെ മാറ്റി
ച്ചിരതരമിഹ ഞങ്ങൾക്കതു തേജസ്സുമേകി
സ്വരുചിസദൃശമിന്നീ വിശ്രമസ്ഥാനമാർന്നു
ചരമജലധിപാരം ചാരുതാരം കണക്കേ

വീണ്ടും വിദ്യയിലുജ്ജ്വലിച്ചുയരുമീ-
രാഗത്തിൽമെത്തും ശ്രമം
പൂണ്ടുദ്വേല സുഖാഢ്യമായ പരമാ-
യുസ്സും ജയിക്കും ഭവാൻ
ആണ്ടും മാസവുമെണ്ണിടുന്നു കൃപണർ,
ചെയ്യുന്നു മറ്റോർ സദാ-

വേണ്ടും വൃത്തി, പരോപകാരിയറിയാ
വിശ്രാന്തിയന്തം വരെ

മംഗലം പരമിയന്നുമല്ലിമലരൊത്തു
മഞ്ജുഗുണകീർത്തിയാ
ലഞ്ചിരട്ടി നരയാർന്നു വന്ദ്യതരനായ്
ചിരം ധരയിൽ വാഴുക!
തുംഗമോദമൊടു കയ്യുയർത്തിയയി!
ശിഷ്യവത്സല! കൃപാരസം
തിങ്ങി ഞങ്ങളെയനുഗ്രഹിക്കുക വിശിഷ്യ-
യീയെളിയ ശിഷ്യനെ."

പതിന്നാലു വയസ്സിനു മുമ്പ് രചിച്ച ശ്ലോകങ്ങളാണ് ഇവയെന്നോർമ്മിക്കണം. എത്രയോ കവിതകൾ കുമാരൻ ഇക്കാലത്തു രചിച്ചിരിക്കണം. പദ്യരചനാവൈഭവം തനിക്ക് വേണ്ടുവോളം ഉണ്ടായിരുന്നെന്ന് ആശാൻ പില്ക്കാലത്ത് അഭിമാനത്തോടുകൂടി അനുസ്മരിക്കാറുണ്ടായിരുന്നു.

ചക്കൻവിളാകം സ്കൂളിൽ ഒന്നാമനായി ജയിച്ചതിനുശേഷം കുമാരു അവിടെത്തന്നെ അദ്ധ്യാപകനായി ചേർന്നു. ഒന്നാമദ്ധ്യായത്തിൽ അക്കാര്യം പ്രസ്താവിച്ചിട്ടുണ്ട്. പള്ളിക്കൂടം ഇൻസ്പെക്ടറായിരുന്ന സി കൃഷ്ണപിള്ള പ്രത്യേകം പ്രശംസിച്ചതുമൂലമാണ് കുമാരനെ അദ്ധ്യാപകനായി നിയമിക്കാൻ ഭാരവാഹികൾ സന്നദ്ധരായത്. എന്നാൽ, പതിന്നാലു വയസ്സ് തികയാത്ത ഒരാളെയും ജോലിയിൽ പ്രവേശിക്കാൻ നിയമം അനുവദിച്ചിരുന്നില്ല. അതുകൊണ്ടാണ് കുമാരുവിന് അദ്ധ്യാപകവൃത്തിയോട് വേഗം വിടപറയേണ്ടിവന്നത്. ഏതാനും മാസക്കാലത്തെ അദ്ധ്യാപകവൃത്തികൊണ്ടുതന്നെ നല്ല അദ്ധ്യാപകനെന്ന പേരു നേടാൻ കുമാരുവിനു കഴിഞ്ഞു എന്നത് സ്മരണീയമാണ്.

ആ ഘട്ടത്തിൽ കുമാരുവിന്റെ ജീവിതശൈലി കുറേക്കൂടി പ്രകടമായ രൂപം പ്രാപിച്ചുവന്നു. വായനയും പഠനവും ജീവിതത്തിലെ മുഖ്യവൃത്തികളായിത്തീർന്നു. കാവ്യങ്ങൾക്കുതുല്യം വേദാന്തഗ്രന്ഥങ്ങളും താല്പര്യപൂർവ്വം വായിച്ചുപോന്നു.

അതൊരു അന്വേഷണമായിരുന്നു. എന്താണു ജീവിതത്തിന്റെ സത്യം? എന്താണു ജീവിതത്തിന്റെ ലക്ഷ്യം? മരണത്തോടുകൂടി ജീവിതം അവസാനിക്കുമോ? മരണാനന്തരം? ഇമ്മാതിരി അനേകം ചോദ്യങ്ങൾ ആ ഇളംമനസ്സിനെ അസ്വസ്ഥമാക്കിക്കൊണ്ടിരുന്നു. അവയ്ക്ക് ഉത്തരം കിട്ടുന്നതിനുവേണ്ടി കടുകട്ടിയായ ഗ്രന്ഥങ്ങൾപോലും അക്കാലത്ത് കുമാരു വായിച്ചുപോന്നു. അതോടൊപ്പം ഭക്തിഭാവം ആ സ്വഭാവത്തിൽ കൂടുതൽ തീവ്രമായിത്തീരുകയും ചെയ്തു. കുളിയും ജപവും ഭജനയും പുരാണപാരായണവും ഒരു ദിവസംപോലും ഒഴിവാക്കിയില്ല. അടുത്തുണ്ടായിരുന്ന ഭദ്രകാളീക്ഷേത്രത്തിൽ ഏറെനേരം പ്രാർത്ഥനാനിരതനായി

കഴിയുക പതിവായിരുന്നു. അങ്ങനെ സ്വയം മറന്ന് ധ്യാനശീലനായി ഇരുന്നുപോയ സന്ദർഭങ്ങളും ഉണ്ടായിട്ടുണ്ട്. രാത്രിയായിട്ടും മകനെ കാണാതെ പിതാവ് ഭദ്രകാളീക്ഷേത്രത്തിൽ അന്വേഷിച്ചു ചെന്നപ്പോൾ കുമാരൻ ധ്യാനത്തിൽ മുഴുകിയിരിക്കുന്നതാണു കണ്ടത്. അതേപ്പറ്റി ആശാൻ പില്ക്കാലത്ത് രേഖപ്പെടുത്തിയതിപ്രകാരമാണ്.

അച്ഛൻ വന്നു വിളിച്ചപ്പോഴാണ് എനിക്ക് നല്ല പ്രജ്ഞയുണ്ടാകുന്നത്. വളരെനേരം ഒരേ ഇരുപ്പിൽ ഇരുന്നതുകൊണ്ട് അവിടെനിന്നും എഴുന്നേറ്റപ്പോൾ എന്റെ ഒരു കാലും ദേഹത്തിന്റെ ഒരുവശവും സ്തംഭിച്ചിരിക്കുന്നതായിത്തോന്നി. ഒടുവിൽ വളരെ പണിപ്പെട്ടാണ് വീട്ടിൽ വന്നു ചേർന്നത്. ഈ സംഭവം കഴിഞ്ഞ് വളരെക്കാലത്തിനുശേഷവും ചിലപ്പോഴെല്ലാം എന്റെ ആ പഴയ സ്തംഭനം എന്നെ ഉപദ്രവിച്ചിട്ടുണ്ട്.

ദേവീക്ഷേത്രത്തിൽ മാത്രമല്ല, മറ്റു പല ക്ഷേത്രങ്ങളിലും കൂടി കുമാരു പതിവായി പ്രാർത്ഥന നടത്തിപ്പോന്നു. അദ്ധ്യാപകവൃത്തിയിൽ നിന്നു പിരിഞ്ഞപ്പോൾ ഈ ശീലം ഒന്നിനൊന്നു വർദ്ധിച്ചതേയുള്ളൂ. അതിന്റെ ഭാഗമായി മുമ്പു സൂചിപ്പിച്ചതുപോലെ വക്കത്തു വേലായുധൻ കോവിലിൽ താമസിച്ച് കുറച്ചുകാലം പൂജാരിയായി ജോലി നോക്കുകയും ചെയ്തു. ഈശ്വരനിൽ ലയിച്ച് പ്രാർത്ഥന തുടർന്നുപോന്ന ആ പൂജാരിയെ ഭക്തസഞ്ചയം ഒട്ടൊന്നുമല്ല ഇഷ്ടപ്പെട്ടത്.

പൂജാവൃത്തിയിൽനിന്ന് ഒഴിവുകിട്ടുന്ന സമയങ്ങളിൽ പ്രകൃതിഭംഗി ആസ്വദിക്കുന്നതിനും കുമാരു ധാരാളം സമയം ചെലവഴിച്ചുപോന്നു. കുന്നുകളിൽ കയറിയിറങ്ങുക അന്നത്തെ വിനോദങ്ങളിലൊന്നായിരുന്നു. വൃക്ഷലതാദികളുടെ ഭംഗി, പാറിക്കളിക്കുന്ന പക്ഷികളുടെ കളകൂജനം, തലോടിക്കൊണ്ടണയുന്ന മാരുതൻ, വന്യഭൂമിയുടെ ഗന്ധം, ഇലകളുടെ സ്പർശം ഇവയെല്ലാം കുമാരുവിന് ദിവ്യമായനുഭവപ്പെട്ടു. അവയുടെ പിന്നിൽ ഈശ്വരന്റെ അമേയമായ പ്രാഭവം സ്പന്ദിക്കുന്നതായി അറിയുകയും ചെയ്തു.

കാവ്യപാരായണവും കാവ്യരചനയും തുടരാതിരിക്കുക സാദ്ധ്യമായിരുന്നില്ല. അന്ന് ആശാൻ എന്തെല്ലാം എഴുതി, എന്തെല്ലാം വായിച്ചു എന്നൊന്നും നമുക്ക് നിശ്ചയമില്ല. രണ്ടു കാര്യങ്ങൾ സംശയം കൂടാതെ പറയാൻ കഴിയും. കവികളുടെ കൂട്ടത്തിൽ കാളിദാസനെയാണ് കുമാരു കൂടുതലായി ഇഷ്ടപ്പെട്ടത്. രാമായണമഹാഭാരതാദി കാവ്യങ്ങളുമായി ഗാഢമായ പരിചയം നേടുകയും ചെയ്തു. അവയിലെ രണ്ടു കഥകൾ പ്രത്യേകമായി കുമാരുവിന്റെ ആത്മാവിൽ സദാ തങ്ങിനിന്നു. *മാർക്കണ്ഡേയപുരാണവും സത്യവാൻസാവിത്രീചരിത*വുമാണ് അവ. രണ്ടിലെയും പ്രമേയങ്ങൾക്കുതമ്മിൽ സാദൃശ്യമുണ്ട്. മൃത്യുവിനെ അതിലംഘിക്കാനുള്ള ആത്മാവിന്റെ അഭിനിവേശം രണ്ടിലും കേന്ദ്രവർത്തിയായി നില്ക്കുന്നു. പില്ക്കാലത്ത് 'മൃത്യുഞ്ജയം' എന്ന പേരിൽ ഒരു കവിത ആശാൻ രചിച്ചിട്ടുണ്ടെന്ന വസ്തുത ഇവിടെ ഓർമ്മിക്കേണ്ടതാണ്.

ഭക്തിമാർഗ്ഗത്തിൽ ഇപ്രകാരം സഞ്ചരിച്ചിരുന്ന പുത്രനെ ലൗകിക ജീവിതത്തിലേക്ക് ആകർഷിക്കാൻ മാതാപിതാക്കൾ മുതിർന്നു. അതിന്റെ

ഫലമായി പെരുന്തറ കൊച്ചാര്യൻമുതലാളിയുടെ വ്യാപാരശാലയിൽ കണക്കെഴുത്തുജോലിയിൽ കുമാരുവിനെ ഏർപ്പെടുത്തി. സമീപപ്രദേശങ്ങളിൽ കൊച്ചാര്യൻമുതലാളിയോളം മികച്ച ഒരു കച്ചവടക്കാരൻ അക്കാലത്തുണ്ടായിരുന്നില്ല. കയറും കൊപ്രയും മൊത്തമായി അദ്ദേഹം കച്ചവടം ചെയ്തുപോന്നു. ബോംബെ തുറമുഖവുമായും ഇംഗ്ലണ്ട് തുടങ്ങിയ പാശ്ചാത്യ ദേശങ്ങളുമായും അദ്ദേഹം നേരിട്ടു കച്ചവടം നടത്തിപ്പോന്നു. അതുകൊണ്ട് കണക്ക് വേണ്ടുവോളം എഴുതാനുണ്ടായിരുന്നു. അതിലൊക്കെ കുമാരു പ്രദർശിപ്പിച്ച വൈഭവം അസൂയാർഹമാണെന്നേ പറയേണ്ടൂ. അന്നു കണ്ടെഴുത്തു സെറ്റിൽമെന്റ് പേഷ്കാരായിരുന്ന ശങ്കരസുബ്ബയ്യർ കുമാരന്റെ ആ വഴിക്കുള്ള സാമർത്ഥ്യം ശ്ലാഘനീയമാണെന്നു രേഖപ്പെടുത്തിയിട്ടുണ്ട്. ഏതു ജോലിയിൽ ഏർപ്പെട്ടാലും ശോഭിക്കാനുള്ള വൈഭവം കുമാരനിൽ നിലീമമായിട്ടുണ്ടെന്ന് അദ്ദേഹം പറഞ്ഞുവത്രേ.

പാട്ടുകളും ഒറ്റശ്ലോകങ്ങളും രചിക്കുക, സമസ്യ പൂരിപ്പിക്കുക എന്ന കൃത്യങ്ങളിലും കുമാരൻ ഇക്കാലത്ത് രസിച്ചുപോന്നു. പത്രങ്ങളിൽ അവ പ്രസിദ്ധീകരിക്കുന്നതും ഇക്കാലത്താണ്. അന്ന് പ്രകാശിതമായി സുബ്രഹ്മണ്യസ്തുതിയിലെ ഒരു ഭാഗം നോക്കുക.

"സ്കന്ദൻകഥ കേൾക്കിലമന്ദം
അകലും പാപവൃന്ദം
ചെവിക്കു മകരന്ദം
നന്നൂനന്നേറ്റം
സ്കന്ദൻകഥ കേൾക്കിലമന്ദം"

ഇതുപോലെ പാട്ടുകളെഴുതി അടുത്ത സുഹൃത്തുക്കളെ വായിച്ചു കേൾപ്പിക്കാനും ഉത്സാഹം കാണിച്ചുപോന്നു. രാമായണകഥ ആസ്പദമാക്കി കമ്പടിക്കളിപ്പാട്ടുകൾ എന്ന പേരിൽ പല ഗാനങ്ങളും 'തണ്ടാന്മാർക്കു പാടിക്കളിക്കുന്നതിനുവേണ്ടി' കുമാരു രചിച്ചിട്ടുണ്ട്. ഓണക്കാലത്തും മറ്റും അവർ അത്യുത്സാഹത്തോടെ അവ പാടിക്കളിച്ചുപോന്നു. അതുപോലെ സ്ത്രീകൾക്കു പാടിക്കളിക്കുന്നതിന് തുമ്പിപ്പാട്ടുകളും രചിച്ചിരുന്നു. അവ നാട്ടിൽ വമ്പിച്ച പ്രചാരം നേടുകയും ചെയ്തു.

കുമാരൻ കവിതകൾ പ്രകാശിപ്പിക്കാൻ ഉത്സാഹിച്ചത് ഈയവസരത്തിലാണ് ('കോട്ടാറൻ കസവിട്ടമുണ്ട്' എന്നു തുടങ്ങുന്ന ഒരു തിരുവോണവർണ്ണനയാണ് കവിയുടെ ആദ്യത്തെ അച്ചടിച്ച കവിതയെന്ന് സി ഒ കേശവൻ). ശ്ലോകങ്ങളേറെയും വി കേശവനാശാന്റെ പത്രാധിപത്യത്തിൽ പരവൂരിൽനിന്നും ഇറങ്ങിക്കൊണ്ടിരുന്ന *സുജനാനന്ദിനി* പത്രത്തിലാണ് പ്രസിദ്ധം ചെയ്തത്. അവ വായിച്ചതിനെപ്പറ്റി സരസകവി മൂലൂർ ഇപ്രകാരം രേഖപ്പെടുത്തുന്നു.

> ഇപ്പോഴേക്ക് മുപ്പത്തഞ്ചു സംവത്സരം മുമ്പ് പരവൂർ കേശവനാശാൻ അവർകളുടെ ആധിപത്യത്തിൽ നടന്ന 'സുജനാനന്ദിനി' പത്ര

ത്തിന്റെ കാവ്യപംക്തിയിൽ കായിക്കര കെ എൻ കുമാരൻ എന്നൊരു യുവാവിന്റെ ചില സമസ്യാപൂരണങ്ങളും ഭാഷാന്തരങ്ങളും വർണ്ണനകളും ഞാൻ വായിക്കുകയുണ്ടായി. അതിൽ പല യുവാക്കളുടെ പദ്യങ്ങളും ഞാൻ കണ്ടിരുന്നു. അക്കൂട്ടത്തിൽ ഒന്നു പൊന്തിയ വൈദഗ്ദ്ധ്യത്തോടുകൂടിയാണ് കെ എൻ കുമാരന്റെ പദ്യങ്ങൾ ഞാൻ കണ്ടത്.

കാന്തായാ നവസംഗമേ ചതുരതാം വീക്ഷ്യാ-

ന്യഥാ ശങ്കിനോ ഭർത്തു:

ഇത്യാദിയായ ഒരു സംസ്കൃതപദത്തിന്റെ ഭാഷാന്തരം കെ എൻ കുമാരൻ എഴുതിയിരുന്നത് എന്റെ ഹൃദയത്തെ ആവർജ്ജിച്ചു. അതിനുശേഷമാണ് *കവിരാമായണം* എന്ന ഗ്രന്ഥം എഴുതാൻ ഞാൻ തുനിഞ്ഞത്.

'പ്രായത്തിനൊത്ത ചുണയുണ്ടു പഠിപ്പുമുണ്ട-
ന്യായത്തിനും തുടരുകില്ല, കൃതിക്കുമേറ്റം;
മായംവെടിഞ്ഞഗുണമുണ്ടിതുപോൽ വിളങ്ങും
കെ എൻ കുമാരനമലേ! ഗവയൻ ധരിക്കൂ.

എന്നൊരു പദ്യംകൊണ്ട് *കവിരാമായണ*ത്തിൽ 'ഗവയൻ' എന്നൊരു വാനരനായകന്റെ സ്ഥാനം കെ എൻ കുമാരനു ഞാൻ കൊടുത്തത് ഇക്കാരണത്താലാകുന്നു.

കോട്ടയത്തുനിന്നും പ്രസിദ്ധം ചെയ്തുകൊണ്ടിരുന്ന *മലയാള വിനോദിനി* പത്രത്തിലും കുമാരൻ കവിതകൾ എഴുതിപ്പോന്നു. 'ഒരു ഓണവർണ്ണന' എന്ന കവിത അതിൽ പ്രകാശിതമായത് പല പണ്ഡിതന്മാരുടെയും അഭിനന്ദനത്തിനു പാത്രമായി.

കായിക്കരയുള്ള മറ്റൊരു യുവകവി, അരയൻവിളാകത്തു കൊച്ചാതിയാശാൻ, *മലയാള വിനോദിനി*യിലെ ഒരു എഴുത്തുകാരനായിരുന്നു. വലിയ സംസ്കൃതപണ്ഡിതനായ അദ്ദേഹത്തിന്റെ പദ്യങ്ങളിൽ പോരായ്മകൾ ഉണ്ടെന്നു കാട്ടിക്കൊണ്ട് കുമാരൻ പത്രത്തിനു കത്തെഴുതി. അത് പ്രസിദ്ധീകരിച്ചുകണ്ടപ്പോൾ കൊച്ചാതിയാശാൻ ക്ഷുഭിതനായി. അദ്ദേഹം ഇങ്ങനെയൊരു വെല്ലുവിളി നടത്തി-

"മല്ലിനു ഭാവിച്ച ഭവാനൊരല്പം
ചൊല്ലേണമിന്നെന്നുടെ പദ്യദോഷം
വല്ലാതെ തുല്ലെന്നു പറഞ്ഞുമാറീ—
ടൊല്ലേ, ബുധന്മാരുടെ ചൊല്ലു പാർത്താൽ"

അതിന് ആശാൻ നല്കിയ മറുപടി ഇതാ:

"ഞാനല്പം താങ്കളോടിന്നിയുമറുവഷളാം

പദ്യമോതാതിരിപ്പാൻ
ഏനത്തിൽ കേൾത്തടുത്തിപ്പോഴുതിലതു വിരോ-
ധത്തിലായ് വന്നു ചേർന്നു
ഊനം വിട്ടിന്നു വെട്ടാമിനിയൊരു പട..."

ഇക്കാലത്തുള്ള സമസ്യാപുരണത്തെക്കുറിച്ച് നേരത്തെ നാം പ്രസ്താവിച്ചുകഴിഞ്ഞതാണല്ലോ

താനെഴുതുന്ന കവിതകൾ സ്നേഹിതരെ വായിച്ചു കേൾപ്പിക്കാൻ, കുമാരുവിന് ഉത്സാഹമായിരുന്നു. "സ്വന്തം കവിത ഏറ്റവും ഹൃദയാവർജ്ജകമായി പാടിക്കേൾപ്പിക്കാനുള്ള വാസനാവൈഭവം ആ കളകണ്ഠത്തിനുണ്ടായിരുന്നു. ശ്ലോകങ്ങളോ പാട്ടുകളോ ചൊല്ലുന്ന രീതിയും മറ്റാരാലും അനുകരണീയമല്ല." (സി ഒ കേശവൻ).

വേദാന്തത്തിലും ഭക്തിയിലും കാവ്യരചനയിലും അത്യധികമായ താല്പര്യം ഉണ്ടായിരുന്നതുമൂലം ഉപരിപഠനത്തിനുപോകണമെന്ന ആഗ്രഹം കുമാരുവിൽ തീവ്രമായിത്തീർന്നു. അതുകൊണ്ടു കണക്കെഴുത്തു ജോലി വേണ്ടെന്നുവച്ചു. അതിൽ പിതാവിനു പിണക്കം തോന്നാതിരുന്നില്ല. അതിനാൽ ഏതാനും ദിവസം വല്യച്ഛനോടൊത്തു കുമാരു താമസമാക്കി. അമ്മയുടെ സങ്കടവും നിർബ്ബന്ധവും കണ്ട് അച്ഛന്റെ മനസ്സുമാറി. കുമാരുവിന്റെ ഇഷ്ടാനുസരണം പഠിപ്പിക്കാമെന്ന് അദ്ദേഹം സമ്മതിക്കുകയും ചെയ്തു.

3

നെടുങ്ങണ്ടയിൽ അക്കാലത്ത് ഒരു സംസ്കൃതപാഠശാല തുടങ്ങിയിരുന്നു. വിജ്ഞാനസന്ദായിനിയെന്നു പേര്. പണ്ഡിതനായ മണമ്പൂർ വാഴാംകോട്ട് ഗോവിന്ദനാശാൻ ആണ് അവിടെ പഠിപ്പിച്ചിരുന്നത്. മികച്ച സംസ്കൃതാദ്ധ്യാപകൻ എന്ന കീർത്തിയോടുകൂടി സർക്കാർ സർവ്വീസിൽനിന്നും പിരിഞ്ഞ അദ്ദേഹം സ്ഥലത്തെ പ്രമാണികൾ ക്ഷണിച്ചതനുസരിച്ചാണ് അവിടെ പഠിപ്പിക്കാൻ വന്നത്. അദ്ധ്യയനം കുറച്ചുകാലം മുടങ്ങിയതിനുശേഷമാണ് പിതാവിനോടൊപ്പം കുമാരു അവിടെ എത്തിയത്. പുത്രന്റെ കൈയിൽ പിടിച്ചുകൊണ്ട് അച്ഛൻ ഇങ്ങനെ പറഞ്ഞു. "ഇവൻ എന്റെ മകനാണ്. സംസ്കൃതം പഠിച്ചാൽ കൊള്ളാമെന്ന് ഇവനും, പഠിപ്പിച്ചാൽ കൊള്ളാമെന്ന് എനിക്കും അതിയായ മോഹമുണ്ട്. ധനികനല്ലാത്തതിനാൽ ന്യായമായ പ്രതിഫലം തരുവാൻ നിവൃത്തിയില്ല. ഞാൻ തരുന്ന തുക എത്ര തുച്ഛമായിരുന്നാലും ഞങ്ങളുടെ ആഗ്രഹനിവൃത്തി വരുത്തിത്തരുമാറാകണമെന്നു പ്രാർത്ഥിക്കുന്നു."

ഗോവിന്ദനാശാൻ കുമാരനോടു ചിലതെല്ലാം ചോദിച്ചു. വ്യക്തവും നിർഭയവുമായ കുമാരന്റെ മറുപടിയിൽ ഗോവിന്ദനാശാന് എന്തി

നെന്നില്ലാത്ത സന്തോഷം തോന്നി.

"ഞാൻ പഠിപ്പിക്കാം. എനിക്ക് പ്രതിഫലമൊന്നും വേണ്ട. ദൈവാനുഗ്രഹമുണ്ടെങ്കിൽ എല്ലാം ശരിയായി വരും" എന്ന് ആശാൻ. ഗോവിന്ദനാശാനെ നമസ്കരിച്ച് പുത്രൻ പാഠശാലയിലേക്കും യാത്രയായി.

ഒരു ജീവചരിത്രകാരന്റെ വാക്കുകളായി സി ഒ കേശവൻ എഴുതിയിട്ടുള്ളതാണ് മുകളിൽ ഉദ്ധരിച്ചത്. അതിൽ ഒരു കാര്യം അഭിപ്രായവ്യത്യാസത്തിന് ഇടനല്കിയിട്ടുണ്ട്. ന്യായമായ പ്രതിഫലം നല്കാനുള്ള സാമ്പത്തികസ്ഥിതി അക്കാലത്ത് കുമാരനാശാന്റെ പിതാവിനില്ലായിരുന്നു എന്ന കാര്യം. തൊമ്മൻവിളാകം തറവാട്ടിലെ അംഗമായ ആർ സുശീല എഴുതുന്നു. 'ആശാൻ ഒരു നിർദ്ധനകുടുംബത്തിൽ ജനിച്ചുവെന്നാണ് പലരും വിശ്വസിക്കുന്നത്. ആരോ പറഞ്ഞത് ഏറ്റു പറയുന്നുവെന്നല്ലാതെ സത്യാവസ്ഥ മനസ്സിലാക്കാൻ ആരും തുനിഞ്ഞിട്ടില്ല. ആശാന്റെ അച്ഛൻ ഒരു വലിയ ജവുളിവ്യവസായി ആയിരുന്നു. അന്യദേശങ്ങളിലേക്ക് അദ്ദേഹം നാടൻവസ്ത്രങ്ങൾ കയറ്റി അയച്ചിരുന്നു. അദ്ദേഹം മരിക്കുമ്പോൾ ഒരു നല്ല തുക ആശാന്റെ ജ്യേഷ്ഠൻ ശ്രീ കൊച്ചുകൃഷ്ണന്റെ കൈയിൽ വന്നു.

വസ്തുത ഇപ്രകാരമിരിക്കെ, ഗോവിന്ദനാശാനോട് കുമാരുവിന്റെ അച്ഛൻ ഫീസ് സൗജന്യത്തിന് അഭ്യർത്ഥിച്ചു എന്നു പറയുന്നത് ശരിയായിരിക്കില്ല. കുമാരുവിന്റെ പഠനസാമർത്ഥ്യം കണ്ടതോടുകൂടി ഗോവിന്ദനാശാൻ ഫീസ് ഇളവു ചെയ്തു എന്നതായിരിക്കാം വാസ്തവം.

നേരത്തേ അദ്ധ്യയനം തുടങ്ങിയ മറ്റു വിദ്യാർത്ഥികൾക്കൊപ്പമെത്താൻ കുമാരുവിന് അല്പം പ്രയത്നിക്കേണ്ടിവന്നു. അതിനു ഫലമുണ്ടായി. ആറു മാസം തികയുന്നതിനുമുമ്പുതന്നെ കുമാരു അവരെ പിന്നിലാക്കിയതു കണ്ട് ഗോവിന്ദനാശാൻ അത്യധികം സന്തോഷിച്ചു. പ്രായത്തിലും വലിപ്പത്തിലും ഏറ്റവും ചെറിയവനായ കുമാരു പഠനത്തിലും അറിവിലും വലിയവനാണെന്ന് തിരിച്ചറിഞ്ഞു.

പാഠശാലയിലെ പ്രവർത്തനങ്ങളിലൊക്കെയും കുമാരു ഉത്സാഹപൂർവ്വം പങ്കെടുത്തുപോന്നു. അവിടെ കവിതാപരീക്ഷകൾ പതിവായിരുന്നു. അതിൽ പങ്കെടുത്ത് കുമാരു സഹപാഠികളെയും ഗുരുവിനെയും ഒരുപോലെ വിസ്മയിപ്പിച്ചു. 'സ്രഗ്ദ്ധര', 'ശാർദ്ദൂലവിക്രീഡിതം' മുതലായ വൃത്തങ്ങളിൽ മുപ്പതും നാല്പതും ശ്ലോകങ്ങൾ ഒരു മണിക്കൂറിനകം അനായാസമായി രചിക്കാൻ കുമാരുവിനു കഴിഞ്ഞിരുന്നു.

പിന്നീടൊരിക്കൽ കുമാരനാശാൻ അതേപ്പറ്റി ഇപ്രകാരം പറഞ്ഞു:

> പില്ക്കാലത്ത് ഞാനങ്ങനെ എഴുതാറില്ല. വൃത്തഭംഗംകൂടാതെ എഴുതണമെന്നേ അന്നു നോട്ടമുണ്ടായിരുന്നുള്ളൂ. അർത്ഥപുഷ്ടി, ആശയഗാംഭീര്യം, ശയ്യാഗുണം തുടങ്ങിയ കാര്യങ്ങളിൽ അത്ര നോട്ടമുണ്ടായിരുന്നില്ല. പക്ഷേ, അതൊക്കെ അറിയാനുള്ള കഴിവും അന്ന് അത്രയ്ക്കേ ഉണ്ടായിരുന്നുള്ളൂ.

'വിജ്ഞാനസന്ദായിനി' പാഠശാലയിൽ പഠിക്കുന്ന കാലത്ത് കുമാരു കാവ്യരചനാപരിശ്രമങ്ങളിൽ ഊർജ്ജിതമായി മുഴുകിപ്പോന്നു. രാത്രി വളരെനേരം വിളക്കിനുമുമ്പിലിരുന്ന് വായിക്കുകയും എഴുതുകയും ചെയ്തിരുന്നതായി ഒരു കുടുംബാംഗം രേഖപ്പെടുത്തുന്നു. ഉറങ്ങുന്നതിന് എത്ര വൈകിയാലും വെളുപ്പാൻകാലത്തുതന്നെ കുമാരു ഉണരും. നേരം വെളുപ്പാകുമ്പോൾ ആളുകൾ കാണുന്നത് പ്രഭാതകൃത്യങ്ങളെല്ലാം പൂർത്തിയാക്കി നില്ക്കുന്ന കുമാരുവിനെയായിരിക്കും. പ്രഭാതകൃത്യങ്ങളുടെ കൂട്ടത്തിൽ യോഗാഭ്യാസവും ഉണ്ടായിരുന്നു.

ഈയവസരത്തിലാണ് *വള്ളീവിവാഹം* (അമ്മാനപ്പാട്ട്), *സുബ്രഹ്മണ്യശതകം* (സ്തോത്രം), *ഉഷാകല്യാണം* (നാടകം) മുതലായവ രചിച്ചത്. ഇവയിൽ *വള്ളീവിവാഹം* ഗുരുവിന്റെ ആജ്ഞപ്രകാരം എഴുതിയതാണ എന്നു കാണുന്നു. പ്രാരംഭ ശ്ലോകം നോക്കൂ

"കേൾപ്പിൻ ഗീർവ്വാണഭാഷാ സുരതരു സമനാ-
കുന്ന ഗോവിന്ദനാമാ
ചൊൽപ്പൊങ്ങും ദിവ്യധീമാനടിയനൊടൊരുനാൾ
ചൊല്ലീ വള്ളീവിവാഹം
നല്ലായ് പാട്ടാക്കണം നീ അടിയനുമതു കേ-
ട്ടാർത്തിവിട്ടാജ്ഞയാകും
നൽപ്പൂന്തേൻ കുംഭമേന്തീട്ടടിവടിവൊടു കൂ-
പ്പീട്ടു ചൊല്ലുന്നിതേവം."

കഥ ആരംഭിക്കുന്നത്,

"ക്ഷീരപാരാവാരശയനൻ
താനുമാരമാദേവിയും
നാരീഗൗരീഹേരംബൻതാനും"

എന്നിങ്ങനെ ഇഷ്ടദേവതാസ്തുതിയോടുകൂടിയാണ്.

പാർവ്വതിയും പരമേശ്വരനും സുബ്രഹ്മണ്യനോടൊപ്പം ഊഞ്ഞാലാടിക്കൊണ്ടിരിക്കുമ്പോൾ, പാർവ്വതി മകനോടു ചോദിക്കുന്നു.

"സൂനോപമശ്രീതടവി വിലസുമെൻ
പൊൻകുഴന്തേ വദിക്കീ
ഞാനോ നിൻമേനിതാങ്ങുന്നതിനൊരു കുറവും
കൂടിടാതാടലെന്യേ
വാനോർ വന്ദിക്കുമുണ്ണീ, തവ ജനകനുമീ
ഞാനുമങ്ങോട്ടെഴുന്നാൽ
താനേ കൈയും പിടിച്ചീതടിയിലിനിയിരു-
ന്നാടിടാമോ വിടാമോ"

ഇത്രമാത്രമേ വള്ളീവിവാഹത്തിൽ നിന്നും ശേഷിച്ചുകിട്ടിയിട്ടുള്ളൂ. ആശാന്റെ സതീർത്ഥ്യൻ പില്ക്കാലത്ത് ഓർമ്മയിൽനിന്ന് പകർത്തിവച്ച താണിവ.

ആദ്യമായി പുസ്തകരൂപത്തിൽ അച്ചടിച്ചത് *സുബ്രഹ്മണ്യശതക*മാണെന്നു കാണുന്നു. അതാകട്ടെ, എഴുതിക്കഴിഞ്ഞ് ഏതാനും വർഷങ്ങൾക്കുശേഷവും. അതിനകം കുമാരു നാരായണഗുരുസ്വാമിയുടെ ശിഷ്യത്വം സ്വീകരിച്ചുകഴിഞ്ഞിരുന്നു. അതിന്റെ പ്രാരംഭശ്ലോകം

"അണകവിയുന്നഴലാഴിയായുമെന്നിൽ
പ്രണയമുദിച്ചു പരന്നു പാരവശ്യാൽ"
അണികരമേകിയണഞ്ഞിടുന്ന നാരാ-
യണഗുരുനായകനെന്റെ ദൈവമല്ലോ"

എന്നിങ്ങനെയായതിനു വിശദീകരണം ആവശ്യമില്ലല്ലോ. കൊടുങ്ങല്ലൂർ കുഞ്ഞിക്കുട്ടൻ തമ്പുരാൻ തുടങ്ങിയവരുടെ പ്രശംസാപത്രങ്ങളോടുകൂടിയാണ് ആ കാവ്യം പ്രസിദ്ധീകൃതമായതെന്നറിയുന്നു

ഉഷാകല്യാണം നാടകത്തെക്കുറിച്ച് നേരത്തെ പരാമർശിച്ചില്ലല്ലോ. അത് കായിക്കരയിലെ യുവാക്കൾ പഠിക്കുകയും പല പ്രാവശ്യം രംഗത്ത് അവതരിപ്പിക്കുകയും ചെയ്തിട്ടുണ്ട്. ആളുകൾ നാടകം കണ്ട് അത്യധികം രസിച്ചതായിട്ടാണ് പറയപ്പെടുന്നത്.

പ്രസ്താവനയിൽ സൂത്രധാരനും നടിയും പ്രവേശിച്ചു സംവാദം നടത്തുന്ന ഒരു രംഗമുണ്ട്. സൂത്രധാരൻ നടിയോട് ചോദിക്കുന്നു:

സൂത്ര: ആര്യേ, ഇന്ന് ഇവിടെ കൂടിയിരിക്കുന്ന സഹൃദയരായ സഭാവാസികളെ ഭവതിയുടെ നടനകലാസാമർത്ഥ്യംകൊണ്ട് സന്തോഷിപ്പിച്ചയയ്ക്കണം.

നടി: ഏതു നാടകമാണ് ഇന്നിവിടെ അഭിനയിക്കേണ്ടത്? ആര്യൻ ആജ്ഞാപിച്ചാലും.

സൂത്ര: കായിക്കര കെ എൻ കുമാരനാൽ വിരചിതമായ *ഉഷാകല്യാണം* ഭാഷാനാടകം കൊള്ളാമെന്ന് എനിക്കു തോന്നുന്നു. ഭവതിയുടെ അഭിമതം എന്താണ്?

നടി: (ആശ്ചര്യത്തോടുകൂടി) ഹേയ്! ആ കൊച്ചാര്യൻമുതലാളിയുടെ കണക്കെഴുത്തുപിള്ള കുമാരൻ എഴുതിയതോ! *കേരളീയ ഭാഷാശാകുന്തളം*, കുഞ്ഞിക്കുട്ടൻതമ്പുരാന്റെ *കല്യാണീ കല്യാണം*, പെരുന്നെല്ലിയുടെ *സുഭദ്രാഹരണം* തുടങ്ങി പേരും പെരുമയും പെറ്റ നാടകങ്ങൾ സുലഭമായിരിക്കുമ്പോൾ കവിയശഃപ്രാർത്ഥികളും കേവലം അപ്രസിദ്ധരുമായ ഇവരുടെ കൃതികൾ അത്ര ബുദ്ധിമുട്ടി തേടിപ്പിടിക്കേണ്ട ആവശ്യം ഉണ്ടോ?

സൂത്ര: ഭവതി അങ്ങനെയാണോ ധരിച്ചിരിക്കുന്നത്? മഹാന്മാരുടെയും നദികളുടെയും ഉല്പത്തി ആരെങ്കിലും അന്വേഷിക്കുന്നുണ്ടോ? സഹൃദയരായ മാന്യമഹതീ മഹാജനങ്ങളാൽ അലംകൃതമായിരിക്കുന്ന ഈ മാന്യ

സദസ്സിനു ഹൃദയാഹ്ലാദകരവും വിജ്ഞാനപ്രദവും ആകുന്നതിനു യാതൊന്നു പര്യാപ്തമാകുമെങ്കിൽ അതു സ്വീകരിക്കണമെന്നല്ലാതെ, അതിനു കാരണഭൂതൻ ആരെന്നു അന്വേഷിക്കണമെന്നുണ്ടോ? എങ്ങനെയെന്നാൽ

"ചേറിൽ നിന്നുയരിലും സരോരുഹം
നാറുമോ കളയുമോ മരാളകം"

തന്റെ രചന മൂല്യവത്താണെന്നും, അതിന്റെ ബലത്തിൽ തനിക്കംഗീകാരം ലഭിക്കുമെന്നുമുള്ള ആത്മവിശ്വാസം ഇപ്പോൾത്തന്നെ പ്രകടമാകുന്നതു ശ്രദ്ധിക്കുക.

വിജ്ഞാനസന്ദായിനിയിൽ രണ്ടുവർഷക്കാലത്തോളം കുമാരു പഠനം തുടർന്നു. അതിനുള്ളിൽ *മാഘം, നൈഷധം* മുതലായ കാവ്യങ്ങളും കുറേ ചമ്പുക്കളും *കുവലയാനന്ദം* മുതലായ അലങ്കാരശാസ്ത്രങ്ങളും അനേകം നാടകങ്ങളും പഠിച്ചുകഴിഞ്ഞു. ഒരു ദിവസം ഗോവിന്ദനാശാനും കുമാരുവും തമ്മിൽ ഒരു ശ്ലോകത്തിന്റെ അർത്ഥത്തെ സംബന്ധിച്ച് അഭിപ്രായവ്യത്യാസമുണ്ടായി. വളരെ നേരം അവർ സംവാദത്തിലേർപ്പെട്ടു. ശിഷ്യന് എത്രത്തോളം അറിവും ചിന്താശക്തിയും ഉണ്ടെന്ന് അതിൽനിന്ന് ഗുരു മനസ്സിലാക്കി. കുമാരുവിനെ അരുകിൽവിളിച്ച് അദ്ദേഹം പറഞ്ഞു.

"കുമാര! എനിക്കറിയാവുന്നതെല്ലാം ഞാൻ നിനക്കു പറഞ്ഞുതന്നു. എന്നിലും ഉപരിയായ മറ്റാരുടെയെങ്കിലും അടുക്കൽ പോയി പഠിക്കണം. നിനക്ക് നല്ല ബുദ്ധിയും ജ്ഞാനതൃഷ്ണയും ഉണ്ട്. സർവ്വശക്തൻ നിന്നെ അനുഗ്രഹിക്കട്ടെ."

ഗുരുവിന്റെ പാദം തൊട്ട് നെറുകയിൽ വച്ച് അനുഗ്രഹം വാങ്ങിയതിനുശേഷം കുമാരൻ വിദ്യാലയത്തോട് വിട പറഞ്ഞു.

പഠിച്ച സ്ഥലങ്ങളിലെല്ലാം ഗുരുക്കന്മാരുടെ അനുഗ്രഹം നേടുന്നതിൽ കുമാരൻ പ്രത്യേകം ശ്രദ്ധിച്ചുപോന്നു. പില്ക്കാലത്ത് തനിക്കുണ്ടായ ശ്രേയസ്സിനെല്ലാം കാരണം ഗുരുക്കന്മാരുടെ അനുഗ്രഹമാണെന്ന് അദ്ദേഹം വിശ്വസിക്കുകയും ചെയ്തു.

"പ്രേമമാർന്ന ഗുരുവിൽ പ്രസാദമാം
ക്ഷേത്രമൂലമിഹ മർത്ത്യലോകരിൽ"

എന്നു തറപ്പിച്ചെഴുതാൻ ആശാനെ പ്രേരിപ്പിച്ചത് ഈ വിശ്വാസമത്രേ.

ഗുരുക്കന്മാരുടെയും ഗുരുവായ നാരായണഗുരുസ്വാമിയെ അദ്ദേഹം ദൈവമായി കണക്കാക്കിയത് സ്വാഭാവികം മാത്രം.

4

മുമ്പത്തേതിലധികമായി കുമാരൻ വായനയിലും പഠനത്തിലും

മുഴുകി. തമിഴിലും സംസ്കൃതത്തിലുമുള്ള ഗ്രന്ഥങ്ങളാണ് ഏറെയും വായിച്ചത്. ഭക്തിപ്രധാനമായ കൃതികൾ അധികം ഇഷ്ടപ്പെട്ടു. *ഭഗവദ്ഗീത*യിലെ ഭാഗങ്ങളധികവും ആ യുവാവിനു മനഃപാഠമായിരുന്നു. അവയ്ക്ക് അർത്ഥം പറയുന്നതിൽ വലിയ പ്രാവീണ്യമാണ് കുമാരു കാട്ടിയത്. തമിഴിലെ *കൈവല്യനവനീതം, ജ്ഞാനി ജീവവാതിൽ കട്ടിള* മുതലായ വേദാന്തഗ്രന്ഥങ്ങൾ അനേകമാവൃത്തി വായിച്ച് ആശയം ഉൾക്കൊണ്ടു. അക്കാര്യത്തിൽ കൊച്ചുനാരായണൻ വൈദ്യൻ എന്ന ഒരുസുഹൃത്ത് അദ്ദേഹത്തിനു സഹായിയായിരുന്നു. ഭക്തിയും വേദാന്തവും അവരുടെ ബന്ധത്തെ അത്യധികം ദൃഢമാക്കിത്തീർത്തു. രണ്ടുപേരും യോഗാസനങ്ങൾ ശീലിക്കുകയും ധ്യാനം ജീവിതവൃത്തിയുടെ ഭാഗമാക്കുകയും ചെയ്തു. അഗാധമായ ചിന്തകളിൽ വിഹരിക്കുന്ന അക്കാലത്ത് പ്രകൃതിഭംഗിയുടെ നിലീനചൈതന്യം തന്നെ ഒട്ടധികം ആകർഷിച്ചുപോന്നുവെന്ന് ആശാൻ പലപാടു പറഞ്ഞിട്ടുണ്ട്.

ഏകാന്തതയുടെ കാമുകനായി ജീവിച്ച അക്കാലത്ത് ഒരു സംഭവമുണ്ടായി. അതേക്കുറിച്ച് ആർ സുശീല എഴുതുന്നു:

> ഭാവനാസാമ്രാജ്യത്തിലെ അനിയന്ത്രിതനായ ആ സഞ്ചാരി എന്തെന്നില്ലാതെ ഉഴറി നടന്ന കാലം. ആ കാലഘട്ടത്തിൽ അദ്ദേഹം കായിക്കരയിലെ ഒരു അമ്പലത്തിൽ ചെന്നിരിക്കുക പതിവായിരുന്നു. ആശാൻ തന്റെ ബാല്യകാലകവിതകളിൽ പലതിനും രൂപം കൊടുത്തത് അവിടെ വച്ചായിരുന്നു. എന്തായാലും അമ്പലനടയിലെ ഈ ഇരിപ്പ് അദ്ദേഹത്തിന്റെ ഒരു സഹോദരിയുടെ ഭർത്താവായ വക്കീൽ നാരായണനു രസിച്ചില്ല.... അമ്പലക്കുളത്തിൽ നിന്നും വെള്ളം കോരാൻ വരുന്ന സ്ത്രീകളെ കാണാൻ വേണ്ടിയാണ് ആശാൻ അവിടെ ഇരിക്കുന്നതെന്ന് അദ്ദേഹം വ്യാഖ്യാനിച്ചു. ആശാന്റെ ഭാവനാലോകത്തെക്കുറിച്ച് മനസ്സിലാക്കാനുള്ള കഴിവ് അദ്ദേഹത്തിനുണ്ടായിരുന്നിരിക്കില്ല. തന്നേക്കാൾ ഇരുപതുവയസ്സ് പ്രായക്കൂടുതലുണ്ടായിരുന്ന ഈ മച്ചമ്പിയെ ആശാനു വളരെ ബഹുമാനമായിരുന്നു. അദ്ദേഹം ആ കാര്യത്തിന് ആശാനെ ശാസിച്ചു. ഈ ശകാരം ആശാന് ഒരു വലിയ ആഘാതമായിത്തീർന്നു. വിവരം അച്ഛനറിയുന്നതിനുമുമ്പ് അദ്ദേഹം സ്ഥലംവിട്ടു...

ഏകാന്തമായ ദുഃഖത്തിനു നിവൃത്തിയുണ്ടോ? ജന്മത്തിന്റെ അർത്ഥമെന്താണ്? മരണം ജന്മത്തിന്റെ അതിർത്തിയാണോ? മുതലായ ചോദ്യങ്ങൾ അപ്പോഴും ആ മനസ്സിനെ അലട്ടിക്കൊണ്ടിരുന്നു. മനസ്സിന്റെ ഭാരം മുഴുവനും ഈശ്വരചിന്തയിലൂടെയാണ് ലഘൂകരിച്ചത്. എങ്കിലും അസ്വാസ്ഥ്യത്തിൽനിന്ന് മോചനമുണ്ടായില്ല. അതുകൊണ്ട് സമീപപ്രദേശങ്ങളിൽ നിരന്തരം അലഞ്ഞുനടന്നു. അതിനിടയിലാണ് വക്കത്തുള്ള വേലായുധൻനടയിൽ ശാന്തിയായത്. അതോടൊപ്പം കുറേ കുട്ടികളെ സംസ്കൃതം പഠിപ്പിക്കുകയും ചെയ്തു. മാത്രമല്ല, 'വിശ്രമവേളയിൽ വന്നുകൂടുന്ന ഭക്ത

ന്മാർക്ക് പുരാണഗ്രന്ഥങ്ങൾ വായിച്ച് അർത്ഥം പറഞ്ഞുകൊടുക്കുകയും ചെയ്തുകൊണ്ടിരുന്നു. അങ്ങനെയാണ് കഥാപുരുഷന് ആശാൻ എന്നു പേരു സിദ്ധിച്ചത്.

നിത്യഭജനയ്ക്ക് ഉപയോഗപ്പെടത്തക്കവിധം, ഭക്തന്മാരുടെ അപേക്ഷ യനുസരിച്ച്, *സുബ്രഹ്മണ്യപഞ്ചകം* രചിച്ചതും അക്കാലത്താണ്. 'വേദന വേരറുപ്പാൻ അല്ലയോ വേലായുധാ, വന്നണഞ്ഞാലും!' എന്ന നിവേദന മാണ് അതിൽ നിറഞ്ഞു നില്ക്കുന്നത്.

വക്കം വേലായുധൻനടയിൽ കഴിയുന്നതിനിടയ്ക്ക് നാരായണഗുരു സ്വാമിയെ ഇടയ്ക്കെല്ലാം കണ്ടുകൊണ്ടിരുന്നു. ഒരിക്കൽ സ്വാമി കുമാര നോട് കുമാരൻ ചിരകാലമായി ആഗ്രഹിച്ചിരുന്ന, ആ ചോദ്യം ചോദിച്ചു: "നീ നമ്മോടൊപ്പം വരുന്നോ?"

"തൃപ്പാദങ്ങൾ അനുവദിച്ചാൽ" എന്നുത്തരം നല്കിയത് നിറഞ്ഞ ഭക്തിയോടെയാണ്.

"കുമാരന് സൗകര്യമുള്ളപ്പോൾ വരിക" എന്ന് സ്വാമികൾ പറഞ്ഞു.

അടുത്ത ഒരു ദിവസം താൻ കോലത്തുകര ക്ഷേത്രത്തിൽ വരുന്നു ണ്ടെന്ന് സ്വാമികൾ അറിയിച്ചു.

ലൗകികജീവിതത്തോട് പൂർണ്ണമായും വിടപറഞ്ഞ് സന്ന്യാസത്തിൽ പ്രവേശിക്കാനുള്ള ആഗ്രഹത്തിനു കവാടം തുറന്നുകിട്ടിയതിലുള്ള സംതൃ പ്തിയോടെയാണ് കുമാരൻ മടങ്ങിയത്. നേരെ വീട്ടിലേക്കാണ് പോയത്.

സ്വാമിയെ സന്ദർശിക്കാൻ കോലത്തുകരയിലേക്ക് തിരിക്കുന്ന കുമാ രനെയാണ് പ്രാരംഭത്തിൽ നാം കണ്ടത്.

ആകാശവും പുൽക്കൊടിയും

നാരായണഗുരു സ്വാമിയോടൊപ്പം കുമാരൻ അടുത്ത ദിവസമാണ് കോലത്തുകരനിന്ന് യാത്രതിരിച്ചത്. ഇടയ്ക്ക് പല സ്ഥലങ്ങളിലും സ്വാമിക്ക് തങ്ങേണ്ടതുണ്ടായിരുന്നു. അവിടെയെല്ലാം കുമാരനും സ്വാമി യോടൊപ്പം താമസിച്ചു. കുമാരനെ മറ്റുള്ളവർക്ക് സ്വാമി പരിചയപ്പെടു ത്തിക്കൊടുത്തു. നല്ല കവിതാവാസനയും ആത്മീയചര്യയുമുള്ള യുവാവ്. ഇങ്ങനെയാണ് സ്വാമി ആ യുവാവിനെ വിശേഷിപ്പിച്ചത്. കുമാരൻ അതിൽ അഭിമാനംകൊണ്ടു. നെറ്റിയിൽ ഭസ്മമണിഞ്ഞ് ഒരു ഭക്തന്റെ നിലയിലാണ് സ്വാമിയോടൊപ്പം ആ യുവാവ് നിലകൊണ്ടത്.

ഏതാനും ദിവസങ്ങൾക്കകം കുമാരൻ മടങ്ങി അരുവിപ്പുറത്ത് ആശ്ര മത്തിലെത്തുകയും അവിടെ താമസിക്കുകയും ചെയ്തു.

അരുവിപ്പുറത്ത് താമസം തുടങ്ങിയപ്പോൾത്തന്നെ കുമാരൻ ആശ്ര മത്തിലെ അംഗങ്ങളിലൊരാളായി. ആശ്രമത്തിന്റെ നിഷ്ഠകളൊക്കെയും പാലിക്കാനുള്ള ആത്മശിക്ഷണം അദ്ദേഹത്തിനുണ്ടായിരുന്നു. ഏറെ ക്കാലം ആശ്രമചര്യകളുമായി ശീലിച്ചുപോന്നവരേക്കാളധികം ചിട്ടയോടെ കഴിയാൻ അദ്ദേഹത്തിനു പ്രത്യേകിച്ച് പരിശ്രമമൊന്നും വേണ്ടിവന്നില്ല. അന്തേവാസികളായ ബ്രഹ്മചാരികളുടെ കൂട്ടത്തിൽ പ്രമുഖസ്ഥാനം അതു മൂലം കുമാരനു ലഭിച്ചു.

ആശാനും സ്വാമികളെപ്പോലെ വലിയ ശിവഭക്തനായിരുന്നു. സുബ്ര ഹ്മണ്യനായിരുന്നു ഇഷ്ടദേവത. കവിക്കുണ്ടായ ഒരനുഭവത്തെ സംബന്ധിച്ച് കൊല്ലം ചവറ തെക്കുംഭാഗം ഷൺമുഖാനന്ദപുരത്ത് ശ്രീ ഷൺമുഖദാസ സ്വാമികൾ ഇതെഴുതുന്നയാളിനോട് താഴെ കാണും പ്രകാരം പറയുക യുണ്ടായി: "ആയിടയ്ക്ക് ഒരു ഭക്തൻ ഒരു മയിൽ വാഹനം പണിയിച്ച് അരുവിപ്പുറം ശിവക്ഷേത്രത്തിൽ കാണിക്കവയ്ക്കുകയുണ്ടായി. ആശാൻ അന്നവിടെയുണ്ട്. രാത്രി ഉറക്കത്തിൽ ഇഷ്ടദൈവമായ സുബ്രഹ്മണ്യൻ

മയിൽവാഹനത്തിൽ ആശാനു പ്രത്യക്ഷപ്പെട്ടതായും ഞെട്ടിയുണർന്ന് സുബ്രഹ്മണ്യനെന്നു കരുതി മയിൽവാഹനത്തെ കെട്ടിപ്പിടിച്ച് കരഞ്ഞതായും കേട്ടിട്ടുണ്ട്."

"ആദ്യകാലത്ത് കുമാരൻ രചിച്ച *ബാലസുബ്രഹ്മണ്യശതകം* ഇമ്മാതിരി അനുഭവലഹരി കലർന്നതാണത്രേ (സി ഒ കേശവൻ).

അരുവിപ്പുറം ക്ഷേത്രത്തിന്റെ ചുമതലകൾ നോക്കാൻ കുമാരനെ സ്വാമി നിയോഗിച്ചു. നിശ്ചിതസമയത്ത് ക്ഷേത്രസമിതി വിളിച്ചുകൂട്ടാനും തീരുമാനങ്ങൾ എടുക്കാനും മറ്റും കുമാരൻ കാണിച്ച പ്രാഗത്ഭ്യം സ്വാമികളെ സന്തോഷിപ്പിച്ചു. ക്ഷേത്രത്തിന്റെ കണക്കുകൾ കണിശമായി കുമാരൻ എഴുതിപ്പോന്നതുകൊണ്ട് പ്രവർത്തനം സുഗമമായിത്തീർന്നു. ഏവരുടെയും വിശ്വാസത്തിനും ബഹുമാനത്തിനും കുമാരൻ പാത്രമായി. പണ്ട് കൊച്ചാര്യൻമുതലാളിയുടെ കണക്കപ്പിള്ളയെന്ന നിലയിൽ നേടിയ പരിചയം ഇവിടെ കൂടുതൽ ചാതുര്യത്തോടെ പ്രയുക്തമായി. ഇത് ഒരു വശം മാത്രം.

ആത്മസംയമനത്തിനും ഇന്ദ്രിയനിഗ്രഹത്തിനും വേണ്ടി കർക്കശമായ ശിക്ഷണത്തിനു കുമാരൻ സ്വയം വിധേയനായി. അതുകൊണ്ട്, സ്വാമികളുടെ ഏറ്റവും മികച്ച ശിഷ്യൻ അദ്ദേഹമാണെന്ന് ആളുകൾ കരുതാൻ തുടങ്ങി. കാഷായം ധരിച്ചില്ലെങ്കിലും അദ്ദേഹത്തെ ആളുകൾ 'ചിന്നസ്വാമി' എന്നാണു വിളിച്ചുപോന്നത്. അദ്ദേഹമാകട്ടെ, കാഷായം ലഭിക്കുന്ന ആ പുണ്യമുഹൂർത്തത്തിനുവേണ്ടി വിശുദ്ധമായ പ്രതീക്ഷയോടുകൂടി കാത്തിരിക്കുകയും ചെയ്തു. ഏറെനേരം ധ്യാനലീനനായിരിക്കുന്ന ചിന്നസ്വാമിക്കു ചില സിദ്ധികൾ കൈവന്നതായിപ്പോലും ആളുകൾ കരുതാതിരുന്നില്ല!

ജീവിതസത്യം കണ്ടെത്തുകയും സാക്ഷാൽക്കരിക്കുകയും ചെയ്യണമെന്ന മോഹമാണ് ആശ്രമത്തിന്റെ പ്രശാന്തതയിൽ കുമാരന്റെ ജീവിതത്തെ എത്തിച്ചത്. ജീവിതസത്യമെന്തെന്ന് സ്വാമികളിൽനിന്ന് ഇതിനകം മനസ്സിലാക്കിക്കഴിഞ്ഞു. അത് ബ്രഹ്മമത്രേ. സ്വാമികളുടെ പല കൃതികളും അതിനകം പ്രകാശിതമായിക്കഴിഞ്ഞിരുന്നു. ദേവതാരാധനാപരങ്ങളായ കൃതികൾ. ആ കൃതികളിലൊക്കെയും ഈശ്വരന്റെ അമേയമായ മാഹാത്മ്യാതിരേകമാണ് ആവിഷ്കൃതമായിരിക്കുന്നത്. സത്യമായ ഈശ്വരനെ പ്രാപിക്കുകയാണ് തന്റെ ലക്ഷ്യമെന്ന് കുമാരു തിരിച്ചറിഞ്ഞു. അതിനുള്ള മാർഗ്ഗമോ, ഭക്തിയും. ഇത്രത്തോളം ഭക്തിഭാവഭരിതമായ ഒരു മനസ്സ് ആശ്രമത്തിൽ മറ്റാരും പ്രദർശിപ്പിച്ചിട്ടില്ല. നാരായണഗുരുസ്വാമികളുടെ *വിനായകാഷ്ടകം, ശ്രീവാസുദേവാഷ്ടകം, ശിവപ്രസാദപഞ്ചകം, ദേവീസ്തവം* മുതലായ കൃതികൾ കുമാരന് ഇക്കാലത്ത് ഹൃദിസ്ഥമായിരുന്നത്രേ. അവയിൽനിന്ന് പ്രചോദനമാർജ്ജിച്ച് കുമാരൻ രചിച്ചതാണ് സ്തോത്രകൃതികളിലധികവും. ആ ഘട്ടത്തിൽ അദ്ദേഹം രൂപംനല്കിയ സ്തോത്രങ്ങളെല്ലാം നമുക്കു കിട്ടിയിട്ടില്ല. നോട്ടുബുക്കുകൾ നഷ്ടപ്പെടുകയാണുണ്ടായത്. എങ്കിലും പിന്നീട് അച്ചടിച്ച കൃതികൾ അവശേഷിച്ചു കിട്ടിയിട്ടുണ്ട്.

ആദ്യമായി അച്ചടിച്ചത് *ശാങ്കരശതകം* ആണെന്നു പറയപ്പെടുന്നു. അതിന്റെ ആദ്യപതിപ്പിന് പി ഭരതൻ എഴുതിയിട്ടുള്ള മുഖവുര ചുവടെ കൊടുക്കുന്നു.

> ഠം ഈ പുസ്തകം രാ-രാ-ശ്രീ കുമാരനാശാൻ അവർകൾ അരുവിപ്പുറം സന്ന്യാസിമഠത്തിൽ ചേർന്നു പഠിച്ചുവന്ന കാലമായ 1969 ൽ എഴുതിയതാണ്. അദ്ദേഹത്തിന്റെ പഠിത്വം ജനങ്ങളെ കാണിക്കണമെന്നോ മറ്റു അതുപോലുള്ള വല്ല അഹങ്കാരജന്യങ്ങളായ ഉദ്ദേശങ്ങളെ പ്രകടിപ്പിക്കണമെന്നോ ഠം കവി ഉദ്ദേശിച്ചിട്ടില്ലെന്നും ചെറുപ്രായത്തിലെ തുറവിയായി ഇറങ്ങിയ തനിക്കുണ്ടായ അനേകമനോവൃത്തികളെയും തന്നിമിത്തം ഉണ്ടാകുന്ന വികാരങ്ങളെയും അടക്കുന്നതിനും പരമാർത്ഥദർശനം ഉണ്ടാകുന്നതിനും ഇടയാകാൻ വേണ്ടി അതാതു സമയങ്ങളിൽ എഴുതി സമാധാനമടഞ്ഞതാണെന്നും അദ്ദേഹത്തോട് അടുത്ത പരിചയക്കാരനായ എനിക്ക് പൂർണ്ണവിശ്വാസമാണ്. ഇതിനകത്തുള്ള അബദ്ധങ്ങളെ തിരുത്തുന്നതായാൽ വല്ല ഭേദഗതിയും വന്നുപോകുമെന്നും അങ്ങനെ വന്നുപോയാൽ ഇതിന്റെ പരമാർത്ഥം തെറ്റിപ്പോകുമെന്നതു മാത്രമല്ല ഠം ബാലകവിയുടെ അതാതു കാലത്തെ കവിതാരീതിയും മറ്റും പ്രത്യേകിച്ച് നോക്കുന്നവരുടെ ഇച്ഛയ്ക്ക് ഭംഗം വരുമെന്നും വിചാരിച്ച് അങ്ങനെ ചെയ്യുന്നില്ലാ.
>
> എന്ന്
>
> പ്രസാധകൻ'

(ഇതിൽ 'ബാലകവി' എന്നു പറഞ്ഞിരിക്കുന്നത് ശ്രദ്ധിക്കുക. കുമാരനാശാന് പത്തൊമ്പത് വയസ്സ് മാത്രമാണ് പ്രായം.)

ആദ്യം അച്ചടിച്ചതായി ഞാൻ കണ്ടിട്ടുള്ള കൃതി *ശിവസ്തോത്രമാല* യാണ്. അതിന്റെ ആദ്യപുറം താഴെ കാണുംവിധത്തിലാണ്.

ശ്രീ
ശിവസ്തോത്രമാല
അരുവിപ്പുറം
നാരായണഗുരുസ്വാമി അവർകളുടെ
ശിഷ്യൻ, കുമാരു ആശാൻ
ഉണ്ടാക്കി
തിരുവനന്തപുരം പ്രഭാകര
പ്രസിൽ അച്ചടിച്ചത്
....
പകർപ്പവകാശം ഗ്രന്ഥകർത്താവിങ്കൽ ഇരിക്കുന്നു
ഒന്നാം പതിപ്പു കോപ്പി 1000

(1077 ക്രി വർഷം 1901 ആണ് ഇതിന്റെ കാലം. ശാങ്കരശതകത്തിൽ

(1892) 'കുമാരനാശാൻ' എന്ന് പ്രസാധകൻ (മുഖവുര) എഴുതിയിരിക്കുന്നു. എന്നാൽ 1901 ൽ പ്രകാശിപ്പിച്ച് *ശിവസ്തോത്രമാല*യിൽ 'കുമാരു ആശാൻ' എന്നാണുള്ളത്. ഒരുപക്ഷേ, ആദ്യകൃതിയിലും 'കുമാരു ആശാൻ' എന്ന് കവി എഴുതിയിട്ടുണ്ടാകുമോ? നിശ്ചയമില്ല)

പുസ്തകത്തിൽ ആശാൻതന്നെ ഒരു മുഖവുര എഴുതിച്ചേർത്തിരിക്കുന്നു. അത് ഇങ്ങനെയാണ്:

> ഈശ്വരന്റെ അമേയങ്ങളായ മാഹാത്മ്യങ്ങളെ ലളിതമായി ഹൃദയത്തിൽ പ്രകാശിപ്പിച്ച് നിഷ്കന്മഷമായ ഒരു അന്തരാശ്വാസത്തെയും ആനന്ദത്തെയും അനുഭവിക്കുന്നതിന് ആധുനികന്മാർക്ക് മധുരങ്ങളായ സ്തോത്രങ്ങൾപോലെ വിഗ്രഹങ്ങളോ ദേവാലയങ്ങളോ പ്രകൃതിയിൽ കാണപ്പെടുന്ന അസംഖ്യേയങ്ങളായ അത്ഭുതങ്ങൾ തന്നെയുമോ അത്ര സുകരങ്ങളായ സഹായങ്ങളല്ലെന്നു പലർക്കും അനുഭവമായിരിക്കാൻ ഇടയുണ്ട്. വിശിഷ്യ ദേവാലയങ്ങൾ, തീർത്ഥങ്ങൾ മുതലായ ബാഹ്യാലംബനങ്ങൾക്കുപോലും ഈശ്വരവിഭൂതികളുടെ ഗാഢകളായ പരിചിന്തനകളാൽ വ്യാസാദികളായ ദിവ്യകവികളുടെ ഹൃദയത്തിൽനിന്നും സ്തോത്രരൂപങ്ങളായി വെളിയിൽ പ്രവഹിച്ച ചൈതന്യലഹരികളാകുന്ന സർവ്വാരാധനീയമായ ഒരു വിശേഷത്തെ ആധാനം ചെയ്യുന്നു എന്നുള്ളതും വിവേകദൃഷ്ടിയിൽ പ്രത്യക്ഷമാണല്ലോ.
>
> നിത്യകൃത്യങ്ങളിൽ വ്യാപരിച്ച് ഖിന്നഹൃദയനായിരിക്കുന്ന ഒരുവന് ശാന്തങ്ങളായ പദ്യങ്ങളെയോ ഗാനങ്ങളെയോ കേൾക്കുമ്പോൾ ഉദ്യാനത്തിലെ മന്ദവായു ഏല്ക്കുന്നതിനേക്കാൾ എത്രയോ അധികവും അപ്രതീക്ഷിതവും ആയ ഒരാശ്വാസവും സുഖവും അവന്റെ ഹൃദയത്തിൽ ഉടനെ ഉണ്ടാകുന്നതും ചിലപ്പോൾ മ്ലാനമായിരുന്ന അവന്റെ മുഖം ആനന്ദാശ്രുധാരകളാൽ ദർശനീയമാകുംവണ്ണം ആപ്ലാവിതമായിപ്പോകകൂടിയും ചെയ്യുന്നത് നാം കാണാറുണ്ടല്ലോ. ദുഃഖഭൂയിഷ്ഠമായ ഈ ജീവലോകത്തിൽ അപ്രകാരമുള്ള ആനന്ദബാഷ്പത്തിന്റെ ഒരു കണം തന്നെ എത്ര ദുർലഭവും അത്തർ, പനിനീർ മുതലായ സുഖോപചാരദ്രവ്യങ്ങളേക്കാൾ എത്ര വിലയേറിയതും ആയിരിക്കണം?
>
> അതുകൊണ്ട് സപ്രയോജനമായ ഈ ശിവസ്തോത്രമാലയേ ഗ്രഥിക്കുന്നതിൽ ഞാൻ ഈയിടെ വ്യയം ചെയ്ത രണ്ടുമൂന്നു അപരാഹ്നങ്ങൾ അവ്യവഹിതങ്ങളായി എനിക്ക് കഴിഞ്ഞ ഇതരസമയങ്ങളേക്കാൾ തുലോം മംഗളകരങ്ങളും മൂല്യവത്തുക്കളും ആയിരുന്നു എന്നു ഞാൻ വിശ്വസിക്കയും ഈ സമുചിതമായ കൃത്യത്തിൽ എന്നെ ഉദ്യമിപ്പിച്ച അരുവിപ്പുറം ക്ഷേത്രമാനേജർ മാ.രാ.രാ. പേട്ടയിൽ പി പരമേശ്വരൻ അവർകളോട് ഞാൻ ഹൃദയപൂർവ്വം നന്ദിയുള്ളവനായിരിക്കയും ചെയ്യുന്നു.

ഈ ചെറിയ കൃതിയിൽ എനിക്കുള്ള പരമമായ ചാരിതാർത്ഥ്യം പാഠകന്മാരുടെ ഹൃദയത്തിൽ അത്യുല്പന്നമായിട്ടെങ്കിലും സാത്വികമായ സുഖത്തിന്റെ ഒരാവിർഭാവം ഇതിൽനിന്നും സാധിക്കുന്ന പക്ഷം അതായിരിക്കും.

'ഈ സ്തോത്രമാലയേ', 'നമസ്കാരപ്രപഞ്ചകകം, 'ഉപക്രമപഞ്ചകം', 'ശിവധ്യാനവിംശിതി', 'മിശ്രസ്തവങ്ങൾ', 'ദേവീസ്തോത്രം', 'ശിവഭക്തിപഞ്ചകം', 'വൈരാഗ്യപഞ്ചകം', 'ശിവജ്ഞാനപഞ്ചകം', 'ശിവയോഗിപഞ്ചകം', 'ഉപസംഹാരപഞ്ചകം' എന്നീ ഏതാനും ഭാഗങ്ങളായി വിഭജിക്കുകയും ഓരോ വിഭാഗത്തിലും അതിന്റെ നാമത്തെ അനുസരിച്ച് വിഷയം കഴിയുന്നതും സുഗമവും സാവയവും ആയി വർണ്ണിക്കയും ചെയ്തിരിക്കുന്നു.

'ഈ പുസ്തകത്തിൽ വായനക്കാർക്കുള്ള ആഭിമുഖ്യത്തിന്റെ താരതമ്യത്തെ അനുസരിച്ച് ഈമാതിരി വിഷയത്തിൽ ഞാൻ ഇനിയും പ്രവർത്തിക്കുന്നതായിരിക്കും.

എന്ന് കുമാരനാശാൻ

1099-ാം മാണ്ട്

(ആദ്യകവിത തുടങ്ങുന്നതിനുമുമ്പ് 'ഓം ശിവാഭ്യാം നമഃ' എന്ന് മുകളിൽ അച്ചടിച്ചിട്ടുണ്ട്)

വായനക്കാർക്കിടയിൽ *ശിവസ്തോത്രമാലയ്ക്ക്* വലിയ പ്രചാരമാണ് ലഭിച്ചത്. എങ്കിലും നാരായണഗുരുസ്വാമികളുടെ കൃതികൾക്ക് ലഭിച്ചിടത്തോളം പ്രചാരം ഇതിനുണ്ടായി എന്നു പറഞ്ഞുകൂടാ. സ്വാമികളുടെ കൃതികൾ അച്ചടിച്ചരൂപത്തിൽ മാത്രമല്ല, കൈയെഴുത്തു പ്രതികളുടെ രൂപത്തിലും അക്കാലത്ത് ജനങ്ങൾക്കിടയിൽ പ്രചാരം നേടിയിരുന്നു. അത്ര വ്യാപകമായി പ്രചരിച്ചില്ലെങ്കിലും അവയുടെ മാതൃകയിൽ രചിച്ചിട്ടുള്ള ആശാന്റെ സ്തോത്രകൃതികൾക്കും വമ്പിച്ച സ്വാഗതമാണ് ആളുകൾ നല്കിയതെന്ന കാര്യം മറന്നുകൂടാ. അവ വായിക്കുന്നവർക്ക് മൂന്നു പ്രത്യേകതകൾ എളുപ്പം വേർതിരിച്ചറിയാൻ കഴിയും. അവയിലെങ്ങും തുളുമ്പി നില്ക്കുന്ന ഭക്തിഭാവം ഹൃദയസ്പർശിയാണെന്നുള്ളതാണ് ആദ്യത്തെ പ്രത്യേകത. കവിതയുടെ കാതലിൽ സംസാരജീവിതത്തെ സംബന്ധിക്കുന്ന ദുഃഖമുണ്ട്. ദുഃഖവിമുക്തിക്കായി ഭഗവദ്പാദങ്ങളെ ആശ്രയിക്കുന്ന ഒരു ഹൃദയത്തിന്റെ വിലാപവും ആത്യന്തികമോക്ഷത്തെ സംബന്ധിക്കുന്ന പ്രതീക്ഷയും അവയിൽ തെളിഞ്ഞുകേൾക്കാം. അതോടൊപ്പംതന്നെ, ശബ്ദാലങ്കാരങ്ങളുടെ അനുഗ്രഹത്താൽ അവയിൽ തങ്ങി നില്ക്കുന്ന സംഗീതാത്മകത്വവും ഹൃദയാവർജ്ജകമായി അനുഭവപ്പെടും. മോക്ഷത്തിന് വിലങ്ങുതടിയായി നില്ക്കുന്ന ലൗകിക പ്രലോഭനങ്ങളിൽ നിന്നും ഇന്ദ്രിയങ്ങളുടെ പ്രാകൃതമായ തൃഷ്ണയിൽ നിന്നും മോചനം നേടി ഭഗവാനിൽ വിലയം കൊള്ളാൻ ദാഹിക്കുന്ന ഒരാത്മാവ് അവയിൽ സ്പന്ദി

ച്ചുനില്ക്കുന്നു.

> വീണ്ടും ഞാൻ സംസാരസമുദ്രത്തിലാണ്ട് വലയേണ്ടതായിവരുമോ? വിഷയസുഖങ്ങൾക്കു പിന്നാലെ പാഞ്ഞ് ഞാൻ നശിച്ചുപോകുമോ? നിന്റെ പാദം മാത്രം ശരണമാക്കുന്ന ഈ അജ്ഞനെ കൈവെടിയരുതേ... കാലന്റെ കൈയിൽ ഞാൻ അകപ്പെട്ടുപോകാനിടയാകരുതേ... (*ശാങ്കരശതകം*).
>
> അല്ലയോ മയിൽവാഹനാ, മായയിലകപ്പെട്ട് വലയാതെ എന്നെ കാത്തുരക്ഷിക്കൂ. യോഗസ്ഥനാകാൻ എന്നെ പ്രാപ്തനാക്കൂ... (*ഭക്തവിലാപം*)
>
> ഒഴുക്ക് വൃക്ഷത്തിന്റെ വേരിനെയെന്നപോലെ കാലപ്രവാഹം ശരീരത്തെ നശിപ്പിക്കുന്നു. അലങ്കാരങ്ങൾ ചാർത്തി സമാകർഷകയായിരിക്കുന്ന കോമളാംഗിയും ചിതയ്ക്ക് ഇരയായി മാറുന്നു. പിന്നെ, മൃഗത്തിനുപോലും ഇവളിൽ ആശയുണ്ടാകില്ല. ശംഭോ കടക്കണ്ണിന്റെ കടാക്ഷത്താൽ മനസ്സിനെ വിഭ്രമിപ്പിച്ച് വിഷയസുഖത്തിൽ നട്ടംതിരിയുന്നവളെ നോക്കി നടക്കാൻ ഇടവരുത്തരുതേ... (*വൈരാഗ്യപഞ്ചകം*)

ഇമ്മാതിരി ആശയങ്ങൾ കുമാരനാശാന്റെ ആദ്യകാലകവിതകളിൽ നിറഞ്ഞു നില്ക്കുന്നു. ഇന്ദ്രിയാമോദകരമായ കല്പനകളാണ് കവിതയുടെ ഘടകങ്ങളെന്നോർക്കുമ്പോൾ കവിതയിൽനിന്നുപോലും രക്ഷനേടാനുള്ള അഭിനിവേശം ഈ സ്തോത്രകൃതികളിലില്ലേ എന്നു നാം സംശയിച്ചുപോകും? മൂർത്തമായ സൗന്ദര്യം കവിതയുടെ അധിഷ്ഠാനമാണല്ലോ. ആ സൗന്ദര്യത്തിന്റെ പരിമിതിയിൽനിന്ന് വിമുക്തനായി സൂക്ഷ്മ സത്യത്തിൽ എത്താൻ വെമ്പുന്ന യതിഹൃദയം ഈ സ്തോത്രങ്ങളുടെ പിന്നിലുണ്ട് *നളിനി*യിൽ,

> "മോഹനം ഭുവനസംഗമിങ്ങതിൽ
> സ്നേഹമൂലമമലേ വെടിഞ്ഞു ഞാൻ"

എന്ന് ദിവാകരയോഗിയിലൂടെ ആശാൻ പാടുന്നത് ഇവിടെ സ്മരണീയമാണ്. 'അത്' എന്നത് 'സ്നേഹസാരമായ' സത്യമാണെന്ന് ഓർമ്മിക്കണം. സത്യം പ്രാപിക്കുന്നതിനുവേണ്ടി 'ഭുവനസംഗം' വെടിയുന്നയാൾ യതിയായി മാറുന്നു. കവിയാകട്ടെ, ഭുവനസംഗത്തിൽനിന്നാണ് കാവ്യസാമഗ്രികൾ സമാഹരിക്കുന്നത്. അപ്പോൾ ഭുവനസംഗം അഥവാ കാവ്യസൗന്ദര്യം തിരസ്കരിച്ചുകൊണ്ട് സത്യം ആശ്ലേഷിക്കുന്ന മാർഗ്ഗത്തിലാണ് ഈ അവസരത്തിൽ ആശാൻ കാലൂന്നിയിരിക്കുന്നത്. ഇതേ ആശാൻതന്നെ പില്ക്കാലത്ത്.

> "ലോകാനുരാഗമിയലാത്തവരേ, നരന്റെ
> യാകാരമാർന്നിവിടെ നിങ്ങൾ തുറന്നിടായ്വിൻ"

എന്ന് പ്രഖ്യാപിച്ചിട്ടുണ്ട്. യതിയെ പരാജയപ്പെടുത്തുന്ന കവിയാണ് ഈ പ്രഖ്യാപനം നടത്തുന്നത്. ആശാൻ സ്വയം കണ്ടെത്തുന്നത് ഇവിടെയാണെന്ന് പറയാം. ഇത്, പക്ഷേ, പില്ക്കാലകഥ.

നാരായണഗുരുസ്വാമികളുടെ കരാവലംബത്തോടുകൂടി വേദാന്തത്തിന്റെ നിഗൂഢതകൾ കുമാരനാശാൻ ആഴത്തിൽ ദർശിക്കുന്നത് ഇക്കാലത്താണ്. സംസ്കൃതത്തിലും തമിഴിലുമുള്ള വേദാന്ത ഗ്രന്ഥങ്ങളുമായി അഗാധമായ സമ്പർക്കത്തിൽ ഏർപ്പെട്ടു. അവയിലെ വിവിധ ചിന്താപദ്ധതികളുടെ അടിസ്ഥാനത്തിൽ ദാർശനികചർച്ചകളിൽ ഏർപ്പെടാൻ ശീലിക്കുകയും ചെയ്തു. അതിൽ സംതൃപ്തിയും അഭിമാനവും തോന്നി. അങ്ങനെ മൂന്നുവർഷക്കാലം വ്രതനിഷ്ഠയോടുകൂടി, നിത്യബ്രഹ്മചാരിയായി, ചിന്നസ്വാമി അരുവിപ്പുറം ആശ്രമത്തിൽ സസുഖം കഴിഞ്ഞു.

കുമാരന്റെ ജീവിതവീക്ഷണത്തിൽ ലഘുവായ പരിവർത്തനമുണ്ടാകാൻ കൂടി അരുവിപ്പുറത്തെ താമസം ഉപകരിച്ചു. അദ്ദേഹം അവിടെയെത്തുമ്പോൾ അരുവിപ്പുറം പ്രതിഷ്ഠ കഴിഞ്ഞിട്ട് പതിനഞ്ചുകൊല്ലത്തോളമായിരിക്കുന്നു. കേരളീയ സമൂഹത്തിൽ അരുവിപ്പുറം പ്രതിഷ്ഠ ഉളവാക്കിയ ചലനം എത്രമാത്രമെന്നു വിവരിക്കേണ്ടതില്ലല്ലോ. ജാതിവ്യവസ്ഥിതിയുടെ ചവിട്ടേറ്റ് സഹസ്രാബ്ദങ്ങളായി അടിമകളെപ്പോലെ കഴിഞ്ഞിരുന്ന വർഗ്ഗക്കാർ അതോടെ ഉണർന്നു തുടങ്ങി. അവരിൽ ആത്മാഭിമാനത്തിന്റെ വീര്യം ഉണർന്നു. 'സംഘടനകൊണ്ട് ശക്തരാകുക' എന്ന സന്ദേശം നാടിന്റെ എല്ലാഭാഗങ്ങളിലും പ്രായോഗികമായിക്കൊണ്ടിരുന്നു. സംഘടനാ പ്രവർത്തനത്തിന്റെ ശിക്ഷണവും വീര്യവും ആളുകൾ ഉൾക്കൊള്ളാൻ തുടങ്ങി. ക്ഷേത്രത്തോടനുബന്ധപ്പെട്ടാണെങ്കിലും സംഘടനാപരമായ പ്രവർത്തനങ്ങളുടെ കേന്ദ്രമായി അരുവിപ്പുറം മാറി. അതിൽനിന്നൊഴിഞ്ഞുനില്ക്കാൻ ചിന്നസ്വാമിക്ക് കഴിയുമായിരുന്നില്ല. നാരായണഗുരുസ്വാമികൾ അദ്ദേഹത്തെ പല ചുമതലകൾ ഏല്പിക്കുകയും ചെയ്തു. അവ നിർവ്വഹിക്കുന്നതിനിടയിൽ ആളുകളുമായി ഇടപഴകാതിരിക്കുക സാദ്ധ്യമല്ലല്ലോ. അതുമൂലം മറ്റുള്ളവരുമായി സഹകരിച്ചു പ്രവർത്തിക്കാനും സമൂഹത്തെ സംബന്ധിക്കുന്ന ബോധത്തിലേക്ക് വീക്ഷണം വ്യാപിപ്പിക്കാനും ചിന്നസ്വാമികൾ ശീലിച്ചു.

ജീവിതത്തിന്റെ അർത്ഥമന്വേഷിക്കുന്ന പ്രകൃതം കുമാരനിൽ ലീനമായിരുന്നെന്ന് മുമ്പ് പലപ്പോഴും സൂചിപ്പിച്ചിട്ടുണ്ടല്ലോ. ആ അർത്ഥം കണ്ടെത്തുക ദുഷ്കരമാണെന്ന് ആ ഇളംമനസ്സ് തിരിച്ചറിയാതിരുന്നില്ല. അത് അന്വേഷിക്കുന്നതിന്റെ ഭാഗമായിട്ടാണ് നാരായണഗുരുസ്വാമികളുടെ ശിഷ്യനായി, സന്ന്യാസം മോഹിച്ച് അദ്ദേഹം അരുവിപ്പുറത്ത് എത്തിച്ചേർന്നത്. ഒരു അനുഭവത്തിൽനിന്ന് അദ്ദേഹത്തിന് പ്രത്യേകമായ സംതൃപ്തി ലഭിച്ചുപോന്നു. തന്നെക്കൊണ്ട് എന്തെങ്കിലും പ്രയോജനം മറ്റുള്ളവർക്കുണ്ടാകുക, എന്ന അനുഭവത്തിൽനിന്ന്.

"പരനില്ലുപകാരമെങ്കിലീ–
നരജന്മത്തിനു മാറ്റുമറ്റുപോം."

എന്ന് പില്ക്കാലത്ത് അദ്ദേഹം എഴുതിയത് ഈ അനുഭവരസത്തോടു കൂടിയാണ്.

അരുവിപ്പുറത്തു താമസിച്ചതോടുകൂടി, വ്യക്തികളെന്ന നിലയ്ക്കല്ല, ജാതിവ്യവസ്ഥയാൽ പീഡിതമായ സമൂഹമെന്ന നിലയ്ക്കാണ് അദ്ദേഹം ബാഹ്യയാഥാർത്ഥ്യം ഉൾക്കൊണ്ടത്. അന്തർമുഖമായിരുന്ന പ്രകൃതം. ബഹിർമുഖമാകാൻ തുടങ്ങിയെന്നർത്ഥം.

നാരായണഗുരുസ്വാമികൾ അദ്ദേഹത്തിന് എപ്പോഴും ഈശ്വരതുല്യനായിരുന്നു. 'നാരായണഗുരുനായകനെന്റെ ദൈവമല്ലോ' എന്ന് പല കൃതികളിലും ആവർത്തിച്ചിട്ടുള്ളത് ഓർമ്മിക്കുക.

"അണകവിയുന്നഴലാഴിയാഴുമെന്നിൽ
പ്രണയമുദിച്ചുകവിഞ്ഞു പാരവശ്യാൽ
അണികരമേകിയണഞ്ഞിടുന്ന നാരാ-
യണഗുരുനായകനെന്റെ ദൈവമല്ലോ."

എന്ന ശ്ലോകം *ഭക്തിവിലാപം, സുബ്രഹ്മണ്യശതകം* മുതലായ കൃതികളിൽ ഒന്നാമതായി കൊടുത്തിരിക്കുന്നതു കാണാം.

"ഭാവനീയ ഭഗവാൻ ഭവാംബുധൗ
നാവികൻ നിപുണനാണു നാമകൻ
ഭാവിഭവ്യഭയനാശമൂലമെൻ
ജീവദേശികനെനിക്കു ദൈവമേ!"

എന്ന് *ശാങ്കരശതകം* ഒന്നാം ശ്ലോകം

അതേസമയംതന്നെ നിഷ്കാമസേവനത്തിന്റെ മാനുഷിക പ്രതീകമായും അദ്ദേഹം സ്വാമികളെ ദർശിച്ചുപോന്നു. ദുരിതങ്ങളുടെയും സങ്കടങ്ങളുടെയും ഭാണ്ഡങ്ങളുമായാണ് ആളുകൾ സ്വാമികളുടെ സന്നിധാനത്തിൽ തിങ്ങിക്കൂടിയത്. അവർക്ക് സാന്ത്വനവും ആശ്വാസവും നല്കുന്നതിൽ അതുല്യമായ വൈഭവമാണ് സ്വാമികൾ പ്രകടമാക്കിയത്. ഒന്നും തന്നെ ആഗ്രഹിക്കാതെ അദ്ദേഹം ദൈവദൂതനെപ്പോലെ, മാനവരാശിക്കു വേണ്ടി സ്വയം സമർപ്പിക്കുകയാണു ചെയ്തത്.

"അന്യർക്കു ഗുണം ചെയ്വതിനായുസ്സു വപുസ്സും
ധന്യത്വമോടങ്ങാത്മതപസ്സും ബലിചെയ്വൂ."

എന്ന് ആശാനെഴുതുന്നത് പിന്നെയും കാൽനൂറ്റാണ്ടു കഴിഞ്ഞിട്ടാണ്.

സേവനം മനുഷ്യജന്മത്തിനു മഹനീയതയുടെ പരിവേഷം ചാർത്തുന്നു. സേവനത്തിലൂടെ ജീവിതം ധന്യമാക്കാൻ കഴിയുന്നവർ ഭാഗ്യശാലികൾ.

അധികം വൈകാതെ ഡോക്ടർ പല്പുവിൽ സേവനത്തിന്റെ മറ്റൊരു മഹനീയവശം കുമാരനാശാൻ നേരിൽ കാണുന്നുണ്ടെന്ന് ഓർമ്മിക്കുക.

വിരക്തിയെയും സേവനാദർശത്തെയും സമന്വയിപ്പിക്കുന്ന ജീവിത

മെന്ന നിലയിൽ ശ്രീബുദ്ധൻ ആശാനെ ആകർഷിച്ചത് സ്വാഭാവികം.

അരുവിപ്പുറത്ത് മൂന്നുവർഷക്കാലം ജീവിക്കുന്നതിനിടയ്ക്ക് സ്വന്തം വീടുമായുള്ള ബന്ധമെന്തായിരുന്നു? വലിയ ബന്ധമൊന്നും ഉണ്ടായിരുന്നില്ല എന്നതാണു വാസ്തവം. കുമാരൻ ആശ്രമത്തിൽ താമസമാക്കി അധികം വൈകുന്നതിനുമുമ്പ് വീട്ടിൽ നിന്നു രണ്ടുപേർ അവിടെച്ചെന്ന വിവരം ഒരുജീവചരിത്രകാരൻ ഓർമ്മപ്പെടുത്തിയിട്ടുണ്ട്.

> ഒരു ശിവരാത്രിദിവസം അതിരാവിലെ രണ്ടുപേർ അരുവിപ്പുറത്തുള്ള മഠത്തിൽ കയറിച്ചെന്നു. തപോനിധിയും മഹാകാരുണികനുമായ സ്വാമിതൃപ്പാദങ്ങൾ അവിടെ പർണ്ണശാലയിൽ പ്രശാന്തഗംഭീരനായി കാണപ്പെട്ടു. സമീപത്തായി കുമാരനേയും അവർ കണ്ടു. ആഗതൻ സ്വന്തം ജ്യേഷ്ഠനും അമ്മാവനുമാണെന്നറിഞ്ഞിട്ടും കുമാരൻ അറിയാത്ത ഭാവത്തിൽ അവിടെ സ്വസ്ഥനായി ഇരുന്നതേയുള്ളൂ.
>
> സ്വാമി: എന്താ വിശേഷിച്ച്?
>
> ആഗതൻ: കുമാരനെ അന്വേഷിച്ചു പുറപ്പെട്ടതാണ്. അവൻ വീട്ടിൽ നിന്നുപോന്നിട്ട് വളരെ നാളായി. അവനെ കാണാൻ അച്ഛനും അമ്മയും ഉൽക്കണ്ഠയോടെ കാത്തിരിക്കയാണ്. തൃപ്പാദങ്ങളുടെ അനുമതിയുണ്ടെങ്കിൽ അവനെ കൂട്ടിച്ചുക്കൊണ്ടു ചെല്ലുന്നതിന് ഞങ്ങളെ അയച്ചതാണ്.
>
> സ്വാമി: നാം ക്ഷണിച്ചതുകൊണ്ട് കുമാരൻ നമ്മോടൊപ്പം പോന്നതാണ്. അവന് ഇഷ്ടമുണ്ടെങ്കിൽ വീട്ടിൽപ്പോയി എല്ലാവരെയും കണ്ടിട്ടു പോരുന്നതിൽ നമുക്കു വിരോധമൊന്നുമില്ല. എന്താ കുമാരാ, അത് നിനക്കിഷ്ടമല്ലേ?
>
> കുമാരൻ മൗനം ദീക്ഷിച്ചു. സ്വാമി സംഭാഷണം തുടർന്നു.
>
> മകനെ കാണാൻ ഉൽക്കണ്ഠയോടുകൂടി പെരുങ്കുടി ഇപ്പോൾ കാത്തിരിക്കുന്നുണ്ടാവും. ഇച്ഛാഭംഗം വേണ്ടെന്ന് നാം പറഞ്ഞതായി പെരുങ്കുടിയെ അറിയിക്കൂ. കുമാരൻ ഓണത്തിനു വന്നുചേരും.
>
> വന്നവർ മടങ്ങിപ്പോയി. ഓണക്കാലമായപ്പോൾ സ്വാമികൾ കുമാരനോട് വീട്ടിലേക്ക് പോയിവരണമെന്ന് നിർദ്ദേശിച്ചു. അതനുസരിക്കുകയല്ലാതെ നിവൃത്തിയില്ലല്ലോ. തിരുവോണത്തിൻനാൾ രാവിലെ കുമാരൻ ഒരു സ്നേഹിതനോടൊപ്പം കായിക്കരയിലെത്തി. അവർ കുമാരന്റെ അച്ഛൻ താമസിച്ചിരുന്ന പുത്തൻകടവത്തു വീടിന്റെ മുൻവശത്തു കൂട്ടിയിട്ടിരുന്ന മണ്ണിൻകൂനയിൽ വന്നിരുന്നു. രണ്ടുപേരും തലയിൽ മുണ്ടിട്ടിരുന്നു. ഒരാൾ സാമാന്യത്തിലധികം തല കുനിച്ചാണിരുന്നത്.
>
> കുനിഞ്ഞിരിക്കുന്നതാരെന്ന് അനുജൻ ശങ്കരപ്പണിക്കർ ചോദിച്ചു.

ഞാനാണെടേ എന്ന് ചിരിച്ചുകൊണ്ട് കുമാരൻ മറുപടി പറഞ്ഞു. വിവരം അറിഞ്ഞപ്പോൾ അമ്മ സന്തോഷാശ്ചര്യസമേതം മകന്റെ അടുക്കൽ വന്ന് ഒട്ടുനേരം നിശ്ചേഷ്ടയായി നിന്നുപോയി. അച്ഛൻ അപ്പോഴെവിടെ ഇല്ലായിരുന്നു. ആളയച്ചു വരുത്തി. അച്ഛൻ വന്നപ്പോൾ മകൻ എഴുന്നേറ്റ് വീണ്ടും അവിടെത്തന്നെയിരുന്നു. രണ്ടു മൂന്നുപ്രാവശ്യം അച്ഛൻ വിളിച്ചിട്ടും മകൻ വിളികേട്ടതല്ലാതെ വീട്ടിനുള്ളിൽ കയറിയില്ല. എന്താണെന്നു വീണ്ടും ചോദിച്ചപ്പോൾ 'ഞങ്ങൾക്കു രണ്ടുപേർക്കും കയറാമോ?' എന്നു മകൻ ചോദിച്ചു. കാര്യം മനസ്സിലാക്കിയശേഷം അച്ഛൻ ചെന്ന് അപരന്റെ (അയാളൊരു കണിയാനായിരുന്നു) കൈക്കു പിടിച്ച് ഇറയത്തു കൊണ്ടിരുത്തി. പിന്നീട് അവർ രണ്ടുപേരും പോയി കുളികഴിഞ്ഞ് അച്ഛനുമൊന്നിച്ച് ഒരു പായിൽത്തന്നെ ഇരുന്ന് ഊണു കഴിച്ചു.

അരുവിപ്പുറത്തെ ജീവിതത്തിലെ വിശേഷങ്ങൾ അന്ന് വാചാലമായി കുമാരൻ വിസ്തരിച്ചു. കുറ്റാലത്തു പോയി വെള്ളച്ചാട്ടം കണ്ടത്, വന്യമൃഗങ്ങളെ കണ്ടത്, അരുവിപ്പുറത്തുതന്നെയും ഹിംസ്രമൃഗങ്ങൾ കടന്നുവന്നത്. അങ്ങനെ പലതും.

അടുത്ത ദിവസം രാവിലെ കുമാരൻ അരുവിപ്പുറത്തേക്കു മടങ്ങാനൊരുങ്ങിയപ്പോൾ അച്ഛനമ്മമാർ മാത്രമല്ല, വീട്ടിലുള്ളവരാകെത്തന്നെ അത്ഭുതപ്പെട്ടുപോയി. രണ്ടുദിവസംകൂടി താമസിക്കാൻ അവരെല്ലാം നിർബ്ബന്ധിച്ചെങ്കിലും ഫലമുണ്ടായില്ല.

ഓണക്കാലമാണെന്നോർക്കണം. ഉത്സവത്തിന്റെ അന്തരീക്ഷം. ആളുകൾ പ്രായഭേദമെന്യേ നാനാവിധമായ വിനോദങ്ങളിൽ മുഴുകിയിരിക്കുന്നു. എല്ലാ വീടുകളിലും പലഹാരങ്ങൾ ഉണ്ടാക്കുന്നു. ഓണക്കോടികൾ വാങ്ങിക്കഴിഞ്ഞു. സമപ്രായക്കാർ പലതരം കളികളിൽ മുഴുകി തിമിർക്കുന്നു. ഇതൊന്നും കുമാരനെ ആകർഷിച്ചില്ല. സ്വാമികളുടെ ചൈതന്യം മാത്രം ആ മനസ്സിൽ തങ്ങിനിന്നു. അദ്ദേഹത്തിൽനിന്ന് കാഷായം സ്വീകരിച്ച് പുതുജന്മത്തിലേക്ക് പ്രവേശിക്കുന്നതിന്റെ സ്വപ്നമാണ് മനസ്സിൽ നിറഞ്ഞുനിന്നത്. വെളുപ്പാൻ കാലത്തുതന്നെ കുമാരൻ മടങ്ങി.

2

കുമാരൻ അരുവിപ്പുറത്ത് മടങ്ങിയെത്തുകയും ചിന്നസ്വാമിയായി ജീവിതം തുടരുകയും ചെയ്തു. സന്ന്യാസത്തിലേക്ക് പ്രവേശനം കിട്ടുമെന്ന പ്രതീക്ഷയോടുകൂടി ആശ്രമത്തിലെ സർവ്വവിധമായ ശിക്ഷണങ്ങൾക്കും വിധേയനായി അദ്ദേഹം ആത്മീയബോധം ഭംഗിയാംവിധം ഉൾക്കൊണ്ടു.

എന്നാൽ കുമാരന് കാഷായം നല്കി സന്ന്യാസിയാക്കാനല്ല നാരായണഗുരുസ്വാമികൾ നിശ്ചയിച്ചത്.

ഓരോ മനുഷ്യനും ഓരോ ദൗത്യമുണ്ട്. സ്വന്തം ദൗത്യമെന്തെന്ന് ചെറുപ്പത്തിൽത്തന്നെ തിരിച്ചറിഞ്ഞ പുണ്യാത്മാവാണ് ശ്രീനാരായണഗുരുസ്വാമികൾ. തന്നെ കുടുംബജീവിതത്തിൽ പ്രവേശിപ്പിക്കാൻ മുതിർന്ന മാതാപിതാക്കളുടെയും താൻ വിവാഹം കഴിച്ച ഭാര്യയുടെയും സാന്നിദ്ധ്യത്തിൽ ആ നിയോഗമെന്തെന്ന് അറിയിച്ചുകൊണ്ടാണ് അദ്ദേഹം അവധൂതന്റെ മാർഗ്ഗത്തിലേക്ക് ഇറങ്ങിത്തിരിച്ചത്. അതുപോലെ കുമാരന്റെ ജീവിതത്തിന് ഒരു ദൗത്യമുണ്ടെന്ന് കുമാരൻ തിരിച്ചറിഞ്ഞില്ലെങ്കിലും സ്വാമികൾ മനസ്സിലാക്കിയിരുന്നു. കാഷായവസ്ത്രം ധരിച്ച് ആശ്രമത്തിലൊതുങ്ങുകയെന്നതല്ല അത്. വ്യത്യസ്തമായ മറ്റൊരു മേഖലയിൽ സംഘടനാപ്രവർത്തനത്തിന്റെയും സാംസ്കാരികസേവനത്തിന്റെയും മേഖലയിൽ, അവിസ്മരണീയസംഭാവനകൾ നല്കാനാണ് കുമാരൻ ജനിച്ചിരിക്കുന്നതെന്ന് പ്രാരംഭത്തിൽത്തന്നെ സ്വാമികൾ അറിഞ്ഞിരുന്നു. അതൊന്നും അദ്ദേഹം തുറന്നുപറഞ്ഞില്ലെന്നുമാത്രം. അങ്ങനെ പറയുന്ന പ്രകൃതവുമല്ല അദ്ദേഹത്തിന്റേത്.

ഏകദേശം മൂന്നുവർഷക്കാലത്തെ ആശ്രമജീവിതം തുടർന്നപ്പോൾ കുമാരനോട് സ്വാമികൾ പറഞ്ഞു:

"കുമാരാ, നിന്നെ നാം ഉപരിപഠനത്തിനയയ്ക്കാൻ തീരുമാനിച്ചിരിക്കുന്നു."

സ്വാമികളുടെ തേജസ്സ് നിറഞ്ഞ മുഖത്ത് കുമാരൻ വിസ്മയത്തോടെ നോക്കി. നവീനമായ ദീപ്തിയോടുകൂടി ആ മുഖം തന്റെ അന്തരാത്മാവിൽ വെളിച്ചം പരത്തുന്നതായി അദ്ദേഹത്തിനു തോന്നി. സ്വാമികളുടെ സന്നിധിയിൽ ആർക്കും ഇപ്രകാരമാണു തോന്നുക. *നളിനി*യിൽ.

"നവ്യമാം പരിധിയാർന്നനുക്ഷണം
ദിവ്യദീപ്തി വിതറീടുമാമുഖം"

എന്ന് ആശാൻ കുറിച്ചത് സ്വാമികളെ മനസ്സിൽ കണ്ടുകൊണ്ടാണ്. സ്വാമികളുടെ ഹിതം സ്വീകരിക്കുകയല്ലാതെ കുമാരനു മറ്റെന്താണു നിവൃത്തി? 'അങ്ങയുടെ ഹിതം നടക്കട്ടെ' എന്ന മനസ്സോടുകൂടി കുമാരൻ കുമ്പിടുകയും ആ പാദങ്ങളിൽ നമസ്കരിക്കുകയും ചെയ്തു.

3

ആയിടെ നാരായണഗുരുസ്വാമികൾ ഒരു യാത്രയ്ക്കു പുറപ്പെട്ടു. ഏതാനും ശിഷ്യന്മാരും ഒപ്പമുണ്ടായിരുന്നു. ചിന്നസ്വാമി അതിലുൾപ്പെടുമെന്ന് പ്രത്യേകം പറയേണ്ടതില്ലല്ലോ.

അരുവിപ്പുറം മഠത്തിൽ നടന്നുകൊണ്ടിരിക്കുന്ന സംഘടനാപരവും ആതുരശുശ്രൂഷാപരവുമായ പ്രവർത്തനങ്ങൾ മുന്നോട്ടുകൊണ്ടു പോകണമെങ്കിൽ പണം ആവശ്യമാണ്. അത് ജനങ്ങളിൽനിന്ന് യാചിച്ചു സംഭരിക്കുകയാണ് യാത്രയുടെ ലക്ഷ്യം. നേരിട്ട് ബാംഗ്ലൂരിലെത്തുക. അവിടെ

ഡോക്ടർ പല്പുവുമായിച്ചേർന്ന് ഭാവിപ്രവർത്തനങ്ങളെപ്പറ്റി തീരുമാനങ്ങൾ എടുക്കുക. അതിനുശേഷം ചിദംബരം, മധുര, മുതലായ സ്ഥലങ്ങൾ സന്ദർശിച്ച് തിരിച്ചെത്തുക. ഇതായിരുന്നു പരിപാടി. ഡോക്ടർ പല്പുവിനെ നേരത്തേ വിവരം അറിയിച്ചിരുന്നു.

ബാംഗ്ലൂരിൽ സ്വാമികളും അനുചരന്മാരും എത്തിയപ്പോൾ അവരെ സ്വീകരിക്കാൻ ഡോ. പല്പു കുടുംബസമേതം കാത്തുനിന്നിരുന്നു. എല്ലാവരെയും തന്റെ വീട്ടിൽ കൊണ്ടുപോയി യഥാവിധി സല്ക്കരിക്കാൻ അദ്ദേഹം കാണിച്ച ഉത്സാഹം എത്രയെന്ന് പറയാവതല്ല. മറ്റൊരു വീട്ടിലെ അതിഥികളാണു തങ്ങളെന്ന് ആർക്കും തോന്നിയില്ല. സ്വാമികളുടെ നേർക്ക് അത്യധികമായ ഭക്തിയോടുകൂടിയാണ് ഡോക്ടറും കുടുംബവും പെരുമാറിയത്.

നാരായണഗുരുസ്വാമികൾ ഡോക്ടറുമായി സമുദായസംബന്ധമായ കാര്യങ്ങൾ സംസാരിക്കാൻ തുടങ്ങിയപ്പോൾ ചിന്നസ്വാമി മാത്രമാണ് അടുത്തുണ്ടായിരുന്നത്. പ്രവർത്തനത്തിനു വേണ്ടത്ര ആളുകളെ കിട്ടാനില്ലെന്ന് സ്വാമികൾ പറഞ്ഞപ്പോൾ "പറ്റിയവർ ഉണ്ടായെങ്കിലല്ലേ പ്രവർത്തിക്കാൻ പറ്റൂ." എന്ന് ഡോക്ടർ പ്രതിവചിച്ചു.

ഡോക്ടർ: "അതിനെന്താണു വഴി?"

സ്വാമി: "നല്ല തന്റേടവും വിദ്യാഭ്യാസവുമുള്ള ചെറുപ്പക്കാർ നമ്മുടെയിടയിൽ ധാരാളമുണ്ടാകണം വിദ്യാഭ്യാസത്തിൽ താല്പര്യമുള്ള ചെറുപ്പക്കാരെ തെരഞ്ഞെടുത്തു പഠിപ്പിക്കണം. ഡോക്ടർ എന്തു പറയുന്നു?"

ഡോക്ടർ: "ഒരാളെ ഞാൻ സ്വന്തം ചെലവിൽ പഠിപ്പിച്ചുകൊള്ളാം."

സ്വാമി: "(ശിഷ്യനെ ചൂണ്ടിക്കാണിച്ചുകൊണ്ട്) കുമാരൻ അതിനു സർവ്വഥാ അർഹനാണ്. കുമാരനെ സംബന്ധിച്ചിടത്തോളം ഡോക്ടറുടെ ശ്രമം വ്യഥാവിലാകയില്ലെന്നു നമുക്കു ബോദ്ധ്യമുണ്ട്."

ഡോക്ടർക്ക് അതിൽ സന്തോഷമേ തോന്നിയുള്ളൂ. കുമാരനെ അദ്ദേഹത്തിനു നല്ലപോലെ ബോദ്ധ്യമായി. പഠിക്കാനാവശ്യമായ ഒത്താശകളൊക്കെയും താൻ ചെയ്തുകൊടുക്കാമെന്ന് അദ്ദേഹം ഏറ്റു.

അവർ തമ്മിലുള്ള സംഭാഷണം പിന്നെയും ഏറെനേരം നീണ്ടുനിന്നു. ജാതിവ്യവസ്ഥമൂലം കേരളത്തിൽ ബഹുഭൂരിപക്ഷം പേർ അനുഭവിക്കുന്ന ദുരിതങ്ങളായിരുന്നു സംഭാഷണവിഷയം. അതെങ്ങനെ പരിഹരിക്കാൻ കഴിയും? പഠിപ്പുള്ളവർ ധാരാളമുണ്ടാകണം. അവർ സർക്കാരിൽ സ്വാധീനമുള്ള സ്ഥാപനങ്ങളിൽ എത്തുകയും വേണം. കുറച്ചുപേർ സമുദായശ്രേയസ്സിനുവേണ്ടി ജനങ്ങൾക്കിടയിൽ സേവനനിരതരായേ പറ്റൂ. അങ്ങനെ ജാതിഭേദവും ഉച്ചനീചത്വവും ഇല്ലാതെ ഒരു മാതൃകാസമൂഹം സാക്ഷാൽക്കരിക്കുന്നതിനുവേണ്ടി രണ്ടുന്നതാത്മാക്കൾ തമ്മിൽ നടത്തിയ സംവാദം ചിന്നസ്വാമിയുടെ ആത്മാവിൽ പുതിയൊരു ലോകം തുറന്നുകാട്ടി. മനുഷ്യരേവരും സാഹോദര്യഭാവേന കഴിഞ്ഞുകൂടുന്ന ഒരു നൂതന ലോകം.

അടുത്ത ദിവസം നാരായണഗുരുസ്വാമികൾ ശിഷ്യന്മാരോടൊപ്പം മട

ങ്ങുന്നതിന് ഒരുക്കം കൂട്ടി. കുമാരൻ ഇവിടെനിന്ന് പഠിച്ചു മിടുക്കനായി മടങ്ങിവരൂ എന്നു പറഞ്ഞുകൊണ്ടു സ്വാമികൾ യാത്ര തിരിച്ചപ്പോൾ അവിടെ ഒരു രംഗംതന്നെയുണ്ടായി.

കുമാരൻ എന്ന ചിന്നസ്വാമി ഒരു കൊച്ചുകുഞ്ഞിനെപ്പോലെ ഏങ്ങിയേങ്ങി കരഞ്ഞു! സ്വാമികൾ കുമാരന്റെ ശിരസ്സിൽ തലോടുകയും ആശ്വസിപ്പിക്കുകയും ചെയ്തുകൊണ്ടു മടങ്ങി. ആ തലോടൽ ശിഷ്യൻ അനുഗ്രഹമായി ഏറ്റുവാങ്ങി.

നിജാനന്ദവിലാസം എന്ന കൃതിയിൽ ആശാൻ എഴുതുന്ന ഒരു ശ്ലോകം ഈ വേർപാടിനെ അനുസ്മരിക്കുന്നതാണെന്നു പറയുന്നു.

"മന്ദൻ ഞാനെങ്കിലും മറ്റൊരുമതികരുതാ-
തെന്നെ നീ ഞാനതെന്നെൻ
സന്ദേഹം വിട്ടു സാധിച്ചരുളിയൊരു സമാ-
ധാനധാമത്തിലെന്നും
നിന്ദാർഹൻ ഞാനിരുന്നീടിലുമിഹ നിയതം
നിർമ്മല ബ്രഹ്മനിത്യാ
നന്ദക്കൽപാന്ത വെള്ളക്കടലുകരകവി-
ഞ്ഞെന്നെ മുക്കും പരക്കും."

ഏതാനും ദിവസത്തേക്ക് വിയോഗദുഃഖത്തിൽനിന്നു വിമുക്തനാക്കുവാൻ കഴിയാതെ കുമാരൻ നിരുന്മേഷനായി കഴിഞ്ഞു. ഡോക്ടറും കുടുംബവും കാട്ടിയ സീമാതീതമായ സ്നേഹമാണ് ആ അവസ്ഥയിൽ നിന്ന് കുമാരനെ മോചിപ്പിച്ചത്. ആ കുടുംബത്തിലെ ഒരു അംഗമായിത്തീരാൻ ഒട്ടും താമസം വേണ്ടിവന്നില്ല. അതോടെ വായന, പഠനം എന്നിവയിൽ മുഴുകാൻ കുമാരന് ഉത്സാഹം തോന്നി. താൻ അന്നുവരെ ആസ്വദിച്ചിട്ടില്ലാത്ത ഒരു സ്നേഹത്തിന്റെ അന്തരീക്ഷം ആ മനസ്സിനു കരുത്തു നല്കുകയും ചെയ്തു.

മൈസൂറിൽ ഉയർന്ന ഉദ്യോഗം വഹിക്കുന്ന ഡോ. പല്പുവിന്റെ പ്രത്യേക പരിശ്രമഫലമായിട്ടാണ് കുമാരന് ബാംഗ്ലൂരിലെ ശ്രീചാമരാജേന്ദ്ര സംസ്കൃത കോളേജിൽ (Sri Chamarajendra Sanskrit College) പ്രവേശനം ലഭിച്ചത്. സനാതന ഹിന്ദുക്കൾക്കുമാത്രമേ അവിടെ പഠിക്കാൻ അനുവാദമുണ്ടായിരുന്നുള്ളൂ. അബ്രാഹ്മണരായ 'ലിംഗായത്തുകാർ'ക്കു പോലും അവിടെ പ്രവേശനം അനുവദിച്ചിരുന്നില്ല. എങ്കിലും പിന്നോക്ക സമുദായക്കാരനായ കുമാരന് അതു നേടിയെടുക്കാൻ ഡോക്ടർ പല്പുവിന് എങ്ങനെ കഴിഞ്ഞു? അന്നു മൈസൂർ ദിവാനായിരുന്ന സർ കെ ശേഷാദ്രി അയ്യരുമായി ഡോക്ടർ പല്പു വളരെ അടുത്ത മൈത്രിയിലായിരുന്നു എന്നു മാത്രം അറിഞ്ഞാൽ മതി.

കോളേജിലെ പഠനം കുമാരന് ഒട്ടുംതന്നെ ബുദ്ധിമുട്ടായനുഭവപ്പെട്ടില്ല. തർക്കശാസ്ത്രമായിരുന്നു ഐച്ഛികവിഷയം. 'ന്യായവിദ്വാൻ' എന്ന ബിരുദമാണ് മൂന്നുവർഷത്തെ കോഴ്സിനു ശേഷം കിട്ടുക.

അന്നത്തെ നിലയ്ക്ക് അതിനു വലിയ വിലയുണ്ടായിരുന്നു.

വിദ്യാർത്ഥിയായിരിക്കുമ്പോഴും സന്ന്യാസിയെപ്പോലെയാണ് കുമാരൻ ജീവിച്ചുപോന്നത്. തന്റെ സുഹൃത്തായ നഞ്ചുണ്ടറാവുവിനോടൊപ്പം താമസിക്കുന്നതിന് ഡോക്ടർ പല്പു ഏർപ്പാടു ചെയ്തുകൊടുത്തു. ബ്രഹ്മചര്യത്തിന്റെ നിഷ്ഠകൾ കൃത്യമായി പാലിക്കാനുള്ള സൗകര്യം അവിടെയുണ്ടായിരുന്നു. തന്നോടൊപ്പം താമസിക്കുന്ന യുവാവ് നാരായണഗുരുസ്വാമികളുടെ പ്രിയശിഷ്യനാണെന്ന് ഡോക്ടർ നഞ്ചുണ്ടറാവു അറിഞ്ഞിരുന്നു. അദ്ദേഹവും കുമാരനെ 'ചിന്നസ്വാമി' എന്നാണ് വിളിച്ചിരുന്നത്. പാണ്ഡിത്യം, സൽസ്വഭാവം, വിനയം മുതലായ ഗുണങ്ങളുടെ വിളനിലമെന്ന നിലയ്ക്ക് കുമാരനെ അദ്ദേഹം അത്യധികം സ്നേഹിച്ചു. തന്നോടൊപ്പം താമസിക്കുന്നതിനു ഒരു പൈ പോലും വാങ്ങിയതുമില്ല. പിന്നീട് കുമാരൻ കല്ക്കത്തയിൽ പഠിക്കുന്ന കാലത്ത് ഡോക്ടർ നഞ്ചുണ്ടറാവു പ്രതിമാസം അഞ്ചുരൂപവച്ച് കുമാരന് അയച്ചുകൊടുത്തുകൊണ്ടിരുന്നത് ആ സ്നേഹത്തിന്റെ പേരിലാണ്.

ബാംഗ്ലൂരിൽ താമസിക്കുന്ന കാലത്ത് കുമാരൻ നാരായണഗുരുസ്വാമികൾക്ക് കത്തുകൾ അയച്ചിരുന്നു. അതൊന്നും തന്നെ നമുക്കു കിട്ടിയിട്ടില്ല. നാട്ടിലെ സ്നേഹിതന്മാർക്കും ചുരുക്കമായി എഴുതാതിരുന്നില്ല. അവയുടെ കൂട്ടത്തിൽ ഒരേയൊരു കത്തുമാത്രം കണ്ടുകിട്ടിയിട്ടുണ്ട്. അത് ചുവടെ ചേർക്കുന്നു.

ബാംഗ്ലൂർ

1896 സെപ്തംബർ 11

സ്നേഹമുള്ള വയസ്യരെ,

നിങ്ങൾ അയച്ചുതന്ന പുസ്തകവും എഴുത്തും കിട്ടി. നിങ്ങൾക്ക് ഞാൻ ഇതുവരെ ഒരെഴുത്തും അയയ്ക്കാതിരുന്നതിന് തല്ക്കാലം മാപ്പു ചോദിക്കാതെ നിവൃത്തിയില്ല. നിങ്ങൾക്കൊന്നുമാത്രമല്ല, കാക്കക്കുഴിയിലെ മറ്റേ സ്നേഹിതനും ഞാൻ ഒരെഴുത്തുപോലും അയയ്ക്കാതെ ഇന്നും അപരാധിയായിരിക്കുകയാണ്. ചാന്നാൻ വിളാകം മുതലായ എല്ലാ സ്നേഹിതന്മാരും ആ കാലങ്ങളും എന്റെ മനസ്സിൽ ചിലപ്പോഴെല്ലാം തോന്നാറുണ്ട്.

കഷ്ടം! കേവലമോഹരൂപമായ ഈ ലോകത്തിൽ എന്തെല്ലാം അവസ്ഥാഭേദങ്ങളാണ് കാണുന്നത്. നാം ഒന്നിച്ച് ആനന്ദിച്ചു കളിച്ചുനടന്നതും അപ്പുറത്തുള്ള ആ കുട്ടിക്കാലവും എത്രയും വേഗം നമ്മെ ഇട്ടേച്ച് ഓടിക്കളഞ്ഞു. ഇപ്പോഴത്തേത് ഈ വിരഹാവസ്ഥ. അതിരിക്കട്ടെ - ഇതാ, ഇനി വരാൻ കാത്തോണ്ടിരിക്കുന്ന കാലത്തെ നോക്കുവിൻ! അതിന്റെ കൈയിൽ പലതുമിരിക്കുന്നു– നമുക്കു തരാനായിട്ടാണ് - നരച്ച മീശ, ഉണങ്ങിയ കൊരിട, വലിഞ്ഞ തൊലി, ഇതെല്ലാം കാണുന്നു. പിന്നെ അപ്പുറത്തും ഒരു മൂപ്പര്

നോക്കിക്കൊണ്ട് നില്ക്കുന്നു. അത് കറുത്ത വാവിന്റെ തന്തയാണ്. അതിനെപ്പറ്റി എനിക്ക് ഒന്നും അറിയാൻ വഹിയാ. പോട്ടേ! സ്നേഹിതന്മാരേ, ഇതിനിടയിൽ നമുക്കു പലപ്പോഴും സംയോഗവിയോഗങ്ങളെല്ലാം വന്നോണ്ടിരിക്കും. അതു വല്ല പാടുമാകട്ടെ.

ഞാൻ ഇവിടുത്തെ സംസ്കൃതപാഠശാലയിൽ ചേർന്ന് പഠിക്കുകയാണ്. ബ്രാഹ്മണനല്ലാതെ ഇതരവർണ്ണി ഞാനൊരുത്തൻതന്നേ ഈ പാഠശാലയിൽ ഉള്ളൂ. പലർക്കും ഞാൻ പഠിക്കുന്നതിൽ വിരോധം ഉണ്ടായിരുന്നു. കാലക്രമേണ അതെല്ലാം കുറഞ്ഞുതന്നേ കാണുന്നു. ഇപ്പോൾ എനിക്ക് ഒരു രൂപ സ്കോളർഷിപ്പ് കിട്ടുന്നുണ്ട്. കുറച്ചുകൂടി കിട്ടുന്നതിന് ന്യായവും കാണുന്നുണ്ട്. പഠിക്കുന്നത് ഇപ്പോൾ നീലകണ്ഠീയമാണ്. പ്രത്യക്ഷപരിച്ഛേദം ഇന്നുവരെ കഴിഞ്ഞിരിക്കുന്നു. എനിക്കും ഇവിടെ മറ്റുള്ളവർക്കും എല്ലാം സാമാന്യം സുഖംതന്നെയാണ്. എന്റെ സുഖസ്ഥിതിയെ മറ്റുള്ള സ്നേഹിതന്മാരെയും ദയവുചെയ്ത് അറിയിക്കുമെന്ന് വിശ്വസിക്കുന്നു. എല്ലാവർക്കും പ്രത്യേകം പ്രത്യേകം കത്തുകൾ അയയ്ക്കുന്നതിന് എനിക്ക് മനസ്സുണ്ട്. പഠിത്തംകൊണ്ടുള്ള ഒരു സമയക്കുറവും ഒരു മടിയുമാണ് സമ്മതിക്കാത്തത്.

ഓ! ശ്ലോകങ്ങൾ എഴുതുന്നതിനും എനിക്ക് പഠിത്തത്തിന്റെ തിരക്കുകൊണ്ട് നല്ല സൗകര്യം കിട്ടുന്നില്ല. എങ്കിലും എഴുതിയതായി സംസ്കൃതത്തിലും മലയാളത്തിലും ചുരുക്കമായി ഇവിടെ ഇരിപ്പുണ്ട്. തല്ക്കാലം എഴുതി അയയ്ക്കുന്നതിനു ബുദ്ധിമുട്ടാണെന്ന് ഞാൻ നിങ്ങളോട് എങ്ങനെ പറയും? എങ്കിലും അടുക്കൽ ആകട്ടെ.

എല്ലാവരുടെയും സുഖത്തിന് ഞാൻ ഏകാധിപതിയെ പ്രാർത്ഥിക്കുന്നു.

എന്ന്,

നിങ്ങളുടെ

കുമാരൻ.

ഈ കത്തിലെ രണ്ടു വാക്യങ്ങൾ ശ്രദ്ധിക്കുക. 'ബ്രാഹ്മണനല്ലാതെ ഇതരവർണ്ണി ഞാനൊരുത്തൻതന്നേ ഉള്ളൂ. പലർക്കും ഞാൻ പഠിക്കുന്നതിൽ വിരോധമുണ്ടായിരുന്നു. ഈ ഒരുത്തൻ ഏതു വിഭാഗത്തിൽപ്പെട്ടവനാണെന്ന് അറിഞ്ഞതോടുകൂടി ഇതര വിദ്യാർത്ഥികളിലെ ജാതിസ്പർദ്ധ ഉണർന്നു. കുമാനോടൊപ്പം പഠിക്കുന്നത് അപമാനമാണെന്നുപോലും ചിലർ കരുതാതിരുന്നില്ല. സാത്വികമായ പെരുമാറ്റംകൊണ്ടും സ്വഭാവംകൊണ്ടും കുമാരൻ അവരിലെ സ്പർദ്ധയുടെ തീവ്രത കുറയ്ക്കുന്നതിൽ വിജയിച്ചു. വാസ്തവം എങ്കിലും അത് നിശ്ശേഷമങ്ങ് ഇല്ലാതായില്ല. അക്കാര്യം തിരിച്ചറിയാതെ പോയതുകൊണ്ടാണ് 'അതെല്ലാം കുറഞ്ഞുതന്നെ കാണുന്നു 'എന്ന് കത്തിൽ കുറിച്ചിരിക്കുന്നത്. പഠനത്തിൽ കുമാരൻ ഏറ്റവും മിടുക്കനായതുകൊണ്ട് സഹപാഠികളിൽ ചിലരെ അസൂയ

ബാധിക്കുകയും ചെയ്തു. ത്രൈമാസിക പരീക്ഷയിൽ ഏറ്റവും ഉയർന്ന മാർക്കു വാങ്ങിയത് കുമാരനായിരുന്നു. അതുകൊണ്ടാണല്ലോ സ്കോളർഷിപ്പ് കിട്ടിയത്. അതോടെ അദ്ധ്യാപകരുടെ പ്രീതിഭാജനമാവുകയും ചെയ്തു. സഹപാഠികളിൽ ചിലരുടെ നീരസത്തിന് അതും കാരണമായി.

അക്കൂട്ടർ സർക്കാരിൽ പരാതിയയച്ചു. അബ്രാഹ്മണനായ ഒരാൾക്ക് ആചാരവിരുദ്ധമായി പ്രവേശനം നല്കിയതിനുള്ള പരാതി. പരാതികൾ ഒന്നിനു പിന്നാലെ മറ്റൊന്നായി കിട്ടിയപ്പോൾ ദിവാൻ സർ ശേഷാദ്രി അയ്യർക്ക് നടപടിയെടുക്കാതെ നിവൃത്തിയില്ലെന്നുവന്നു. വലിയ വൈമനസ്യത്തോടുകൂടിയാണെങ്കിലും അദ്ദേഹം കുമാരനെ കോളേജിൽനിന്ന് പിരിച്ചുവിടാൻ ഉത്തരവ് നല്കി. അങ്ങനെ പരീക്ഷയെഴുതാൻ കഴിയാതെ അവിടെനിന്ന് പുറത്താക്കപ്പെട്ട കുമാരൻ ജാതിസ്പർദ്ധയുടെ വിഷപ്പല്ല് ആദ്യമായി അനുഭവിച്ചു.

എങ്കിലും കുമാരൻ അതിൽ ഒട്ടുംതന്നെ ഭഗ്നാശനായില്ല. വിദ്വേഷത്തിന്റെ കാലുഷ്യത്തിന് വിധേയമായതുമില്ല. സഹോദരനിർവ്വിശേഷമായ സ്നേഹം ചൊരിഞ്ഞ് തന്നിൽ സന്തുഷ്ടി വളർത്തിയ ചില ബ്രാഹ്മണ വിദ്യാർത്ഥികളെ മറക്കാൻ ആ യുവാവിനു സാധിച്ചില്ല. ജാതിബോധം സമചിത്തതയുടെ സീമകൾ ലംഘിക്കാതെ സൂക്ഷിക്കാൻ ജീവിതകാലം മുഴുവൻ കുമാരനാശാനെ പ്രാപ്തനാക്കിയത് ഈ അനുഭവത്തിൽനിന്നു നേടിയ സംസ്കാരമാണ്. നാരായണഗുരുസ്വാമികളുടെ ശിഷ്യനെന്ന നിലയിൽ ആ മനസ്സിനു ലഭിച്ച സമചിത്തത ഇപ്രകാരമായതിൽ അത്ഭുതപ്പെടേണ്ടതില്ലല്ലോ.

പ്രാസംഗികമായി മറ്റൊരു കാര്യം ഇതിനിടയിൽ പറഞ്ഞുകൊള്ളട്ടെ. ആദ്യത്തെ പാഠശാലയിൽ മാത്രമേ കുമാരനാശാന് വിദ്യാഭ്യാസം പൂർത്തിയാക്കാൻ കഴിഞ്ഞുള്ളൂ. ഇപ്പോൾ, ബാംഗ്ലൂരിൽനിന്ന്, അന്ത്യഘട്ടത്തിൽ, പരീക്ഷയെഴുതാൻ കഴിയാതെ, പിരിയേണ്ടതായി വന്നു. തുടർന്ന് പഠിക്കുന്നത് മദിരാശിയിലാണ്. അവിടെയും പഠനം തുടരാൻ മഹാമാരി അനുവദിച്ചില്ല. പിന്നീട് പോയത് കൽക്കത്തയിലേക്കാണ്. അവിടെയും പഠനം പൂർത്തിയാക്കാൻ സാധിക്കാതെ നാട്ടിലേക്ക് മടങ്ങേണ്ടതായി വന്നു. ജീവിതം പൂർത്തിയാക്കാൻ ആ കവിയെ അനുവദിക്കാതിരുന്ന വിധിയുടെ റിഹേഴ്സലുകളായിരുന്നുവോ ഇവ?

> "കാലൻ കനിവറ്റു കുറിച്ചിവിടു-
> ന്നോലപ്പടിയെന്നെയയയ്ക്കരുതേ.'
> എന്നു പ്രാർത്ഥിച്ചതിന്റെ നേർക്കുള്ള തിരിച്ചടിയോ?"

ബാംഗ്ലൂരിൽ താമസിച്ചിരുന്ന കാലത്ത് നാടിനെ സംബന്ധിക്കുന്ന ഓർമ്മകൾ തന്റെ മനസ്സിനെ തരളമാക്കിയിരുന്നുവെന്ന് കുമാരനാശാൻ സ്നേഹിതരോടു പറയുമായിരുന്നു. കേരളത്തിലെ ചിങ്ങമാസം ബാംഗ്ലൂ

രിലിരുന്നുകൊണ്ട് ആ യുവാവ് അനുഭവിച്ചു. സന്തുഷ്ടിപോലെ തെളിഞ്ഞു നില്ക്കുന്ന മാനം. കുളങ്ങളുടെയും തോടുകളുടെയും കരകളിൽ പൂത്തു ലഞ്ഞുനില്ക്കുന്ന ചെടികൾ. നവജീവിതത്തിന്റെ അക്ഷരമാലകൾപോലെ പച്ചപ്പു നിറഞ്ഞ ചുറ്റുപാടുകൾ. അതിൽ പ്രകൃതി തന്നെ പൂക്കളങ്ങൾ വരയ്ക്കുന്നു. മാനസ്സോല്ലാസമരുളി സൗമ്യമായി വീശുന്ന ഇളംകാറ്റ്. ഓണ ക്കാലത്ത് നാനാവിധമായ കളികൾകൊണ്ട് മുഖരിതമായ അന്തരീക്ഷം. ഇതൊക്കെയും ബാംഗ്ലൂരിലിരിക്കുന്ന ആ യുവാവിന്റെ ആത്മാവിൽ സജീ വമായി പ്രതിഫലിച്ചു.

'ഉൾനാട്ടിലെ ഓണം' എന്ന കവിത ഈ അനുഭവത്തിന്റെ ആവി ഷ്കാരമാണ്.

കന്നിമാസം ചിങ്ങത്തിന്റെ തുടർച്ച. എങ്കിലും ചാറ്റൽ മഴ തുടങ്ങുന്നു. തുലാമാസത്തിൽ അതു വർഷമായി വളരുന്നു. വൃശ്ചികത്തിൽ മണ്ഡല പൂജയുടെ തുടക്കം. ക്ഷേത്രങ്ങളും പരിസരങ്ങളും ഉണരുന്നു. അനുഷ്ഠാ നങ്ങൾക്ക് പുനരുജ്ജീവനം. മനുഷ്യമനസ്സുകളിൽ ഭക്തിഭാവം വളരുന്നു. മാവുകൾ പൂക്കുന്നു. ധനുമാസം 'നാല്പത്തൊന്നുമായി വന്നെത്തുന്നു. ഉത്സവകാലം. മഞ്ഞുകാലത്തിനൊരാമുഖം. ആളുകളുടെ മനസ്സുകൾ ഉത്സ വത്തിനായി ഉണരുന്നു. മകരത്തിൽ മരംകോച്ചുന്ന മഞ്ഞ് കുപ്പത്തീയ്ക്കു ചുറ്റുമിരുന്ന് തീകായുന്ന ഗ്രാമീണർ. അവർ പറഞ്ഞുകൂട്ടുന്ന കഥകൾ. പരാതികൾ, ദൂഷണങ്ങൾ, ദുരിതങ്ങൾ വിസ്മരിച്ചുകൊണ്ട് സന്തോഷ ത്തിന്റെ വഴികൾ തേടുന്ന യുവാക്കൾ. മാവും പ്ലാവും മറ്റും കായ്കൾ കൊണ്ട് അഭിമാനഭരിതമായിത്തീരുന്നു. കുംഭം ശിവരാത്രിയുടെ മാസം. ഭരണിയും പ്രാധാന്യമുള്ള ദിവസം. പൂജകൾ, ഭജനകൾ അനുഷ്ഠാന ങ്ങൾ മാസാന്ത്യത്തോടെ വേനലിന്റെ ആവിർഭാവം.

മീനമാസം കൊടിയ ചൂടുമായി വന്നെത്തുന്നു. മാവിലും പ്ലാവിലും ഫലങ്ങൾ പാകമാകുന്നു. ഒഴിവുകാലം കുട്ടികൾ മാവിൻചുവട്ടിലും തൊടി കളിലും പ്രകൃതിയുടെ വിഭവങ്ങൾ ആസ്വദിച്ചുകൊണ്ട് കളികളിലേർപ്പെ ടുന്നു. മഞ്ഞക്കിളിയും മാടത്തയും മൈനയും മറ്റും നവാഗതരെപ്പോലെ കായിക്കരയിൽ എത്തിച്ചേരുന്നത് ഇക്കാലത്താണ്. പിന്നെ, കൊടിയ ചൂടിന് ശമനമേകിക്കൊണ്ട് മേടം പിറക്കുന്നു. ചിത്രാപൗർണ്ണമി അത് തന്റെ ജന്മദിനം എന്തായിരിക്കുമോ തന്റെ വിധി? താൻ നിയുക്തനായിരിക്കു ന്നത് എന്തിനുവേണ്ടി? സന്ന്യാസം വരിച്ച് ഈശ്വരസാക്ഷാൽക്കാരം നേടാ നാണ് മോഹിച്ചത്. സത്യം സാക്ഷാൽക്കരിക്കാനാണ് ഇറങ്ങിത്തിരിച്ചത്. എന്നാൽ തന്റെ ഗുരു, തന്റെ കാണപ്പെട്ട ദൈവം, മറ്റൊരു മാർഗ്ഗത്തിലേക്കു തിരിച്ചുവിട്ടിരിക്കുന്നു. അഥവാ, ഇത് മറ്റൊരു മാർഗ്ഗമാണോ? നിശ്ചയമില്ല. കാവ്യം ആസ്വദിക്കാനും രചിക്കാനുമുള്ള അഭിനിവേശം സ്വാഭാവികമായും തന്നിൽ കത്തിനില്ക്കുന്നുണ്ടല്ലോ. അതും സത്യത്തിന്റെ മാർഗ്ഗമല്ലേ?

തന്റെ സഹജാതരനുഭവിക്കുന്ന പരാധീനതകളും സങ്കടങ്ങളും ഇത്ര യകലെയിരുന്നിട്ടുപോലും തന്നെ അലട്ടുന്നല്ലോ. അവയിൽനിന്നൊഴിഞ്ഞു നില്ക്കാൻ പറ്റുമോ? അവയ്ക്ക് പരിഹാരമുണ്ടാകേണ്ട ബാദ്ധ്യത ദൈവി

കമല്ലേ? ആത്മസാക്ഷാൽക്കാരത്തിനു തുല്യം. അതിനും മൂല്യമില്ലേ? ചോദ്യങ്ങൾ ഒടുങ്ങാത്ത ചോദ്യങ്ങൾ ആ മനസ്സിൽ കല്ലോലങ്ങളായി...

പത്താമുദയത്തോടുകൂടി നാട്ടുകാർ ഉത്സവങ്ങളോടു വിടപറയുന്നു. ഇനിയങ്ങോട്ടു സംഭരണത്തിന്റെ കാലം വർഷകാലത്തിനുവേണ്ടിയുള്ള ഒരുക്കം. വർഷവുമായി ഇടവം എത്തിക്കഴിഞ്ഞു. തോരാത്ത മഴ. ദുഃഖിതമായ മനസ്സുപോലെ ഇരുണ്ട ആകാശം. ഇടവഴികളിലും വെള്ളം മിഥുനം വർഷകാലത്തിന്റെ തുടർച്ച. മിഥുനത്തിന്റെ മ്ലാനത കർക്കിടകത്തിൽ മൂർച്ഛിക്കുന്നു. വീടുകളിൽ പഞ്ഞം. പ്രകാശമില്ലാത്ത പകലുകൾ. ഇടിമുഴക്കവും പേമാരിയും മരണംപോലെ ഇരുണ്ട കറുത്തവാവിന്റെ രാത്രി. അതിനും വിരാമമിട്ടുകൊണ്ട് വീണ്ടും ചിങ്ങത്തിന്റെ സൂര്യോദയം ഹാ, കാലചക്രഭ്രമണം എത്ര വിസ്മയകരം...

വ്യാകരണം, സാഹിത്യം, തത്ത്വശാസ്ത്രം, മുതലായവയിൽ അന്വേഷണോത്സുകമായി മുഴുകുന്ന മനസ്സോടുകൂടി ബാംഗ്ലൂരിൽ കഴിയുന്ന ആ യുവാവ് ഇതൊക്കെയും സങ്കല്പത്തിൽ കണ്ടുകൊണ്ടിരുന്നു. വാസ്തവത്തിൽ ആ ആത്മാവിന്റെ അംശങ്ങളല്ലേ ഇവയെല്ലാം? മനസ്സിൽ ഉറങ്ങിക്കിടക്കുന്ന ചിത്രങ്ങൾ ഉണരുന്നതുപോലെ ഏകാന്തവേളകളിൽ ഇവയൊക്കെയും കൺമുന്നിൽ തെളിയുന്നു എന്നു മാത്രം.

ഈ ദിവാസ്വപ്നം എപ്പോഴും അവസാനിക്കുന്നത് സ്വന്തം സഹജാതരനുഭവിക്കുന്ന പരാധീനതകളുടെ ചിത്രത്തോടെയാണ്. അതിന്റെ പിന്നിൽ, വിധിയുടെ ക്രൂരത മാത്രമല്ല, മനുഷ്യന്റെ ദുഷ്ടതയുമുണ്ട്. ആ ലോകത്തെ പ്രകീർത്തിക്കാൻ തനിക്കെങ്ങനെ കഴിയും?

"മതിതെളിയുമുഷസ്സോ മുഗ്ദ്ധമാമന്തിതാനോ
മദമധുരിമ പൂവോ മഞ്ജുവാം പൂനിലാവോ
വിതതമിവയെയൊന്നും വിശ്വമേ, കണ്ടുനിന്നെ-
പ്പുതുമയൊടു പുകഴ്ത്താനല്ല പോകുന്നുഹോ ഞാൻ"

എന്ന് അദ്ദേഹം എഴുതുന്നത് ഇക്കാലത്താണ്. ലോകത്തിന്റെ ഇരുണ്ട വശമാണ് ഇവിടെ ആ മനസ്സ് തെളിമയോടെ കാണുന്നത്.

"അതിസുഭഗമരണ്യം ദുഷ്ടസ്വത്വങ്ങൾവാഴു-
ന്നതി, ലഴകെഴുമാംഭോദത്തിലാഴുന്നിടത്തീ
ഹ്രദമമലമനോജ്ഞം നക്രമുണ്ടുള്ളിലേവം
വിദിതഭുവനമേ നിൻവൃത്തി. ഹാ! പേടിയാകും!

അതിനേക്കാൾ ഭീതിദമാണ് മരണം. ലോകത്തിലെങ്ങും മരണത്തിന്റെ വേതാളനൃത്തം

മൃദുലതൃണതലത്തേ ഹന്ത! മാൻ തിന്നിടുന്നി-
ങ്ങദയമതിനെ ദുഷ്ടൻ കൊന്നിടുന്നൂ മൃഗേന്ദ്രൻ
അഥ ഹരിയെ നരേശൻ വേട്ടയാടുന്നവന്നും
മൃതിയടരിൽ വരുന്നു- മൃത്യുവിൻ നൃത്തമെങ്ങും."

ഇതുപോലെ ഭീകരതകൾ നിറഞ്ഞിരിക്കുന്നു എന്നതു മാത്രമല്ല, ലോകത്തിന്റെ സ്വഭാവം. മനുഷ്യചിന്തയ്ക്ക് ഉൾക്കൊള്ളാനാവാത്ത വിധം അത് ഗഹനമായിരുന്നു.

"അഹഹ! ദുരഭിമാനഗ്രസ്തബുദ്ധേ നരാ, നിൻ
സഹജലഘുതയോർക്കുന്നില്ല നീ തെല്ലുപോലും
ഗഹനഭുവനതത്ത്വം പാർക്കിലെങ്ങെങ്ങഹോ നി-
ന്നഹമഹമിക നിസ്സാരഭ്യസൂയാഗ്രഹത്തിൽ"

ഈ കവിതയിൽ നിഴലിച്ചുനില്ക്കുന്ന ലോകദർശനം ഇക്കാലത്ത് കുമാരനെ അധികമധികം ചിന്താധീനനാക്കിക്കൊണ്ടിരുന്നു. അത് ഒരു തരം വിരക്തിയാണ് ആ മനസ്സിൽ വളർത്തിയത്. ലോകഭോഗത്തിന്റെ പ്രതീകമായി സ്ത്രീയെ ദർശിച്ചുകൊണ്ട് 'കളകണ്ഠഗീതം' എന്ന കാവ്യം രചിക്കുന്നതും ഈയവസരത്തിലാണ്.

"ഇമ്പംതരുമീ മധുയൗവനവും
സമ്പത്തുമനിത്യമെടോ സകലം
ശുഭംസ്തുതി ചെയ്യുക ചൂതമര-
ക്കൊമ്പിൽ കുടിയാർന്നകരുംകുയിലേ"

സ്വന്തം ആത്മാവിനെയാണ് ഇവിടെ കുയിലായി സങ്കല്പിച്ചിരിക്കുന്നത്. കാണപ്പെടുന്ന സർവ്വത്തിന്റെയും പിന്നിൽ അദൃശ്യമായി വർത്തിക്കുന്ന ദൈവം (ശിവം) മാത്രമാണ് ശരണമെന്ന് ഇവിടെ കവി കരുതുന്നു.

"കാണുന്നവ തത്ത്വവിവേചനയിൽ
കാണാതണുവായണുവായഴിയും
ഏണാങ്കധരൻ കുഴൽ നില്ക്കുമെടോ
വാണീജിത വൈണികമാം കുയിലേ"

ഇപ്രകാരം ധ്യാനാത്മകമായിരുന്നെങ്കിലും ഈ ഘട്ടത്തിൽ കുമാരന്റെ ജീവിതം കർമ്മനിരതവുമായിരുന്നു. കോളേജിലെ പഠനത്തിനുതന്നെ ധാരാളം സമയം വേണം. ഗ്രന്ഥപാരായണത്തിൽ അടങ്ങാത്ത താല്പര്യം. ദാഹാർത്തമായ ആ മനസ്സ് ഏകാന്തമായ രാത്രികളിൽ ഗഹനമായ ഗ്രന്ഥങ്ങളിലൂടെ സഞ്ചരിച്ചു.

സന്ദർഭം കിട്ടുമ്പോഴെല്ലാം ഡോക്ടർ പല്പുവിന്റെ ഭവനത്തിൽ പോകും. മഹത്ത്വവും സ്നേഹവും ഇണങ്ങിനില്ക്കുന്ന ആ വ്യക്തിത്വം കുമാരന് തണൽ നല്കുന്ന വടവൃക്ഷമായിരുന്നു. തണൽ മാത്രമല്ല. അഭയവും അവിടെനിന്നു ലഭിച്ചു. ഡോക്ടർ പല്പു കുമാരന്റെ തളർന്ന മനസ്സിന് എപ്പോഴും ഉന്മേഷം കൊടുത്തുകൊണ്ടിരുന്നു. വിരക്തിയുടെ തിരിയിൽ ഉൽക്കർഷേച്ഛയുടെ തീനാളം കൊളുത്തിയത് അദ്ദേഹമാണ്. അത്ര മാത്രം നിറഞ്ഞ പ്രോത്സാഹനം നല്കാൻ വലിയ മനസ്സുകൾക്കു മാത്രമേ

കഴിയൂ.

കാലത്തിന്റെ പരീക്ഷണങ്ങളെ അതിലംഘിക്കാൻ കെല്പുള്ള ഒരു പ്രതിഭയാണ് തന്റെ സംരക്ഷണയിൽ എത്തിയിരിക്കുന്നതെന്ന് ഡോക്ടർ പല്പു ആദ്യംതന്നെ തിരിച്ചറിഞ്ഞിരുന്നു. ആ പ്രതിഭയുടെ വികാസത്തിന് ഇംഗ്ലീഷ് ഭാഷാജ്ഞാനംകൂടി ആവശ്യമാണെന്ന് അദ്ദേഹം അറിഞ്ഞതുകൊണ്ട് തന്റെ മക്കൾക്ക് ട്യൂഷൻ നല്കുന്ന അദ്ധ്യാപകനെത്തന്നെ കുമാരനെയും ഇംഗ്ലീഷ് പഠിപ്പിക്കാൻ നിയോഗിച്ചു. വല്ലപ്പോഴുമൊരിക്കലുള്ള ആ പഠനം സ്വപ്രയത്നം കൊണ്ട് കുമാരൻ വളർത്തിയെടുക്കുകയും ചെയ്തു. എങ്കിലും ഈ ഘട്ടത്തിൽ അദ്ദേഹം ഇംഗ്ലീഷുഭാഷയുമായി വേണ്ടത്ര പരിചയപ്പെട്ടെന്നു കരുതിക്കൂടാ. ഇംഗ്ലീഷ് കവിതകൾ ചിലതെല്ലാം തപ്പിപ്പിടിച്ചു വായിക്കാനും അവയുടെ ഭാവമേഖലയിൽ വിഹരിക്കാനും തുടങ്ങി എന്നു പറയാം.

ഡോക്ടർ പല്പുവിന്റെ വീട് സന്ദർശിക്കുന്നതിടയിൽ തന്റെ ശ്രദ്ധയിൽപ്പെട്ട ഒരു കാര്യം പില്ക്കാലത്ത് കുമാരനാശാൻ ആവർത്തിച്ചു പറഞ്ഞുപോന്നിരുന്നു.

> ഡോക്ടറുടെ വളരെ വയസ്സായ മാതാമഹി, വാർദ്ധക്യത്തിന്റെ ബീഭത്സതകൊണ്ട് മാംസവും തൊലിയും ചുക്കിച്ചുളിഞ്ഞ് ശരീരം വില്ലുപോലെ വളഞ്ഞ് അസ്ഥിമാത്രശേഷയായി ആ വീട്ടിൽ ഒരു മൂലയിൽ ചുരുണ്ടുകിടക്കുന്നത് എനിക്കു കാണാൻ കഴിഞ്ഞു. എന്നാൽ ആ വീട്ടിലെ മറ്റംഗങ്ങൾ ഇതിനെപ്പറ്റി ഒരു ചിന്തയും കൂടാതെ വളരെ ഉത്സാഹമായി കഴിച്ചുകൂട്ടിയിരുന്നു. ഒന്നുകിൽ അവർ വിനോദാർത്ഥം വെളിയിൽ സവാരി പോകയോ, അല്ലെങ്കിൽ നാടകം, കലാപ്രകടനം തുടങ്ങിയ വിനോദക്കാഴ്ചകളിൽ ഏർപ്പെടുകയോ ചെയ്തുപോന്നു. സായാഹ്നവേളകളിൽ പലപ്പോഴും ഈ മുത്തശ്ശിയും വേലക്കാരും ഞാനും മാത്രമേ വീട്ടിൽ കാണൂ.

മനുഷ്യജീവിതത്തിന്റെ അന്ത്യരംഗം എത്രമാത്രം ശോചനീയമാണെന്ന് ആ കാലഘട്ടം അദ്ദേഹത്തെ ഓർമ്മപ്പെടുത്തി.

ബാംഗ്ലൂരിൽ താമസിച്ച് പഠിക്കുന്ന കാലത്ത് നാട്ടിലേക്കയച്ച ഒരു കത്തിൽ, 'സരസ്വതീദേവിയുമായി അഭിമുഖസംഭാഷണം ചെയ്യുന്നതിൽ ഞാൻ എപ്പോഴും ജാഗരൂകനാണെന്ന് കുമാരൻ കുറിച്ചിട്ടുണ്ട്. വായനയുടെയും രചനയുടെയും രൂപത്തിലാണ് ആ 'സംഭാഷണം' തുടർന്നത്. ചില കവിതകൾ കേരളത്തിലെ മാസികകൾക്കെന്നപോലെ സുഹൃത്തുക്കൾക്കും അയച്ചുകൊടുത്തിരുന്നു. അവയിലൊന്നുരണ്ടെണ്ണം മാത്രമേ കിട്ടിയിട്ടുള്ളൂ.

സംസ്കൃതത്തിൽനിന്ന് ചില ലഘുകവിതകൾക്കു പുറമെ, *സൗന്ദര്യലഹരി* എന്ന കാവ്യവും *പ്രബോധചന്ദ്രോദയം* എന്ന നാടകവും ആശാൻ തർജ്ജമ ചെയ്തിരുന്നത് ഇക്കാലത്താണ്. അതേപ്പറ്റി മൂലൂർ എസ് പത്മനാഭപ്പണിക്കരുടെ അനുസ്മരണം നോക്കൂ II-108. അന്നു

കൊല്ലത്തുനിന്നും വിളയത്തു കൃഷ്ണനാശാൻ പ്രസിദ്ധീകരിച്ചിരുന്ന *വിദ്യാവിലാസിനി* മാസിക ഖണ്ഡശ: പ്രസിദ്ധം ചെയ്യുകയാണു ചെയ്തത്. അക്കാലത്ത് ആയുർവ്വേദ പാഠശാലാദ്ധ്യാപകരായ ചെങ്ങന്നൂർ വാസുദേവഭട്ടതിരിയും മാലക്കര നാരായണപിള്ളയും ഹരിപ്പാട്ട് അനന്തപുരത്തു കൊട്ടാരത്തിൽ താമസിച്ച് മൂത്തകോയിത്തമ്പുരാൻ തിരുമനസ്സിലെ സന്നിധിയിൽ *അഷ്ടാംഗഹൃദയം* പഠിക്കുന്നുണ്ടായിരുന്നു. അവിടെവച്ച് ഇവർ *വിദ്യാവിലാസിനി* കാണുകയും *സൗന്ദര്യലഹരി* ഭാഷാന്തരം വായിക്കുകയും ചെയ്തു. ആ പദ്യങ്ങളുടെ ഭാഷാന്തരസ്വാരസ്യത്തെ കണ്ടിട്ട് ആഹ്ലാദപരതന്ത്രനായ ഭട്ടതിരി മി. നാരായണപിള്ളയോട് 'എന്റെ ഈ യജ്ഞോപവീതം ഈ ഭാഷാന്തരകർത്താവിന്റെ കണ്ഠത്തിലങ്ങ് ഇട്ടുകൊടുത്തേക്കാം.' എന്നുപറഞ്ഞതായിട്ട് അന്നു ഞാനറിഞ്ഞിട്ടുണ്ട്. ഭട്ടതിരി സർവ്വസ്വത്തിലും വലുതായി ഗണിച്ചിരിക്കുന്ന ആ 'ബ്രഹ്മസ്വം' സന്തോഷാധിക്യത്താൽ അങ്ങു കൊടുത്തേക്കാമെന്നോ, അതോ, ബ്രഹ്മജ്ഞാനീതു ബ്രാഹ്മണ:' ബ്രഹ്മജ്ഞാനിയായ ഭാഷാന്തരകർത്താവ് ഒരു ഉത്തമ ബ്രഹ്മണനാണെന്നും ആ സ്ഥിതിക്ക് ഈ 'ബ്രഹ്മസ്വം' അടയാളം അദ്ദേഹത്തിനു സർവ്വഥാ അനുരൂപമായിരിക്കുമെന്നും ആണോ, എന്തായിരിക്കും ഉദ്ദേശിച്ചത്? II-109.

സൗന്ദര്യലഹരി പുസ്തകരൂപത്തിൽ പ്രസിദ്ധീകരിച്ചതിനു ശേഷമുള്ള ഒരോർമ്മ മൂലൂർ കുറിക്കുന്നു. II-110.

'ആ പുസ്തകത്തിന്റെ ഒരു പ്രതി അച്ചടിച്ചശേഷം താഴെ പറയുന്ന ഒരു പദ്യത്തോടുകൂടി ആശാൻ അവർകൾ എനിക്കയച്ചുതന്നു. ആ പദ്യമിതാണ്:

"അതിദുർഭഗ മുദ്രണക്രമാ-
ദ്യദിദം പുസ്തകമാവിലം സഖേ!
വിദുഷാം നതതോർപ്പണീയതാ-
മയതേഹാ! പരസംശ്രയഃ കവേഃ"

നാടകതർജ്ജമയെപ്പറ്റി വലിയകോയിത്തമ്പുരാൻ തിരുമനസ്സുകൊണ്ട് വളരെ ശ്ലാഘിച്ച് അഭിപ്രായം പറയുകയും, അതു പ്രസിദ്ധീകരിക്കാൻ പലപ്പോഴും എഴുത്തുമൂലവും മുഖദാവിലും ആവശ്യപ്പെടുകയും ചെയ്തിട്ടുള്ളതായി കേട്ടിട്ടുണ്ട്.

നാടകതർജ്ജമ എന്ന് ഇവിടെ പറയുന്നത് *പ്രബോധചന്ദ്രോദയം* നാടകത്തെ ഉദ്ദേശിച്ചാണ്. ആ നാടകവുമായി ബന്ധപ്പെട്ട ഒരു കാര്യമാണ് ചുവടെ വിവരിക്കുന്നത്.

വിളയത്തു കൃഷ്ണനാശാനുമായി കുമാരനാശാന് സുദീർഘമായ സുഹൃദ്ബന്ധമാണ് ഉണ്ടായിരുന്നത്. കുമാരനാശാന്റെ പല കൃതികളും കൈയെഴുത്ത് രൂപത്തിൽ സൂക്ഷിച്ചുവച്ചിരുന്നത് അദ്ദേഹമാണ്. മാത്രമല്ല, ആശാൻ കവിതകളും ആശാനെ സംബന്ധിക്കുന്ന വസ്തുതകളും.

പില്ക്കാലത്ത് പ്രകാശിപ്പിച്ചതും അദ്ദേഹം തന്നെയാണ്. *കുമാരനാശാന്റെ പദ്യകൃതികൾ* മൂന്നാം വാല്യത്തിന്റെ മുഖവുരയിൽ കെ ഭാനുമതിയമ്മ രേഖപ്പെടുത്തിയിരിക്കുന്നത് നോക്കൂ:

> മഹാകവിയുടെ സ്തോത്രകൃതികൾ പരസ്യം ചെയ്യാൻ എന്നെ വളരെ ഉത്സാഹിപ്പിച്ചുകൊണ്ടിരുന്നത് പരേതനായ വിളയത്തു കൃഷ്ണനാശാൻ അവർകളാണ്... അദ്ദേഹത്തിന്റെ വക 'വിവേകാനന്ദവിലാസം' വായനശാലയിൽ ആശാന്റെ പദ്യവും ഗദ്യവുമായ സകല ഗ്രന്ഥങ്ങളും മാസികകളിലും മറ്റും എഴുതിയിട്ടുള്ള ലേഖനങ്ങളും മംഗളശ്ലോകങ്ങളും കൂടി നശിച്ചുപോകാതെ സൂക്ഷിച്ചിട്ടുണ്ട്.

വിളയത്തു കൃഷ്ണനാശാനുമായുള്ള ബന്ധത്തെക്കുറിച്ച് ഇവിടെ പരാമർശിച്ചതിനു കാരണമുണ്ട്. കുമാരനാശാനെക്കുറിച്ചുള്ള ഒരു തെറ്റിദ്ധാരണ നീക്കം ചെയ്യാൻ ആധികാരികമായി മുതിർന്നത് അദ്ദേഹമാണ്. ആദ്യകാലത്ത് കുമാരൻ ശൃംഗാരകവിതകൾ രചിച്ചിരുന്നു എന്നതാണ് ആ തെറ്റിദ്ധാരണ. ആരൊക്കെയോ പറഞ്ഞു പരത്തിയ ആ കാര്യത്തിന് സ്ഥിരീകരണം നല്കിയത് എ ഡി ഹരിശർമ്മയാണ്. അദ്ദേഹം രചിച്ച ജീവചരിത്രസംഗ്രഹത്തിൽ ഇക്കാര്യം അനിഷേധ്യമാംവിധം പ്രസ്താവിക്കുകയും, ഉദാഹരണമെന്ന നിലയ്ക്ക് ഒരു ശ്ലോകം ഉദ്ധരിച്ചു ചേർക്കുകയും കൂടി ചെയ്തിരുന്നു. അതേപ്പറ്റി വിളയത്തു കൃഷ്ണനാശാൻ ഇപ്രകാരം പ്രസ്താവിക്കുന്നു.

> മഹാകവി അന്ന് സ്വാമിതൃപ്പാദങ്ങളോടുകൂടി വേളിക്കാട്ട് ക്ഷേത്രത്തിൽ വരുന്ന പതിവുണ്ടായിരുന്നു (വിളയത്തു ഭവനത്തിനടുത്താണ് വേളിക്കാട്ട് ക്ഷേത്രം). അവിടെവച്ചാണ് എനിക്കദ്ദേഹത്തെ പരിചയിക്കാൻ ഭാഗ്യമുണ്ടായത്.
>
> ഒരു സംവത്സരത്തോളം ഞാൻ അരുവിപ്പുറത്ത് സന്ന്യാസിമഠത്തിൽ സ്വാമിതൃപ്പാദങ്ങളെ സേവിച്ചു താമസിച്ചിട്ടുണ്ട്. അന്നു ഞാൻ അവിടെവച്ച് സ്വാമിയുടെയും മഹാകവിയുടെയും കവിതകളിൽ പലതും പകർത്തിക്കൊണ്ടുപോന്നിട്ടുണ്ട്.
>
> മഹാകവി ആദ്യമായി കവിത പാടിയത് ഭക്തിരസത്തിലാണ്. അദ്ദേഹത്തിന്റെ ഒരു പ്രധാന സ്തുതിപാഠകനായ എ ഡി ഹരിശർമ്മ അവർകൾ ഈ വിഷയം തെറ്റിദ്ധരിച്ചിരിക്കുകയാണ്. *ദീപം* എന്ന ഒരു മാസികയിൽ മി. ശർമ്മ മഹാകവിയുടെ ജീവചരിത്രത്തിന്റെ രത്നച്ചുരുക്കം പ്രസിദ്ധപ്പെടുത്തിയിരുന്നത് വായിച്ചപ്പോൾ വളരെ വ്യസനിക്കേണ്ടിവന്നു.
>
> ഈശ്വരഭക്തന്മാർക്ക് സ്മരിക്കാൻകൂടി കൊള്ളാത്ത ഒരു ശൃംഗാരപദ്യം *പ്രബോധചന്ദ്രോദയ*ത്തിലുണ്ട്. അതിനെ ആ പുസ്തകം

തർജ്ജമ ചെയ്യേണ്ടിവന്നപ്പോൾ മഹാകവി തർജ്ജമ ചെയ്തിട്ടുണ്ട്. അത് മഹാകവിയുടെ ആദ്യകാലത്തെ സ്വകൃതമായ ഒരു ശൃംഗാര പദ്യമാണെന്ന് ആ ചരിത്രത്തിൽ പറഞ്ഞിട്ടുണ്ട്.

"കൊങ്കക്കുംഭക്ഷതത്തിൽ സ്ഫുടമിടകൾ
നുറുങ്ങീടവേ ഗാഢമായെ-
ന്നങ്കത്തിങ്കൽക്കരേറിപ്പരിചൊടു
പരിരംഭിക്ക തുമ്പിക്കരോരു!
തിങ്കൾ ഖണ്ഡാവതംസന്നുടയൊരു
തുടമേലത്തുഷാരാചലത്തിൻ-
മങ്കയ്ക്കേലുന്ന ലീലാലഹരിതുടരു-
കെൻ തങ്കമാൻകണ്ണിമൗലേ"
(രണ്ടാം അങ്കം - ശ്ലോകം 35)

ഈ പദ്യം മഹാകവിയുടെ ബാല്യത്തിലെ ഒരു സ്വകൃതിയായ ശൃംഗാര പദ്യമാണെന്ന്!)

വേറൊരു പദ്യമായിരുന്നെങ്കിലും വേണ്ടതില്ല. ഒരു ഈശ്വരഭക്തന്റെ ഹൃദയത്തിൽ ഉദിക്കുന്നതും ഉദിക്കേണ്ടതുമായ ഒരു പദ്യമല്ല ഇത്.

ഇത് *പ്രബോധചന്ദ്രോദയ*ത്തിൽ മഹാമോഹ മഹാരാജാവ് 'മിഥ്യ' എന്ന ഭാര്യയോട് പറയുന്ന സംസ്കൃതപദ്യത്തിന്റെ ഭാഷാന്തരമാണ്. ഇത് ആ നാടകം തർജ്ജമചെയ്തപ്പോൾ അദ്ദേഹത്തിനു തർജ്ജമ ചെയ്യേണ്ടതായി വന്നുപോയതാണ്.

മഹാകവി മരിച്ചയിടയ്ക്ക് ഏറത്ത് കൃഷ്ണനാശാൻ വരുത്തിക്കൂട്ടിയ വിപ്ലവങ്ങളിൽനിന്ന് മി. ശർമ്മ തെറ്റിദ്ധരിച്ചതാണ്. മി. ആശാൻ അദ്ദേഹത്തെ തെറ്റിദ്ധരിപ്പിച്ചതുമാണ്. മഹാകവി മരിച്ചയിടയ്ക്ക് ഏറത്തു കൃഷ്ണനാശാൻ എന്റെ അടുത്തുവന്നു. മഹാകവിയുടെ *പ്രബോധചന്ദ്രോദയം* കൈയെഴുത്തുകോപ്പി എന്റെ കൈയിലുണ്ടായിരുന്നതിൽനിന്നും കുറേ പദ്യങ്ങൾ പകർത്തിക്കൊണ്ടുപോയി കുമാരനാശാന്റെ ബാല്യകവിതകൾ ചേർത്തു ഒരു ചെറു പുസ്തകം പ്രസിദ്ധപ്പെടുത്തി. ഒരു ചക്രം (ഏകദേശം മൂന്നു പൈസ) ആയിരുന്നു വില. ഈ പുസ്തകത്തിൽ വന്ന ഈ പദ്യംമൂലം കൃഷ്ണനാശാൻ മി. ശർമ്മയെ തെറ്റിദ്ധരിപ്പിച്ചു. അതിൽനിന്നും ഹരിശർമ്മ അവർകൾക്കു പറ്റിയ അബദ്ധമാണിത്...

മഹാകവിയുടെ ബാല്യത്തിൽ എഴുതിയിട്ടുള്ള ഭക്തിരസപ്രധാനമായ പദ്യങ്ങളാണ് എന്നെ ആകർഷിച്ചത്. ആശാൻ അന്ന് ശൃംഗാരപദ്യങ്ങൾ സ്മരിക്കുകകൂടി ചെയ്തിട്ടില്ല. അത്ര ഒരു ബ്രഹ്മചാരിയായിരുന്നു അദ്ദേഹം.

ഒരു വസ്തുത ഇവിടെ പ്രത്യേകമായി ഓർമ്മിക്കണം. ആഭാസമായ

ശൃംഗാരത്തിന്റെ നേർക്ക് ആശാൻ എക്കാലത്തും വെറുപ്പാണ് പ്രകടമാക്കിയത്. കുസുമദേവന്റെ ദൃഷ്ടാന്തശതകത്തിലെ പ്രസിദ്ധമായ പ്രഥമ പദ്യം പോലും അതിലെ അസഭ്യച്ചുവമൂലം അദ്ദേഹം ഇഷ്ടപ്പെട്ടിരുന്നില്ല.

"കവിതാ രസ ചാതുര്യം
പണ്ഡിതോത്സവത്തിനോ കവി
സുതാ സുരത ചാതുര്യം
ജാമാതാവേത്തിനോ പിതാ
എന്ന ശ്ലോകം അദ്ദേഹം താഴെ കാണുംവിധം തിരുത്തി.
കവിതാ രസചാതുര്യം
പണ്ഡിതോവേത്തിനോ കവി
വിപഞ്ച്യാഃ കാകളീ രസം
യഥാ ശ്രോതാനവൈണികഃ
ഈ തിരുത്തലിന് ആശാൻ ഒരു തർജ്ജമയും നല്കി
കവിതാരസധാടി പണ്ഡിതന്മാർ-
ക്കറിയാമക്കവികൾക്കറിഞ്ഞുകൂടാ
കളവല്ലകിതൻ ഗുണം ശ്രവിപ്പോർ-
ക്കറിയാം, വൈണികരെന്തറിഞ്ഞിടുന്നൂ?"

കാവ്യാസ്വാദനസംബന്ധിയായ ഒരു വിവരണത്തിൽപ്പോലും പച്ച ശൃംഗാരം കടന്നുവരുന്നത് പൊറുക്കാൻ കഴിയാത്ത പ്രകൃതമായിരുന്നു അദ്ദേഹത്തിന്റേത്.

'അംഗാരത്തിലെരിഞ്ഞു ശുദ്ധിതടവും പൊന്നൊത്തു സത്വാഗ്നിയിൽ ശൃംഗാരക്കറപോയ്...' എന്ന *പ്രരോദന*ശ്ലോകവും സ്മരണീയം.

മൈസൂറിൽ താമസിച്ചിരുന്ന കാലത്ത് കുമാരൻ പദ്യരൂപേണ അയച്ച ഒരു കത്തുകൂടി നമുക്കു കിട്ടിയിട്ടുണ്ട്. പെരുന്നെല്ലിയിൽ പി കെ പത്മനാഭന്റെ പേർക്കയച്ച പല കത്തുകളിൽ ഒന്ന്. കത്ത് ചുവടെ ചേർക്കുന്നു.

1. തിണ്ണെന്നാത്തെക്കു ഗോഷ്ഠത്തിനുമുപരി മണൽ-
ക്കുന്നിൽനിന്നാതപോഷ്ണം
നിർണ്ണോദിക്കുന്ന സപ്തച്ഛദവിടവി വഹി-
ക്കുന്നുവോ പുഷ്പജാലം?
തിണ്ണയ്ക്കല്പം കിഴക്കായ് ചെറിയവളവിനു-
ള്ളൊട്ടുനാളായ് വളർത്തു-
ന്നുണ്ണിജ്ജാതിദ്രുമത്തെയൊരു പടുതി തഴ-
ച്ചില്ലയോ വല്ലവാറും?
2. കൈയോളം വാച്ചുനീളം കതിരുടെ കുടമാ-
കുന്ന ഗർഭം ധരിച്ച-
ത്തയ്യോലച്ഛായതന്നാൽ ധരയെ ഹരിതര-
ത്നോർവ്വിയാക്കിക്കിഴക്കേ

പയ്യെച്ചായുന്ന കാറ്റിൽ പഴയപടിയല-
ഞ്ഞീടുവാൻ പിഢമൂലം
വയ്യാത്ത, വ്രീഹനിശ്രേണികളുടയകിട-
പ്പോർത്തിടുന്നെത്രയും ഞാൻ.
3. പശ്ചാദ്ഭാഗത്തു പാലംബുധി തിരമറിയും
പോലെ ലോലപ്പുളുങ്കിൻ
സച്ഛായ സ്നിഗ്ദ്ധമാമസ്സികത നിലവിഭാ
ഗങ്ങളുച്ചാവചങ്ങൾ
സ്വച്ഛാംഭസ്സാർന്ന സോമാകൃതി ചെറിയ വട-
ക്കേക്കുളം തൊട്ടു സർവ്വം
വിച്ഛായത്വം വരാതങ്ങനെ വിലസുകയാ-
ണല്ലയോ കല്യബുദ്ധേ!
4. ഛായായന്ത്രത്തിനെപ്പോൽ ചപലതയെഴുമെൻ
ചിത്തവൃത്തിവ്രജത്തിൽ
ഭൂയസ്സായ് നിങ്ങളെല്ലാം പുനരപി നിഴലി-
ക്കുന്നുവെന്നല്ല സൗമ്യ!
തോയോത്സേകാവസേകത്തൊഴിലിൽ നടവര-
മ്പത്തു ദൂരത്തിലത്തൂ—
മ്പായും കൈക്കൊണ്ടു നില്ക്കും പുലയരുവരെ
നേരുന്നു വേറെന്തു ചൊൽവൂ?

പുതിയ ചക്രവാളം

പഠനം തുടരുന്നതിനുവേണ്ടി കുമാരനെ മദിരാശിയിലയയ്ക്കാൻ ഡോ. പല്പു തീരുമാനിച്ചു. അവിടെ പ്രശസ്തനായ ഒരു പണ്ഡിതൻ വിദ്യാർത്ഥികളെ പരീക്ഷയ്ക്കിരിക്കാൻ സഹായിച്ചു വരുന്നതായി അദ്ദേ ത്തിനു വിവരം കിട്ടി. കുമാരന് പറ്റിയ സ്ഥലമായിരിക്കും അതെന്ന് ഒരു സുഹൃത്ത് പറയുകയും ചെയ്തു.

അതനുസരിച്ച് മദിരാശിയിലെ പണ്ഡിതന്റെ സമീപമെത്തി കുമാരൻ പഠനം തുടങ്ങി. ഏതാണ്ട് ആറുമാസക്കാലമേ ആ പഠനം തുടർന്നുള്ളൂ. അപ്പോൾ നഗരമാകെ പകർച്ചവ്യാധി ബാധിക്കാൻ തുടങ്ങിയതുമൂലമാണ് പഠനം നിർത്തിയതെന്ന് പറയപ്പെടുന്നു. അതില്ലെങ്കിലും കുമാരൻ അവിടെ പഠനം തുടരുമായിരുന്നില്ല. പഠിപ്പിച്ചുകൊണ്ടിരുന്ന പണ്ഡിതൻ തന്റെ വിജ്ഞാനതൃഷ്ണയെ ശമിപ്പിക്കാൻ കഴിയുമെന്ന് അദ്ദേഹത്തിനു തോന്നിയില്ല. മദിരാശിയിലെ ആഹാരം ഒട്ടും ഇഷ്ടപ്പെട്ടതുമില്ല. തനിക്കു പറ്റിയ രീതിയിലുള്ള താമസസൗകര്യം കിട്ടിയില്ല. സുഹൃത്തുക്കളെയും കിട്ടിയില്ല. ആ നിലയിൽ, ശരീരവും മനസ്സും ഒരുപോലെ മദിരാശി ജീവിതം അവസാനിപ്പിക്കണമെന്ന് അനുശാസിച്ചു. പകർച്ചവ്യാധി ഒരു നിമിത്തം ആയെന്നു മാത്രം.

സാഹചര്യം തൃപ്തികരമല്ലെങ്കിൽ മടങ്ങിപ്പോരണമെന്ന് ഡോ. പല്പു അദ്ദേഹത്തിനു നിർദ്ദേശം നല്കിയിരുന്നു. അക്കാലത്ത് അവർ പരസ്പരം കത്തുകൾ അയയ്ക്കുക പതിവായിരുന്നു. അവയിലൊന്നുപോലും നമുക്കു കിട്ടിയിട്ടില്ല. കിട്ടിയിരുന്നെങ്കിൽ കുമാരന്റെ അന്നത്തെ മാനസികാവസ്ഥ അറിയാൻ കഴിയുമായിരുന്നു. അദ്ദേഹം ഒട്ടും തൃപ്തനായിരുന്നില്ലെന്ന കാര്യം തീർച്ചയാണ്. ഒരു കാര്യമാണ് തന്റെ ദിനരാത്രങ്ങളെ അന്നു സഹനീയമാക്കിത്തീർത്തതെന്ന് പില്ക്കാലത്ത് ആശാൻ പറയുമായിരുന്നു.

കാവ്യലോകത്തിൽ സഞ്ചരിക്കാനുള്ള അവസരം, ഇംഗ്ലീഷുപഠനം തുടരാനുള്ള സാഹചര്യം- ഇതിൽ ആദ്യം പറഞ്ഞത് ആ യുവാവിന്റെ സമയം മുഴുവൻ അപഹരിച്ചു. സംസ്കൃതത്തിലെ നാടകങ്ങളും കാവ്യങ്ങളും ഏകാഗ്രമായി വായിച്ചു പഠിക്കാൻ ഈയവസരം അദ്ദേഹം നല്ലവണ്ണം വിനിയോഗിച്ചു.

എന്നാൽ ഇവിടെ നാരായണഗുരുസ്വാമികളില്ല. ഡോക്ടർ പല്പുവില്ല. ആദർശവാഞ്ഛ നിറഞ്ഞു നില്ക്കുന്ന തന്റെ മനസ്സിന് പ്രത്യാശയോടെ നോക്കാൻ പറ്റിയ ആരെയും അദ്ദേഹത്തിന് അവിടെ കാണാൻ കഴിഞ്ഞില്ല.

തമിഴ്നാട്ടിലെ സമൂഹം ഉണരുന്ന കാലമാണത്. ബ്രാഹ്മണമേധാവിത്വത്തിനെതിരെ പിന്നോക്കസമുദായങ്ങൾ സംഘടിതരാകാൻ തുടങ്ങുന്നതും ഈ ഘട്ടത്തിലാണ്. അത്തരം ചലനങ്ങൾ, എന്തുകൊണ്ടോ കുമാരന്റെ ശ്രദ്ധയിൽ പെട്ടില്ല. ശ്രദ്ധയിൽപ്പെട്ടെങ്കിലും അവ അദ്ദേഹത്തെ ആകർഷിച്ചില്ല. തുലോം അന്തർമുഖനായി കാവ്യത്തിന്റെയും ദർശനത്തിന്റെയും ലോകത്തിൽ സഞ്ചരിക്കുകയാണ് ചെയ്തത്.

മദിരാശിയിലെ ഭക്ഷണം തന്റെ വയറിനു കേടുവരുത്തിയെന്നും, അതു വളരെക്കാലം തന്നെ അലട്ടിക്കൊണ്ടിരുന്നുവെന്നും കുമാരനാശാൻ പിന്നീട് പറഞ്ഞുപോന്നു. അതു ഭേദമാക്കുന്നതിനുവേണ്ടി 'കൂനിചികിത്സ' അദ്ദേഹം സ്വയം നടത്തി. ആ ചികിത്സാ സമ്പ്രദായത്തെ സംബന്ധിക്കുന്ന പല പുസ്തകങ്ങളും പില്ക്കാലത്ത് അദ്ദേഹം സമ്പാദിച്ച് സൂക്ഷിച്ചിരുന്നു. കർക്കശമായ ശിക്ഷണം ആവശ്യമുള്ള ആ ചികിത്സ അദ്ദേഹത്തിന്റെ ജീവിതത്തെ വേണ്ടവണ്ണം ചിട്ടപ്പെടുത്തി. ജീവിതാന്ത്യം വരെ ആ ചിട്ട നിലനിന്നു.

മദിരാശിയിൽ നിന്ന് ബാംഗ്ലൂർക്ക് മടങ്ങിയെത്തിയ കുമാരനെ ഉപരിവിദ്യാഭ്യാസത്തിന് കല്ക്കത്തയിലയയ്ക്കാനാണ് ഡോ. പല്പു തീരുമാനിച്ചത്. അദ്ദേഹം തനിച്ചെടുത്ത ഒരു തീരുമാനമായിരുന്നില്ല അത്. നാരായണ ഗുരുസ്വാമികളുമായി അദ്ദേഹം നിരന്തരസമ്പർക്കത്തിൽ ഏർപ്പെട്ടിരുന്നു. സമൂഹത്തിന്റെ ഉന്നമനം, അതിനാവശ്യമായ പരിവർത്തനം, സംഘടിതപരിശ്രമത്തിന്റെ ആവശ്യം തുടങ്ങിയവയെക്കുറിച്ചാണ് അവർ മുഖ്യമായി ചർച്ച ചെയ്തത്. ആ ചർച്ചകളിൽ കുമാരന് പ്രത്യേകം സ്ഥാനമുണ്ടായിരുന്നു. കേരളത്തിൽ രൂപപ്പെട്ടുകൊണ്ടിരുന്ന സംഘടിതപ്രവർത്തനത്തിൽ കുമാരന് സുപ്രധാനമായ പങ്കുണ്ടെന്ന് അവർ ഒരിക്കലും മറന്നിരുന്നില്ല. അതിന്റെ ഭാഗമായിട്ടാണ് കല്ക്കത്തയിൽ ഉപരിവിദ്യാഭ്യാസം തുടരാനുള്ള തീരുമാനം അവർ കൈക്കൊണ്ടത്. അതിൽ അവർക്ക് ഉപദേശം നല്കിയ മറ്റൊരു വ്യക്തി കൂടിയുണ്ട്. ആരാണെന്നോ? ഡോക്ടർ നഞ്ചിണ്ടറാവു. കൽക്കത്തയിലെ പഠനകാലത്ത് കുമാരന് അദ്ദേഹം സ്ഥിരമായി അഞ്ചുറുപ്പിക മാസംതോറും അയച്ചുകൊടുത്തുകൊണ്ടുമിരുന്നു.

കല്ക്കത്തയിലെ വിഖ്യാതമായ സംസ്കൃതകോളേജിലാണ് കുമാരൻ ചേർന്നത്. അഥവാ, അവിടെ ചേരാനാണ് ഡോക്ടർ പല്പുവും ഡോ.

നഞ്ചുണ്ടറാവുവും ഏർപ്പാട് ചെയ്തത്. അതിൽ കുമാരൻ വൈമനസ്യം പ്രകടിപ്പിച്ചെന്നാണ് ഒരു ജീവചരിത്രകാരൻ രേഖപ്പെടുത്തിയിട്ടുള്ളത്. യാത്ര പറയാൻ നേരത്ത് അദ്ദേഹം വികാരനൈരാശ്യം മൂലം തളർന്നു പോവുകയും ചെയ്തു. എങ്കിലും ചുമതല ചുമതലയാണ്. സ്വാമികളുടെ നിയോഗം ദൈവഹിതമാണല്ലോ.

കല്ക്കത്തയിലെ സംസ്കൃതകോളേജിലും കുമാരന്റെ മുഖ്യവിഷയം 'ന്യായശാസ്ത്രം' ആയിരുന്നു എങ്കിലും വ്യാകരണം, കാവ്യം എന്നീ ക്ലാസുകളിലും താല്പര്യത്തോടുകൂടി അദ്ദേഹം ഹാജരായിക്കൊണ്ടിരുന്നു. തർക്കത്തിൽ 'വ്യുല്പത്തിവാദഭാഗം' ഐച്ഛികമായെടുത്ത് 'തർക്കതീർത്ഥ' പരീക്ഷയ്ക്ക് എഴുതാനാണ് തയ്യാറായത്.

ഇവിടെ കുമാരന് ഒരു സൗഭാഗ്യം കൈവന്നു. ഗുരുനാഥന്റെ സീമാതീതമായ വാത്സല്യത്തിന് പാത്രമായി എന്നതാണത്. മഹാമഹോപാദ്ധ്യായ കാമാഖ്യനാഥതർക്കവാഗീശനായിരുന്നു ആ ഗുരുനാഥൻ. അദ്ദേഹമാണ് 'തർക്കം' പഠിപ്പിച്ചത്. മഹാപണ്ഡിതനായ അദ്ദേഹം കല്ക്കത്തയിലെ ഏവരുടെയും ബഹുമാനത്തിന് പാത്രമായിരുന്നു. പൗരമുഖ്യരിൽ പലരുമായി ബന്ധം പുലർത്താൻ കുമാരനെ അതു സഹായിച്ചു. ബംഗാളികളായ പല സ്നേഹിതന്മാരും അദ്ദേഹത്തിന് അവിടെയുണ്ടായിരുന്നു.

ബംഗാളികളുമായി കുമാരൻ എങ്ങനെ ആശയവിനിമയം നടത്തി? ആദ്യദിവസങ്ങളിൽ സംസ്കൃത്തിലാണ് അദ്ദേഹം വർത്തമാനം പറഞ്ഞത്. അത് മനസ്സിലാകുന്നവരുമായി മാത്രമേ സമ്പർക്കം പുലർത്താൻ കഴിഞ്ഞിരുന്നുള്ളൂ. സംസ്കൃതത്തിൽ അനായാസമായി സംഭാഷണം ചെയ്യാൻ കഴിയുന്നു എന്നതാണ് കാമാഖ്യനാഥതർക്ക വാഗീശനെ പെട്ടെന്ന് ആകർഷിച്ചത്. കൂടുതൽ അടുത്തതോടുകൂടി കുമാരന് കവിതയെഴുതാൻ കഴിയുമെന്നും അദ്ദേഹം കണ്ടു. താൻ സംസ്കൃതത്തിലെഴുതിയ കവിതകൾ കുമാരൻ അദ്ദേഹത്തെ കാണിച്ചു. അവ വായിച്ചതോടുകൂടി ശിഷ്യന്റെ നേർക്ക് തോന്നിയ മതിപ്പ് അളവില്ലാത്തതായി.

ആശംസാശ്ലോകങ്ങൾക്കും മറ്റുമായി ഗുരുവിനെ പലരും സമീപിച്ചുകൊണ്ടിരുന്നു. അവയൊക്കെയും കുമാരനെക്കൊണ്ടാണ് അദ്ദേഹം എഴുതിച്ചത്. ആളുകൾ അവയെ പ്രശംസിക്കുന്നതു കേട്ട് അദ്ദേഹം അഭിമാനം പൂണ്ടു. ശിഷ്യനുമായുള്ള ബന്ധം അതുമൂലം അങ്ങേയറ്റം സുദൃഢമാവുകയും ചെയ്തു.

താൻ ഹാജരാകേണ്ട പല സഭകളിലും ഗുരു ശിഷ്യനെ അയയ്ക്കാൻ തുടങ്ങി. തനിക്കുവേണ്ടി അഭിപ്രായങ്ങൾ പറയാനും, പ്രസംഗിക്കാനും കൂടി അദ്ദേഹം കുമാരനെ നിയോഗിച്ചു. അവിടെയൊക്കെ മാദ്ധ്യമം സംസ്കൃതമായിരുന്നു. അവിടംകൊണ്ടും കാര്യം അവസാനിക്കുന്നില്ല. ജന്മിമാരും പ്രഭുക്കന്മാരും കാമാഖ്യനാഥതർക്കവാഗീശനെ ഉപനയനം, വിവാഹം, ശേഷക്രിയ മുതലായ കർമ്മങ്ങൾ നിർവ്വഹിക്കുന്നതിനായി ക്ഷണിച്ചുകൊണ്ടുപോകുമായിരുന്നു. അദ്ദേഹം ആ കർമ്മങ്ങൾ കുമാരനെ ശീലിപ്പിച്ചു. അവ അനുഷ്ഠിക്കുന്നതിന് കുമാരനെ അയയ്ക്കാൻ തുട

ങ്ങുകയും ചെയ്തു. പ്രതിഫലമായി പണവും പാരിതോഷികങ്ങളും കുമാരനു കിട്ടുമായിരുന്നു. സ്വർണ്ണത്തിലും വെള്ളിയിലുമുള്ള പാരിതോഷികങ്ങൾ. അവ അദ്ദേഹം വിദ്യാപീഠത്തിനു സംഭാവന ചെയ്തപ്പോൾ ശിഷ്യന്റെ നേർക്ക് ഗുരുവിനു തോന്നിയ ബഹുമാനം വർദ്ധിച്ചു.

പരിചയവലയം വികസിക്കുന്നതോടുകൂടി അവരുമായി ബന്ധപ്പെടാൻ ഇംഗ്ലീഷ് കൂടാതെ കഴിയില്ലെന്നു വന്നു. അതോടെ ഇംഗ്ലീഷ് ഭാഷാപഠനം ഊർജ്ജിതമാവുകയും ചെയ്തു. ഇംഗ്ലീഷ് നല്ലപോലെ വായിക്കാനും എഴുതാനും ശീലിച്ചത് ഈ ഘട്ടത്തിലാണ്.

ഇതിനിടയിൽ കുമാരൻ ബംഗാളിഭാഷ പഠിച്ചുവോ? പഠിച്ചെന്നാണ് കേട്ടിട്ടുള്ളത്. ഏതായാലും അത്യാവശ്യം കാര്യങ്ങൾ അന്യരെ അറിയിക്കുന്നതിനുള്ള പരിജ്ഞാനമെങ്കിലും അദ്ദേഹം ബംഗാളിയിൽ നേടിയിരുന്നു എന്നു വേണം കരുതാൻ. കൂടുതൽ അറിവു നേടിയിരുന്നെങ്കിൽ അദ്ദേഹം ബംഗാളിയിൽ നിന്നു നേരിട്ട് വിവേകാനന്ദന്റെയും ടാഗോറിന്റെയും കൃതികൾ പരിഭാഷപ്പെടുത്തുമായിരുന്നു. വിവേകാനന്ദന്റെ കവിതയും ഗ്രന്ഥവും (രാജയോഗം) അദ്ദേഹം വിവർത്തനം ചെയ്തത് ഇംഗ്ലീഷിൽ നിന്നാണല്ലോ.

കൽക്കത്തയിൽവച്ച് ഒരു ഹസ്തരേഖാശാസ്ത്രവിദഗ്ദ്ധൻ തന്റെ ഭാവി പ്രവചിച്ചിട്ടുള്ളതായി കുമാരനാശാൻ പലരോടും പറഞ്ഞിട്ടുണ്ട്. താൻ നിത്യമായ യശസ്സ് നേടുന്ന ഒരു മഹാനായിത്തീരുമെന്നാണ് കൈനോട്ടക്കാരൻ പറഞ്ഞത്. അപ്പോൾ, 'എനിക്കെന്തുകൊണ്ട് മഹാനായിക്കൂടാ?' എന്ന് തമാശയായി താൻ തിരിച്ചുചോദിച്ചത്രേ! ആ തമാശയിൽ അദ്ദേഹത്തിന്റെ നിശ്ചയദാർഢ്യവും ആത്മവിശ്വാസവും കലർന്നിട്ടില്ലെന്നു പറഞ്ഞുകൂടാ.

കവിയായതിനു ശേഷം ആശാൻ പ്രകടമാക്കിയ ഗുണവിശേഷങ്ങളിലൊന്ന് ആത്മവിശ്വാസമായിരുന്നു എന്നു ഇവിടെ ഓർമ്മിക്കുക. സി വി കുഞ്ഞുരാമന്റെ സ്മരണകളിൽനിന്ന് ഒരു ഭാഗം അതിനോടടനുബന്ധിച്ച് താഴെ ഉദ്ധരിക്കുന്നു.

> നാലാമത്തെ സമസ്തകേരള സാഹിത്യപരിഷത്തിന് സ്വീകരണ സംഘക്കാർ ആറ് അദ്ധ്യക്ഷന്മാരെ തെരഞ്ഞെടുത്ത കൂട്ടത്തിൽ എന്നെയും അദ്ധ്യക്ഷനാക്കിയിരുക്കുന്നു. അപ്പൻതമ്പുരാൻ, സാഹിത്യപഞ്ചാനൻ തുടങ്ങിയ മഹാപണ്ഡിതന്മാരുടെ കൂട്ടത്തിൽ എന്നെക്കൂടി അദ്ധ്യക്ഷനാക്കിയത് സമുദായപ്രാതിനിധ്യം തികയ്ക്കാൻ വേണ്ടിയല്ലേ എന്നു ഞാൻ സംശയിക്കാതിരുന്നില്ല. ആയിടയ്ക്ക് ഉള്ളൂരും മള്ളൂരും ഞാനും ഒരു സഭയിൽ സംബന്ധിച്ചിട്ട് തിരുവനന്തപുരത്തേക്ക് മടങ്ങിപ്പോരുമ്പോൾ 'എന്നെ എന്തിനു ഈ മഹാസദസ്സിൽ അദ്ധ്യക്ഷനായി അവരോധിച്ചു? സമുദായ പ്രാതിനിധ്യം ശരിയാക്കാൻ വേണ്ടിത്തന്നെയോ?' എന്നു ഞാൻ ചോദിച്ചു. 'അതും ഒത്തുവന്നു' എന്നായിരുന്നു അവരുടെ സമാധാനം.

> 'വഴിക്കുവച്ച് കാർ നിർത്തി ഞങ്ങൾ വെളിയിലേക്കിറങ്ങി, സ്വല്പം നിന്നപ്പോൾ ഉള്ളൂരിനോട് 'എന്നെ അദ്ധ്യക്ഷനാക്കേണ്ടതില്ലായിരുന്നു. ഇവരുടെ ഇടയിൽ ഞാൻ എന്ത് അദ്ധ്യക്ഷപ്രസംഗമാണ് ചെയ്യുക?' എന്നു ഞാൻ ചോദിച്ചു. 'ആശാന്റെ ആത്മവിശ്വാസവും ധൈര്യവും കുഞ്ഞുരാമനുണ്ടെങ്കിൽ ഇവരുടെയൊക്കെയിടയിൽ പ്രസംഗിക്കുവാൻ തീരെ അധൈര്യപ്പെടേണ്ട' എന്ന്, ആരേയും പ്രോത്സാഹിപ്പിക്കുന്ന മഹാശയനായിരുന്ന ആ മഹാകവി പറഞ്ഞു. ആ സന്ദർഭത്തിൽ ആശാനെക്കുറിച്ച് മഹാകവി പറഞ്ഞതും... ഞാൻ അറിഞ്ഞിട്ടില്ലാത്തതുമായ ഒരു കഥയാണ് താഴെ ചേർക്കുന്നത്.
>
> ഭാഷാചിത്രം പരിഷ്കരിച്ചെഴുതുവാൻ ഞാൻ ശ്രമിച്ചുകൊണ്ടിരിക്കുകയായിരുന്നു. കവികളുടെയൊക്കെ ജീവചരിത്രവും അവരെഴുതിയിട്ടുള്ള ഗ്രന്ഥങ്ങളുടെ വിവരങ്ങളും അറിയിക്കണമെന്നും ഗ്രന്ഥങ്ങൾ അയച്ചുതരണമെന്നും പരസ്യം ചെയ്തിരുന്നു. കുമാരനാശാന്റെ ചെറുപ്പകാലമാണ്. *വീണപൂവും* തുടർന്നുള്ള കൃതികളും അദ്ദേഹത്തിന്റെ ഭാവനയിൽ ഗർഭം ധരിക്കുകപോലും ചെയ്തിരുന്നില്ല. സംസ്കൃതവിദ്യാഭ്യാസത്തിന് ബാംഗ്ലൂരിലും കല്ക്കത്തയിലും പോയിരുന്നുമില്ല. *സുബ്രഹ്മണ്യശതകം* മുതലായ രണ്ടുമൂന്നു ബാല്യകാലകൃതികൾ മാത്രമേ അന്ന് എഴുതിയിരുന്നുള്ളൂ. അവയും അതുവരെയുള്ള ആശാന്റെ ജീവചരിത്രവും ആശാൻ അയച്ചുതന്നു. അതിനു ഞാനറിയാതെ, കവികൂടിയായിരുന്ന സഹായി ഇങ്ങനെയുള്ള പൊട്ടക്കവികളുടെ ജീവചരിത്രം ചേർക്കാനായിട്ടല്ല ഭാഷാ ചരിത്രം പരിഷ്കരിക്കുന്നു എന്ന് എഴുതി അയച്ചു. ആശാൻ അതിന് ക്ഷോഭിച്ചെഴുതിയ മറുപടിയിൽ പൊട്ടക്കവിയെന്ന് എന്നെക്കുറിച്ചു പറഞ്ഞ നിങ്ങളെക്കൊണ്ടുതന്നെ ഒരിക്കൽ എന്നെ മഹാകവിയെന്ന് വിളിപ്പിച്ചേക്കാം എന്ന് എഴുതിയിരുന്നു.
>
> ആശാന്റെ ആ ആത്മവിശ്വാസവും ധൈര്യവും കുഞ്ഞുരാമനുണ്ടെങ്കിൽ ഒട്ടും സംശയിക്കേണ്ടല്ലോ. എന്നു പറഞ്ഞ് ഉള്ളൂർ കഥ അവസാനിപ്പിച്ചു' (*മിതവാദി* സെപ്തംബർ 7, 1940).

കല്ക്കത്തയിൽവച്ചു കുമാരൻ പഠനത്തിലും വായനയിലും മുഴുകിയാണ് ദിവസങ്ങൾ കഴിച്ചത്. അദ്ദേഹം പിന്നീട് പലരോടും പറയുമായിരുന്നു. 'ഒരു ദിവസം ഇരുപതുമണിക്കൂർ വരെ അക്കാലത്തു ഞാൻ പുസ്തകവായനയ്ക്ക് ചെലവഴിച്ചിട്ടുണ്ട്. സഹപാഠികൾ അദ്ദേഹത്തെ പുസ്തകപ്പുഴു (Book Worm) എന്നാണു വിളിച്ചിരുന്നത്. പഠനസംബന്ധമായ പുസ്തകങ്ങൾ ഒരു വശത്ത്, സാഹിത്യം, ദർശനം എന്നീ ശാഖകളിലുള്ള കൃതികൾ മറുവശത്ത്. സംസ്കൃതത്തിലും ഇംഗ്ലീഷിലും കൂടി തന്റെ വിജ്ഞാനസമ്പത്ത് ആശാൻ ഗണ്യമായി വർദ്ധിപ്പിച്ചത് അക്കാലത്താണ്. പാശ്ചാത്യരാജ്യത്ത് കാന്റ് (Kant), ഹെർബർട്ട് സ്പെൻസർ, ജോൺസ്റ്റു

വർട്ട് മിൽ തുടങ്ങിയവരുടെ ആശയങ്ങളുമായി അദ്ദേഹം സാമാന്യമായി പരിചയപ്പെട്ടിരുന്നു.

ഇക്കാലത്ത് സാഹിത്യരചനയും ചുരുക്കമായി നടക്കാതിരുന്നില്ല. കൊല്ലത്തുനിന്ന് വിളയത്ത് കൃഷ്ണനാശാൻ നടത്തിയിരുന്ന *വിദ്യാവിലാസിനി* മാസികയ്ക്ക് കുമാരൻ പതിവായി കവിതകൾ അയച്ചുകൊണ്ടിരുന്നു. പ്രാർത്ഥനാപദ്യങ്ങളാണധികവും. അതിന്റെ എല്ലാ ലക്കങ്ങളിലും ആശാൻ എഴുതിയിട്ടുണ്ട്. ചില ഉദാഹരണങ്ങൾ നോക്കൂ.

കന്ദർപ്പാദി പിൾച നീചപടല പ്രോച്ചാടനോംകാരിണീ
സന്ദിഗ്ദ്ധാന്ത സമസ്തസംസൃതിരുജാ സഞ്ജാത സഞ്ജീവനി.
സന്ദർഭോദയസാരമൗന സരസാലാപേ സദാ സച്ചിദാ-
നന്ദദ്ധ്യാന കലേ! സമാധികുശലേ! ബാലേ! കടാക്ഷിക്ക നീ

(ഒന്നാം പുസ്തകം രണ്ടാം ലക്കം)

പാപാരണ്യത്തിലെത്തിപ്പരുഷമൊടു പിടി
ക്കുന്ന ഖാണ്ഡവബോധ
ത്തീപായുന്നെന്നെയുന്നി ത്രിഭുവനപടലം
വിട്ടു മേല്പോട്ടു പോവാൻ
സോപാനംപോലെ നെറ്റിത്തടമതിൽ വിലസും
നിന്റെ പുണ്യ ത്രിപുൺട്ര
ശ്രീപാദത്തിനു നിത്യം ശിരസി കരമെടു
ത്തമ്പൊടും കുമ്പിടുന്നേൻ.

(ഒന്നാം പുസ്തകം മൂന്നാം ലക്കം)

നിജാനന്ദാനുഭൂതി, ശിവസുരഭി, കാമിനീഗർഹണം, അനുഗ്രഹ പരമദർശനം, പരമപഞ്ചകം, ദേവ്യപരാധക്ഷമാപണസ്തോത്രം മുതലായ ബാല്യകാലകൃതികളും *വിദ്യാവിലാസിനി*യിലാണ് പ്രകാശിതമായിട്ടുള്ള തെന്ന വസ്തുതയും ഇവിടെ ഓർക്കേണ്ടതാണ്.

ഇക്കാലത്ത് ഒരു വംഗദേശീയൻ എന്ന തൂലികാനാമത്തിൽ കുമാരൻ പത്രങ്ങളും മാസികകൾക്കും ലേഖനങ്ങൾ അയച്ചുകൊടുത്തിരുന്നെന്നും പലതും താൻ വായിച്ചിട്ടുണ്ടെന്നും സാഹിത്യപഞ്ചാനനൻ പ്രസ്താവിച്ചിട്ടുണ്ട്.

സ്വന്തമായി ഒരു നാടകവും ഇതേ ഘട്ടത്തിൽ അദ്ദേഹം എഴുതിത്തുടങ്ങി. പില്ക്കാലത്ത് *വിചിത്രാ വിജയം* നാടകമായി വികസിച്ചത് അതായിരിക്കണം.

ഇംഗ്ലീഷ് പഠനത്തെക്കുറിച്ച് നേരത്തെ പ്രസ്താവിച്ചില്ലല്ലോ. പ്രാരംഭഘട്ടത്തിൽ പത്രങ്ങളും മാസികകളും വായിച്ചാണ് ഭാഷയുമായി കൂടുതൽ പരിചയപ്പെട്ടത്. തുടർന്ന് പുസ്തകങ്ങളിലേക്ക് കടന്നു. ഇംഗ്ലീഷ് കവിതയാണ് അദ്ദേഹത്തെ കൂടുതൽ ആകർഷിച്ചത്. റൊമാന്റിക് കവിതയുമായി ഗാഢമായ പരിചയം നേടുന്നതിലാണ് അതു കലാശിച്ചത്.

കല്ക്കത്ത മാത്രമല്ല, ബംഗാളാകെ ഇക്കാലത്ത് ഇളകി മറിയുകയാ

യിരുന്നു. 1823 ലാണ് ബംഗാളിൽ ആദ്യത്തെ പൊതുവിദ്യാഭ്യാസസമിതി രൂപപ്പെടുത്തിയത്. അത് നടപ്പാക്കുന്നതിനുള്ള പരിശ്രമങ്ങളും ആരംഭിച്ചു. അതിന്റെ ഫലമായി ചിന്തയിലും ആശയങ്ങളിലും മതവിശ്വാസത്തിലും സാമൂഹ്യജീവിതത്തിലുമെല്ലാം ഒരു വിപ്ലവം തന്നെ സംഭവിച്ചു. മനുഷ്യത്വത്തിന്റെ വികാസത്തിന് വിഘാതമായുള്ള ആചാരങ്ങളെയും വിശ്വാസങ്ങളെയും ചോദ്യംചെയ്യാൻ, നിരസിക്കാൻ, ബംഗാളി മനസ്സ് സന്നദ്ധമായി. അക്കൂട്ടത്തിൽ ജാതിവ്യവസ്ഥയ്ക്കെതിരെ, അതിനാധാരമായ വിശ്വാസത്തിനെതിരെ, ശക്തമായ നീക്കവും നടന്നു. അതിൽ ബ്രഹ്മസമാജം വലിയ പങ്കാണ് വഹിച്ചത്. രവീന്ദ്രനാഥടാഗോറിന്റെ പിതാവായ മഹർഷി ദേവേന്ദ്രനാഥ ടാഗോർ, ആത്മീയജീവിതം നയിച്ചുകൊണ്ട്, ബ്രഹ്മസമാജ നേതാവായി സാമൂഹ്യപരിവർത്തനത്തിന് ഊർജ്ജസ്വലതയോടെ പ്രവർത്തിച്ച വ്യക്തിയാണ്.

ഈ പശ്ചാത്തലത്തിൽ വീര്യത്തിന്റെ ആലക്തികശക്തി ജനഹൃദയങ്ങളിൽ പകർന്നുകൊണ്ട് ഒരു യുവയോഗിയുടെ കർമ്മചൈതന്യം ബംഗാളിന്റെ അന്തരീക്ഷത്തിൽ സൂര്യശോഭയായി വർത്തിച്ചു. ആ യുവയോഗി സ്വാമി വിവേകാനന്ദനാണെന്ന് പ്രത്യേകം പറയേണ്ടതില്ലല്ലോ. നാരായണ ഗുരുസ്വാമികളുടെ ശിഷ്യനായ കുമാരന് വിവേകാനന്ദസ്വാമികളെ ആത്മീയ ഗുരുവായി വരിക്കാൻ ഒട്ടും താമസമുണ്ടായില്ല. ആയുഷ്കാലം മുഴുവൻ ആ ഗുരുവിനെ തന്റെ പ്രചോദനമായി അദ്ദേഹം ഹൃദയത്തിന്റെ ശ്രീകോവിലിൽ പൂജിച്ചുപോരുകയും ചെയ്തു.

രവീന്ദ്രനാഥടാഗോർ അന്ന് ബംഗാളിലെ ഏറ്റവും പ്രശസ്തനായ യുവകവിയായിരുന്നു. ആത്മീയത തുളുമ്പുന്ന ഗീതങ്ങൾകൊണ്ട് അദ്ദേഹം യുവ ചേതനകളെ അതിനകം വശീകരിച്ചുകഴിഞ്ഞിരുന്നു. അതോടൊപ്പം ബ്രഹ്മസമാജത്തിന്റെ പ്രവർത്തങ്ങളിൽ ചെറിയതോതിലെങ്കിലും അദ്ദേഹം പങ്കെടുക്കാതിരുന്നതുമില്ല. ടാഗോറിന്റെ *സന്ന്യാസി* എന്ന നാടകം അന്ന് പല ദിക്കുകളിലും അവതരിപ്പിക്കപ്പെട്ടുപോന്നു. ആരണ്യങ്ങളിലെ ഏകാന്തതയിലല്ല, മനുഷ്യരനുഭവിക്കുന്ന ദുഃഖത്തിലാണ് ജീവിതസത്യം കാണേണ്ടത് എന്ന് ശക്തിയായി ഉദ്ബോധിപ്പിക്കുന്ന ആ നാടകം ജനതയിൽ വീക്ഷണപരിവർത്തനം വരുത്തുന്നതിൽ വലിയ പങ്കുവഹിച്ചു. ആ നാടകം ആശാൻ കണ്ടിരുന്നോ എന്ന് അറിഞ്ഞുകൂടാ. അദ്ദേഹം ടാഗോറിനെ നേരിട്ട് കണ്ടിരുന്നോ എന്നും നിശ്ചയമില്ല. അതേക്കുറിച്ച് ആശാന്റെ സുഹൃത്തുക്കളും ജീവചരിത്രകാരന്മാരും മൗനം അവലംബിക്കുകയാണ് ചെയ്തിട്ടുള്ളത്. സ്വന്തം ജീവിതകഥ പറയുന്നതിൽ വിമുഖനായിരുന്ന ആശാൻ അതേപ്പറ്റി ഒന്നും പറഞ്ഞതുമില്ല.

(ബംഗാളിലെ ഒരു പ്രൊഫസർ എന്നോടു പറഞ്ഞത്, ആശാൻ ടാഗോറിനെ അദ്ദേഹത്തിന്റെ വീട്ടിൽച്ചെന്ന് സന്ദർശിച്ചിരുന്നു എന്നാണ്.)

ഏതായാലും കവി സമൂഹത്തിൽനിന്നകന്ന് ഏകാന്തതയുടെ പർണ്ണശാലയിൽ കഴിഞ്ഞുകൂടുക എന്ന സങ്കല്പം പരിത്യജിക്കാൻ ടാഗോറിന്റെ ദൃഷ്ടാന്തം ആശാനെ പ്രേരിപ്പിച്ചിരുന്നിരിക്കണം. രാജരാജവർമ്മയുടെ ദേഹ

വിയോഗം മൂലം ദുഃഖമൂർച്ഛയിലാണ്ട കേരളഭൂമിയോട് ആശാൻ പറയുന്നത്: 'വംഗദ്യോവിലുദിച്ചുയർന്ന രവിയെ സ്നേഹിക്ക വിശ്വംഭരേ' എന്നാണല്ലോ. ആ കവിതയുടെ നേർക്ക് ആശാൻ പുലർത്തിയ മനോഭാവമെന്തെന്ന് *സ്വാഗതപഞ്ചകം* എന്ന സംസ്കൃതകൃതിയിലും *ദിവ്യകോകിലം* എന്ന മലയാളകൃതിയിലും നിന്നു മനസ്സിലാക്കാം.

> "അവ്യയനാമീശന്റെയാരാമരത്നംതന്നി-
> ലവ്യാജകുതൂഹലം പാടി സ്സഞ്ചരിക്കുന്ന
> ദിവ്യകോകിലമേ! നിൻപൊൻകണ്ഠനാളം തൂകും
> ഭവ്യകാകളീ പരിപാടികൾ ജയിക്കുന്നു."

എന്ന *ദിവ്യകോകില*ത്തിന്റെ തുടക്കം ആ ആരാധാനാഭാവം എത്ര വലുതായിരുന്നു എന്നു വെളിപ്പെടുത്തുന്നു. ടാഗോറിനെ ആശാൻ അറിയുന്നത് ഭാരതത്തിന്റെ അദ്ധ്യാത്മികസാരം ഗാനപീയുഷമാക്കി മാറ്റിയ കവിയായിട്ടാണ്. അതേസമയംതന്നെ, ആ കവിക്ക് സമുദായമദ്ധ്യത്തിൽ നിലനില്ക്കുന്ന അനാചാരങ്ങൾ ദൂരീകരിക്കാനുള്ള പരിശ്രമത്തിൽ ഏർപ്പെടാൻ ഒട്ടും മടിയുണ്ടായതുമില്ല. 'കർമ്മോന്മുഖനായ കവി' എന്ന സങ്കല്പം ടാഗോർ കുമാരനിൽ സൃഷ്ടിച്ചിരിക്കാം. സമുദായപരിഷ്കരണം ലക്ഷ്യമാക്കി ടാഗോർ തൂലിക ചലിപ്പിക്കുന്നതും ആശാൻ കണ്ടു. അനുകൂല സാഹചര്യം വന്നപ്പോൾ താൻ നേരിൽ കണ്ട ഈ കാര്യങ്ങൾ ആ ജീവിതത്തിൽ സാക്ഷാൽക്കൃതങ്ങളായി എന്ന് പിന്നീട് നമുക്കു കാണാം.

കല്ക്കത്തെയിൽച്ചെന്ന് മൂന്നുമാസം തികയുന്നതിനുമുമ്പുതന്നെ കുമാരൻ തനിക്ക് ഇംഗ്ലീഷിൽ കത്തുകളയച്ചിരുന്നതായി എം ഗോവിന്ദൻ (ജഡ്ജി) രേഖപ്പെടുത്തിയിട്ടുണ്ട്. കൊച്ചുവാക്യങ്ങൾ, അർത്ഥസ്ഫുടതയുള്ള പ്രതിപാദനം. തനിക്കിഷ്ടപ്പെട്ടതുകൊണ്ട് താൻ ഏറെക്കാലം ആ കത്തുകൾ സൂക്ഷിച്ചുവച്ചിരുന്നതായി അദ്ദേഹം രേഖപ്പെടുത്തിയിട്ടുണ്ട്. സംസ്കൃതപദ്യങ്ങളിലും ആശാൻ അക്കാലത്ത് കത്തുകൾ എഴുതിയിട്ടുണ്ട്. ശിവലിംഗസ്വാമികൾക്കയച്ച ഒരു കത്തിനെക്കുറിച്ചും പലരും പരാമർശിച്ചിട്ടുണ്ട്. എങ്കിലും അത് എങ്ങും കിട്ടാനില്ല.

നഗരത്തിലെ തിരക്കിൽനിന്ന് ഒഴിഞ്ഞ ഒരു സ്ഥലത്താണ് കുമാരൻ താമസിച്ചിരുന്നത്. ചെറിയൊരു മുറി. അതിലിരുന്നാൽ നഗരത്തിന്റെ തിരക്കുകൾ മറ്റൊരു ലോകത്തിലേതാണെന്നേ തോന്നുകയുള്ളൂ. മാറിവരുന്ന ഋതുക്കളിൽ ജീവിതത്തിന്റെ താളം അനുഭവിക്കാൻ ആ യുവാവിന് അവിടെ അവസരമുണ്ടായിരുന്നു. സമീപത്ത് വൃക്ഷങ്ങൾ. അവയിൽ പലതരം കിളികൾ. വൃക്ഷങ്ങൾക്കപ്പുറം അകലെ ആകാശത്തിന്റെ ചരിവു കാണാം. പ്രഭാതവും മദ്ധ്യാഹ്നവും സായാഹ്നവും സായംസന്ധ്യയും ആ ആകാശത്തിൽ ജീവിതത്തിന്റെ അവസ്ഥാഭേദങ്ങൾ പ്രദർശിപ്പിക്കുന്നു. അതു നോക്കിയിരുന്ന് തത്ത്വചിന്തയുടെ ലോകത്തിൽ വിഹരിക്കാൻ കുമാരന് വലിയ രസമായിരുന്നു. മനോരാജ്യത്തിൽ മുഴുകി മണിക്കൂറുകളോളം

താൻ ഇരുന്നുപോയിട്ടുള്ളതായി ആശാൻ പിന്നീടു പറഞ്ഞിട്ടുണ്ട്. അലൗകികങ്ങളെന്നു പറയാവുന്ന അനുഭവങ്ങളും തനിക്കുണ്ടായിട്ടുണ്ട്. വൃക്ഷങ്ങളിൽ നാമ്പുകൾ പ്രത്യക്ഷപ്പെടുന്നു. അവ ഇലകളാകുന്നു. ഇടയിൽ പൂമൊട്ടുകൾ; അവ വിടരുന്നു. കൊഴിയുന്നു. പുതിയ മൊട്ടുകളും പുതിയ പൂക്കളും അവയുടെ സ്ഥാനം പിടിക്കുന്നു. ഏതോ സ്വപ്നങ്ങൾ പോലെയാണ് ഈ രംഗങ്ങൾ തനിക്കു തോന്നിയിട്ടുള്ളത്. ഇവയ്ക്കൊക്കെയും മിഥ്യയാവാം. ശങ്കരാചാരാര്യരുടെ ദർശനവുമായുള്ള പരിചയം ആ ബോധത്തെ കൂടുതൽ ദൃഢമാക്കിത്തീർക്കുന്നു. നോക്കിനോക്കിയിരിക്കെ, ഇവയൊക്കെയും കൺമുന്നിൽനിന്ന് തിരോഭവിക്കുന്നു. സർവ്വത്തെയും ചൂഴ്ന്നുകൊണ്ട് സത്യം മാത്രം വെളിച്ചമായി നില്ക്കുന്നു.

ഇന്ദ്രിയങ്ങൾ നമ്മെ സത്യത്തിൽനിന്നു മാറ്റുകയാണോ? ഇന്ദ്രിയങ്ങളെ കീഴടക്കിയല്ലാതെ ആ സത്യം പ്രാപിക്കാൻ സാദ്ധ്യമല്ല. സാദ്ധ്യമാണോ? എന്നാൽ ഇന്ദ്രിയങ്ങളുടെ ലോകം അനുഭവത്തിൽ സത്യമായി നിലകൊള്ളുകയും ചെയ്യുന്നു. ഇവിടെ ചിന്ത പതറുന്നു.

വിദ്യാഭ്യാസവും പഠനവും ധ്യാനവും മറ്റുമായി കഴിയുന്നതിനിടയ്ക്ക് കല്ക്കത്തയിൽ ഭയങ്കരമായ പ്ലേഗുബാധയുണ്ടായി. അതുകൊണ്ട് പരീക്ഷയ്ക്ക് ചേരാൻ സാധിക്കാതെ കുമാരൻ നാട്ടിലേക്കു തിടുക്കത്തിൽ മടങ്ങേണ്ടതായി വന്നു.

സ്വന്തമായ നിരീക്ഷണങ്ങളിലും പഠനത്തിലും അനുഭവത്തിലും കൂടി പുതിയൊരു വീക്ഷണത്തിന്റെ ഉടമയായിത്തീർന്ന കുമാരനാശാനാണ് 1900 ത്തിൽ കേരളത്തിൽ മടങ്ങിയെത്തിയത്.

ഒരു സംഘടന രൂപം കൊള്ളുന്നു

കൊ. വ. 1067(1891) തിരുവിതാംകൂർ ചരിത്രത്തിൽ സ്മരണീയമായ ഒരു പുതിയ ചരിത്രത്തെ കുറിക്കുന്ന ഒന്നായിരുന്നു. അന്നാണ് സംഘടിതമായ ഒരു രാഷ്ട്രീയ പ്രക്ഷോഭണം ഇവിടെ ആരംഭിച്ചത്. വിഖ്യാതനായ ജി പി പിള്ളയുടെ നേതൃത്വത്തിൽ നമ്പൂതിരി, നായർ, ഈഴവൻ, ക്രിസ്ത്യാനി, മുഹമ്മദീയൻ തുടങ്ങിയ സകല മലയാളികളും സഹോദരബുദ്ധ്യാ യോജിച്ചുനിന്ന് ഉദ്യോഗവിഷയമായി ഒരു വലിയ പ്രക്ഷോഭണം നടത്തി. പതിനായിരത്തില്പരം മലയാളികൾ ഒപ്പിട്ട ഒരു മെമ്മോറിയൽ മഹാരാജാവ് തിരുമനസ്സിലേക്ക് സമർപ്പിച്ചു. ഈഴവരെ സർക്കാർ പള്ളിക്കൂടത്തിൽ പ്രവേശിക്കാത്തതും യോഗ്യതാനുസരണം ഉദ്യോഗം നല്കി അവരെ പ്രോത്സാഹിപ്പിക്കാത്തതും മറ്റും അന്യായമാണെന്ന് ആ ഹർജിയിൽ ശക്തിയായി വാദിച്ചിരുന്നു. ആ മെമ്മോറിയലിനു നല്കിയ ഇണ്ടാസിൽ ഈഴവർ അവരുടെ കുലവൃത്തികളായ തെങ്ങുചെത്ത്, കയറുപിരിപ്പ് മുതലായവകൊണ്ടു തൃപ്തിപ്പെട്ടിരിക്കുകയാണെന്നും അവർക്ക് സർക്കാരുദ്യോഗത്തിനോ വിദ്യാഭ്യാസത്തിനോ താല്പര്യമില്ലെന്നും അവരെ ഹർജ്ജിക്കാർ തങ്ങളുടെ സംഖ്യ പെരുപ്പിച്ചു കാണിക്കാൻ ആകർഷിച്ചുചേർത്തതാണെന്നും പ്രസ്താവിച്ചിരിക്കുന്നു.

എന്നാൽ ഇതിനു വളരെ മുമ്പുതന്നെ ഈഴവർ സാക്ഷാൽ സങ്കടക്കാരായിരുന്നു. റാവു ബഹദൂർ പി വേലായുധൻ ബി എയുടെയും ഡോക്ടർ പി പല്പു എൽ എം എസിന്റെയും വന്ദ്യപിതാവ് അക്കാലത്തെ ഈഴവരിൽ മാത്രമല്ല, മലയാളികളിൽ ആകപ്പാടെ ഇംഗ്ലീഷറിയാവുന്ന അപൂർവ്വം ചിലരിൽ ഒരാളായിരുന്നു. അന്ന്

> അദ്ദേഹം ഗവൺമെന്റ് നടത്തിയ ഒരു വക്കീൽപരീക്ഷയിൽ ചേരാൻ പണമടച്ച് അപേക്ഷിച്ചുവെങ്കിലും ഈഴവനാണെന്ന കാരണത്താൽ അതുപോലും ഗവൺമെന്റ് അംഗീകരിച്ചില്ല. രാമരായർ ദിവാൻ മലയാളിമെമ്മോറിയലിന് മേൽപ്പറഞ്ഞ ഇണ്ടാസു നല്കിയ കാലത്ത് തിരുവിതാംകൂറിൽ ഉദ്യോഗത്തിന് അപേക്ഷിച്ചു നിരാശപ്പെട്ട റാവുബഹാദൂർ വേലായുധൻ ബ്രിട്ടീസ് സർവ്വീസിലും ഡോ. പല്പു മൈസൂർ സർവ്വീസിലും ഉദ്യോഗം സ്വീകരിച്ചിരുന്നു.
>
> രാമരായരുടെ ഇണ്ടാസും വാങ്ങി, എന്തുചെയ്യണമെന്നറിയാതെ ഈഴവർ കുഴങ്ങുമ്പോൾ ഡോ. പല്പു ആ ഇണ്ടാസിലെ അസംബന്ധത്തെയും തിരുവിതാംകൂർ ഗവൺമെന്റ് തന്റെ സമുദായത്തോടു പ്രവർത്തിച്ചുവരുന്ന അന്യായമായ നയത്തെയും വിശദമാക്കി താൻ ഏകനായിട്ടുതന്നെ ഒരു മെമ്മോറിയൽ അന്നത്തെ ദിവാനായിരുന്ന ശങ്കരസുബ്ബയ്യർക്കും സമർപ്പിച്ചു. പല ഓർമ്മക്കത്തുകളും അയച്ചിട്ടും ആ മെമ്മോറിയലിനു മറുപടി കാണായ്കയാൽ ഡോക്ടർ തിരുവനന്തപുരത്ത് എത്തുകയും ശക്തിപൂർവ്വം നിയമാനുസൃതമായ ഒരു പ്രക്ഷോഭണത്തിന് ഒരുങ്ങുകയും ചെയ്തു. 'തിരുവിതാംകൂർ ഈഴവസഭ' എന്ന പേരിൽ ഒരു സഭ സ്ഥാപിച്ച് സമുദായത്തിൽ സംഘടന ഉണ്ടാക്കാനും കുറഞ്ഞ പക്ഷം പതിനായിരത്തില്പരം ഈഴവരുടെ ഒപ്പോടുകൂടി ഒരു മെമ്മോറിയൽ മഹാരാജാവ് തിരുമനസ്സിലേക്ക് സമർപ്പിക്കാനുമായിരുന്നു അദ്ദേഹം ആദ്യമായി ശ്രമിച്ചത്. 1896 സെപ്തംബറിൽ പതിമൂവായിരത്തില്പരം പേർ ഒപ്പിട്ട ഒരു ഹർജ്ജി തിരുമുമ്പിൽ സമർപ്പിച്ചു. സ്കൂൾപ്രവേശനം, സർക്കാർ ഉദ്യോഗം ഈ വിഷയങ്ങളിൽ മതം മാറിയാൽ തങ്ങൾക്കു കിട്ടാവുന്ന അനന്തരാവകാശങ്ങളെ ആ പരിവർത്തനങ്ങൾ കൂടാതെ തങ്ങൾക്കു കിട്ടാൻ വ്യവസ്ഥ ചെയ്യണമെന്നു മാത്രമായിരുന്നു ആ വിനീതമായ ഹർജ്ജി എന്നിട്ടും ആശിച്ച ഫലമൊന്നും സിദ്ധിച്ചില്ല.

ഇതിത്രയും കെ ദാമോദരൻ രചിച്ച *ശ്രീനാരായണഗുരുസ്വാമികൾ* എന്ന പുസ്തകത്തിൽനിന്നാണുദ്ധരിച്ചത്. തുടർന്ന് എന്തു സംഭവിച്ചുവെന്ന് വിശദമാക്കാൻ കെ ദാമോദരന്റെ പിതാവായ സി വി കുഞ്ഞുരാമന്റെ വാക്കുകൾ ഉപകരിക്കും. അദ്ദേഹം എഴുതുന്നു.

> ഈഴവ മെമ്മോറിയലിനെ തുടർന്ന് പത്രങ്ങളിൽ വലുതായ പ്രക്ഷോഭണങ്ങൾ നടന്നുകൊണ്ടിരുന്നു. ഇംഗ്ലീഷ് പത്രങ്ങളിൽ ഡോക്ടർ ഈ വിഷയത്തെ സംബന്ധിച്ച് എഴുതിയിട്ടുള്ള ലേഖനങ്ങൾ എത്രയെന്ന് കണക്കില്ല. അവയിൽ മിക്കതിനേയും തർജ്ജമ ചെയ്തും ചിലതിന്റെ സാരം സംഗ്രഹിച്ചെഴുതിയും ചിലത് സ്വതന്ത്രമായി എഴുതിയും മലയാളപത്രത്തിൽ എന്നാലായത് ഞാനും

എഴുതിക്കൊണ്ടിരുന്നു. മെമ്മോറിയലിനെക്കുറിച്ച് പത്രങ്ങളിലുണ്ടായിരുന്ന മുഖപ്രസംഗങ്ങളും ലേഖനങ്ങളും മറ്റ് ആധാരമായ വിവരങ്ങളും ചേർത്ത് *Treatment of Tiyas in Travancore* എന്ന പേരിൽ ഒരു പുസ്തകം ഡോക്ടർ പ്രസിദ്ധം ചെയ്തിരുന്നു. അതിന്റെ ഒരു തർജ്ജമ മലയാളത്തിൽ എഴുതി പ്രസിദ്ധം ചെയ്യുവാൻ ഡോക്ടർ എന്നെ നിർബ്ബന്ധിച്ചിരുന്നു. അതിൽ ചേർത്തിരുന്ന ലേഖനങ്ങളിൽ പലതും ഞാൻ മുമ്പേ തർജ്ജമ ചെയ്തിട്ടുള്ളതായിരുന്നു. അതിനാൽ പുസ്തകം പ്രസിദ്ധം ചെയ്യുന്നത് വളരെ എളുപ്പമുള്ള കാര്യമായിരുന്നു. എങ്കിലും പ്രസിദ്ധീകരണത്തിനു വേണ്ടിവരുന്ന ചെലവിനു മാർഗ്ഗം കാണായ്കയാൽ ഞാൻ അതിനു തുനിയുവാൻ ഭയപ്പെട്ടുകൊണ്ടിരുന്നു. ഡോക്ടറുടെ നിർബ്ബന്ധം നിരാകരിക്കുവാൻ നിവൃത്തിയില്ലെന്നായപ്പോൾ ആറ്റിങ്ങൽ സബ്ബ് രജിസ്ട്രാർ ആയിരുന്ന മി. പി എം രാമനും ഓവർസീയറായിരുന്നു മരിച്ചുപോയ മി. ടി സി രാമനും ഞാനും കൂടി തർജ്ജമ മുഴുവനാക്കി അച്ചുകൂടത്തിൽ ഏല്പിച്ചു. നൂറുരൂപയോളം വേണ്ടിയിരുന്ന അതിന്റെ ചെലവിന് ഒരു സംഭാവന പിരിക്കാൻ ഞങ്ങൾ മൂന്നാളും കൂടി പുറപ്പെട്ടു. മൂന്നാഴ്ചവട്ടം പലേടത്തും സഞ്ചരിച്ചു. പണം മണിയോർഡർ അയച്ചേക്കാമെന്ന വാഗ്ദാനവും വളരെ വെടിപ്പായിട്ട് ഊണും തന്ന് മിക്ക പ്രമാണികളും ഞങ്ങളെ ഉദകാന്തവും കൊട്ടിയമ്പലവും അനുഗമിച്ച് ബഹുമാനപൂർവ്വം യാത്ര അയച്ചു. ഞങ്ങൾ മടങ്ങി മയ്യനാട്ടെത്തിയപ്പോൾ ഇരുപത്തേഴുരൂപാ ഉണ്ടായിരുന്നു. അതിലധികവും 'സേവിനി'യുടെ ജന്മസ്ഥലമായ പെരിനാട്ടുനിന്നും പിരിഞ്ഞതായിരുന്നു.... പുസ്തകം അച്ചടിച്ചു കഴിഞ്ഞു. വിലയ്ക്കു വിറ്റുകൂടാ എന്നു ഡോക്ടർ പ്രത്യേകം ആജ്ഞാപിച്ചിരുന്നതിനാൽ അച്ചുകൂടക്കാരന്റെ ഇടപാടുതീർക്കുവാൻ കുറേ പുസ്തകങ്ങളും കെട്ടിയെടുത്ത് പ്രസിദ്ധപ്പെട്ട ചില ഗൃഹസ്ഥന്മാരുടെ വസതികളിലേക്കു ഞാൻ പുറപ്പെട്ടു... പല ഗൃഹസ്ഥന്മാരുടെയും പടികൾ കയറിയിറങ്ങിയെങ്കിലും എല്ലാം മണിയാർഡർ ചെയ്യാമെന്ന വാഗ്ദാനങ്ങളായിട്ട് അവസാനിച്ചു... ഈഴവപ്രക്ഷോഭണങ്ങളുടെ ആരംഭദശയിൽ അതിനെ ഏകനായി നയിച്ച ഡോക്ടറുടെ ദുഷ്കരയത്നത്തെ ഓർത്താൽ അത്ഭുതം തോന്നും. (സി വി കുഞ്ഞുരാമന്റെ *തെരഞ്ഞെടുത്ത കൃതികൾ*)

പ്രചാരണത്തിന്റെയും പ്രക്ഷോഭണത്തിന്റെയും കല നല്ലപോലെ വശമായിരുന്ന ഡോക്ടർ പല്പു തങ്ങളുടെ പരാധീനത ബ്രിട്ടീഷ് ഗവൺമെന്റിന്റെ ശ്രദ്ധയിൽ കൊണ്ടുവരുന്നതിനു പരിശ്രമം തുടങ്ങി. ആദ്യം മദ്രാസ് നിയമസഭയിൽ ഈ പ്രശ്നം ഉന്നയിക്കുന്നതിനു ശ്രമം നടത്തി. ഗവർണർ അതു തടഞ്ഞു. പക്ഷേ, ഡോക്ടർ പിൻവാങ്ങിയില്ല. ജാത്യാധിഷ്ഠിതമായ അനീതിയുടെ വിശദവിവരങ്ങൾപ്രതിപാദിച്ചുകൊണ്ട്

അദ്ദേഹം ഗവർണർക്ക് ഒരു മെമ്മോറിയൽ സമർപ്പിച്ചു. ഗവർണർ അത് തിരുവിതാംകൂർ സർക്കാരിനയച്ചുകൊടുത്തു. മദ്രാസ് ഗവർണർക്ക് തിരുവിതാംകൂർ സർക്കാർ നല്കിയ വിശദീകരണം വസ്തുതകൾ മറച്ചുപിടിച്ചുകൊണ്ടുള്ളതായിരുന്നു. അതു മനസ്സിലാക്കിയ ഡോക്ടർ പല്പു ഗവർണറെ നേരിൽ കണ്ടു സ്ഥിതിവിവരക്കണക്കുകളോടും രേഖകളോടും കൂടി എല്ലാ കാര്യങ്ങളും വിശദീകരിച്ചുകൊടുക്കുകയും ചെയ്തു.

അതിനുശേഷം അദ്ദേഹം 1900 ത്തിൽ വൈസ്രോയിയെ (കഴ്സൺ പ്രഭു) നേരിൽ കണ്ടു. അദ്ദേഹത്തിനും ഒരു മെമ്മോറിയൽ സമർപ്പിച്ചു. 'Treatment of Tiyas in Trvancore' എന്ന ലഘുലേഖയുടെ ഒരു പ്രതിയും നല്കി. വസ്തുതകളൊക്കെയും വിശദമായി മനസ്സിലാക്കിക്കൊടുക്കുകയും ചെയ്തു.

(പ്രൊഫ. പി കെ കെ മേനോൻ - *The History of Freedom Movement in Kerala*)

'തിരുവിതാംകൂർ ഒരു സംരക്ഷിത സംസ്ഥാനമാണ്; പ്രാദേശികഭരണത്തിലെ ചെറിയ കാര്യങ്ങളിൽ വൈസ്രോയി ഇടപെടുന്നതല്ല' - എന്ന മറുപടിയാണ് വൈസ്രോയിയിൽനിന്നു ലഭിച്ചത്. അതും ഡോക്ടറെ നിരാശനാക്കിയില്ല. ഈഴവരുടെ പ്രശ്നങ്ങൾ ബ്രിട്ടീഷ് പാർലമെന്റിൽ ഉന്നയിപ്പിക്കുന്നതിന് ഡോക്ടർ ശ്രമമാരംഭിച്ചു. ഉന്നതമതിയും അഖിലേന്ത്യാ നേതാക്കന്മാരുടെ മുൻനിരക്കാരനും തന്റെ സുഹൃത്തുമായ ജി പി പിള്ളയെ ഇംഗ്ലണ്ടിലേക്കയയ്ക്കാൻ അദ്ദേഹം തീരുമാനിച്ചു. ഈഴവരാരും അതിന് കാര്യമായ സഹായം ചെയ്തില്ല. സ്വന്തം കൈയിൽ നിന്ന് പണമെടുത്ത് അദ്ദേഹം ജി പി പിള്ളയെ ഇംഗ്ലണ്ടിലേക്ക് അയയ്ക്കുകതന്നെ ചെയ്തു. പാർലമെന്റ് അംഗങ്ങളെ പരിചയപ്പെടാനുള്ള ഒത്താശകളും ചെയ്തുകൊടുത്തു.

ജി പി പിള്ളയ്ക്ക് തന്റെ ദൗത്യം നിർവ്വഹിക്കാൻ പ്രയാസമൊന്നും ഉണ്ടായില്ല. ഹെർബർട്ട് എന്ന ബ്രിട്ടീഷ് പാർലമെന്റ് അംഗം, അദ്ദേഹത്തിന്റെ പ്രേരണയനുസരിച്ച് പാർലമെന്റിൽ സ്റ്റേറ്റ് സെക്രട്ടറിയുടെ മുമ്പാകെ രണ്ടു ചോദ്യങ്ങൾ ഉന്നയിച്ചു.

1) തിരുവിതാംകൂർ സംസ്ഥാനത്ത് പള്ളിക്കൂടങ്ങളിലും സർക്കാർ സർവ്വീസുകളിലും പ്രവേശനം നിഷേധിച്ചിട്ടുള്ള ഈഴവർ എന്നൊരു ജാതിയെക്കുറിച്ച് അറിയുമോ?

2) അവരുടെ അവശതകൾ പരിഹരിക്കുന്നതിനു ശ്രദ്ധിക്കുമോ?

സ്റ്റേറ്റ് സെക്രട്ടറി ജോർജ് ഹാമിൽട്ടൺ പ്രഭു അനുകൂലമായ മറുപടിയാണു നല്കിയത്.

'എനിക്കും സൂക്ഷ്മമായി അറിവില്ല. ഇന്ത്യൻ നാട്ടുരാജ്യങ്ങളിലെ ആഭ്യന്തരകാര്യങ്ങളിൽ ബ്രിട്ടീഷ് ഗവൺമെന്റ് സജീവമായി ഇടപെടാറില്ലെങ്കിലും ബഹുമാനപ്പെട്ട മെമ്പറുടെ ചോദ്യങ്ങളിലേക്ക് മദ്രാസ് പ്രസിഡന്റിന്റെ ശ്രദ്ധ ക്ഷണിക്കാം.'

പാർലമെന്റിലെ ചോദ്യോത്തരങ്ങളും അതിനെ അടിസ്ഥാനമാക്കി

യുള്ള വിവരണങ്ങളും ഒരു മുഖപ്രസംഗത്തോടുകൂടി '*മദ്രാസ് സ്റ്റാൻഡേർഡ്*' എന്ന ദിനപത്രം (1897 ആഗസ്ത് 11) പ്രസിദ്ധീകരിച്ചു. (Selected Writings and Speaches of G P Pillai - G P Centenary Souvener -117-18). ഇതിന് വ്യാപകമായ പ്രചരണം നല്കുന്നതിൽ ഡോക്ടർ പല്പു നേടിയ വിജയം അത്ഭുതകരമാണ്.

ഇത്രയുമായപ്പോൾ ഈഴവസമുദായം അതിന്റെ നെടുമോഹനിദ്രയിൽ നിന്ന് ഉണർന്നു തുടങ്ങി. 'ഈഴവരുടെയിടയിൽ ഒരു പുതിയ ഉണർവ്വ് ഉണ്ടായിരിക്കുന്നു... അവർ അവകാശങ്ങൾ ഉന്നയിക്കുന്നു. ഇപ്രകാരമാണ് ലണ്ടൻ മിഷൻ സൊസൈറ്റി രേഖപ്പെടുത്തിയിട്ടുള്ളത്.

അവശതയനുഭവിക്കുന്ന ജനങ്ങളേവരുടെയും ഉന്നമനത്തിനുവേണ്ടി പ്രവർത്തിക്കാൻ ഈഴവരുടെ ഒരു സംഘടന രൂപീകരിക്കാൻ സമയമായെന്ന് ഡോക്ടർ പല്പു അറിഞ്ഞു. ആ വഴിക്ക് അദ്ദേഹം പരിശ്രമം തുടങ്ങുകയും ചെയ്തു.

ബാംഗ്ലൂരിൽ സ്വാമി വിവേകാനന്ദൻ സന്ദർശനത്തിനെത്തിയപ്പോൾ ഡോക്ടർ പല്പുവിനോടൊപ്പമാണ് താമസിച്ചത് (അതേക്കുറിച്ച് മറ്റൊരു കഥയുണ്ട്. സ്വാമിവിവേകാനന്ദന്റെ നേർക്ക് അത്രയധികം ആരാധനാഭാവം തോന്നുകയാൽ ഡോക്ടർ പല്പു അദ്ദേഹത്തെ ഒരു റിക്ഷയിലിരുത്തി തന്റെ ബംഗ്ലാവിലേക്ക് സ്വയം വലിച്ചുകൊണ്ടുപോയി എന്നാണ് കഥ). പതിതകാരുണികനും മനുഷ്യാവകാശങ്ങളുടെ വക്താവുമായ ആ ആത്മീയാചാര്യന്റെ മുമ്പിൽ ഡോക്ടർ പല്പു തന്റെ സമുദായം അനുഭവിക്കുന്ന പരാധീനതകളുടെ വിശദമായ ഒരു ചിത്രം വരച്ചു കാണിച്ചു. അതൊക്കെയും സശ്രദ്ധം കേട്ടതിനുശേഷം അദ്ദേഹം ശ്രേഷ്ഠമായ ഒരുപദേശം നല്കി. നിങ്ങളുടെ രാജ്യത്തുനിന്നു തന്നെ ഒരു ആദ്ധ്യാത്മികഗുരുവിനെ കേന്ദ്രമാക്കി സംഘടിതമായി പ്രവർത്തിക്കുന്നതാണ് നല്ലത്.

ഈ ഉപദേശം കേട്ടപ്പോൾ നാരായണഗുരുസ്വാമികളുടെ സാത്വിക തേജസ്സാർന്ന രൂപമാണ് ഡോക്ടർ പല്പുവിന്റെ സ്മൃതിമണ്ഡലത്തിൽ ഉയർന്നുവന്നത്.

ശ്രീനാരായണഗുരുസ്വാമികൾ ഒരു ദശാബ്ദക്കാലം മുമ്പുതന്നെ അരുവിപ്പുറത്ത് മനുഷ്യവിമോചനത്തിന്റെ പ്രതീകമെന്ന നിലയ്ക്ക് ശിവലിംഗ പ്രതിഷ്ഠ നടത്തുകയും സംഘടനകൊണ്ട് ശക്തരാകുക, വിദ്യകൊണ്ട് പ്രബുദ്ധരാകുക എന്നീ മുദ്രാവാക്യങ്ങൾ അവശജനവിഭാഗങ്ങൾക്ക് നല്കുകയും ചെയ്തു കഴിഞ്ഞിരുന്നു.

"ജാതിഭേദം മതദ്വേഷം
ഏതുമില്ലാതെ സർവ്വരും
സോദരത്വേന വാഴുന്ന
മാതൃകാസ്ഥാനമാണിത്."

എന്ന ശ്ലോകത്തിലൂടെ മാതൃകാസമൂഹത്തെ സംബന്ധിക്കുന്ന

സങ്കല്പം അദ്ദേഹം ഉയർത്തിക്കാട്ടുകയും ചെയ്തു.

ജനങ്ങൾക്കിടയിൽ അയസ്കാന്തശക്തിയാർന്ന സ്വാധീനമാണ് സ്വാമികൾക്കുണ്ടായിരുന്നത്. അടിമമനസ്ഥിതിയിൽനിന്ന് ജനതയെ പ്രബുദ്ധതയിലേക്ക് ഉണർത്താൻ തന്റെ ആത്മീയശക്തി അദ്ദേഹം പൂർണ്ണമായി ഉപയോഗിക്കുകയും ചെയ്തു. അതിന്റെ ഭാഗമായി, മുമ്പു സൂചിപ്പിച്ചതുപോലെ, പല സംഘടനകളും കേരളത്തിന്റെ പലഭാഗങ്ങളിലും രൂപം കൊള്ളാൻ തുടങ്ങി. അരുവിപ്പുറത്തുതന്നെയും അരുവിപ്പുറം ക്ഷേത്രയോഗം എന്നൊരു സംഘം സ്വാമികൾ ഏർപ്പെടുത്തിയിരുന്നു. അത് വിപുലീകരിച്ച് പ്രവർത്തനം തുടങ്ങേണ്ട കാലം സമാഗതമായിരിക്കുന്നു എന്ന് ഡോക്ടർ മനസ്സിലാക്കി. അദ്ദേഹം കേരളത്തിലേക്ക് യാത്രതിരിച്ചു.

സംഘടനയെപ്പറ്റി ആലോചിക്കുമ്പോൾ കാര്യക്ഷമമായും നിസ്വാർത്ഥമായും അതിന്റെ പ്രവർത്തനം നടത്തുന്നതിന് ഒരു കാര്യദർശിയെ അദ്ദേഹം മനസ്സിൽ കണ്ടിരുന്നു. കുമാരനാശാനല്ലാതെ മറ്റാരുമായിരുന്നില്ല അത്. ആശാന്റെ അറിവും പാകതയും കർമ്മകുശലതയും സേവനസന്നദ്ധതയും അദ്ദേഹത്തിനു നേരിൽ ബോദ്ധ്യപ്പെട്ടിരുന്നു. ഒരു സമുദായത്തിന്റെ (രാജ്യത്തിന്റെതന്നെ) ഭാവിക്ക് രൂപംനല്കാൻ നിയുക്തനാണ് ആ യുവാവെന്ന് കാണാൻ ഡോക്ടർക്കു പ്രയാസമുണ്ടായിരുന്നില്ല. ആശാന്റെനേർക്ക് അത്രമാത്രം സ്നേഹാദരങ്ങൾ അദ്ദേഹം പുലർത്തിയതിന്റെ നിദാനം ഇതാണ്.

നാരായണഗുരുസ്വാമികൾ, ഡോക്ടർ പല്പു, കുമാരനാശാൻ തികച്ചും വ്യത്യസ്തമായ വ്യക്തിത്വങ്ങളാണ് അവരുടേത്. എങ്കിലും ചില പൊതുവായ ഗുണങ്ങൾ ഏറ്റക്കുറച്ചിലുകളോടെ അവരിൽ വിളങ്ങിനിന്നു. സ്വാമികളുടെ മാതൃകാലോകദർശനം ഡോക്ടറും കുമാരനാശാനും ഒരുപോലെ പുലർത്തിപ്പോന്നു.

"സത്യം ശ്വസിച്ചും സമത്വമാർന്നും സ്നേഹ
സത്തു നുകർന്നും കൃതാർത്ഥരായി
സദ്ധർമ്മത്തൂടെ ചരിക്കട്ടെ മാനവ
രിദ്ധര സ്വർഗ്ഗമായ് തീർന്നിടട്ടെ!"

എന്ന് *സ്വതന്ത്രഗാഥ*യിൽ ആശാൻ പിന്നീട് ഇതു പ്രഖ്യാപിച്ചിട്ടുണ്ട്. തന്റെ ഓരോ പ്രഖ്യാപനത്തിലും ഡോക്ടർ പല്പു ഇതേ ദർശനം തന്നെയാണ് കേന്ദ്രബിന്ദുവായി സ്വീകരിച്ചിരിക്കുന്നത്. അതുപോലെ, സ്വന്തം സിദ്ധികൾ ലോകക്ഷേമത്തിനു സമർപ്പിക്കാനുള്ള ത്യാഗബുദ്ധിയും ഇവരുടെ ഗുണങ്ങളായിരുന്നു.

"അൻപാർന്നവരുണ്ടോ പരവിജ്ഞാനികളുണ്ടോ
വൻപാകെ വെടിഞ്ഞുള്ളവരുണ്ടോയിതുപോലെ?"

എന്ന് സ്വാമികളെക്കുറിച്ച് ആശാൻ പിന്നീട് എഴുതിയിട്ടുണ്ടല്ലോ.

ഡോക്ടർ പല്പുവിനും കുമാരനാശാനും ഇതിലെ ആശയം നല്ലൊരള വോളം ബാധകമാണ്. സ്വന്തമായി നേട്ടങ്ങളുണ്ടാക്കുന്നതിനെക്കുറിച്ച് അവർ ആലോചിച്ചില്ല. പ്രശസ്തിയിൽനിന്നുപോലും ഒഴിഞ്ഞു നില്ക്കാനാണ് അവർ ശ്രമിച്ചത്. ജനങ്ങളെ ഒരുമിപ്പിക്കാനും ആദർശങ്ങളുടെ നേർക്ക് ആഭിമുഖ്യമുള്ളവരാക്കി കർമ്മോത്സുകരാക്കാനും ഇവർക്ക് ഒരുപോലെ കഴിയുമായിരുന്നു.

'ശ്രീനാരായണധർമ്മ പരിപാലനയോഗം' എന്ന സംഘടനയ്ക്ക് ചരിത്രത്തിന്റെ നിയോഗമനുസരിച്ച് രൂപം നല്കാൻ ഇവർ മൂവരും ഒരുമിച്ചത് യാദൃച്ഛികമല്ല.

നിത്യതയിൽ ഒരു നീർപ്പോള

കേരളത്തിൽ ആശാൻ മടങ്ങിയെത്തുന്നത് 1900 ലാണ്. ആയിടയ്ക്ക് അദ്ദേഹത്തെ അരുവിപ്പുറത്തുവച്ച് കണ്ട ചിത്രം മൂലൂർ പത്മനാഭപ്പണിക്കർ അപ്രകാരം വിവരിക്കുന്നു.

> 1900 മാണ്ടിടയ്ക്ക് കൊ. വ. 1075 ലാണ് ചിന്നസ്വാമി കൽക്കത്തയിൽനിന്ന് മടങ്ങിയെത്തിയത്. മൈസൂറിൽ വന്നിട്ട് ഡോക്ടർ പല്പുവുമൊന്നിച്ച് ആയിടയ്ക്കുതന്നെ തിരുവനന്തപുരത്തു വന്നു. അന്നു ഞാൻ തിരുവനന്തപുരത്തുണ്ടായിരുന്നു. ഡോക്ടർ പല്പുവിന്റെ വീടായ പേട്ടയിൽ പരവൻവിളാകത്തു ചില സ്നേഹിതന്മാരുമൊന്നിച്ച് ആ വീടിന്റെ കിഴക്കുവശത്തെ തിണ്ണയിൽ ഞാൻ സംസാരിച്ചുകൊണ്ടിരിക്കുമ്പോൾ കുളിച്ച് ഭസ്മവും പൂശി തോർത്ത് പ്രകോഷ്ഠത്തിൽ മടക്കിയിട്ടുകൊണ്ട് ഒരു യുവാവ് എന്റെ മുൻഭാഗത്തുകൂടി കടന്ന് അകത്തേക്കു പോയി. വിശാലമായ നെറ്റി, തീക്ഷ്ണബുദ്ധിയെ പ്രകാശിപ്പിക്കുന്ന വിടർന്ന കണ്ണ്, ഉരുണ്ടു നീളം കുറഞ്ഞ ശരീരം, വലിയ ശിരസ്സ് ഇതൊക്കെയായിരുന്നു ആ യുവാവിന്റെ ആകൃതി. ജിജ്ഞാസയോടെ എന്നെ സൂക്ഷിച്ചുനോക്കിക്കൊണ്ടായിരുന്നു അകത്തേക്ക് പോയത്.
>
> ആ യുവാവിനെക്കണ്ട് അല്പം സങ്കോചിച്ച് മാറിനിന്ന ഒരാൾ എന്റെ അടുക്കലേക്ക് വന്നിട്ട് 'അറിയില്ലേ' എന്ന് എന്നോടു ചോദിച്ചു. 'അറിയില്ല' എന്നു ഞാൻ മറുപടി പറഞ്ഞു. 'ഇതു ചിന്നസ്വാമിയാണ്' എന്ന് അദ്ദേഹം എന്നോടു പറഞ്ഞശേഷം അകത്തു കടന്ന് ആ യുവാവിനോട് എന്റെ വിവരങ്ങൾ പറഞ്ഞു.
>
> തൽക്ഷണം ആ യുവാവ് ചിരിച്ചുകൊണ്ട് പുറത്തേക്കു വന്നു.

'ഞാൻ ആളറിയാതെയാണ് അകത്തേക്കു പോയത്.' എന്നും മറ്റു പറഞ്ഞു. ഞങ്ങൾ പരസ്പരം സംഭാഷണം തുടർന്നു. മുൻപ് പടത്തിൽ കണ്ടിട്ടുണ്ട്. എന്നു ഞാൻ പറഞ്ഞപ്പോൾ 'ഇപ്പോൾ എന്നിൽ പടം കണ്ടു ഇല്ലേ' എന്നുചിരിച്ചുകൊണ്ട് അദ്ദേഹം ചോദിച്ചു. അന്നു പകൽ മുഴുവനും സാഹിത്യസംഭാഷണം കൊണ്ട് ഞങ്ങൾ കഴിച്ചു. അന്ന് റയിൽവേ നടപ്പുള്ള കാലമായിരുന്നില്ല. അന്നുതന്നെ ചാക്കയിൽകടവിൽ വന്നു കമ്പനിവള്ളം കയറി മടങ്ങിപ്പോകേണ്ടുന്ന ആവശ്യകത എനിക്കുണ്ടായിരുന്നതിനാൽ ഞാൻ യാത്രയ്ക്കു ത്വര കൂട്ടി. ആറരമണിക്കു ഞാൻ ചിന്നസ്വാമിയൊന്നിച്ച് പരവൻവിളാകത്തുനിന്നും കാൽനടയായ് ചാക്കയിൽകടവിലേക്ക് തിരിച്ചു. അപ്പോൾ ഒരു ചെറിയ മഴയുമുണ്ടായിരുന്നു. ചാക്കയിലുണ്ടായിരുന്ന പാലത്തിൽ സ്വല്പനേരം നിന്നു യാത്ര പറഞ്ഞ ശേഷം ചിന്നസ്വാമി അവിടെനിന്നു മുട്ടത്തറ പെരുന്നെല്ലിയിലേക്കും ഞാൻ വള്ളം കയറി കൊല്ലത്തേക്കും തിരിച്ചു. ചിന്നസ്വാമി മടങ്ങി മൈസൂറിൽ ചെന്നിട്ട് ഏതാനും പദ്യം ഒരു കാർഡിൽ എഴുതി അയച്ചു.

'ഞാനിതിനു മറുപടിയായി പദ്യരൂപേണ ചിന്നസ്വാമിക്ക് ഒരു കത്തയച്ചു. ആ കത്തിൽ പരവൻവിളാകത്തുനിന്നും ഞങ്ങൾ തിരിച്ച സംഗതിയേയും മദ്ധ്യമാർഗ്ഗമുണ്ടായ സംഭാഷണത്തെയും തന്മയത്വേന വിവരിച്ചിരുന്നു. ആ കത്തിന് ചിന്നസ്വാമി അവർകൾ മൈസൂരിൽ നിന്നയച്ച മറുപടിയാണ് താഴെ ചേർക്കുന്നത്.

ബാംഗ്ലൂർ
ഒക്ടോബർ 1, 1900

1. അത്യാനന്ദമഹോ തരുന്നയി, ഭവാനമ്പോടയച്ചുള്ളൊര
ക്കത്താകും കവിതാരസോർമ്മി കരളിൽച്ചേർക്കും സുധാമധുരി
വ്യത്യാസം പറയുന്നതല്ലതുവശാൽ വേഗാലയയ്ക്കുന്നതി-
പ്രത്യാവേദനപത്രവും പ്രകൃതിയാം മാന്ദ്യം മറന്നിന്നു ഞാൻ

2. ചിത്താഹ്ലാദമെനിക്കുതോഴരൊരഭിജ്ഞാനോക്കി ചൊല്ലുന്നതിൽ
പ്രത്യേകം കലരുന്നു, പോയസുദിനം പ്രത്യാഗമിക്കുന്നപോൽ
പ്രത്യക്ഷത്തിലുടൻ ഭവാനെയിഹ ഞാൻ കാണുന്നു. വൻ പ്രേമവും
മെത്തീടുന്നഥവാ മനോമയമതിന്നോർത്താൽ ജഗത്തും സഖേ!

3. ഓർക്കുന്നുണ്ടയി! ഞാനുമൂഢകുതുകംസല്ലാപമോരോന്നുര-
ച്ചാർക്കും നാമിരുപേരിലിന്നതു സഖേ, പോരാഞ്ഞുമാരാത്രിയിൽ
വായ്ക്കും കാര്യവശാൽ വിഷാദമോടുടൻ വേർപെട്ടൊരേ പ്രാണനീ-
മൂക്കിൻമൂലമണഞ്ഞു രണ്ടുവഴിപോം പോലന്നു പാലംവഴി.

4. തൃഷ്ണ്യാനിങ്ങളെയും പിരിഞ്ഞു തുണയില്ലാതായിരുട്ടത്തുഞാൻ
വൃഷ്ട്യാ പിച്ഛിലമാം വഴിക്കുബദ 'കല്പാലത്തി'ലെത്തുംവരെ
കഷ്ടം! പോയിതു മുങ്ങിയും മുഴുകിയും മിന്നാമിനുങ്ങുങ്ങൾതൻ
പൃഷ്ഠം തന്നെയിടയ്ക്കുതെല്ലൊരു വെളിച്ചത്തിനു പാർത്തുള്ളു ഞാൻ.

5. പോട്ടിന്നായത് പിന്നെയും പ്രിയസഖേ! പിറ്റേദിനം രാത്രിയിൽ
പേട്ടയ്ക്കായുമടുത്തനാളവിടവും വിട്ടും പുറപ്പെട്ടു ഞാൻ
ഡാക്ടർ ശ്രീയുതനാകുമപ്പുരുഷരത്നത്തോടുമിട്ടിക്കിൽ വ-
ന്നിട്ടഞ്ചാറുദിനം കഴിഞ്ഞുടനെയക്കാർഡും ഭവാനിട്ടു ഞാൻ

6. പിന്നീടത്രയൊരാഴ്ചപോകുവാനിതിനും മുമ്പേറെയൻപേരുമെൻ
ധന്യോത്താംസമതാ 'മരീപ്പുറ' മെഴും സ്വാമിപ്രസാദത്തിനാൽ
വന്നെത്തീ വലുതായിടും കിമപികാര്യാർത്ഥം മഠത്തീന്നു ഞാൻ
ചെന്നേ തീരുവതെന്നു ശീഘ്രമിഹവിജ്ഞാപിക്കുമാജ്ഞാപനം

7. കണ്ടിട്ടായതു കേവലം ത്വരകൾ കൂടുമ്പോഴിടംപെട്ടുവ
ന്നുണ്ടായീ ജലദോഷവും ജ്വരവുമൊന്നല്പം മുഷിപ്പിച്ചു മാം
ഉണ്ടിപ്പോൾ സുഖമായതിന്നുമതിനാൽ നാട്ടീന്നു പെട്ടെന്നുനി-
ഷ്കുണ്ഠം മദ്ഗുരുപാദഗൗരവവശാൽ വേഗേന പോകുന്നു ഞാൻ

8. പത്രങ്ങൾക്കെഴുതാൻ പ്രയാസമിനിമേൽപക്ഷേഭവിക്കും സഖേ
തത്രാനേകമെനിക്കു സമ്പ്രതി വരാം കൃത്യം സ്വകർത്തവ്യമായ്
ചിത്താശംസതഥാപിയുണ്ടതിനുമേയെന്നാൽ തദാർത്ഥം പുനർ-
വൃത്താന്തം സുകവേ, നമുക്കെഴുതിടാം പിന്നീടുമന്യോന്യമായ്

9. മറ്റൊന്നും പറയുന്നതിനവസരം തൽക്കാലമില്ലോർക്കമേ
മറ്റേന്നാളിവിടം വിടുന്നതിനു ഞാനോർക്കുന്നു നീക്കം വിനാ
മറ്റെല്ലാർക്കുമെനിക്കുമത്ര കുശലം തന്നാണ് ദൈവേച്ഛയാ
ചുറ്റും നാടുനിറഞ്ഞുമിപ്പോളിവിടെ പ്ലേഗുണ്ടു വേണ്ടുന്നപോൽ

10. 'വിവേകാനന്ദാ'ഭിധസ്വാമിതൻ വാക്-
പ്രവാഹത്തിൽ പെട്ടതാം കർമ്മയോഗം
കവേ ഭാഷയാക്കുന്നതും ഞാൻ
തവേഷ്ടംപോൽ 'ചന്ദ്രികയ്ക്കായയയ്ക്കാം"

ഇപ്പോഴും പഴയ ചിന്നസ്വാമിയായിട്ടാണ് കുമാരൻ തുടരുന്നതെന്ന് ഈ കത്തിൽനിന്ന് വ്യക്തമാണല്ലോ. അതിന്റെ നിഷ്ഠകളൊക്കെയും ഇക്കാലമത്രയും അദ്ദേഹം ദീക്ഷിച്ചുപോന്നു. സഹജവാസനാ പ്രേരിത

നായി കാവ്യാസ്വാദനത്തിലും രചനയിലും മുഴുകിയിരുന്നെങ്കിലും സന്യാസത്തിന്റെ നേർക്കുള്ള ആഭിമുഖ്യം നിശ്ശേഷം വിട്ടുമാറിയിരുന്നില്ല.

സാമുദായികകാര്യങ്ങൾ, ലോകത്തിൽ നടന്നുകൊണ്ടിരുന്ന സംഭവങ്ങൾ-ഇവയിലെല്ലാം അദ്ദേഹം തല്പരനായിക്കഴിഞ്ഞു. മനുഷ്യനെ മനുഷ്യനാക്കിത്തീർക്കുന്ന പുതിയ വ്യവസ്ഥിതി സൃഷ്ടിക്കുന്നതിൽ തനിക്കും പങ്കുണ്ടെന്നു തിരിച്ചറിഞ്ഞും കഴിഞ്ഞു. ബംഗാളിൽ നേരിട്ടറിഞ്ഞ നവോത്ഥാനത്തിന്റെ ചലനങ്ങൾ ആ ഹൃദയത്തിൽ ആഴത്തിലുള്ള ആഘാതം ഉളവാക്കിയിരുന്നു. വിവേകാനന്ദൻ ആത്മാവിന്റെ ശ്രീകോവിലിലെ വിഗ്രഹങ്ങളിലൊന്നായി മാറി. കരുത്തിനും കർമ്മശേഷിക്കും പരിവർത്തനത്തിനും പ്രാധാന്യം നല്കിയ സ്വാമി വിവേകാനന്ദൻ. ആത്മീയതയുടെ മാനങ്ങളാൽ മാനവഹൃദയങ്ങളെ രോമാഞ്ചമണിയിച്ച ടാഗോർ എന്ന കവി അനാചാരദൂരീകരണത്തിന് ശ്രമിക്കുന്നതും, വീക്ഷണവിപ്ലവം ലക്ഷ്യമാക്കി കാവ്യം രചിക്കുന്നതും നേരിട്ടു മനസ്സിലാക്കാൻ ഇടയായി. ഈ അനുഭവങ്ങൾ കുമാരന്റെ സന്ന്യാസസങ്കല്പത്തിന് പുതിയ ചക്രവാളങ്ങൾ പ്രദാനം ചെയ്തു.

എങ്കിലും പ്ലേറ്റോക്കെന്നതുപോലെ കുമാരനും ഒരു സംശയമുണ്ടായിരുന്നു. സൗന്ദര്യമോ സത്യമോ ഏതാണു ശ്രേഷ്ഠം? എന്ന സംശയം ഇന്ദ്രിയാമോദകരമായ വിലാസവായ്പോടുകൂടി കാവ്യം മാടി വിളിക്കുന്നു. മറുവശത്ത് ഇന്ദ്രിയാനുഭവം മിഥ്യയാണെന്നും അതിനെ അതിവർത്തിച്ച് സത്യം സാക്ഷാൽക്കരിക്കുകയാണു വേണ്ടതെന്നുമുള്ള ബോധം നിലനില്ക്കുന്നു. ഇപ്പോഴും സത്യത്തിന്റെ പക്ഷത്തേക്കാണു ചായ്‌വ്. അതിനാൽ ചിന്നസ്വാമിയായി ജീവിതം തുടർന്നു.

കാവ്യരചനയെക്കുറിച്ച് മുകളിൽ പരാമർശിച്ചല്ലോ. വിവേകാനന്ദന്റെ *കർമ്മയോഗം* സ്വഭാഷയിലാക്കുന്ന കാര്യം മൂലൂരിന് അയച്ച കത്തിൽ കാണുന്നു. കല്ക്കത്തയിൽ കഴിയുന്ന കാലത്ത് അതു തുടങ്ങിയിരിക്കണം. നിശ്ചയമില്ല.

രണ്ടു നാടകങ്ങൾ അക്കാലത്ത് കുമാരൻ രചിച്ചിട്ടുണ്ട്. *മൃത്യുഞ്ജയം വിചിത്രവിജയം* അതേപ്പറ്റി മുമ്പ് പ്രസ്താവിച്ചതോർക്കുമല്ലോ. ആശാന്റെ മരണശേഷമാണ് *വിചിത്രവിജയം* പ്രകാശിതമായത്. അതിൽ ചേർത്തിരിക്കുന്ന പ്രസാദകക്കുറിപ്പ് നോക്കൂ.

> ഈ നാടകത്തിന്റെ രചന ആരംഭിച്ചത് 19.9.1902 ൽ ആണെന്നു കാണുന്നു. അവസാനിച്ച കാലം കവിയുടെ കൈയെഴുത്തു പുസ്തകത്തിൽ കാണുന്നില്ല. നാടകത്തിന്റെ രചനാകാലത്തുതന്നെ കവിയുടെ പല ശിഷ്യന്മാരും അവരവരുടെ രുചിക്കൊത്തവണ്ണം ഇതിലെ പല ശ്ലോകങ്ങളും കാണാപ്പാഠമാക്കുകയും അപൂർവ്വം ചില ഭാഷാപ്രണയികൾ സ്വന്തമായി പകർപ്പുകളെഴുതി സൂക്ഷിക്കുകയും ചെയ്തിരുന്നുവെന്നുള്ള വിവരം കവിതന്നെ ഞങ്ങളോടു പറഞ്ഞിട്ടുള്ളതാണ്. കവിയുടെ ജീവിതകാലത്ത് പ്രസ്തുത നാടകത്തിന്റെ

> പ്രസിദ്ധീകരണത്തെപ്പറ്റി ഞങ്ങൾ സംസാരിച്ചപ്പോൾ ഭാഷാസാഹിത്യത്തിന്റെ ഇന്നത്തെ നിലയ്ക്ക് അതിൽ ഇനിയും പല മാറ്റങ്ങളും വരുത്തേണ്ടതുണ്ടെന്നായിരുന്നു അദ്ദേഹത്തിന്റെ സമാധാനം.

ഈ കുറിപ്പിൽ പറഞ്ഞിരിക്കുന്നത് ശരിയാണെങ്കിൽ കൽക്കത്തയിൽവച്ചല്ല രചന തുടങ്ങിയത്. 1902 ൽ അദ്ദേഹം അരുവിപ്പുറത്താണല്ലോ കഴിയുന്നത്.

എസ് എൻ ഡി പി യോഗത്തിന് രൂപം നല്കാനുള്ള നടപടികൾ തകൃതിയായി നടക്കുന്ന കാലമാണത്. കുമാരന് അതിൽ സജീവമായ പങ്കുണ്ടായിരുന്നു. അതിനിടയിൽ ഇപ്രകാരമൊരു നാടകം ബന്ധദാർഢ്യത്തോടുകൂടി രചിക്കാൻ സാധിക്കുമോ? സംശയമാണ്. അദ്ദേഹം രചനാരംഭത്തെപ്പറ്റി കുറിച്ചുവച്ചിരിക്കുന്നത് പൂർത്തീകരിക്കുന്നതിനെ ഉദ്ദേശിച്ചാണെന്നു വന്നുകൂടായ്കയില്ല.

രണ്ടുപേരുടെ അഭിപ്രായങ്ങൾ ഇവിടെ ചേർക്കുന്നത് ഉചിതമാണെന്നു വിചാരിക്കുന്നു. മൂർക്കോത്തു കുമാരൻ എഴുതുന്നു:

> ഇതിൽനിന്ന് (കുറിപ്പിൽനിന്ന്) രണ്ടുകാര്യങ്ങൾ തെളിയുന്നു ഒന്നാമത്, ഈ നാടകം ഉണ്ടാക്കിയത് കുറേക്കാലം മുമ്പാണെന്നുള്ളതത്രേ. 1902 സെപ്തംബർ 18 നാണ് നാടകം എഴുതാൻ ആരംഭിച്ചതെന്ന് കൈയെഴുത്തു പ്രതിയിൽ ഉണ്ടുപോൽ. എപ്പോഴാണ് അവസാനിപ്പിച്ചതെന്ന് അതിൽ കാണുന്നില്ല. അഥവാ അവസാനിച്ചിട്ടില്ലാത്തതിനാൽ എപ്പോഴാണ് ഒടുവിലത്തെ വരികൾ എഴുതിയതെന്ന് രേഖപ്പെടുത്തേണ്ടിവന്നില്ല. കേരളവർമ്മ വലിയകോയിത്തമ്പുരാൻ തിരുമനസ്സുകൊണ്ട് *ശാകുന്തളം* പരിഭാഷ ചെയ്തശേഷം കുറേക്കാലം ഭാഷാകവികൾ സംസ്കൃതനാടകങ്ങൾ തർജ്ജമ ചെയ്യുകയും സ്വതന്ത്രനാടകങ്ങൾ ഉണ്ടാക്കുകയും ചെയ്യുന്ന തിരുതകൃതിയായിരുന്നുവല്ലേ. ആ അവസരത്തിൽത്തന്നെ ഒരു നാടകരചനയ്ക്കായി ആശാനും പുറപ്പെട്ടിരിക്കാം. എന്നാൽ ആ സന്ദർഭത്തിൽ ഈ നാടകം മുഴുമിപ്പിച്ച് പരസ്യം ചെയ്തിരുന്നെങ്കിൽ സ്വതന്ത്രനാടകരചനയുടെ സമ്പ്രദായം ഭാഷയിൽ വളരെ പരിഷ്കരിക്കപ്പെടുമായിരുന്നു എന്നാണ് അഭിപ്രായം.

കൈയെഴുത്തുപ്രതിയിൽ ഉണ്ടുപോൽ' എന്നെഴുതിയിരിക്കുന്നതുകൊണ്ട് മൂർക്കോത്തു കുമാരന് അതിൽ സംശയമുണ്ടെന്നു കാണാം.

സി വി കുഞ്ഞുരാമൻ ഓർമ്മിക്കുന്നതിങ്ങനെയാണ്:

> ആശാൻ ആയിടയ്ക്ക് രണ്ടു നാടകങ്ങൾ എഴുതിക്കൊണ്ടിരിക്കുകയായിരുന്നു. മാർക്കണ്ഡേയചരിതം കഥാവസ്തുവാക്കി കുറേ മുമ്പു തന്നെ എഴുതാൻ തുടങ്ങിയിരുന്ന നാടകത്തിൽനിന്ന് ചില ഭാഗങ്ങൾ ഞങ്ങളെ ചൊല്ലിക്കേൾപ്പിച്ചു. സപ്തമരുത്തുക്കളിൽ ഏഴാ

മത്തെ മരുത്തിൽക്കൂടി വിദ്യാധരദമ്പതികൾ കയറിയിരുന്ന ഒരു വിമാനം ചീറിക്കൊണ്ട് അതിവേഗത്തിൽ പാഞ്ഞുപോകുന്നതിനെ വർണ്ണിക്കുന്ന ഒരു ശ്ലോകം രണ്ടുമൂന്നുതവണ ആശാനെക്കൊണ്ടു ചൊല്ലിച്ചു എന്നല്ലാതെ ആ നാടകത്തെക്കുറിച്ച് മറ്റൊന്നും ഞാനിപ്പോൾ ഓർക്കുന്നില്ല.

ആയിടയ്ക്ക് എന്നു പറയുന്നത് കല്ക്കത്തയിൽ നിന്ന് കുമാരൻ അരുവിപ്പുറത്ത് മടങ്ങിയെത്തിയ ഘട്ടത്തെക്കുറിച്ചാണ്. അപ്പോൾ, രചന കല്ക്കത്തയിൽ താമസിക്കുമ്പോൾത്തന്നെ തുടങ്ങിയിരിക്കണം.

ഇനി മൂലൂർ എസ് പത്മനാഭപ്പണിക്കരുടെ അനുസ്മരണത്തിലേക്ക് തിരിയാം:

1070-ാമാണ്ട് തിരുവനന്തപുരത്തുവച്ച് ഭാഷാപോഷിണിസഭയുടെ ആഭിമുഖ്യത്തിൽ നടന്ന കവിതാപരീക്ഷയിൽ രണ്ടാം സമ്മാനം ലഭിച്ചിട്ടുള്ള എന്റെ *ആസന്നമരണചിന്താശതക*ത്തെപ്പറ്റി 'ദിദൃക്ഷേ ചിന്താശതകം' എന്നിങ്ങനെ ആ കത്തിൽ കാണിച്ചിരുന്നു. അതനുസരിച്ച് ഞാൻ ചിന്താശതകം ആശാന്റെ പേർക്ക് അയച്ചുകൊടുത്തു. ആശാന്റെ അഭിപ്രായത്തേയും ഞാൻ സന്തോഷപൂർവ്വം ക്ഷണിച്ചിട്ടുണ്ടായിരുന്നു. എന്റെ ഒരു ഭാഗിനേയന്റെ അകാലദേഹവിയോഗത്തെപ്പറ്റി ഒരു ചരമപത്രം അക്കാലത്ത് അച്ചടിപ്പിച്ചിരുന്നതും ആശാന്റെ പേർക്ക് പുസ്തകത്തോടൊന്നിച്ച് ഞാനയച്ചുകൊടുത്തു. അതിന് 1077 ചിങ്ങം 13 ന് ആശാൻ അരുവിപ്പുറത്തു നിന്നയച്ച കത്താണ് താഴെ ചേർക്കുന്നത്.

അരുവിപ്പുറം
1077 ചിങ്ങം 19

ശ്രീ
"ലബ്ധോലേഖസ്തപദിശതകം ലബ്ധമുദ്ദിഷ്ടപൂർവ്വം
സ്വശ്രീയസ്യ വ്യസനവിഷയാ, പദ്യമാലാപ്യലാഭി
ആത്മാനം പ്രാഗുപകൃതി വചോധാരയാക്ഷാളയാമ
പ്രാപ്തഹ്ലാദസപദി ഭവതോ ദുർദ്ധരം ഹ്യാധമർണ്യം

സർവ്വേഷാം ഭവദാമവ്യാഹതം ക്ഷേമമിതി മന്യേ,
മൃത്യുഞ്ജയനാടകമവസിതമേവ, മദ്ധ്യേ മദ്ധ്യേ സംഗീത
സമലംകൃത കർത്തവ്യമിതിയദ് ഭവദഭിമതം തൽ
സത്യമേവ, അപിതു തത്ക്കാലാന്തരേ യഥാവസരം വിധേ
യം. ചിന്താശതകം സുന്ദരമേവ പുസ്തകം മമ ലബ്ധ
നഷ്ടം വർത്തതേ, പരിമിതാനി സ്ഖലിതാനി ദൃശ്യന്തേ
'സ്വർപ്പാല' ഇതി വാതൽസദൃശ്യം പദം വാ തഥാ
സന്ധിർന്നഭവിഷ്യതി. ദേവേന്ദ്രപുരി, ഇതി സമാസാ

ന്തോ ന ഭവിഷ്യതി. സുഗന്ധപവമാന ഇതി പദം
സുഗന്ധിപവമാന ഇതി സാധുതര പ്രയാഗഃ മദ്ധ്യമ-
പദലോപസമാസ ഇതി കിമർത്ഥം ക്ലിശ്യതി. ചിര
നേരം ഇതി മഹ്യം ന രോചതേ, ഉത്തരോത്തരം
കാവ്യസ്യയോഗ്യതാം ദൃഷ്ട്വാ സന്തുഷ്ടോസ്മി
അഭിപ്രായ പദ്യമാവശ്യകഞ്ചേദിത്ഥം"

(കത്തും മുമ്പ് ഉദ്ദേശിച്ച വിധത്തിൽ അയച്ചതായ 'ശതക'വും ലബ്ധമായി. ഭാഗിനേയനെ സംബന്ധിക്കുന്ന വ്യസനം വിഷയീക രിക്കുന്നതായ പദ്യമാലയും ലബ്ധം (ലഭിച്ചു). സ്വയം ഉപചാരവ ചനങ്ങളെക്കൊണ്ട് (ആശ്വാസവാക്കുകളെക്കൊണ്ട്) ദുഃഖം പ്രക്ഷാ ളനം ചെയ്യാം (കഴുകിക്കളയാം). ഞാൻ വളരെ സന്തുഷ്ടനായി (കത്തും ശതകവും ലബ്ധമായതുമൂലം) അങ്ങയോടുള്ള ആധ മർണ്യം (കടപ്പാട്) ദുർദ്ധരമാണ് (താങ്ങാനാവാത്തതാണ്).

ഭവാന്മാർക്കെല്ലാം അക്ഷയമായ ക്ഷേമമെന്ന് ഞാൻ കരുതുന്നു. *മൃത്യുഞ്ജയം* നാടകം പൂർണ്ണമായി ഇടയ്ക്കിടയ്ക്ക് സംഗീതം കൊണ്ടലങ്കരിക്കണമെന്ന അങ്ങയുടെ നിർദ്ദേശം (അഭിപ്രായം) സത്യംതന്നെ, അത് സമയംപോലെ ചെയ്യാം. *ചിന്താശതകം* എന്ന സുന്ദരമായ പുസ്തകം എനിക്ക് നഷ്ടം പ്രാപിച്ചതായിത്തീർന്നു. പരിമിതങ്ങളായവ ജീർണ്ണിതവുമാണ് (സ്ഖലിതങ്ങളാണ്). 'സ്വർപ്പാല' എന്നുള്ളതും തത്സദൃശ്യങ്ങളുമായ പദങ്ങളിൽ സന്ധി വരുന്നില്ല. 'ദേവേന്ദ്രപുരി' എന്നിടത്ത് സമാസാന്തവും വരുന്നില്ല. 'സുഗന്ധപവമാന' എന്നതിനേക്കാൾ 'സുഗന്ധിപവമാന' എന്ന താണ് കൂടുതൽ സാധുവായ പ്രയോഗം. മദ്ധ്യമപദലോപ സമാ സത്തിനായി എന്തിനു ക്ലേശിക്കുന്നു?

'ചിരനേര'മെന്നത് എനിക്ക് പഥ്യമല്ല. ഉത്തരോത്തരം കാവ്യത്തിന്റെ മേന്മ കണ്ട് ഞാൻ സന്തുഷ്ടനാണ്. അഭിപ്രായ പദ്യമാവശ്യമെങ്കിൽ...

"ജനാവാസം ഭൂവിൽ ഝടിതിവിടുമേകൻ കരുണമായ്
മനോരാജ്യം ചെയ്യും കവിതയിതു നന്നായ് സുകവേ!
അനായാസം ചെയ്തെന്നഥ വിരവിലാപ്രൗഢസമയേ
വിനോദിപ്പാൻ ചെയ്തെന്തിഹ വളരെ നന്നാക്കിയിതിനെ
വിശേഷോനപരോസ്തി"
'ചന്ദ്രികായാം' ബഹവഃ അപശബ്ദാദൃശ്യന്തെ.
തദൃഷ്ട്വാ ഭവാൻ തുഷ്ണീം തിഷ്ഠതീതി ചിത്രായതേ."

മറ്റു വിശേഷമൊന്നുമില്ല. ചന്ദ്രികയിൽ വളരെയധികം അപശബ്ദ ങ്ങൾ കാണുന്നു. അതു കേട്ടിട്ട് ഭവാൻ മൗനിയായി ഇരിക്കുന്ന തായി തോന്നുന്നു.

എന്ന്,

എൻ കെ ആശാൻ

ഈ സംസ്കൃതലേഖനത്തിൽ കാണുന്ന *മൃത്യുഞ്ജയം (മാർക്കണ്ഡേയവിജയം)* എന്ന ഭാഷാനാടകം അരുവിപ്പുറത്തുവച്ച് ആശാനവർകൾ രചിച്ചിട്ടുള്ളതാണ്. കല്പിത കഥാരൂപേണ മറ്റൊരു നാടകത്തിൽ ഒരു സ്ത്രീയുടെ ശവം ആറ്റിൽക്കൂടി ഒഴുകിപ്പോകുന്നതായി വർണ്ണിച്ചിട്ടുണ്ട്.

'കഷ്ടം നഗ്നനിതംബയായൊഴുകിടുന്നേകാംഗനാ ഗംഗയിൽ'

എന്നിങ്ങനെ നാലാം പാദം അവസാനിക്കുന്നതായി ഒരു പദ്യം അതിലുണ്ട്. ആദ്യം മുതൽ അവസാനം വരെ ആശാന്റെ കവിതയിൽ മുങ്ങിമരണത്തെ വർണ്ണിച്ചിട്ടുള്ളതായി കാണുന്നു., ആശാന്റെ ആ രണ്ടു നാടകങ്ങളിലും ഗാനങ്ങൾ ചേർക്കുന്നത് കാലാനുസൃതമാണെന്ന് ഞാൻ അന്ന് എഴുതിയിരുന്നതിനെ അടിസ്ഥാനപ്പെടുത്തിയാണ് ആശാൻ ഈ കത്തിൽ ആ അഭിപ്രായം പറഞ്ഞിരിക്കുന്നത്. ഞാനും ആശാനുമായുള്ള പ്രഥമ സന്ദർശനത്തിൽ എന്നെ ഏല്പിച്ചിരുന്ന *പ്രബോധചന്ദ്രോദയം* ഭാഷാനാടകം (കൈയെഴുത്തു പ്രതി) കൊല്ലത്തുനിന്നും പ്രസിദ്ധീകരിച്ച 'ചന്ദ്രിക' എന്ന മാസികയിൽ ഞാൻ ഖണ്ഡശ: പ്രസിദ്ധപ്പെടുത്തിയിരുന്നതിൽ അനേകം അച്ചുതെറ്റുകൾ കണ്ടതിനെക്കുറിച്ചാണ് ആശാൻ കത്തിന്റെ ഒടുവിൽ 'ചിത്രായതെ' എന്നു പറഞ്ഞുകാണുന്നത്.

ഈ വിവരണത്തിൽനിന്ന് മനസ്സിലാകുന്നത് ആശാൻ അരുവിപ്പുറത്തുവച്ചാണ് രണ്ടു നാടകങ്ങളും രചിച്ചതെന്നാണ്. ഒരു തർക്കവിഷയമാക്കാനുള്ള ഗൗരവം ഇതിനില്ല. കല്ക്കത്തയിലെ ഏകാന്തതയിൽ, പഠനത്തിനുവേണ്ടി ചെലവഴിച്ച മുഹൂർത്തങ്ങൾക്ക് മദ്ധ്യത്തിൽ വീണുകിട്ടിയ ഇടവേളകളിൽ, ഇവയുടെ രചന തുടങ്ങിയിരിക്കാം.

ഏതാണ്ടിതേയവസരത്തിൽ രചിച്ചിട്ടുള്ളതാണ് *മൃത്യുഞ്ജയം* എന്ന കവിത. ഇത് അപൂർണ്ണമാണ്. ആകെയുള്ള എട്ടു ശ്ലോകങ്ങൾ നോക്കുമ്പോൾ, ജീവിതത്തിന്റെ അസ്ഥിരതയെയും അതിനെ അതിലംഘിക്കുന്ന ശക്തിവിശേഷത്തെയും കവിതയുടെ കേന്ദ്രബിന്ദുവാക്കിയിട്ടുണ്ടെന്ന് ഊഹിക്കാം.

"ഇപ്പോഴും പഴയ സമസ്യ ആ മനസ്സിൽ സജീവമായിരുന്നു.
കാലൻ കനിവറ്റു കുറിച്ചുവിടു-
ന്നോലപ്പടിയെന്നെയയയ്ക്കരുതേ"

ആശാൻ എന്ന കവിയുടെ സഹജമായ ചിന്തയാണിത്. ക്ഷണികതയ്ക്കപ്പുറം നിത്യത; നശ്വരതയ്ക്കപ്പുറം അനശ്വരത - ആ സങ്കല്പം കുമാരനാശാൻ എന്നും താലോലിച്ചുപോന്നു.

പൊതുജീവിതത്തിൽ ആത്മാർപ്പണം

തിരുവനന്തപുരത്തും സമീപപ്രദേശങ്ങളിലുമുള്ള ഈഴവപ്രമാണി മാരെ ഒരു ആലോചനായോഗത്തിൽ സംബന്ധിക്കുന്നതിന് ക്ഷണിക്കാൻ 1902 ൽ നാരായണഗുരുസ്വാമികൾ കുമാരനാശാനു നിർദ്ദേശം നല്കി. അതനുസരിച്ച് ആശാൻ ഒരു കത്തു തയ്യാറാക്കി ഏവർക്കും അയച്ചുകൊടുത്തു. കുന്നുകുഴിയിലുള്ള കമലാലയം ബംഗ്ലാവിൽവച്ച് അരുവിപ്പുറം ക്ഷേത്രയോഗാംഗങ്ങളുടെയും പ്രത്യേകം ക്ഷണിക്കപ്പെട്ടവരുടെയും ഒരു സംയുക്തയോഗം ചേരുന്നുവെന്നാണ് കത്തിൽ കാണിച്ചിരുന്നത്.

തന്റെ വത്സലശിഷ്യനെ ഭാരമേറിയ ഒരു ചുമതല ഏല്പിക്കണമെന്ന് സ്വാമികൾ നേരത്തേ നിശ്ചയിച്ചിരുന്നു. കാര്യശേഷിയിലും സ്വഭാവഗുണത്തിലും കുമാരൻ മറ്റാരേക്കാളും സമുന്നതനാണെന്ന് അദ്ദേഹം അറിഞ്ഞിരുന്നല്ലോ. കല്ക്കത്തയിലെ ജീവിതംമൂലം കുമാരന്റെ വീക്ഷണം വിശാലമായിത്തീർന്നിട്ടുണ്ടെന്നും അദ്ദേഹം മനസ്സിലാക്കി. ബംഗാളിൽ നടന്നുകൊണ്ടിരുന്ന നവോത്ഥാനചലനത്തെക്കുറിച്ച് സ്വാമികൾ ബോധവാനായിരുന്നു. അതിനു സാക്ഷ്യം വഹിച്ച് മടങ്ങിയെത്തുന്ന കുമാരൻ ഒരു ജനതയെ മോചനത്തിലേക്കു നയിക്കാൻ പ്രാപ്തനാണെന്ന് അദ്ദേഹം കണ്ടു. 'മോചനം' എന്നതിന് ലൗകികവും ആത്മീയവുമായ അർത്ഥമുണ്ട്. കുമാരൻ തീവ്രമായി ആഗ്രഹിക്കുന്നത് കാഷായമാണെങ്കിലും അതിനപ്പുറമുള്ള ഒരു ധർമ്മം നിർവ്വഹിക്കുന്നതിന് ആ ശിഷ്യനെ നിയോഗിക്കാൻ അദ്ദേഹം തീരുമാനിച്ചു.

മറുവശത്ത് കുമാരന്റെ അവസ്ഥ എന്തായിരുന്നു? അദ്ദേഹത്തിന്റെ സ്വഭാവഘടനയിലും വീക്ഷണത്തിലും അതിനകം വലിയ വികാസം വന്നുകഴിഞ്ഞിരുന്നു. വിവേകാനന്ദസ്വാമികളും ശ്രീനാരായണഗുരുസ്വാമികളും ലോകോദ്ധാരണത്തിനുവേണ്ടി സാമൂഹ്യമണ്ഡലത്തിൽ നടത്തുന്ന പരീക്ഷണങ്ങളിൽ ആത്മീയത ദർശിക്കാൻ അദ്ദേഹം പ്രാപ്തനായിരിക്കുന്നു.

എന്നുവച്ചാൽ കാവിവസ്ത്രത്തിലോ പർണ്ണശാലയിലോ ഒതുങ്ങുന്നതല്ല ആത്മീയത എന്ന് അദ്ദേഹം അറിഞ്ഞിരിക്കുന്നു എന്നർത്ഥം. ടാഗോർ *സന്ന്യാസി* എന്ന നാടകത്തിൽ വെളിപ്പെടുത്തുന്നതുപോലെ ഈ ലോകത്തിൽ സത്യം എന്നത് മനുഷ്യർ അനുഭവിക്കുന്ന ദുഃഖമാകുന്നു. അപരിഹരണീയമായ ദുഃഖവും പരിഹരണീയമായ ദുഃഖവും നമ്മെ സ്പർശിക്കണം. അപ്പോൾ മാത്രമേ നാം മനുഷ്യരാകുന്നുള്ളൂ. പരിഹരണീയമായ ദുഃഖം ദൂരീകരിക്കാൻ പരിശ്രമിക്കേണ്ട ബാദ്ധ്യതയും മനുഷ്യത്വത്തിന്റെ ഭാഗംതന്നെ. ഈ രീതിയിലെല്ലാം ആ യുവാവ് ചിന്തിച്ചുതുടങ്ങിയിരുന്നു.

കല്ക്കത്തയിൽവച്ച് ഇംഗ്ലീഷിലൂടെ കവികളെ മാത്രമല്ല കുമാരൻ പരിചയപ്പെട്ടത്. ജോൺസ്റ്റുവർട്ട് മിൽ, ഹെർബർട്ട് സ്പെൻസർ തുടങ്ങിയവരുടെ ദാർശനികവും രാഷ്ട്രമീമാംസപരവുമായ ആശയങ്ങളുമായി അദ്ദേഹം സമ്പർക്കത്തിലേർപ്പെടുകയും ചെയ്തു. കാന്റിനെയും മനസ്സിലാക്കാൻ ശ്രമിച്ചു. ആ അറിവിന്റെ പശ്ചാത്തലത്തിലാണ് പശ്ചാത്യലോകത്ത് നടന്നുകൊണ്ടിരുന്ന സംഭവങ്ങൾ പത്രങ്ങളിലൂടെ അദ്ദേഹം മനസ്സിലാക്കിയത്. സ്വാതന്ത്ര്യം, സമത്വം, സാഹോദര്യം എന്നീ മൂല്യങ്ങൾ ആ വീക്ഷണത്തിൽ അലിഞ്ഞുചേർന്നിരുന്നു. അന്യന്റെ സ്വാതന്ത്ര്യം മാനിക്കുന്നതാണ് യഥാർത്ഥ സ്വാതന്ത്ര്യബോധമെന്നും ആ യുവമാനസം വിശ്വസിച്ചു. ചുരുക്കിപ്പറഞ്ഞാൽ ലിബറൽ സംസ്കാരത്തിൽനിന്നുൽഭൂതമായ വീക്ഷണത്തോടുകൂടിയാണ് കുമാരൻ കേരളത്തിൽ മടങ്ങിയെത്തിയത്. മിതവാദിയായ ഒരു ലിബറൽ.

"സമത്വമേകലക്ഷ്യമേവരും സ്വതന്ത്രരെന്നുമേ
സമക്ഷമിത്തമസ്സകറ്റിയോതി ലോകമാകവേ
ക്രമപ്പെടുത്തിടുന്ന നിന്റെ ഘോരമാം കൃപയ്ക്കു ഞാൻ
നമസ്കരിപ്പു ദേവ, പോക, പോക നിൻ വഴിക്കു നീ."

എന്ന് പില്ക്കാലത്ത് *വിവർത്തനം* എന്ന കവിതയിൽ അദ്ദേഹം എഴുതുന്നുണ്ട്. സൂര്യനെ അഭിസംബോധന ചെയ്തുകൊണ്ടുള്ള ഈ കവിത രചിച്ചത് *സഹോദരൻ* പത്രത്തിനുവേണ്ടിയായിരുന്നു. സഹോദരപ്രസ്ഥാനത്തെയാണ് ഇതിൽ സൂര്യനായി കല്പിച്ചിട്ടുള്ളതെന്നു മനസ്സിലാക്കാൻ പ്രയാസമില്ല. 'ഘോരമാം കൃപ' എന്ന പ്രയോഗം ഒരു ലിബറൽ മനസ്സിൽനിന്ന് ഉണ്ടാവുകയില്ല എന്നു തോന്നിയേക്കാം. എന്നാൽ, സ്വഭാവശുദ്ധിയുടെ കാര്യത്തിൽ തനിക്കു തുലോം അഭിമതനായ സഹോദരൻ അയ്യപ്പൻ അനാചാരങ്ങൾക്കെതിരെ ഉണർത്തിവിട്ട കലാപം അംഗീകരിക്കാതിരിക്കാൻ ആശാനു കഴിയുമായിരുന്നില്ല. ആ കലാപത്തിനു പിന്നിലുള്ളത് 'ഘോരമായ കൃപ' തന്നെയാണ്. അപ്പോഴും അദ്ദേഹത്തിന്റെ നിലപാട് മിതവാദിയായ ലിബറലിന്റേതായിരുന്നു.

കുമാരനാശാൻ കത്തയച്ചതനുസരിച്ച് 'കമലാലയം' ബംഗ്ലാവിൽ അരുവിപ്പുറം ക്ഷേത്രയോഗാംഗങ്ങളും, പ്രത്യേകം ക്ഷണിക്കപ്പെട്ടവരും എത്തിച്ചേർന്നു. ഡോക്ടർ പല്പു, കുമാരനാശാൻ, എം ഗോവിന്ദൻ എന്നിവരാണ് കൂടിയാലോചനയ്ക്ക് നേതൃത്വം നല്കിയത്. ഏതാനും കോളേജ്

വിദ്യാർത്ഥികളും അതിൽ സംബന്ധിച്ചിരുന്നു.

അരുവിപ്പുറം ക്ഷേത്രയോഗത്തെ വിപുലപ്പെടുത്തി കമ്പനി നിയമമനുസരിച്ച് രജിസ്റ്റർ ചെയ്ത് ഒരു ഈഴവ ബഹുജനസംഘടന സ്ഥാപിക്കുക എന്നതായിരുന്നു പ്രമേയം. പലരും പലതരം അഭിപ്രായങ്ങൾ അവതരിപ്പിച്ചു. ചിലർക്ക് സംശയങ്ങളാണ് ഉന്നയിക്കാനുണ്ടായിരുന്നത്. ചോദ്യങ്ങൾക്കും സംശയങ്ങൾക്കും യുക്തമായ മറുപടി നല്കിയത് ഡോക്ടർ പല്പുവും കുമാരനാശാനും ആയിരുന്നു. ഒരു ബഹുജനസംഘടനയുടെ ആവശ്യം സദസ്സിനെ ബോദ്ധ്യപ്പെടുത്താൻ ആ മറുപടികൾക്ക് സാധിച്ചു. അതുകൊണ്ട് 'അരുവിപ്പുറം ക്ഷേത്രയോഗത്തിന്റെ ഒരു വിശേഷാൽ സമ്മേളനം കൂടണമെന്നും ആ സമ്മേളനത്തിൽവച്ച് ക്ഷേത്രയോഗത്തെ ഒരു മഹാജനയോഗമാക്കിത്തീർക്കണമെന്നും തീരുമാനിച്ചാണ് യോഗം സമാപിച്ചത്.

തീരുമാനമനുസരിച്ച് 1078 ധനുമാസം 23 ന് (1903 ജനുവരി) വിശേഷാൽ സമ്മേളനം വിളിച്ചുകൂട്ടി. അതിൽവച്ച് സമുദായാംഗങ്ങളെ ചേർത്ത് ഒരു ജോയിന്റ് സ്റ്റോക്ക് കമ്പനിയായി യോഗം രജിസ്റ്റർ ചെയ്യണമെന്ന പ്രമേയം അംഗീകരിച്ചു. അതിൻപ്രകാരം ഇടവം 2 ന് (1903 മെയ് 15) അരുവിപ്പുറം ക്ഷേത്രയോഗത്തെ 'അരുവിപ്പുറം ശ്രീനാരായണ ധർമ്മപരിപാലനയോഗം' എന്ന പേരിൽ തിരുവിതാംകൂറിലെ 1063 മാണ്ടത്തെ ഒന്നാം റഗുലേഷൻ (1882 ലെ ആറാം നമ്പർ കമ്പനീസ് ആക്ട്) അനുസരിച്ച് രജിസ്റ്റർ ചെയ്തു.

സംഘടനയിൽ കുമാരനാശാന് ഉണ്ടായിരിക്കേണ്ട സ്ഥാനം എന്താണെന്ന് നാരായണഗുരുസ്വാമികളും ഡോക്ടർ പല്പുവും നേരത്തെതന്നെ തീരുമാനിച്ചു. അവർ പരസ്പരം ആലോചിച്ച് തീരുമാനം എടുത്തെന്നല്ല ഇതിന്റെ അർത്ഥം. വ്യത്യസ്തനിലകളിൽ അവർ ഒരുപോലെ മനസ്സിൽ കണ്ടത് ആശാനെയാണെന്നു മാത്രം. കാഷായം മോഹിച്ച്, സത്യം സാക്ഷാല്ക്കരിക്കാനുള്ള വെമ്പലോടുകൂടി തന്നെ സമീപിച്ച നവയുവാവിന്റെ നിലീനസിദ്ധികൾ പ്രാരംഭത്തിൽത്തന്നെ ക്രാന്തദർശിയായ സ്വാമികൾ തിരിച്ചറിഞ്ഞിരുന്നു. അരുവിപ്പുറംക്ഷേത്രത്തിന്റെ കാര്യങ്ങളൊക്കെയും ചിട്ടയോടെയും വൈഭവത്തോടെയും നോക്കിനടത്തുന്നതു കണ്ടപ്പോൾ കുമാരന്റെ സംഘടനാപരമായ മിടുക്കും സ്വാമികൾ കണ്ടു. മാത്രമല്ല, അസാധാരണമാം വിധം സ്വഭാവദാർഢ്യം പുലർത്തുന്ന വ്യക്തിയാണു കുമാരനെന്നും അദ്ദേഹത്തിനു ബോദ്ധ്യമായി. ഒരു ജനതയുടെ മോചനത്തിന് ആ കഴിവുകളൊക്കെയും സമർപ്പിക്കേണ്ടതാണെന്ന കാര്യത്തിൽ സ്വാമികൾക്ക് സംശയമേ ഉണ്ടായിരുന്നില്ല.

ജന്മസിദ്ധമായ കാവ്യരചനാവാസനകളെ ആ പ്രവർത്തനം മുരടിപ്പിക്കുകയില്ലേ? അങ്ങനെയൊരു ചോദ്യമേ സ്വാമികളുടെ മനസ്സിൽ ഉണർന്നിരിക്കാൻ ഇടയില്ല. മനുഷ്യരുടെ മദ്ധ്യത്തിൽ സേവനോത്സുകമായി നടത്തുന്ന പരിശ്രമങ്ങൾ മറ്റു സിദ്ധികളെ പ്രതികൂലമായി ബാധിക്കുകയില്ലെന്ന് സ്വാമികളെപ്പോലെ അറിഞ്ഞവർ മറ്റാരുമില്ല. നിരന്തരമായ യാത്രകൾക്കും പ്രവർത്തനങ്ങൾക്കുമിടയിൽ അദ്ദേഹത്തിന്റെ ധ്യാനം മുട

ങ്ങിയിരുന്നില്ല. കാവ്യരചന ഊർജ്ജസ്വലമായി നടക്കുകയും ചെയ്തു. അതുകൊണ്ട് ആ വഴിക്കുള്ള സംശയമൊന്നും ആകാശംപോലെ വിശാലമായ ആ മനസ്സിൽ നിഴൽവീശിയില്ല.

ഡോക്ടർ പല്പു തന്റെ സഹായം അർത്ഥിച്ചെത്തിയ ഒരു വിദ്യാർത്ഥിയായിട്ടാണ് കുമാരനെ ആദ്യം കാണുന്നത്. പക്ഷേ, ആ വിദ്യാർത്ഥിയെ സ്നേഹവാത്സല്യങ്ങളോടെ തന്നെ ഏല്പിച്ചത് സാക്ഷാൽ നാരായണഗുരുസ്വാമികൾ ആണെന്ന് അദ്ദേഹത്തിനറിയാം. ആ ഒരൊറ്റ കാരണം കൊണ്ടു തന്നെ കുമാരനെ ആദരവോടുകൂടിയാണ് അദ്ദേഹം കണ്ടത്. ഒരുമിച്ച് താമസിക്കുകയും യാത്രകളിലേർപ്പെടുകയും പ്രവർത്തനങ്ങളിൽ പങ്കുകൊള്ളുകയും ചെയ്തതോടുകൂടി ആ ആദരവിന്റെ ആഴം വർദ്ധിക്കുകയേ ചെയ്തുള്ളൂ. വലിയ മനസ്സുകൾക്ക് വലിയ മനസ്സുകളെ തിരിച്ചറിയാൻ കഴിയുമല്ലോ. ഇംഗ്ലീഷ് ഭാഷ വശപ്പെടുത്തുന്നതിൽ കുമാരൻ കാട്ടിയ ബുദ്ധിവൈഭവം ഡോക്ടർ ശ്രദ്ധിക്കാതിരുന്നില്ല. വിദ്യാലയത്തിൽ സവർണ്ണവിദ്യാർത്ഥികളുടെ അസൂയാപാത്രമായിത്തീർന്ന ആ കഴിവിനെയും അദ്ദേഹം കാണാതിരുന്നില്ല. ചിന്താശീലം, സ്വഭാവദാർഢ്യം, ആശയചർച്ചയ്ക്കുള്ള കഴിവ് തുടങ്ങിയ ഗുണങ്ങളും ഡോക്ടറെ ആകർഷിച്ചു. എല്ലാറ്റിനും ഉപരിയായി കുമാരൻ ലോകശ്രേയസ്സിനെ സംബന്ധിച്ച് തന്റെ ദർശനമാണ് പുലർത്തുന്നതെന്നും അദ്ദേഹം കണ്ടു. നൂറ്റാണ്ടുകളുടെ അടിമത്തത്തിൽനിന്ന് ഒരു ജനവിഭാഗത്തെ മോചിപ്പിക്കാനുള്ള പരിശ്രമത്തിന്റെ സൂത്രധാരത്വം വഹിക്കാൻ മറ്റൊരു വ്യക്തിത്വത്തെക്കുറിച്ച് അദ്ദേഹത്തിന് ആലോചിക്കാനുണ്ടായിരുന്നില്ല.

ഇതൊക്കെയാണെങ്കിലും യോഗത്തിന്റെ കാര്യദർശിസ്ഥാനം ഏറ്റെടുക്കണമെന്നു സ്വാമികൾ നിർദ്ദേശിച്ചപ്പോൾ വൈമുഖ്യത്തോടുകൂടിയാണ് കുമാരനാശാൻ അതിനു സമ്മതിച്ചത്. ആ സന്ദർഭത്തിൽ ഡോക്ടർ പല്പുവും അവിടെയുണ്ടായിരുന്നു. എന്തായിരുന്നു കുമാരനാശാന്റെ വൈമുഖ്യം? ചുമതലാഭാരമേറിയ ആ കൃത്യത്തിനു താൻ പ്രാപ്തനല്ലെന്ന വിചാരം അദ്ദേഹത്തിനുണ്ടായിരുന്നില്ല. പക്ഷേ, കൂടുതൽ വിശിഷ്ടവും സനാതന പ്രസക്തിയുള്ളതുമായ കർമ്മങ്ങൾക്കു ജീവിതം സമർപ്പിക്കണമെന്നാണ് താൻ ആഗ്രഹിക്കുന്നത്.

എങ്കിലും സ്വാമികളുടെ നിർദ്ദേശം ഒരു നിയോഗംപോലെ ഏറ്റെടുക്കുകയേ അദ്ദേഹത്തിനു നിവൃത്തിയുള്ളൂ - "ശ്രീനാരായണഗുരുനായകനെന്റെ ദൈവമല്ലോ."

യോഗനിബന്ധനയുടെ പതിനേഴാം വകുപ്പിൽ 'യോഗത്തിന്റെ ഉല്പത്തിസ്ഥാന മായ അരുവിപ്പുറം ക്ഷേത്രത്തിന്റെ പ്രതിഷ്ഠാപകനും യോഗത്തിന്റെ പ്രധാനനേതാവും സ്ഥിരാദ്ധ്യക്ഷനുമായ ബ്രഹ്മശ്രീ നാരായണഗുരുസ്വാമികൾക്ക് അദ്ദേഹത്തിന്റെ ശരീരധാരണകാലംവരെ യോഗത്തിന്റെ സ്ഥിരാദ്ധ്യക്ഷനായി ഇരിക്കാവുന്നതാകുന്നു' എന്നു പ്രഖ്യേപിച്ചിട്ടുണ്ട്. അദ്ദേഹത്തിനു സർവ്വഥാ ഇണങ്ങിയ ഒരു ജനറൽ സെക്രട്ടറിയായിരിക്കും കുമാരനാശാൻ എന്ന് ഏവരും കരുതി, ആ സ്ഥാനത്തേക്ക് കുമാരനാ

ശാന്റെ പേരു നിർദ്ദേശിച്ചത് നാരായണഗുരു സ്വാമികൾ തന്നെയായിരുന്നു.

തുടർന്നു പതിനാറു സംവത്സരക്കാലം കുമാരനാശാൻ ജനറൽ സെക്രട്ടറി സ്ഥാനത്തു തുടർന്നു (1919 ജൂലൈ 20 വരെ) ഇടയ്ക്ക് ഒരു കൊല്ലം മാത്രം സെക്രട്ടറിയായിരുന്നില്ല.

അരുവിപ്പുറം ക്ഷേത്രത്തിലും അതോടെ ചേർന്നതോ അതിന്റെ കീഴിലുൾപ്പെട്ടതോ ആയ ക്ഷേത്രങ്ങളിലുമുള്ള നിത്യപൂജ, ആണ്ടുതോറുമുള്ള ഉത്സവം മുതലായ എല്ലാ കാര്യങ്ങളും നടത്തുക. ഈഴവസമുദായത്തിന്റെ വൈദികവും ലൗകികവുമായ വിദ്യാഭ്യാസത്തെയും കൃഷി, കച്ചവടം, കൈത്തൊഴിൽ മുതലായ വ്യവസായങ്ങളെയും അഭിവൃദ്ധിപ്പെടുത്തുന്നതിനും അവയുടെ പ്രചാരത്തിനായി ക്ഷേത്രം, സന്ന്യാസിമഠം, പള്ളിക്കൂടം, സാഹായികധനം മുതലായവ ഏർപ്പെടുത്തുന്നതിനു പ്രോത്സാഹിപ്പിക്കുകയും നടത്തുകയും ചെയ്യുക- യോഗത്തിന്റെ പ്രഖ്യാപിതോദ്ദേശ്യങ്ങളായി ഇവ പ്രത്യേകം എടുത്തുപറഞ്ഞിട്ടുണ്ട്.

യോഗം രൂപീകരിച്ചതിനുശേഷം 'അരുവിപ്പുറം ശ്രീനാരായണധർമ്മ യോഗം വക നിബന്ധനകളും വിവരണങ്ങളും' എന്ന ലഘുലേഖ ജനറൽ സെക്രട്ടറിതന്നെ രചിച്ചു പ്രസിദ്ധീകരിച്ചു. അതിന്റെ ആമുഖം കുമാരനാശാന്റെ വീക്ഷണവും സമീപനവും ഭംഗിയായി വെളിപ്പെടുത്തുന്നുണ്ട്. പ്രസ്തുത ഭാഗം അല്പം ദീർഘമെങ്കിലും അവിടെ ഉദ്ധരിക്കാതെ നിവൃത്തിയില്ല.

ഇന്ത്യയുടെ പ്രാണൻ മതമായിരുന്നു. ഇന്ത്യയുടെ പ്രജകളാകുന്ന അംഗോപാംഗങ്ങളെ എല്ലാം ചേഷ്ടിപ്പിക്കുന്നതും അതുതന്നെയാകുന്നു. മതം ന്യായമായി പ്രവർത്തിച്ചപ്പോൾ അതിൽനിന്നും സിദ്ധിച്ചിട്ടുള്ള ഗുണങ്ങൾ അന്യാദൃശങ്ങളായിരുന്നു. അവയുടെ ശാശ്വതമായ ഫലങ്ങൾക്കു പക്ഷേ, ലോകം മുഴുവനും എപ്പോഴും കടപ്പെട്ടിരിക്കേണ്ടതാകുന്നു. എന്നാൽ മതത്തിന്റെ അന്യായവും അക്രമവും ആയ കയറ്റത്തിൽ നിന്നുണ്ടായ അനിവാര്യങ്ങളായ അനിഷ്ടഫലങ്ങൾക്കും സംഖ്യയുണ്ടോ? അവ മുൻപറഞ്ഞ ഗുണങ്ങളേക്കാൾ അധികമാണെന്നുകൂടി പറയാൻ നാം ചിലപ്പോൾ സ്വഭാവേനതന്നെ പ്രേരിതമായിപ്പോകത്തക്കവണ്ണം അത്ര അസഹ്യമായിട്ടുള്ളവയാകുന്നു.

ഇന്ത്യയെ ഉയർത്തുകയോ താഴ്ത്തുകയോ ചെയ്യണമെങ്കിൽ മതമാകുന്ന അതിന്റെ കൈപ്പിടിയിൽ തൂക്കീട്ടു വേണം എന്നു വന്ദ്യനായ വിവേകാനന്ദസ്വാമി അവർകൾ മദ്രാസിൽവച്ച് ഒരിക്കൽ ഒരു വാചാപ്രസംഗത്തിൽ പ്രസ്താവിച്ചിരിക്കുന്നു. ഇതിനേക്കാൾ ഉൽകൃഷ്ടമായ ഒരു ഉപദേശം ഇന്ത്യയിലെ പരിഷ്കാരന്മാർക്കോ, പരിഷ്കരണ സമാജങ്ങൾക്കോ പ്രതീക്ഷിപ്പാൻ പാടില്ലാത്തതാകുന്നു. കുറേ കാലമായി മദ്രാസ്, ബോംബെ ഈ നഗരങ്ങളിലും മറ്റും നടന്നുവരുന്ന ഒരു സമുദായപരിഷ്കരണ സംഘത്തെ (The Social Reform society)ക്കുറിച്ച് നാം കേൾക്കുന്നുണ്ട്. അതിന്റെ നിയമങ്ങളും നടപടികളും സദാചാരതല്പരനായ ഏതു വിദ്വാന്റെ ഹൃദയത്തെയാണ് മോഹിപ്പിക്കാത്തത്. കുറേ കാലമായി ഇന്ത്യയുടെ പല പ്രധാന ഭാഗങ്ങളിലും ഒരു ഭാരത മഹാജനസഭ (The Indian National

Congress) ആണ്ടുതോറും കൂടാറുള്ളതായും നാം അറിയുന്നുണ്ട്. അതിന്റെ ഉദ്ദേശ്യങ്ങൾ എത്ര ഉൽകൃഷ്ടങ്ങളും അതിന്റെ പ്രവർത്തകന്മാർ യോഗ്യന്മാരും ആയിരിക്കുന്നു. എന്നാൽ ഈ സംഘത്തിലോ സഭയിലോ നിന്ന് ഇന്ത്യക്ക് (പറയത്തക്കവണ്ണം) എന്തു ഗുണം സിദ്ധിച്ചിട്ടുണ്ട്? വന്ദ്യരായ രാമമോഹൻ റായി, കേശവചന്ദ്രസേനൻ ഈ മഹാന്മാരാൽ സ്ഥാപിക്കപ്പെട്ട ബ്രഹ്മസമാജത്തിലോ, ബ്രഹ്മശ്രീ സ്വാമി ദയാനന്ദസരസ്വതിയുടെ ആര്യസമാജത്തിലോ നിന്നു ബംഗാളം, ഹിന്ദുസ്ഥാനം മുതലായ പ്രദേശങ്ങൾക്കു സിദ്ധിച്ചിരിക്കുന്ന അനവധി ഗുണങ്ങളോടു താരതമ്യപ്പെടുത്തുമ്പോൾ അവ തുലോം തുച്ഛമായിപ്പോകുന്നു. പക്ഷേ, അവയെ താരതമ്യപ്പെടുത്തുന്നത് തീരെ അസാമാന്യങ്ങളായ രണ്ടു പദാർത്ഥങ്ങളെ പരസ്പരം സാമ്യപ്പെടുത്തുന്നതിനു തുല്യമാകുന്നു.

ഉയർന്ന ജാതിക്കാർ താഴ്ന്ന ജാതിക്കാരോട് കാട്ടിവന്നിരുന്ന അനീതികൾക്കും അക്രമങ്ങൾക്കും കണക്കുണ്ടോ? ഈ ഇരുപതാം നൂറ്റാണ്ടിലും മലയാളദേശങ്ങളിൽ ശേഷിച്ചു കിടക്കുന്ന ദയനീയമായ ജാതി സ്പർദ്ധയെയും ഉയർന്ന ജാതിക്കാരായി വിചാരിക്കപ്പെടുന്ന ചിലർ അപ്രകാരമല്ലാത്തവരോടും കാണിച്ചുവരുന്ന മനുഷ്യോചിതമല്ലാത്ത ക്രൂരതയെയും കുറിച്ച് അറിയാമെന്നുള്ളവർക്ക് ഇതിനു വേറെ തെളിവുകൾ ആവശ്യമില്ലല്ലോ. കഷ്ടം! ഇപ്പോഴും ഇത്ര അസ്സഹനീയമാണെങ്കിൽ പുരുഷാന്തരങ്ങൾക്കുമുമ്പ് ഇത് എത്ര അസ്സഹനീയമായിരുന്നിരിക്കണം? ചുരുക്കത്തിൽ ഇന്ത്യയിലെ, വിശേഷിച്ച് മലയാളത്തിലെ, താഴ്ന്ന ജാതിക്കാരോട് ഉയർന്ന ജാതിക്കാർ കാണിച്ചിരുന്ന പരമദ്രോഹങ്ങളെക്കുറിച്ച് ഇപ്പോൾ നാം വിചാരിക്കുന്നതായാൽ, അമേരിക്കയിലെ ആദിനിവാസികളോടു സ്പെയിനിലെ കഠിനഹൃദയരായ ഘാതകന്മാർ കൂടിയും ഇത്ര കഠിനതയിൽ പ്രവർത്തിച്ചിരുന്നില്ലെന്നു പറഞ്ഞാൽ അബദ്ധമില്ലെന്നു തോന്നുന്നു. മലയാളത്തിൽ മിക്കവാറും അധികം താഴ്ന്ന ജാതിക്കാർ ക്രമേണ മനുഷ്യസഹവാസവും മനുഷ്യസംഭാഷണവും മനുഷ്യദർശനം തന്നെയും വെടിഞ്ഞ് എല്ലാം കാടു കയറുകയും നിശ്ചയമായും ഇതിനിടയിൽ (ഡാർവിൻ എന്ന സായ്പിന്റെ സിദ്ധാന്തത്തെക്കൂടിയും തെറ്റിച്ചു) പ്രായേണ മൃഗങ്ങളായിത്തീരുകയും ചെയ്യുമായിരുന്നു.

പക്ഷേ, പരമകാരുണികനായ ഈശ്വരൻ അതിനെ സഹിച്ചില്ല. അഭ്യുത്ഥാനമധർമ്മസ്യ തദാത്മാനം സൃജാമ്യഹം. അധർമ്മം അധികം തല ഉയർത്തുമ്പോൾ ഞാൻ സ്വതേതന്നെ അവിടെയുണ്ട്. സത്യസങ്കല്പനായ ഭഗവാൻ ഈ വാക്യാർത്ഥത്തെ എത്ര ജാഗരൂകനായി പരിപാലിക്കുന്നു. ഇംഗ്ലീഷുകാരുടെ സമാഗമം താഴ്ന്ന ജാതിക്കാർക്ക് കരുണാനിധിയായ ആ ഭഗവാന്റെ അവതാരവിശേഷം തന്നെയാകുന്നു.

ഇപ്പോൾ വൈദികപുരോഹിതന്മാരുടെ അതിരുകടന്ന അധികാരങ്ങളും അക്രമങ്ങളും ഒരുവിധം ശമിച്ചു. രാജാക്കന്മാർക്കു ന്യായമായും പരിഷ്കൃതരീതിയിലും നമ്മെ ഭരിക്കുന്നതിനു പൂർവ്വാധികമായ സൗകര്യവും മനോവികാസവും സിദ്ധിച്ചു. രാജ്യഭരണ ധുരന്ധരന്മാരുടെ ദൃഷ്ടി

യിൽ എത്താത്തവയും നമ്മുടെ ശ്രേയസ്സിന് അവശ്യം വേണ്ടവയും ആയ സംഗതികളെയോ നാം സ്വയമേവ ഏർപ്പെടുത്തുകയും നടത്തുകയും ചെയ്തുകൊള്ളുന്നതിന് ഓരോ വർഗ്ഗക്കാർക്കും പ്രത്യേകം സ്വാതന്ത്ര്യങ്ങൾ ലഭിക്കുകയും ചെയ്തു.

ഇതിന്റെ ഫലമായി ഇന്ത്യയുടെ നാനാഭാഗങ്ങളിലും എന്നപോലെ മലയാളത്തിലും അനേകം സഭകളും യോഗങ്ങളും ഇപ്പോൾ പുറപ്പെട്ടിട്ടുണ്ട്. ഒരു ജനസമുദായത്തിനും ജാതിക്കാർക്കും ഇനി അവരുടെ ന്യായമായ അഭിവൃദ്ധിക്കു വിഘാതമായി ഗവൺമെന്റിനെയോ കാലദേശങ്ങളെയോ അധികമൊന്നും കുറ്റം പറവാൻ പാടില്ലാത്തതാകുന്നു. തങ്ങളുടെ നന്മക്കായി ഒത്തൊരുമിച്ച് പ്രവർത്തിക്കുന്ന ഏതു വർഗ്ഗക്കാർക്കും ഇപ്പോൾ ഏതു അവസ്ഥയെയും പ്രാപിക്കാം എന്നു വന്നിട്ടുണ്ട്.

ഇനി നമുക്ക് പ്രകൃതത്തെ നോക്കാം. ഈഴവരായ നാം സംഖ്യയിൽ തിരുവിതാംകോട്ട ഹിന്ദുപ്രജകളിൽ രണ്ടാമത്തെവരും കൊച്ചിയിൽ പക്ഷേ, ഒന്നാമത്തവരും ആകുന്നു. ബ്രിട്ടീഷ് അതിർത്തികളിലും നാം വളരെ അധികമാകുന്നു. ഒക്കപ്പാടെ നാം മലയാളത്തിൽ ഏറ്റവും വലുതായ ഒരു ജനസമുദായമാണ്. ഇതു നമുക്ക് വാസ്തവത്തിൽ ഒരു അഭിമാനഹേതുതന്നെ. എന്നാൽ നമ്മുടെ സമുദായസ്ഥിതിയോ? അതു നമുക്ക് അത്രത്തോളം തൃപ്തികരമായിരിക്കുന്നില്ല. എന്നു മാത്രമല്ല, വളരെ അതൃപ്തികരമായും ഇരിക്കുന്നു. നമ്മിൽ ധനവാന്മാരും വിദ്വാന്മാരും അധികമുണ്ട്. പക്ഷേ, നമ്മുടെ സംഖ്യയോട് ഒത്തുനോക്കുമ്പോൾ അതു തീരെ അല്പമാകുന്നു. നമ്മുടെ സമുദായത്തിൽ എല്ലാംകൊണ്ടും മലയാളത്തിലെ ഏറ്റവും ഉൽകൃഷ്ട ജാതികളെപ്പോലെ യോഗ്യരും പുലയരെപ്പോലെ താഴ്ന്നവരും ഏറെയുണ്ട്. യോഗ്യന്മാരെക്കൊണ്ടു സിദ്ധിക്കുന്ന ഉൽക്കർഷംപോലെതന്നെ ഒരു സമുദായത്തിന് അയോഗ്യന്മാരെക്കൊണ്ട് അപകർഷവും സ്വഭാവേന ഉണ്ടാകുന്നതാണല്ലോ. നമ്മുടെ സമുദായത്തിനുള്ള പ്രത്യക്ഷമായ ന്യൂനതകളെ നാം ഇവിടെ എണ്ണിയിട്ട് ആവശ്യമില്ലാത്തതാകുന്നു. എന്നാൽ നമ്മുടെ സമുദായത്തിൽ ഇതുവരെ അതിന്റെ പരിഹാരങ്ങളെക്കുറിച്ച് യാതൊന്നും ആലോചിക്കുകയോ പ്രവർത്തിക്കുകയോ ചെയ്തിട്ടില്ല എന്നു കാണുന്നത് എത്ര ശോചനീയമാകുന്നു!

ഒരു ജനസമുദായം അതിന്റെ ഏകയോഗക്ഷേമത്തിനായി പരസ്പരം ഐക്യത്തോടുകൂടി പ്രയത്നിക്കുമ്പോൾ അതിന്റെ സംഖ്യയുടെ ആധിക്യം അതിനു വലിയ അനുഗ്രഹമാകുന്നു. നേരെമറിച്ച് നാനാവിധവും മിശ്രവും ആയിരിക്കുമ്പോൾ അതുതന്നെ അതിനു ഏറ്റവും വലുതായ ഒരു ശാപവും ആകുന്നു. ഓരോരുത്തരും ഐകമത്യത്തോടുകൂടി അഭിവൃദ്ധിക്കായി പ്രയത്നിച്ചുകൊണ്ടിരിക്കുന്നു എങ്കിൽ ഒരു കുടുംബത്തിൽത്തന്നെ അംഗങ്ങളുടെ ആധിക്യം ഐശ്വര്യഹേതുവായും നേരെ മറിച്ചായാൽ നാശകരമായും തീരുന്നതു നാം കാണുന്നുവല്ലോ.

നാം തിരുവിതാംകൂർ, കൊച്ചി, ബ്രിട്ടീഷ്, മലബാർ ഈ അതിർത്തികളിൽ ഏറക്കുറെ ദൂരീകരിക്കപ്പെട്ടവരാകുന്നു. എങ്കിലും പരസ്പരം കാണു

മ്പോൾ നമ്മുടെ ഹൃദയത്തിൽനിന്നും സ്വതവേതന്നെ പുറപ്പെടുന്ന അവർണ്ണനീയമായ, ഒരു സഹജീവസിദ്ധമായ സ്നേഹത്തെ നാം യഥാ യോഗ്യം പ്രവൃത്തിയിൽ ഉപയോഗിച്ചിരുന്നു. എങ്കിൽ ഇതിനിടയിൽ നമ്മുടെ സമുദായം എത്ര ശക്തിമത്തും ഐശ്വര്യഭൂയിഷ്ഠവുമായിത്തീരുമായിരുന്നു! ഇനിയും നാം ഉദാസീനരായിരിക്കയോ? നമ്മുടെ അല്പ ശക്തികളിൽ അത്യല്പമായ ഒരംശത്തെത്തന്നെ ഐകമത്യത്തോടുകൂടി സമുദായാഭിവൃദ്ധിക്കായി നാം ഓരോരുത്തരും വിനിയോഗിക്കുന്നുവെങ്കിൽ, ഒന്നായി സ്വരൂപിക്കപ്പെട്ട അവയുടെ പരിണാമം എന്തായിരിക്കും എന്നു നാം വിചാരിക്കുന്നുണ്ടോ? നിശ്ചയമായും അതു നമുക്ക് ഇപ്പോൾ അനുമാനിക്കാൻ കഴിയുന്നതിനേക്കാൾ വലുതായിരിക്കുമെന്നുള്ളതാകുന്നു. കാവേരിയിൽ അനാദികാലം മുതൽ മൗനമായി പ്രവഹിച്ചുകൊണ്ടിരുന്ന ജലം കോളാർസ്വർണ്ണഖനിയിലെ യന്ത്രങ്ങളെ ചരിപ്പിക്കുമെന്നും അനേകായിരം പുരുഷന്മാരാൽ അസാദ്ധ്യമായ പ്രവൃത്തി ചെയ്യത്തക്കവണ്ണം അത്ര ശക്തിമത്തായും ഉപയുക്തമായും തീരുമെന്നും നാം ആരെങ്കിലും വിചാരിച്ചിരുന്നുവോ? ഒരു സമുദായശക്തിയുടെ ആവശ്യകത നമ്മുടെ കാലോചിതമായ അഭിവൃദ്ധിക്കു സർവ്വാത്മനാ ഒഴിച്ചു കൂടാത്തതുതന്നെ ആകുന്നു.

ഇവിടെ പ്രസ്തുതമായ 'ശ്രീനാരായണ ധർമ്മ പരിപാലന യോഗ'ത്തെക്കുറിച്ചു കേൾക്കുന്നത് അധികം ശ്രദ്ധാർഹമായിരിക്കുമെന്നു തോന്നുന്നു. ഈ യോഗം, അർത്ഥത്തിൽ, കേവലം മലയാളത്തിലെ 'ഈഴവ മഹാജനയോഗം' ആകുന്നു. എന്നാൽ ഇതിന്റെ നാമം ഈ അർത്ഥത്തെ വെളിപ്പെടുത്തുന്നില്ലതന്നെ. ആ നാമത്തിനു പ്രയോജനാന്തരമുണ്ട്. ഇന്ത്യയിൽ ഒരു സമുദായവും അതിന്റെ ലൗകികമായ അഭ്യുദയംകൊണ്ടു മാത്രം ഒരിക്കലും ബഹുമാനപാത്രമാകുന്നില്ല. മതസംബന്ധം അല്ലെങ്കിൽ വൈദികമായ പരിഷ്കാരം ഇല്ലാത്ത ജാതി, ഹിന്ദുക്കളിൽ ഒരു ജാതിയായും വിചാരിക്കപ്പെടുന്നില്ല. മതത്തെ അധികം സംബന്ധിക്കാത്ത ഒരു സ്ഥാപനവും എത്രതന്നെ ബലവത്തരമായിരുന്നാലും ഇന്ത്യയിൽ അതിന്റെ ഉദ്ദിഷ്ടഫലങ്ങളെ തൃപ്തികരമാംവണ്ണം പ്രദർശിപ്പിച്ചിട്ടില്ല എന്നുള്ളതും നാം മുമ്പുതന്നെ കണ്ടിരിക്കുന്നുവല്ലോ.

'നമ്മുടെ ധർമ്മപരിപാലനയോഗം വന്ദ്യനായ അരുവിപ്പുറം മഠത്തിൽ ബ്രഹ്മശ്രീ ശ്രീനാരായണഗുരുസ്വാമി അവർകളുടെ നിർമ്മലമായ നാമധേയത്തിൽ സ്ഥാപിക്കപ്പെട്ടതാകുന്നു. ഇതിന്റെ അദ്ധ്യക്ഷതയും ആ മഹാനുഭാവനിൽത്തന്നെ സമർപ്പിതമായിരിക്കുന്നു. സ്വജാതിയിൽ ഇത്ര യോഗ്യനായ ഒരു മതാചാര്യനെ ലഭിച്ചത് നമ്മുടെ സമുദായത്തിന് ഇപ്പോൾ ഉണ്ടായിട്ടുള്ള ഭാഗ്യങ്ങളിൽ ഏറ്റവും പ്രധാനമായിട്ടുള്ള ഒന്നാണെന്ന് അദ്ദേഹത്തെ സംബന്ധിച്ച് അല്പജ്ഞാനമുള്ളവരും സമ്മതിക്കാതിരിക്കയില്ല. ഒരു ഉത്തമജീവചരിത്ര പുസ്തകത്തിനു വേണ്ടിടത്തോളം സാരവത്തുക്കളായ വിഷയങ്ങൾ അടങ്ങിയ അദ്ദേഹത്തിന്റെ യോഗ്യതകളെ വർണ്ണിക്കുന്നതിന് ഇത് സന്ദർഭവുമല്ല. എന്നാൽ ദക്ഷിണതിരുവിതാംകൂറിൽ

നിർജ്ജനമായ ഒരു നദീതീരത്തിലെ ഏകാന്തതയിൽനിന്നും കന്യാകുമാരി മുതൽ ഗോകർണ്ണംവരെയും അതിനു വടക്കും കിഴക്കുമുള്ള പല സ്ഥലങ്ങളിലും അദ്ദേഹത്തിന്റെ നാമധേയം വാചാലമായി വ്യാപിച്ചു കാണുന്നത് ആ യോഗ്യതകളെ നിരാകരിപ്പാൻ പാടില്ലാത്ത ഒരു ദൃഷ്ടാന്തമാകുന്നു. 'തിരുവിതാംകൂറിലെ ഇക്കഴിഞ്ഞ ജനസംഖ്യാവിജ്ഞാപന പുസ്തകത്തിലും അദ്ദേഹത്തെക്കുറിച്ച് 'ഒരു നല്ല സംസ്കൃതവിദ്വാൻ, ഒരു ഉത്തമ മതപരിഷ്കാരകൻ' (Nanoo Asan A Good Sanskrit Scholar, A Pious Religous Reformer) എന്നു പ്രസ്താവിച്ചു കാണുന്നു. ഏതായാലും ഇതിനേക്കാൾ യോഗ്യനായ ഒരു പ്രാമാണികപുരുഷൻ അല്ലെങ്കിൽ അദ്ധ്യക്ഷൻ നമുക്ക് ദുർല്ലഭമാകുന്നു. ഈ അപൂർവ്വമായ സൗകര്യത്തെ നാം ന്യായമായി ഉപയോഗിച്ചു സഫലീകരിച്ചുകൊള്ളുന്നില്ലെങ്കിൽ അതു നമുക്കു ഒരിക്കൽ നിശ്ചയമായും ഒരു അപരിഹാര്യമായ നഷ്ടമായും കഠിനമായ പശ്ചാത്താപത്തിനും കാരണമായും തീരുമെന്നുള്ളതും തീർച്ചയാകുന്നു' (*കൂട്ടുയാദാസ്തും നിയമാവലിയും*, അനുബന്ധം 13).

തീർച്ചയായും മനുഷ്യപ്രയത്നത്തിന്റെ പരമാവധി ആവശ്യപ്പെടുന്ന ഒരു ചുമതലയായിരുന്നു. ജനറൽ സെക്രട്ടറിയുടേത്. ചിട്ടപ്പെട്ട് ഒരാഫീസോ, എഴുത്തുകുത്തിനും കണക്കെഴുത്തിനും സഹായിക്കാൻ കഴിവുള്ളവരോ അക്കാലത്ത് യോഗത്തിലുണ്ടായിരുന്നില്ല. ഒരൊറ്റ മനുഷ്യൻ അതൊക്കെ ശ്രദ്ധിക്കേണ്ടതായിവന്നു. അതിനിടയിൽ സന്ദർശകർ വേണ്ടുവോളം. സമയം മുഴുവനും അപഹരിക്കാൻ അവർ മതി. ആരെയും പിണക്കി വിടാനും പാടില്ല. ധാരാളം യാത്ര ചെയ്യണം. പുതിയ പ്രവർത്തനകേന്ദ്രങ്ങൾ തുടങ്ങണം. അവയ്ക്ക് മാർഗ്ഗനിർദ്ദേശങ്ങൾ നല്കണം. അതിനിടയിൽ തർക്കങ്ങൾ പറഞ്ഞൊതുക്കുകയും വേണം.

അടിമകൾക്കു തുല്യം നൂറ്റാണ്ടുകളായി കഴിഞ്ഞുപോന്ന ഒരു സമുദായത്തിലെ അംഗങ്ങളുമായിട്ടാണ് ഇടപഴകേണ്ടത്. ഔദാര്യമോ സംസ്കാരമോ അവിടെ പ്രതീക്ഷിക്കേണ്ടതില്ല. നിസ്സാരമായ കാര്യങ്ങൾക്ക് തമ്മിൽത്തല്ലാനുള്ള വാസന ഏറി നില്ക്കുകയും ചെയ്യും. അത്ഭുതസിദ്ധികളുടെ മുമ്പിലല്ലാതെ ആലോചനാശീലത്തിന്റെ മുമ്പിൽ, ആദർശത്തിന്റെ മുമ്പിൽ തല കുനിക്കാൻ അവർക്കറിഞ്ഞുകൂടാ. അവർക്കിടയിൽ ഐക്യവും പ്രബുദ്ധതയും സൃഷ്ടിക്കാനുള്ള പ്രാരംഭ പരിശ്രമം എത്രമാത്രം ക്ലേശസമ്പൂർണ്ണമായിരിക്കുമെന്ന് ഊഹിക്കാൻപോലും പ്രയാസമാണ്. ആ കൃത്യത്തിലാണ് കുമാരനാശാൻ ഏർപ്പെട്ടത്. സ്വന്തം ജീവിതത്തിലെ അസൗകര്യങ്ങൾ, ബുദ്ധിമുട്ടുകൾ, സഹപ്രവർത്തകരുടെ മോശമായ പെരുമാറ്റം, ഇവയ്ക്കിടയിലൂടെ ദൃഢവ്രതനായി അദ്ദേഹം നീങ്ങി, ദൈവത്താൽ നിയുക്തനാണ് താനെന്ന ദൃഢവിശ്വാസത്തോടെ.

പണത്തിന്റെ പ്രശ്നം ഇവയേക്കാളെല്ലാം പ്രയാസമേറിയത്. ഓഫീസ് പ്രവർത്തിപ്പിക്കുക, നാടു മുഴുവൻ സഞ്ചരിക്കുക, പലരെ പലകാര്യങ്ങൾക്കു നിയോഗിക്കുക - ഇതിനൊക്കെയും പണച്ചെലവുണ്ട്. ജന്മിമാരായ തറവാട്ടുകാർ ആദ്യം നല്കിയ ചെറിയ സംഭാവനകൾകൊണ്ട്

ഇതെല്ലാം നടത്താൻ സാധിക്കയില്ല. പണക്കാരുടെ മുന്നിൽ കുമ്പിട്ടുനിന്ന് സംഭാവന ചോദിക്കുന്നയാളല്ല കുമാരനാശാൻ, സ്വാഭാവികമായും അദ്ദേ ഹത്തിന് വളരെയേറെ വിഷമം അനുഭവിക്കേണ്ടി വന്നു. ബുദ്ധിമുട്ടുകൾ നിശ്ശബ്ദം സഹിച്ചു. പലരുടെ ജോലികൾ താനൊറ്റയ്ക്ക് ചെയ്ത് കുമാര നാശാൻ മുന്നോട്ടു നീങ്ങുകതന്നെ ചെയ്തു. സഹകരിച്ചു പ്രവർത്തിക്കാൻ യുവാക്കളെ കിട്ടാതിരുന്നില്ല. കണ്ണുകളിൽ ഭാവിയെ സംബന്ധിക്കുന്ന സ്വപ്നം തങ്ങിനില്ക്കുന്ന യുവാക്കൾ. അവരും പണപ്പിരിവിനോ സംഘ ടനാപരമായ ചട്ടക്കൂടുകൾ ദൃഢമാക്കുന്നതിനോ പറ്റിയവരായിരുന്നില്ല. ഈ രണ്ടംശങ്ങളെയും - സ്വപ്നത്തെയും പ്രായോഗിക ബുദ്ധിയെയും - സമന്വയിപ്പിച്ചുകൊണ്ട് പ്രവർത്തിക്കാനുള്ള പ്രാഗത്ഭ്യമാണ് കുമാരനാ ശാനെ സമുന്നതനാക്കിയത്. യാത്രയുടെ കാര്യംതന്നെ നോക്കൂ. യാത്ര കൾ എപ്പോഴും കാലേകൂട്ടി ആസൂത്രണം ചെയ്തിരിക്കും. എത്തേണ്ട സ്ഥലത്ത് ആരെങ്കിലും കാത്തുനില്ക്കാൻ കത്തെഴുതി ഏർപ്പാടു ചെയ്തി രിക്കും. അവിടെ ചെയ്തു തീർക്കേണ്ട പരിപാടികൾ, താമസിക്കുന്നതി നുള്ള സൗകര്യം, അടുത്ത സ്ഥലത്തേക്കു യാത്ര തുടരുന്നതിനുള്ള ഏർപ്പാ ടുകൾ - ഇതെല്ലാം കാലേക്കൂട്ടി നിശ്ചയിച്ചിരിക്കും. അതിൽ മാറ്റങ്ങൾ വന്നു കൂടെന്നില്ല. ആ അസൗകര്യങ്ങൾ സഹിക്കുകയേ നിവൃത്തിയുള്ളു. താമസം ഏതെങ്കിലുമൊരു വീട്ടിലായിരിക്കും. അന്നു ചെയ്തുതീർത്ത കർമ്മങ്ങൾ കുറിച്ചുവയ്ക്കുക. കണക്കുകൾ കൃത്യമായി രേഖപ്പെടുത്തുക- ഇതിന് ഒരിക്കലും മുടക്കം വരാറില്ല. അതെല്ലാം പൂർത്തിയാക്കിയിട്ടേ ഉറങ്ങാറു ള്ളൂ. അതിനുമുമ്പം കുറച്ചു സമയം പ്രാർത്ഥനയ്ക്കും ചെലവഴിക്കും.

ആഹാരകാര്യങ്ങളിൽ ആവുന്നിടത്തോളം ചിട്ട പാലിച്ചുപോന്നു. മദി രാശിയിൽവച്ച് പിടികൂടിയ ഉദരരോഗം നിശ്ശേഷം വിട്ടുമാറിയിരുന്നില്ല. സ്വന്തം ചികിത്സകൊണ്ടും ദിനചര്യകൊണ്ടും അതു നിയന്ത്രിച്ചുപോരു കയാണ് ചെയ്തത്. 'കൂനി' സമ്പ്രദായത്തിലുള്ള ചികിത്സാക്രമം കുമാര നാശാൻ നല്ലപോലെ വശമാക്കിവച്ചിരുന്നു. അത്തരം പുസ്തകങ്ങൾ വായി ക്കാൻ വലിയ താല്പര്യവുമായിരുന്നു. അവയിൽ നിന്നുൾക്കൊണ്ട കാര്യ ങ്ങൾ ദീക്ഷിക്കുന്നതിന് ആത്മശിക്ഷണം വേണ്ടുവോളം നേടിയിരുന്നു. യാത്രകൾക്കിടയിലും അതു തുടർന്നുപോന്നു.

എപ്പോഴും വെളുപ്പാൻ കാലത്താണ് ഉണരുക. കുമാരനാശാൻ പണ്ടേ ശീലിച്ചുപോന്നതാണ്. നാരായണഗുരുസ്വാമികൾ അതിന്റെ മഹനീത യെക്കുറിച്ചു ശിഷ്യന്മാരോടു പറയുന്നതും മനസ്സിൽ തങ്ങിനിന്നിരുന്നു. സൂര്യോദയം അനുഭവിക്കുകയെന്നത് ആത്മഹർഷപ്രദമാണെന്നാണ് സ്വാമികൾ പറഞ്ഞുപോന്നത്. വാസ്തവം, നേരിട്ട് അനുഭവിക്കുന്നവർക്ക് സൂര്യോദയം മഹിമയുടെ സംക്രമമാണ്. കുമാരനാശാൻ പ്രപഞ്ചത്തിന്റെ മഹിമ ഉൾക്കൊള്ളുന്നതിൽ ഉത്സുകനുമായിരുന്നു. പ്രസിദ്ധമായ പ്രഭാത വർണ്ണനകളിലൂടെ ആ അനുഭവം അദ്ദേഹം പ്രകാശിപ്പിച്ചിട്ടുണ്ട്.

"അന്നേരമഹോ തമസ്സകലും പ്രഭാതശ്രീ
വന്നെത്തും വിളംബമില്ലിന്നിയെന്നുദാരമായ്

ചൊന്നിടുമശരീരി വാക്കുപോൽ കേൾക്കാകുന്നു
ഭിന്നമൗനമായ് കാട്ടുപൂങ്കോഴി കൂവും നാദം
കാണാറാകുന്നിതുടൻ പൂർവ്വപർവ്വതത്തിൻമേൽ
ചാണുയരത്തിലൈന്ദ്രികൊളുത്തും ദീപംപോലെ"

എന്നാരംഭിക്കുന്ന, '*ബുദ്ധചരിത*ത്തിലെ പ്രസിദ്ധമായ വർണ്ണന നോക്കുക (അഞ്ചാംഭാഗം).

ഓരോ ദിക്കിലും സമ്മേളനങ്ങൾ നടക്കുമായിരുന്നു. അവയിൽ ചർച്ചകളും തർക്കങ്ങളും വേണ്ടുവോളമുണ്ടായിരുന്നു. സമ്മേളനം നിയന്ത്രിക്കുക എന്നത് ബുദ്ധിമുട്ടുള്ള കാര്യമാണ് എന്നാൽ, നല്ലൊരു മൃഗശിക്ഷകന്റെ വൈഭവത്തോടുകൂടി ആശാൻ അതു ചെയ്തുപോന്നു.

അക്കാലത്ത് കുമാരനാശാന്റെ രൂപമെന്തായിരുന്നുവെന്ന് സി ഒ മാധവൻ കുറിച്ചിട്ടുള്ളതിൽ നിന്ന് മനസ്സിലാക്കാം:

> കുമാരനാശാനെ കണ്ടാൽ അന്ന് ഒരു ഇരുപത്തെട്ടു - മുപ്പതുവയസ്സു മതിപ്പു തോന്നിക്കും. ആൾ അതിസുഭഗൻ. യൗവനത്തിന്റെ അത്യുൽകൃഷ്ടമായ ആ തേജോമോഹനത പരിപക്വതയിലേക്ക് ശീഘ്രഗതിയിൽ നാൾതോറും വളർന്നുകൊണ്ടിരുന്ന കാലം.
>
> "പാരിലില്ലഭയമെന്നുമേറെയു
> ണ്ടാരിലും കരുണയെന്നുമേതിനും
> പോരുമെന്നുമരുളീ പ്രസന്നമായ്
> ധീരമായ മുഖകാന്തിയാൽ..."
>
> എന്നവിധം പ്രശോഭിച്ചിരുന്ന ആ തേജോവിശേഷം ചിരകാലമായി സ്വയം പരിശീലിച്ചുപോന്ന അദ്ധ്യാത്മചിന്തയുടെയും യോഗനിഷ്ഠയുടെയും ഫലമായി ഉജ്ജ്വലങ്ങളും തേജോഗോളങ്ങളെപ്പോലെ വിസ്ഫുരിതങ്ങളുമായ ആ നേത്രങ്ങൾ അസാധാരണവും അപ്രമേയവുമായ ഒരു ചൈതന്യവിശേഷത്തെയാണ് സൂചിപ്പിക്കുന്നതെന്നുള്ളതിന് യാതൊരു സംശയവുമില്ല. മുൻവശത്ത് അല്പം വിടവോടുകൂടിയ ദന്തനിരയും വിശാലമായ നെറ്റിയും ഉന്നതമായ നാസികയും സൂക്ഷ്മവും എന്നാൽ നിർഭയദ്യോതകവുമായ ആ നോട്ടവും പൊട്ടിച്ചിരിയും യാതൊരു കൂസലുംകൂടാതെയുള്ള ആ നടയും ഉദ്ദാമഭാവവും എല്ലാംകൂടിയും പ്രത്യേകം പ്രത്യേകമായി ആരെയും ഹഠാൽ ആകർഷിക്കത്തക്കതായിരുന്നു.

സമ്മേളനങ്ങളിൽ കുമാരനാശാൻ ചെയ്ത പ്രസംഗങ്ങൾ സദസ്യരെ നവീനാശയങ്ങളുമായി പരിചയപ്പെടുത്തിയിരുന്നു. സി ഒ മാധവന്റെ വാക്കുകൾ വീണ്ടും ഉദ്ധരിക്കട്ടെ:

> അദ്ധ്യക്ഷസ്ഥാനത്തുനിന്ന് അന്ന് ആശാൻ ചെയ്ത പ്രസംഗം എത്രയും ഉജ്ജ്വലവും പ്രൗഢവും വിജ്ഞാനപ്രദവും. എന്നാൽ

അതിസരസവുമായ, ഒരു പ്രബന്ധംതന്നെയായിരുന്നു. അദ്ദേഹത്തിന്റെ പ്രസംഗം സദസ്യരെ എത്രമാത്രം രസിപ്പിച്ചു എന്നുള്ളതിലേക്ക് അടിക്കടി ഉണ്ടായിക്കൊണ്ടിരുന്ന ഹസ്തതാഡനങ്ങൾ ധാരാളം മതിയായിരുന്നു. താലികെട്ട് നിർത്തൽചെയ്യണമെന്നും ശ്രീനാരായണഗുരുസ്വാമികളാൽ ആജ്ഞാപിക്കപ്പെട്ട പരിഷ്കൃത രീതിവിവാഹം നടപ്പിൽ വരുത്തണമെന്നും ആശാൻ ശക്തിയായി ഉൽബോധിപ്പിച്ചതിന്റെ ഫലമായി ആ അഭിപ്രായത്തോട് സദസ്യർ യോജിച്ചു തീർച്ച ചെയ്തു.

ഈ ഒടുവിൽ പറഞ്ഞതാണ് പ്രധാനം. പരിവർത്തനത്തിന്റെ സന്ദേശം ജനഹൃദയങ്ങളിൽ മുദ്രണം ചെയ്യാൻ ആശാൻ പ്രത്യേകമായി ശ്രദ്ധിച്ചുപോന്നു. അവരെ ആവേശം കൊള്ളിക്കാൻ പ്രസംഗകർ വേറെയുമുണ്ടായിരുന്നു. പ്രസംഗകലയുടെ ആ രീതിയാണ് പില്ക്കാലത്ത് പ്രചാരം നേടിയത്. എസ് എൻ ഡി പി യോഗത്തിന്റെ വേദികളിൽ കുമാരനാശാനെപ്പോലെ ആശയപ്രധാനമായ പ്രസംഗങ്ങൾ പില്ക്കാലത്ത് കാഴ്ചവച്ചത് സഹോദരൻ അയ്യപ്പൻ മാത്രമായിരുന്നു. ആശയങ്ങൾക്ക് വികാരങ്ങളുടെ ഊഷ്മാവ് നല്കാൻ വിരുതുകാട്ടിയ പ്രസംഗകനെന്ന രീതിയിൽ സഹോദരൻ അയ്യപ്പൻ ഏകാന്തമായ ദൃഷ്ടാന്തമാണ് കാഴ്ചവച്ചത്.

ജനറൽ സെക്രട്ടറിക്ക് ശമ്പളം നിശ്ചയിച്ചിരുന്നു. അത് കണക്കിൽ ക്രമപ്പെടുത്തുകയാണ് പലപ്പോഴും ചെയ്തുപോന്നത്. ചെലവുപട്ടികയിൽ സെക്രട്ടറിയുടെ ശമ്പളം കാണും. വരവുപട്ടികയിൽ അത്രയും തുക എൻ കുമാരനാശാൻ സംഭാവന ചെയ്തതായും കാണും. ഫണ്ട് ഒട്ടും തന്നെ ഇല്ലാതിരുന്ന അക്കാലത്ത് അതേ നിവൃത്തിയുണ്ടായിരുന്നുള്ളൂ. കുമാരനാശാന്റെ ആ ത്യാഗബുദ്ധി പലർക്കും അറിയാമായിരുന്നു. എങ്കിലും യോഗത്തിൽനിന്ന് ക്രമാധികം പണം കൈപ്പറ്റുന്നുവെന്ന അടിസ്ഥാനത്തിൽ ദുരാത്മാക്കൾ അദ്ദേഹത്തെ ആക്രമിക്കാൻ മുതിർന്നപ്പോൾ കാര്യമറിയാവുന്നവർ മൗനം പാലിക്കുകയാണ് ചെയ്തത്. ഈ സാഹചര്യത്തിലും തന്റെ സേവനരീതിക്ക് ആശാൻ ഒരു മാറ്റവും വരുത്തിയില്ല. മാറ്റം വരുത്തണമെന്ന് ആരാധകരും അനുയായികളും അദ്ദേഹത്തെ നിർബ്ബന്ധിച്ചിരുന്നു. അദ്ദേഹം നല്കിയ മറുപടി പ്രസിദ്ധമാണ്.

“ഗംഗയിൽ നിന്ന് വെള്ളം കൈക്കുള്ളിലെടുത്ത് സ്വന്തമാക്കിയതിനു ശേഷം അതിൽത്തന്നെ തർപ്പിക്കുകയാണല്ലോ നാം ചെയ്യുന്നത്. അങ്ങിനെയാണ് പുണ്യം നേടേണ്ടത്.”

ആശാന്റെ സങ്കല്പത്തിൽ പൊതുപ്രവർത്തനത്തിന്റെ ലക്ഷ്യം പുണ്യം നേടലാണ്. ആധുനികർക്ക് ഇതെത്രത്തോളം മനസ്സിലാകുമെന്ന് നിശ്ചയമില്ല. അക്കാലത്തും അതു മനസ്സിലാകുന്നവർ ചുരുക്കമായിരുന്നു. ഈ സങ്കല്പത്തോടെ പ്രവർത്തിക്കുന്നവർ അതിലും ചുരുക്കം. അവരുടെ കൂട്ടത്തിലാണ് ആശാന്റെ സ്ഥാനം. ജന്മനാതന്നെ ആ പ്രകൃതത്തിൽ ഇങ്ങനെയൊരു ഘടകമുണ്ടായിരുന്നു. അത് ക്രമേണ പരിപുഷ്ടമായിക്കൊണ്ടിരുന്നു. നാരായണഗുരുസ്വാമികളുടെ സമ്പർക്കത്തോടുകൂടി അത് ദൃഢ

മാകാതിരിക്കുക സാദ്ധ്യമല്ലല്ലോ. അന്യർക്കു ഗുണം ചെയ്‌വതിനു വേണ്ടി സർവ്വവും ത്യജിച്ച ഗുരുവായി ആശാൻ തന്നെ അദ്ദേഹത്തെ പിന്നീട് പ്രകീർത്തിക്കുന്നുണ്ട്. അതുപോലെ,

"അഖിലജന്തുക്കൾക്കും നിർവ്വാണമേകാൻ തന്റെ
നിഖിലസുഖങ്ങളും വെടിഞ്ഞു നിഷ്ക്രമിച്ചു.
സുഗതദേവൻ കൈയിലോടുമായ് തെണ്ടിച്ചെന്നു
മഗധ രാജ്യസീമ പൂക്കിനാൻ മഹാഭാഗൻ"

എന്ന് *ശ്രീബുദ്ധചരിത*ത്തിൽ കുറിച്ചപ്പോഴും ത്യാഗത്തിന്റെ-നിശ്ശബ്ദമായ ത്യാഗത്തിന്റെ- മഹനീയതയാണല്ലോ പ്രഭാതനക്ഷത്രംപോലെ ആ മനോനഭസ്സിൽ വിളങ്ങിനിന്നത്. എളിയനിലയിൽ സ്വന്തം ജീവിതത്തിലും അതു പാലിക്കാതിരിക്കാൻ അദ്ദേഹത്തിന്, സ്വഭാവഗത്യാ, കഴിയുമായിരുന്നില്ല. (ഡോക്ടർ പല്പുവിന്റെ മാതൃക തൊട്ടുമുമ്പിലുണ്ടുതാനും).

എങ്കിലും ആശാന്റെ നേർക്ക് എതിർപ്പുകൾ ഒന്നിനൊന്നു വർദ്ധിച്ചു വരികയാണു ചെയ്തത്. പലരും അതിന് പലതരം കാരണങ്ങൾ പറഞ്ഞു പോരുന്നു. ഈഴവജാതിയിൽത്തന്നെ അല്പം താണവർഗ്ഗത്തിൽ ജനിച്ചയാളെന്ന നിലയ്ക്കുണ്ടായതാണത്രേ ആ എതിർപ്പ്. എന്നാൽ ജാതിയിലോ ധനസ്ഥിതിയിലോ ആശാൻ താണനിലയിലായിരുന്നില്ല. മറ്റു ചിലരുടെ പക്ഷത്തിൽ, ആശാന്റെ ഔദ്ധത്യമാണ് എതിർപ്പിനു നിദാനം. തീർച്ചയായും ആ പ്രകൃതത്തിൽ തനിക്കുതാൻ പോരിമ എന്ന ഗുണമുണ്ടായിരുന്നു. അദ്ദേഹത്തിന്റെ പെരുമാറ്റത്തിലും നടത്തയിലുമെല്ലാം അതു പ്രകടമായിരുന്നു. അടുത്തു മനസ്സിലാക്കാൻ അവസരം കിട്ടാത്തവർ ആ പെരുമാറ്റത്തിൽ ഔദ്ധത്യം കണ്ടെന്നു വരാവുന്നതാണ്. അവർ അത് നാടുമുഴുവൻ പറഞ്ഞുപരത്തുകയും ചെയ്യും. ആത്മവിശ്വാസമുള്ള വ്യക്തിയെന്ന നിലയിലും ആശാനിൽ അഹങ്കാരം ആരോപിതമാകാൻ സാദ്ധ്യതയുണ്ട്. ശരിയെന്ന് താൻ ദൃഢമായി വിശ്വസിക്കുന്ന ഒരു കാര്യത്തിലും ആശാൻ വിട്ടുവീഴ്ചയ്ക്ക് തയ്യാറായിരുന്നില്ല. ആ രീതിക്കു നാം കടുംപിടുത്തം എന്നാണല്ലോ പറഞ്ഞുപോരാനുള്ളത്. എതിർപ്പിന് അതും കാരണമായി. എന്നാൽ പ്രധാനമായ കാരണങ്ങൾ എതിരാളികളിൽത്തന്നെയാണ് കാണേണ്ടത്.

മനുഷ്യരിൽ ഏറ്റവും തീവ്രമായി പ്രവർത്തിക്കുന്ന ഒരു വികാരത്തെക്കുറിച്ച് നാം പലപ്പോഴും ഓർക്കാറില്ല. ആ വികാരത്തിന്റെ പേര് അസൂയ എന്നാകുന്നു. അന്യരെ ആശ്രയിക്കാതെ ആത്മാഭിമാനത്തോടുകൂടി ഒരാൾ ജീവിക്കുന്നതു കണ്ടാൽ അധികമാർക്കും അത് സഹിക്കുകയില്ല. അയാൾക്ക് ഭൗതികൈശ്വര്യങ്ങൾ ഇല്ലെങ്കിൽപ്പോലും! കേരളീയരായ നാമാകട്ടെ അറിയപ്പെടുന്ന ചരിത്രകാലം മുഴുവൻ അടിമകളായിട്ടാണ് കഴിഞ്ഞു പോന്നതെന്നോർക്കണം. (അടിമയും യജമാനനും ഒരുപോലെ അടിമമനസ്ഥിതിക്കു വിധേയരാണ്. ഒരേ നാണയത്തിന്റെ രണ്ടുവശങ്ങൾ അടിമത്തം വെറുക്കുന്നവർ ഒരിക്കലും യജമാനരാവുകയില്ല) ജാതിവ്യവസ്ഥയും

വിദേശമേല്ക്കോയ്മയും അടിമമനോഭാവത്തിന് വിളനിലമായിട്ടാണ് ഭവിച്ചത്. അങ്ങനെയൊരു സമൂഹത്തിൽ ഒരു സ്വതന്ത്രാതാവ് എപ്പോഴും പൊരുത്തക്കേടാണ്. ഏവരേയും തുല്യരായി അംഗീകരിക്കുന്ന അയാൾ പ്രമാണിത്തത്തിന്റെ മുമ്പിൽ തല കുമ്പിടുകയില്ല. കുമാരനാശാന്റെ കാര്യത്തിൽ സംഭവിച്ചതും ഇതാണ്. അദ്ദേഹം സ്വതന്ത്രാത്മാവായിരുന്നു. അതുകൊണ്ട് സമുദായപ്രമാണികളുടെ മുന്നിൽ ഓച്ഛാനിച്ചു നില്ക്കാൻ അദ്ദേഹത്തിനു കഴിയുമായിരുന്നില്ല. വിധി കുമാരനാശാൻ പ്രവർത്തിക്കാനുള്ള വേദിയൊരുക്കിയത് ഈഴവസമുദായത്തിലാണല്ലോ. ആ സമുദായത്തിൽ തറവാട്ടുമഹിമകൊണ്ടും സമ്പൽസമൃദ്ധികൊണ്ടും രാജാവിന്റെ പ്രത്യേകമായ പ്രീതി കൊണ്ടും പ്രമാണികളായി നടക്കുന്നവർ കുറവായിരുന്നില്ല. പൊതുപ്രവർത്തനത്തിൽ അവരുടെ സഹകരണം അനുപേക്ഷണീയമാണ്. അവരാകട്ടെ, സ്വന്തം ദുരഭിമാനത്തിന്റെ കറ ആ പ്രവർത്തനത്തിൽ കലർത്തുകയും ചെയ്യും. നാരായണഗുരുസ്വാമികൾപോലും അത് അനുഭവിക്കേണ്ടതായിവന്നിട്ടുണ്ട്. അരുവിപ്പുറം യോഗത്തിൽ ആയുഷ്കാല അംഗത്വത്തിനുള്ള ഫീസു നല്കുന്ന ഓരോ പ്രമാണിയും തന്റെ പേര് ലിസ്റ്റിൽ ആദ്യം അച്ചടിക്കണമെന്ന് വാശിപിടിച്ചു. സ്വതഃസിദ്ധമായ നർമ്മബോധത്തോടെ സ്വാമികൾ അതു പരിഹരിക്കുകയും ചെയ്തു. വട്ടമേശയ്ക്കു ചുറ്റുമെന്നപോലെ പേരുകൾ വട്ടത്തിലെഴുതി വയ്ക്കാൻ അദ്ദേഹം പറഞ്ഞതുകേട്ട് പ്രമാണികൾ പിന്മാറുകയും പ്രശ്നം പരിഹൃതമാകുകയും ചെയ്തു! ഈ വർഗ്ഗക്കാർക്ക് കുമാരനാശാന്റെ രീതികൾ സഹിക്കാവുന്നതായിരുന്നില്ല. എസ് എൻ ഡി പി യോഗത്തിന്റെ ജനറൽ സെക്രട്ടറിയെന്ന നിലയിൽ സമുദായാംഗങ്ങൾക്കിടയിലുള്ള സ്ഥാനം, ഭരണകേന്ദ്രങ്ങളിലുള്ള സ്വാധീനം; അന്യരെ ആശ്രയിക്കാതെയും ആത്മാഭിമാനത്തോടെയുമുള്ള ജീവിതം - ഇതിലെല്ലാം അക്കൂട്ടർക്ക് കടുത്ത അമർഷമാണ് തോന്നിയത്. അതിൽനിന്ന് എതിർപ്പ് ശക്തമാവുകയും ചെയ്തു.

ഇന്നലെവരെ 'ചിന്നസ്വാമി'യായി നടന്ന ഒരാൾ ആധുനികവേഷവും പെരുമാറ്റവുമായി സമുദായത്തിന്റെ ഉന്നതമേഖലകളിൽ വിഹരിക്കുന്നതു കണ്ട് അസൂയ പൊറുക്കാൻ കഴിയാതെ എതിരാളികളായി മാറിയവരും കുറവല്ല.

ചിലർക്ക് സ്വതവേ മറ്റുള്ളവരെ വെറുക്കാനും നിന്ദിക്കാനും ഒരു പ്രത്യേക വാസനയുണ്ടായിരിക്കും. അക്കൂട്ടരും ആശാന്റെ എതിർഭാഗത്തു സജീവമായി. ദുരാരോപണങ്ങളും അപവാദപ്രചാരണങ്ങളുമായി അവർ ആശാനെ നിരന്തരം പീഡിപ്പിച്ചുകൊണ്ടിരുന്നു.

ഇവയിൽനിന്നെല്ലാം വ്യത്യസ്തമായ ഒരു കാരണംകൂടി കാണേണ്ടിയിരിക്കുന്നു. കുമാരനാശാന്റെ പ്രവർത്തനരീതിയുടെ നേർക്കാണ് ആ എതിർപ്പു പ്രവർത്തിച്ചത്. ഒരു ലിബറൽ സംസ്കാരത്തിന്റെ ഉടമയെന്ന നിലയിൽ ആശാൻ അസംബ്ലിയിലും പൊതുവേദികളിലും എപ്പോഴും മാന്യത പുലർത്തിപ്പോന്നു. മാന്യത എന്നതിനു പകരം മിതത്വം എന്നു പറഞ്ഞാലും തെറ്റില്ല. വ്യവസ്ഥാപിതമായ മാർഗ്ഗത്തിലൂടെ മാത്രമേ

നീങ്ങാവൂ എന്ന് അദ്ദേഹത്തിന് നിർബ്ബന്ധമുണ്ടായിരുന്നു. അദ്ദേഹം നിയമലംഘനത്തിനു സന്നദ്ധനായിരുന്നില്ല. പ്രജാസഭയിൽനിന്നു വാക്കൗട്ട് നടത്തണമെന്ന അനുയായികളുടെ സമ്മർദ്ദം അദ്ദേഹത്തിനു സ്വീകാര്യമായിരുന്നില്ല. തീവ്രവാദികളിൽനിന്ന് തീക്ഷ്ണമായ എതിർപ്പുണ്ടാവുകയെന്നതായിരുന്നു ഫലം.

അതിനിടയിലും കുമാരനാശാൻ യോഗത്തിന്റെ സെക്രട്ടറി പദത്തിൽ തുടർന്നുകൊണ്ടിരുന്നത് അധികാരാസക്തിമൂലമാണോ? അതെ എന്നു പറഞ്ഞുകൂടാ. തന്റെ ഗുരുവിന്റെ അനുശാസനം ലംഘിക്കാൻ അദ്ദേഹത്തിനു കഴിയുമായിരുന്നില്ല. കുമാരനാശാൻ സെക്രട്ടറി പദത്തിൽ തുടരണമെന്നു തന്നെ സ്വാമികൾ ആഗ്രഹിച്ചിരുന്നു. മാത്രമല്ല. എതിരാളികൾ എത്രയെല്ലാം ദുരാരോപണങ്ങൾ ഉന്നയിച്ചാലും തന്റെ സ്വഭാവശുദ്ധിയിൽ വിശ്വസിക്കുന്ന ഒരു ജനത ഇവിടെയുണ്ടെന്നും അവർക്കുവേണ്ടി ഈ പീഡനങ്ങൾ സഹിക്കേണ്ടത് തന്റെ കടമയാണെന്നും അദ്ദേഹം വിശ്വസിച്ചിരുന്നു. ആ വിശ്വാസം അദ്ദേഹത്തിനു കരുത്തു നല്കുകയും ചെയ്തു. പ്രവൃത്തിയിലും ലേഖനങ്ങളിലും കൂടി താൻ നടത്തിയ പരിശ്രമങ്ങൾ ഫലമുളവാക്കി എന്നത് ആ കരുത്തുവർദ്ധിപ്പിക്കുകയാണ് ചെയ്തത്. ഇതൊക്കെയാണെങ്കിലും ഒരു ഘട്ടം കഴിഞ്ഞപ്പോൾ യോഗപ്രവർത്തനത്തിൽനിന്ന് പിന്തിരിയണമെന്ന് അദ്ദേഹം തീവ്രമായി അഭിലഷിച്ചു. തന്റെ സമയവും കഴിവും ഇവിടെമാത്രം വ്യയം ചെയ്യേണ്ടതല്ലെന്ന് അദ്ദേഹത്തിലെ കവി എപ്പോഴും ഓർമ്മിപ്പിച്ചുകൊണ്ടിരുന്നു. വാഗ്ദേവതയുടെ പാദപൂജയിലൂടെ നിത്യതയുമായി സല്ലപിക്കാൻ ആ കവി ഹൃദയം വേദനയോടെ വെമ്പിക്കൊണ്ടിരുന്നു. പൊതുപ്രവർത്തനത്തിൽ നിന്നുതന്നെ പിന്മാറാനുള്ള വെമ്പലായി അതു മാറി.

താൻ സ്നേഹിക്കുകയും കണ്ണടച്ചു വിശ്വസിക്കുകയും ചെയ്തവർപോലും വെറുപ്പ് തൊടുത്തുവിട്ട് തന്റെ സ്വഭാവശുദ്ധി തകർക്കാൻ ശ്രമിക്കുന്നത് അദ്ദേഹത്തെ അനല്പമായി വേദനിപ്പിക്കുകയും ചെയ്തു.

"സ്നേഹമുതിരേണ്ടവരിൽനിന്ന് പകയായി
ലോകമതിനാൽ ഭയദമാമടവിയായി."

എന്ന് ആ അവസ്ഥയെക്കുറിച്ച് അദ്ദേഹം തന്നെ എഴുതിയിട്ടുണ്ട്. ആ അടവിയിൽനിന്നു പിന്മാറാൻ അദ്ദേഹം വെമ്പിയത് സ്വാഭാവികം.

ജനറൽ സെക്രട്ടറിയെന്ന നിലയിൽ യുവാക്കളുമായി അദ്ദേഹത്തിന് പലപ്പോഴും ഇടപഴകേണ്ടിവന്നിട്ടുണ്ട്. അപ്പോഴെല്ലാം ചർച്ചകളും തർക്കങ്ങളും നടക്കും. താൻ ഇഷ്ടപ്പെട്ട ചടങ്ങുകളായിരുന്നു അവ. ചില സന്ദർഭങ്ങളിൽ യുവാക്കളുടെ ഇഷ്ടത്തിനെതിരായ നിലപാടു സ്വീകരിക്കാനും അദ്ദേഹം മടിച്ചില്ല.

ഒരിക്കൽ വൈക്കത്തുവച്ചു നടന്ന ഒരു പൊതുസമ്മേളനത്തിൽ കുമരനാശാനോടൊപ്പം ടി കെ മാധവനും മറ്റ് ചില തീവ്രവാദികളും കൂടിയുണ്ടായിരുന്നു. ജാതിപരമായ ഉച്ചനീചത്വങ്ങളവസാനിപ്പിക്കുക. മനുഷ്യാവകാശങ്ങൾ നടപ്പാക്കുക മുതലായ പ്രമേയങ്ങളിൽ ഊന്നിനിന്നുകൊ

ണ്ടാണല്ലോ അന്ന് പ്രസംഗങ്ങൾ നടന്നുകൊണ്ടിരുന്നത്. ആളുകളിൽ ആശയപരമായ ഉണർവ്വുണ്ടാക്കി മനുഷ്യാവകാശങ്ങളെ സംബന്ധിക്കുന്ന അവബോധം വളർത്തുന്നവയായിരുന്നു ആ പ്രസംഗങ്ങൾ. അന്നത്തെ ഏറ്റവും മികച്ച പ്രസംഗം ചെയ്തത് ടി കെ മാധവനായിരുന്നു. കേരളം കണ്ടിട്ടുള്ളതിൽവച്ച് ഏറ്റവും വലിയ പ്രസംഗകൻ അദ്ദേഹമായിരുന്നു എന്നു പറഞ്ഞാൽ തെറ്റില്ല. അത്ഭുതകരമായ വാഗ്വൈഭവത്തിലൂടെ പുരുഷാരത്തെ മുഴുവൻ ആവേശം കൊള്ളിച്ചതിനുശേഷം അദ്ദേഹം പ്രഖ്യാപിച്ചു: "അയിത്തജാതിക്കാർക്ക് പ്രവേശനമില്ല എന്നൊരു ബോർഡ് ഇവിടെ രാജപാതയിൽ വച്ചിട്ടുണ്ട്. അങ്ങനെയൊരു ബോർഡ് പ്രജകളുടെ അവകാശത്തിന്റെ നിഷേധമാണ്. അതു നിയമവിരുദ്ധമാണ്. അതിനാൽ അതു ലംഘിച്ചുകൊണ്ട് ഞാൻ ഈ റോഡിലൂടെ നടക്കാൻ പോകുന്നു. അതിനോടു യോജിക്കുന്നവർ എന്നോടൊപ്പം വരൂ. നമുക്ക് കർമ്മത്തിലൂടെ നീതി സ്ഥാപിക്കാം."

അദ്ദേഹത്തിന്റെ വാക്കുകളുടെ മാസ്മരശക്തിയിൽ മയങ്ങിയ പുരുഷാരം ചാടിയെഴുന്നേറ്റു. അപ്പോഴാണ് അദ്ധ്യക്ഷനായ കുമാരനാശാൻ തന്റെ വിയോജിപ്പു പ്രകടിപ്പിച്ചത്. പുരുഷാരത്തെ നിയന്ത്രിക്കുവാൻ അദ്ദേഹം ശ്രമിച്ചു. എന്നാൽ സിംഹവിക്രമനായ ടി കെ മാധവനുണ്ടോ അതിനു വഴങ്ങുന്നു! അദ്ദേഹം അനുയായികളോടൊപ്പം ആ വിലക്കപ്പെട്ട വീഥിയിലൂടെ നടക്കുകതന്നെ ചെയ്തു.

അവർ ആ വഴി നടന്ന് മടങ്ങിയെത്തുന്നതുവരെ ഒരാൾ ഉൽക്കണ്ഠയോടെ സമ്മേളനസ്ഥലത്തു കാത്തുനിന്നു. അതു കുമാരനാശാനായിരുന്നു. ആ വിശാലമായ നെറ്റിത്തടത്തിൽ വിയർപ്പുകണങ്ങൾ പൊടിഞ്ഞു കാണാമായിരുന്നു. നിയമലംഘകർ മടങ്ങിയെത്തിയപ്പോഴാകട്ടെ, സമാശ്വാസത്തിന്റെ മന്ദഹാസം ആ മുഖത്തു പ്രകാശിക്കുകയും ചെയ്തു. താൻ യോജിച്ചില്ലെങ്കിലും അദ്ദേഹം അവരുടെ പ്രവൃത്തിയെ നിശ്ശബ്ദം ആശീർവ്വദിക്കുകയാണ് ചെയ്തത്.

അക്കാലത്ത് ഒരു ദിവസം തിരുവനന്തപുരത്തുള്ള ഈഴവ വിദ്യാർത്ഥികളുടെ ഹോസ്റ്റലിൽ കുമാരനാശാന് ഒരു സ്വീകരണം നല്കപ്പെട്ടു. അതിലെ പ്രധാനചടങ്ങ് പ്രസംഗവും സംവാദവുമാണ്. സമുദായത്തിന്റെ അവശതകൾ പരിഹരിക്കുന്നതിന് പ്രവർത്തിക്കാൻ യുവാക്കൾ നേതൃനിരയിലേക്ക് കടന്നുവരണമെന്നാണ് ആശാൻ പ്രസംഗത്തിൽ ഊന്നിപ്പറഞ്ഞത്. തുടർന്നു നടന്ന സംവാദത്തിൽ വിദ്യാർത്ഥികൾ പലതരം ചോദ്യങ്ങൾ ഉന്നയിച്ചു. എല്ലാ ഹിന്ദുക്കൾക്കും ക്ഷേത്രപ്രവേശനം അനുവദിക്കണമെന്നാവശ്യപ്പെടുന്ന പ്രമേയത്തിന് പ്രജാസഭയിൽ അവതരണാനുമതി നിഷേധിക്കപ്പെട്ടതിൽ പ്രതിഷേധിച്ച് ആശാൻ വാക്കൗട്ട് നടത്താതിരുന്നതെന്തുകൊണ്ടെന്ന ചോദ്യമുയർന്നു. യുവാക്കളുടെ ആ ചോദ്യത്തിൽ അമർഷവും അരിശവും കലർന്നിരുന്നു. ആശാൻ ഒട്ടുംതന്നെ പ്രകോപിതനായില്ല. വാക്കൗട്ടുപോലുള്ള പരിപാടികൾ തന്റെ ശൈലിയല്ലെന്ന് അദ്ദേഹം വ്യക്തമാക്കി. വ്യവസ്ഥാപിതമാർഗ്ഗമാണ് തനിക്ക് എപ്പോഴും

സ്വീകാര്യം.

അപ്പോൾ വിദ്യാർത്ഥികളിൽനിന്ന് മറ്റൊരു ചോദ്യം. പ്രജാസഭാമെമ്പർ എന്ന പദവിയും അലവൻസും നഷ്ടപ്പെടാതിരിക്കാൻ വേണ്ടിയല്ലേ അസംബ്ലിയിലങ്ങനെ കുത്തിയിരുന്നുകളഞ്ഞത്?.... അതിനും ആശാൻ സമചിത്തതയോടെ മറുപടി നല്കി. "അങ്ങനെയാണു നിങ്ങൾ കരുതുന്നതെങ്കിൽ മെമ്പർ സ്ഥാനം രാജിവച്ച് പുറത്തുപോരാൻ ഞാൻ സന്നദ്ധനാണ്. എന്നാലും വാക്കൗട്ടിനു ഞാനില്ല. ഞാൻ രാജിവയ്ക്കണമെന്നാണോ നിങ്ങളുടെ അഭിപ്രായം?"

സദസ്സ് മൗനം പൂണ്ടു. മാത്രമല്ല. കുമാരനാശാൻ രാജിവയ്ക്കാൻ പാടില്ലെന്ന് അവർ ദൃഢമായി പറയുകയും ചെയ്തു.

മറ്റൊരാൾ എഴുന്നേറ്റ് സമകാലികനായ ഒരു കവിയുടെ കവിതകളെക്കുറിച്ച് കുമാരനാശാനോടു ചോദിച്ചു. അവയെപ്പറ്റി തനിക്ക് അത്ര മതിപ്പൊന്നും തോന്നിയിട്ടില്ലെന്ന് അദ്ദേഹത്തിന്റെ മറുപടി. അതു കേട്ടപ്പോൾ ചോദ്യം ചോദിച്ചയാൾ ഉച്ചത്തിൽ പറഞ്ഞു.

"But he is the poet of the day."

അതിന് ആശാൻ മറുപടി നല്കിയത് പെട്ടെന്നായിരുന്നു.

"But he will not be the poet of tomorrow"

എന്നിട്ട്, കവിതയുടെ ദീപ്തിയെയും ഉദാത്തഭാവത്തെയും കുറിച്ച് അദ്ദേഹം ലഘുവായി വിശദീകരിച്ചു. അതിന്റെ അവസാനത്തിൽ, സദസ്യരോടായും അല്പം സ്വഗതമായും അദ്ദേഹം പറഞ്ഞു. "എനിക്ക് എന്റെ വാസനയ്ക്കനുസരണമായി പ്രവർത്തിക്കണമെന്നാണ് മോഹം. അതുകൊണ്ട് ഇത്തരം സംഘടനാപ്രവർത്തനങ്ങളിൽനിന്ന് ഒഴിവാക്കണം. നിങ്ങളെപ്പോലുള്ള ചെറുപ്പക്കാർ മുന്നോട്ടുവന്ന് എന്നെ ഒഴിവാക്കണം. കൂടുതൽ വിശിഷ്ടമായ കർമ്മത്തിന് എന്നെ നിയോഗിക്കണം."

അതേപ്പറ്റി എന്തെങ്കിലും അഭിപ്രായം പറയാൻ സദസ്സിലാരും മുതിർന്നില്ല. സംഭാഷണം മറ്റു വിഷയങ്ങളിലേക്ക് തിരിയുകയും സഭ സ്വാഭാവികമായി പിരിയുകയും ചെയ്തു. 'കൂടുതൽ വിശിഷ്ടമായ കർമ്മങ്ങൾ' എന്നതുകൊണ്ട് കുമാരനാശാൻ ഉദ്ദേശിച്ചതെന്താണെന്ന് ഊഹിക്കാവുന്നതേയുള്ളൂ. കാവ്യരചനയാണത്. 'മനുഷ്യവർഗ്ഗത്തിന് ലഭിച്ചിട്ടുള്ള സമ്പത്തുകളിൽവച്ച് ഏറ്റവും മികച്ചത് കാവ്യമാണെന്ന് അദ്ദേഹം പലപ്പോഴും പറഞ്ഞുപോന്നു. അതുകൊണ്ട്, ദുരാരോപണങ്ങളും ആക്ഷേപങ്ങളും നിറഞ്ഞ യോഗ പ്രവർത്തനം ഉപേക്ഷിച്ച് ചിന്തയുടെ മണിമന്ദിരത്തിലൊതുങ്ങാൻ അദ്ദേഹം ആഗ്രഹിച്ചത് സ്വാഭാവികം മാത്രം.

പൊതുവായ സമുദായപ്രവർത്തനത്തെ സംബന്ധിച്ചിടത്തോളം കുമാരനാശാൻ എപ്പോഴും മിതവാദിയായിരുന്നു. അദ്ദേഹത്തിനുശേഷം എസ് എൻ ഡി പി യോഗം സെക്രട്ടറിയായിരുന്ന എൻ കുമാരൻ (റിട്ട. ജഡ്ജി) അതേപ്പറ്റി എഴുതുന്നു.

"രാഷ്ട്രീയകാര്യങ്ങളിൽ ആശാൻ ഗവൺമെന്റ് പക്ഷക്കാരനായിരുന്നു എന്നു പറഞ്ഞാൽ വലിയ തെറ്റില്ല. ഒരു മിതവാദിയുടെയും യാഥാസ്ഥി

തികന്റെയും ചേർന്നുള്ള ഒരു നിലയാണ് ഇക്കാര്യത്തിൽ ആശാൻ സ്വീകരിച്ചത്." (*ആശാൻ സ്മാരകഗ്രന്ഥം* - 1949).

എന്നാൽ എതിർക്കേണ്ട നയങ്ങളെയും നടപടികളെയും ശക്തിയുക്തം എതിർക്കാൻ അദ്ദേഹം ഒരിക്കലും മടിച്ചിരുന്നില്ല. *വിവേകോദയ*ത്തിന്റെ താളുകൾ അതിന് സാക്ഷ്യം വഹിച്ചിരുന്നു. (അതേക്കുറിച്ച് പിന്നീട് വിശദമാക്കാം) പ്രജാസഭാംഗമെന്ന നിലയിലും ഗവൺമെന്റിന്റെ നേർക്ക് വിമർശനത്തിന്റെ ശരങ്ങൾ തൊടുത്തുവിടാൻ അദ്ദേഹം മടി കാണിച്ചില്ല.

കാവ്യമേഖലയിൽ ഒതുങ്ങണമെന്ന് തീവ്രമായി അഭിലഷിച്ചിരുന്നെങ്കിലും എസ് എൻ ഡി പിയോഗം സെക്രട്ടറിയായി തുടരുന്നതിൽ കുമാരനാശാൻ അനിർവ്വചനീയമായ ഒരു സംതൃപ്തിയും അനുഭവിച്ചുപോന്നു. അതിന്റെ ഉറവകൾ വിശകലനം ചെയ്യുക പ്രയാസം. എങ്കിലും ചില സംഗതികൾ നമുക്ക് നേരിൽ കാണാവുന്നതാണ്. സമുദായസേവനാദർശം ആ രക്തത്തിൽ കലർന്നിരുന്നു എന്നതാണ് അതിലൊന്ന്. അലൗകികമായ ആദർശലോകവും പ്രായോഗികജീവിതവിജയവും അനുരഞ്ജിപ്പിക്കുന്നതിനുള്ള അഭിനിവേശം ആ ആത്മവത്തയിൽ എപ്പോഴും തുടിച്ചുകൊണ്ടിരുന്നു. അതിന്റെ പ്രവർത്തനം കാവ്യങ്ങളിലേക്കുപോലും വ്യാപിക്കുന്നതു നമുക്കു കാണാം. ആ സ്ഥിതിക്ക് സമുദായപ്രവർത്തനം കാവ്യരചനാപരിശ്രമങ്ങൾക്കു വിരുദ്ധമാണെന്ന് അദ്ദേഹം കുരുതിയിരിക്കാൻ ന്യായമില്ല. അതോടൊപ്പം കാണേണ്ടത് സമുദായ നേതൃത്വം അദ്ദേഹത്തിനു നല്കിയ പദവിയാണ്. കുനിഷ്ടുബുദ്ധികൾ എത്രയെല്ലാം കൂവിവിളിച്ചുകൊണ്ടിരുന്നാലും സാധാരണക്കാരായ സമുദായാംഗങ്ങൾ കുമാരനാശാനെ ആരാധനാഭാവത്തോടെയാണ് നോക്കിക്കാണുന്നത്. നിർല്ലോഭമായ സ്നേഹം നല്കി അദ്ദേഹത്തിന് ഒരുതരം കൃതാർത്ഥതാബോധം അവർ നല്കുകയും ചെയ്തു. തിരിച്ചു കിട്ടുന്ന സ്നേഹം എപ്പോഴും സുഖദായകമാണല്ലോ. കൂടാതെ അധികാരം ആസ്വദിക്കുക. എന്നത് മനുഷ്യരുടെ സഹജവാസനകളിൽ ഒന്നുമാണ്. ഭരണാധികാരികളുമായി ആശാന് അടുത്ത ബന്ധമുണ്ടായിരുന്നു. ഉദ്യോഗസ്ഥപ്രമുഖർ പലരും അദ്ദേഹത്തെ ആദരിച്ചുപോന്നു. പലപ്പോഴും കുമാരനാശാന്റെ ശുപാർശ ഉദ്യോഗനിയമനക്കാര്യങ്ങളിൽ നിർണ്ണായകമായിത്തീർന്നിട്ടുണ്ട്. അതൊന്നും ചെറിയ കാര്യങ്ങളല്ല. അതുപോലെ പ്രജാസഭാംഗത്വവും ഒരു പദവിയെന്ന നിലയ്ക്കുതന്നെ ആശാൻ ആസ്വദിച്ചുപോന്നിരുന്നു എന്നത് നിസ്തർക്കമാണ്. എന്നാൽ അസ്സഹനീയമാംവിധം അപവാദപ്രചാരണങ്ങൾ അധികമായപ്പോൾ ആ മലീമസമായ അന്തരീക്ഷത്തിൽനിന്ന് എങ്ങനെയും പുറത്തുകടക്കണമെന്ന് ആശാൻ ആഗ്രഹിക്കയാണ് ചെയ്തത്.

വേരുകൾ മണ്ണിനടിയിൽ പൂക്കൾ ചില്ലകളിൽ

തിരക്കുനിറഞ്ഞ ജീവിതം നയിക്കുന്നതിനിടയിൽ വാഗ്ദേവതയുടെ കടാക്ഷം കുമാരനാശാനെ മറ്റൊരു ലോകത്തിലേക്ക് പലപ്പോഴും നയിക്കാതിരുന്നില്ല. സ്വപ്നത്തിൽ മുഴുകുന്ന സന്ദർഭങ്ങളായിരുന്നു അവ. പഴയ കാവ്യങ്ങൾ ഓർമ്മിക്കുകയോ വീണ്ടും വായിക്കുകയോ ചെയ്യുക അത്തരം സന്ദർഭങ്ങളിൽ പതിവായിരുന്നു. ചിലപ്പോൾ ലഘുകവിതകൾ രചിക്കുകയും ചെയ്തുപോന്നു. 'ലോകം' അക്കൂട്ടത്തിൽപ്പെടുന്നു. അതിനു മുമ്പു തന്നെ *നളിനി*യുടെ രചന അദ്ദേഹം തുടങ്ങിയിരുന്നു (1904). നാമെല്ലാം ധരിച്ചിരിക്കുന്നത്, ആശാന്റെ ആദ്യകാവ്യം *വീണപൂവ്* ആണെന്നാണ്. ആ ധാരണ തെറ്റല്ല. അദ്ദേഹം ആദ്യം പൂർത്തീകരിച്ച് പ്രസിദ്ധപ്പെടുത്തിയത് ആ കാവ്യംതന്നെയാണ്. എന്നാൽ അതിനു മുമ്പുതന്നെ *നളിനി* എഴുതിത്തുടങ്ങിയിരുന്നു എന്ന് അദ്ദേഹത്തിന്റെ ഡയറിക്കുറിപ്പിൽനിന്ന് മനസ്സിലാക്കാം. കാവ്യത്തിന്റെ മുഖവുരയിൽ കുറിച്ചിരിക്കുന്ന ഈ ഭാഗം നോക്കൂ.

> ...പിന്നെ പല അസൗകര്യങ്ങളാലും പൂർത്തിയാക്കാതെ കിടക്കുന്ന ഏതാനും ഖണ്ഡശകൃതികൾ അടങ്ങിയ എന്റെ നോട്ടുപുസ്തകവനത്തിൽ കുറേക്കാലം തപസ്സുചെയ്തശേഷം ഈ കൃതിയിൽ പ്രത്യേകമുള്ള എന്റെ ഒരു സ്നേഹം കൊണ്ടും ബി വി ബുക്കുഡിപ്പോക്കാരുടെ ഉത്സാഹം കൊണ്ടുമാണ് കഴിഞ്ഞ ഇംഗ്ലീഷ് വർഷാവസാനത്തോടുകൂടിയെങ്കിലും *നളിനി*ക്ക് ദിവാകരസ്പർശമുണ്ടാകാനിടയായത്.

ഈ മുഖവുര എഴുതുന്നത് 29-10-1911 ലാണ് അപ്പോൾ, കഴിഞ്ഞ ഇംഗ്ലീഷ് വർഷാവസാനമെന്നത് 1910 ആയിരിക്കണമല്ലോ. അതായത് 1904 ൽ രചന ആരംഭിച്ചെങ്കിലും 1910 ൽ മാത്രമേ അതു പൂർത്തിയാക്കാൻ കഴി

ഞ്ഞുള്ളൂ എന്നർത്ഥം. ആദ്യത്തെ ഏതാനും ശ്ലോകങ്ങൾ എഴുതിയതിനു ശേഷം എങ്ങനെ മുന്നോട്ടു നീങ്ങണമെന്നറിയാതെ ആശാൻ വിഷമിച്ചിരിക്കണം. സർഗ്ഗാത്മകതയ്ക്ക് അങ്ങനെ ചില സ്വഭാവങ്ങളുണ്ടല്ലോ. ആഗ്രഹത്തിനൊത്ത് അതുണർന്നു പ്രവർത്തിക്കണമെന്നില്ല. നിനച്ചിരിക്കാതെ, കവിപോലുമറിയാതെ, ചേതനയിലെ മിന്നലാട്ടംപോലെ, അതു സജീവമായെന്നു വരാം. *നളിനി*യുടെ കാര്യത്തിൽ സംഭവിച്ചത് അതാണെന്നൂഹിക്കുന്നതിൽ തെറ്റില്ല. *നളിനി* ഏഴുവർഷത്തോളം എന്റെ പോക്കറ്റിൽ കിടന്ന ഒരു കാവ്യമാണ് എന്ന് ആശാൻ പറഞ്ഞതായി മടവൂർ ഭാസ്കരൻനായർ രേഖപ്പെടുത്തിയിട്ടുണ്ട്. പൂർത്തിയാക്കിയ നിലയിലല്ല അങ്ങനെ കിടന്നതെന്നു മാത്രം. കാവ്യം ഏതു വഴിക്ക് നീങ്ങണമെന്നും എവിടെ അവസാനിപ്പിക്കണമെന്നും രൂപം കിട്ടാതെ അദ്ദേഹം ക്ലേശിച്ചിരിക്കണം. അതേക്കുറിച്ച് എപ്പോഴും ആലോചിച്ചുകൊണ്ടിരിക്കുകയും ചെയ്തുകാണും. വളരെക്കാലം തപസ്സ് ചെയ്തതെന്ന് അദ്ദേഹംതന്നെ കുറിച്ചിരിക്കുന്നതിന്റെ അർത്ഥം മറ്റൊന്നാവാൻ ഇടയില്ല.

നളിനി എന്ന കാവ്യത്തിന് പ്രചോദനം നല്കിയത് ടാഗോറിന്റെ *നളിനി*യാണെന്ന് പലരും കരുതുന്നുണ്ട്. ആ കാവ്യം ആശാൻ വായിച്ചിരുന്നോ എന്നു നിശ്ചയമില്ല. വായിച്ചിരിക്കാം. അത് പ്രചോദനമായും ഭവിച്ചിരിക്കാം. ഒന്നും ഉറപ്പിച്ചു പറഞ്ഞുകൂടാ. സ്വജീവിതാനുഭവങ്ങൾ മാത്രമല്ല, കാവ്യാനുഭവങ്ങളും കാവ്യരചനയ്ക്കു പ്രേരണയാകാറുണ്ട്. അന്തരാത്മാവിന്റെ അതിസൂക്ഷ്മതലങ്ങളിൽ തങ്ങിനില്ക്കുന്ന അനുഭൂതികൾ ആവിഷ്കൃതമാകുന്നതിൽ ഇതരകാവ്യങ്ങൾ നിമിത്തമായി ഭവിക്കുന്നു എന്നു മാത്രം.

നളിനീ കാവ്യത്തിന്റെ ബീജം ആശാന്റെ അന്തരാത്മാവിൽ വളരെ മുമ്പുതന്നെ സുപ്തമായി കിടന്നിരിക്കണം. സന്ന്യാസിയായി സത്യത്തെ സാക്ഷാൽക്കരിക്കാൻ ഇറങ്ങിത്തിരിച്ച വ്യക്തിയാണ് അദ്ദേഹം. ഇന്ദ്രിയാമോദകരങ്ങളായ അനുഭവങ്ങൾ അവിടെ ബന്ധനമാണ്. എന്നാൽ അദ്ദേഹത്തിന്റെ വിചാരശക്തിയെ അതിലംഘിച്ചുകൊണ്ട് കവിത്വവാസന പ്രവർത്തിച്ചുകൊണ്ടിരിക്കുകതന്നെ ചെയ്യും. അതാവട്ടെ, ഇന്ദ്രിയാനുഭൂതികളുടെ ലോകത്തിലാണ് അഭിരമിക്കുന്നത്.

ഓരോ കവിയും ദൃശ്യലോകത്തിന്റെ കാമുകനാണ്. അദൃശ്യമായ സത്യത്തേക്കാൾ കവിക്കു പ്രധാനം നാദസ്പർശദർശനരുചിഗന്ധഗോചരമായ പ്രപഞ്ചംതന്നെയാണ്. ആ കവിഹൃദയമാണ്.

"ലോകാനുരാഗമിയലാത്തവരേ, നരന്റെ
യാകാരാമാർന്നിവിടെ നിങ്ങൾ പിറന്നിടായ്വിൻ"

എന്നു ഖണ്ഡിതമായി കുറിച്ചുവച്ചത് (ഒരു വനയാത്ര), ആ ലോകാനുരാഗം സത്യത്തിൽനിന്ന് ആരെയും അകറ്റുന്നില്ല. സൗന്ദര്യം എന്ന മാദ്ധ്യമവും, സൂക്ഷ്മമായ തലത്തിൽ, സത്യത്തിലേക്കാണ് ആരേയും നയിക്കുക. സമുന്നതമായ മേഖലയിൽ സത്യം സൗന്ദര്യവും സൗന്ദര്യം സത്യ

വുമാണെന്ന കവിവാക്യം നിത്യഭാസുരനക്ഷത്രംപോലെ നിലകൊള്ളുന്നു.

കാഷായവസ്ത്രം മോഹിച്ച് വിരക്തിയുടെ മാർഗ്ഗത്തിൽ ചരിച്ച കുമാരനാശാൻ തന്നിൽ നിലീനമായ വാസനകൾ സ്വയം അറിഞ്ഞില്ല എന്നു മാത്രം. സന്ന്യാസിയും സൗന്ദര്യോപാസകനും ആ ചേതസ്സിൽ എപ്പോഴും സംഘർഷം സൃഷ്ടിച്ചുപോന്നു. അതിന്റെ നിർവ്വഹണത്തിന് സർഗ്ഗാത്മക ഭാവന നടത്തിയ പരിശ്രമത്തിന്റെ പരിണതഫലമാണ് നളിനി. അതുകൊണ്ടാകാം ആ കാവ്യത്തിന്റെ രചന, കവി ആഗ്രഹിച്ചതുപോലെ, എളുപ്പം പൂർത്തിയാകാതിരുന്നത്.

അതിനിടയിൽ, മറ്റൊരു കാവ്യം കുറേക്കൂടി ലാളിത്യത്തോടെ ആ മനസ്സിൽ രൂപപ്പെട്ടുവന്നു. കുട്ടിക്കാലംമുതൽ അദ്ദേഹത്തെ ചിന്താധീനനായിരിക്കുന്ന ഒരു പ്രമേയമാണ് അതിന്റെ ബീജം.

"നരരുടെ ചലമായ ജീവിതം
കരുതുകിലെങ്ങനെ ധീരനാവൂ ഞാൻ?"

എന്ന ചോദ്യം കുട്ടിക്കാലം മുതൽ ആ മനസ്സിൽ അസ്വാസ്ഥ്യം സൃഷ്ടിച്ചിരുന്നു. ആ അസ്വാസ്ഥ്യത്തിന് അദ്ദേഹത്തിലെ കവി നല്കിയ വിശ്രമസ്ഥാനമാണ് *വീണപൂവ്.*

പാലക്കാട്ടു താമസിക്കുന്ന ഘട്ടത്തിലാണ് അതു രചിച്ചതെന്ന് മുഖവുരയിൽ നിന്നു മനസ്സിലാക്കാം.

> ഈ പുസ്തകത്തിലടങ്ങിയ രണ്ടു ചെറിയ കൃതികളിൽ വീണപൂവ് 1083 വൃശ്ചികത്തിൽ സംഗതിവശാൽ ഏതാനും ദിവസം ഞാൻ പാലക്കാട്ടു താമസിച്ചിരുന്നപ്പോൾ എഴുതിയതാണ്. അടുത്ത ധനുമാസത്തിൽത്തന്നെ മൂർക്കോത്തു കുമാരൻ അവർകൾ തന്റെ പത്രാധിപത്യത്തിൽ തലശ്ശേരിയിൽനിന്നു പ്രസിദ്ധപ്പെടുത്തിയിരുന്ന *മിതവാദി*യിൽ എന്റെ സമ്മതപ്രകാരം അതിനെ പ്രസിദ്ധീകരിച്ചിരുന്നു. ഉദ്ദേശം ഒരു സംവത്സരം കഴിഞ്ഞ് ശ്രീമാൻ സി എസ് സുബ്രഹ്മണ്യൻപോറ്റി അവർകൾ എം എ അതിനെ പകർത്തി ഒരു സ്വന്തമുഖവുരയോടുകൂടി *ഭാഷാപോഷിണി*യിൽ പ്രസിദ്ധപ്പെടുത്തി. അതിനുശേഷം കവിസാർവ്വഭൗമനായ കേരളവർമ്മ വലിയകോയിത്തമ്പുരാൻ തിരുമനസ്സുകൊണ്ട് അതിനെ അവിടുന്നു പ്രസിദ്ധപ്പെടുത്തിയ പദ്യപാഠാവലിയിലേക്ക് തെരഞ്ഞെടുത്തു.

*ഭാഷാപോഷിണി*യിൽ പ്രസിദ്ധീകരിക്കാനായി സി എസ് സുബ്രഹ്മണ്യൻപോറ്റി *വീണപൂവ്* അയച്ചുകൊടുത്തത് ഒരു കത്തോടുകൂടിയാണ്. അതിൽ ഇങ്ങനെ കാണുന്നു.

> ഈ പദ്യങ്ങൾ ഒരിക്കൽ മിതവാദിയിൽ പ്രസിദ്ധം ചെയ്തിട്ടുള്ളതുകൊണ്ട് പഴകിപ്പോയവയെ *ഭാഷാപോഷിണി* സ്വീകരിക്കുമോ?

എന്നായിരുന്നു ഈ വിശിഷ്ട ഖണ്ഡകാവ്യം ഭാഷാപോഷിണിയിൽ ചേർക്കാൻ തരുമോ എന്നെഴുതിച്ചോദിച്ചതിന് എന്റെ സ്നേഹിതൻ എനിക്കയച്ച മറുപടി. കവിത പ്രാസമാണെന്നോ, ഒരർത്ഥവുമില്ലെങ്കിലും തലകീഴായി വായിക്കാവുന്ന 'പദ്യ'ങ്ങളാണെന്നോ, ഒരു നിമിഷത്തിൽ എഴുതുന്ന പത്തോ ആയിരമോ പദ്യങ്ങൾ അടങ്ങുന്ന ഒരു പുസ്തകമാണെന്നോ 'കാട്ടാനയും കട്ടിലുമൊന്നുപോലെ'ലെ എന്നും 'ആണും പെണ്ണും നപുംസകവും ഒന്നുതന്നെ' എന്നും മറ്റും സാധിക്കുന്ന ശ്ലേഷമടങ്ങിയ ശ്ലോകങ്ങളാണെന്നോ ഒക്കെ സാമാന്യക്കാർകൂടി വാദിച്ച് സ്വകൃതികളാൽ ദൃഷ്ടാന്തപ്പെടുത്തി സഹൃദയന്മാരുടെ ഹൃദയത്തെയും പത്രമാസികളെയും പുണ്ണാക്കുവാൻ തുടങ്ങിയിരിക്കുന്ന അവസരത്തിൽ സാക്ഷാൽ കവിത വളരെ ഉത്സാഹത്തോടുകൂടി നർത്തനം ചെയ്യുന്ന ഈ ഖണ്ഡകാവ്യത്തെ *ഭാഷാപോഷിണി*യിൽ ചേർക്കണമെന്ന് എനിക്ക് ആഗ്രഹം തോന്നുന്നതിനും അതിന് അനുവാദത്തിനായി കവിയോടു ചോദിക്കുന്നതിനും ഒരു സമാധാനം പറയേണ്ട ആവശ്യമില്ല. നവീനങ്ങളും അതിമനോഹരങ്ങളുമായ ആശയങ്ങൾ ഈ കാവ്യത്തിലുള്ളതിനെ അനുഭവരസികന്മാർ തനിയെ ആസ്വദിച്ചുകൊള്ളട്ടെ. ഈ പദ്യങ്ങൾ എത്രതവണ വായിച്ചാലും അതൃപ്തി വരുകയോ അവയ്ക്കു പഴക്കം തട്ടുകയോ ചെയ്യുന്നതല്ല. അങ്ങനെ വല്ലവർക്കും തോന്നുകയാണെങ്കിൽ *മയൂര സന്ദേശ*ത്തെക്കുറിച്ച് *വിദ്യാവിനോദിനി* പറഞ്ഞതുപോലെ. അവരോട് എനിക്ക് അസൂയയില്ല. ഉത്തമോത്തമമായ ഈ കാവ്യത്തിന്റെ യോഗ്യത അതുതന്നെ പറഞ്ഞുകൊള്ളും. പദങ്ങളിൽവല്ല ചേർച്ചക്കുറവോ മറ്റോ ഉണ്ടെങ്കിൽ അകമേ നിറഞ്ഞിരിക്കുന്ന തേൻ കുടിക്കുന്നതിൽ അത്യാസക്തിയോടുകൂടിയ ഹൃദയം അതിലേക്ക് തിരിഞ്ഞുനോക്കുകയോ ഇല്ല. ശരച്ചന്ദ്രികയിൽ ലീനമായ ചിത്തം ചന്ദ്രന്റെ കളങ്കത്തെക്കുറിച്ച് ചിന്തിക്കുമോ? (*ഭാഷാപോഷിണി* തുലാം വൃശ്ചികം ലക്കം 1084) (നവം. 1908)

'എന്റെ സ്നേഹിതൻ' എന്നാണല്ലോ ആശാനെക്കുറിച്ച് ഈ കത്തിൽ പറഞ്ഞിരിക്കുന്നത്. അതിനുമുമ്പുതന്നെ സി എസ് സുബ്രഹ്മണ്യൻ പോറ്റിയും കുമാരനാശാനും അടുത്ത സുഹൃത്തുക്കളായിക്കഴിഞ്ഞിരുന്നു. ആ ഗാഢ സൗഹൃദസമ്പർക്കങ്ങളെക്കുറിച്ച് സി എസ് ഇപ്രകാരം അനുസ്മരിക്കുന്നു.

...അതിനുമുമ്പുതന്നെ ഞങ്ങൾ അടുത്ത സ്നേഹിതന്മാരായിക്കഴിഞ്ഞിരുന്നു. അക്കാലത്ത് സായംകാലങ്ങളിൽ പലപ്പോഴും ഞങ്ങൾ കാഴ്ച ബംഗ്ലാവുതോട്ടത്തിൽ വിശ്രമിച്ചിരുന്നു. ഞാൻ ആശാൻ താമസിക്കുന്നിടത്തു ചെന്ന് അവിടെനിന്നുമോ, അദ്ദേഹം ഞാൻ പാർക്കുന്നിടത്തുവന്ന് അവിടെനിന്നുമോ ഒരുമിച്ച് സവാരി പോവുകയും മടക്കത്തിൽ മിക്കവാറും എന്റെ ഗൃഹത്തിൽ വന്ന് ഞാൻ

> സ്വയമുണ്ടാക്കുന്ന ചായ കഴിച്ച് തമ്മിൽ പിരിയുകയും ചെയ്തിരുന്നു. ഞങ്ങളുടെ സംഭാഷണം അധികവും സാഹിത്യ വിഷയകമായിരുന്നു എന്നും പറയേണ്ടല്ലോ. ജാതിസംബന്ധിച്ച പഴയ ആചാരങ്ങളിൽ പലതിലും നിഷ്കർഷ എന്നെ സംബന്ധിച്ചിടത്തോളം അക്കാലങ്ങളിൽത്തന്നെ വളരെ അയഞ്ഞിരുന്നതുകൊണ്ടും സാഹിത്യകാര്യങ്ങളിൽ ഞങ്ങളുടെ അഭിപ്രായഗതികൾ സാമാന്യമായി യോജിച്ചുപോന്നിരുന്നതുകൊണ്ടും ഞങ്ങളുടെ പരസ്പരബന്ധവും സഹവാസവും രണ്ടാൾക്കും ഹൃദ്യവും ആസ്വാദ്യവുമായിരുന്നു. ബാഹ്യവും ആഭ്യന്തരവുമായ വൃത്തിയും പെരുമാറ്റങ്ങളുംകൊണ്ട് ജ്ഞാനവിജ്ഞാനങ്ങളിലും അന്യൂനത വഹിച്ചിരുന്ന എന്റെ സ്നേഹിതനെ കേരളത്തിൽ ആചരിച്ചുപോന്ന പല അനാചാരങ്ങളും തന്നെയും തന്നെപ്പോലുള്ളവരെ സംബന്ധിച്ചും കേവലം ജനനം മൂലമുണ്ടായ ജാതിത്വം കൊണ്ട് ആദരണീയങ്ങളല്ലാതെ കണ്ടതിലുള്ള അഭിമാനഭംഗം വല്ലാതെ ക്ലേശിപ്പിച്ചിരുന്നു എന്ന് ഊഹിക്കാൻ എനിക്ക് സംഗതിയായിട്ടുണ്ട്. അദ്ദേഹത്തിന്റെ കാവ്യങ്ങളിൽ പലതിലും തജ്ജന്യമായ വെറുപ്പിന്റെയും അമർഷത്തിന്റെയും മുഴക്കം എനിക്ക് അനുഭവമാകുന്നു. എന്നാൽ തന്റെ സ്വന്തം നടപടികളാൽ മറ്റുള്ളവരുടെ മനഃസമാധാനത്തെ ആശാൻ ഒരിക്കലും, ഞാൻ അറിയുന്നിടത്തോളം, ഭഞ്ജിച്ചിരുന്നില്ല. മറ്റു ചിലരുടെ ഹൃദയങ്ങൾക്ക് വേദനയുണ്ടാകാതെ ഇരിക്കാൻ വേണ്ടി. ആ വക ആചാരങ്ങളെ ആദരിക്കേണ്ടിവന്നവരോട് ബഹുമാനക്കുറവും അദ്ദേഹത്തിനുണ്ടായിരുന്നില്ല. (ആശാൻ: കോമലേഴത്ത് കെ ജി മാധവൻ).

വലിയൊരു മനസ്സിന്റെ ഉടമയായിരുന്ന സി എസ് സുബ്രഹ്മണ്യൻ പോറ്റിയുടെ സ്മരണകളിൽ *വീണപൂവ് ഭാഷാപോഷിണി*യിൽ പ്രസിദ്ധീകരിക്കാൻ ഇടയായ സാഹചര്യത്തെപ്പറ്റി ഇങ്ങനെ കാണുന്നു.

> ...ഞങ്ങളുടെ സായാഹ്നസവാരിക്കിടയിൽ ഒരു ദിവസം ഞങ്ങളുടെ സംഭാഷണവിഷയം ഇംഗ്ലീഷ് കവിതകളിൽ ഭവിച്ചു. പ്രസംഗവശാൽ അക്കൂട്ടത്തിൽ അതിനു വളരെമുമ്പ് ഞാൻ രചിച്ചിരുന്ന 'ഒരു സായന്തനകാലത്തെ മൈതാനം' 'ഒരു വിരഹം' എന്നു രണ്ടു ചെറു കവിതകളെക്കുറിച്ച് ഞാൻ ആശാനോട് പറയാൻ ഇടയായി. അന്ന് തിരിച്ചുവരവിൽ എന്റെ ഗൃഹത്തിൽ എത്തിയയുടനെ ആശാന്റെ ആഗ്രഹപ്രകാരം ഞാൻ അവ ആശാനെ വായിച്ചുകേൾപ്പിച്ചു. അവ രണ്ടും അവയുടെ കെട്ടും മട്ടും, എല്ലാം ആശാനു നന്നേ പിടിച്ചു. അവയുടെ പുതിയ സമ്പ്രദായങ്ങൾ ആശാന് ഹിതമായതു കണ്ടപ്പോൾ മലയാളപദ്യസാഹിത്യത്തിൽ ഇങ്ങനെയുള്ള ചില നവീനപ്രസ്ഥാനങ്ങൾ ആശാൻ ആരംഭിച്ചാൽ അവ പടർന്നുപിടിച്ച് പടരാൻ എളുപ്പമുണ്ടെന്ന് ഞാൻ അഭിപ്രായപ്പെട്ടു. അപ്പോൾ അതിനു മറുപടി എന്നപോലെ, ഏതാണ്ട് ഒരു വർഷം മുമ്പ് താൻ

> ഉണ്ടാക്കി *മിതവാദി*യിൽ പ്രസിദ്ധം ചെയ്തിരുന്ന *വീണപൂവ്* എന്ന ചെറുകാവ്യത്തിലെ പദ്യങ്ങൾ ആശാൻ തന്റെ ആസ്വാദ്യമായ രീതിയിൽ എന്നെ ചൊല്ലിക്കേൾപ്പിക്കാൻ തുടങ്ങി. ഇടവിടാതെ 'ആങ്കോർ' വിളിച്ച് ഞാൻ ഓരോ ശ്ലോകവും പല ആവൃത്തി ചൊല്ലിക്കേട്ട് കാതും കരളും ഒരുപോലെ സുഖിപ്പിച്ചു.
>
> അന്നത്തെ ഞങ്ങളുടെ സൗഹാർദ്ദസമ്മേളനം അവസാനിപ്പിച്ചപ്പോൾ കേരളീയ കവികൾ അവശ്യം വായിക്കേണ്ട ആ സുകുമാര കാവ്യം *ഭാഷാപോഷിണി*യിൽ പ്രസിദ്ധം ചെയ്യാൻ എനിക്കുണ്ടായ ആഗ്രഹം ഞാൻ ആശാനെ അറിയിച്ചു. ഒന്നുരണ്ടു ദിവസം കഴിഞ്ഞപ്പോൾ ഒരു കൈയെഴുത്തു പുസ്തകം ഒരു എഴുത്തോടുകൂടി ആശാൻ എനിക്കു കൊടുത്തയച്ചു. മറ്റു പലതിന്റെയും കൂട്ടത്തിൽ *വീണപൂവും* അതിൽ പെൻസിൽകൊണ്ട് എഴുതിയിരുന്നു. ഞാൻ അതു പകർത്തി എന്റെ ഒരു പരിചയപ്പെടുത്തലോടുകൂടി *ഭാഷാപോഷിണി*ക്ക് അയയ്ക്കുകയും *ഭാഷാപോഷിണി* അത് പ്രസിദ്ധപ്പെടുത്തുകയും ചെയ്തു. അതിനാൽ മലയാളസാഹിത്യലോകത്തിൽ തെളിഞ്ഞുതെളിഞ്ഞു വിളങ്ങുന്ന ഒരു കവിതകെടാവിളക്ക് ഇവിടെ കൊളുത്തിയ ആ വലിയ സ്ഥാനം എനിക്ക് അങ്ങനെ ലഭിക്കുകയും ചെയ്തു. ആ വിധം യാദൃച്ഛികമായി ലഭിച്ച ഭാഗ്യം എനിക്ക് അനശ്വരാഭിമാനനിദാനമായി ഞാൻ കരുതുന്നു (*ആശാൻ* - കോമലേഴത്ത് കെ ജി മാധവൻ).

സി എസ് സുബ്രഹ്മണ്യൻപോറ്റിയുടെ ഈ പ്രശംസാവചനങ്ങൾ ആവർത്തിക്കാൻ മാത്രമേ പിന്നീടു വിമർശകർക്കു തോന്നിയുള്ളൂ. *വീണപൂവ്* അത്രമേൽ വിശിഷ്ടമായ കാവ്യമായിട്ടാണ് ഏവർക്കും അനുഭവപ്പെട്ടത്. പതിവിൻപടിയുള്ള മംഗളശ്ലോകമോ ഉപക്രമമോ ഒന്നുംകൂടാതെ, ഹൃദയവികാരത്തിന്റെ സ്വച്ഛന്ദമായ ബഹിർഗമനമെന്ന നിലയ്ക്കാണ് അത് രൂപം പ്രാപിച്ചിട്ടുള്ളത്. 'ഹാ! പുഷ്പമേ...' എന്നാരംഭിക്കുന്ന ഒന്നാം ശ്ലോകം തന്നെ, ഒരു നെടുവീർപ്പുപോലെയോ രോദനംപോലെയോ സ്വാഭാവികമായി പുറപ്പെടുന്നതാണെന്നേ തോന്നൂ. അതോടൊപ്പംതന്നെ, ബാഹ്യവർണ്ണനകൾ അപ്രധാനമാക്കിക്കൊണ്ട് ആന്തരികഭാവം അഭിവ്യഞ്ജിപ്പിക്കുന്ന ആവിഷ്കരണരീതി ഇതിൽ പ്രയുക്തമായിരിക്കുകയും ചെയ്യുന്നു. ആ ആന്തരികഭാവമാകട്ടെ, ചിന്താഗഹനവുമാണ്. അതുമൂലം അത്യന്തം വിചിത്രവും സമുജ്ജ്വലവുമായ ഒരു ലോകത്തിനാണ് വാക്കുകൾ ഇവിടെ രൂപം നല്കിയിരിക്കുന്നത്. പാഴ്മണ്ണിൽനിന്നാരംഭിച്ച് പടിപടിയായുയർന്ന് വിണ്ണിന്റെ നിതാന്തസൗന്ദര്യത്തോളം വ്യാപിച്ചുനില്ക്കുന്ന കാവ്യാന്തരീക്ഷം ഏതു ഹൃദയത്തിനും നിത്യനൂതനമായ അനുഭൂതിയരുളാൻ പര്യാപ്തമാണ്. അതേസമയംതന്നെ *വീണപൂവ്* മലയാളകവിതയുടെ ഗതി തിരിച്ചു വിടുകയും ചെയ്തു. 'ഇനിമേൽ ഈ രീതിയിലേ കാവ്യങ്ങൾ രചിക്കാൻ പാടുള്ളൂ' എന്നൊരനുശാസനം ആ ഖണ്ഡകാവ്യം അതിന്റെ

നവീന ഭാവുകത്വത്തിലൂടെ മലയാളകവിതയ്ക്കു നല്കി. അലംഘനീയമായ ഒരനുശാസനം എന്ന നിലയ്ക്ക് ഭാഷാകവിതയിൽ അത് ഒരു ചരിത്രസംഭവമായിത്തീർന്നു എന്നു പറയാം. അഭിരുചിപരവും ചരിത്രപരവുമായ പ്രാധാന്യം ഇത്രമഹനീയമായി സമ്മേളിക്കുന്ന മറ്റൊരു കാവ്യം മലയാളത്തിലില്ല.

നാല്പത്തൊന്നു ശ്ലോകങ്ങളുള്ള ഒരു ഖണ്ഡകാവ്യമാണ് വീണപൂവ്. മുമ്പ് പ്രസ്താവിച്ചതുപോലെ, അത് 'ഹാ! പുഷ്പമേ!' എന്നാരംഭിക്കുകയും 'അവനിവാഴ്‌വ്' കിനാവു കഷ്ടം!' എന്നവസാനിക്കുകയും ചെയ്യുന്നു. ശോകമാണ് ഈ പ്രയോഗങ്ങൾ അനുവാചകമാനസങ്ങളിൽ ഉണർത്തുക - വാസ്തവം. എന്നാൽ കാവ്യം ആകത്തുകയിൽ സഹൃദയനിലവശേഷിപ്പിക്കുന്നത് ജീവിതത്തെ സംബന്ധിക്കുന്ന ഗഹനമായ വിസ്മയമായിരിക്കും. പൂവിന്റെ ചരിത്രം ഓർമ്മിച്ചുനോക്കൂ. ശൈശവത്തിൽ ദലമർമ്മരമാണ് താരാട്ടു പാടിയത്. നക്ഷത്രങ്ങളിൽനിന്നാണ് വിദ്യ നേടിയത്. കാവ്യത്തിലെ കല്പനകൾ ഒന്നൊന്നായി പരിശോധിക്കുമ്പോൾ ഈ മഹാപ്രപഞ്ചവുമായി ബന്ധപ്പെട്ട ഒരണ്ഡാനുഭൂതി അതിൽ നിറഞ്ഞു നില്ക്കുന്നു എന്ന് നാം അറിയുന്നു.

പരമാർത്ഥമായിട്ടാണ് പൂവ് ജീവിതം നയിച്ചത്. അഴക്, പരിശുദ്ധി, മൃദുത്വം, സാരള്യം മുതലായ ഗുണങ്ങൾ അതുല്യമായി പൂവിൽ വിളങ്ങി നില്ക്കുകയും ചെയ്തു. താരുണ്യത്തിന്റെ അവസ്ഥയിൽ ഏതൊരു ഹൃദയത്തേയും വശീകരിക്കുന്ന വിലാസവായ്പിനാൽ അത് അനുഗൃഹീതമായിരിക്കുന്നു. ജീവിതത്തിന്റെ വിവിധാനുഭവങ്ങളിലൂടെ കടന്നുപോകാനും അവസരമുണ്ടായി. കാമുകന്റെ വഞ്ചനപോലും ആ അനുഭവങ്ങളിൽപ്പെടുന്നു. ഇപ്രകാരം പരിപാകമാർജ്ജിച്ചതിനുശേഷമാണ് പൂവു നിലംപതിക്കുന്നത്. അങ്ങനെ നിലംപതിക്കുന്നതോ? സൂര്യനു തന്റെ കാന്തിയും, വായുവിനു തന്റെ സൗരഭ്യവും സൗമനസ്യത്തോടെ സമർപ്പിച്ചുകൊണ്ടും. ഇമ്മാതിരിയൊരു ജീവിതത്തിന്റെ തിരോധാനത്തിൽ നക്ഷത്രങ്ങൾപോലും കണ്ണീർ പൊഴിക്കുന്നതു സ്വാഭാവികം! സഫലായ ആ ജീവിതത്തെക്കുറിച്ചോർമ്മിക്കുമ്പോൾ:

"സാധിച്ചുവേഗമഥവാ നിജ ജന്മകൃത്യം
സാധിഷ്ഠർ പോട്ടിഹ, സദാ നിശിപാന്ഥപാദം
ബാധിച്ചു രൂക്ഷശിലവാഴ്‌വതിൽ നിന്നുമേഘ-
ജ്യോതിസ്സുതൻ ക്ഷണികജീവിതമല്ലി കാമ്യം?
എന്നു മാത്രമേ ആർക്കും പറയാനുണ്ടാവൂ. മാത്രമല്ല,
ഇപ്പശ്ചിമാബ്ധിയിലണഞ്ഞൊരുതാരമാരാ-
ലുല്പന്നശോഭമുദയാദ്രിയിലെത്തിടുമ്പോൾ
സൽപുഷ്പമേ, ഇവിടെ മാഞ്ഞു സുമേരുവിന്മേൽ
കല്പദ്രുമത്തിനുടെ കൊമ്പിൽ വിടർന്നിടാം നീ"

എന്ന പ്രതീക്ഷയ്ക്കു മാത്രമേ അവിടെ വകയുള്ളൂ എന്നു നാം അറിയുന്നു. *വീണപൂവ്* വിഷാദാത്മകത്വത്തിന്റെ കാവ്യമാണെന്ന് എങ്ങനെ പറയാൻ കഴിയും?

ജീവിതം ശോകപൂരിതമാണെന്ന കാര്യത്തിൽ സംശയമില്ല. ഉൽകൃഷ്ടഭാവങ്ങളും നന്മയും പുലർത്തുന്ന ഏതു മനസ്സിനും ഈ ശോകത്തിന്റെ അളവ് അത്യധികമായനുഭവപ്പെടുകയും ചെയ്യും. എന്നാൽ ജീവിതത്തിന്റെ മഹനീയതയാണ് ഈ ശോകത്തിലൂടെ നാം അനുഭവിക്കുന്നതെന്ന് അധികമാരും ഓർക്കാറില്ല.

വിവേകമേറുന്ന മനസ്സുകൾ എപ്പോഴും ദുഃഖത്തെ വിശിഷ്ടാഭരണമായി അണിഞ്ഞുകൊണ്ടിരിക്കുന്നു. ജ്ഞാനിയുടെ ഹൃദയം എപ്പോഴും ശോകത്തിന്റെ ഗേഹത്തിലാണല്ലോ വസിക്കുന്നത്.

കണ്ണുനീരിന്റെ ആഴത്തിൽനിന്ന് ജീവിതവൈശിഷ്ട്യത്തിന്റെ മുത്ത് വിളയിച്ചെടുക്കുകയാണ് കുമാരനാശാൻ ഈ കാവ്യത്തിൽ ചെയ്യുന്നത്. സ്വർല്ലോകവും സകല സംഗമവും കടന്ന്, 'തമസഃപരമാം പദത്തിലല്ലാതെ മറ്റെവിടെയാണ് പൂവിനു സ്ഥാനം?

പലരും കരുതുന്നതുപോലെ കുമരാനാശാന് ജാതിവിദ്വേഷത്തിന്റെ കൂരമ്പുകൾ ധാരാളം ഏല്ക്കേണ്ടിവന്നിട്ടുണ്ടോ? ഇല്ല. സി എസ് സുബ്രഹ്മണ്യൻപോറ്റിയാണ് *വീണപൂവി*ന്റെ അപൂർവ്വലാവണ്യം ആദ്യം തിരിച്ചറിഞ്ഞതെന്ന് മുമ്പു പ്രസ്താവിച്ചു. അത് ലോകത്തിന്റെ ശ്രദ്ധയിൽപ്പെടുത്താൻ എത്ര വലിയ ഉത്സാഹമാണ് അദ്ദേഹം കാട്ടിയത്! കാവ്യഗുണം തിരിച്ചറിഞ്ഞ കേരളവർമ്മ വലിയകോയിത്തമ്പുരാൻ *വീണപൂവ്* 'പദ്യപാഠാവലി'യിൽ ഉൾപ്പെടുത്തി അതിന് അംഗീകാരം നല്കുകയും ചെയ്തു.

കുമാരനാശാന്റെ ഈ അവസ്ഥയ്ക്കു പ്രത്യേകമായ പ്രധാന്യമുണ്ട്. തനിക്കുതാൻപോരിമയുള്ള വ്യക്തിയായിരുന്നു അദ്ദേഹം. സേവകനായോ അർത്ഥിയായോ അദ്ദേഹത്തെ ആരും കണ്ടിരിക്കയില്ല. കവികളുമായി ചങ്ങാത്തംകൂടാൻ, കവിസമാജങ്ങളിൽ പങ്കുകൊള്ളാൻ അദ്ദേഹം ഒരിക്കലും കൂട്ടാക്കിയിരുന്നില്ല. ഏകാകിയുടെ തലയെടുപ്പോടുകൂടിയാണ് എപ്പോഴും അദ്ദേഹം കാവ്യാധ്വാവിൽ സഞ്ചരിച്ചത്. യശസ്സിനും സ്ഥാനമാനങ്ങൾക്കും വേണ്ടി കുറുക്കുവഴിതേടുക അദ്ദേഹത്തിന്റെ സ്വഭാവമായിരുന്നില്ല. ഇങ്ങനെയെല്ലാമുള്ള ഒരു വ്യക്തിയെയാണ് സവർണ്ണസമുദായാംഗങ്ങളായ സാഹിത്യലോകനായകന്മാർ അംഗീകരിച്ച് അനുമോദിച്ചതെന്നോർമ്മിക്കണം. അതുകൊണ്ട്, സ്വന്തം അനുഭവം ആധാരമാക്കി ജാതിയെപ്പറ്റി പരാതി പറയേണ്ട സാഹചര്യം അദ്ദേഹത്തിനുണ്ടായിരുന്നില്ല.

എങ്കിലും, അദ്ദേഹം ജാതിവ്യവസ്ഥയെ അങ്ങേയറ്റം ശപിച്ചിരുന്നു. മനുഷ്യത്വത്തെ നീചമായി ചതച്ചരയ്ക്കുന്ന ഒരു വ്യവസ്ഥയെന്ന നിലയ്ക്കു മാത്രം. തന്റെ സമുദായം 'ജാതി'മൂലം അനുഭവിക്കുന്ന പരാധീനതയിലും അദ്ദേഹം അമർഷം പൂണ്ടിരുന്നു. ആ അമർഷത്തിന്റെ ഉറവിടം വിശാലമായ മനുഷ്യത്വബോധം മാത്രമായിരുന്നു. അത് കാവ്യരചനയിൽ ശക്തമായ പ്രേരണ പുലർത്തിയത് പില്ക്കാലത്താണ്. എന്നാൽ

ഈ പ്രാരംഭഘട്ടത്തിലും ജാതിയുടെ ക്രൂരത കവിതയിലൂടെ വെളിപ്പെടുത്താൻ കുമരനാശാൻ പരിശ്രമിക്കാതിരുന്നിട്ടില്ല. *വീണപൂവ്* പ്രകാശിപ്പിച്ച അതേ വർഷത്തിൽത്തന്നെയാണ് 'ഒരു തീയക്കുട്ടിയുടെ വിചാരം' എന്ന പത്തുശ്ലോകങ്ങളുള്ള കവിതയും പ്രകാശിതമായതെന്നോർമ്മിക്കണം. അതിലാണ്:

"എന്തിന്നു ഭാരതധരേ! കരയുന്നു? പാര-
തന്ത്ര്യം നിനക്കു വിധികല്പിതമാണു തായേ!
ചിന്തിക്ക, ജാതിമദിരാന്ധരടിച്ചുതമ്മി-
ലന്തപ്പെടും തനയരെന്തിനയേ സ്വരാജ്യം? "

എന്ന വിഖ്യാതമായ ശ്ലോകമുള്ളത്. ജാതിയുടെ വിപത്തിൽനിന്നു മോചനം നേടാൻ 'ശ്രീ-നാ-ധ-പാഖ്യ കലരുന്ന മഹാർഹയോഗം' മാത്രമേ ഉപകരിക്കുകയുള്ളൂ എന്ന ഉൽബോധനവും അതിലുണ്ട്.

സമൂഹത്തിൽ പരിവർത്തനമുളവാക്കുന്നതിന് കവിതയും ഒരുപാധിയാകണം എന്ന വീക്ഷണം കുമാരനാശാനിൽ പ്രാരംഭം മുതൽ പ്രവർത്തിച്ചിരുന്നു. മുമ്പു സൂചിപ്പിച്ചതുപോലെ, ബംഗാളിലെ നവോത്ഥാനത്തിന്റെ ചലനങ്ങളിൽനിന്ന് അദ്ദേഹം ഉൾക്കൊണ്ട ഒരു വീക്ഷണമാണത്. പിന്നീട് ഈ വീക്ഷണം ദൃഢമായി പ്രവർത്തിക്കുന്നതു കാണാം.

ഇതിനിടയിൽ 'അരുവിപ്പുറം ശ്രീനാരായണധർമ്മപരിപാലനയോഗം വക ഒരു ദ്വിമാസാന്തപുസ്തക'മായി *വിവേകോദയം* പ്രസിദ്ധീകരണമാരംഭിച്ചു. 1904 മെയ്മാസത്തിലാണ് ആദ്യലക്കം പ്രസിദ്ധീകൃതമായത്. തിരുവനന്തപുരത്തെ വിൻസന്റ് ഡിക്രൂസ് ആന്റ് സൺസ് വക കേരളോദയം പ്രസിൽ അച്ചടിച്ച ഒന്നാം ലക്കത്തിൽ എം ഗോവിന്ദന്റെ പേരാണ് പത്രാധിപരായി നല്കിയിരുന്നത്. എങ്കിലും അതിന്റെ ചുമതല മുഴുവൻ നോക്കിയിരുന്നത് കുമാരനാശാനാണ്.

അപ്പോൾ *വീണപൂവ്* പ്രസിദ്ധീകരിക്കുന്ന കാലത്ത് *വിവേകോദയം* നടന്നുകൊണ്ടിരുന്നു എന്നു മനസ്സിലാക്കണം. അതിൽ *വീണപൂവ്* എന്തുകൊണ്ട് പ്രസിദ്ധീകരിച്ചില്ല? ഈ ചോദ്യം നമുക്ക് ഉന്നയിക്കാമെന്നേയുള്ളൂ. ഉത്തരം നല്കാൻ കുമാരനാശാനു മാത്രമേ കഴിയൂ. യോഗത്തിന്റെ മുഖപത്രമെന്ന നിലയിൽ പരക്കെ ശ്രദ്ധിക്കപ്പെടുന്നതാണെങ്കിലും വീണപൂവ് സാഹിതീയ മൂല്യത്തിന്റെ അടിസ്ഥാനത്തിന് മാത്രം ശ്രദ്ധ നേടേണ്ടതാണെന്ന് അദ്ദേഹം കരുതിയിരിക്കാം. മറ്റൊന്നുകൂടി ഇവിടെ ഓർമ്മിക്കുന്നതു നന്ന്. *വീണപൂവിനെ*ക്കുറിച്ച് ലോകത്തിൽ പ്രകാശിതമായ പ്രശംസകളൊന്നുംതന്നെ സ്വന്തം പത്രാധിപത്യത്തിലുള്ള വിവേകോദയത്തിൽ ചേർക്കാൻ കുമാരനാശാൻ തുനിഞ്ഞില്ല. ഈ പ്രത്യേകമായ സ്വഭാവം ആ വ്യക്തിത്വത്തിന്റെ കരുത്തായി എപ്പോഴും ജ്വലിച്ചുനില്ക്കുന്നതു കാണാം.

നമുക്കു ജീവിതത്തിലേക്കു മടങ്ങി വരാം. യോഗം സെക്രട്ടറിയുടെ ചുമതലകൾ കുമാരനാശാന്റെ സമയം മുഴുവൻ അപഹരിച്ചുകൊണ്ടിരുന്നു.

നിരന്തരമായ യാത്ര ആരോഗ്യത്തെയും ബാധിക്കാതിരുന്നില്ല. പത്രം നടത്തുന്നതിന്റെ ഭാരിച്ച ചുമതലകൾ ഇതിനും പുറമേയാണ്. സഹായിക്കാൻ ആളുകൾ കുറവ്. വിമർശിക്കാനും ആക്ഷേപിക്കാനും മടിയില്ലാത്തവർ എപ്പോഴും അദ്ദേഹത്തെ വലയം ചെയ്തിരിക്കും. ഇതിനെല്ലാമിടയിൽ കുമാരനാശാൻ ചിരകാലാർജ്ജിതമായ ശിക്ഷണത്തോടുകൂടി സ്വകർത്തവ്യങ്ങൾ കാര്യക്ഷമമായി നടത്തിക്കൊണ്ടുപോവുക തന്നെ ചെയ്തു.

ഏകാന്തത വിരളമായിരുന്നു. അതുകൊണ്ടായിരിക്കാം ചുരുക്കമായി ലഭിച്ച ഏകാന്തതയ്ക്ക് അളവില്ലാത്ത ആഴം ലഭിച്ചത്. അവിടെ മനോരാജ്യങ്ങളും സങ്കല്പങ്ങളും ഉണർന്നു. അവ സാമഞ്ജസ്യത്തോടെ ഒത്തുചേരുകയും കാവ്യരൂപങ്ങളായി ഉരുത്തിരിയാൻ വെമ്പുകയും ചെയ്തു. അതിനിടയിലാണ്, ഏതോ അതീതലോകത്തിൽനിന്നു കൈവന്ന ശക്തിയാലെന്നോണം, കുമാരനാശാൻ *നളിനി* പൂർത്തീകരിക്കുന്നത് അതിനു വേണ്ടുവോളം തിരുത്തലുകൾ ശ്ലോകംതോറും വരുത്തിയിട്ടുണ്ട്. സമഗ്രശില്പത്തിലും ഏകാഗ്രമായ ശ്രദ്ധ ചെലുത്തിയിരിക്കുന്നതു നമുക്കു കാണാം. ശ്രദ്ധയുടെ ഭാഗമായിട്ടാണ്, ഒടുവിൽ എഴുതിച്ചേർത്ത ഏതാനും ശ്ലോകങ്ങൾ വേണ്ടെന്നുവയ്ക്കാൻ ആശാൻ മുതിർന്നത്, ആ ശ്ലോകങ്ങൾ ഇവയാണ്.

"അല്പമോർത്തഥ നടന്നു, പിന്നെ വ-
ന്നപ്പുമാൻ ശവകുടീരഭിത്തിയിൽ
ഇപ്രകാരമെഴുതീ, പിലാശുതൻ
പുഷ്പരാഗമതിനാൽ സ്ഫുടാക്ഷരം

തെല്ലുസൂര്യകരമേറ്റു ബാഷ്പമാർ-
ന്നുല്ലസിച്ചു (ഹോ വിധി) വിഭാതവായുവാൽ
പുല്ലിൽ നിന്ന ഹിമബിന്ദുപോലവേ
മെല്ലെ വീണിവിടെ മാഞ്ഞുപോയൊരാൾ"

'Towoards the end of Nalini' എന്ന് എഴുതിയതിനു ശേഷം കുറിച്ചിരിക്കുന്ന ഈ വരികൾ ആശാൻ വെട്ടിക്കളഞ്ഞിരിക്കുന്നു. അത് എത്ര ഔചിത്യപൂർണ്ണമായിട്ടുണ്ടെന്ന്, *നളിനി*യുടെ ശില്പചാരുതയെക്കുറിച്ച് ചിന്തിക്കുന്ന ഏവരും സമ്മതിക്കും. സാധാരണരീതിയിൽ കവിതയെഴുതിപ്പോവുകയെന്നത് ആശാന്റെ രീതിയല്ല. കർക്കശമായ ഗുണദോഷവിചാരം, കാവ്യശില്പത്തോടു ബന്ധപ്പെടുത്തി, നടത്തിയതിനുശേഷമേ തന്റെ കാവ്യങ്ങൾക്ക് അന്തിമരൂപംനല്കാൻ അദ്ദേഹം സന്നദ്ധനാകാറുള്ളൂ.

നളിനി തന്നെ പല പകർപ്പുകൾ ആശാൻ തയ്യാറാക്കിയിരുന്നതായി കാണുന്നു. ഒരു പകർപ്പനുസരിച്ച് ഒന്നാം ശ്ലോകത്തിന്റെ രൂപം താഴെ ക്കൊടുക്കുന്ന വിധത്തിലാണ്.

"നല്ല ഹൈമവതഭൂവിലേറെയായ്
കൊല്ലമൊട്ടധികമായ് ഹിമാദ്രിമേൽ"

ഇതിലെ രണ്ടാമത്തെ വരി വെട്ടിയിട്ട് 'നല്ലതാമൊരു വിഭാതവേളയിൽ' എന്നു മാറ്റിയെഴുതിയിരിക്കുന്നു. അതും വെട്ടിക്കളഞ്ഞിട്ടാണ്, 'കൊല്ലമങ്ങൊരു വിഭാതവേളയിൽ' എന്ന് അന്തിമരൂപം നല്കിയിരിക്കുന്നത്.

രണ്ടാംശ്ലോകം നോക്കൂ:

"ചിന്നിനീണ്ട ജടയും നഖങ്ങളും
ചൊന്നവൻ ചിരതപസ്വിയെന്നതും
ധന്യമാമുടലു നഗ്നസുന്ദരം
വെന്നു ഘർമ്മ ജഡഭീതിയെന്നതും"

എന്നാണ് ആദ്യം എഴുതിയിരുന്നത്. അതു പൂർണ്ണമായും വെട്ടിക്കളഞ്ഞിരിക്കുന്നു. അതിനുശേഷം;

"ചിന്നിനീണ്ട ജടയും നഖങ്ങളും
ചൊന്നവൻ ചിരതപസ്വിയെന്നതും
സുന്ദരാംഗമഥ, നഗ്നമാമഹാൻ
ദ്വന്ദ്വബാധയെ ജയിച്ചുവെന്നതും"

എന്ന് തിരുത്തിയെഴുതി. അതിലും കവി തൃപ്തനായില്ല. വീണ്ടും തിരുത്തി.

"ഓതിനീണ്ട ജടയും നഖങ്ങളും
ഭൂതിയും ചിരതപസ്വിയെന്നതും
ദ്യോതമാനമുടൽ നഗ്നമൊട്ടു
ശീതാതപാദികളവൻ ജയിച്ചതും"

എന്ന് അന്തിമരൂപം നല്കി.

പല ശ്ലോകങ്ങളിലും ഇമ്മാതിരി തിരുത്തലുകൾ നടത്തിയിരിക്കുന്നതായി കൈയെഴുത്തുപ്രതികൾ വെളിപ്പെടുത്തുന്നു.

നളിനി പൂർത്തീകരിക്കുന്നതിനുമുമ്പുതന്നെ *ഒരു സിംഹപ്രസവം രണ്ടു ഖണ്ഡകൃതികൾ* എന്ന പുസ്തകത്തിൽ ഉൾപ്പെടുത്തി പ്രസിദ്ധം ചെയ്തു. മുപ്പത്തേഴു ശ്ലോകങ്ങളുള്ള ആ കാവ്യത്തിന്റെ രചനയെപ്പറ്റി ആശാൻ കുറിച്ചിരിക്കുന്നതിപ്രകാരമാണ്...

> *സിംഹപ്രസവം* എന്ന... കൃതി 1084 കർക്കടകത്തിൽ തിരുവനന്തപുരം കാഴ്ചബംഗ്ലാവുതോട്ടത്തിലെ മൃഗശാലയിൽ പ്രസവിച്ച

സിംഹത്തെപ്പറ്റി കുറേ തിടുക്കത്തിൽ എഴുതി *ഭാഷാപോഷിണി* പ്രവർത്തകരുടെ അപേക്ഷപ്രകാരം അയച്ചുകൊടുക്കുകയും ആ മാസികയിൽ 1085 ചിങ്ങം, കന്നി ഈ മാസങ്ങളിലെ ഒന്നായുള്ള പ്രതിയിൽ പ്രസിദ്ധപ്പെടുത്തുകയും ചെയ്തിട്ടുള്ളതാണ്. ഇതിനെയും വലിയകോയിത്തമ്പുരാൻ തിരുമനസ്സുകൊണ്ട് പദ്യപാഠാവലിയിൽ 'സിംഹിയും കുട്ടികളും' എന്ന തലവാചകം നല്കി ഉദ്ധരിച്ചിട്ടുണ്ട്. ഈ സ്വന്തപ്രസിദ്ധീകരണത്തിൽ ഞാൻ അതിനെ ആകപ്പാടെ പരിഷ്കരിക്കുകയും അത്യന്താപേക്ഷിതമല്ലെന്നു തോന്നിയ അവസാനത്തെ ഒന്നുരണ്ടു പദ്യങ്ങളെ എടുത്തുകളയുകയും ചെയ്തിരിക്കുന്നു.

വേണ്ടത്ര ശ്രദ്ധിക്കപ്പെടാതെപോയ ഒരു കാവ്യമാണിത്. ആശാൻ കവിതയുടെ സഹജഭാവങ്ങൾ മാത്രമല്ല, ആ ദർശനത്തിന്റെ സവിശേഷതയും ഇതിൽ ഭംഗിയായി കലർന്നിട്ടുണ്ട്.

"പൃഥുവീര്യമെഴും ഭവൽക്കുലം
പ്രഥിതം പാരിൽ മൃഗേന്ദ്രപുത്രരേ!
അഥ ചൊല്ലിടുമാത്മഭാഷയിൽ
കഥയീ നിങ്ങടെയമ്മറാണിതാൻ.

"ജനവാതിലിലൂടെ കാട്ടിയീ-
യനഘോദ്യാനമസാരമെങ്കിലും
ജനയിത്രിയുദാഹരിച്ചിടാം
ഘനഗംഭീരമഹാടവീതടം."

എന്നീ ശ്ലോകങ്ങളിൽ, പാരതന്ത്ര്യത്തിന്റെ കാരിരുമ്പഴികൾക്കുള്ളിലും രാജകീയമായ സ്വാതന്ത്ര്യബോധം പുലർത്തുന്ന ദർശനം തെളിഞ്ഞു വിലസുന്നു. 'ഘനഗംഭീരമഹാടവീതടം' എന്ന ആ പ്രയോഗം ഉണർത്തി വിടുന്ന പ്രതീതി എത്ര ഗംഭീരമായിട്ടുണ്ടെന്ന് വിവരിക്കേണ്ടതില്ലല്ലോ. അതുപോലെ;

"അതുമല്ലയി നല്കിടുന്നു നിൻ
സ്ഥിതിയുൾക്കണ്ഠയെനിക്കു സിംഹമേ
ഇതു കണ്ടു ശരീരപഞ്ജര-
സ്ഥിതനാം ജീവനെയോർത്തിടുന്നു ഞാൻ"

എന്ന മുപ്പത്താറാം ശ്ലോകം സ്വാതന്ത്ര്യബോധത്തിന്റെ ആത്മീയമാനം കൂടി വ്യഞ്ജിപ്പിക്കുന്നു.

ഏറെക്കാലം തന്റെ അന്തരംഗത്തിൽ താനറിയാതെ തന്നെ തങ്ങി

നിന്ന ഒരു സംഘർഷമാണ് *നളിനി*യിൽ ആശാൻ പരിഹരിച്ചിരിക്കുന്നതെന്ന് നേരത്തെ സൂചിപ്പിച്ചു. അതു പരിഹരിക്കുന്നതിനുള്ള അസ്വാസ്ഥ്യം *നളിനീ*കാവ്യരചനയ്ക്ക് നിരന്തരമായ പ്രേരണ ചെലുത്തിയിരിക്കണം. അതിന്റെ തീവ്രതയിൽ കാവ്യശില്പം, സൂര്യോദയത്തിൽ പുഷ്പമെന്നതുപോലെ ആ മനസ്സിൽ വികസിച്ചു വരികയാണു ചെയ്തത്. സത്യദർശനവാഞ്ഛയോടെ സന്ന്യാസത്തിനിറങ്ങിത്തിരിച്ച മനോഭാവത്തിന്റെ വിരക്തി ഒരുവശത്ത്, മറുവശത്തോ, ഒരു കവിയുടെ ലോകാനുരാഗനിർഭരമായ സൗന്ദര്യാഭിമൂല്യവും. ഇവ പ്രത്യക്ഷത്തിൽ വിരുദ്ധമാണെന്നു തോന്നാം. എന്നാൽ അവ വിരുദ്ധമാകണമെന്നില്ലെന്നാണ് ആശാന്റെ ജീവിതംതന്നെ തെളിയിച്ചത്. അഭിമാനപൂർവ്വം ചിന്നസ്വാമിപദം വഹിച്ചിരുന്ന അദ്ദേഹം ഒരു ബഹുജനസംഘടനയുടെ മുഖ്യകാര്യദർശിയായ കുമാരനാശാനായി മാറി. ആ മാറ്റത്തോടുകൂടി *വീണപൂവ്* എന്ന വിശിഷ്ടമായ കാവ്യം രചിക്കുകയും ചെയ്തു. അപ്പോഴും ബ്രഹ്മചര്യം അനുഷ്ഠിക്കുന്ന സത്യാന്വേഷകനായിരുന്നു ആശാൻ. ആ അവസ്ഥകൾ പരസ്പരം വേറിട്ടു നില്ക്കുന്നവയല്ലെന്നും അവയ്ക്കു സമന്വയം സാദ്ധ്യമാണെന്നും അനുഭവത്തിൽനിന്ന് അദ്ദേഹം അറിഞ്ഞു. ആ അനുഭവത്തിൽനിന്നു രൂപംപൂണ്ട സ്വപ്നമാണ് *നളിനീ*കാവ്യം. കുമാരസംഭവപശ്ചാത്തലമായ 'ഹൈമവതഭൂവ്' തന്റെ കഥാവതരണത്തിന് ആശാൻ തെരഞ്ഞെടുത്തത് സ്വാഭാവികം. അവിടെ അധിത്യകാസ്ഥാനത്തു പ്രത്യക്ഷപ്പെടുന്നതോ, തപസ്വിയായ ദിവാകരനും. ഭുവനസംഗം വെടിഞ്ഞ ആ തപസ്വിയെ താഴ്വര ആകർഷിക്കാതിരുന്നില്ല. ആ ശ്ലോകം നോക്കൂ:

"ആഗതർക്കു വിഹഗസ്വരങ്ങളാൽ
സ്വാഗതം പറയുമാ സരോജിനി
യോഗിയേ വശഗനാക്കി, രമ്യഭൂ-
ഭാഗഭംഗികൾ ഹരിക്കുമാരെയും"

ഇതിലെ 'രമ്യം' എന്ന വിശേഷണം പ്രത്യേകം ശ്രദ്ധിക്കേണ്ടതാണ്. തപസ്വി അതിൽ ആകൃഷ്ടനാകുന്നതിൽ അപാകതയുള്ളതായി കവി കാണുന്നില്ല. അതേത്തുടർന്നാണല്ലോ നളിനീദിവാകരസമാഗമം. വികാരതീവ്രതയുടെ പാരമ്യത്തിലാണു നളിനിയുടെ നില.

"എന്റെയേകധമനങ്ങു ജീവന-
ങ്ങെന്റെ ഭോഗമതുമെന്റെ മോക്ഷവും
എന്റെയീശ! ദൃഢമീപദാംബുജ-
ത്തിന്റെ സീമയതു പോകിലില്ല ഞാൻ"

എന്നുവരെ അനിയന്ത്രിതമായി അവൾ പറഞ്ഞുപോകുന്നു. അതിൽ തങ്ങിനില്ക്കുന്ന വികാരം എത്ര തീവ്രം! മറുഭാഗത്ത് ദിവാകരനോ? ശാശ്വ

തമായ മഹാകാവ്യസാരം ഓതുന്നിടത്തോളം ആ മനസ്സ് ഉന്നതാവസ്ഥയെ പ്രാപിച്ചിരിക്കുന്നു. എന്നാൽ അന്ത്യഭാഗത്ത് ഈയവസ്ഥയ്ക്ക് മാറ്റമുണ്ടാകുന്നു. നളിനിയുടെ ശുദ്ധമായ ചിത്തവും മധുരമായ രൂപവും പ്രകീർത്തിക്കുന്ന ദിവാകരൻ ആ രണ്ടവസ്ഥകളെയും അനുരഞ്ജിപ്പിക്കുന്നു. അവിടെ സത്യം സൗന്ദര്യവും സൗന്ദര്യം സത്യവുമായിത്തീർന്നു.

'ഒരു സിംഹപ്രസവം' എന്ന കവിതയിൽ ആശാന്റെ ക്ലാസിക് മനോഭാവമാണ് ആധിപത്യം ചെലുത്തുന്നത്. ഒരു പ്രചോദനമായി മനസ്സിൽ ഉരുത്തിരിഞ്ഞുവന്ന കവിതയല്ല അത്. പഴയ ക്ലാസിക് കവികളെപ്പോലെ ബാഹ്യമായ ഒരു പ്രമേയം സ്വീകരിക്കുകയും രചനാകൗശലവും പ്രതിഭാദീപ്തിയും കലർത്തി അതു കവിതയാക്കി വികസിപ്പിക്കുകയും ചെയ്തിരിക്കയാണിവിടെ. അത്തരം കവിതകളും ആശാൻ ധാരാളമായി രചിച്ചിട്ടുണ്ട്. 'പ്രഭാതനക്ഷത്രം' 'ഒരു ദൂഷിതമായ ന്യായാസനം' 'ദിവ്യകോകിലം' തുടങ്ങിയവ ഉദാഹരണങ്ങൾ.

*നളിനി*ക്ക് എ ആർ രാജരാജവർമ്മ എഴുതിയ അവതാരിക പുതിയ കാവ്യപ്രസ്ഥാനത്തിന് സ്ഥിരത നല്കാൻ കൂടുതൽ ഉപകരിച്ചു. "ഗതാനുഗതികത്വത്തേക്കാൾ നവനവോല്ലേഖകല്പനയിലാണ് കവികൾ അധികം ദൃഷ്ടി വയ്ക്കേണ്ടതെന്ന് ഈ ഖണ്ഡകാവ്യം വായിക്കുന്നവർക്ക് നല്ലവണ്ണം ബോദ്ധ്യപ്പെടും. ഇക്കാലത്തെ കവിതാഗതി നോക്കുമ്പോൾ ഇതൊരു പുതിയ പ്രസ്ഥാനമാണെന്നുള്ളതിൽ സംശയമില്ല" എന്ന വാക്യങ്ങൾ ശ്രദ്ധാർഹമാണ്.

അതൊരു പുതിയ പ്രസ്ഥാനം തന്നെയായിരുന്നു. ബാഹ്യചേഷ്ടകളല്ല, ആന്തരികചലനങ്ങളാണ് കവിതയ്ക്കു ബീജമാകേണ്ടതെന്നു ശഠിക്കുന്ന ഒരു പ്രസ്ഥാനം. ബാഹ്യവർണ്ണനകൾക്ക് ആശാൻ സ്ഥാനം നല്കാതിരുന്നില്ല. ആന്തരികഭാവം അഭിവ്യഞ്ജിപ്പിക്കുന്നതിനുള്ള ഉപാധിയെന്ന നിലയ്ക്കുമാത്രം.

"പാരമാശുവിളറിക്കറുത്തുടൻ
ഭൂരിചോന്നുമഥ മഞ്ഞളിച്ചുമേ,
നാരിതൻകവിൾ നിറം കലർന്നു, ഹാ!
സൂര്യരശ്മി തടവും പളുങ്കുപോൽ"

എന്ന ശ്ലോകംതന്നെ നോക്കൂ. നായികയുടെ അന്തരംഗത്തിലുണ്ടാകുന്ന വികാരവീചികളെ ഈ വർണ്ണന അനുക്രമം വെളിപ്പെടുത്തുന്നു. ആ നിലയിലാണ് കാവ്യത്തിൽ ഈ ശ്ലോകം പ്രാധാന്യം നേടുന്നത്.

അതുപോലെ, അലങ്കാരങ്ങളും സമസ്തപദപ്രയോഗങ്ങളും ലോകതത്ത്വങ്ങളും കാവ്യത്തിൽ സ്ഥാനം നേടിയിരിക്കുന്നത് ഭാവപരിപോഷകങ്ങളെന്ന നിലയിൽ മാത്രമാണ്. ഫലമോ ഏകാഗ്രതയും. കാവ്യത്തെ അഖണ്ഡ ശില്പമാക്കി അവതരിപ്പിക്കാനുള്ള പരിശ്രമം കവികളേവരും ഇതിനുശേഷം തുടരുന്നതു കാണാം.

വിവർത്തനം ആത്മാവിഷ്കരണം

സന്ന്യാസവും പൊതുപ്രവർത്തനവും തമ്മിൽ പൊരുത്തമുണ്ടെന്ന് കുമാരനാശാൻ ബംഗാളിൽവച്ച് നേരിൽക്കണ്ടു. എന്നാൽ ആ പൊരുത്തത്തിന് തത്ത്വപരമായ ഒരടിസ്ഥാനം കണ്ടെത്താൻ ആ മനസ്സ് എപ്പോഴും ഉഴറിക്കൊണ്ടിരുന്നു. ഏത് സംഗതിയിലേർപ്പെടുമ്പോഴും ഒരു തത്ത്വത്തിന്റെ നീതീകരണം അതിനുണ്ടായിരിക്കണമെന്ന് ആ സ്വഭാവത്തിന് നിർബ്ബന്ധമായിരുന്നു. തത്ത്വങ്ങളില്ലെങ്കിൽ കുമാരനാശാൻ ഇല്ലെന്നർത്ഥം. അതനുസരിച്ച് ആലോചനാമഗ്നനായിരിക്കുന്ന സന്ദർഭത്തിലാണ് ഒരു ഇംഗ്ലീഷ്കാവ്യം ആ മനസ്സിനെ ഗാഢമായി ആകർഷിക്കുന്നത്. എഡ്വിൻ ആർനോൾഡ് രചിച്ച *The Light of Aisa* എന്ന കാവ്യമാണത്. ബംഗാളിലെ കോളേജ് ലൈബ്രറിയിൽനിന്ന് ആശാൻ അതു വായിക്കാനെടുത്തത് ബുദ്ധമതപഠനത്തിനുള്ള താല്പര്യത്തിന്റെ പ്രേരണയാലായിരുന്നു. മതസിദ്ധാന്തങ്ങൾ ആഴത്തിൽ മനസ്സിലാക്കാനും, അവയെ സമന്വയിപ്പിക്കാനുമുള്ള പരിശ്രമത്തിന് നാരായണഗുരുസ്വാമികളിൽനിന്നാണ് പ്രചോദനം ലഭിച്ചത്. ആ പഠനത്തിനിടയിൽ ആശാൻ ബുദ്ധമതത്താൽ പ്രത്യേകം ആകൃഷ്ടനാവുകയും ചെയ്തു. വർഷങ്ങൾക്കു ശേഷം അദ്ദേഹം ഒഴിവുദിവസത്തിലേർപ്പെട്ടു എന്നത് ഇവിടെ സ്മരണീയമാണ്. ഈഴവർ ഹിന്ദുമതമുപേക്ഷിച്ച് ബുദ്ധമതത്തിൽ ചേരണമെന്ന് മിതവാദി സി കൃഷ്ണൻ വാദിച്ചു. ആ വാദത്തെ അനുകൂലിക്കാൻ ആശാൻ തയ്യാറായില്ല. എന്നല്ല, അതിനെ എതിർത്തുകൊണ്ട് അദ്ദേഹം ഒരു ലഘുലേഖ തയ്യാറാക്കുകയും ചെയ്തു ('മതപരിവർത്തനരസവാദം' എന്ന ആ ലഘുലേഖ അനുബന്ധമായി ചേർത്തിട്ടുണ്ട്). എങ്കിലും ആശാന്റെ ആത്മാവിൽ എന്നും വിളങ്ങിനിന്ന വിഗ്രഹം ശ്രീബുദ്ധന്റേതായിരുന്നു. അതനുസരിച്ചാണ് എഡ്വിൻ ആർനോൾഡിന്റെ കാവ്യം അദ്ദേഹം വായിക്കാനായി തെരഞ്ഞെടുത്തത്.

വായിക്കാൻ തുടങ്ങിയതോടെ അദ്ദേഹം കാവ്യത്തിൽ പൂർണ്ണമായും മുഴുകി. ഒരാഴ്ചയ്ക്കകം വായിച്ചുതീർക്കാൻ കഴിയുമെന്നാണ് അദ്ദേഹം കരുതിയിരുന്നത്. പക്ഷേ, മൂന്നുദിവസത്തിനകം താനതു വായിച്ചു തീർത്തെന്ന് ആശാൻ പിന്നീടു പറയുകയുണ്ടായി. മറ്റൊന്നിലേക്കും മനസ്സു തിരിക്കാൻ ആ കാവ്യം അനുവദിച്ചില്ല. അത്രമേൽ ആകർഷകമായി അനുഭവപ്പെട്ടതുമൂലം അടുത്ത ദിവസംതന്നെ ഒരു പുസ്തകം സ്വന്തമായി വാങ്ങി. മാത്രമല്ല ദിവസവും അതിലൂടെ സഞ്ചരിക്കുക എന്നത്, പ്രാർത്ഥനപോലെ, ഒരു അനുഷ്ഠാനമായി മാറുകയും ചെയ്തു. പലഭാഗങ്ങളിലും അദ്ദേഹം അതിൽ പ്രത്യേകം അടയാളപ്പെടുത്തിവച്ചു. മലയാളത്തിലേക്ക് കാവ്യം പരിഭാഷപ്പെടുത്തണമെന്ന ആഗ്രഹം അന്നാണ് മനസ്സിൽ അങ്കുരിച്ചത്. പഠനം, എളുപ്പം ചെയ്തു തീർക്കാവുന്ന സാഹിത്യപരിശ്രമങ്ങൾ എന്നിവയിൽ മുഴുകിയിരുന്നതുമൂലം പരിഭാഷ ഉടൻ തുടങ്ങിയില്ലെന്നു മാത്രം. എങ്കിലും ആ ആഗ്രഹം അദ്ദേഹത്തെ വിട്ടുപിരിയുകയുണ്ടായില്ല. അത് ഒന്നിനൊന്ന് വർദ്ധിച്ചുവരികയേ ചെയ്തുള്ളൂ. കേരളത്തിൽ മടങ്ങിയെത്തിയപ്പോഴും പരിഭാഷ എത്രയും വേഗം നിർവ്വഹിക്കണമെന്ന വിചാരം നിരന്തരം അലട്ടിക്കൊണ്ടിരുന്നു. 1903 ൽ അദ്ദേഹം പരിഭാഷ ആരംഭിച്ചു.

സർവ്വസംഗപരിത്യാഗിയായി സത്യാന്വേഷണത്തിനു ജീവിതം സമർപ്പിച്ച, വ്യക്തിയാണ് ശ്രീബുദ്ധൻ. ആ സമർപ്പണം അദ്ദേഹത്തെ ഏകാന്തമായ ഗുഹയിലോ ആശ്രമത്തിലോ ഒതുങ്ങിക്കൂടാൻ പ്രേരിപ്പിച്ചില്ല. മാനവരാശിയുടെ ദുഃഖവുമായി ബന്ധപ്പെടാനും ദുഃഖപരിഹാരാർത്ഥം പരിശ്രമിക്കാനും അദ്ദേഹം സന്നദ്ധനാവുകയാണു ചെയ്തത്. വിരക്തിയും ലോകജീവിതബന്ധവും തമ്മിലുള്ള മഹനീയസംയോഗമാണ് ആ ജീവിതത്തിൽ നാം കാണുന്നത്. നാരായണഗുരുസ്വാമികളുടെ ജീവിതം കാഴ്ചവച്ചതും ഇതേ ആദർശം തന്നെയാണല്ലോ. അതിന് കാവ്യാത്മകമായ രൂപം നല്കിയ എഡ്വിൻ ആർണോൾഡിന്റെ കൃതി ജീവിതസമസ്യയെ സംബന്ധിക്കുന്ന തന്റെ വ്യാഖ്യാനമാവുമെന്ന് ആശാൻ കണ്ടിരിക്കണം. കാവ്യം അദ്ദേഹത്തെ ഉണർത്തിയത് വിവർത്തനവാഞ്ഛയേക്കാളധികം ആത്മാവിഷ്കരണാസക്തിയാണെന്നർത്ഥം.

1924 ൽ പല്ലനയാറ്റിൽനിന്നു വീണ്ടെടുത്ത മഹാകവിയുടെ ജഡത്തോടൊപ്പം *ശ്രീബുദ്ധചരിതം* പരിഭാഷയുടെ ഒരു ഭാഗവും ഉണ്ടായിരുന്നു എന്നത് അവിടെ സ്മരണീയമാണ്. അഞ്ചാം കാണ്ഡത്തിനെഴുതിയ മുഖവുരയിൽ ആശാന്റെ സഹധർമ്മിണിയായ ഭാനുമതിയമ്മ ഇപ്രകാരം കുറിച്ചിരിക്കുന്നു.

> *ശ്രീബുദ്ധചരിത*ത്തിന്റെ നാലുകാണ്ഡങ്ങൾ പ്രസിദ്ധം ചെയ്തിട്ടുള്ളതാണല്ലോ. അഞ്ചാം കാണ്ഡം എഴുതിത്തീർത്തശേഷം പ്രസിൽ കൊടുക്കാനായി അദ്ദേഹംതന്നെ പകുതിയോളം പകർത്തിയെഴുതിയിട്ടുണ്ടായിരുന്നു. *കരുണ* എഴുതിയിരുന്ന ആ നോട്ടുബുക്കിൽപ്പെട്ട ഈ കവിതയും നിഷ്ഠുരമായ പല്ലനയാറ്റിലെ പാഴ്ച്ചെ

ളിയിൽനിന്നും വീണ്ടെടുത്തിട്ടുള്ളതാണ്. കൈയെഴുത്തിൽ കണ്ട മാതിരി അങ്ങനെതന്നെ പകർത്തി പ്രസിൽ കൊടുക്കുക മാത്ര മാണ് ഞാൻ ചെയ്തിട്ടുള്ളത്.

ഇത് വെളിപ്പെടുത്തുന്നത് ശ്രീബുദ്ധന്റെ പരിഭാഷയിൽ അവസാനം വരെ ആശാന്റെ ആത്മാവ് മുഴുകിയിരുന്നു എന്നാണ്. *അദ്ധ്യാത്മരാമായ ണവും മഹാഭാരതവും* എഴുത്തച്ഛനെയെന്നപോലെ *ലൈറ്റ് ഓഫ് ഏഷ്യ* ആശാനെ പൂർണ്ണമായും സ്വാധീനിച്ചിരുന്നു. അതിന്റെ പരിഭാഷയിലൂടെ യല്ലാതെ ആത്മാവിഷ്കരണം പൂർണ്ണമാവുകയില്ലെന്ന ബോധം അദ്ദേഹ ത്തിൽ നിറഞ്ഞുനിന്നിരുന്നു. നാലാം കാണ്ഡത്തിന്റെ അവസാനഭാഗ ത്തുള്ള ഈ വരികൾ ശ്രദ്ധിക്കൂ.

"അഞ്ചിതചര്യൻ ഭഗവാൻ തഥാഗതൻ-
രഞ്ചിരിതം സർവ്വലോകമനോഹരം
തുഞ്ചഗുരുവരോപജ്ഞമാം രീതിയിൽ
നെഞ്ചലിയിക്കുന്ന നിഷ്ക്രമണം വരെ
ഇങ്ങനെ ഞാൻ പാടിനേൻ, സൽക്കഥയുമാ
യെങ്ങനെ വേഴ്ചയാർന്നാലുമുണ്ടാം ശുഭം"

നാലാം കാണ്ഡത്തിലെത്തുമ്പോഴേക്കും ഒരു പരിഭാഷയെന്ന നില കൈവിട്ട് സ്വതന്ത്രകൃതിയെന്ന നിലയിലേക്ക് ആശാന്റെ രചന നീങ്ങിക്ക ഴിഞ്ഞിരുന്നു. പലപ്പോഴും കഥാഖ്യാനത്തിനിടയ്ക്ക് ആശാന്റെ ആത്മാവ് ലഹരിയോടുകൂടി കാവ്യത്തിൽ അലിഞ്ഞുചേരുന്നതു കാണാം.

ശ്രീബുദ്ധനെ തന്റെ ആന്തരികനേത്രങ്ങളാൽ ആശാൻ ദർശിക്കുന്ന ഈ ഭാഗം തന്നെ നല്ല ഉദാഹരണം.

"പൊന്നൊളിതേടും ഫാലവീഥിയിൽ കുറുനിര
ചിന്നിവാച്ചെഴും നിറംമങ്ങിയ കചഭാരം
പിരിച്ചുകെട്ടിവച്ച വാർജടാമകുടവും
ശരച്ചന്ദ്രാഭതേടും മുഖമണ്ഡലോപരി
കാറണിക്കൊണ്ടലിന്റെ രേഖയാക്രമിക്കുന്ന
വാറതിമനോജ്ഞമായ് വളരും ശ്മശ്രുക്കളും
നെടുതായിരുപാടും ഞാന്നു കുണ്ഡലഭൂഷ
വെടിഞ്ഞ തുളയാർന്ന വിപുലകർണ്ണങ്ങളും,
നീണ്ടുയർന്നൊരു തിരുനാസയും ചിന്താനിഷ്ഠ
പൂണ്ട നിശ്ചലോദാരമാം കുനുചില്ലികളും
ഇതുകൾക്കെല്ലാം ശോഭയേറുമുജ്ജ്വലകാന്തി
ചിതറിസ്സദ്യോജാതഗോവത്സപക്ഷ്മംപോലെ
നിരന്നു നിബിഡമായ് സ്നിഗ്ദ്ധശ്യാമളകാന്തി
ചൊരിയുമിമകളാലത്യന്തമനോജ്ഞമായ്

അത്യഗാധജ്ഞാനസൗഹാർദ്ദസാഗരമായി,
പ്രത്യന്തശോണമായ ദീർഘലോചനങ്ങളും,
പുഞ്ചിരിനിലാവൊളി ചിന്താച്ഛായയിൽ മങ്ങി-
യഞ്ചിതകാന്തിയോലുമോഷ്ഠപല്ലവങ്ങളും
കരുണാർദ്രമാം മുഖഭാവവും ഭിക്ഷതെണ്ടാൻ
തിരുവോടേന്തും താമ്രകരപങ്കജങ്ങളും
ആകണ്ഠപാദം ചുറ്റിയണിഞ്ഞു കാറ്റിൽ പാറു-
മേകമാമിളമഞ്ഞയാടയുമെന്നല്ലഹോ!
ജോടു കൂടാതെ പെരുവഴിയിൽ നടന്നേറ്റം
പാടലമായിത്തീർന്ന പാദപത്മാഗ്രങ്ങളും
കരുതീടുന്നേനകമലിഞ്ഞന്നരദേവൻ
തെരുവിൽച്ചെന്നു തെണ്ടാൻ നില്ക്കുന്ന നിലയും ഞാൻ."

ഇവിടെ എഡ്വിൻ ആർണോൾഡല്ല, കുമാരനാശാനാണ് സകലലോകാരാദ്ധ്യമായ ആ നില കൺകുളിർക്കുമാറു കാണുന്നത്.

ശ്രീബുദ്ധചരിതം പരിഭാഷ ആശാന്റെ ജീവിതത്തിലെ അത്യന്തവിശുദ്ധമായ ഒരു യജ്ഞം തന്നെയായിരുന്നു. കീറ്റ്സ്, ബ്രൗണിങ്, ഷെല്ലി, വേർഡ്സ്വർത്ത് മുതലായവരുടെ കവിതകളുമായി നിത്യസല്ലാപത്തിലേർപ്പെട്ടിരുന്ന ആ കവിഹൃദയം എഡ്വിൻ ആർണോൾഡിന്റെ കൃതിതന്നെ വിവർത്തനത്തിനെടുത്തത് കാവ്യമാധുര്യത്തിന്റെ പേരിലായിരിക്കില്ല. തനിക്കു നിർവ്വചിക്കാനാവാത്തവിധം അദ്ദേഹം ആ കൃതിയിൽ അലിഞ്ഞുചേർന്നു എന്നുള്ളതാണ് വാസ്തവം. അപ്പോൾ, പരിഭാഷയുടെ അതിർത്തികൾ അതിലംഘിച്ച് സ്വതന്ത്രരചനയുടെ വീഥിയിലേക്ക് ആത്മവിസ്മൃതിയോടെ അദ്ദേഹം കടന്നുപോയി.

ശ്രീബുദ്ധചരിത്രം പരിഭാഷപ്പെടുത്തുമ്പോൾ കുമാരനാശാൻ കോപ്പിറൈറ്റിനെക്കുറിച്ചോ പരിഭാഷയ്ക്ക് അനുവാദം വേണമെന്നതിനെക്കുറിച്ചോ ആലോചിക്കുകയുണ്ടായില്ല. ആ വക കാര്യങ്ങൾ കൃത്യമായി ആലോചിച്ചുകൊണ്ട് മറ്റൊരു മലയാളകവി ആ കാവ്യം വിവർത്തനം ചെയ്യാൻ അതിനകം തുടങ്ങിക്കഴിഞ്ഞിരുന്നു. നാലപ്പാട്ടു നാരായണമേനോൻ എന്ന കവി. തന്റെ വിവർത്തനം പൂർത്തീകരിച്ചപ്പോഴാണ് അദ്ദേഹം കുമാരനാശാന്റെ വിവർത്തനത്തെക്കുറിച്ചറിയുന്നത്. ഉടനെ തന്നെ *ലൈറ്റ് ഓഫ് ഏഷ്യയുടെ* പ്രസാധകർക്ക് അദ്ദേഹം അതേക്കുറിച്ചെഴുതി. കുമാരനാശാന് തങ്ങൾ അനുവാദം നല്കിയിട്ടില്ല എന്ന അവരുടെ മറുപടിയാണ് അദ്ദേഹത്തിനു കിട്ടിയത്. ചട്ടപ്രകാരം കോടതിയിൽ കേസ് കൊടുക്കാനാണ് അദ്ദേഹം മുതിർന്നത്. എങ്കിലും അദ്ദേഹം കേസ് കൊടുക്കയുണ്ടായില്ല. വ്യവഹാരം തുടരുന്നതു നല്ലതല്ലെന്നു കണ്ട് മിതവാദി സി കൃഷ്ണൻ അതിലടപെട്ടതുമൂലമാണ് കോടതിയിൽ വ്യവഹാരം നടക്കാതിരുന്നത്.

സി കൃഷ്ണനും നാലപ്പാടനും വലിയ സുഹൃത്തുക്കളായിരുന്നു. സി

കൃഷ്ണനും മഞ്ചേരി രാമയ്യരുമായി പുലർത്തിയ സമ്പർക്കം മൂലം നാലപ്പാടൻ ബുദ്ധമതവുമായി അടുക്കുക മാത്രമല്ല, ബുദ്ധമതത്തിൽ ചേരാൻ മുതിരുകകൂടി ചെയ്തു. നാലപ്പാട്ടു നാരായണമേനോൻ ഷഷ്ടി പൂർത്ത്യുപഹാരത്തിൽ ജി ശങ്കരൻ നായർ അതേപ്പറ്റി കുറിച്ചിട്ടുള്ളതിങ്ങനെയാണ്:

> ഒരിക്കൽ ശ്രീമാൻ മഞ്ചേരി രാമയ്യരുടെ നിർബ്ബന്ധപ്രകാരം നാരായണമേനോൻ ബുദ്ധമതത്തിൽ ചേരാൻ തീർച്ചയാക്കി. മതപരിവർത്തനത്തിനു ഒരു ദിവസം നിശ്ചയിച്ചു. അടിയന്തിരത്തിനുള്ള ഒരുക്കങ്ങൾ ചെയ്തു. അടുപ്പമുള്ള ചില സ്നേഹിതന്മാരെ രാമയ്യർ ക്ഷണിച്ചിരുന്നു. അടിയന്തിരത്തിലെ പ്രധാന ചടങ്ങായ പഞ്ചശീലപ്രതിജ്ഞ ചെയ്യിക്കുവാൻ രാമയ്യർ ആരംഭിച്ചു. കൊല്ലില്ല, കക്കില്ല, കളവു പറയില്ല, വ്യഭിചരിക്കില്ല. മദ്യപാനം ചെയ്യില്ല ഇവയാണല്ലോ പഞ്ചശീല പ്രതിജ്ഞകൾ. നാരായണമേനോൻ വിഷമത്തിലായി. പ്രതിജ്ഞകളിൽ ചിലത് കൃത്യമായി പാലിക്കാൻ പ്രയാസമാണെന്ന് നാരായണമേനോൻ തുറന്നുപറഞ്ഞു. അവിടെ കൂടിയിരുന്നവർ അമ്പരന്നു. പഞ്ചശീലപ്രതിജ്ഞ ചെയ്യാതെ ബുദ്ധമതത്തിൽ ചേരാൻ സാദ്ധ്യമല്ലെന്ന് രാമയ്യർ പറഞ്ഞു. എന്നാൽ വേണ്ടെന്ന് നാരായണമേനോൻ പറയുകയും യോഗം പിരിയുകയുമാണുണ്ടായത്. ഇപ്രകാരം ബുദ്ധമതവുമായുണ്ടായ ആഭിമുഖ്യം മൂലമാണ് നാലപ്പാടൻ *പൗരസ്ത്യദീപം* പരിഭാഷപ്പെടുത്തിയത്. അത് പ്രസിദ്ധപ്പെടുത്തിക്കഴിഞ്ഞപ്പോഴാണ് ആശാൻ അതേ കൃതി തന്നെ തർജ്ജമ ചെയ്ത് ഖണ്ഡശഃ പ്രസിദ്ധീകരിക്കുന്നതായി അദ്ദേഹത്തിന്റെ ദൃഷ്ടിയിൽപ്പെട്ടത്. പ്രകോപിതനായ അദ്ദേഹം വ്യവഹാരത്തിനായി തിരുവനന്തപുരത്തിനു യാത്രയായി. *സാഹിത്യലോക*ത്തിൽ ഇതേപ്പറ്റി ധാരാളം വാർത്തകൾ പ്രചരിച്ചു. വ്യവഹാരം കൊടുത്തുകഴിഞ്ഞെന്നും ആശാൻ വെട്ടിലാണെന്നും വാർത്തകൾ പരന്നു. അതിന്റെ നിജസ്ഥിതി വെളിപ്പെടുത്തുന്ന കത്തുകൾ ചുവടെ ചേർക്കുന്നു.

കോഴിക്കോട്,

1916 സെപ്തംബർ ഇരുപത്തിമൂന്നാം തീയതി.

ശ്രീ

*മ. രാ. രാ. നാലപ്പാട്ടു നാരായണമേനോൻ അവർകൾക്ക്,

ഈയ്യിടെ തിരുവിതാംകൂർ മുതലായ പ്രദേശങ്ങളിൽ പോയിരുന്നതായി അറിഞ്ഞു. മിസ്റ്റർ കുമാരനാശാൻ എഴുതിയ *ശ്രീ ബുദ്ധചരിത*ത്തെപ്പറ്റി ഒരു വ്യവഹാരത്തിന്നായിട്ടാണ് അവിടെ പോയിരുന്നതെന്ന് ചില പത്രങ്ങൾ മൂലം അറിവാനിടയായി. നിങ്ങൾ രണ്ടു

* മഹാരാജരാജമാന്യരാജശ്രീ

പേരും എന്റെ വലിയ സ്നേഹിതന്മാരായതുകൊണ്ട് ഇതിനെ സംബന്ധിച്ചുള്ള വിവരങ്ങൾ അറിവാൻ വളരെ ഉൽക്കണ്ഠയുള്ള ആളാണു ഞാൻ എന്നു പ്രത്യേകം പറയേണ്ടതില്ലല്ലോ. ഈ കാര്യം ഇപ്പോൾ ഏതു സ്ഥിതിയിൽ ഇരിക്കുന്നു എന്നു ദയവുചെയ്തു ഒരു മറുപടി മടക്കത്തപാലിൽത്തന്നെ അയച്ചുതരുവാൻ അപേക്ഷ.

എന്നു സ്വന്തം സി കൃഷ്ണൻ.

(മറുപടി)

ആണ്ടത്തോട്

1916 സെപ്തംബർ ഇരുപത്തിയാറാം തീയതി.

ശ്രീ.

താങ്കൾ സെപ്തംബർ ഇരുപത്തിമൂന്നാം തീയതി അയച്ച കത്തു കിട്ടി.

ഞാൻ തിരുവിതാംകൂറിലേക്ക് പോയതിന്റെ പ്രധാനോദ്ദേശ്യം അതിൽ പറഞ്ഞപ്രകാരം *ശ്രീബുദ്ധചരിത*ത്തെപ്പറ്റി നിർഭാഗ്യവശാൽ വേണ്ടതായിരിക്കുന്ന ഒരു വ്യവഹാരത്തെക്കുറിച്ചാലോചിപ്പാൻ തന്നെയായിരുന്നു. Sir Edwin Arnold എഴുതിയ *Light of Aisa* ഞാൻ *പൗരസ്ത്യദീപം* എന്ന പേരിൽ ശ്ലോകരൂപേണ യഥാശക്തി തർജ്ജമ ചെയ്ത് പ്രസിദ്ധപ്പെടുത്തിയിട്ടുള്ളത് താങ്കൾ കണ്ടിരിക്കുമല്ലോ. അതേ മൂലഗ്രന്ഥത്തിന്റെ നാലിലൊരു ഭാഗം കിളിപ്പാട്ടായി പരിഭാഷപ്പെടുത്തിയതാണല്ലോ *ശ്രീബുദ്ധ ചരിതം*. *പൗരസ്ത്യദീപം* എഴുതിത്തുടങ്ങുവാൻതന്നെ അതിന്റെ ഭാഷാന്തരീകരണത്തിൽ മൂലഗ്രന്ഥപ്രസാധകന്റെ അനുവാദം അത്യാവശ്യമാണെന്നും അതു കിട്ടുവാൻ ഏതു നിലയിലാണ് ശ്രമിച്ചുനോക്കേണ്ടതെന്നും നമ്മൾ പലകുറിയും ആലോചിച്ചിട്ടാണെന്നുള്ളത് ഓർമ്മയുണ്ടല്ലോ. Burma Critic ന്റെ പത്രാധിപരായിരുന്ന Mr. Arnold (മൂലഗ്രന്ഥകാരന്റെ മകൻ)ന്റെ ഉപദേശപ്രകാരം "Messers Kegan Paul French Trubner & Co-യ്ക്ക്, Theosophic Society യിലെ സെക്രട്ടറി മുഖാന്തരവും മറ്റുമായി വളരെ ബുദ്ധിമുട്ടി എഴുതി അയച്ച്, മലയാളത്തിന്റെ താന്ന സ്ഥിതിയെല്ലാം മനസ്സിലാക്കിക്കൊടുത്ത് അവകാശത്തിനുള്ള പ്രതിഫലം കഴിയുന്നതും താങ്ങാൻ മാത്രമാക്കി കുറപ്പിച്ചുകിട്ടുന്നതിനും മറ്റും നമ്മളെല്ലാം അപ്പപ്പോൾ ചെയ്തിട്ടുള്ള അദ്ധ്വാനങ്ങൾ മറന്നിരിക്കില്ലല്ലോ. അങ്ങനെയിരിക്കെ അതേ മൂലഗ്രന്ഥംതന്നെ തർജ്ജമ ചെയ്ത്, ശരിയായ തർജ്ജമയാണെന്ന് മുഖവുരയിൽ സമ്മതിച്ചുകൊണ്ട്, മറ്റൊരു പുസ്തകം ഭാഷയിൽ ഉണ്ടായിക്കണ്ടപ്പോൾ ഞാൻ ഇംഗ്ലണ്ടിലുള്ള ആ കമ്പനിക്കാർ *Light of Aisa* യുടെ ഭാഷാന്തരീകരണത്തിനുള്ള അവകാശം എത്രപേർക്ക് കൊടുത്തിട്ടുണ്ടെന്നും മറ്റും അറിവാനായി

അവർക്കെഴുതിയയച്ചു. അവർ അതുപ്രകാരം എന്റെ എഴുത്തിലെ വിവരം കാണിച്ച് മിസ്റ്റർ ആശാന് എഴുതുകയും അതിനു മറുപടി യായി മിസ്റ്റർ ആശാൻ മാപ്പുചോദിച്ചുകൊണ്ട് മറുപടി അയയ്ക്കു കയും ചെയ്തു. അതു കിട്ടിയപ്പോൾ, അവർ എനിക്കു മാത്രമേ *Light of Asia* മലയാളത്തിൽ തർജ്ജമചെയ്യാൻ അധികാരം തന്നി ട്ടുള്ളൂ എന്നും മറ്റൊരാൾ അങ്ങനെ ചെയ്തിട്ടുണ്ടെങ്കിൽ അതു ശരിയല്ലെന്നും എന്നെ അറിയിച്ചു. ആ സ്ഥിതിക്കു നിയമപ്രകാരം ഇങ്ങനെയുള്ള കാര്യത്തിൽ മേലാൽ എന്തു പ്രവർത്തിക്കണമെ ന്നറിവാനാണ് ഞാൻ തിരുവിതാംകൂർക്ക് പോയത്. അവിടെയുള്ള മാന്യന്മാരായ പല വക്കീലന്മാരേയും കണ്ടാലോചിച്ചതിൽ അവ കാശം മേടിക്കാതെ പുസ്തകം തർജ്ജമ ചെയ്തിട്ടുള്ളതു നിയമ പ്രകാരം തെറ്റാണെന്നും എനിക്ക് അങ്ങനെ മറ്റൊരാൾ പ്രവർത്തി ച്ചുകൊണ്ട് നഷ്ടം വന്നിട്ടുണ്ടെങ്കിൽ അതിന് ആ പരിഭാഷകൻ ഉത്ത രവാദം പറയേണ്ടിയിരിക്കുമെന്നും അവർ പറഞ്ഞുതന്നു. പക്ഷേ, ഞാൻ വ്യവഹാരം കൊടുക്കാതെയാണ് മടങ്ങിയിരിക്കുന്നത്.

അന്യഭാഷകളിൽനിന്ന് ഗ്രന്ഥങ്ങൾ തർജ്ജമ ചെയ്യുന്നതിനു മൂല ഗ്രന്ഥകാരന്മാരുടെ അനുവാദം വേണമെന്നുള്ളതു നമ്മുടെ പരി ഭാഷകന്മാർ ആലോചിക്കാതെവരുന്നത് വലിയ കഷ്ടംതന്നെ. ശാരദാ ബുക്കുഡിപ്പോ എന്ന ഒരു പുസ്തകശാല വെച്ചു പോരുന്ന മിസ്റ്റർ ആശാൻ കൂടെ ഇപ്പോൾ അങ്ങനെയല്ലേ പ്രവർത്തിച്ചത്? അദ്ദേഹം അതാലോചിച്ചിരുന്നെങ്കിൽപ്പിന്നെ ഈ വിധം ചെയ്യുമെന്ന് വിചാരിക്കുവാൻ മര്യാദ ഒരാളെ അനുവദിക്കുകയില്ലല്ലോ. ഏതാ യാലും ഒരു കാര്യത്തിൽ നല്ലതായ ഒരു കാര്യത്തിൽ അദ്ദേഹം വളരെ പ്രയത്നിച്ചുകഴിഞ്ഞു. ഇപ്പോൾ അതിനു വിരോധം ചെയ്യു ന്നതു നിയമപ്രകാരം ശരിയാണെങ്കിലും ന്യായപ്രകാരം അങ്ങനെ യാണോ എന്നുള്ള സംശയം എനിക്കു ആദ്യത്തെ ക്ഷോഭം നിന്ന പ്പോൾ തോന്നി. പിന്നെ ഞങ്ങൾ രണ്ടുപേരും സാഹിത്യലോക ത്തിൽ പ്രവർത്തിക്കുന്നവരായിരിക്കുന്ന സ്ഥിതിക്ക് ഒരാൾ മറ്റൊ രാളെ- ആ ആൾക്കു ലാഭം കിട്ടാമെന്നു വച്ചാൽത്തന്നെ - നിയമത്തെ മുൻനിർത്തി ആശാഭംഗപ്പെടുത്തുന്നതു ന്യായമായിരി ക്കില്ല. ഇങ്ങനെ ചിലത് ആലോചിച്ചു തല്ക്കാലം ഞാൻ പോയ കാര്യം പ്രവർത്തിക്കാതെ മടങ്ങി.

ഞാൻ ഇപ്പോൾ ആലോചിക്കുന്നത്, എനിക്ക് ഇക്കാര്യത്തിൽ പറ യാനുള്ളത് ഇന്നതാണെന്നു മഹാജനസമക്ഷം പറഞ്ഞു തികച്ചും ന്യായമാണെന്ന് എനിക്കു തോന്നാത്ത ഈ വ്യവഹാരകാര്യ ത്തിൽനിന്നു പിൻവലിക്കാനാണ്. മലയാളഭാഷ ഇപ്പോൾ ഉയർന്നു യർന്നു വരികയാണ്. അന്യഭാഷകളിൽനിന്ന് പല ഉത്തമ ഗ്രന്ഥ ശേഖരത്തെ തർജ്ജമചെയ്ത് വലുതാക്കേണ്ടിയിരിക്കുന്നു. ആ

സ്ഥിതിക്കു ഭാഷാന്തരം ചെയ്യുമ്പോൾ ഒന്നാമതാലോചിക്കേണ്ട തായ കാര്യം നാം തീരെ മറന്നു കളഞ്ഞുകൂടാ. അതുകൊണ്ടു നമ്മുടെ പരിഭാഷകന്മാർ മേലാൽ ഇങ്ങനെയുള്ള ഒരു വഴക്കുണ്ടാവാൻ സംഗതി വരാതിരിക്കത്തക്കവിധം മിസ്റ്റർ ആശാന്റെയും എന്റെയും ഈ ഭാഷാന്തരീകരണശ്രമവും അതിനെപ്പറ്റിയുള്ള വിവരങ്ങളും മനസ്സിലാക്കുന്ന പക്ഷം ഞാൻ കൃതാർത്ഥനാവുന്നതാണ്. ഞങ്ങളുടെ രണ്ടാളുടെയും പ്രവൃത്തികളുടെ ന്യായന്യായങ്ങളും മറ്റുള്ളവർതന്നെ ആലോചിച്ചു തീർച്ചപ്പെടുത്തിക്കൊള്ളട്ടെ. ഇതാണ് എന്റെ ഇപ്പോഴത്തെ വിചാരം.

എന്നു സ്വന്തം

നാരായണമേനോൻ.

പ്രജാസഭയിൽ അംഗം

മഹാരാജാവ് തിരുമനസ്സിലെ ഉത്തരവിൻപ്രകാരം രണ്ടാമത്തെ പ്രതിനിധിസഭയിൽ ഹാജരായിരിക്കുന്ന നിങ്ങൾക്കു ഞാൻ സ്വാഗതം ആശംസിച്ചുകൊള്ളുന്നു. ഈ സഭയിലെ കഴിഞ്ഞകൊല്ലത്തെ അംഗങ്ങൾ മഹാരാജാവ് തിരുമനസ്സിനാൽ നോമിനേറ്റു ചെയ്യപ്പെട്ടവരായിരുന്നു. ഇക്കൊല്ലത്തെ സ്ഥിതി അതല്ല, ജനങ്ങളാൽ തിരഞ്ഞെടുക്കപ്പെട്ട പ്രതിനിധികളാണു നിങ്ങൾ. പ്രതിനിധികളെ തിരഞ്ഞെടുക്കാനുള്ള അവകാശം ഇത്രയും നേരത്തെ ജനങ്ങൾക്കനുവദിച്ചുകൊടുത്തത് മഹാരാജാവു തിരുമനസ്സിലെ കാരുണ്യംകൊണ്ടാണ്. മഹാരാജാവു തിരുനസ്സിനാൽ നിങ്ങളിൽ നിക്ഷിപ്തമായിരിക്കുന്ന ഈ വിശ്വാസം നിങ്ങളെ കൂടുതൽ യോഗ്യതയുള്ളവരും രാജ്യക്ഷേമതല്പരരുമാക്കിത്തീർക്കുമെന്ന് എനിക്കു പൂർണ്ണവിശ്വാസമുണ്ട്. കഴിഞ്ഞകൊല്ലത്തെ സഭാംഗങ്ങളുടെ പെരുമാറ്റം എനിക്ക് തികച്ചും തൃപ്തികരമായിരുന്നു. മേലിലും ആ മനോഭാവത്തോടുകൂടിത്തന്നെ നിങ്ങൾ പെരുമാറുമെന്നും ആ വിധത്തിൽ നിങ്ങൾ സഭാകാര്യങ്ങളിൽ കൂടുതൽ ശേഷിയുള്ളവരായിത്തീരുമെന്നും എനിക്കുറപ്പുണ്ട്. തിരഞ്ഞെടുപ്പുകാര്യങ്ങളിൽ ആ സംഗതി പൊതുജനങ്ങൾ വളരെ ഉത്തരവാദിത്വത്തോടും ശുഷ്കാന്തിയോടും നിർവ്വഹിച്ചു എന്നു മാത്രമല്ല വിവിധ സമുദായക്കാരിൽനിന്ന് ജനപ്രതിനിധികളെ തിരഞ്ഞെടുത്തയയ്ക്കാൻ സാധിച്ചിട്ടുണ്ടെന്നും കാണുന്നതിൽ എനിക്ക് അത്യധികമായ ചാരിതാർത്ഥ്യമുണ്ട്.

ശ്രീമൂലം പ്രജാസഭയുടെ രണ്ടാമത്തെ സമ്മേളനത്തെ അഭിസംബോ

ധന ചെയ്തുകൊണ്ട് ദിവാൻ വി പി മാധവരായർ ചെയ്ത പ്രസംഗത്തിൽ നിന്നാണ് മുകളിൽ ഉദ്ധരിച്ചിട്ടുള്ളത്. പൊതുവിൽ പ്രജാസഭയുടെ നീക്കം പ്രജകൾക്കിടയിൽ നീതി സ്ഥാപിക്കാനുതകുംവിധമാണെന്ന ധാരണ അന്നു പരന്നിരുന്നു. എന്നാൽ ഈഴവരുടെ കാര്യത്തിൽ പ്രജാസഭയിലേക്കുള്ള തിരഞ്ഞെടുപ്പു തൃപ്തികരമായിരുന്നില്ല. ഗവൺമെന്റ് നോമിനേറ്റു ചെയ്ത മൂന്ന് ഈഴവജന്മിമാർ മാത്രമേ സഭയിൽ അംഗങ്ങളായി ഉണ്ടായിരുന്നുള്ളൂ. അപ്പോൾ, എസ് എൻ ഡി പി യോഗത്തിൽനിന്ന് പ്രതിനിധികളെ തെരഞ്ഞെടുക്കുകയാണ് നീതിയെന്ന് *വിവേകോദയ*ത്തിൽ ആശാൻ എഴുതി. നോക്കുക:

> ശ്രീമൂലം പ്രതിനിധിസഭയുടെ പ്രാരംഭയോഗം ഏറ്റവും മംഗളമായി കഴിഞ്ഞിരിക്കുന്നതിൽ ഞങ്ങൾ സന്തോഷിക്കുകയും മഹാരാജാവു തിരുമനസ്സിലെ പ്രജാക്ഷേമതല്പരതയുടെ ഫലമായി ഈ സഭയിൽനിന്നും ജനങ്ങൾക്കു വരാൻ പോകുന്ന ഗുണങ്ങളെ ഞങ്ങൾ അത്യാശയോടെ പ്രതീക്ഷിക്കയും ചെയ്യുന്നു. യോഗം ഇത്ര തിരക്കിൽ കൂടേണ്ടിവന്നതുകൊണ്ട് തിരഞ്ഞെടുപ്പു മുതലായവ തൃപ്തികരമായിട്ടില്ലെന്ന് ദിവാൻജി അവർകൾതന്നെ അദ്ദേഹത്തിന്റെ പ്രസംഗത്തിൽ പറഞ്ഞുകാണുന്നു. ഈഴവരെ സംബന്ധിച്ചിടത്തോളം ഈ തിരഞ്ഞെടുപ്പ് അശേഷം തൃപ്തികരമായിരുന്നില്ല. തിരുവനന്തപുരം ഡിവിഷനിൽനിന്നുപോലും ഒരു ഈഴവനെയെങ്കിലും എടുത്തിട്ടില്ല. ശ്രീ നാ. ധ. പ. യോഗത്തിൽനിന്നെങ്കിലും ഒരു പ്രതിനിധിയെ എടുക്കേണ്ടതായിരുന്നു. അടുത്തപ്രാവശ്യത്തെ യോഗത്തിൽ ന്യൂനതകൾ ഉണ്ടാകയില്ലെന്ന് വിശ്വസിക്കുന്നു.

ആശാന്റെ ഈ വാക്കുകൾക്ക് ഫലമുണ്ടായി. രണ്ടാമത്തെ യോഗത്തിലേക്ക് എസ് എൻ ഡി പിയുടെ പ്രതിനിധിയായി സെക്രട്ടറി എൻ കുമാരനാശാനെത്തന്നെ ഗവൺമെന്റ് തിരഞ്ഞെടുത്തു.

സഭയിൽ കുമാരനാശാൻ ആദ്യമായി സമർപ്പിച്ച നിവേദനം 'ഈഴവരുടെ അവശതകൾ' എന്ന പ്രമേയത്തെക്കുറിച്ചായിരുന്നു. നാലു കാര്യങ്ങൾ അദ്ദേഹം അതിൽ വേർതിരിച്ച് ആവശ്യപ്പെട്ടിരുന്നു.

1. എല്ലാ സർക്കാർ സ്കൂളുകളിലും ഈഴവരെ പ്രവേശിപ്പിക്കുക.
2. ഗവൺമെന്റ് സർവ്വീസിൽ ന്യായമായി അർഹിക്കുന്ന പ്രാതിനിധ്യം അവർക്കനുവദിക്കുക.
3. ലെജിസ്ലേറ്റീവ് കൗൺസിലിലും ടൗൺ ഇംപ്രൂവ്മെന്റ് കമ്മിറ്റിയിലും ഈഴവർക്കു പ്രാതിനിധ്യം ഇല്ലാത്ത അവസ്ഥ പരിഹരിക്കുക.
4. ഈഴവരുടെ വകയായ ക്ഷേത്രങ്ങൾ, മറ്റു മതസ്ഥാപനങ്ങൾ എന്നിവയ്ക്ക് സർക്കാരിൽനിന്ന് ധനസഹായം ചെയ്യുക.

അദ്ധ്യക്ഷനായിരുന്ന ദിവാൻജി നല്കിയ മറുപടിയിൽ ആശാന്റെ വാദങ്ങൾ അംഗീകരിച്ചു. സമുദായം ഇപ്പോൾ അനുഭവിക്കുന്ന അവശത

കൾ പരിഹരിക്കുന്നതിന് ആവശ്യമായ നടപടികൾ കൈക്കൊള്ളുന്നതാണെന്ന് അദ്ദേഹം ഉറപ്പുനല്കുകയും ചെയ്തു.

ഇതുസംബന്ധമായി 1081 തുലാം 30 ന് *വിവേകോദയ*ത്തിൽ ഇപ്രകാരം ഒരു കുറിപ്പു കാണാം.

> തിരുവിതാംകൂറിനു മാത്രമല്ല ഇന്ത്യയ്ക്ക് മുഴുവൻ അഭിമാനഹേതുവായ പ്രജാസഭയുടെ രണ്ടാമത്തെ യോഗം 1081 തുലാം 5 ന് ആരംഭിച്ച് 10ന് അവസാനിച്ചിരിക്കുന്നു. തിരുവിതാംകൂറിലെ ഉയർന്ന തരം ജനങ്ങളിൽ ഇതിൽ സംബന്ധിക്കാത്തവർ ചുരുക്കമാണ്. സംസ്ഥാനത്തിനു പൊതുവായും ഓരോ സമുദായത്തെയും താലൂക്കിനെയും പ്രത്യേകമായും സംബന്ധിക്കുന്ന പല സങ്കടങ്ങളും ആവശ്യങ്ങളും സഭയിൽ കൊണ്ടുവരികയും ദിവാൻജി അവർകൾ ഉടനുടൻ തക്കതായ മറുപടികൾ പറയുകയും ചെയ്തു. ഇതിനു വേണ്ടി മുൻനിശ്ചയത്തിൽ നിന്നും രണ്ടു ദിവസങ്ങൾകൂടി അധികമായി നീട്ടേണ്ടിവന്നു. ഈഴവപ്രതിനിധികൾ നാലുപേരും അവരുടെ സമുദായത്തിനു പൊതുവിലുള്ള സങ്കടങ്ങളെയും മെമ്മോറിയലിൽ പറഞ്ഞിരുന്നു. നമ്മുടെ യോഗം പ്രതിനിധിയായ എൻ കുമാരനാശാനവർകൾ മെമ്മോറിയലിൽ പ്രതിപാദിച്ചിരുന്ന നാലു സംഗതികളിൽ ഒന്നാമത്തെയും ഏറ്റവും പ്രധാനവുമായ വിദ്യാഭ്യാസസംബന്ധമായി പ്രസ്തുത സമുദായത്തിനുള്ള തടസ്സം എന്ന വിഷയത്തെപ്പറ്റി സാമാന്യം ദീർഘമായി ഉപന്യസിച്ചു. ദിവാൻജി അവർകൾ ശ്രദ്ധാപൂർവ്വം കേൾക്കുകയും ഗവൺമെന്റ് ഇതിനെ നല്ലവണ്ണം ശ്രദ്ധിക്കുന്നതാണെന്നും ഈ വിഷയത്തിൽ ഒരു മെമ്മോറിയൽകൂടി ഗവൺമെന്റിന് കൊടുക്കണമെന്ന് നിർദ്ദേശിക്കുകയും ചെയ്തു.

ദിവാൻജിയുടെ നിർദ്ദേശമനുസരിച്ച് ഈഴവ പ്രതിനിധികൾ ഒരു മെമ്മോറിയൽ അപ്പോൾത്തന്നെ സർക്കാരിനു സമർപ്പിച്ചു. എന്നാൽ അവയെപ്പറ്റി ഡിസ്ട്രിക്ട് പേഷ്ക്കാരന്മാർ രേഖപ്പെടുത്തിയ അഭിപ്രായം അനുകൂലമായിരുന്നില്ല. അവരുടെ പ്രതിലോമപരമായ ആ നടപടിയെ എതിർത്തുകൊണ്ട് ആശാൻ താഴെക്കാണുന്ന മുഖപ്രസംഗം എഴുതി:

> ഈഴവപ്രതിനിധികളുടെ മെമ്മോറാണ്ടത്തിൻമേൽ പേഷ്ക്കാരന്മാരുടെ റിമാർക്ക് എന്തായിരുന്നു എന്നറിവാൻ പലർക്കും മോഹമുണ്ടായി എന്നു വന്നേക്കാം. യോഗം പ്രതിനിധിയുടെ മെമ്മോറാണ്ടത്തിൽ വിദ്യാഭ്യാസത്തിനുള്ള തടസ്സങ്ങൾ എന്ന വിഷയത്തിൽ തിരുവനന്തപുരം പേഷ്ക്കാർ ഇവർക്ക് പബ്ലിക് സ്കൂൾ പ്രവേശം അനുവദിച്ചിരിക്കുന്നു എന്നും സംസ്കൃതസ്കൂളിൽ പ്രവേശം ഇല്ലെന്ന് താൻ അറിയുന്നു എന്നു നടപ്പിനെ വിവരിക്കയും ഈ തടസ്സം പാരമ്പര്യത്തിനും നടപ്പിനും വിരോധമില്ലാത്ത വിധത്തിൽ

നീക്കപ്പെടേണ്ടതാണെന്ന് - The said difficulties deserve removal consistently with tradition and usage - റിമാർക്ക് ചെയ്യുകയും ചെയ്തിരിക്കുന്നു. 'പാരമ്പര്യം' 'നടപ്പ്' ഈ രണ്ടു പദങ്ങളും കാല ദേശാവസ്ഥകളെ അനുസരിച്ച് അർത്ഥനിർണ്ണയം ചെയ്യാൻ കുഴപ്പ മുള്ളവയാകുന്നു. അതുകൊണ്ട് ഈ റിമാർക്കിന് എന്തർത്ഥമാ ണെന്ന് ഞങ്ങൾക്ക് മനസ്സിലാകുന്നില്ല. കഴിഞ്ഞതവണ പ്രജാസഭ യിൽ ഈഴവ പ്രതിനിധികളെ ക്ഷണിക്കാതിരുന്നു. എങ്കിൽ ഈ കൊല്ലം അവരെ ക്ഷണിച്ചത് പാരമ്പര്യത്തിനും നടപ്പിനും വിരോ ധമായിപ്പോകുമായിരുന്നേനെ. ഭാഗ്യംകൊണ്ട് അങ്ങനെ സംഭവി ച്ചില്ല. ഇപ്പോൾ പബ്ലിക് സ്കൂളുകളിലെല്ലാം പ്രവേശം അനുവദി ച്ചിരിക്കുന്നു എന്നുള്ള പേഷ്കാരുടെ അറിവ് തെറ്റാകുന്നു. അധികം സ്കൂളുകളും പ്രവേശമില്ലാത്തതാണെന്നുള്ളതിന് ഞങ്ങൾക്ക് വേണ്ട തെളിവുകളുണ്ട്. ഉദ്യോഗത്തെ ഈ സമുദായക്കാർക്ക് കിട്ടി വരുന്നുണ്ടെന്ന് വിവരിക്കുകയും വിദ്യാഭ്യാസത്തെക്കുറിച്ച് പറഞ്ഞ റിമാർക്കുതന്നെ പറയുകയും ചെയ്തിരിക്കുന്നു. വസ്തുക്കളുടെയും തൊഴിലുകളുടെയും മേൽ പലവക നികുതി ചുമത്തുമ്പോൾ പുതിയ പരിഷ്കാരത്തെയും, ഞങ്ങളുടെ അവകാശത്തെയും സങ്ക ടങ്ങളെയും കുറിച്ചു പറയുമ്പോൾ മാമൂലിനേയും പിടിച്ചുകൊ ള്ളുന്ന നിന്ദ്യമായ നയം ഇക്കാലത്തുള്ള ഒരു ഗവൺമെന്റിന് ഒത്ത തല്ലെന്ന് ഈ വക വലിയ ഉദ്യോഗസ്ഥന്മാർ അറിയാത്തതിൽ ആശ്ച ര്യപ്പെടുന്നു.

പ്രസ്തുത വിഷയത്തിൽ കൊല്ലം പേഷ്കാരുടെ റിമാർക്കുകൾ ഇതിനേക്കാൾ രസകരമാണ്. മെസേഴ്സ് കൊച്ചുകുഞ്ഞുചാന്നാർ, വെളുമ്പൻ പത്മനാഭാൻ, നാരായണപ്പണിക്കർ ഈ മൂന്നുപേരും പ്രത്യേകം പ്രത്യേകം വിദ്യാഭ്യാസസംബന്ധമായും ഗവൺമെന്റു ദ്യോഗസംബന്ധമായും ഈഴവർക്കുള്ള സങ്കടങ്ങളെ മെമ്മോറാ ണ്ടത്തിൽ കാണിച്ചിരിക്കുന്നു. സ്കൂൾ പ്രവേശം അനുവദിക്കണ മെന്നുള്ള അപേക്ഷയ്ക്ക്, മുൻകൂട്ടി വിചാരിച്ചിരുന്നോ എന്നു തോന്നത്തക്കവണ്ണം, ഈഴവർക്ക് പ്രത്യേകം സ്കൂളുകൾ സ്ഥാപി ച്ചുകൊടുക്കേണ്ടതാണെന്ന് ഞാൻ വിചാരിക്കുന്നു - I think seperate schools ought to be provided - എന്നും ഉയർന്ന ജാതി ഹിന്ദുക്കൾ തടസ്സം പുറപ്പെടുവിക്കുമെന്നുള്ളതിനാൽ ഉയർന്ന ജാതിക്കാരല്ലാത്ത ഹിന്ദുക്കൾക്കു പഠിക്കുന്നതിനായി വേറെ സ്കൂളുകൾ സ്ഥാപിക്കണമെന്നും പേഷ്കാരവർകൾ ശക്തിയുക്തം റിമാർക്ക് ചെയ്തിരിക്കുന്നു. എന്തൊരു വിലയേറിയ അഭിപ്രായം! ജാതികൾക്ക് ഓരോ സ്കൂൾ സ്ഥാപിക്കണമെന്നത്രേ. ഉയർന്ന ജാതി എന്നു പറയപ്പെടുന്ന ഹിന്ദുക്കളുടെ സ്കൂളുകളിൽ ഈഴ വർക്ക് പഠിക്കാൻ പാടില്ല.

"യദ്യദാചരതിശ്രേഷ്ഠ
സ്തത്ത ദേവേതരോ ജനഃ"

സ്കൂളുകൾ ജാതികളെയും ജാതികൾ സ്കൂളുകളെയും ഉണ്ടാക്കട്ടെ. ഈഴവരേക്കാൾ ഉയർന്ന ജാതിക്കാർ ചുരുക്കവും താഴ്ന്ന ജാതിക്കാർ അധികവുമാണ്. ജനങ്ങൾ തമ്മിൽ കടിപിടികൂടുകയോ എന്തോ ചെയ്തു കൊള്ളട്ടെ! ചിലരുടെ രാജ്യഭരണ തന്ത്രജ്ഞതയുടെ ആഴത്തെ വിചാരിച്ചു നോക്കുമ്പോൾ തിരുവിതാംകൂറിലെ പരിഷ്കാരോദ്യമം എല്ലാംകൂടി ഒരു പടുകുഴിയിലേക്ക് തള്ളിപ്പോകുമോ എന്ന് പേടിതോന്നുന്നു. അഥവാ അതു നടപ്പുള്ളതാണോ? ഗുണങ്ങളെ അഭിനന്ദിക്കുകയും ദോഷങ്ങളെ ആരിൽത്തന്നെ കണ്ടാലും ഞങ്ങൾ പറകയും ചെയ്യും. ഉദ്യോഗസ്ഥന്മാർ ജാതിയുടേതല്ല. ജനങ്ങളുടെ ഭരണകർത്താക്കന്മാരായാണ് ഇരിക്കേണ്ടത്.

> മതപരിവർത്തനം ചെയ്യുന്നവർക്കുള്ള സ്വാതന്ത്ര്യങ്ങൾ എങ്കിലും ഗവൺമെന്റിനെ സംബന്ധിച്ച കാര്യങ്ങളിൽ ഈഴവർക്കു നല്കണം എന്നുള്ള അപേക്ഷയ്ക്ക് പേഷ്കാർ അവർകൾ ഗവൺമെന്റിൽ നിന്നും ഈ വിഷയത്തിൽ യാതൊന്നും ചെയ്യുവാനുള്ളതല്ലെന്ന് (There is nothing for the Government to do in this matter) ഗൗരവപൂർവ്വം റിമാർക്കു ചെയ്തിരിക്കുന്നു. അതേ, ഉദ്യോഗം ആവശ്യപ്പെടുമ്പോഴോ സ്കൂൾ പ്രവേശം ആവശ്യപ്പെടുമ്പോഴോ ഗവൺമെന്റ് ആരോടും ജാതിയോ മതമോ പേരുതന്നെയോ ചോദിക്കാറില്ലല്ലോ. ഞങ്ങൾ എന്താണു പറയേണ്ടത്? പോട്ടെ, ഈഴവ സഹോദരങ്ങളേ! നിങ്ങൾ പ്രത്യേക സ്കൂളിലല്ല. പുലയന്റെ സ്കൂളിലിരുന്നു പഠിക്കുകയാണെങ്കിൽക്കൂടിയും തരക്കേടില്ല. വിദ്വാന്മാരും വിദുഷികളും ആയിത്തീരുവിൻ! പൊന്നത്തങ്ങൾ ഭാവികാലത്തിൽ ഒരു പൈസയ്ക്കും വിലയുള്ളതായിരിക്കില്ല.

വി പി മാധവരായരുടെ മറ്റു ചില നയങ്ങളെയും ശക്തിയായി വിമർശിക്കാൻ കുമാരനാശാൻ മടിച്ചില്ല. എങ്കിലും അദ്ദേഹത്തിന്റെ സൽഗുണങ്ങളെ പ്രകീർത്തിക്കാൻ ആശാൻ വൈമുഖ്യം കാണിച്ചില്ല. തിരുവിതാംകൂറിലെ ഉദ്യോഗമൊഴിഞ്ഞ് വി പി മാധവരായർ പോകുന്ന സന്ദർഭത്തിൽ ആശാൻ ഒരു കവിതയെഴുതുകയും ചെയ്തു. തിരുവനന്തപുരം മുതൽ എറണാകുളം വരെ യാത്ര ചെയ്യുന്ന വഞ്ചി തുഴയുന്നതിനു നിയുക്തരായ സന്നദ്ധഭടന്മാർക്ക് ചൊല്ലുന്നതിനുവേണ്ടി രചിച്ചതാണ് ആ കവിത. അതിന്റെ തുടക്കം ഇങ്ങനെയാണ്:

"കാണുവിൻ മഹാലോകരേ, കാണുവിനിതാ വരുന്നു
കാണിദോഷമിയലാത്ത കേമനിദ്ദേഹം
വാണു രണ്ടു വർഷമുള്ളിൽ വഞ്ചിനാട്ടിൽ പ്രജകൾക്ക്
പ്രാണനോളം പ്രിയനായ പൂജ്യനിദ്ദേഹം"

ഇതേ മനോഭാവത്തോടുകൂടി *വിവേകോദയ*ത്തിൽ ആശാൻ ഒരു മുഖ പ്രസംഗവും എഴുതുകയുണ്ടായി. പ്രജാസഭാംഗമെന്ന നിലയിൽ തന്റെ ചുമതലകൾ ലക്ഷ്യബോധത്തോടുകൂടി നിർവ്വഹിക്കാൻ ആശാൻ എപ്പോഴും ശുഷ്കാന്തി കാണിച്ചിട്ടുണ്ട്. മിതവാദിയുടെ ശൈലിയാണ് അദ്ദേഹം എപ്പോഴും അവലംബിച്ചുപോന്നത്. വസ്തുതകളും കണക്കുകളും കൃത്യമായി ശേഖരിച്ച് അവതരിപ്പിച്ചുകൊണ്ടാണ് ഈഴവരുടെ അവകാശങ്ങൾക്ക് വേണ്ടി വാദിക്കാൻ അദ്ദേഹം മുതിർന്നിട്ടുള്ളതെന്നു കാണാം. എല്ലാ ജാതികൾക്കും തുല്യതയോടെ കഴിയാൻ പറ്റുന്നവിധം വ്യവസ്ഥകളുണ്ടാവണം. എങ്കിൽ മാത്രമേ ജാതിയുടെയും മതത്തിന്റെയും അതിർത്തികൾക്കതീതമായി മാനവസ്വാതന്ത്ര്യം സാക്ഷാൽകൃതമാവുകയുള്ളൂ. ഇതായിരുന്നു കുമാരനാശാന്റെ നിലപാട്.

പ്രജാസഭയിൽ അദ്ദേഹം ചെയ്ത ഒരു പ്രസംഗം:

സർക്കാർ വിദ്യാലയങ്ങളും ഈഴവരും

എൻ കുമാരനാശാൻ

ഈഴവർക്ക് വിദ്യാലയത്തിൽ പ്രവേശനം കൊടുക്കുന്ന വിഷയത്തിൽ നാലഞ്ചുകൊല്ലങ്ങളായി ഗവൺമെന്റിൽനിന്ന് ഒരുവിധം തൃപ്തികരമായ ഏർപ്പാടുകൾ ചെയ്തുവരികയാണ്. മുമ്പ് പ്രവേശനം ഇല്ലാതിരുന്ന അനേകം സ്കൂളുകളിൽ ഇപ്പോൾ ഞങ്ങളുടെ ആൺകുട്ടികൾക്കും പെൺകുട്ടികൾക്കും പ്രവേശനം കിട്ടീട്ടുണ്ട്. അതിന് ഞങ്ങൾ മഹാരാജാവു തിരുമനസ്സിലെ ഗവൺമെന്റിനോടു നന്ദിയുള്ളവരാണ്. എന്നാൽ ഈ വിഷയത്തിൽ ഇപ്പോഴും ഞങ്ങൾക്ക് ദയനീയമായ പല സങ്കടങ്ങളും അറിയിക്കേണ്ടിയിരിക്കുന്നു. ഈയിടെ ഞാൻ ചില ഉൾനാടു താലൂക്കുകളിൽ സഞ്ചരിക്കുകയുണ്ടായി. അപ്പോഴാണു സംഗതിയുടെ കിടപ്പ് എനിക്കുതന്നെ നല്ലവണ്ണം മനസ്സിലാക്കിത്തുടങ്ങിയത്. പിന്നെ ഞാൻ പല അന്വേഷണങ്ങളും ചെയ്തു. കഷ്ടതരമായ പല സംഗതികളും അതിൽവച്ച് അറിവാൻ ഇടയായി. സാധാരണയായി സ്കൂളിൽ പ്രവേശിക്കുന്ന കാര്യത്തിൽ ഈഴവർക്കുണ്ടായിരുന്ന സങ്കടങ്ങൾ മിക്കവാറും തീർന്നുകഴിഞ്ഞെന്നും ആവശ്യമുള്ളത്ര വിദ്യാഭ്യാസസൗകര്യം ഈഴവർക്ക് ഇപ്പഴുണ്ടായിട്ടുണ്ടെന്നുമായിരുന്നു എന്റെ വിശ്വാസം. അതെല്ലാം പോയി. ഈയിടെ വ്യസനിക്കേണ്ട ദിക്കായി. ഞങ്ങളുടെ ജനങ്ങളെല്ലാം ഉൾനാട്ടിലാണ്. ഉൾനാട്ടുസ്കൂളുകളിൽ ഇപ്പോഴും വാസ്തവത്തിൽ അവർക്കു പ്രവേശനമില്ല. പ്രവേശിപ്പിക്കാൻ സർക്കാരനുവാദമുണ്ട്. അതുകൊണ്ട് സംഗതിക്ക് നടപ്പുണ്ടാകുന്നില്ല. താഴ്ന്നതരം സ്കൂളുകളിലെ ഹെഡ്മാസ്റ്റർമാർ മാനസ പരിഷ്കാരം സിദ്ധിച്ചിട്ടുള്ളവരല്ല. അവർ പലപ്പോഴും സ്വമേധ

യായും സ്ഥലത്തുള്ള വല്ല ഉയർന്ന ജാതിക്കാരുടെ പ്രേരണകൾക്കു കീഴ്പ്പെടും. രണ്ടുവിധത്തിലായിട്ടും ഈഴവക്കുട്ടികളെ ഇന്നും അകറ്റി നിർത്തുന്നു. പല പ്രകാരത്തിലും അവർക്കതു കഴിയും. ഗവൺമെന്റുത്തരവിന് വിരോധം കൂടാതെതന്നെ അവരുടെ ഉദ്ദേശം സാധിപ്പാൻ പല ഉപായങ്ങളും എടുക്കുന്നതിനായി അറിയുന്നുണ്ട്. അവയിൽ ചിലത് വളരെ രസകരമാണ്. 'ചട്ടപ്രകാരം അധികം കുട്ടികളെ ഈ സ്കൂളിൽ ചേർക്കാൻ തരമില്ല. കുട്ടികളുടെ സംഖ്യ തികഞ്ഞുപോയി.' ഇങ്ങനെ പറയുന്നത് ഈഴവരെ സംബന്ധിച്ചിടത്തോളം അധികം സാധാരണയാണ്. ഇതിനെപ്പറ്റി വല്ലവരും മേലാവിലേക്ക് അറിവുകൊടുത്തുവെന്നിരിക്കട്ടെ. ഉടൻ ഇൻസ്പെക്ടർമാർ പരിശോധിപ്പാൻ വരും. അത് ഇപ്പോഴത്തെ മുറയ്ക്ക് മുന്നറിവോടുകൂടിയാണെന്ന് പറയേണ്ടതില്ലല്ലോ. ഇൻസ്പെക്ടർ വന്നു നോക്കുമ്പോൾ കുട്ടികൾ കണക്കുംപടി ശരിക്കും തികഞ്ഞിരിക്കും. സങ്കടക്കാരെ പോകാനും പറയും. എന്നാൽ സ്കൂൾ രജിസ്റ്ററിൽ ഒടുവിൽ പേരെഴുതിയിരിക്കുന്ന കുട്ടികളിൽ പലരും റോഡിൽ അലഞ്ഞുതിരിയുകയോ കൂലിവേല ചെയ്കയോ ചെയ്തുകൊണ്ടുനിന്ന ഉയർന്ന വർഗ്ഗത്തിൽപ്പെട്ട പിള്ളേരായിരിക്കും. ഇൻസ്പെക്ടർ പുറത്തിറങ്ങിയാൽ ഉടനെ തന്നെ അവരും വന്നവഴിയേ പോകും. സ്കൂളിൽ വാസ്തവത്തിൽ സ്ഥലമുണ്ട്. അപേക്ഷകരായ ഈഴവർക്ക് നല്ലവണ്ണം അറിയാം. വാദ്ധ്യാന്മാർക്ക് അറിയാമെന്നു പറയേണ്ടതില്ലല്ലോ. അപേക്ഷക്കാർക്ക് എന്തു ചെയ്യാൻ കഴിയും? രേഖയും തെളിവും അവർക്കു വിരോധം. എവിടെച്ചെന്ന് സങ്കടം പറഞ്ഞാൽ എന്ത്? ഈ മാതിരി ദുശ്ശാഠ്യങ്ങൾ അഭിമാനവും ശക്തിയുമുള്ള ഈഴവമാന്യന്മാരുടെ നേർക്കുപോലും കാണിച്ച് അവരുടെ ക്ഷമയെ പരീക്ഷിക്കുന്ന മാന്യന്മാർ പല സ്ഥലത്തും കാണുന്നു. ഞാൻ പറയുന്നതിൽ അശ്ലേഷം അവാസ്തവമോ അതിശയോക്തിയോ ഇല്ലെന്നു പ്രത്യേകം അറിയിച്ചു കൊള്ളുന്നു. പ്രവേശനം അനുവദിച്ചിട്ടുള്ള ഉൾനാട്ടിലെ ആൺപള്ളിക്കൂടങ്ങളിൽ അനേകം ഇന്നും ഈമാതിരി തടസ്സങ്ങളാൽ പ്രവേശനമില്ലാതെ തീർന്നിരിക്കുന്നു. ചിലതിന്റെ പേർ പറയാം-

താലൂക്ക്	സ്ഥലങ്ങൾ	സ്കൂളുകൾ
അമ്പലപ്പുഴ	തലവടി	തെക്കേമുറി
അമ്പലപ്പുഴ	തലവടി	തീരേറ്റം
അമ്പലപ്പുഴ	പുളിങ്കുന്ന്	ചതുർത്ഥ്യങ്കരി
അമ്പലപ്പുഴ	പുളിങ്കുന്ന്	മങ്കൊമ്പ്
അമ്പലപ്പുഴ	കാവാലം	വടക്കുംഭാഗം
ചങ്ങനാശ്ശേരി	വെളിയനാട്	രാമങ്കരി

ചങ്ങനാശ്ശേരി	മാവേലിക്കര	
ചങ്ങനാശ്ശേരി	ഏള്ളനാട്ടു	വടക്കേക്കര
ചേർത്തല	തുറവൂർ	എരമല്ലൂർ
ചേർത്തല	കോതൻതുരുത്ത്	
ചേർത്തല	കുത്തിയതോട്	
ചേർത്തല	പട്ടണക്കാട്	

ഇനി ഒരുവക സങ്കടംകൂടിയുള്ളത് പറഞ്ഞേ തീരൂ. ഈഴവർക്ക് പ്രവേശനത്തിന് വളരെയധികം സൗകര്യമുള്ളതോ ഈഴവർ അധികം പാർത്തുവരുന്ന സ്ഥലങ്ങൾ ഉള്ളതോ ആയ വല്ല സ്കൂളുകളും അഭിവൃദ്ധിയിൽ വരുന്ന പ്രവണത കണ്ടാൽ വല്ല അല്ലറ ചില്ലറ കാരണവും പറഞ്ഞ് അതിനെ കെട്ടിവലിച്ച് അങ്ങനെയല്ലാത്ത ഒരു സ്ഥലത്തു കൊണ്ടുപോയി സ്ഥാപിക്കാൻ ചില ജനങ്ങൾക്കും വിദ്യാഭ്യാസ വകുപ്പിലെ ഉദ്യോഗസ്ഥന്മാർക്കും ഒരു ഉത്സാഹം ചിലപ്പോൾ കാണാം. ഇതിന് പല ദൃഷ്ടാന്തങ്ങളുമുണ്ട്. ഡയറക്ടർ സായ്പ് അവർകളോട് ഇപ്പോൾത്തന്നെ ചോദിച്ചാൽ ഇതിന്റെ വസ്തുത അറിയാം. അമ്പലപ്പുഴ വടക്കൻ വെളിയനാട് എൽ ജി - ഈ സ്കൂളിന്റെയും മറ്റും സംഗതി ഞാൻ നേരിട്ടറിയിച്ചിട്ടുള്ളത് അദ്ദേഹത്തിന് ഓർമ്മയുണ്ടായിരിക്കും.

പെൺപള്ളിക്കൂടങ്ങളിലെ സ്ഥിതിയും ഇതിൽനിന്ന് ഒട്ടുംഭേദമുള്ളതല്ല. ചിലപ്പോൾ അധികം കഷ്ടമുള്ളതും ആകുന്നു. ഈഴവവിദ്യാർത്ഥിനികൾക്കു പ്രവേശനം അനുവദിച്ച സ്കൂളുകളിൽത്തന്നെ പലതിലും അവരെ ഇന്നു പ്രവേശിപ്പിക്കുന്നില്ല. തലവടി, കാർത്തികപ്പള്ളി, മുതുകുളം, ഓമല്ലൂർ, എടനാട്, തൈക്കാട്ടുശ്ശേരി ഈ സ്ഥലങ്ങളിലുള്ള സ്കൂളുകൾ ദൃഷ്ടാന്തങ്ങളാണ്. ഇനിയും അധികം ഉണ്ടായിരിക്കും.

ഈ തടസ്സങ്ങളാൽ ഞങ്ങളുടെ വിദ്യാഭ്യാസസംബന്ധമായ അഭിവൃദ്ധിക്കു വലുതായ ഹാനി നേരിടുന്നു. സ്കൂൾ പ്രവേശനം അനുവദിച്ച ഗവൺമെന്റിൽനിന്നുണ്ടായ ഉത്തരവുകൾ ഊർജ്ജിതത്തിൽ കൊണ്ടുവരാതെ കാലദൈർഘ്യം കൊണ്ടു തണുത്തുപോകുന്നു. ഇനിയും കുറേക്കാലം കൂടി കഴിഞ്ഞാൽ ഞങ്ങൾക്ക് ആ ഉത്തരവുകളെ പുതുക്കാൻ മുറവിളികൂട്ടേണ്ടിവന്നേക്കും. അതു വലിയ സങ്കടമാണ്. അതിനിടയാകരുത്. ഈ സങ്കടങ്ങളുടെ നിവൃത്തിയ്ക്കായി ഗവൺമെന്റ് ഒന്നുചെയ്താൽ മതി. ഈഴവർക്ക് പ്രവേശനം അനുവദിച്ചിട്ടുള്ള സ്കൂളുകളിൽ സ്ഥലമില്ലെന്നു പറയുന്നതിനെ ഗവൺമെന്റ് വകവെക്കുന്നില്ലെന്നും ആ സ്കൂളുകളിൽ അവർക്ക് പ്രോത്സാഹനമായിരിക്കത്തക്കവണ്ണം അവരിൽ ഒരു പെൺകുട്ടിയെയോ ആൺകുട്ടിയെയോ എങ്കിലും പ്രവേശിപ്പിച്ച

വിവരം റിപ്പോർട്ടു ചെയ്യേണ്ടതാണെന്നും നിഷ്കർഷമായ ഉത്തരവുകൾ അങ്ങനെയുള്ള എല്ലാ ഹെഡ്മാസ്റ്റർമാർക്കും ഡിപ്പാർട്ടുമെന്റ് മുഖേന അയയ്ക്കുകയും അങ്ങനെ ചെയ്‌വാൻ അവരെ നിർബ്ബന്ധിക്കുകയും ചെയ്യണം.

എന്റെ മാന്യസ്നേഹിതരായ മറ്റു പ്രതിനിധികൾ ഇപ്പോൾ കുട്ടികളെ ഫീസ് കൂടാതെ പഠിപ്പിക്കുക. പ്രാഥമികവിദ്യാഭ്യാസം നിർബ്ബന്ധിതമാക്കുക മുതലായ വിദ്യാഭ്യാസസംബന്ധമായ ഉൽകൃഷ്ടനയങ്ങളെ സംബന്ധിച്ച് പ്രതിപാദിക്കുന്നവരാണ്. എന്റെ പ്രാർത്ഥന സർക്കാർ പള്ളിക്കൂടങ്ങളിൽ സാധാരണ ഏർപ്പെടുത്തിയിരിക്കുന്ന ഫീസു വാങ്ങിക്കൊണ്ട് കുട്ടികളെ കയറ്റി പഠിപ്പിക്കണമെന്ന് മാത്രമാകുന്നു. ആ സങ്കടങ്ങളുടെ താരതമ്യത്തേയും ഗവൺമെന്റ് ദയാപൂർവ്വം ചിന്തിക്കേണ്ടതാണ്. ക്ഷേത്രസാമീപ്യവും മറ്റുംകൊണ്ട് ഞങ്ങൾക്ക് പ്രവേശനമില്ലെന്ന് വച്ചിരിക്കുന്ന സ്കൂളുകൾ പ്രവേശ്യമായ സ്ഥലങ്ങളിൽ മാറ്റി സ്ഥാപിക്കാമെന്ന് വാഗ്ദാനം ചെയ്തിട്ടും കാലം അധികമായി. ഇതുവരെ ഒന്നും പ്രവർത്തിച്ചു കാണുന്നില്ല. അങ്ങനെയുള്ള സ്ഥലങ്ങളിൽ ഞങ്ങളുടെ കുട്ടികൾക്ക് വിദ്യാഭ്യാസത്തിനു വേറെ മാർഗ്ഗമില്ലാതിരിക്കുന്നത് ഗവൺമെന്റിന് അറിയാം. ഞങ്ങൾ ഇനിയും കാത്തിരിക്കണമെന്ന് പറയുന്നത് നീതിയായിരിക്കയില്ല. അതുകൊണ്ട് ആ സംഗതിയിലും ഗവൺമെന്റ് ദൃഷ്ടിവയ്ക്കുകയും പരിഹാരമുണ്ടാക്കുകയും ചെയ്യണമെന്നും പ്രാർത്ഥിച്ചുകൊള്ളുന്നു.

സംസ്കൃതപാഠശാലയിൽ ഞങ്ങൾക്ക് പ്രവേശനം അനുവദിക്കേണ്ട ആവശ്യകതയെപ്പറ്റി കഴിഞ്ഞ സഭയിൽ ഞാൻ ബോധിപ്പിച്ചതിൽനിന്ന് അധികം ഒന്നും ഇപ്പോൾ പറവാൻ കാണുന്നില്ല. ആ വിദ്യാലയം ഇരിക്കുന്ന സ്ഥലം ഞങ്ങൾക്ക് പ്രവേശമുള്ളതല്ലെന്ന് വാദിക്കുന്നത് വാസ്തവവിരുദ്ധവും ക്ഷുദ്രവുമാണെന്ന് ഇപ്പോഴും ഞാൻ ഉറപ്പായി പറഞ്ഞുകൊള്ളുന്നു. അതു സ്ഥാപിച്ചിരിക്കുന്ന കെട്ടിടം വാടകയ്ക്ക് എത്തിയിട്ടുള്ളതാകയാൽ ആവശ്യമുള്ളപക്ഷം എല്ലാവർക്കും പ്രവേശ്യമായ മറ്റേതെങ്കിലും സ്ഥലത്തേക്ക് അതിനെ മാറ്റി സ്ഥാപിക്കുന്നത് സുകരമാണെന്നുള്ളതും ഞാൻ വീണ്ടും അറിയിച്ചുകൊള്ളുന്നു. കഴിഞ്ഞകൊല്ലത്തെ എന്റെ നിവേദനം കഴിഞ്ഞപ്പോൾ ഈ സംഗതിയെപ്പറ്റി വീണ്ടും നിവേദനം കൊണ്ടുവരേണ്ട ആവശ്യമുണ്ടാകയില്ല എന്ന് എനിക്കു തോന്നിയിരുന്നു. ഗവൺമെന്റിന് ഈ അനീതിയെപ്പറ്റി അത്ര ബോദ്ധ്യമാകത്തക്കവണ്ണം എല്ലാ വാസ്തവവും എല്ലാ ന്യായവും ഞാൻ ബോധിപ്പിച്ചിരുന്നു. സ്കൂൾ വർഷാരംഭത്തിൽ ഞങ്ങളുടെ കുട്ടികളെ ഈ വിദ്യാലയത്തിൽ ചേർക്കുമെന്ന് ഞാൻ ആശിക്കുന്നു. അനേകം സംസ്കൃത വിദ്യാർത്ഥികൾ പ്രവേശനത്തിനായി എന്നെ ഞെരു

ക്കിക്കൊണ്ടിരിക്കുകയും ആ വിവരം ഞാൻ പലതവണ ഗവൺമെന്റിനെ രേഖാമൂലം അറിയിച്ച് മറുപടി അറിവാൻ ആവശ്യപ്പെടുകയും ചെയ്തിട്ടുണ്ടായിരുന്നു. ഒടുവിൽ ഇച്ഛാഭംഗത്തോടുകൂടി പല വിദ്യാർത്ഥികളും പഠിത്തം നിർത്തേണ്ടിവന്നു. ചിലരെ ഞാൻതന്നെ പട്ടാമ്പി മുതലായ സ്ഥലങ്ങളിലേക്ക് അയയ്ക്കുകയും ചെയ്തു. ഈ സംഗതിയെ വീണ്ടും ഞാൻ ഏറ്റവും താഴ്മയായി ഗവൺമെന്റിന്റെ ദയാപൂർവ്വമായ ആലോചനയ്ക്ക് കൊണ്ടുവന്നു കൊള്ളുന്നു. ഞങ്ങൾക്ക് സംസ്കൃതം പഠിക്കേണ്ടത് ആവശ്യമാകുന്നു. ഗവൺമെന്റിൽനിന്ന് പ്രജകളുടെ നിലയിൽ നമ്മെയും കൂടി സംസ്കൃത പാഠശാലയിൽ ചേർത്ത് പഠിപ്പിക്കാൻ കടപ്പെട്ടിരിക്കുന്നു. ഗവൺമെന്റിൽനിന്ന് ദയാപൂർവ്വം ആജ്ഞാപിച്ചാൽ അന്നു കാര്യം സാധിക്കുമെന്നിരിക്കുന്നു. ഇങ്ങനെയൊക്കെയായിരുന്നാലും അതു സാദ്ധ്യമല്ലെന്നു തോന്നുന്ന പക്ഷം ഞങ്ങൾ വർക്കല, ആലുവ മുതലായ സ്ഥലങ്ങളിൽ സ്ഥാപിച്ചു നടത്തിവരുന്ന സംസ്കൃത പാഠശാലയെ ഉയർന്ന നിലയിൽ കൊണ്ടുവരത്തക്കവണ്ണം ഗവൺമെന്റിൽനിന്ന് ഉദാരമായ വിശേഷാൽ ഗ്രാന്റ് അനുവദിച്ചാലും മതി. വിദ്യാഭ്യാസച്ചട്ടത്തിലെ നിർബ്ബന്ധങ്ങൾ അനുസരിച്ചുള്ള ഗ്രാന്റ് ഉദ്ദേശത്തെ സാധിക്കുന്നതായിരിക്കില്ല.

ആയുർവ്വേദപാഠശാലയെപ്പറ്റി ഞാൻ ആവർത്തിച്ചു പറയേണ്ടിവന്നതിൽ വളരെ വ്യസനിക്കുന്നു. അവിടെ ഞങ്ങൾ പ്രവേശിപ്പിക്കുന്നതിനു യാതൊരു തടസ്സവും ഉണ്ടാകാൻ വകയില്ല. പ്രവേശിപ്പിക്കാത്തതു നിർദ്ദയമായ അനീതിയാകുന്നു. ആ കെട്ടിടവും ഗവൺമെന്റ് വാടകയ്ക്കെടുത്തിട്ടുള്ളതാകയാൽ വേണ്ടിവന്നാൽ മാറ്റി സ്ഥാപിപ്പാൻ ഒരു പ്രയാസവുമില്ല. ഇനിയും ആ വിഷയത്തിൽ പ്രജാസഭയിൽ നിവേദനം കൊണ്ടു വരാൻ ഇടയാവുന്നതായാൽ അതു വളരെ ദയനീയമായിരിക്കും. ഒട്ടും താമസിയാതെ ഈ സങ്കടപരിഹാരത്തിൽ ഗവൺമെന്റ് ദയാദൃഷ്ടി പതിക്കുമെന്നും വിശ്വസിച്ചുകൊള്ളുന്നു.

സർക്കാരുദ്യോഗം

സർക്കാർ ഉദ്യോഗസംബന്ധമായി ഈഴവ പ്രതിനിധികൾ എത്ര ഊർജ്ജിതമായി വാദിച്ചിട്ടും ഗവൺമെന്റ് ചിലപ്പോൾ ഉത്തരവു പുറപ്പെടുവിച്ചിട്ടും, ഞങ്ങളുടെ സങ്കടത്തിന് പറയത്തക്ക ഭേദമൊന്നും ഉണ്ടാകുന്നില്ല. കഴിഞ്ഞ സഭയിൽ ഞാൻ ചെയ്ത നിവേദനത്തിനുശേഷം സംഗതികൾക്ക് വളരെ മാറ്റമുണ്ടാകുമെന്ന് ഞാനും എന്റെ വർഗ്ഗക്കാരും ആശിച്ചിരുന്നു. പറയത്തക്കവണ്ണം ഒന്നും ഉണ്ടായില്ലെന്ന് അറിയിക്കേണ്ടി വരുന്നതിൽ വ്യസനിക്കുന്നു. കുറേ ഗുണങ്ങൾ ഈ അടുത്ത കാലത്ത് ഗവൺമെന്റ് ചെയ്യു

ന്നുണ്ടെന്ന് ഞങ്ങൾക്കറിയാം. അതിനു ഞങ്ങൾക്ക് കരുണാനിധിയായ മഹാരാജാവു തിരുമനസ്സിലെ ഗവൺമെന്റിനോട് ഹാർദ്ദമായ കൃതജ്ഞതയുണ്ട്.

കഴിഞ്ഞ കൊല്ലത്തിൽ തിരുവിതാംകൂറിൽ ഉദ്യോഗസംബന്ധമായി വർഷം പ്രതി ലഭിക്കുന്ന ഗുണങ്ങളുടെ താരതമ്യം കാണിപ്പാനായി ബ്രാഹ്മണർ, നായന്മാർ, ക്രിസ്ത്യാനികൾ, ഈഴവർ ഈ നാലു പ്രധാന വർഗ്ഗങ്ങളിൽനിന്ന് കഴിഞ്ഞ അഞ്ചു കൊല്ലങ്ങളിൽ ഉദ്യോഗം ലഭിച്ചിട്ടുള്ളവരുടെ ഒരു കണക്കു തരാൻ ഞാൻ ഗവൺമെന്റിനോട് അപേക്ഷിക്കുകയും ദയ ചെയ്ത് ഗവൺമെന്റിൽ നിന്ന് അതു തരികയും ചെയ്തു. കഴിഞ്ഞകൊല്ലത്തെ എന്റെ നിവേദനത്തിന് എന്നെ ഈ കണക്കു സാരമായി സഹായിച്ചിരുന്നു. ഈ കൊല്ലവും കഴിഞ്ഞ ഒരുകൊല്ലത്തെ നിയമനങ്ങളെ കാണിക്കുന്ന, അതുപോലെ വർഗ്ഗം പ്രതിയുള്ള ഒരു കണക്കു തരാൻ ഞാൻ ഗവൺമെന്റിനോട് കാലേക്കൂട്ടിത്തന്നെ അപേക്ഷിച്ചിരുന്നു. ഈ കൊല്ലം തന്ന കണക്കിൽ ഞങ്ങളുടെ വർഗ്ഗക്കാർക്ക് കഴിഞ്ഞ ഒരു കൊല്ലത്തിൽ കിട്ടിയിട്ടുള്ള ഉദ്യോഗങ്ങളുടെ വിവരം മാത്രമേ അടങ്ങിയിട്ടുള്ളൂ എന്നു കാണുന്നു. മറ്റു വർഗ്ഗക്കാരുടെ വിവരം യാതൊന്നുമില്ല. അതുകൊണ്ട് എല്ലാ വർഗ്ഗക്കാരുടെയും കണക്കു നോക്കിയാൽ നിശ്ചയമായും ന്യായസ്ഥന്മാർക്ക് കേട്ടാൽ നിരക്കാത്ത വലിയ വ്യത്യാസങ്ങൾ ഈ കൊല്ലത്തെ നിയമങ്ങളിൽ ഉണ്ടായിരിക്കണമെന്നാണ് ഞങ്ങൾ അർത്ഥമാക്കുന്നതെന്ന് താഴ്മയായി പ്രസ്താവിച്ചുകൊള്ളുന്നു. വാസ്തവമങ്ങനെയിരിപ്പാനേ വഴിയുള്ളൂ താനും. ഈഴവരുടെ നിയമനത്തിന്റെ കണക്ക് ഞാൻ വായിക്കാം.

കണക്കുകളും വസ്തുതകളും വിവരിക്കുന്ന പട്ടിക വിശദമായി അവതരിപ്പിച്ച ശേഷം അദ്ദേഹം തുടർന്നു.

റവന്യൂ ഡിപ്പാർട്ടുമെന്റിൽ ദേവസ്വം ഉൾപ്പെട്ടിരിക്കുന്നതിനാലാണ് ഈഴവരെ പ്രവേശിപ്പിക്കാത്തതെന്ന് തോന്നുന്നു. എന്നാൽ ദേവസ്വം കാര്യങ്ങളോട് യാതൊരു സംബന്ധവുമില്ലാത്ത എത്രയോ കീഴ്ത്തരം ജീവനങ്ങളുണ്ട്. അധികാരിമാർ, പ്രവർത്തിപ്പിള്ളമാർ, താലൂക്ക് എക്കൗണ്ട് മുതലായ ഉദ്യോഗങ്ങളിൽ ഈഴവരെ എടുക്കുന്നതിന് ഒരു വിരോധവുമില്ലാത്തതാണ്. അധികാരിമാരും പിള്ളമാരുംതന്നെ മുപ്പത്തിമൂന്നു താലൂക്കുള്ള നമ്മുടെ സംസ്ഥാനത്ത് ഒട്ടധികമുണ്ട്.

ഈ വക ഉദ്യോഗങ്ങൾ ഞങ്ങളുടെ ജാതിക്കാർക്ക് ബ്രിട്ടീഷ് ഇന്ത്യയിലും ധാരാളം നല്കിവരുന്നുണ്ട്. അതിൽ ഗവൺമെന്റിന്റെ ദയാദൃഷ്ടിയെ പ്രത്യേകം ക്ഷണിച്ചുകൊള്ളുന്നു.

ഉദ്യോഗം ലഭിക്കുന്നതിനുള്ള സങ്കടങ്ങൾക്കു പുറമേ ഞങ്ങൾക്ക് ഉദ്യോഗം ലഭിച്ചാൽത്തന്നെ പ്രത്യേകമുള്ളതുകൂടി പ്രസ്താവിക്കേണ്ടി വന്നിരിക്കുന്നു. അത് ഈഴവ ഉദ്യോഗസ്ഥന്മാർക്ക് മേലധികാരികളുടെ കീഴിൽ കയറ്റം കിട്ടാൻ പ്രയാസമാണ്. പല ഈഴവരും ഈ സങ്കടത്തിൽപ്പെട്ട് രാജികൊടുത്തുകളവാൻതന്നെ തുനിഞ്ഞിട്ടുള്ളതായും എനിക്കറിവാൻ ഇടയായിട്ടുണ്ട്. അതുകൊണ്ട് ഡിപ്പാർട്ടുമെന്റ് മേലധികാരികൾക്കും ഈഴവരെ ഇപ്പോഴത്തേക്കാൾ അധികമായി ഉദ്യോഗത്തിൽ പ്രവേശിപ്പിക്കുന്നതിനും ഈഴവോദ്യോഗസ്ഥന്മാരുടെ ന്യായമായ കയറ്റത്തിൽ അനുകൂലിക്കുന്നതിനും പ്രത്യേകം ഉത്തരവുകൾ അയച്ച് ഏർപ്പാട് ചെയ്യാറാകണമെന്ന് താഴ്മയായി അപേക്ഷിച്ചുകൊള്ളുന്നു.

(പതിനൊന്നാമതു പ്രജാസഭയിൽ ചെയ്ത പ്രസംഗസംഗ്രഹം *വിവേകോദയം* പുസ്തകം 11, നമ്പർ 11-12 ലക്കങ്ങളിൽ (1090 കുംഭം-മീനം) പ്രസിദ്ധം ചെയ്തത്).

(*കുമാരനാശാന്റെ പ്രജാസഭാപ്രസംഗങ്ങൾ* എന്ന പേരിൽ ശ്രീ. ജി പ്രിയദർശനൻ ഒരു ചെറിയ പുസ്തകം പ്രസിദ്ധം ചെയ്തിട്ടുണ്ട്. തോന്നയ്ക്കൽ ആശാൻ സ്മാരകം വിസ്തരിച്ച ഒരു പതിപ്പുകൂടി പ്രകാശിപ്പിച്ചിരിക്കുന്നു)

ഇതുപോലുള്ള പ്രസംഗങ്ങൾ പലതും സമുദായക്ഷേമം മുൻനിർത്തി കുമാരനാശാൻ പ്രജാസഭയിൽ ചെയ്തിട്ടുണ്ട്. എല്ലായ്പ്പോഴും എതിരഭിപ്രായങ്ങളെ ആദരിക്കാൻ അദ്ദേഹം ശ്രദ്ധിച്ചിട്ടുള്ളതായി കാണാം. സംസ്കാരത്തിന്റെ സീമകൾ വിട്ട് ഒരു വാക്കോ പ്രവൃത്തിയോ അദ്ദേഹത്തിൽനിന്നുണ്ടായിട്ടില്ല. അതേസമയംതന്നെ, പറയേണ്ട കാര്യങ്ങൾ യുക്തിയുടെയും വസ്തുതകളുടെയും പിൻബലത്തോടുകൂടി സമർത്ഥിക്കാൻ ഒരിക്കലും മടിച്ചതുമില്ല.

രാഷ്ട്രീയകാര്യങ്ങളിൽ ആശാൻ ഗവൺമെന്റുപക്ഷക്കാരനായിരുന്നു എന്നു പറഞ്ഞാൽ വലിയ തെറ്റില്ല. ഒരു മിതവാദിയുടെയും യാഥാസ്ഥിതികന്റേയും ചേർന്നുള്ള നിലയാണ് ഇക്കാര്യത്തിൽ ആശാൻ സ്വീകരിച്ചിരിക്കുന്നത്, എന്ന് എൻ കുമാരൻ ആശാന്റെ ഈ വശത്തെക്കുറിച്ച് പ്രസ്താവിച്ചിട്ടുള്ളത് പരമാർത്ഥവുമാണ്. മിതമായ ഈ നിലപാടുമൂലം ആശാനെതിരെ വേണ്ടുവോളം എതിർപ്പുകൾ സ്വന്തം സമുദായത്തിൽനിന്ന് ഉയർന്നുവന്നു. അത് ഏറ്റവും ശക്തിയായി പ്രക്ടമാക്കിയത് ടി കെ മാധവനല്ലാതെ മറ്റാരുമല്ല. വ്യക്തിവിദ്വേഷമായി അത് വ്യാഖ്യാനിച്ചുകൂടാ. കുമാരനാശാനും ടി കെ മാധവനും രണ്ടു പശ്ചാത്തലങ്ങളിൽനിന്നു വന്നവർ. രണ്ടുപ്രകൃതക്കാർ. രണ്ടു വീക്ഷണഗതിയോടുകൂടി പ്രവർത്തനത്തിലേർപ്പെടുന്നവർ. പ്രക്ഷോഭണവും സമരമാർഗ്ഗവും അവലംബിച്ച് അവകാശങ്ങൾ നേടിയെടുക്കണമെന്ന രീതിയാണ് ടി കെ മാധവൻ സ്വീകരിച്ചത്. അദ്ദേഹം തികഞ്ഞ രാഷ്ട്രീയനേതാവായിരുന്നു. കേരളം ദർശിച്ച

ഏറ്റവും വലിയ രാഷ്ട്രീയനേതാക്കളിലൊരാൾ. അന്തർമുഖനും കവിയും ചിന്തകനുമായ കുമാരനാശാന്റെ സൗമ്യമാർഗ്ഗത്തെ എതിർക്കാതിരിക്കാൻ അദ്ദേഹത്തിനു സാദ്ധ്യമല്ല.

എല്ലാ ഹിന്ദുക്കൾക്കും ക്ഷേത്രപ്രവേശനം അനുവദിക്കണമെന്ന പ്രമേയത്തിന് അവതരണാനുമതി നിഷേധിക്കപ്പെട്ട സന്ദർഭത്തിൽ ആശാൻ അവലംബിച്ച മനോഭാവത്തെക്കുറിച്ച് മുമ്പൊരുഭാഗത്ത് നാം പരാമർശിക്കുകയുണ്ടായല്ലോ. ആ പെരുമാറ്റം മൂലം ടി കെ മാധവന്റെ വിമർശനം ഒന്നിനൊന്നു രൂക്ഷമായിക്കൊണ്ടിരുന്നു. ആശാനെ നോമിനേറ്റു ചെയ്തതിനെ മുൻനിർത്തി അദ്ദേഹം സ്വന്തം പത്രമായ *ദേശാഭിമാനി*യിൽ എഴുതിയതു നോക്കൂ:

> ഭാഷാജ്ഞാനമില്ലാത്തവരെ സഭയിൽ മെമ്പറായി നിയമിക്കുന്നതിനു പകരം കഥകളിക്കാരെ നിയമിക്കുന്നതായിരിക്കും നന്ന് എന്നു തോന്നുന്നു. എന്തുകൊണ്ടെന്നാൽ അവർ തങ്ങളുടെ അന്തർഗ്ഗതങ്ങളെ കമലദളം പിടിച്ചും താളത്തിനു തുള്ളിയും മറ്റുള്ളവരേയും ഗവൺമെന്റിനെയും മനസ്സിലാക്കാൻ ശക്തരായിരിക്കും. പറയാനുള്ളതെല്ലാം എഴുതിക്കൊണ്ടുവന്ന് എഴുതിവായനവാഗ്മിയായി കഴിച്ചുകൂട്ടരുതോ എന്നു ചോദിക്കുന്ന കൂട്ടരുണ്ട്. ഈഴവറഗുലേഷനെപ്പോലെ വാദപ്രതിവാദത്തിനിടയുള്ള ഒരു നിയമം സഭയുടെ മുമ്പിൽ വരുമ്പോൾ ഭാഷാജ്ഞാനമില്ലാത്ത ഒരു മെമ്പർ എന്തു ചെയ്യും? ശ്രീമാൻ കുമാരനാശാൻ അദ്ദേഹത്തിന്റെ മെമ്പർസ്ഥനം കരയ്ക്കുപിടിച്ചിട്ട മീനിന്റെ സ്ഥാനം പോലെയുള്ളതാണെന്ന് മനസ്സിലാക്കിക്കഴിഞ്ഞിരിക്കുന്നു. അദ്ദേഹം വല്ലവരും എഴുതിക്കൊടുത്ത് കവാത്തു പരിചയിപ്പിച്ചയയ്ക്കുന്ന കടലാസുകെട്ടു വായിച്ച് മെമ്പറാണെന്നു ഞെളിയുന്നതിന് അശേഷം ആഗ്രഹമുള്ള ആളല്ല.

ഇത്തരം വിമർശനങ്ങൾക്ക് മറുപടി പറയാൻ ആശാൻ ഒരിക്കലും മുതിർന്നില്ല. അതേപ്പറ്റി സുഹൃത്തുക്കളോട് അദ്ദേഹം പറഞ്ഞത് ഇത്രമാത്രം.

"എന്റെ കൈയിൽനിന്നും വായിക്കാനായി എടുത്തുകൊണ്ടുപോയ ഇംഗ്ലീഷ് പുസ്തകങ്ങൾ തിരിച്ചു തന്നതിനുശേഷമെങ്കിലും മതിയായിരുന്നു ഇതെഴുതാൻ."

പിന്നീട് ടി കെ മാധവൻ അടക്കമുള്ള തീവ്രവാദികളുടെ വാദഗതികൾ മനസ്സിൽ വച്ചുകൊണ്ട് ആശാൻ, തന്റെ പത്രാധിപത്യത്തിൽ നടന്ന *പ്രതിഭ* മാസികയിൽ ശക്തിയോടെ ഇപ്രകാരം എഴുതി.

> ഞാൻ കഴിഞ്ഞ പത്തു പതിനെട്ടു കൊല്ലമായി സമുദായത്തിനുവേണ്ടി ചില ചില്ലറ ഗുണങ്ങൾ യഥാശക്തി ചെയ്യുവാൻ ശ്രമിക്കുന്നുണ്ട്. എന്നാൽ ഇന്നുവരെ പല യോഗ്യന്മാരടങ്ങിയ ഒരു വലിയ

സമുദായത്തിന്റെ ഒരംഗമെന്നല്ലാതെ അതിലെ ഒരു നേതാവാണെന്ന് സ്വപ്നത്തിൽപ്പോലും അഭിമാനിച്ചിട്ടില്ല. അങ്ങനെയൊരു പിച്ച് തലയിൽക്കയറി അസ്വസ്ഥനായി ഞാൻ ഓടി നടക്കാറുമില്ല. തിരുവിതാംകൂർ നിയമനിർമ്മാണസഭയിൽ എന്നെ ഒരു പ്രതിനിധിയായി നിയമിച്ചിരിക്കുന്നത് ശരി തന്നെ. എന്നാൽ ആ രാജ്യകാര്യസഭയിലും സമുദായത്തിന്റെ നന്മയെ സംബന്ധിച്ചിടത്തോളം എന്റെ യോഗ്യതയനുസരിച്ച് കഴിയുന്നതു ചെയ്യുമെന്നല്ലാതെ അപാരമായ നിയമജ്ഞാനവും തന്ത്രപാണ്ഡിത്യവുമുള്ള യോഗ്യന്മാരിൽനിന്ന് പ്രതീക്ഷിക്കാവുന്ന വലിയ ഗുണങ്ങളൊന്നും എന്നിൽനിന്നാശിക്കരുത്. സമുദായത്തിനു ദോഷകരങ്ങളായ വലിയ പ്രമാദങ്ങളൊന്നും വന്നുപോവാതിരിക്കാൻ ഞാൻ ശ്രദ്ധിക്കുന്നതാണ്. അതിനായി യഥാർത്ഥ രാജ്യസ്നേഹികൾ പ്രാർത്ഥിക്കുമെന്ന് ഞാൻ വിശ്വസിക്കുന്നു.

രാജ്യതന്ത്രവിജ്ഞാനപാരംഗതനായ നമ്മുടെ 'സമുദായസ്നേഹി' (സമുദായസ്നേഹി എന്ന തൂലികാനാമത്തിലാണ് ടി കെ മാധവൻ തന്റെ വിമർശനങ്ങൾ തൊടുത്തത്) ഒരബദ്ധം ചെയ്യുന്നതു കൂടി ഈയവസരത്തിൽ പറയാതിരിപ്പാൻ തരമില്ല. മഹാനായ അദ്ദേഹം ഈ തിരുവിതാംകൂറിന്റെ വിശേഷിച്ച് ഈഴവസമുദായത്തിന്റെ എന്നുതന്നെയല്ല ഒരു പ്രതിവാദമലയാളപത്രമന്ദിരത്തിന്റെ ഇടുങ്ങിയ പരിധിയിൽക്കിടന്ന് ഈവക പൊട്ടവ്യാഖ്യാനങ്ങളും 'ഉരുട്ടുപിരട്ടും' കൊണ്ട് കാലം കഴിക്കുന്നതു കഷ്ടമാണ്. അദ്ദേഹത്തിന്റെ അമേയവും ജാജ്വല്യമാനവുമായ രാജ്യകാര്യവിജ്ഞാനകിരണധോരണികൾ ലോകത്തിനു നഷ്ടപ്പെട്ടുപോകുന്നു! ഇന്ത്യയിൽത്തന്നെ പുതിയ ഭരണവ്യവസ്ഥയനുസരിച്ച് സാമ്രാജ്യഭരണസഭയിലും പ്രാദേശികസഭകളിലും അംഗങ്ങളായും മന്ത്രിമാരായും പല യോഗ്യന്മാരെയും ആവശ്യമുണ്ട്. അങ്ങോട്ടെങ്ങാനും കടന്നു ചെന്ന് ആ ഉന്നതസ്ഥാനങ്ങളിൽ ഏതെങ്കിലുമൊന്നിനെ അലങ്കരിപ്പാൻ ഈ മഹാനുഭാവൻ ശ്രമിച്ചെങ്കിൽ എത്ര നന്നായിരുന്നു! വേണ്ടാ! അങ്ങോട്ടുപോവേണ്ട ആവശ്യമില്ല. ഇങ്ങോട്ടുതന്നെ യഥാകാലം ക്ഷണങ്ങൾ വരാതിരിക്കില്ല. പുഷ്പം വണ്ടുകളെ അന്വേഷിച്ചുപോകണ്ട. അതു പരിമളം ചൊരിയുന്ന ദിക്കിൽ അവറ്റ സ്വതേതന്നെ, എത്ര ദൂരത്തിലായാലും, അറിഞ്ഞു വന്നെത്തിക്കൊള്ളും. തയ്യാറായിരുന്നാൽ മതി.

വായനക്കാരേ എന്റെ പേനയെ സാധാരണ ഞാൻ ഇത്ര കഠിനമായ വിധത്തിൽ ഉപയോഗിക്കാറില്ല. മനഃസാക്ഷിയുടെ അനിവാര്യമായ ശാസനത്തെയും സത്യമായ സദുദ്ദേശത്തെയും സർവ്വോപരി സമുദായസ്നേഹത്തെയും മാത്രം മുൻനിർത്തി ഇങ്ങനെ എഴുതേണ്ടിവന്നതാകുന്നു. പരുഷമായിപ്പോയെങ്കിൽ ക്ഷമിപ്പാനപേക്ഷ.

തന്റെ മിതവാദപരമായ നിലപാട് സാധൂകരിക്കാൻ ആശാൻ ഇവിടെയും ശ്രമിക്കുന്നതു കാണാം.

ഉദ്യോഗത്തിൽ ആനുപാതികക്രമത്തിൽ സാമുദായിക സംവരണം ഏർപ്പെടുത്തണമെന്ന് ആശാൻ പ്രസംഗിക്കുകയും എഴുതുകയും ചെയ്തിട്ടുണ്ട് എന്നത് വാസ്തവം. എങ്കിലും സമുദായശ്രേയസ്സിനുള്ള പ്രധാന മാർഗ്ഗം ഉദ്യോഗസംവരണമാണെന്ന് അദ്ദേഹത്തിന് അഭിപ്രായമുണ്ടായിരുന്നില്ല. അതേപ്പറ്റി ആശാൻ കുറിച്ചിട്ടുള്ളത് ഇപ്രകാരമാണ്:

> സമുദായത്തിന്റെ ശ്രേയസ്സ് അതിലെ അംഗങ്ങളുടെ ഗവൺമെന്റ് ഉദ്യോഗത്തെയാണ് ആശ്രയിച്ചിരിക്കുന്നതെന്ന് ഞങ്ങൾക്ക് അശേഷം അഭിപ്രായമില്ല. നേരെമറിച്ച് യോഗ്യത സമ്പാദിച്ച ഒരുവൻ ഉദ്യോഗത്തിൽ പ്രവേശിക്കുമ്പോൾ അത്ര യോഗ്യനായ ഒരാൾ കൈവിട്ടുപോകുന്നല്ലോ എന്നു വ്യസനിക്കുകയാണ് ഞങ്ങൾ പരമാർത്ഥത്തിൽ. 'ഉദ്യോഗസ്ഥന്മാർ' ഗവൺമെന്റുകൂലിപ്പണിക്കാരാണെന്നും ആ അടിമത്തത്തിൽനിന്നും ഞങ്ങൾക്ക് ജീവിതാവധി രക്ഷയില്ലെന്നും ഞങ്ങൾക്കറിയാം. 'മഹാശക്തി'കൾ എല്ലാം ഈ നിലയെ പ്രാപിച്ചത് വ്യവസായാഭിവൃദ്ധിയെ അടിസ്ഥാനമാക്കിയാണ്. ജപ്പാന് അല്പകാലത്തിനുള്ളിൽ ഉണ്ടായിക്കാണുന്ന ലോകവിസ്മയജനകമായ ശക്തിയും ഔന്നത്യവും തന്നെ അധികം ആശ്രയിച്ചിരിക്കുന്നത് ആ നാട്ടിലെ വ്യവസായാഭിവൃദ്ധിയെയാണല്ലോ. കാക്കിയുടുപ്പും ചുവന്നതൊപ്പിയും ധരിച്ച് നൂറുരൂപയ്ക്ക് അടിമകളായി ഞെളിഞ്ഞു ജീവിക്കുന്ന അങ്ങത്തമാരേക്കാൾ രാവിലെ കൂന്താലിയും തോളിൽ വച്ച് കാടുകയറിക്കിളച്ച് ഭൂമിയെയും ഭവനങ്ങളെയും ഉണ്ടാക്കി ലോകത്തെ സൃഷ്ടിക്കുന്ന കൃഷിക്കാരായ ചെറിയ പിതാമഹന്മാരെയാണ് നമ്മൾ ഭക്തിപൂർവ്വം ബഹുമാനിക്കേണ്ടത്... വ്യവസായവും ന്യായമായ ധനസമ്പാദനവും സന്മാർഗ്ഗനിഷ്ഠയെയും മോക്ഷപ്രാപ്തിയെയും പോലെതന്നെ മനുഷ്യജീവിതത്തിന്റെ പുരുഷാർത്ഥങ്ങളാണെന്നുള്ള ബോധം എല്ലാവർക്കും എപ്പോഴും ഉണ്ടായിരിക്കേണ്ടതാണ്... വ്യവസായംകൊണ്ട് നാം ധനം സമ്പാദിക്കുക. അപ്പോൾ വിദ്യ പ്രയാസം കൂടാതെ വരും. വിദ്യയും ധനവും ഉണ്ടായാൽ ഒരു സമുദായത്തിന് ആശിക്കേണ്ടതെല്ലാം വന്നു.

എതിർപ്പുകളുണ്ടായെങ്കിലും പ്രജാസഭയിലെ അംഗമെന്ന നിലയിൽ കുമാരനാശാൻ തന്റെ ചുമതലകൾ ഭംഗിയായി നിർവ്വഹിച്ചു എന്ന കാര്യം സമുദായംഗങ്ങൾ പൊതുവിൽ അംഗീകരിച്ചുപോന്നു. ആവേശമല്ല, ആത്മസംയമനമാണ് ഒരു സാമാജികന് ആവശ്യമെന്ന് അദ്ദേഹം വെളിപ്പെടുത്തി. സമുദായത്തിന്റെ പല ആവശ്യങ്ങളും പടിപടിയായി നേടിയെടുക്കുന്നതിന് അദ്ദേഹത്തിന്റെ പ്രജാസഭാ പ്രവർത്തനം സഹായകരമായിത്തീർന്നു.

കാര്യശേഷി കാട്ടിയ ജനറൽ സെക്രട്ടറി

ജനറൽ സെക്രട്ടറി എന്ന നിലയ്ക്ക് കുമാരനാശാൻ എത്രമാത്രം ക്ലേശം സഹിച്ച് പ്രവർത്തിക്കേണ്ടതായി വന്നുവെന്ന് മുമ്പ് വിവരിക്കുകയുണ്ടായി. അതിൽ അദ്ദേഹത്തെപ്പോലുള്ള ഒരാൾക്ക് എത്രത്തോളം സംതൃപ്തി ലഭിച്ചു എന്നത് ഊഹിക്കുക സാദ്ധ്യമല്ല. നിത്യതയുടെ പശ്ചാത്തലത്തിൽ ജീവിതത്തിന്റെ അർത്ഥത്തെക്കുറിച്ച് വേദനയോടെ ചിന്തിക്കുന്ന ഒരു മനസ്സായിരുന്നു അദ്ദേഹത്തിന്റേത്. താല്ക്കാലിക ഫലങ്ങളിൽ മാത്രം ആ മനസ്സ് ഉറച്ചു നില്ക്കുക സാദ്ധ്യമല്ല. ചക്രവാളത്തിനപ്പുറമുള്ള ഒരു ആദർശലോകത്തിലേക്ക് എത്രത്തോളം നീങ്ങാൻ കഴിയുന്നു എന്നതിനെ ആധാരമാക്കി മാത്രമേ അദ്ദേഹത്തിന് തന്റെ പ്രവർത്തനങ്ങളെ വിലയിരുത്താൻ കഴിയുമായിരുന്നുള്ളൂ. അതുമൂലം ഒട്ടുമിക്കപ്പോഴും കുമാരനാശാൻ അസംതൃപ്തനായിരുന്നു. എന്നാൽ ആ വികാരം ഒരിക്കലും അതിരുകടന്നിരുന്നില്ല. ഒരു കർക്കശമായ ആത്മശിക്ഷണത്തിനു വിധേയമായ ആ വ്യക്തിത്വം സ്വന്തം മനസ്സിന്റെ സമനില ദീക്ഷിക്കുന്നതിൽ വിജയിച്ചുപോന്നു. തന്റെ കവിത്വത്തിന് സാഫല്യം ലഭിക്കാത്ത സാഹചര്യവും സെക്രട്ടറിസ്ഥാനം മൂലം ആ ജീവിതത്തിലുണ്ടായി. എന്നിട്ടും വിരസമായ ഔദ്യോഗികകൃത്യങ്ങൾ അദ്ദേഹത്തെ മടുപ്പിക്കാതിരുന്നത് ശക്തമായ ഒരു ആന്തരജീവിതം എപ്പോഴും പുലർത്താൻ കഴിഞ്ഞതുമൂലമാണ്. കണക്കും റിപ്പോർട്ടും എഴുതുക. കത്തിടപാടുകൾ നടത്തുക, യാത്ര ചെയ്യുക. പ്രസംഗിക്കുക. കൂടിയാലോചനകളിൽ ഏർപ്പെടുക. സമയം മുഴുവൻ, മുമ്പു പ്രസ്താവിച്ചതുപോലെ, ഇങ്ങനെ പൊയ്ക്കൊണ്ടിരുന്നു. അതിലെല്ലാം വ്യാപൃതനായിരിക്കെ അദ്ദേഹത്തിലെ ഒരംശം കവിയുടെ അംശം അവയുമായി ബന്ധപ്പെടാതെ അനന്തവിഹായസ്സിൽ ഉയർന്നു പറന്നുകൊണ്ടിരിക്കയും ചെയ്തു. അവാച്യഭാവങ്ങൾ പലതും നിശ്ചിതരൂപം

പ്രാപിക്കാതെ അലസമേഘങ്ങൾപോലെ ആ മനസ്സിൽ നിന്ന് രൂപംകൊള്ളുകയും അപ്രത്യക്ഷമാവുകയും ചെയ്തുകൊണ്ടിരുന്നു. അതേക്കുറിച്ച് അദ്ദേഹം ഒന്നുംതന്നെ പ്രസ്താവിച്ചിട്ടില്ല. തന്റെ അതിനിഗൂഢമായ ആ ജീവിതം ബാഹ്യജീവിതത്തിന്റെ ബഹളങ്ങളുമായി ബന്ധപ്പെടാതെ സൂക്ഷിക്കാൻ അദ്ദേഹത്തിനു കഴിഞ്ഞിരുന്നു. അതുകൊണ്ടാണ് അന്തരാത്മാവിൽ സർഗ്ഗാത്മകചൈതന്യം ഉണരുന്ന മുഹൂർത്തങ്ങളിൽ അദ്ദേഹത്തിനു കാവ്യരചനയിൽ എകാഗ്രചിത്തനാകാൻ സാധിച്ചത്. ആ ശരീരവും ബുദ്ധിയും സ്വകർത്തവ്യങ്ങളിൽ കാര്യക്ഷമതയോടെ വ്യാപരിക്കുന്നതിൽ ഉത്സാഹം കാട്ടുകയും ചെയ്തു.

യോഗത്തിന്റെ രണ്ടാം വാർഷികത്തിൽ കുമാരനാശാൻ അവതരിപ്പിച്ച റിപ്പോർട്ടിലെ ചില ഭാഗങ്ങൾ താഴെ ചേർക്കുന്നു.

വിവേകോദയം

'നിബന്ധനയിലെ പത്തൊമ്പതാമതു വകുപ്പനുസരിച്ച് *വിവേകോദയം* എന്ന നാമത്തിൽ യോഗം വകയായി കഴിഞ്ഞ മേടം 31 നോടുകൂടി വക്കീൽ മിസ്റ്റർ എം ഗോവിന്ദൻ ബി എ, ബി എൽ ന്റെ പത്രാധിപത്യത്തിൽ നമ്മുടെ ദ്വിമാസാന്തപുസ്തകം ആരംഭിക്കുകയും അതിന്റെ മാനോജരായി പി മാധവൻവൈദ്യരവർകളെ മാനേജിങ് കമ്മിറ്റി നിശ്ചയപ്രകാരം നിയമിക്കുകയും ചെയ്തു. *വിവേകോദയ*ത്തിന് ആദ്യം 600 ഉം അടുത്ത തവണകളിൽ 500 ഉം ഇപ്പോൾ 1000 വും പ്രതികൾ പതിക്കുകയും അശേഷം ചിലവാകുകയും ചെയ്തു കാണുന്നു. 600 ൽപ്പരം യോഗാംഗങ്ങളും മുന്നൂറോളം വരിക്കാരും ഇപ്പോൾ അതിന് വായനക്കാരായും തീർന്നിട്ടുണ്ട്. ആചാരപരിഷ്കരണവിഷയത്തിലും മറ്റും *വിവേകോദയം* നമുക്ക് സ്തുത്യർഹമായ ഒരു ഉപകരണമായിത്തീർന്നിട്ടുണ്ട്. നമ്മുടെ വിദ്യാഭ്യാസസംബന്ധമായ അഭിവൃദ്ധിക്കും തത്സംബന്ധമായ ഉൽക്കർഷത്തിലും യോഗത്തിന്റെ പല പ്രകാരേണയുള്ള ഉദ്ദേശങ്ങളിലും അതു നല്ലവണ്ണം പ്രവർത്തിക്കുന്നുണ്ട്. ഇതിനെ യോഗാംഗങ്ങൾക്ക് 8 അണയും അല്ലാത്തവർക്ക് ഒരു ഉറുപ്പികയും മാത്രം വിലയ്ക്ക് കൊടുത്തുവരുന്നതു അതിന്റെ പ്രചാരണത്തേയും അതുനിമിത്തം നമ്മുടെ ഉദ്ദേശ്യസാദ്ധ്യത്തിനുണ്ടാകുന്ന ലാഘവത്തേയും മാത്രം വിചാരിച്ചാണെങ്കിലും അതു യോഗത്തിനു നഷ്ടമായി വരില്ലെന്നു മാത്രമല്ല ക്രമമായ വരിപിരിക്കയും വായനക്കാരെ അവകാശപ്പെടുത്തുകയും ചെയ്താൽ ആദായകരമായും തീരുന്നതാകുന്നു.

നിയമങ്ങൾ

പൊതുയോഗനിശ്ചയം അനുസരിച്ച് മെസ്സേഴ്സ് എം ഗോവിന്ദൻ

ബി എ; ബി എൽ, സി കൃഷ്ണൻ ബി എ; ബി എൽ ഇവരെ നിയമോപദേഷ്ടാക്കളായിരിപ്പാൻ സമ്മതം ചോദിക്കുകയും സമ്മതാനുസാരം ആ സ്ഥലങ്ങളിൽ നിയമിക്കുകയും ചെയ്തു. എന്നാൽ യോഗം ആഫീസ് ഖജാൻജിസ്ഥാനത്തിന് മെസ്സേഴ്സ് എം കൃഷ്ണൻ കുത്തകക്കാരൻ ഗോവിന്ദൻ കണ്ടക്ടർ ഇവർ തങ്ങൾ ആ സ്ഥാനത്തെ വഹിക്കുന്നതിന് സൗകര്യമില്ല എന്ന് യോഗത്തിലേക്ക് മറുപടി അയച്ചു തന്നതനുസരിച്ച് ആ വിഷയത്തിൽ ഇതുവരെ തൃപ്തികരമായ ഏർപ്പാട് ഉണ്ടായിട്ടില്ലെന്ന് പറയേണ്ടിവന്നതിൽ വ്യസനിക്കുകയും ഏറ്റവും പ്രധാനമായ ഈ വിഷയത്തിൽ യോഗത്തിന്റെ ഗാഢമായ ശ്രദ്ധയെ ക്ഷണിച്ചുകൊള്ളുകയും ചെയ്യുന്നു.

സ്കോളർഷിപ്പ്

കെ എൻ കൊച്ചുകൃഷ്ണൻ, എൻ കുഞ്ഞുകൃഷ്ണൻ എന്നു രണ്ടു വിദ്യാർത്ഥികൾ അവർക്കു യോഗത്തിൽനിന്ന് വിദ്യാഭ്യാസത്തിനു സഹായധനം കിട്ടണമെന്ന് അപേക്ഷിക്കുകയും അതിന്മേൽ മാനേജിങ് കമ്മിറ്റിയുടെ പല പ്രകാരേണയുള്ള അഭിപ്രായങ്ങളെ താരതമ്യപ്പെടുത്തി തല്ക്കാലം എൻ കുഞ്ഞുകൃഷ്ണൻ എന്ന ഇംഗ്ലീഷ് അഞ്ചാംഫോറം വിദ്യാർത്ഥിക്കു കഴിഞ്ഞ ജൂൺ 1 മുതൽ ഫീസ് കൊടുത്തു തുടങ്ങുകയും ഡിസംബർ അവസാനംവരെ കൊടുക്കുകയും ചെയ്തു.

വ്യവഹാരം

ഇതിനിടയിൽ അരുവിപ്പുറം മഠം വക ധർമ്മസ്വത്തിനെ സംബന്ധിച്ച് നാഗർകോവിൽ ഡിസ്ട്രിക്ട് കോർട്ടിൽ തന്നെ വ്യവഹാരത്തിൽ സ്വാമിയെ പ്രതികൾ സാക്ഷിയായി വിളിച്ചതനുസരിച്ച് ഹാജരാകാൻ കഴിയാത്തതിനാൽ കേസ് ദോഷമായി ചെലവു സഹിതം തള്ളി വിധിച്ചു. ആ വിവരം എല്ലാ മാനേജിങ് കമ്മറ്റി മെമ്പർമാരെയും തെര്യപ്പെടുത്തുകയും അതിന്റെ മേൽനടത്തിപ്പിനെ സംബന്ധിച്ച് അവരുടെ അഭിപ്രായങ്ങളെ ചോദിക്കുകയും ചെയ്തു. അധികംപേരും മറുപടി അയച്ചതായി കാണുന്നില്ല.
കോർട്ടുകളിൽ ഹാജരാകുന്നതിൽനിന്നും സ്വാമി അവർകളെ വിടുതൽ ചെയ്തു കിട്ടുന്നതിനായി യോഗത്തിന്റെ പ്രേരണയിൽ ഗവൺമെന്റിലേക്ക് ഹർജി അയയ്ക്കുകയും അതിനു അനുകൂലമല്ലാത്ത വിധത്തിൽ ആദ്യമുണ്ടായ തീരുമാനത്തിന്മേൽ യോഗാംഗങ്ങൾ ചേർന്ന് ആ തീരുമാനത്തെ പുനർവിചാരണ ചെയ്വാൻ ഗവൺമെന്റിൽ അപേക്ഷിക്കുകയും ഒടുവിൽ കോർട്ടിൽ ഹാജരാവുന്നതിൽനിന്നും സ്വാമി അവർകളെ വിടുതൽ ചെയ്തിരിക്കുന്നതായി കഴിഞ്ഞ നവംബർ 22 ന് ഉത്തരവു കിട്ടുകയും ചെയ്തു.

ആ ഉചിതമായ പ്രവൃത്തിയെക്കുറിച്ച് പ്രജാവത്സലനായ പൊന്നു തമ്പുരാൻ തിരുമനസ്സോടും യോഗ്യനായ ദിവാൻജി അവർകളോടും നാം എപ്പോഴും കൃതാജ്ഞരായിരിക്കേണ്ടതാകുന്നു. യോഗത്തിന് അതുനിമിത്തം ഉണ്ടാകുന്ന ഗുണം സമുദായത്തിനു സാമാന്യേന ഉണ്ടായിരിക്കാവുന്ന ബഹുമാനത്തേയും സന്തോഷത്തേയുംകാൾ അധികം വലുതായിട്ടുള്ളതാകുന്നു. ഇനി തിരുവിതാംകൂറിലെ നീതി ന്യായക്കോടതികളിൽ സ്വാമിയെ മുൻനിർത്തി വേണ്ടി വരുന്ന വ്യവ ഹാരങ്ങളിൽ ന്യായമായി നാം ഭയപ്പെടാൻ യാതൊന്നുമില്ലെന്ന് കാണുന്നതു യോഗകാര്യങ്ങളിൽ അധികം പ്രതിപത്തിയുള്ളവർക്കു ഒരു പരമാശ്വാസമാണെന്നു പറയേണ്ടതില്ലല്ലോ. ധനസ്ഥിതി തീരെ അപര്യാപ്തമാകയാൽ വിദ്യാഭ്യാസസംബന്ധമായി സ്വയമേവ യോഗത്തിനു പറയത്തക്ക ഒരു ഗുണവും ഇതുവരെ ചെയ്യാൻ സാധി ച്ചിട്ടില്ല ഒരു ഏഴാംഫോറം ഇംഗ്ലീഷ് വിദ്യാർത്ഥിക്ക് സ്കോളർഷിപ്പ് കൊടുക്കുകയും ഒരു സംസ്കൃതപാഠശാല നടത്തുകയും ചെയ്യു ന്നുണ്ട്. അത്തരം പ്രവൃത്തികളിൽ യോഗത്തിനുള്ള അഭിനിവേ ശത്തെ സൂചിപ്പിക്കുന്ന സൂചനകൾ മാത്രമാണിവ എന്നു നാം തല്ക്കാലം തൃപ്തിപ്പെടേണ്ടതാകുന്നു.

ഈ വത്സരത്തിൽ യോഗത്തിനു അധികം ദ്രവ്യവ്യയം ഉണ്ടായിരി ക്കുന്നതു *വിവേകോദയ*ത്തിന്റെ നടത്തിപ്പിൽ ആകുന്നു. അതു യോഗാഭിവൃദ്ധിക്കു അവശ്യം വേണ്ടതാകയാലും മിക്കവാറും വരി സംഖ്യ പിരിഞ്ഞു വരുന്നതുകൊണ്ട് മുതൽ ഈടാകുമെന്നുള്ളതി നാലും ആക്ഷേപാർഹമായിരിക്കുമെന്ന് അശേഷം വിചാരിപ്പാൻ വകയില്ല.

യോഗത്തിന്റെ അഭിവൃദ്ധി

യോഗത്തിന്റെ അഭിവൃദ്ധി ഒന്നാമതു ധനത്തെയും രണ്ടാമത് അംഗ ങ്ങളുടെ ആധിക്യം, ഐകമത്യം ഇവയേയുമാണ് ആശ്രയിച്ചിരി ക്കുന്നത്. അതുകൊണ്ട് നമുക്ക് അതിനെപ്പറ്റി ആലോചിക്കാം. ഇന്നു വരെ യോഗത്തിൽ 621 പേർ അംഗങ്ങളായി ചേർന്നിട്ടുണ്ട്. ഇതിൽ 440 പേർ 25 ബ്രിട്ടീഷ് രൂപാ പ്രകാരമുള്ള 750 ഓഹരിയെ എടുത്തി രിക്കുന്നു. അത് യോഗത്തിന്റെ 18750 ഉറുപ്പിക മുതൽ വരുന്നതുമാ കുന്നു. ശേഷം ഇന്നു വരെയുള്ള 179 പേർ 336 അംശങ്ങൾ എടു ത്തിട്ടുള്ളതും അതു മേൽപ്രകാരം യോഗം വകയ്ക്ക് 8400 ഉറുപ്പിക മുതൽ കൂട്ടുന്നതുമാകുന്നു. ആകപ്പാടെ യോഗാംഗങ്ങൾ ഇന്നുവരെ 681. ആകെ ആ വകയിൽ യോഗം വകയ്ക്ക് വരാവുന്ന ധനം ഉറു പ്പിക 27150 ആകുന്നു. ഇതിൽ അംഗങ്ങളുടെ കൂടുതൽ കുറവുക ളെയും ഓഹരിയുടെ ന്യൂനാധികഭാവത്തെയും ദേശഭേദത്തെ അനു സരിച്ച് അറിയുന്നതും ആവശ്യമാണല്ലോ.

താലൂക്ക്	അംഗങ്ങളുടെ സംഖ്യ	ഓഹരി
നെയ്യാറ്റിൻകര	144	200
തിരുവനന്തപുരം	83	160
ചിറയിൻകീഴ്	76	126
കൊല്ലം	107	168
കരുനാഗപ്പള്ളി	85	164

തിരുവിതാംകൂറിലെ മറ്റു താലൂക്കുകളിലും കൊച്ചിയിലും ബ്രിട്ടീഷ് മലബാറിലും അംഗങ്ങൾ പലരുമുണ്ടെങ്കിലും അതിൽ മേൽപ്പറഞ്ഞ താലൂക്കുകളിലെപ്പോലെ സംഖ്യ ഇല്ലാത്തതിനാലും ഇനിയും ആ സ്ഥലങ്ങളിൽ അധികംപേർ ചേരേണ്ടതായിത്തന്നെ ഇരിക്കുന്നതിനാലും അവയെ ഇവിടെ താരതമ്യവിചാരം ചെയ്‌വാൻ വിചാരിക്കുന്നില്ല.

മേൽപ്പറഞ്ഞ താലൂക്കുകളിൽ സംഖ്യകൊണ്ട് നെയ്യാറ്റിൻകര ഒന്നാമതും, കൊല്ലം രണ്ടാമതും കരുനാഗപ്പള്ളി മൂന്നാമതും തിരുവനന്തപുരം നാലാമതും ചിറയിൻകീഴ് അഞ്ചാമതും ആകുന്നു. ഈ താരതമ്യത്തെ അനുസരിച്ചുതന്നെയാണ് അതാതു താലൂക്ക് നിവാസികൾക്ക് യോഗത്തോടുള്ള മമതയും അവകാശവും ഇരിക്കുന്നത്. കർത്തികപ്പള്ളി, മാവേലിക്കര മുതലായ താലൂക്കുകളിൽ ഇതുവരെ നാം അധികം പ്രവേശിച്ചിട്ടില്ലെങ്കിലും കാർത്തികപ്പള്ളിക്കാർക്ക് 20 ഓഹരിയുള്ള ഒരാൾ യോഗത്തിലുണ്ടെന്നുള്ള ബഹുമാനത്തിന് മാന്യമായ ആലുംമൂട്ടിൽ കൊച്ചുകുഞ്ഞുചാന്നാർ അവർകൾ ഉള്ളതുകൊണ്ട് വകയുണ്ട്. അനേകം യോഗാംഗങ്ങൾ ആ പ്രദേശങ്ങളിൽ ചേരുമെന്നുള്ളതുമാണ്.

ഇന്നത്തെ ധൃതഗതിയിൽ വൃത്തിയായി ഒരു റിപ്പോർട്ട് തയ്യാറാക്കാൻ എനിക്കു സാധിക്കാത്തതിൽ ഞാൻ നിർവ്യാജമായി വ്യസനിക്കുന്നു.

പ്രദർശനത്തെയും സാഹിത്യപരീക്ഷയെയും അതുകൊണ്ട് നമ്മുടെ യോഗത്തിനും സമുദായത്തിനും ഉണ്ടാകുന്ന ഉൽക്കർഷത്തെയുംപറ്റി ഈ സന്ദർഭത്തിൽ ഞാൻ എന്തെങ്കിലും നിങ്ങളെ ധരിപ്പിക്കേണ്ടതുണ്ടെന്ന് എനിക്കു തോന്നുന്നില്ല.

ഈ സന്ദർഭത്തിൽ പ്രത്യേകം യോഗത്തിന്റെ അഭിവൃദ്ധിക്കായി ശ്രമിക്കുന്നതിനുവേണ്ടവണ്ണം ആളുകൾ മാത്രം ഉണ്ടായാൽ യോഗം ഏറ്റവും തൃപ്തികരമായ ഒരു സ്ഥാനത്തെ കാലതാമസമെന്നിയെ പ്രാപിക്കുന്നതാണെന്നും അതിനുവേണ്ട ഏർപ്പാടുകൾ ഉടനടി ചെയ്യുന്നതിനു യോഗം തീർച്ചയാക്കേണ്ടതാണെന്നും അറിയിച്ചുകൊള്ളുന്നു. യോഗനിബന്ധനകളിൽ ആവശ്യമാണെങ്കിൽ വല്ല ഭേദഗതികളും ചെയ്യുന്നതിനും വേണ്ട ഉദ്യോഗസ്ഥന്മാരെ തെരഞ്ഞെടുക്കുന്നതിനും മറ്റും ഇക്കുറി നാം വളരെ ശ്രദ്ധവയ്ക്കേണ്ടതും അതിനു സമയം ലഭിക്കേണ്ടതുമാകയാൽ ഈ ആണ്ടത്തെ പ്രധാന

> വരവുചെലവുകളുടെ ബാക്കിപത്രം അടിയിൽ ചേർത്തുകൊണ്ട് തല്ക്കാലം ഞാൻ വിരമിക്കുന്നു. (*വിവേകോദയം* 1905)

1905 ൽ യോഗം ജനറൽ സെക്രട്ടറി എന്ന നിലയിൽ കുമാരനാശാൻ 'ശ്രീ നാ. ധ. പ യോഗം' ഏജന്റന്മാർ അറിയുന്നതിന് ഇപ്രകാരം ഒരു നോട്ടീസ് പ്രകാശിപ്പിച്ചു.

> പലതവണയും പ്രസ്താവിച്ചിട്ടും ഏജന്റന്മാർ അവരുടെ പ്രവൃത്തിയിൽ യാതൊന്നും ശ്രദ്ധിച്ചു കാണുന്നില്ല. അടുത്ത പൊതുയോഗം ആസന്നമായിരിക്കുകയാകുന്നു. അധികം അംഗങ്ങളെ ചേർക്കുന്ന, അംഗങ്ങളുടെ കുടിശ്ശിക മുതലായവ അയപ്പിക്കുക, യോഗത്തിന്റെ പ്രവൃത്തികളിൽ ജനങ്ങൾക്ക് അധികം പ്രതിപത്തി ജനിപ്പിക്കുക ഈ സംഗതികളാണ് ഏജന്റന്മാർ ചെയ്യേണ്ടിയുള്ളത്. കേവലം പേരിനു വേണ്ടിമാത്രം സ്ഥാനം വഹിക്കുന്നതുകൊണ്ടു ഫലമില്ല. അടുത്ത പൊതുയോഗത്തിൽ ഓരോരുത്തരും ചെയ്തിട്ടുള്ള പ്രവൃത്തികളെ പ്രസ്താവിക്കേണ്ടതാകുന്നു. ഇനിയെങ്കിലും ഏജന്റുന്മാർ ഉത്സാഹപൂർവ്വം വേണ്ടതു പ്രവർത്തിക്കണമെന്ന് റിയിച്ചുകൊള്ളുന്നു. റൂൾസിന്റെയും അപേക്ഷാപത്രത്തിന്റെയും പ്രതികൾ ആവശ്യപ്പെട്ടാൽ യോഗം ആപ്പീസിൽനിന്നും ഉടനെ അയച്ചുകൊടുക്കുന്നതാണ്.

'ശ്രീ നാ ധ പ യോഗം പ്രാസംഗികന്മാർക്ക് അതെ ഘട്ടത്തിൽത്തന്നെ അയച്ച സർക്കുലർ ഇപ്രകാരമാണ്:

> പ്രാസംഗികന്മാരിൽ ചുരുക്കംപേർ മാത്രമേ അവരുടെ കർത്തവ്യങ്ങൾ സ്മരിക്കുന്നതായി കാണുന്നുള്ളൂ. പ്രാസംഗികന്മാർ യോഗത്തിന്റെ നാവുകളാകുന്നു. ഉൾനാടുകളിൽ യോഗംവക പ്രവൃത്തികൾ ഉദ്ദേശിച്ചുനടത്തുകയും നടത്തിക്കൊണ്ടിരിക്കുന്നതിന് എല്ലാവരെയും ഉണർത്തുകയും ചെയ്യേണ്ടതവരാണ്. സാമുദായികസ്നേഹികളായ എല്ലാ പ്രാസംഗികന്മാരും തങ്ങളുടെ കൃത്യത്തെ ഇനിയെങ്കിലും ശ്രദ്ധാപൂർവ്വം അനുഷ്ഠിക്കണമെന്നും അപ്പോഴപ്പോൾ റിപ്പോർട്ടുകൾ ചെയ്യുന്നതുകൂടാതെ അടുത്ത പൊതുയോഗത്തിൽ അവർ ഇതുവരെ ചെയ്തിട്ടുള്ള മുഖ്യസംഗതികളുടെ ചുരുക്കം പ്രസ്താവിക്കത്തക്കവണ്ണം എല്ലാവരും കാലേക്കൂട്ടി എഴുതി അയച്ചുതരണമെന്നും അറിയിച്ചുകൊള്ളുന്നു.

ചുവടെ സെക്രട്ടറി എൻ കുമാരനാശാൻ എന്നും എഴുതിയിട്ടുണ്ട്.

പ്രാസംഗികന്മാരുടെ കാര്യത്തിൽ അസംതൃപ്തി തോന്നിയതുമൂലം അധികം വൈകാതെ മറ്റൊരു സർക്കുലർ പ്രകാശിപ്പിച്ചതായി കാണുന്നു.

> പ്രാസംഗികന്മാർ അവരുടെ പ്രവൃത്തികളിൽ നിയമമായി ശ്രമിക്കാ

ത്തതിൽ വ്യസനിക്കുകയും പല സ്ഥലങ്ങളിലും പുതിയ പ്രാസംഗികന്മാരെ തന്നിമിത്തം ഏർപ്പെടുത്തേണ്ടതായി വന്നിരിക്കുന്നു എന്ന വസ്തുത പ്രസ്താവിക്കുകയും ചെയ്തുകൊള്ളുന്നു. സമുദായത്തിന്റെ നന്മയെ ഉദ്ദേശിച്ച് ദിവസം കാൽമണിക്കൂറെങ്കിലും ഈ വിഷയത്തിൽ ചെലവുചെയ്യാമെന്ന് ശപഥം ചെയ്യത്തക്കവണ്ണമുള്ള പല യോഗ്യന്മാരും സമുദായത്തിൽ ഉണ്ടായിരിക്കുമെന്ന് വിശ്വസിക്കുകയും അങ്ങനെയുള്ളവർ ഞങ്ങളെ വിവരം തെര്യപ്പെടുത്തി ഈ സ്ഥാനത്തെ വഹിപ്പാൻ ശ്രമിക്കുമെന്ന് ആശിക്കുകയും ചെയ്യുന്നു.

അനുവാദപ്രകാരം എൻ കുമാരനാശാൻ
സെക്രട്ടറി.

പ്രവർത്തനത്തിൽ പലതരം ബുദ്ധിമുട്ടുകൾ അനുഭവപ്പെട്ടുകൊണ്ടിരുന്നു. ഏറ്റവും പ്രധാനപ്പെട്ടത് പണസംബന്ധമായ ബുദ്ധിമുട്ടുതന്നെ. ഏറെക്കാലം അതു തുടർന്നു. 1918 ൽ കുമരനാശാൻ ഇതേപ്പറ്റി എഴുതിയ ഒരു കത്ത് ചുവടെ ചേർക്കുന്നു.

എസ് എൻ ഡി പി യോഗം ആഫീസ്
തിരുവനന്തപുരം
8-8-1918
(24-7-1093)

മാ രാ രാ സി കൃഷ്ണൻ (ബി എ, ബി എൽ) അവർകൾക്ക്
മാന്യരേ,

യോഗം ആഫീസിൽ കഴിഞ്ഞ 6, 7 മാസമായി ഞാനും ഒരു ക്ലാർക്കും മാത്രമാണുള്ളത്. പണമില്ലായ്കയാൽ ഞങ്ങളുടെ ശമ്പളത്തിൽ യാതൊന്നും ഞങ്ങൾ വളരെ മാസമായി എടുക്കാറില്ല. അതിരിക്കട്ടെ.

യോഗത്തിന്റെയും സമുദായത്തിന്റെയും ഗുണത്തിനായി അവശ്യം ചെയ്യേണ്ട സംഗതികളെ സംബന്ധിച്ച എഴുത്തുകുത്തുകൾ നടത്തുക മുതലായ ചില്ലറ ചെലവുകൾക്കുകൂടി പണമില്ലാതെ മുടങ്ങിപ്പോകുന്നത് കണ്ടുകൊണ്ടിരിപ്പാൻ പ്രയാസമായിരിക്കുന്നു. വെറും വാസ്തവം എഴുതുന്നതാണ്.

അടുത്ത പൊതുയോഗം വിളിച്ചുകൂട്ടുന്നതിനുതന്നെ സ്റ്റാമ്പ്, കടലാസ്, അച്ചടി മുതലായ ചെലവുകൾക്ക് ഉടനെ പണം വേണ്ടിയിരിക്കുന്നു. ആഫീസിൽ ഒരു കാശു വരാറില്ല. അതിനെപ്പറ്റി ഇതിനു മുമ്പ് പലപ്പോഴും അറിയിച്ചിട്ടുണ്ടല്ലോ.

അതുകൊണ്ട് തവണ കുടിശ്ശികയുള്ള ഡയറക്ടർമാർ കുടിശ്ശികയിൽ വല്ല ഭാഗവും അല്ലാത്തവർ തല്ക്കാലം സംഭാവനയായി ഏതെങ്കിലും സംഖ്യയും ഈ കത്തു കണ്ടാൽ ഉടനെ അയച്ചുതന്ന്

ഈ നിലയിൽ യോഗത്തെ സഹായിക്കുമെന്ന് വിശ്വസിക്കുകയും അതിനായി പ്രത്യേകം വീണ്ടും അപേക്ഷിക്കുകയും ചെയ്യുന്നു.

എന്ന് വിധേയൻ,
എൻ കുമാരനാശാൻ
ജനറൽ സെക്രട്ടറി

യോഗം പ്രവർത്തനത്തിന്റെ ഭാഗമായി അനേകം ലഘുകവിതകൾ അക്കാലത്ത് കുമാരനാശാൻ രചിച്ചിട്ടുണ്ട്. 'ഒരു തിയ്യക്കുട്ടിയുടെ വിചാരം' എന്ന കവിതയുടെ കാര്യം നേരത്തെ പരാമർശിച്ചിട്ടുണ്ടല്ലോ. അതേക്കുറിച്ച് മദിരാശിയിൽനിന്ന് ഒരു വിദ്യാർത്ഥി അയച്ചകത്ത് 1908 ൽ *വിവേകോദയം* തുലാം - വൃശ്ചികം ലക്കത്തിൽ ചേർത്തിട്ടുണ്ട്. കത്ത് ഇതാണ്.

Madras
16-11-1908

കഴിഞ്ഞ *വിവേകോദയം* ഇവിടെ കിട്ടി. 'തിയ്യക്കുട്ടിയുടെ' വിചാരം ഞങ്ങളെല്ലാം വായിച്ചു അതിലെ എട്ടാമത്തെ എന്തിനു ഭാരതധരേ! കരയുന്നു എന്ന ശ്ലോകത്തിൽ വർണ്ണിച്ചതായ വിചാരം ഇന്ന് തിയ്യ വംശജന്മാരായ കുട്ടികൾക്കു മാത്രമല്ല, സർവ്വർക്കും ഒരുപോലെയുള്ളതാണെന്നു പറയുന്നതിൽ അബദ്ധമില്ലെന്നാണ് മദിരാശി നിവാസികളായ ഞങ്ങളുടെ വിശ്വാസം. ഞങ്ങളെല്ലാവരുടെയും ഹൃദയസ്ഥിതമായ ഈ അഭിപ്രായം നിങ്ങൾ ഇത്ര രമണീയമായ ശ്ലോകരൂപേണ പ്രസിദ്ധപ്പെടുത്തിയതിൽ ഞങ്ങൾക്കുള്ള ചാരിതാർത്ഥ്യം അല്പമൊന്നുമല്ല. ഈ ശ്ലോകത്തെ ഞങ്ങൾ നിത്യപാരായണം ചെയ്യുന്നു എന്നുള്ള വാസ്തവം നിങ്ങളെ അറിയിച്ചാൽതന്നെ, അതിനെയും അതിന്റെ കർത്താവിനെയുംപറ്റി ഞങ്ങൾക്കുള്ള അപാരമായ ബഹുമതി നിങ്ങൾക്ക് അനുമാനിക്കാവുന്നതാണ്. ശ്ലോകങ്ങൾ അവയുടെ കർത്താവിനെ വിളിച്ചുപറയുന്നുണ്ട്. They are really charming.

ഒരു വിദ്യാർത്ഥി.

മറ്റൊരു സംഭവം. സമുദായ വിദ്വേഷം നിമിത്തം ഒരു ജഡ്ജി അന്യായമായി വിധികല്പിച്ചതുമൂലം യോഗത്തിന് അക്കാലത്ത് കുറേ സ്വത്തുക്കൾ നഷ്ടപ്പെടാനിടയായി. അതിന്റെ നേർക്കുള്ള പ്രതിഷേധമായിട്ടാണ് 1909 ൽ 'ഒദു ദൂഷിതമായ ന്യായാസനം' എന്ന കവിത പ്രകാശിപ്പിച്ചത്. ന്യായാധിപനോട് നേരിട്ടു പറയുന്ന ഈ വാക്കുകൾ ആശാന്റെ ക്ഷോഭം എത്ര തീക്ഷ്ണമായിരുന്നു എന്നു വെളിപ്പെടുത്തുന്നു.

"കഷ്ടം! കാരുണികൻ പ്രജാപതി നിൻ
കൈയിൽ സമർപ്പിച്ചതാം
ചട്ടറ്റീടിന നീതിതന്റെ ഗളനാ-

ളത്തേയറുത്തഞ്ജസാ
ദുഷ്ടാത്മൻ പരവർഗ്ഗവിപ്രിയതയെ-
പ്പാലിച്ച നീ നിൻ പിതാ
കെട്ടിത്തന്ന വരാംഗിയെ, ക്കുലടയെ
ക്കാമിച്ചു കൊല്ലില്ലയോ?"

ഈ കവിതകൾ ധ്വന്യാത്മകമായ കാവ്യചാരുത വേണ്ടത്ര പ്രദർശിപ്പിക്കുന്നില്ല. ഇവയിൽ ഒരു സമുദായത്തിന്റെ വികാരം ത്രസിച്ചു നില്ക്കുന്നുണ്ടെന്നു മാത്രം. എന്നാൽ, ശ്രീ. നാ. ധ പ യോഗം പ്രവർത്തകർക്ക് ഒരു ഘോഷയാത്രയിൽ പാടുന്നതിനുവേണ്ടി ആശാൻ പെട്ടെന്നു കുറിച്ചു കൊടുത്ത 'സ്വതന്ത്രഗാഥ' (1921) യുടെ കഥ ഇതല്ല. കലാദേശപരിമിതികളിൽനിന്നുയർന്ന് അതിലെ ഭാവം മാനവരാശിയുടെ സനാതനമായ സ്വാതന്ത്ര്യസങ്കല്പനമായി വികാസം പ്രാപിച്ചിരിക്കുന്നു. ഐക്യരാഷ്ട്ര സഭയ്ക്കുപോലും സ്വാതന്ത്ര്യഗാനമായി സ്വീകരിക്കാവുന്ന ഒന്നാണത്. അതിന്റെ അവസാനത്തെ നാലു വരികൾ;

"സത്യം ശ്വസിച്ചും സമത്വമാർന്നും സ്നേഹ-
സത്തുനുകർന്നും കൃതാർത്ഥരായി
സദ്ധർമ്മത്തൂടെ ചരിക്കട്ടെ മാനവ-
രിദ്ധര സ്വർഗ്ഗമായ് തീർന്നിടട്ടെ!"

സ്വാതന്ത്ര്യത്തിന്റെ ചക്രവാളത്തിൽ മനോജ്ഞമായ മഴവില്ലായി ശോഭിക്കുന്ന വാക്കുകൾ! കാൽച്ചങ്ങല വെട്ടിമുറിക്കുക, കൈവിലങ്ങു പൊട്ടിച്ചെറിയുക, കൂരിരുട്ടിൻകോട്ട ചവിട്ടി നിരത്തുക, മോക്ഷസുഖാബ്ധിയിൽ ഏവരുമൊന്നായി മുങ്ങിക്കുളിച്ചു പുളയ്ക്കുക മുതലായ കല്പനകൾ കവിതയ്ക്ക് സമുചിതലാവണ്യം പ്രദാനം ചെയ്യുന്നു.

നാളുകൾ കടന്നുപോകുന്തോറും കുമാരനാശാന് ജനറൽ സെക്രട്ടറി സ്ഥാനത്തുനിന്നും വിരമിക്കണമെന്ന ആഗ്രഹം ഒന്നിനൊന്നു വർദ്ധിച്ചു വന്നു. സ്വാർത്ഥമോഹികളായ അല്പന്മാരുടെ ശല്യം ഒരുവശത്ത് തനിക്ക് അഭിമതവും വിലപ്പെട്ടതുമായ കാവ്യരചനയിൽ ഏകാഗ്രമായി മുഴുകാൻ കഴിയാത്ത അവസ്ഥ മറുവശത്ത്. ഇതിൽനിന്ന് എങ്ങനെയും മോചനം നേടാൻ അദ്ദേഹം വെമ്പൽകൊണ്ടു. 1915 ൽ കൂടിയ പന്ത്രണ്ടാമതു വാർഷികയോഗത്തിൽ അദ്ദേഹം തന്നെ സെക്രട്ടറി സ്ഥാനത്തുനിന്ന് ഒഴിവാക്കണമെന്ന് അപേക്ഷിച്ചു. അതു സംബന്ധിച്ചു റിപ്പോർട്ടു നോക്കൂ.

എൻ കുമാരനാശാൻ അവർകൾ തന്നെ വീണ്ടും ജനറൽ സെക്രട്ടറി സ്ഥാനത്തു ഇരിക്കണമെന്ന് മുർക്കോത്തു കുമാരൻ അഭിപ്രായപ്പെട്ടു. പലരും അതിനെ പിന്താങ്ങി. എന്നാൽ 13 കൊല്ലത്തോളം നിരന്തരമായി പ്രവൃത്തിയെടുത്ത തനിക്ക് കുറച്ചുകാലത്തേക്ക് വിശ്രമം ആവശ്യമായിരിക്കുന്നു എന്നും അല്ലാത്തപക്ഷം തന്റെ ആരോഗ്യത്തിനും സുഖത്തിനും അത് ഹാനികരമായി പരിണമിക്കുമെന്നും അതിനാൽ സഭാവാസികൾ

ദയചെയ്ത് ജോലി തുടരുന്നതിന് നിർബ്ബന്ധിക്കരുതെന്നും കുമാരനാശാൻ അവർകൾ അപേക്ഷിച്ചു.

സെക്രട്ടറി അവർകളുടെ ഈ അഭിപ്രായം സമുദായത്തിനു തല്ക്കാലം സ്വീകാര്യമല്ലെന്നും യോഗത്തോടുള്ള അദ്ദേഹത്തിന്റെ ആദ്യം മുതൽക്കുള്ള ബന്ധം ഇനി വിടുവിക്കാൻ പാടില്ലാത്തവിധത്തിൽ ഉറച്ചു പോയിരിക്കുന്നു എന്നും അതിനാൽ ജീവിതാവസാനംവരെ (അതായത് പ്രവൃത്തിയെടുക്കാൻ ശക്തിയുള്ള കാലത്തോളം) അദ്ദേഹംതന്നെ സെക്രട്ടറിയായിരിക്കണമെന്നും സി ഒ മാധവനവർകൾ അഭിപ്രായപ്പെട്ടു.

സെക്രട്ടറിയായി അനുവർത്തിക്കുന്നതിനു തനിക്കു തീരെ നിവൃത്തിയില്ല എന്നും തന്റെ വേർപാടിനാൽ യോഗത്തിന്റെ നടത്തിപ്പിൽ വല്ല കുഴപ്പങ്ങളും നേരിടുന്നതായാൽ ആ സമയം താൻ വീണ്ടും വന്ന് വേണ്ടത് ചെയ്യുന്നതാണെന്നും സെക്രട്ടറി സ്ഥാനത്തിന്റെ ചുമതലകളേല്ക്കാതെ തന്നെ സമുദായത്തിനു പല നന്മകളും ചെയ്യാൻ സാധിക്കുമെന്നും തനിക്ക് ആരോഗ്യമുള്ള കാലത്തോളം താൻ പൊതുകാര്യത്തിനായിത്തന്നെ യത്നിക്കുമെന്നും കുമാരനാശാൻ അവർകൾ വീണ്ടും പറഞ്ഞു. ആശാന്റെ നിർബ്ബന്ധപൂർവ്വമായ അപേക്ഷപ്രകാരം ഒരു കൊല്ലക്കാലത്തേക്ക് അദ്ദേഹം സെക്രട്ടറി സ്ഥാനത്തുനിന്നും വിമിച്ചുകൊള്ളുവാൻ യോഗം അനുമതി നല്കി. അതിനു പകരം യോഗം ഹെഡ്ക്ലാർക്ക് ശ്രീ എൻ കൃഷ്ണനെ ആക്ടിങ് ജനറൽ സെക്രട്ടറിയായി നിയമിക്കുകയും ചെയ്തു.

ആശാൻ ആ വാർഷികയോഗത്തിൽ അവതരിപ്പിച്ച പ്രവർത്തനറിപ്പോർട്ട് അവസാനിക്കുന്നതിങ്ങനെയാണ്.

> ഈ റിപ്പോർട്ടിനെ അവസാനിപ്പിക്കുന്നതിനുമുമ്പ് ജനറൽ സെക്രട്ടറിയുടെ നിലയിൽ എനിക്കുള്ള 13 കൊല്ലത്തെ അനുഭവത്തെ ആസ്പദമാക്കി അതിന്റെ മേൽനടത്തിപ്പിൽ പ്രവർത്തകന്മാർ പ്രത്യേകം ദൃഷ്ടി വയ്ക്കേണ്ട ഒന്നു രണ്ടു സംഗതികളെപ്പറ്റി സൂചന നല്കേണ്ടത് ആവശ്യമാണെന്നു തോന്നുന്നു. എന്റെ ജീവിതത്തിന്റെ പ്രധാനഭാഗം ഞാനീ യത്നത്തിൽ ചെലവാക്കിയിരിക്കുന്നു. ജനറൽ സെക്രട്ടറി സ്ഥാനത്ത് ഞാൻ ഇനി അനുവർത്തിക്കുന്നത് എന്റെ ആരോഗ്യത്തിനും സുഖത്തിനും തീരെ ആശാസ്യമല്ല എന്ന് തോന്നുന്നതിനാൽ ഈ സ്ഥാനത്തുനിന്നും ഒഴിയുന്നതിന് ഞാൻ അവസാനമായി തീർച്ചയാക്കിയിട്ടുള്ളതും അതുകൊണ്ട് മേല്പറഞ്ഞ ആവശ്യകത ഒഴിച്ചുകൂടാത്തതും ആകുന്നു.
>
> എസ് എൻ ഡി പി യോഗം ആദ്ധ്യാത്മികമായ ശാന്തതയുടെയും പവിത്രതയുടെയും ഇരിപ്പിടമായ ഒരു മഹാത്മാവിന്റെ ഹൃദയത്തിൽ നിന്നും ജനിച്ചിട്ടുള്ളതാകുന്നു. അതിന്റെ ഇന്നുവരെയുള്ള പ്രവൃത്തികളിൽ ആ ഗുണങ്ങൾ പകർന്നുകൊണ്ടിരിക്കുന്നുണ്ടെന്നാണ് എന്റെ ദൃഢമായ വിശ്വാസം. അതിന് ഇന്നുവരെ സിദ്ധിച്ചിട്ടുള്ള വിജയങ്ങൾക്കെല്ലാം കാരണം പൊതുവെ അതാണെന്നു ഞാൻ

വിശ്വസിക്കുന്നു. കൃത്യനിഷ്ഠയോടുകൂടി പ്രവർത്തിക്കുന്ന മദ്ധ്യേ ഒരുവന് പല അനർത്ഥങ്ങളും നേരിട്ടുകൊണ്ടിരിക്കാം. അവയുടെ രൂപങ്ങൾ പലപ്പോഴും ഭയാനകങ്ങളായിത്തോന്നും. മാർഗ്ഗം ചില പ്പോൾ ദുഷ്ട സത്വങ്ങൾ നിറഞ്ഞ ഒരു മഹാവനംപോലെ ദുർഗ്ഗമ മായിരിക്കും. അത് കണ്ട് ഭയപ്പെടുകയോ പിന്മാറുകയോ ചെയ്യു ന്നവരാൽ എന്തെങ്കിലും ചെയ്യാൻ സാധിക്കുമോ എന്ന് സംശയ മാകുന്നു. നമ്മുടെ സമുദായം അസംഖ്യം ജനങ്ങൾ അടങ്ങിയ ഒന്നാണ്. മനുഷ്യന് സഹജമായ ദുർഗ്ഗുണങ്ങൾ ഏതു സമുദായ ത്തിലുമുള്ള ജനങ്ങളിൽ ഉണ്ടായിരിക്കുകതന്നെ ചെയ്യും. നമ്മുടെ സമുദായത്തിൽ ഇപ്രകാരമുള്ളവരുടെ സംഖ്യ മറ്റു സമുദായങ്ങ ളിലുള്ളവരോടു താരതമ്യപ്പെടുത്തിയാൽ കുറവാണെന്നേയുള്ളൂ. അതുകൊണ്ട് ആ ദുർഗ്ഗമവനത്തിൽ യോഗത്തിന്റെ പ്രവർത്തനം ജിതേന്ദ്രിയനും കൃതബുദ്ധിയുമായ മുനിയെപ്പോലെ സഞ്ചരിക്കേ ണ്ടതാകുന്നു. അങ്ങനെയായാൽ ആ ദുഷ്ടസത്വങ്ങൾതന്നെ ആശ്ര മമൃഗങ്ങളായിത്തീരുകയും അയാൾക്ക് തന്റെ പവിത്രവും ഉൽകൃ ഷ്ടവുമായ ഉദ്ദേശങ്ങൾ സാദ്ധ്യമാവുകയും ചെയ്യും. യോഗം സ്വസ മുദായത്തോടു മാത്രമല്ല അന്യസമുദായങ്ങളോടും ഗവൺമെന്റി നോടും അതിന്റെ കാര്യസാദ്ധ്യങ്ങൾക്കായി പലപ്പോഴും അടുത്തും അകന്നും നിന്നു പ്രവർത്തിക്കേണ്ടിവരും. അപ്രതീക്ഷിതമായ വ്യാകുലതകളും ക്ഷോഭങ്ങളും സങ്കടങ്ങളും അയാളുടെ മനസ്സിനെ ഇടതടവില്ലാതെ പീഡിപ്പിച്ചുകൊണ്ടിരിക്കും. നിരന്തരമായ പരഗു ണകാംക്ഷയും അപ്രതികാരപരതയും ക്ഷമയും സമസൃഷ്ടിസ്നേ ഹവും ആ സങ്കടങ്ങളിൽനിന്ന് അയാളെ പരിത്രാണനം ചെയ്യുന്ന ദേവതകളായിരിക്കും.

എല്ലാറ്റിനും ഉപരിയായി ഒരു സംഗതി വിശേഷിച്ചും സൂചിപ്പിക്കേ ണ്ടതുണ്ട്. നമ്മുടെ ഉന്നമനത്തിനായുള്ള ഉൽക്കണ്ഠ നമ്മുടെ വിവേ കത്തിന്റെ ദൃഷ്ടിയെ ഒരിക്കലും മറച്ചുകൂടാ. മാർഗ്ഗത്തിൽക്കൂടി നാം ബദ്ധപ്പെട്ട് ഓടാനും പാടില്ല. ഒരു മിതമായ പദവിന്യാസക്രമം സ്വീക രിക്കയും അതിനെ നിരന്തരമായി അനുവർത്തിച്ചു കൊള്ളുകയും വേണം.

ഉൽകൃഷ്ടമാനസനായ ഒരു കവിക്കു മാത്രം കുറിക്കാൻ കഴിയുന്ന വാക്കുകൾ! ആശാനിലെ മിതവാദിയെ ഇത് സാധൂകരിക്കുകയും ചെയ്യു ന്നു.

കായംകുളത്തുവച്ച് 1919 ൽ കൂടിയ പതിനാറാമതു പൊതുയോഗ ത്തിൽ ആശാൻ സെക്രട്ടറി സ്ഥാനത്തുനിന്ന് തന്നെ ഒഴിവാക്കണമെന്ന് നിർബ്ബന്ധമായി ആവശ്യപ്പെട്ടു. അതിനു വഴങ്ങാതിരിക്കാൻ സദസ്സിനു കഴിഞ്ഞില്ല. ഒരു വർഷം മുമ്പുമുതൽക്കുതന്നെ മോചനത്തിനായുള്ള ഈ യത്നം തീവ്രമായി അദ്ദേഹം തുടർന്നുകൊണ്ടിരുന്നു. ആ യത്നവും മറ്റു

കാര്യങ്ങളും പ്രതിഫലിപ്പിക്കുന്ന ചില കത്തുകൾ ചുവടെ കൊടുക്കുന്നു.

എസ് എൻ ഡി പി യോഗം ആഫീസ്
തിരുവനന്തപുരം
1093 മകരം 24 (1918 ഫെബ്രുവരി 6)

മാ. രാ. രാ. സി കൃഷ്ണൻ (ബി എ, ബി എൽ) അവർകൾക്ക്,
മാന്യരേ

1. ഞാൻ സെക്രട്ടറി സ്ഥാനത്തുനിന്നും ഒഴിയുവാൻ വിചാരിച്ചിരിക്കുന്ന സംഗതിയെപ്പറ്റി സ്വാമിതൃപ്പാദങ്ങളിൽ വിവരം അറിയിച്ച് എഴുതിയ കത്തിന്റെ പകർപ്പ് അടക്കം ചെയ്യുന്നു. കഴിയുന്ന വേഗത്തിൽ ജോലിയിൽ നിന്ന് ഒഴിയുന്നതും അപേക്ഷിതമായിരിക്കയാൽ ചാർജ്ജ് ഏറ്റുവാങ്ങി എന്നെ ഒഴിച്ചുവിടുന്നതിനു വേണ്ട വ്യവസ്ഥ ഉടനെ ചെയ്യേണ്ടതുമാകുന്നു.

2(1) കൗൺസിൽ മൂലമായോ (2) പ്രത്യേകം ബോർഡിൽനിന്ന് ഡയറക്ടർമാരുടെ ഒരു സബ്കമ്മിറ്റി ഏർപ്പെടുത്തുകയോ (3) അല്ലാത്തപക്ഷം കഴിയുന്നവേഗത്തിൽ പൊതുയോഗം വിളിച്ചുകൂട്ടിയോ ചാർജ്ജ് ഏറ്റുവാങ്ങാൻ വ്യവസ്ഥ ചെയ്യാവുന്നതാണ്.

3. ഈ വിഷയത്തിൽ വേണ്ടതു ചെയ്വാൻ കൗൺസിലിന് അധികാരം കൊടുക്കുകയാണെങ്കിൽ ആ വിവരവും, പ്രത്യേകം സബ്കമ്മിറ്റി ഏർപ്പെടുത്തുകയാണെങ്കിൽ ഡയറക്ടർമാരിൽ ആരെല്ലാം അതിൽ മെമ്പറായിരിക്കണമെന്നുള്ള വിവരവും ടി മെമ്പർമാരുടെ പേരുകൾ ഞാനോ മറ്റേതെങ്കിലും ഡയറക്ടറോ, ഡയറക്ടർമാരോ സൂചിപ്പിക്കേണ്ടതാണെങ്കിൽ ആ വിവരവും, പൊതുയോഗം വിളിച്ചുകൂട്ടിത്തന്നെ ചെയ്യേണ്ടതാണെങ്കിൽ അതും ഉടനെ അറിയിച്ചു തരാൻ അപേക്ഷ.

4. ഒടുവിലത്തെ പക്ഷം (3) ആയാൽ ഒരു വിശേഷാൽ പൊതുയോഗം ഉടനെ വിളിച്ചുകൂട്ടണമെന്ന് ഇപ്പോൾത്തന്നെ ആവശ്യപ്പെടുന്ന ചിറയിൻകീഴ് താലൂക്കിലും മറ്റുമുള്ള ചില യോഗാംഗങ്ങളുടെ അപേക്ഷയും നിറവേറ്റാൻ സംഗതിയുണ്ട്. അതിനെപ്പറ്റി ഉടനെ വിവരമായി എഴുതുന്നതാണ്.

5. ഏതായാലും കൂടിയാൽ രണ്ടു മാസത്തിനുള്ളിൽ ജോലി വിടേണ്ടത് എനിക്ക് ഒഴിച്ചുകൂടാത്തതാകയാൽ ഉടനെ അതിനുവേണ്ട വ്യവസ്ഥകൾ ചെയ്യാത്തപക്ഷം അതിന്മേലുള്ള വീഴ്ചകൾക്കു ഞാൻ ഉത്തരവാദിയാകുന്നില്ലെന്നു കൂടി അറിയിക്കയും വിവരമായ മറുപടി ഉടനെ അയച്ചുതരാൻ അപേക്ഷിച്ചുകൊള്ളുകയും ചെയ്യുന്നു.

എന്ന് വിധേയൻ
എൻ കുമാരൻ ആശാൻ,
ജനറൽ സെക്രട്ടറി

സ്വാമി തൃപ്പാദങ്ങളിൽ അയച്ച കത്തിന്റെ ശരിപ്പകർപ്പ്.

എസ് എൻ ഡി പി യോഗം ആഫീസ്
തിരുവനന്തപുരം
1093 മകരം 24 (1918 ഫെബ്രുവരി 65)

ബ്രഹ്മശ്രീ സ്വാമി തൃപ്പാദങ്ങളിൽ ഭക്തിപൂർവ്വം ഉണർത്തിച്ചുകൊള്ളുന്നത്. കഴിഞ്ഞ പതിനഞ്ചുകൊല്ലമായി (ഇടയ്ക്ക് ഒരു കൊല്ലം ഒഴിച്ച്) എസ് എൻ ഡി പി യോഗത്തിന്റെ സെക്രട്ടറിയുടെ നിലയിലുള്ള കൃത്യങ്ങളും ചുമതലകളും എന്റെ ശേഷിക്കും യോഗ്യതയ്ക്കും ഒത്തവണ്ണം ഏകചിന്തയോടുകൂടി സത്യത്തെയും സ്നേഹത്തെയും മുൻനിർത്തി ഞാൻ നിർവ്വഹിച്ചു വരുന്നതാകുന്നു. എന്നാൽ ആദ്യം മുതൽക്കുതന്നെ ഭാഗ്യദോഷത്താൽ ചില എതിർശക്തികൾ എന്റെ ശ്രമങ്ങളെയെല്ലാം സ്പർദ്ധാപൂർവ്വം തടയുകയും യോഗത്തിന്റെ അഭിവൃദ്ധി വിഷയത്തിൽ വിനിയോഗിക്കേണ്ട എന്റെ സമയത്തിന്റെയും ശക്തിയുടെയും അധികഭാഗവും അതുകളോടു പോരാടിനിന്ന് നഷ്ടപ്പെട്ടുപോകയും ചെയ്യുന്ന വിവരം ഞാൻ ബോധിപ്പിക്കാതെതന്നെ തൃപ്പാദങ്ങളിലേക്ക് അറിയാവുന്നതാണല്ലോ. ആ ദുശ്ശക്തികൾ ഇപ്പോഴും നാനാരൂപമായി വർദ്ധിച്ചുകൊണ്ടിരിക്കുന്നതിനാലും അവയോട് ഏകാകിയായി എതിർത്തുനിന്ന് ഇനിയും സമയം കളയുന്നതു ബുദ്ധിപൂർവ്വമായിരിക്കയില്ലെന്ന് തോന്നുകയാലും ടി സെക്രട്ടറിസ്ഥാനത്തിന് യോഗ്യതയുള്ള പലയാളുകളും സമുദായത്തിൽ ഇപ്പോൾ ഉള്ളതിനാലും ഞാൻ ആ ജോലിയിൽനിന്ന് ഉടനെ ഒഴിയുവാൻ വിചാരിക്കുന്ന വസ്തുത വിനയപൂർവ്വം ഇതിനാൽ ഉണർത്തിച്ചു കൊള്ളുന്നു. ഇന്നുമുതൽ കൂടിയാൽ രണ്ടുമാസത്തിനുള്ളിൽ എന്നിൽനിന്ന് ചാർജ്ജ് ഏറ്റുവാങ്ങുന്നതിന് പൊതുയോഗം വിളിച്ചുകൂട്ടിയോ മറ്റു പ്രകാരത്തിലോ വ്യവസ്ഥകൾ ചെയ്വാൻ അപേക്ഷിച്ച് ഇതുസഹിതം ഞാൻ ഡയറക്ടമാർക്കും എഴുതുന്നുണ്ട്.

എന്ന്, തൃപ്പാദാശ്രിതൻ
എൻ കുമാരനാശാൻ
ജനറൽ സെക്രട്ടറി

നാരായണഗുരുസ്വാമികളുടെ ഷഷ്ടിപൂർത്തി 1916 ൽ ആയിരുന്നു. വിപുലമായ ആഘോഷങ്ങൾ അന്ന് കേരളത്തിൽ നടത്തുകയുണ്ടായി. ലോകത്തിന്റെ പല ഭാഗങ്ങളിലും സ്വാമികളുടെ ഷഷ്ടിപൂർത്തി സമുചിതമായി കൊണ്ടാടിയിരുന്നു. അവ ആസൂത്രണം ചെയ്തതും അവയ്ക്കു നേതൃത്വം നല്കിയതും ജനറൽ സെക്രട്ടറി കുമാരനാശാനായിരുന്നു. ജന്മദിനത്തിൽ തിരുവനന്തപുരം കൈതമുക്കിൽവച്ചുചേർന്ന മഹാസമ്മേളനത്തിൽ നാരായണഗുരുസ്വാമികളുടെ ലഘുജീവചരിത്രം എഴുതി വായിച്ചതും അദ്ദേഹമാണ്. (സ്വാമികളെ നേരിട്ടു കാണിച്ച് അംഗീകാരവും അനുഗ്രഹവും വാങ്ങിയ ശേഷമാണ് അദ്ദേഹം സദസ്സിന്റെ മുമ്പാകെ അത്

അവതരിപ്പിച്ചത്) ആഘോഷങ്ങൾക്കുശേഷം ഷഷ്ടിപൂർത്തി ആഘോഷത്തിന്റെ വിശദമായ റിപ്പോർട്ട് (കണക്കു സഹിതം) അദ്ദേഹം പ്രസിദ്ധപ്പെടുത്തി. അതിന്റെ ഒരു പ്രതി എന്റെ കൈവശമുണ്ട്. സംഭാവന നല്കിയവരുടെ പേരുകൾ, നല്കിയ തുകകൾ, ചെലവിനങ്ങൾ തുടങ്ങിയവ ഇത്ര കൃത്യമായി രേഖപ്പെടുത്തിയിട്ടുള്ള റിപ്പോർട്ടുകൾ കുറവായിരിക്കും.

എസ് എൻ ഡി പി യോഗത്തിന്റെ മൂന്നാം വാർഷികത്തിൽ സമർപ്പിക്കാനുള്ള ഓഡിറ്റ് റിപ്പോർട്ട് പരിശോധിക്കുന്നതിന് ഒരു പ്രത്യേക കമ്മിറ്റി നിശ്ചയിച്ചിരുന്നു. ആ കമ്മിറ്റി ഏർപ്പെടുത്തിയ അഭിപ്രായമാണ് ചുവടെ.

> പരിശോധകന്മാർ കണക്കുകളെ ഇത്ര നിശ്ചയമായി പരിശോധിച്ചപ്പോഴും സെക്രട്ടറിയുടെ മേൽ തന്റെ സത്യനിഷ്ഠയെയും കൃത്യതല്പരതയെയും സംബന്ധിച്ചിടത്തോളം സ്തുതിവാക്കുകൾ വർഷിപ്പാനല്ലാതെ മറ്റു യാതൊന്നും ആരോപിപ്പാനില്ലായിരുന്നു എന്നു കാണുന്നത് യോഗത്തിന്റെ പ്രവർത്തകന്മാർക്കെല്ലാവർക്കും അഭിനന്ദിക്കത്തക്കതായ ഒരു സംഗതിയാകുന്നു.

ആശാന്റെ നേർക്ക് പല കാര്യങ്ങളിലും എതിർപ്പുള്ളവരായിരുന്നു കമ്മിറ്റിയംഗങ്ങൾ എന്നോർമ്മിക്കണം.

പല നിലകളിലും ആശാന്റെ കടുത്ത വിരോധിയായിരുന്ന കൊച്ചപ്പി റൈട്ടർ ആയിരുന്നു എട്ടാമതു വാർഷികത്തിൽ സമർപ്പിക്കാനുള്ള കണക്കുകളുടെ ഓഡിറ്റർ. ആ ഓഡിറ്റ് റിപ്പോർട്ടിലെ ഒരു ഭാഗം ഇങ്ങനെയാണ്.

> യോഗത്തോടും സ്വജാതിയോടും അതിയായ മമതയും അവരുടെ അഭിവൃദ്ധിയിൽ സ്ഥായിയായ ശുഷ്കാന്തിയുമുള്ള യോഗത്തിന്റെ സത്യവാനായ സെക്രട്ടറിയെ ഏല്പിച്ചിരിക്കുന്ന പ്രവൃത്തികളെയെല്ലാം സ്തുത്യർഹമായ വിധത്തിൽ ചെയ്തിട്ടുള്ളതുകൊണ്ട് അദ്ദേഹത്തെ വളരെ പ്രശംസിക്കേണ്ടിയിരിക്കുന്നു. ഈ മാന്യൻ തനിച്ച് നിഷ്കളങ്കമായ ഉദ്ദേശ്യത്തോടും സ്ഥിരോത്സാഹത്തോടും കൂടി യോഗത്തിന്റെ പ്രവൃത്തികൾ നിർവ്വഹിക്കുമ്പോൾ യോഗത്തിനോടു മമതയുള്ളവർ എല്ലാം അദ്ദേഹത്തിനു കഴിയുംപ്രകാരം സഹായിക്കേണ്ടതാണ്.

യോഗത്തിന്റെ കണക്കുകൾ 1913 ൽ ഓഡിറ്റ് ചെയ്യാൻ ഗവൺമെന്റ് നിയോഗിച്ചത് അസിസ്റ്റന്റ് സെക്രട്ടറി എസ് എ ജോഷാ എന്ന പ്രഗത്ഭനെയായിരുന്നു. സൂക്ഷ്മമായി പരിശോധിച്ച് കണക്കുകൾ അംഗീകരിച്ചതിനുശേഷം അദ്ദേഹം പ്രത്യേകമായ ഒരു കുറിപ്പുകൂടി അതോടു ചേർത്തു.

> In examination of the account of income and expenditure of the S N D P yogam for 1913 I had the opportunity of getting an idea of the work of the Secretary of the Yogam. The conclu-

sion arrived at by me is that Mr. Kumaran Asan is one of the most capable officers that I have come across. The work that comes before him is something enormous. This work is varied in nature, financial, official (ministerial) and executive. For the satisifactory performance of the work, an Assistant Secretary is very essential Mr. Kumaran Asan may do this work without an Assistant. But his successor must find the work to be simply killing. I say this from my practical experience extending to nearly twenty years of work that is being done by officers of the Travancore Government. I wish to add that even the 'Sadhu Paripalana Yogam' has an Assistant Secretary. I have recorded my opinion the interest of the Yogam and of Mr. Kumanran Asan's health.

അവസാനഭാഗം പ്രത്യേകം ശ്രദ്ധിക്കൂ ആരുടെയും ആരോഗ്യം തകർക്കാൻ പോന്നതായിരുന്നു ആശാൻ ഏറ്റെടുത്ത ചുമതലാഭാരം. എന്നാൽ ആത്മശിക്ഷണം നിറഞ്ഞ കർക്കശമായ ദിനചര്യകൾ അദ്ദേഹത്തെ ആരോഗ്യവാനായിത്തന്നെ നിലനിർത്തി.

മുള്ളുകൾക്കിടയിൽ പൂക്കൾ

ഉമർ ഖയ്യാമിന്റെ *റുബായിയാ*ത്തിൽ വിധിയുടെ അലംഘനീയതയെ പ്പറ്റി പ്രതിപാദിക്കുന്ന ഒരു ശ്ലോകമുണ്ട്. അതിലെ ആശയം ഇതാണ്.

ഓരോരുത്തരുടെയും വിധി കുറിച്ചിട്ടുകൊണ്ട് വിധാതാവിന്റെ വിരൽ നീങ്ങിക്കൊണ്ടിരിക്കുന്നു. നാം എത്രയെല്ലാം കിണഞ്ഞു പ്രാർത്ഥിച്ചാലും, എത്രയെല്ലാം വൈഭവം പ്രയോഗിച്ചാലും അതിലൊരംശത്തിനുപോലും മാറ്റം വരുത്തുക സാദ്ധ്യമല്ല. നമ്മുടെ കണ്ണീർപ്പുഴകൾക്ക് അതിലെ ഒരു വാക്കെങ്കിലും കഴുകിക്കളയാൻ സാദ്ധ്യവുമല്ല.

"The Moving Finger writes, and having writ,
Moves on nor all your piety not wit
Shall lure it back to cancel half a line
Nor all your teras wash out a word of it" (Omar Khayyam - 71)

ഇതിലെ ആശയം നമുക്ക് പരിചിതമാണ്. വിധി വിഹിതമലംഘനീയം എന്ന തുഞ്ചത്താചാര്യപാദരുടെ വാക്കുകൾ കേൾക്കാത്ത മലയാളികൾ ചുരുങ്ങും. കുമാരനാശാന്റെ കൃതികളിലും ഇതേ ആശയം അവിടവിടെ പ്രത്യക്ഷപ്പെടാതിരിക്കുന്നില്ല. എങ്കിലും വിധിയുടെ അലംഘനീയതയെ ചോദ്യം ചെയ്തുകൊണ്ടാണ് അദ്ദേഹം തന്റെ പ്രതിഭ ഗുരുവിന്റെ മുമ്പാകെ ആദ്യം വിളംബരം ചെയ്തതെന്ന വസ്തുത മറക്കരുത്. ആവർത്തിക്കട്ടെ.

"കാലൻ കനിവറ്റു കുറിച്ചുവിടു-
ന്നോലപ്പടിയെന്നെയയയ്ക്കരുതേ"

പ്രാർത്ഥനയുടെ സ്വരമായിരിക്കാം അതിലുള്ളത്. എന്നാൽ നിശ്ചയ ദാർഢ്യവും അതിൽ നിലീനമായിരിക്കുന്നു. *മാർക്കണ്ഡേയ ചരിതം* അദ്ദേഹത്തിന് അത്രമാത്രം പ്രിയമുള്ളതാകാൻ കാരണം ഈ മനോഭാവമാണ്. കാലാരിയായ ശിവൻ അദ്ദേഹത്തിന്റെ ഇഷ്ടദേവതയാകാനും. *മാർക്കണ്ഡേയ ചരിതം* ആധാരമാക്കി അദ്ദേഹം ആദ്യകാലത്ത് ഒരു നാടകം രചിച്ചിട്ടുണ്ടെന്ന് മുമ്പൊരിടത്ത് പ്രസ്താവിച്ചിട്ടുണ്ടല്ലോ. മൃത്യുഞ്ജയം' എന്ന പേരിൽ ഒരു കവിതയും അദ്ദേഹം രചിച്ചിട്ടുണ്ട്. 'മൃത്യുഞ്ജയം' അതിലെ മുഴക്കം ആശാന്റെ കാവ്യചക്രവാളങ്ങളിൽ പ്രതിദ്ധ്വനിക്കുന്നു. ആ സർഗ്ഗാത്മകഭാവന അതിൽ നിന്നാണ് എന്നും പ്രചോദനം ഉൾക്കൊണ്ടുപോന്നത്.

വിധിയും മൃതിയും മർത്ത്യജന്മത്തിന് പരിമിതികളണയ്ക്കുന്നു. എന്നാൽ ആ പരിമിതികളെ അതിലംഘിക്കുന്നിടത്താണ് മാനവാത്മാവ് പ്രപഞ്ചചൈതന്യവുമായി ബന്ധപ്പെടുന്നത്. അങ്ങനെ അതിലംഘിക്കുന്നതിന് കരുത്തു നല്കുന്നത് സ്നേഹം എന്ന ഭാവമാകുന്നു. ജീവിതം നശ്വരമായതുകൊണ്ടാണ് മനുഷ്യൻ സ്നേഹിക്കുന്നത്. അമർത്ത്യാത്മാക്കളായ ദേവതകൾക്ക് സ്നേഹവേഷങ്ങളില്ല. സ്നേഹത്തോടു ബന്ധപ്പെടുത്തി നശ്വരതയെ നിത്യതയിലേക്ക് വ്യാപിപ്പിക്കുകയാണ് മനുഷ്യൻ ചെയ്യുന്നത്. മൃത്യുവിനെ ജയിക്കാൻ വെമ്പിയ കുമാരനാശാന്റെ ആത്മാവ് സ്നേഹഭാവത്തെ ആദർശമായി അവലംബിച്ചത് സ്വാഭാവികം മാത്രം. സ്നേഹത്തിന് അനേകം തലങ്ങളുണ്ട്. വ്യക്തിഗതമായ സ്നേഹത്തിൽ അതാരംഭിക്കുന്നു. മാനവരാശിയുടെ നേർക്കുള്ള സ്നേഹം എന്ന ആത്മീയാവസ്ഥയായി അത് വികാസം പ്രാപിച്ച് പാരമ്യത്തിലെത്തുകയും ചെയ്യുന്നു. *നളിനി* മുതൽ *ശ്രീബുദ്ധചരിതം* വരെയുള്ള കൃതികളിലൂടെ ആശാൻ സ്നേഹത്തിന്റെ വിവിധ തലങ്ങൾക്കാണ് ആവിഷ്കരണം നല്കിയിട്ടുള്ളത്.

ഓരോ കവിപ്രതിഭയ്ക്കും സഹജമായ സവിശേഷതകളുണ്ട്. അതനുസരിച്ച് ചില പ്രത്യേക പ്രമേയങ്ങൾ മാത്രമേ അനശ്വരശില്പങ്ങളാക്കി മാറ്റാൻ അവർക്കു സാധിക്കുകയുള്ളൂ. സഹജഭാവത്തിനിണങ്ങാത്ത പ്രമേയങ്ങളിൽ കവിപ്രതിഭ തളരുകയോ പരാജയപ്പെടുകയോ ചെയ്യുന്നതു കാണാം. മികച്ച കവികൾ മോശം കവിതകൾ എഴുതിയിട്ടുള്ളതിനു കാരണമെന്തെന്ന ചോദ്യത്തിന് ഉത്തരം കാണേണ്ടത് ഈ പ്രതിഭാരഹസ്യത്തിലാണ്. എന്നാൽ ധ്യാനത്തിലും നിരന്തരശിക്ഷണത്തിലും കൂടി പരിപുഷ്ടമാകുന്ന പ്രതിഭ ലോകത്തിലെ ഏതു പ്രമേയത്തെയും കാവ്യചാരുതകൊണ്ടു ഹൃദയഹാരിയാക്കി മാറ്റുന്നതിൽ വിജയിച്ചെന്നു വരാം. ക്ലാസിസ്റ്റുകളിൽ നാം ദർശിക്കുന്നത് ഈ കഴിവാണ്. ഇതിത്രയും കുമാരനാശാന്റെ കാവ്യരചനാ പരിശ്രമങ്ങൾക്കുള്ള മുഖവുരയെന്ന നിലയ്ക്ക് ഓർമ്മവയ്ക്കേണ്ടതാണ്.

സ്നേഹം, ദുഃഖം, മൃത്യു, സ്വാതന്ത്ര്യം മുതലായ പ്രമേയങ്ങളാണ് ആശാൻ പ്രതിഭയ്ക്ക് സഹജമായി ഇണങ്ങുന്നവ. ഇവ എപ്പോഴും പര

സ്പരം ബന്ധപ്പെട്ടുകൊണ്ടിരിക്കുന്നു. മുമ്പു പ്രസ്താവിച്ചതുപോലെ, മൃത്യുവിന്റെ നിഴലാണ് സ്നേഹവികാരം ഉദ്ദീപിപ്പിക്കുന്നത്. സ്നേഹമാകട്ടെ, എപ്പോഴും ദുഃഖവുമാണ്. എത്രത്തോളം നിങ്ങൾ സ്നേഹിക്കുന്നുവോ അത്രത്തോളമധികമായി നിങ്ങൾ ദുഃഖത്തിന് അധീനനായിത്തീരുന്നു. ഈ ദുഃഖം ജീവിതത്തിന്റെ ശോഭാവർദ്ധകമായ ആഭരണമത്രേ.

"എന്തിങ്ങണിഞ്ഞു ഗുണധോരണിവച്ചുനിൻമേ-
ലെന്തിന്നതാശു വിധിയേവമപാകരിച്ചു?"

എന്ന *വീണപൂവി*ലെ ഹൃദയസ്പർശിയായ ചോദ്യം സ്നേഹത്തിൽനിന്നുദിക്കുന്നതാണ്. വിധിയുടെ നേർക്കുള്ള പ്രതിഷേധത്തിൽനിന്നും.

നളിനി എന്ന കാവ്യത്തിന് ഒരു സ്നേഹം എന്ന പേരുകൂടി ആശാൻ നല്കിയിട്ടുണ്ടെന്ന് ഇവിടെ ഓർമ്മിക്കുക. ആത്മസമർപ്പണത്തിന്റെ പര്യായമായ ആ സ്നേഹം നളിനിയെ ആത്മഹത്യയുടെ തീരത്തോളം എത്തിക്കുന്നു. കൂരിരുട്ടു നിറഞ്ഞതും യമമൂർത്തി ഭീകരവുമായ ഒരു പാതിരാവിൽ അവൾ മൃത്യുവിന്റെ തടാകതടമെത്തി. അവൾ അവസാനമായി പ്രാർത്ഥിച്ചതിങ്ങനെയാണ്.

"ജീവിതേശനെയനുഗ്രഹിക്കവൻ
ഭൂവിലുണ്ടു ഗിരിജേ! വലഞ്ഞുടൻ
ഈവിധം തുനിവതാമശക്ത ഞാൻ
ദേവി, നിൻപദമണയ്ക്ക, യംബികേ!"

സ്വന്തം ശ്രേയസ്സിനേക്കാൾ, തന്റെ രാഗഭാജനത്തിന്റെ ശ്രേയസ്സിനാണ് ഇപ്പോഴും അവൾ പ്രാധാന്യം നല്കിയത്. അവളെ അതിനു പ്രാപ്തയാക്കുന്നതോ, സ്നേഹവും. സ്നേഹം ഒരാളെ ഈ പ്രപഞ്ചത്തോളം വലുതാക്കുന്നു. അഥവാ, സ്നേഹം ഈ പ്രപഞ്ചത്തെ ഒരാളിലേക്ക് ചുരുക്കുന്നു.

സ്നേഹത്തിന്റെ സാത്വികമായ അവസ്ഥയാണ് *നളിനി*യിൽ ആവിഷ്കൃതമായത്. നായകൻ അധഃകൃതസ്ഥാനത്താണ് ആദ്യം പ്രത്യക്ഷപ്പെടുന്നതെന്നോർക്കുക. അദ്ദേഹം താഴ്വരപ്രദേശങ്ങളെ ദർശിക്കുന്നതോ?

"വാനിൽനിന്നു നിജനീഡമാർന്നെഴും
കാനനം ഖഗയുവാവുപോലവേ."

ദിവാകരൻയോഗിയുടെ മാനസികമായ ഔന്നത്യത്തെയാണ് അത് അഭിവ്യഞ്ജിപ്പിക്കുന്നത്. ഹൈമവതഭൂവിന്റെ താഴ്വരയിൽ താമരപ്പൊ

യ്കയ്ക്കരികെ നിലകൊള്ളുന്ന *നളിനി*യും ജീവിതത്തിന്റെ വിശുദ്ധ മനോഹാരിത മാത്രമാണ് പ്രദർശിപ്പിക്കുന്നത്. അവൾ ഉഷസ്സന്ധ്യപോലെ പാവനാംഗിയാളുമാണ്.

ഇവരുടെ സമാഗമത്തിന് ഒരു ഭൂതകാല പശ്ചാത്തലമുണ്ട്. ഗ്രാമീണ ഭംഗിയും കൗമാരനിഷ്കളങ്കതയും അതിൽ വിശുദ്ധിയോടെ കലർന്നിരിക്കുന്നു. ഇന്നാകട്ടെ, രണ്ടുപേരും ഒരേ ജീവിതവൃത്തി അവലംബിച്ചിരിക്കുന്നു. അവിടെ ദിവാകരന് 'മഹാവാക്യസാരം' മാത്രമേ അവസാനമായി പറയാനുള്ളൂ. അതുൾക്കൊണ്ട നളിനി പരമാംമഹസ്സ് പ്രാപിക്കുകയും ചെയ്തു.

നളിനിയിലെ കഥ ലൗകികമേഖലയിൽനിന്നുയർന്നാണ് നിലകൊള്ളുന്നത്. അവിടെ ഒരു സമൂഹമോ അതിലെ ആചാരവിശേഷങ്ങളോ പ്രസക്തമായി വരുന്നില്ല. ലൗകികമായ യുക്തിയുടെ ചോദ്യങ്ങൾക്ക് അവിടെ സ്ഥാനമില്ല. അലൗകികമെന്നും സാത്വികമെന്നും പറയാവുന്ന ഒരു മേഖലയിലാണ് ആ കാവ്യവും അതിലെ അന്തരീക്ഷവും വർത്തിക്കുന്നത്.

എന്നാൽ ലൗകികമായ സ്നേഹത്തിന്റെ തീവ്രതയും അത് ആവിഷ്കരിക്കാനുള്ള വെമ്പലും ആശാൻപ്രതിഭയിൽ നിലീനമായിരിക്കുന്നു. ഏകാന്തവേളകളിൽ അദ്ദേഹം ആ വെമ്പലിനു സാഫല്യം നല്കാൻ ശ്രമിച്ചുകൊണ്ടുമിരുന്നു. ആ പരിശ്രമം ജീവിതവ്യഗ്രതകളിൽ മറഞ്ഞു പോകയാണ് ചെയ്തത്. അങ്ങനെയിരിക്കെ, സെൻട്രൽ ഹിന്ദു കോളേജ് മാഗസിനിൽ അദ്ദേഹത്തിന്റെ കൈകളിൽ യാദൃച്ഛികമായി എത്തിച്ചേർന്ന അതിലെ ഒരു ചിത്രം ആ പ്രതിഭയിലെ സർഗ്ഗാത്മകകഭാവത്തെ ഉദ്ദീപിപ്പിക്കുകയും പ്രവൃത്ത്യുൻമുഖമാക്കുകയും ചെയ്തു. അതിൽനിന്നാണ് *ലീല* രൂപം പ്രാപിക്കുന്നത്. അതിന്റെ മുഖവുര നോക്കൂ:

> *നളിനി* എഴുതി അവസാനിക്കുന്നതിനുമുമ്പുതന്നെ ആ മാതിരി ഒരു ചെറിയ കാവ്യംകൂടി എഴുതേണ്ട ആവശ്യകത തോന്നിയിരുന്നു. കാരണം, *നളിനി*യിലെ നായികാനായകന്മാർ രാജസം മിക്കവാറും വിട്ട്, സാത്വികാവസ്ഥയിൽ എത്തി നില്ക്കുന്ന പുണ്യാത്മാക്കളാണ് അതിനുമുമ്പുള്ള അവസ്ഥകളിലാണല്ലോ ജീവിതത്തിന്റെ കഷ്ടതകളും മാനസരഹസ്യങ്ങളും അധികം അടങ്ങിയിരിക്കുന്നത്. അതുകൊണ്ട് *നളിനി*യിലെ പാത്രങ്ങളുടെ അടുത്ത താണപടിയിൽ എത്തീട്ടുള്ള ജീവിതങ്ങളെപ്പറ്റിയാണ് പിന്നെ എഴുതേണ്ടതായി തോന്നിയത്. അതുമുതൽ അതിനെപ്പറ്റി ഗാഢമായി ചിന്തിക്കുകയും പല സംഗതികളും സ്വരൂപിച്ച് മനസ്സിൽ ക്രമപ്പെടുത്തി വയ്ക്കുകയും ചെയ്തുകൊണ്ടിരുന്നു. ഇതിനിടയിൽ ഒരിക്കൽ സെൻട്രൽ ഹിന്ദു കോളേജ് മാഗസിനിൽ ആണെന്നു തോന്നുന്നു. പ്രസിദ്ധനായ കുമാരസ്വാമി ഒരു ഉപന്യാസത്തോടുകൂടി ഒരു പേർഷ്യൻ കഥാനായികയുടെ ചിത്രം പ്രസിദ്ധപ്പെടുത്തിയിരുന്നതായി കണ്ടു. ആ ചിത്രം മേല്പറഞ്ഞ സങ്കല്പത്തെ ഉദ്ദീപിപ്പിച്ചു.

സ്വന്തമായി കഥയോ ഇതിവൃത്തമോ നിർമ്മിക്കാനുള്ള വാസന ആശാൻ പ്രതിഭയ്ക്ക് സഹജമായുണ്ടായിരുന്നതായി കാണുന്നില്ല (ലോകത്തിലെ മികച്ച കവികളിൽ പലരും ഇതേ സ്വഭാവം പ്രദർശിപ്പിക്കുന്നു). മറ്റെവിടെയെങ്കിലും നിന്ന് പ്രമേയമോ ഇതിവൃത്തമോ കാവ്യബീജമായി സ്വീകരിക്കുകയും സ്വന്തം ദർശനത്തിന്റെ ദീപ്തി കലർത്തി അത് കാവ്യശില്പമായി വികസിപ്പിക്കുകയും ചെയ്യുക. ഇതായിരുന്നു അദ്ദേഹത്തിന്റെ രീതി.

അതൊരു ബലഹീനതയല്ല. അനുഭവങ്ങളാണ് കാവ്യങ്ങൾക്ക് ആധാരമായിട്ടുള്ളതെന്ന് നമുക്കറിയാം. എന്നാൽ ജീവിതാനുഭവങ്ങൾ എന്നു പറഞ്ഞാൽ നേരിട്ടു ജീവിതത്തിൽനിന്നുൾക്കൊള്ളുന്ന അനുഭവങ്ങൾ എന്നു മാത്രമാണോ അർത്ഥം? അല്ല അനുഭവങ്ങൾക്ക് അതിനേക്കാൾ വ്യാപ്തിയുണ്ട്. വായനയും ഒരനുഭവം തന്നെയാണ്. അത് നേരിട്ടുള്ള അനുഭവത്തേക്കാൾ തീവ്രമായെന്നും വരാം. അതുകൊണ്ടാണ് വലിയ കവികൾ പലരും പുരാണേതിഹാസങ്ങളെ ആശ്രയിക്കാൻ മുതിർന്നത്. മറ്റൊരു കാര്യം കൂടി ഇവിടെ ഓർമ്മിക്കേണ്ടതായുണ്ട്. അപ്രധാനമായ സൃഷ്ടികളെ ഉപജീവിച്ചുകൊണ്ട് മികച്ച കലാശില്പങ്ങൾക്ക് രൂപം നല്കിയിട്ടുള്ളവരേയും കലാചരിത്രത്തിൽ കാണാൻ കഴിയും. മികച്ച എത്രയോ ചിത്രകാരന്മാരാണ് അപ്രശസ്തരും അപ്രഗത്ഭരുമായ കലാകാരന്മാരുടെ ചിത്രങ്ങളെ ഉപജീവിക്കാൻ മടികാണിക്കാതിരുന്നിട്ടുള്ളത്. ഇവിടെ ചോരണം എന്ന വാക്കിന് സ്ഥാനമില്ല. പരാജയപ്പെടുന്ന കലാസൃഷ്ടികളുടെ കാര്യത്തിലേ ആ വാക്കിനു സ്ഥാനം കിട്ടുന്നുള്ളൂ (ഒരു കലാസിദ്ധാന്തമായി ആന്ദ്രേ മാൽറോ -Andre Malraux - ഇത് വികസിപ്പിച്ചിട്ടുണ്ട്- The Psychology of Art.

വീണ്ടും മുഖവുരയിൽ നിന്നുദ്ധരിക്കട്ടെ!

> 1911 ജൂലൈ ഇരുപത്തേഴാം തീയതിയാണ് *ലീല* എഴുതിത്തുടങ്ങിയത്. മുൻപറഞ്ഞ ചിത്രം ഒരിക്കൽക്കൂടി കാണുകയോ ഉപന്യാസം ഒന്നുകൂടി വായിച്ചുനോക്കുകയോ ചെയ്താൽ കഥാസൃഷ്ടിയിൽ വല്ല സഹായവും ഉണ്ടാവാൻ മതിയെന്നു തോന്നുകയാൽ വീണ്ടും അതിനെപ്പറ്റി അന്വേഷിച്ചു. എങ്കിലും കിട്ടിയില്ല. ചുരുക്കിപ്പറഞ്ഞാൽ ഈ കാവ്യം പോലെതന്നെ ഇതിന്റെ കഥയും സ്വന്തം ചെറിയ കല്പനാശക്തിക്കൊത്തവണ്ണം സ്വതേതന്നെ നിർമ്മിക്കുകയാണു ചെയ്തിട്ടുള്ളത്. അതുകൊണ്ട് *ലീല* തന്റെ പൂർവ്വജയായ *നളിനി*യെപ്പോലെതന്നെ ഒരു കല്പിതകഥയാണ്.

അതെ. *ലീല* കല്പിതകഥയാണ്. ആശാൻ അറിയാതെതന്നെ പേർഷ്യൻ കഥയുടെ ബീജത്തിൽനിന്ന് അത് വികാസം പ്രാപിച്ചെന്നു മാത്രം. ആനന്ദകുമാരസ്വാമി എഴുതിയിരുന്നത് *ലൈലാ മജ്നു* എന്ന കാവ്യത്തെക്കുറിച്ചാണെന്നു പ്രത്യേകം പറയേണ്ടതില്ലല്ലോ. അദ്ദേഹം തെരഞ്ഞെടുത്ത ചിത്രം കലാമേന്മയുടെ കാര്യത്തിൽ മികവുറ്റതായിരിക്കുമെന്നതിൽ

തർക്കമില്ല (അത്രമേൽ മികച്ച അഭിരുചിയുടെ ഉമടയായിരുന്നു അദ്ദേഹം). ആ ചിത്രം ആശാന്റെ പ്രതിഭയിൽ വർണ്ണോജ്ജ്വലമായ ഒരു ലോകംതന്നെ ഉരുത്തിരിഞ്ഞു വരുന്നതിനു കാരണമായി.

> 1913 ഡിസംബർ പതിനൊന്നാംതീയതി *ലീല* എഴുതിത്തീർന്നു. ക്ലേശകരമായ കൃത്യാന്തരങ്ങളുടെയിടയിൽ പ്രായേണ രാത്രി സമയം മാത്രമേ ഇതിനു വിനിയോഗിപ്പാൻ കിട്ടിയിട്ടുള്ളൂ. അച്ചടിക്കുന്നതിനു മുമ്പുതന്നെ പണ്ഡിതസ്നേഹിതന്മാരിൽ പലരും ഇതിനെ വായിച്ചു കേൾക്കുകയും പ്രോത്സാഹിപ്പിക്കുകയും ചെയ്തിട്ടുണ്ട്. ഇവരിൽ നന്ത്യാർ വീട്ടിൽ കെ പരമേശ്വരൻപിള്ള (എം എ എം ആർ എ എസ്) അവർകളുടെ പേര് പ്രത്യേകം പറയേണ്ടിയിരിക്കുന്നു. അദ്ദേഹത്തിന്റെ കർക്കശമെങ്കിലും വ്യുല്പാദകമായ ഗുണദോഷചിന്തനത്തിന് സ്നേഹബഹുമാനപൂർവ്വം നന്ദി പറയുകയും ചെയ്യുന്നു (മുഖവുര).

അച്ചടിച്ചതിനുശേഷവും *ലീല* പ്രസിദ്ധീകരിക്കുന്നതിൽ ആറുമാസത്തിലധികം താമസം നേരിട്ടതായി മുഖവുരയിൽ ആശാൻ പറയുന്നു. അതിനു കാരണമായതെന്തെന്നു നാം അറിയേണ്ടതാണ്. പുസ്തകത്തിൽ സന്ദർഭോചിതമായ ചിത്രങ്ങൾ ചേർക്കണമെന്ന ആഗ്രഹം ആശാനുണ്ടായി. നോക്കൂ:

> ...പുസ്തകം മുഴുവൻ വായിച്ചുനോക്കി സന്ദർഭോചിതമായ ചിത്രങ്ങൾ ദയചെയ്ത് എഴുതിത്തന്ന മ. രാ. രാ. കെ ആർ രവിവർമ്മ കോയിത്തമ്പുരാൻ തിരുമനസ്സിലേക്കും ഹൃദയപൂർവ്വം നന്ദിപറഞ്ഞുകൊള്ളുന്നു.

കവിതയ്ക്കും ചിത്രകലയ്ക്കും തമ്മിലുള്ള ബന്ധം ആശാൻ തിരിച്ചറിഞ്ഞു എന്നത് ചെറിയ സംഗതിയല്ല. കലയുടെ സൂക്ഷ്മാംശങ്ങളിൽ കണ്ണുചെല്ലുന്ന ഒരു കലാമർമ്മജ്ഞനു മാത്രമേ ഈ തിരിച്ചറിവുണ്ടാകയുള്ളൂ. മലയാളത്തിന്റെ ചരിത്രത്തിൽ ഈ ഗുണം ആദ്യമായി പ്രകടമാക്കിയത് കുമാരനാശാനാണ്. ചിത്രം രചിച്ചു കിട്ടുന്നതിനുവേണ്ടി മാവേലിക്കരയിലെ അനുഗൃഹീതകലാകാരന്മാരുടെ തറവാട്ടിനെത്തന്നെ അദ്ദേഹം സമീപിച്ചു എന്നതും ശ്രദ്ധിക്കേണ്ടതാണ്.

കാവ്യലോകത്തിലായാലും ജീവിതത്തിലായാലും കുമാരനാശാൻ എപ്പോഴും സമുന്നതാത്മാക്കളുമായി മാത്രമേ സൗഹൃദം പുലർത്തിയിരുന്നുള്ളൂ. *ലീല*യിൽ രണ്ടുവരികൾ ഇവിടെ ഓർത്തുപോകുന്നു.

> "മഹാദഭിമതമാത്മാഭാവമോരാൻ
> സഹചരരേക നിദർശനം മഹാത്മൻ"

*നളിനി*യുടേതിൽ നിന്നു വിഭിന്നമായ രൂപഘടനയാണ് *ലീല* പ്രദർശി

പ്പിക്കുന്നത്. ഒരൊറ്റഖണ്ഡം മാത്രമാണു *നളിനി*യിലുള്ളതെങ്കിൽ *ലീല* മൂന്നു സർഗ്ഗങ്ങളായി വിഭജിക്കപ്പെട്ടിരിക്കുന്നു. ഇതിവൃത്തത്തിനു ദീർഘമായ ഋജുരേഖയുടെ സ്വഭാവമാണുള്ളത്. അതിനു മൂന്നു സന്ധികളുണ്ടെന്നു മാത്രം. ദീർഘകാലം മദനനെ അന്വേഷിച്ചതിനുശേഷം മടങ്ങിയെത്തുന്ന മാധവി, താൻ മദനനെ കണ്ടെത്തിയ വിവരം ലീലയെ അറിയിക്കുന്നു.

"പ്രണയപരവശേ! ശുഭം നിന
ക്കുണരുക, യുണ്ടൊരു ദിക്കിൽ നിൻ പ്രിയൻ
ഗുണവതി! നെടുമോഹനിദ്രവി-
ട്ടുണരുക ഞാൻ സഖി, നിന്റെ മാധവി"

നാടകീയമായ ഈ തുടക്കത്തിൽ നിന്ന് കവി അനുവാചകരെ പൂർവ്വകഥയിലേക്ക് നയിക്കുന്നു. അവിടെ ആഖ്യാനമുണ്ടെങ്കിലും സംഭവങ്ങളുടെ ചലനം പ്രത്യക്ഷമാകുന്നതായി അനുഭവപ്പെടുന്നില്ല. ഏറ്റവും സംക്ഷിപ്തമായി അതേസമയം നാടകീയമായി പൂർവ്വകഥ സംക്ഷേപിക്കുന്നതിൽ കവി കാട്ടുന്ന പാടവം അതുല്യമാണ്. ലീലയുടെ അന്തരാത്മാവിന്റെ സഹജഭാവം അതിനിപുണമായി അദ്ദേഹം അതിൽ അഭിവ്യഞ്ജിപ്പിക്കുകയും ചെയ്യുന്നു

വിവിധഹൃദയവൃത്തിവിദ്ധയായ് ലീല വിവശതയിലാഴുന്ന മാനസികാവസ്ഥ നല്ല കലാവിരുതോടുകൂടിയാണ് ഇവിടെ ചിത്രീകൃതമായിട്ടുള്ളത്. ഇതിവൃത്തത്തിന്റെ മർമ്മഭാഗം പലതും ഈ ഒന്നാം സർഗ്ഗത്തിൽ സൂചിതമായിരിക്കുകയും ചെയ്യുന്നു. അതേസമയംതന്നെ, പ്രതീകാത്മകമായ ഒരു ഭാവതലം ഈ ഭാഗത്തിനുണ്ടെന്ന് സുശിക്ഷിതരായ വായനക്കാർക്ക് അനുഭവപ്പെടുകയും ചെയ്യുന്നു. മദനനെ അന്വേഷിച്ച് മാധവി പോകുന്നത് 'ശ്രുതിയുടെ ദൂരലീനമാകും ഭാവത്തെ പ്രണിഹിതയായ ബുദ്ധി പോലെയാണ്. ആ കാമുകനെ കണ്ടെത്തിയതിനുശേഷം അവൾ മടങ്ങിയെത്തുന്നത് അബ്ദികീസുതിഥി പോലെയാണ്. 'ഇമ്മാതിരിയുള്ള അലങ്കാരപ്രയോഗം മൂലം കഥാഗതിക്ക് മറ്റൊരു മാനം കൈവന്നിരിക്കുന്നു. മിസ്റ്റിക് സ്വഭാവമുള്ള കാവ്യമായി *ലീല*യെ വ്യാഖ്യാനിക്കാൻ പ്രൊഫ. കരിമ്പുഴ രാമകൃഷ്ണൻ പ്രേരിതനായത് ഇക്കാരണത്താലാണ് (പ്രൊഫ. കരിമ്പുഴ രാമകൃഷ്ണന്റെ *ലീലാഹൃദയവ്യാഖ്യാനം* നോക്കുക).

രണ്ടാം സർഗ്ഗത്തിൽ ലീലാ മാധവിമാർ തമ്മിലുള്ള സംവാദം. അത് വികാരജനകവും ചിന്തോദ്ദീപകവുമാണ്. മാത്രമല്ല ലീലയും മാധവിയും സാവധാനത്തിൽ പ്രതീകങ്ങളുടെ സ്വഭാവം കൈവരിക്കുന്നതായും അനുഭവപ്പെടുന്നു. മാധവി പ്രായോഗികബുദ്ധിയാണ്. വരുംവരായ്കകൾ തിരിച്ചറിഞ്ഞു പറഞ്ഞുകൊടുക്കാൻ അവർ മടിക്കുന്നില്ല. എന്നാൽ പ്രായോഗിക ബുദ്ധിക്കപ്പുറം നില്ക്കുന്ന ഏതോ വികാരത്തിലാണ് ലീല നയിക്കപ്പെടുന്നത്. ലോകാചാരങ്ങളെ അവൾ, അന്തരാനിഹിതമായ അനുരാഗ

ത്തിന്റെ അടിസ്ഥാനത്തിൽ തിരസ്കരിക്കുന്നു. എത്ര ദാർഢ്യത്തോടെയാണ് അവൾ,

"അറിയും ജനനീതിസീമയെ-
ത്തിറമായ്കാക്കുമ പൂർണ്ണരാഗികൾ;
നിറയും രതി ലോകസംഗ്രഹം
കുറിയാക്കാസഖി, കൂസലാർന്നിടാ"

എന്നു വിളംബരം ചെയ്യുന്നത്. മാത്രമല്ല, സ്ഫുടസൗഹൃദം തികച്ചും ആന്തരാത്മികമാണെന്നു കൂടി വെളിപ്പെടുത്താൻ അവൾ മടിക്കുന്നില്ല. അവിടെ ശരീരത്തിനും ശരീരനാശത്തിനും വലിയ സ്ഥാനമില്ല. ഒടുവിൽ മാധവിയുടെ യുക്തിബോധം ലീലയുടെ അതീന്ദ്രിയബോധത്തിനു വഴങ്ങുകയും അവരിരുവരുംകൂടി മദനന്റെ ആവാസകേന്ദ്രം തേടി കാനനത്തിലേക്കു പുറപ്പെടുകയും ചെയ്യുന്നു. ഇവിടെയും ദൂരവ്യാപകമായ പ്രതീതി ജനിപ്പിക്കുന്ന ഒരുപമയുണ്ട്.

"....സ്വപ്നമാകും പ്രപഞ്ചം
തന്നിൽ ബാഹ്യേന്ദ്രിയകലെയായ്
ചിത്തസത്വങ്ങൾപോലെ"

മൂന്നാം സർഗ്ഗത്തിൽ സ്വപ്നത്തിന്റെ പ്രപഞ്ചത്തിൽ അവർ പ്രവേശിക്കുന്നു. ആ സ്വപ്നലോകം യഥാർത്ഥലോകത്തേക്കാൾ യഥാർത്ഥമാണെന്ന് അനുവാചകർക്കനുഭവപ്പെടുന്നതാണ് ഇവിടുത്തെ സവിശേഷത. വസന്തത്തിന്റെ ആശ്ലേഷണത്തിൽ രോമാഞ്ചമണിയുന്ന കാടിൻപരപ്പ്. അതിൽ ഉഷസുഷമയ്ക്കു നിത്യഭാവമരുളുന്ന, പൂത്തുലഞ്ഞ മാദകചമ്പകമരങ്ങൾ, അവ പ്രസരിപ്പിക്കുന്ന തീവ്രവും സ്മരണോദ്ദീപകവുമായ സുഗന്ധം ഇവയെല്ലാം ചേർന്ന് തികച്ചും വിചിത്രമായ ഒരു സ്വപ്ന ലോകമാണ് ഇവിടെ രൂപംപൂണ്ടിരിക്കുന്നത്. ആ ലോകം മനുഷ്യന്റേതാണെങ്കിലും അഗണിതദിവ്യവിഭൂതി അവിടെ തുളുമ്പി നില്ക്കുന്നു.

"ഗഗനതടമിടിഞ്ഞു താണതൊക്കും
നഗപതി നീലനിതംബഭൂവിലേവം
ഭഗിനി! പറകയെന്തിതാർന്നതിങ്ങീ–
യഗണിതദിവ്യവിഭൂതി മർത്ത്യലോകം?"

എന്ന ചോദ്യം ലീലയുടെ അന്തരാത്മാവിൽനിന്നാണുയരുന്നത്. അതിനു മുമ്പുതന്നെ അലൗകികഭാവജനകമായ ഗന്ധത്തിന്റെ ചിത്രണവുമുണ്ട്. നോക്കൂ.

"ഭിദുരമഹഹ! പൂർവ്വവിസ്മൃതിക്കീ-

മൃദുതരവായുതരംഗ രംഗലോലം
ഹൃതഹൃദയമഹോവരുന്നു തോഴീ
ഹിതകരമീവഴി ഹേമപുഷ്പഗന്ധം"

വസന്തകാന്തിയോട് ഇവിടെ സമ്മേളിക്കുന്നത് ഹേമപുഷ്പഗന്ധം, കളകളം, ചിത്രവർണ്ണം തുടങ്ങി സർവ്വേന്ദ്രിയസ്പർശിയായ അനുഭവങ്ങളാണ്. വായനക്കാരെ മറ്റൊരു ലോകത്തിലേക്കുയർത്താൻ ഇവയ്ക്കു കഴിയുന്നു. ആ ലോകത്തിൽ അന്തിമേഘക്കൊടുമുടിയിൽ നക്ഷത്രമെന്നപോലെ പറ്റിച്ചേർന്നിരിക്കുന്ന ലീല മാത്രം ഏകയാഥാർത്ഥ്യമായി തെളിഞ്ഞു നില്ക്കുകയും ചെയ്യുന്നു. അവളിൽനിന്നുയരുന്ന ഗാനം ദൈവത്തെ പ്രാപിക്കാനുള്ള ആത്മാവിന്റെ പ്രാർത്ഥനയായി ഇവിടെ മാറുന്നു. പ്രാർത്ഥനയേക്കാൾ സത്യമായി മറ്റൊരു വെമ്പലില്ലല്ലോ.

ഇപ്രകാരം അനുവാചകരെ ലോകത്തിൽനിന്നും ലൗകിക യുക്തികളിൽനിന്നും പടിപടിയായി മോചിപ്പിച്ച് ഏതോ സത്യലോകത്തിലെത്തിക്കുന്ന ഇന്ദ്രജാലവിദ്യയാണ് ആശാൻ പ്രതിഭ ലീലയിൽ പ്രകടമാക്കുന്നത്.

അതിൽ വിലയംകൊള്ളുന്ന സഹൃദയമനസ്സിൽ മുഴങ്ങിനില്ക്കുന്നത്:

"ആരും തോഴീ! യുലകിൽ മറയുന്നില്ല; മാംസം വെടിഞ്ഞാൽ
തീരുന്നില്ലീ പ്രണയജടിലം ദേഹിതൻ ദേഹബന്ധം
പോരും ഖേദം പ്രിയസഖി, ചിരം വാഴ്ക മാഴ്കാതെ
വീണ്ടും ചേരും നാം കേൾ; വിരതഗതിയായില്ല സംസാരചക്രം."

എന്ന വാക്കുകൾ മാത്രം ആവർത്തിച്ചുള്ള പഠനങ്ങൾക്കും വ്യാഖ്യാനങ്ങൾക്കും പ്രേരിപ്പിക്കുന്ന ഒരു കാവ്യമാണ് *ലീല.*

എന്തുകൊണ്ടോ, മലയാളത്തിൽ ഇനിയും അതു വേണ്ടവിധം പഠനവിധേയമായിട്ടില്ല. പി കെ ബാലകൃഷ്ണന്റെ *കാവ്യകല കുമാരനാശാനിലൂടെ* എന്ന കൃതിയും പ്രൊഫ. കരിമ്പുഴ രാമകൃഷ്ണന്റെ *ആശാന്റെ ലീലാകാവ്യം, ലീലാഹൃദയ വ്യാഖ്യാനം* എന്നീ കൃതികളും ഈ വഴിക്കു ലഭിച്ച വിശിഷ്ട സംഭാവകളാണ്.

നളിനി പോലെതന്നെ *ലീല*യും സാഹിത്യലോകത്തിന്റെ മുക്തകണ്ഠമായ പ്രശംസയ്ക്കു പാത്രമായി. *നളിനി* വായിച്ചതോടെ താൻ കവിതയെഴുത്തു നിർത്തിയെന്ന് സി വി കുഞ്ഞുരാമൻ പറഞ്ഞതുപോലെ, പല കവികളും *ലീല* വായിച്ചതോടെ രചനയുടെ കാര്യത്തിൽ അധീരരായി മാറി. കൈയടിക്കാനുള്ള ലഹരിയുളവാക്കാതെ ലഹരിയ്ക്കപ്പുറമുള്ള ലോകത്തിൽ സമുന്നതനിലവാരം പുലർത്തുന്ന പ്രസംഗംപോലെയും ആരെയും ആത്മവിസ്മൃതിയിലാഴ്ത്തുന്ന സംഗീതംപോലെയുമുള്ള കാവ്യമാണ് *ലീല.* ആവർത്തിച്ചു വായിക്കാനും കാവ്യാനുഭൂതി ഉൾക്കൊള്ളാനും മാത്രം സഹൃദയരെ പ്രേരിപ്പിച്ചുകൊണ്ട് അത് വൈശിഷ്ട്യം വെളിവാക്കുന്നു. ഈ ഇന്ദ്രജാലവൈഭവത്തിൽ അത്ഭുതപ്പെ

ടാനില്ല. ഈ കാവ്യരചനാപരിശ്രമത്തിനിടയിൽ പലപ്പോഴും താൻ ധ്യാന ലീനനായിരുന്നുപോയിട്ടുണ്ടെന്ന് സഹോദരൻ അയ്യപ്പനോട് ആശാൻ പിന്നീട് പറയുകയുണ്ടായി. ഭാവനയുടെ ലോകത്തിൽ ധൂമപ്രായമായി നിലകൊണ്ട അനുഭൂതികൾക്ക് വാക്കുകളുടെ രൂപം നല്കുക എളുപ്പമാ യിരുന്നില്ല. എഴുതിയും തിരുത്തിയും മാറ്റിയെഴുതിയും സൂക്ഷ്മഭാവ ങ്ങൾക്ക് സ്ഥൂലരൂപം നല്കാൻ അദ്ദേഹം അനുഭവിച്ച ക്ലേശങ്ങൾക്കു കണ ക്കില്ല. മലയാളകവിതയിൽ സാധാരണമല്ലാത്ത പദങ്ങളും കല്പനകളും പദസംയോഗങ്ങളും ലീലയുടെ ശില്പഘടനയിൽ സ്ഥാനം പിടിച്ചിട്ടുണ്ട്. ഭാവോന്മീലനത്തിന് അവ മാസ്മരശക്തിയാർന്ന സംഭാവനകൾ നല്കു ന്നതായും കാണപ്പെടുന്നു.

ഇതേവർഷം തന്നെ കുമാരനാശാൻ *രാജയോഗം* പരിഭാഷ (പൂർവ്വ ഭാഗം) പ്രസിദ്ധപ്പെടുത്തി. അതിന് അനുവാദം ലഭിക്കണമെന്ന് അപേക്ഷി ച്ചുകൊണ്ട് രാമകൃഷ്ണമിഷന് അദ്ദേഹം കത്തെഴുതി. മറുപടി വേഗത്തി ലാണ് കിട്ടിയത്. മിഷൻ പ്രസിഡന്റായ ബ്രഹ്മശ്രീ രാമകൃഷ്ണാനന്ദസ്വാമി ആ മറുപടിയിൽ എഴുതിയിരുന്ന ഒരു വാക്യം ആശാനെ വളരെ സന്തോ ഷിപ്പിച്ചു.

"Our president is glad to hear that a very competent man has been good enough to translate the most difficult book of Sri. Swami Vivekanandaji into Malalayam."

അദ്ധ്യാത്മശാസ്ത്രത്തെ ആസ്പദമാക്കി നിർമ്മിച്ചിട്ടുള്ള അതി പ്രൗഢമായ *രാജയോഗം* എളുപ്പമായ പരിഭാഷയ്ക്കു വഴങ്ങുന്നതല്ലെന്ന് ആശാനറിയാമായിരുന്നു. *വിവേകോദയ*ത്തിൽ അല്പാല്പമായി തിടുക്കം പിടിച്ച് ചേർത്തുകൊണ്ടിരുന്നതു നിമിത്തം തർജ്ജമയിൽ ന്യൂനതകൾ കടന്നുകൂടിയിട്ടുണ്ടെന്ന് ആശാൻ മനസ്സിലാക്കുകയും ചെയ്തിരുന്നു.

"ഇതിൽ സംഭവിച്ചേക്കാവുന്ന നല്ല സ്ഖലിതങ്ങളെയും യോഗ്യരായ വായനക്കാർ സദയം ചൂണ്ടിക്കാണിച്ചുതന്നാൽ അടുത്ത പതിപ്പിൽ തിരുത്തിക്കൊള്ളാവുന്നതും ഉത്തരഭാഗത്തിന്റെ തർജ്ജമ കഴിയുന്നത്ര നന്നാക്കാവുന്നതുമാണ്." എന്ന് വാക്കുകൾ കാണുക.

*വിവേകോദയ*ത്തിലൂടെ *രാജയോഗം* ഉത്തരഭാഗവും പരിഭാഷപ്പെ ടുത്തി ചേർത്തുകൊണ്ടിരുന്നു. 1914 ൽ അത് പുസ്തകരൂപത്തിൽ പ്രസി ദ്ധപ്പെടുത്തി. വിഷയഗൗരവംകൊണ്ടുള്ള വൈഷമ്യത്തെ ലഘൂകരിപ്പാൻ വേണ്ടി ഭാഷാരീതി അത്യന്തം ലളിതമാക്കാൻ താൻ ശ്രദ്ധിച്ചിട്ടുണ്ടെന്ന് ആശാൻ അതിന്റെ മുഖവുരയിൽ പറയുന്നു. ഈ വിഷയത്തിൽ ആശാന് എത്രമാത്രം അവഗാഹമുണ്ടായിരുന്നുവെന്ന് മുഖവുരയിൽ അവസാന ഖണ്ഡിക വായിച്ചാൽ മനസ്സിലാകും.

> ... ഉത്തരഭാഗം മുഴുവൻ പാതഞ്ജലസൂത്രങ്ങളുടെ പരിഭാഷയും അതിന്മേലുള്ള സ്വാമിയുടെ സ്വതന്ത്രഭാഷ്യവും ആകുന്നു. സൂത്ര ങ്ങളെ ഇംഗ്ലീഷിൽ പരിഭാഷപ്പെടുത്തുന്നതിൽ സ്വാമി അവസരോ

> ചിതമായ സ്വാതന്ത്ര്യം ഉപയോഗിച്ചിട്ടുണ്ട്. പാശ്ചാത്യന്മാരുടെ ഉപയോഗത്തിനാകയാൽ അപ്രകാരം ചെയ്യേണ്ടിവന്നത് സമ്മതിക്കത്തക്കതും സ്വാമിക്ക് പ്രകൃതവിഷയത്തിലുള്ള ജ്ഞാനവും അനുഭവവുംകൊണ്ട് അതിൽ അന്യഥാ ശങ്കയ്ക്ക് ഇടയില്ലാത്തതുമാകുന്നു. എങ്കിലും പാതഞ്ജലദർശനത്തെപ്പറ്റി ഭാരതീയരുടെ ഉപയോഗത്തെ മാത്രം ഉദ്ദേശിച്ച് പ്രസിദ്ധപ്പെടുത്തുന്ന ഒരു ഏതദ്ദേശഭാഷാഗ്രന്ഥത്തിൽ ഋഷിപ്രണീതമായ മൂലത്തെ അങ്ങനെതന്നെ വച്ചുകൊണ്ട് എന്തെങ്കിലും ഉപന്യസിപ്പാനേ ജനങ്ങൾ സമ്മതിക്കൂ എന്നുള്ളത് പ്രത്യേകം സ്മരണീയമാകുന്നു. അതുകൊണ്ട് ഈ പരിഭാഷയിൽ പ്രാമാണ്യത്തെ ഉദ്ദേശിച്ച് സ്വാമിയുടെ ഇംഗ്ലീഷ് സൂത്രങ്ങളുടെ സ്ഥാനത്ത് അവയുടെ മൂലമായ സംസ്കൃതസൂത്രങ്ങൾതന്നെ ചേർത്തുകൊണ്ട് അവയുടെ പദംപ്രതിയും വാക്യംപ്രതിയുമുള്ള അർത്ഥങ്ങൾ മലയാളത്തിൽ കൊടുക്കുകയാണ് ചെയ്തിട്ടുള്ളത്. ഇങ്ങനെ ചെയ്യുന്നതിൽ സൂത്രത്തിന്റെ യഥോക്താർത്ഥങ്ങളിൽ വല്ല ദിക്കിലും നിസ്സാരമായ വല്ല മാറ്റവും വന്നിട്ടുണ്ടെങ്കിൽ അതിന്റെ ഫലമായി സ്വാമിയുടെ വ്യാഖ്യാനത്തിൽ പൂർവ്വപരവാക്യങ്ങൾക്കു തമ്മിൽ അസാംഗത്യം വരാതിരിക്കത്തക്കവണ്ണം സൂക്ഷിച്ചിട്ടുമുണ്ട്. സൂത്രങ്ങളുടെ അർത്ഥനിർണ്ണയത്തിൽ അധികം ആശ്രയിച്ചിട്ടുള്ളത് വ്യാസഭാഷ്യത്തേക്കാൾ ഭോജരാജവൃത്തിയെ ആകുന്നു. സൂത്രപാഠങ്ങളും ഭോജവൃത്തിയിൽ സ്വീകരിച്ചിട്ടുള്ള പ്രകാരം തന്നെയാണ് ഇതിൽ കൊടുത്തിട്ടുള്ളത്. ചുരുക്കത്തിൽ അത്യുൽകൃഷ്ടവും ദുരവഗാഹവുമായ രാജയോഗശാസ്ത്രത്തിൽ ജിജ്ഞാസുക്കൾക്ക് ഈ പുസ്തകംകൊണ്ട് സാരമായ പ്രയോജനം ഉണ്ടാകത്തക്കവണ്ണം ദൃഷ്ടിവച്ചിട്ടുണ്ട്.

ഈ പരിഭാഷയ്ക്ക് വലിയ സ്വീകരണമാണ് ലഭിച്ചത്.

1912 ലാണ് ശിവഗിരിയിൽ ശാരദാപ്രതിഷ്ഠ നടന്നത്. അതിനു വിപുലമായ ഒരുക്കങ്ങൾ ചെയ്യേണ്ടിവന്നു. പ്രതിഷ്ഠാകമ്മിറ്റിയുടെ പ്രസിഡന്റ് ഡോ. പല്പുവും സെക്രട്ടറി കുമാരനാശാനും ആയിരുന്നു. അതേപ്പറ്റി പ്രസിദ്ധപ്പെടുത്തിയ പ്രകടനപത്രികയിൽ ഇപ്രകാരം കാണുന്നു.

"മഠത്തിൽ ഈ വരുന്ന മേടം പതിനെട്ടാം തീയതി രാത്രി ശാരദാപ്രതിഷ്ഠ നടത്താൻ ബ്രഹ്മശ്രീ നാരായണഗുരുസ്വാമി തൃപ്പാദങ്ങളിലെ ആജ്ഞാനുസാരം തീർച്ചയാക്കിയിരിക്കുന്നു."

*വിവേകോദയ*ത്തിൽ 'ശാരദപ്രതിഷ്ഠ' എന്ന ശീർഷകത്തിൽ ആശാൻ നല്ലൊരു കുറിപ്പുകൂടി പ്രസിദ്ധപ്പെടുത്തിയിരുന്നു. പ്രതിഷ്ഠയോടനുബന്ധിച്ച് ഒരു വിദ്യാർത്ഥി സമ്മേളനം - Students Federation - നടത്താനും തീരുമാനിച്ചു.

മുൻ നിശ്ചയപ്രകാരം പ്രതിഷ്ഠാകർമ്മം 1087 മേടം പത്തൊൻപതാം തീയതി വെളുപ്പിന് 5 മണിക്ക് നാരായണഗുരുസ്വാമികൾ നിർവ്വഹിച്ചു.

ആ സമയത്തിൽ ചൊല്ലുന്നതിനായി എട്ടു സംസ്കൃത ശ്ലോകങ്ങളുള്ള ശാരദാസ്തവം ആശാൻ രചിച്ചു. പ്രതിഷ്ഠ കഴിഞ്ഞയുടനെ കവിതന്നെയാണ് ഈ സ്തോത്രം ഭക്തിപരവശനായി ഗാനം ചെയ്തത്.

അടുത്ത വർഷത്തിൽ ആശാൻ സ്വന്തമായി ഒരു ബുക്ക് ഡിപ്പോ തുറന്നു. അതാണു ശാരദാ ബുക്ക് ഡിപ്പോ. 22.10.1088 ലെ ഡയറിക്കുറിപ്പിൽ ഇങ്ങനെ ഒരു വാകൃമുണ്ട്. 'I formally opened Sarada Grandhalayam.' അതിനടുത്ത മാസത്തിൽ താൻ സൈക്കിൾസവാരി പരിശീലിച്ചുകൊണ്ടിരിക്കുന്നതായി കുറിച്ചു കാണുന്നുണ്ട്. എന്നാൽ ആശാൻ സൈക്കിളിൽ യാത്ര ചെയ്യുന്നത് കണ്ടതായി ആരും രേഖപ്പെടുത്തിയിട്ടില്ല.

മൈത്രേയി എന്ന നോവൽ പ്രകാശിപ്പിക്കുന്നത് ഇതേവർഷം തന്നെയാണ്. പണ്ഡിത സീതാനാഥ തത്ത്വഭൂഷണൻ ഇംഗ്ലീഷിലെഴുതിയ കഥയുടെ വിവർത്തനമാണത്. *വിവേകോദയ*ത്തിൽ അത് ഖണ്ഡശഃ പ്രകാശിപ്പിച്ചുപോരുകയാണ് ചെയ്തത്. ചാതുർവർണ്ണ്യത്തിന്റെ അർത്ഥശൂന്യത വായനക്കാരെ ബോദ്ധ്യപ്പെടുത്തുന്നതിന് വേണ്ടിയായിരിക്കണം ആശാൻ അതു പരിഭാഷപ്പെടുത്തിയത്.

1911 ൽ ആശാന്റെ മാതാവ് ചരമമടഞ്ഞു. മുമ്പു പ്രസ്താവിച്ചതുപോലെ അപ്പോൾ അദ്ദേഹം സ്ഥലത്തില്ലായിരുന്നു. സംസ്കാരച്ചടങ്ങിൽ പങ്കെടുക്കാൻ അദ്ദേഹത്തിന് സാധിച്ചുമില്ല. 1086 മീനം ലക്കം വിവേകോദായത്തിൽ പലവകയുടെ കൂട്ടത്തിൽ ഈ കുറിപ്പു കാണാം.

"ഈ എഴുതുന്ന ആളിന്റെ അമ്മ ഈ മാസം ഇരുപത്തിഅഞ്ചാം തീയതി മസൂരിരോഗത്താൽ ചരമഗതിയെ പ്രാപിച്ചിരിക്കുന്ന വിവരം വായനക്കാരെ വ്യാസനപൂർവ്വം അറിയിച്ചുകൊള്ളുന്നു."

അമ്മയെക്കുറിച്ചുള്ള ഓർമ്മകൾ ആ ഹൃദയത്തെ അത്യധികം വേദനിപ്പിച്ചു. അതിൽനിന്നാണ് ഒരു അനുതാപം എന്ന കവിത രൂപപ്പെടുന്നത്. രണ്ടുകൊല്ലങ്ങൾക്കു മുമ്പ് അമ്മ മരിച്ച വിവരത്തിന് കമ്പി കിട്ടിയ അവസരത്തിൽ എഴുതിയത് എന്ന കുറിപ്പോടുകൂടി 1088 മേടം ഇടവം ലക്കം *വിവേകോദയ*ത്തിൽ ഒരു അനുതാപം പ്രസിദ്ധപ്പെടുത്തി. ആ ദുഃഖത്തിന്റെ സ്വഭാവം വെളിപ്പെടുത്തുന്ന ശ്ലോകങ്ങൾ നോക്കുക.

"എൻമേൽ പ്രീതിയോടും ക്ഷമിക്ക-
യപരാധം ഞാൻ ക്ഷമിച്ചുണ്ണിയെ-
ന്നമ്മേ ചൊല്ലുക കഷ്ടമമ്മ മൃതയായ്
പ്പൊങ്ങില്ല നാവിങ്ങിനി
ശർമ്മം ചേർപ്പതിനെന്റെ സ്വാന്ത്വ-
വചനം ചെല്ലില്ല കർണ്ണങ്ങളിൽ
ധർമ്മാതിക്രമഭീരു ഞാൻ
അനുശയം ശേഷിച്ചെനിക്കെന്നുമേ

അച്ഛൻ നന്ദനവത്സലൻ സുചരിതൻ
ദ്യോവേറിയസ്സംഭവം
തച്ചീലീവിധമെന്നെയന്നിളയകാ-
ലത്തും പ്രവാസത്തിലും
അച്ഛിന്നം വളരും പ്രിയങ്ങൾ പരിബാ
ധിക്കാം- അതല്ലമ്മയിൽ
സ്വച്ഛന്ദം തനയർക്കെഴും സഹജമാം
കൂറൊന്നു വേറെന്നുമാം.

കൈവിട്ടെൻ സമുദായ കൃത്യഭരമെ
ല്ലാം വേഗമമ്മയ്ക്കു ഞാൻ
കൈവല്യാവഹമായ വൃത്തിയൊടണ
ഞ്ഞുൾത്തീ കെടുത്തീടുവാൻ
ഹാ! വാഞ്ഛരിച്ചു, ഹതാശനായി! നിമിഷം-
നീട്ടായ്ക കൃത്യം ബുധൻ
ദൈവത്തിൻ ഗതി നാഗയാനകുടിലം
നീർപ്പോളയിജ്ജീവിതം

ശോകത്തിലിഹ 'യോഗ' സംഗതി സമാ-
ധാനം തരുന്നില്ലെനി-
ക്കേകുന്നീല ചിരാനുഭൂതരസമി-
ന്നദ്ധ്യാത്മബോധം സുഖം.
ഹാ! കഷ്ടം സുഖമല്ല താൻ സുഖവും, ഇ-
ല്ലെകാന്തികം സൗഖ്യം ഈ
ലോകപ്രീതിദശാനിബന്ധനി ഉപാ-
സിക്കുന്നു ദുഃഖത്തെ ഞാൻ.

തിരക്കുപിടിച്ച സമുദായ പ്രവർത്തനങ്ങൾക്കിടയിൽ കുമാരനാശാന് തന്റെ വീട്ടിൽ പോകാനോ അമ്മയെ കാണാനോ സമയം ലഭിച്ചിരുന്നില്ല. അമ്മയെ സന്ദർശിക്കുന്നത് നാളെയാകം, നാളെയാകം എന്നു കരുതിയിരിക്കുമ്പോഴാണ് അമ്മാവന്റെ കത്തിൽനിന്ന് വിവരമറിയുന്നത്. രോഗാതുരമായ അവസ്ഥയിൽപ്പോലും അമ്മയെ സന്ദർശിക്കാൻ സാധിക്കാതെ പോയതോർത്ത് ആ മനസ്സ് കുറ്റബോധത്താൽ പിടഞ്ഞു. പിതാവിന്റെ മരണം അദ്ദേഹത്തെ അത്രമേൽ ഉലച്ചിരുന്നില്ല. ഇവിടെ നിസ്സഹായതയും കുറ്റബോധവും വിയോഗവ്യഥയും ഇടകലർന്ന് ആ മനസ്സിനെ ചുഴിയാക്കി മാറ്റുകതന്നെ ചെയ്തു. അപ്പോഴും ആശാൻ ആശാനായിത്തന്നെ നില കൊണ്ടു. സഹജമായ ചിന്താശീലം അവിടെയും സമനില പാലിക്കാൻ അദ്ദേഹത്തിനു കരുത്തു നല്കുന്നതു കാണാം.

1915 ൽ *ശ്രീബുദ്ധചരിതം* ഒന്നാംഭാഗം പ്രകാശിപ്പിച്ചു. അതിന്റെ മുഖ

വുരയിൽ കാണുന്ന ഈ ഭാഗം ആശാന്റെ പരിഭാഷാലക്ഷ്യത്തിലേക്ക് വിരൽ ചൂണ്ടുന്നു:

> .... *ബുദ്ധചരിതമെന്ന* പേരിൽ ഈ കൃതിയുടെ ഗദ്യതർജ്ജമ കാണാനും *ഏഷ്യയിലെ വെളിച്ചം* അല്ലെങ്കിൽ *പൗരസ്ത്യദീപം* എന്ന പേരിൽ മറ്റൊരു തർജ്ജമയെപ്പറ്റി കേൾപ്പാനും സംഗതിയായിട്ടുണ്ട്. എന്നാൽ ഈ കിളിപ്പാട്ടു തർജ്ജമ മൂലത്തിലെ വൃത്തത്തിനും പ്രമേയത്തിനും ഏറ്റവും യോജിച്ചതാണെന്ന് തോന്നുകയാലും ഈമാതിരി ഒരു തർജ്ജമ ഇതുവരെ പുറത്തു വന്നിട്ടില്ലാത്തതിനാലും ഞാൻ ഇതിനെ പിന്തുടരുന്നതാണ്. തർജ്ജമയിൽ കിളിപ്പാട്ടിന്റെ സ്വാഭാവികമായ മാധുര്യത്തിന് ഹാനിവരാതിരിപ്പാൻ വേണ്ടത്ര സ്വാതന്ത്ര്യം സ്വീകരിച്ചിട്ടുണ്ട്. എന്നാൽ അതുകൊണ്ട് അർത്ഥത്തിൽ സാരമായ ഏതെങ്കിലും ഭേദഗതി വരികയോ, മൂലത്തിലെ കവിതാഭംഗിക്കോ രസത്തിനോ വൈകല്യം സംഭവിക്കയോ ചെയ്യാതിരിപ്പാൻ പ്രത്യേകം ദൃഷ്ടിവച്ചിട്ടുമുണ്ട്...

കവിത സമൂഹത്തിനുവേണ്ടിയും

യോഗം ജനറൽ സെക്രട്ടറിയെന്ന നിലയിൽ മുഴുവൻ സമയവും പ്രവർത്തിച്ചതുമൂലം സ്വകാര്യജീവിതത്തിൽ സുഹൃത്തുക്കളെ ലഭിക്കാൻ ആശാന് വേണ്ടത്ര സമയം ലഭിച്ചിരുന്നില്ല. പൊതുരംഗത്തും സാഹിത്യ രംഗത്തുമുള്ളവരിൽ ചുരുക്കം ചിലരുമായി സൗഹൃദം പുലർത്താൻ കഴിഞ്ഞുവെന്ന് മാത്രം. അക്കാലത്തെ ദിവാന്മാർ പൊതുവിൽ ആശാനെ ഇഷ്ടപ്പെട്ടിരുന്നു, ആശാൻ അവരേയും. ഗവൺമെന്റ് നയങ്ങളുടെ നേർക്ക് അഭിപ്രായവ്യത്യാസം പ്രകടിപ്പിച്ചപ്പോഴും, വിമർശനം നടത്തിയപ്പോഴും ആശാൻ വ്യക്തികളുടെ നേർക്കുള്ള ആദരവിനു ലോപം വരുത്തിയില്ല. അദ്ദേഹം പറയുന്നതെന്തും അവർ ശ്രദ്ധിച്ചു പോന്നു. എങ്കിലും ദിവാൻ പി രാജഗോപാലാചാരിയുമായി ആശാൻ പുലർത്തിയ ബന്ധം കൂടുതൽ സുദൃഢമായിരുന്നു. ഔപചാരികതയുടെ സീമകൾ ആ ബന്ധത്തെ പരിമിതപ്പെടുത്തിയില്ല. ഉത്തമസ്നേഹിതന്മാരുടെ നിലയിൽ അവർ അഭിപ്രായങ്ങൾ കൈമാറിപ്പോന്നു; സുഖദുഃഖങ്ങൾ പങ്കുവയ്ക്കുകയും ചെയ്തു പോന്നു. ദിവാൻപദവിക്കുശേഷം പി രാജഗോപാലാചാരി യാത്ര പറയുന്ന സന്ദർഭത്തിൽ ആശാൻ ഒരു കവിതരചിച്ച് പ്രകാശിപ്പിക്കുകയും ചെയ്തു.

തിരക്കുകളുമായി തിരുവനന്തപുരത്തു കഴിയുന്ന കാലത്ത്, ചെറായിയിൽനിന്ന് വന്നുചേർന്ന ഒരു യുവാവ് ആശാന്റെ പ്രത്യേകമായ പ്രീതിക്കു പാത്രമായി. ആ യുവാവ് കെ അയ്യപ്പനായിരുന്നു. തന്റെ സുഹൃത്തായ അച്ചുതൻവൈദ്യരുടെ അനുജൻ. സാത്വികമായ സ്വഭാവശൈലി കൊണ്ടും അറിവുകൊണ്ടും അച്ചുതൻവൈദ്യർ എവരുടെയും സ്നേഹ ബഹുമാനങ്ങൾക്ക് പാത്രമായി ഭവിച്ചിരുന്നു. നാരായണഗുരു സ്വാമികളും ചട്ടമ്പിസ്വാമികളും കുമാരനാശാനും വൈദ്യരുടെ വീട്ടിൽ പലപ്പോഴും താമസിച്ചിട്ടുണ്ട്. കെ അയ്യപ്പന്റെ നേർക്ക് ആശാനു സ്നേഹം തോന്നാനുള്ള

ഒരുകാരണം ഈ ബന്ധമാണ്.

കൈതമുക്കിൽ 'ശീവേലി' എന്ന ഒരുചെറിയ വീട്ടിലാണ് കുമാരനാശാൻ അന്നു സ്ഥിരമായി താമസിച്ചിരുന്നത്. ആ അവസരത്തിൽ അദ്ദേഹത്തിന്റെ രൂപം എങ്ങനെയായിരുന്നു എന്ന് കെ സദാശിവൻ വിവരിച്ചിട്ടുണ്ട്.

> അദ്ദേഹത്തിനെ ഒരു നോക്കു കണ്ടവർ ജന്മാന്തരത്തിൽപ്പോലും ആ രൂപം മറന്നുപോവുകയില്ല. സാമാന്യം ഉയരം. അഞ്ചടി അഞ്ചിഞ്ചിൽ കവിയുമെന്നു തോന്നുന്നില്ല. സമരുചിരശരീരം. എല്ലാ അവയവങ്ങളും ഒരുപോലെ ബലിഷ്ഠം. രക്തപ്രകാശമുള്ള നിറം. തലയും കണ്ണുകളും എത്ര ആകർഷകമെന്ന് പറഞ്ഞറിയിക്കാൻ പ്രയാസം. തലയ്ക്ക് സാമാന്യത്തിൽക്കൂടുതൽ വലിപ്പമുണ്ട്. മുടി ചുരുണ്ടതാണ്. ചിരകാലത്തെ ധ്യാനശീലംകൊണ്ട് തിളങ്ങുന്ന കണ്ണുകൾ. അവയിൽ സ്വർഗ്ഗം നിഴലിച്ചു കാണുന്നുവോ എന്നു തോന്നിപ്പോകും. കുളികഴിഞ്ഞ് ഭസ്മക്കുറിയും തൊട്ടു വരുന്ന സന്ദർഭത്തിലാണ് ആ മുഖത്തിന്റെയും കണ്ണുകളുടെയും ഐശ്വര്യം മുഴുവൻ തിളങ്ങിക്കാണുന്നത്. തലയും നെറ്റിയും കണ്ടാൽ പ്രതിഭാവിലാസത്തിന്റെ വിഹാരരംഗമെന്ന് ആർക്കും തോന്നിപ്പോകും (*കുമാരനാശാൻ ചില സ്മരണകൾ*).

കുമാരനാശാനെ കണ്ടപ്പോൾത്തന്നെ കെ അയ്യപ്പന് അത്യധികം മതിപ്പു തോന്നി. ഒരു ജോലി ലഭിക്കുന്നതിനു വേണ്ടിയാണ് സമീപിച്ചത്. അതിൽ ആശാൻ സഹായിക്കുകയും ചെയ്തു. ആശാന്റെ ശുപാർശപ്രകാരം കെ അയ്യപ്പന് അദ്ധ്യാപകനായി നിയമനം കിട്ടി. അദ്ധ്യാപകൻ എന്ന നിലയിൽ അയ്യപ്പൻ അസാമാന്യമായി ശോഭിച്ചു. അദ്ദേഹം ധാരാളമായി വായിക്കുകയും അറിവു നേടുകയും മാത്രമല്ല അറിവു മുഴുവൻ സ്വാംശീകരിച്ച് സ്വന്തം വീക്ഷണമാക്കി രൂപാന്തരപ്പെടുത്തുകയും ചെയ്തിരുന്നു. സംസ്കൃതത്തിൽ നല്ല വ്യുല്പത്തിയും നേടിയിരുന്നു. അതുകൊണ്ട് അയ്യപ്പനുമായി സംസാരിക്കുകയെന്നത് ബുദ്ധിപരമായ ഉന്മേഷം വർദ്ധിപ്പിക്കുന്ന ഒരനുഭവമായിരുന്നു. കുമാരനാശാൻ ആ യുവാവിനെ സ്വന്തം സഹോദരനെപ്പോലെ സ്നേഹിച്ചതിൽ അത്ഭുതപ്പെടാനില്ല. സ്വഭാവദാർഢ്യവും ആദർശശുദ്ധിയും ദർശിപ്പിച്ചതുകൊണ്ട് ആ യുവാവിനെ തന്നോടൊപ്പം താമസിപ്പിക്കാൻ ആശാൻ മുതിരുകയും ചെയ്തു.

ഗാഢമായ ഒരു സ്നേഹബന്ധത്തിന്റെ തുടക്കമായിരുന്നു അത്. സംഘടനാതലത്തിൽ ആശാന് ധാരാളം മിത്രങ്ങളെ ലഭിച്ചിരുന്നു. അവരിൽ പലരും മിത്രഭാവത്തോടരികെ വസിപ്പിന ശത്രുക്കൾ ആണെന്ന് തെളിയാൻ താമസമുണ്ടായില്ല. ആദർശബോധവും ആത്മാർത്ഥതയും ഒരാളെ ഒട്ടുമിക്കപ്പോഴും ഏകാകിയായിത്തീർക്കുക പതിവാണ്. പ്രത്യേകിച്ച് അടിമകളുടെ ഒരു സമൂഹത്തിൽ നാനാവിധമായ അടിമത്തത്തിന്റെ ഭാരം

ചുമന്ന ഒരു പാരമ്പര്യമാണല്ലോ കേരളത്തിനുള്ളത്. സ്വാഭാവികമായും ആശാൻ ഏകാകിയായിത്തീർന്നിരുന്നു. ഏകാകിയെന്ന ആ അവസ്ഥയിൽ ആശാൻ നിഗൂഢമായി അഭിമാനിക്കുകയും ചെയ്തിരുന്നു. ആ സാഹചര്യത്തിലാണ് തന്നെപ്പോലുള്ള ഒരു സ്വതന്ത്രാത്മാവിനെ കെ അയ്യപ്പനിൽ ആശാൻ കണ്ടെത്തുന്നത്. ആത്മാവിൽ സ്വാതന്ത്ര്യം പുലർത്തുന്നവർക്കു മാത്രമേ സ്ഥിരമായ സ്നേഹത്തിന് പ്രാപ്തിയുണ്ടാവുകയുള്ളൂ. അടിമകൾ പരസ്പരം അസൂയപ്പെടുകയും മല്ലടിക്കുകയും മാത്രമേ ചെയ്യാറുള്ളൂ. കുമാരനാശാനും സഹോദരനയ്യപ്പനും തമ്മിലുണ്ടായ സ്ഥിര സൗഹൃദത്തിന് ഇങ്ങനെയൊരു വശം കൂടിയുണ്ടായിരുന്നു.

കുമാരനാശാനെപ്പോലെ അന്തർമ്മുഖനായിരുന്നില്ല കെ അയ്യപ്പൻ. മറ്റുള്ളവരുമായി ഇടപഴകാൻ സംഘടിതമായ പ്രവർത്തനങ്ങളിൽ മുഴുകാൻ അദ്ദേഹത്തിനു സഹജമായ വാസനയുണ്ടായിരുന്നു. അന്ധവിശ്വാസങ്ങൾക്കും അനാചാരങ്ങൾക്കുമെതിരെ വാക്കിലൂടെയും പ്രവൃത്തിയിലൂടെയും ഒരു കൊടുങ്കാറ്റുതന്നെ സൃഷ്ടിച്ചുവിട്ട വ്യക്തിയാണ് അദ്ദേഹം. അതിന്റെ ഭാഗമായി അദ്ദേഹം കുമാരനാശാനുമായി വാഗ്വാദത്തിലേർപ്പെട്ടുവന്നു. താൻ പ്രകാശിപ്പിച്ച കവിതകളുടെ മർമ്മഭാഗങ്ങൾ സ്പർശിച്ചറിയാൻ കെ അയ്യപ്പന് കഴിഞ്ഞിട്ടുണ്ടെന്ന് കുമാരനാശാന് എളുപ്പം ബോദ്ധ്യമായി. അതിന്റെ അടിസ്ഥാനത്തിൽ വാല്മീകിയുടെയും കാളിദാസന്റെയും കവിതകളെക്കുറിച്ചുമാത്രമല്ല, പാശ്ചാത്യ കവിതകളെക്കുറിച്ചും അവർ ആരോഗ്യകരമായ ചർച്ചകളിൽ ഏർപ്പെട്ടുപോന്നു. സമൂഹത്തിൽ പരിവർത്തനം സൃഷ്ടിക്കുന്നതിന് സാഹിത്യത്തിനുള്ള കഴിവിനെപ്പറ്റി ഗൗരവപൂർവ്വം ചിന്തിക്കാൻ കുമാരനാശാനെ കെ അയ്യപ്പൻ പ്രേരിപ്പിച്ചു. ആ വഴിക്ക് ആശാൻ കവിതകൾ എഴുതിയിരുന്നു. എന്നാൽ അത്തരമൊരു സാഹിതീയവീക്ഷണം അദ്ദേഹം അവലംബിച്ചിരുന്നില്ല. അതവലംബിച്ചുകൊണ്ട് ബോധപൂർവ്വം കാവ്യംരചിച്ചെങ്കിൽ മാത്രമേ സ്വന്തം കാലഘട്ടത്തോടുള്ള കർത്തവ്യം നിർവ്വഹിച്ചതായി കവിക്കഭിമാനിക്കാൻ കഴിയൂ എന്ന് കെ അയ്യപ്പൻ ശക്തിയായി വാദിച്ചു. ആശാന്റെ ചിന്തയിൽ ആ വാദം സ്ഥാനം നേടുകയും ചെയ്തു.

ഈ ഘട്ടത്തിലാണ് കെ അയ്യപ്പൻ തന്റെ *സഹോദരൻ* പത്രം കുറച്ചുകാലത്തേക്ക് തിരുവനന്തപുരത്തുനിന്ന് നടത്തിയത്. അതിൽ ചേർക്കുന്നതിന് ഒരു കവിത വേണമെന്ന് കെ അയ്യപ്പൻ ആശാനോട് അഭ്യർത്ഥിച്ചു. കെ സദാശിവനും അദ്ദേഹത്തോടൊപ്പം ഉണ്ടായിരുന്നു. 'സ്വാതന്ത്ര്യം' എന്ന വിഷയത്തെപ്പറ്റിയായാൽക്കൊള്ളാമെന്നുകൂടി അവർ സൂചിപ്പിച്ചു. കെ സദാശിവൻ അതെക്കുറിച്ച് അനുസ്മരിക്കുന്നു.

> കവിത എഴുതിത്തരാമെന്ന് സസന്തോഷം സമ്മതിച്ചു. അത് എഴുതി വാങ്ങിക്കൊടുക്കേണ്ട ചുമതല എന്നെയാണേല്പിച്ചത്. ഒരു രാത്രി കൊണ്ടുതന്നെ അത്രയും പദ്യങ്ങൾ എഴുതിത്തീർന്നു എന്നാണ് എന്റെ ഓർമ്മ. ഒരു ഉദ്ബോധനം എന്ന തലക്കെട്ടിൽ അത് *സഹോ*

ദരനിൽ പ്രസിദ്ധീകരിക്കുകയും ചെയ്തു. ഏത് സ്വാതന്ത്ര്യാരാധകന്റെയും വേദവാക്യം എന്നു പറയാവുന്നതും ഇതിനിടെ കേരളക്കരയിലെങ്ങും പ്രചാരം സിദ്ധിച്ചിട്ടുള്ളതുമായ ഒരു പദ്യം ഈ കൃതിയിലുണ്ട്.

"സ്വാതന്ത്ര്യം തന്നെയമൃതം
സ്വാതന്ത്ര്യം തന്നെ ജീവിതം
പാരതന്ത്ര്യം മാനികൾക്ക്
മൃതിയേക്കാൾ ഭയാനകം"

പല കാവ്യഗുണങ്ങളും ഈ കവിതയിൽ ഒതുക്കിവച്ചിട്ടുണ്ടെന്ന് സൂക്ഷിച്ചു വായിച്ചാൽ കാണാവുന്നതാണ്. അനുഷ്ടുപ്പു വൃത്തത്തിലുള്ള പതിനെട്ടു ശ്ലോകങ്ങളാണ് ഈ ലഘുകാവ്യത്തിലുള്ളത്.

"സൂര്യൻ കിഴക്കുദിക്കാറായ്
സരഘാ നിവഹങ്ങളേ!
സ്വാതന്ത്ര്യമധു തേടിടാൻ
സോത്സാഹമെഴുന്നേല്ക്കുവിൻ"

എന്നിങ്ങനെ പരിവർത്തനത്തിന്റെ പ്രഭാതത്തെ സൂചിപ്പിച്ചുകൊണ്ടാണ് കവിത തുടങ്ങുന്നത്. വൈചിത്ര്യവും സമത്വവും വ്യക്തിത്വബോധവും സ്വാതന്ത്ര്യത്തിന്റെ അവിഭാജ്യഘടകങ്ങളാണെന്ന് കവിത അന്യാപദേശ രൂപത്തിൽ സൂചിപ്പിക്കുന്നു.

"ഭിന്നവർണ്ണങ്ങൾ പൂക്കൾക്ക്
ഭഗവാൻ ചിത്രഭാനുതൻ
ഔദാര്യമാർന്നു നല്കുന്നു
നിങ്ങൾക്കുത്സാഹമേറ്റുവാൻ

തുല്യമായ് സർവ്വസുമവും
തലോടി മണമാർന്നിതാ
പ്രഭാതവായു പോകുന്നു
പോവിൻ നിങ്ങളതേവഴി"

ഇമ്മാതിരി സൂചനകൾ മാത്രമല്ല

"മുറിവേൽപ്പിക്കിലും ധൂർത്തർ
'പത്രം' ചുട്ടു കരിക്കിലും
മുഷ്ക്കിന്നു കീഴടങ്ങാതെ
മരിപ്പിൻ നിങ്ങൾ വേണ്ടുകിൽ"

എന്നതുപോലുള്ള ആഹ്വാനവും കവിതയിലുണ്ട് (ആയിടയ്ക്ക് *സുജനാനന്ദിനി* പത്രം ചിലർ കത്തിച്ചതിനെപ്പറ്റി ഇവിടെ സൂചനയുണ്ട്).

എങ്കിലും 'ഉദ്ബോധനം' പൊതുവിൽ എന്നെയോ ശ്രീ അയ്യപ്പനെയോ തൃപ്തിപ്പെടുത്തിയില്ല. എന്നാലും ആ കവിതയ്ക്ക് ആകപ്പാടെ ഉശിരു പോരെന്ന് അന്ന് തീപ്പൊരി പ്രകൃതക്കാരായിരുന്ന ഞങ്ങൾക്കു രണ്ടുപേർക്കും തോന്നി. ഈ പരാതിയും കൊണ്ട് ഞങ്ങൾ കവിയെത്തന്നെ വീണ്ടും സമീപിച്ചു.

"ഉശിരുള്ള കവിത എഴുതിത്തന്നാൽ പ്രസിദ്ധപ്പെടുത്താൻ ധൈര്യമുണ്ടോ?" ആശാൻ ചോദിച്ചു.

"ധൈര്യമുണ്ടോ" ആശാൻ ചോദിച്ചു.

"ധൈര്യമുണ്ട്." മറുപടി

"എന്നാൽ പിന്നീടു വരൂ."

"രണ്ടു ദിവസം കഴിഞ്ഞു ചെന്നപ്പോൾ *സിംഹനാദം* പൂർത്തിയായിട്ടുണ്ട്. ഇതു ഞങ്ങളെ ചൊല്ലിക്കേൾപ്പിക്കുകയും ചെയ്തു.

"ഉണരിനുണരിനുള്ളിലാത്മശക്തി
പ്രണയമെഴും സഹജാതരേ, ത്വരിപ്പിൻ!
രണപടഹമടിച്ചു ജാതിരക്ഷ-
സ്സുണവൊരിടങ്ങളിലൊക്കെയെത്തി നേർപ്പിൻ.

കരനഖനിരകൊണ്ടു കൂരിരുട്ടാം
കരിയുടെ കുംഭമുടച്ചു ചോരതൂവി;
ത്വരയൊടുദയമാർന്നു നിങ്ങളോടീ-
ഹരിയുരചെയ്‌വതു ഹന്ത കേട്ടുകൊൾവിൻ

പരരിലലിവെഴാത്ത ദുർജ്ജനത്തിൻ
കരബല കല്പിതമാണു ജാതിഭേദം

നരനു നരനശുദ്ധവസ്തുപോലും
ധരയിൽ നടപ്പതു തീണ്ടലാണുപോലും."

മുതലായ പദ്യങ്ങൾ കവി തന്നെ ഉദ്ഘോഷിച്ചപ്പോൾ എന്തെന്നില്ലാത്ത ഒരാവേശമാണ് ഞങ്ങളറിയാതെ ഞങ്ങളിൽ ഉണർന്നുപൊങ്ങിയത്. അതിൽ കണ്ട ഒരു ഉശിര് ഞങ്ങളെ അല്പമൊന്ന് നടുക്കി എന്നുതന്നെ പറയണം. അദ്ദേഹം ഈ കവിത ചൊല്ലിയ രീതി കണ്ടും അതിൽ പ്രകടമായിരുന്ന ആശയങ്ങളുടെ ഗാംഭീര്യം ഓർത്തും, ഞങ്ങളേക്കാൾ അല്പവും കുറയാത്ത തീപ്പൊരിയാണ് കവിയെന്നു ഞങ്ങൾക്കു മനസ്സിലാക്കാൻ കഴിഞ്ഞു. സംയമനം

കൊണ്ടും ദീർഘകാലത്തെ അച്ചടക്കംകൊണ്ടും എല്ലാം ഒതുക്കി വച്ചിരിക്കുന്നു എന്നേയുള്ളൂ. പലപ്പോഴും സിംഹത്തോട് ഉപമിക്കപ്പെട്ടിരുന്ന ആ ധർമ്മധീരൻ ഈ കവിത ചൊല്ലിയപ്പോൾ സിംഹമായിത്തന്നെ രൂപാന്തരപ്പെട്ടതുപോലെ തോന്നിപ്പോയി. ആ രംഗം എനിക്കൊരിക്കലും മറക്കാൻ സാധിക്കുന്നതല്ല. വിധ്വംസകമായി വ്യാഖ്യാനിക്കപ്പെടാവുന്ന ഈ കവിത നിയമജ്ഞാഭിപ്രായം ആരാഞ്ഞതിനുശേഷം വേണം പ്രസിദ്ധപ്പെടുത്തുവാനെന്ന് അല്പം ശാന്തനായതിനുശേഷം അദ്ദേഹം പറഞ്ഞു. ഇക്കാര്യത്തിന് ഞാനും അദ്ദേഹവും കൂടിയാണ് നിയമപടുവായ ശ്രീ കയ്യാലം പരമേശ്വരൻപിള്ള അവർകളെ സമീപിച്ചത്. കവിത ചൊല്ലിക്കേട്ടതിനുശേഷം ഇതു പ്രസിദ്ധപ്പെടുത്തുന്നതിനു നിയമപരമായ ആക്ഷേപമൊന്നും വരാനില്ലെന്ന് അദ്ദേഹം ഉപദേശം തന്നു. ഇതാണ് 'സിംഹനാദ'ത്തിന്റെ ചരിത്രം.

സുപ്രധാനമായ ഈ കവിത സാവധാനത്തിൽ *സഹോദരനിൽ* പ്രസിദ്ധീകൃതമായി. ജനതാമദ്ധ്യത്തിൽ വളരെ ഒച്ചപ്പാടുണ്ടാക്കിയിട്ടുള്ള ഒരു കൃതിയാണിത്. സ്വാതന്ത്ര്യഭടന്മാർക്ക് അതൊരു സമരകാഹളമായും തീർന്നു.

കെ അയ്യപ്പനുമൊരുമിച്ചുള്ള താമസം ആശാന്റെ കാവ്യവീക്ഷണത്തിന് വ്യാപ്തി ഉളവാക്കി എന്നതിൽ തർക്കമില്ല. ശുദ്ധമായ കവിതയെ സംബന്ധിക്കുന്ന സങ്കല്പങ്ങളാണ് കുമാരനാശാൻ ഏറെയും പുലർത്തിയിരുന്നത്. ആവുന്നിടത്തോളം ദേശകാലനിർമുക്തവും സൂക്ഷ്മഭാവവ്യഞ്ജകവുമായ പ്രമേയങ്ങൾ, അവയ്ക്ക് ആഢ്യശൈലിയിൽ ആവിഷ്കരണം - ഈ രീതിയിലായിരുന്നു ആ കാവ്യദർശമെന്ന് പറയാം. അതുകൊണ്ടാണ്, രചന അധികം ക്ലേശകരമായി അനുഭവപ്പെട്ടത്. അമ്മാതിരി കാവ്യങ്ങൾക്ക്,

തുന്നതില്ല പരനുള്ളുകാട്ടുവാ
നൊന്നുമേ നരനുപായമീശ്വരൻ
ഇന്നു ഭാഷയിതപൂർണ്ണമിങ്ങു
വന്നുപോം പിഴയുമർത്ഥശങ്കയാൽ

എന്ന ആശയം തികച്ചും ബാധകമാണ്. എന്നാൽ സമൂഹത്തിൽ പരിവർത്തനം വരുത്തുകയെന്ന ലക്ഷ്യത്തോടുകൂടി കാവ്യം രചിക്കേണ്ട ബാദ്ധ്യതയിൽ നിന്ന് ഒഴിഞ്ഞുമാറുന്നത് ശരിയല്ലെന്ന് അയ്യപ്പൻ ശക്തിയായി വാദിച്ചുപോന്നു. ആ രീതിയിൽ അദ്ദേഹം രചിച്ച കവിതകൾ ആശാൻ വായിച്ച് അഭിനന്ദിക്കുകയും ചെയ്തിട്ടുണ്ട്. കെ അയ്യപ്പന്റെ ആവശ്യപ്രകാരം പല ലഘുകവിതകളും ആ വഴിക്ക് ആശാൻ രചിക്കുകയും ചെയ്തു. എങ്കിലും സാമൂഹ്യപരിവർത്തനം എന്ന ലക്ഷ്യത്തോടുകൂടി ഒരു ഖണ്ഡകാവ്യംതന്നെ രചിക്കുക എന്നത് ആശാന് സ്വീകാര്യമായ ആശയമായിരുന്നില്ല. അതിന് പ്രേരകമായ വീക്ഷണം കെ അയ്യപ്പനുമായുള്ള

സംവാദത്തിൽനിന്നാണ് ക്രമേണ ഉരുത്തിരിഞ്ഞു വന്നത്. *ദുരവസ്ഥ*യുടെ മുഖവുരയിൽ ആശാൻ കുറിക്കുന്നു.

> ....ഭൂതകാലവും പരോക്ഷതയുമാണ് കവിതാ ചിത്രനിർമ്മാണത്തിന് പറ്റിയതായി പണ്ടുപണ്ടേ അറിയപ്പെടുന്നതും സ്പൃഹണീയവുമായ ഭിത്തികൾ. രേഖയുടെയോ വർണ്ണത്തിന്റെയോ പല ന്യൂനതകളും അവ മറച്ചുകളയുകയും, ഗുണങ്ങളെ ഉജ്ജ്വലമാക്കുകയും ചെയ്യും. ആ സൗകര്യങ്ങളൊക്കെയും വെടിഞ്ഞുള്ള ഒരു സംരംഭമാണിത്. കൂടാതെയും, സമുദായപരിഷ്കരണവിഷയത്തിൽ പ്രബലമായ അഭിപ്രായവ്യത്യാസമുള്ള സംഗതികളെ ലാക്കാക്കിയുമാകുന്നു ഈ കൃതി പുറപ്പെടുന്നത്. ഇതിലെ നായികാനായകന്മാരുടെ ഘടന തന്നെ ഗത്യന്തരമില്ലാത്ത പതനത്തിൽ സംഭവിക്കുന്നതാണെങ്കിലും പൂർവ്വാചാര നിരതമായ മനസ്സിൽ അരുചിയും അനൗചിത്യബുദ്ധിയും ജനിപ്പിക്കാമെന്നുള്ളതാകുന്നു. ഇതിനും പുറമെ പ്രബന്ധത്തിന്റെ കീർത്തിക്കും പ്രതിഷ്ഠയ്ക്കും നിയാമകനായി വിചാരിക്കപ്പെടുന്ന നായകന്റെ കുലീനത്വാദിഗുണങ്ങളുടെ അഭാവത്തേയും താദൃശ്യനായകന്റെ വിഷയത്തിൽ കുലീനമായ നായികയുടെ രതിക്കുള്ള രസാഭാസത്വശങ്കയേയും മറ്റും ആസ്പദമാക്കി ഈ പുതിയ സംരംഭത്തിൽ ശാസ്ത്രീയമായ ആക്ഷേപങ്ങൾ പറവാൻ പുറപ്പെടുന്ന പണ്ഡിതന്മാരും ഉണ്ടായേക്കാം. ശക്തിമത്തായ ഈ പ്രതികൂലാവസ്ഥകൾക്കെല്ലാം എതിരായി അക്ഷുണ്ണമായ മാർഗ്ഗത്തിലൂടെയുള്ള ഈ ഗതി വിജയപര്യവസായി ആകുമോ എന്നു ഞാൻ തന്നെ സംശയിക്കാതിരുന്നില്ല. എങ്കിലും ഉൽകൃഷ്ടമായ ഒരു ധർമ്മാദർശത്തെ പുരസ്കരിച്ചുള്ള കൃത്യബോധത്താൽ പ്രേരിതനായി ഈ സാഹസത്തിന് ഒരുമ്പെട്ടതാകുന്നു. ശക്തിയേറിയ ഒഴുക്കിൽ മുന്നോട്ടു നീന്താനുള്ള ഈ ശ്രമത്തെ സഹൃദയരായ വായനക്കാർ അനുകമ്പാപൂർവ്വം നിരീക്ഷിക്കുമെന്നും ഇതിലെ തോല്‌വിതന്നെയും ഒരുവക വിജയമായി ഗണിക്കുമെന്നും ആശിച്ചുകൊള്ളുന്നു.

ഇതിൽ 'സാഹസം', 'തോല്‌വി' എന്നീ വാക്കുകൾ ശ്രദ്ധിക്കുക. ഒരുതരം ക്ഷമാപണസ്വരമാണ് അവയിൽ കലർന്നിട്ടുള്ളത്. സ്വയം നീതീകരിക്കാൻ ധർമ്മാദർശത്തെ പുരസ്കരിച്ചുള്ള കൃത്യബോധത്താൽ പ്രേരിതനായി എന്നു പറഞ്ഞിരിക്കുന്നതിൽ കെ അയ്യപ്പനുമായുള്ള സംവാദത്തിന്റെ പ്രഭാവമാണ് ധ്വനിക്കുന്നത്.

സ്വന്തം അനുജനായി മാത്രമല്ല, ചില ഘട്ടങ്ങളിൽ തനിക്ക് അഭിമതനായ ആദർശധീരനായും കെ അയ്യപ്പനെ ആശാൻ കണ്ടിരുന്നു. അദ്ദേഹത്തെക്കുറിച്ച് 1922 ൽ എസ് എൻ ഡി പി യോഗം വാർഷിക സമ്മേളനത്തിലെ അദ്ധ്യക്ഷപ്രസംഗത്തിൽ ആശാൻ പറഞ്ഞത് ഇപ്രകാരമാണ്.

"ശ്രീനാരായണപരമഹംസനെ പ്രസവിച്ച സമുദായം ധർമ്മശൂരനായ ഈ യുവാവിനെ പ്രസവിച്ചതിൽ ആശ്ചര്യമില്ലെന്നു ഞാൻ സാഭിമാനം ഇവിടെ പ്രസ്താവിച്ചുകൊള്ളുന്നു."

ചെറായിയിൽവച്ച് അയ്യപ്പൻ മിശ്രഭോജനം നടത്തിയപ്പോൾ അതംഗീകരിക്കാൻ ആശാൻ വൈമനസ്യം കാട്ടി. ആദർശത്തിന്റെ കൊടുമുടിയിൽ നിന്ന് യാഥാർത്ഥ്യത്തിന്റെ താഴ്വരയിലേക്ക് യുവാക്കൾ സാഹസബുദ്ധിയോടെ ചാടുന്നത് അഭികാമ്യമല്ലെന്നാണ് അദ്ദേഹം അപ്പോൾ എഴുതിയത്. ആശാനിലെ മിതവാദി അവിടെയും സംയമനത്തിനുവേണ്ടി വാദിച്ചു എന്നർത്ഥം. എന്നാൽ അയ്യപ്പനുമായുള്ള ബന്ധം അചിരേണ ഗാഢതരമായിത്തീർന്നു. സ്വാർത്ഥതാലേശമില്ലാതെ ഒരു പരിവർത്തന പ്രസ്ഥാനത്തിന്റെ പ്രചോദനകേന്ദ്രമായി പ്രവർത്തിക്കുന്ന കെ അയ്യപ്പന്റെ നേർക്ക് ഒരുതരം ആരാധനാ ഭാവം അദ്ദേഹത്തിൽ വളരുകയും ചെയ്തു. 'പരിവർത്തനം' എന്ന കവിത അതിനു തെളിവാണ്. *സഹോദരൻ* പത്രത്തിനുവേണ്ടിയാണ് അതെഴുതിയത്. കവിതയിലെ സൂര്യൻ കെ അയ്യപ്പനെയും അദ്ദേഹം നയിച്ച പ്രസ്ഥാനത്തെയും പ്രതിനിധാനം ചെയ്യുന്നു.

"കരഞ്ഞുകൊണ്ടു കൂമനും കുറുക്കനും ഗമിക്കവേ
വിരഞ്ഞു കുക്കുടങ്ങൾ മോദകാഹളം വിളിക്കവേ
എരിഞ്ഞുയർന്നെഴും ദിനേശ, കൂസിടാതെയെങ്ങുമേ
തിരിഞ്ഞുനിന്നിടാതെ നിൻവഴിക്കുപോക, പോക നീ."

എന്നാണ് അതിന്റെ തുടക്കം അതവസാനിക്കുന്നതോ?

സമത്വമേകലക്ഷ്യമേവരും സ്വതന്ത്രരെന്നുമേ
സമക്ഷമിത്തമസ്സകറ്റിയോതി ലോകമാകവേ
ക്രമപ്പെടുത്തിടും ഭവാന്റെ ഘോരമാം കൃപയ്ക്കു ഞാൻ
നമസ്കരിപ്പൂ, ദേവ, പോക, പോക നിൻവഴിക്കു നീ" എന്നുമാണ്.

സഹോദരൻ അയ്യപ്പനെ സ്വസമുദായസംഘടന സമുദായത്തിൽനിന്നു ഭ്രഷ്ടു കല്പിച്ചു പുറത്താക്കി. 'പുലയൻ അയ്യപ്പൻ' എന്നാണ് അക്കാലത്ത് അദ്ദേഹം സമുദായത്തിൽ അറിയപ്പെട്ടത്. ആ ബിരുദത്തിൽ അഭിമാനംപൂണ്ട് സാമൂഹ്യപരിവർത്തനത്തിനും സോഷ്യലിസത്തിനും വേണ്ടി ആവേശജനകമായ പ്രസംഗങ്ങൾ ചെയ്തു നടന്നിരുന്ന കെ അയ്യപ്പൻ ഘോരമാംകൃപയുടെ പ്രതീകമായി ആ ഭാവനയിൽ രൂപം പൂണ്ടത് സ്വാഭാവികം മാത്രം.

വിവാഹം കഴിഞ്ഞ് ഭാര്യയോടൊപ്പം ആശാൻ താമസമാക്കിയതിനു ശേഷവും ഏതാനും നാൾകൂടി അയ്യപ്പൻ 'ശീവേലി'യിൽ താമസിച്ചു. ആ കുടുംബത്തിലെ ഒരംഗത്തെപ്പോലെ.

അദ്ദേഹം താമസം മാറിയപ്പോൾ ആശാൻ ഭാര്യയോട് പറഞ്ഞു. "ഈ വീട്ടിലെ വെളിച്ചമാണ് പോയത്."

അത്രമാത്രം സ്നേഹാദരങ്ങൾ കെ അയ്യപ്പന്റെ നേർക്ക് ആശാൻ പുലർത്തിയിരുന്നു. ഭാനുമതിയമ്മയും ആ ബന്ധം ആയുഷ്കാലം മുഴുവൻ തുടർന്നുപോന്നു.

ആശാന്റെ വാസഗൃഹമായ കൈതമുക്കിലെ 'ശീവേലി'യെക്കുറിച്ച് കെ അയ്യപ്പന് ധാരാളം ഓർമ്മകൾ ഉണ്ടായിരുന്നു. അദ്ദേഹം അവ ഉരുവിടുന്നതു കേൾക്കാൻ എനിക്കും ഭാഗ്യം സിദ്ധിച്ചിട്ടുണ്ട്. എഴുതിത്തീരുന്നതിനുമുമ്പുതന്നെ പല കവിതകളും ആശാൻ നേരിട്ടു വായിച്ചു കേൾപ്പിക്കുമായിരുന്നു. ആ വായനയിൽ എപ്പോഴും സംഗീതം തുടിച്ചു നിന്നിരുന്നു. കേൾക്കുന്നവർ അതിൽ ലയിച്ചിരുന്നുപോകും. അങ്ങനെ നീങ്ങുന്നു ആ ഓർമ്മകൾ.

പലരും കരുതുന്നതുപോലെ ആശാന് കവിതയിലെ അർത്ഥത്തിൽ മാത്രമല്ല നിഷ്കർഷയുണ്ടായിരുന്നത്. കവിതയിൽ സംഗീതത്തിന്റെ ലയം അനുപേക്ഷണീയമാണെന്ന് അദ്ദേഹം കരുതിയിരുന്നു. സംഗീതബോധമില്ലാത്ത ഒരാൾക്ക് എങ്ങനെ കവിതയെഴുതാൻ കഴിയും? എന്ന് ആശാൻ പല ഘട്ടങ്ങളിലും ചോദിച്ചിരുന്നതായി സഹോദരൻ അയ്യപ്പൻ പറഞ്ഞിട്ടുണ്ട്. കവിതയിൽ അത് ആന്തരസംഗീതമായി ലയിച്ചിരിക്കുന്നു എന്നു മാത്രം. അർത്ഥസംയുക്തമായ ആന്തരസംഗീതം. ആശാൻ നേരിട്ടു വായിക്കുമ്പോൾ ആ സംഗീതം ഉണരുകയും അതിലെ വൈദ്യുതശക്തി ശ്രോതാക്കളിൽ വികാരം പകരുകയും ചെയ്യും.

കുമാരനാശാൻ സംഗീതരചനയിലും താല്പര്യം കാണിച്ചിരുന്നതായി സഹോദരൻ പറഞ്ഞിട്ടുണ്ട്. അവയിൽ ഒന്നുമാത്രമേ നമുക്കു ലഭിച്ചിട്ടുള്ളൂ. *മഹിളാരത്നം* എന്ന മാസികയുടെ ഒന്നാം ലക്കത്തിൽ (1091 ചിങ്ങം). കൈയിൽ വീണയുമായി നില്ക്കുന്ന ഒരു കോമളാംഗിയുടെ ചിത്രത്തോടുകൂടിയാണ് ആ കൃതി പ്രസിദ്ധീകരിച്ചിട്ടുള്ളത്. അത് താഴെ കൊടുക്കുന്നു.

സംഗീതം
മായാമാളവരാഗം (ആദിതാളം)
പല്ലവി സ-ര-സ-ന-യ-ന-സ-ർ-വ്വ-ദാ-മാ-യാ-മാ-ള-വ-മു-ദി-ത
അനുപല്ലവി: പാ-ല-യ-മാം-ക-രു-ണാ-പ-ര-ത-ന്ത്ര
ചരണം: ശ്രീ-പ-ത്മ-നാ-ഭാ-ശ്രീ-ത-രാ-മാ-വ-താ-ര

Copyright - എൻ കുമാരനാശാൻ

ഇതേ മാസികയിലാണ് പിന്നീട് ആശാന്റെ പ്രസിദ്ധമായ 'ഈ വല്ലിയിൽനിന്നു ചെമ്മേ എന്നാരംഭിക്കുന്ന 'കുട്ടിയും തള്ളയും' എന്ന കവിത പ്രകാശിതമായത്.

ഒടുവിലത്തെ ബോട്ടു യാത്രയിൽ കുമാരശാനാൻ അവസാനമായി ചെയ്ത കൃത്യം സഹയാത്രികരെ സ്വന്തം കവിത വായിച്ചുകേൾപ്പിക്കലായിരുന്നു. കൈയിലുണ്ടായിരുന്ന നോട്ടുബുക്കിൽ *കരുണ*, *ശ്രീബുദ്ധചരിതം* അഞ്ചാംഭാഗം എന്നിവയാണുണ്ടായിരുന്നത്. 'പലരുടെയും അപേക്ഷയെ മാനിച്ച് അദ്ദേഹം കവിതാപാരായണത്തിൽ ഏർപ്പെട്ടു... പുംസ്കോ

കിലത്തെയും തോല്പിക്കുന്ന അദ്ദേഹത്തിന്റെ മധുരസ്വരംകൊണ്ട് ബോട്ടും പരിസരവും മാറ്റൊലിക്കൊണ്ടു. ഓർഫ്യൂസ് - Orpheus - എന്ന യവനഗായകനിൽ നിന്ന് നിർഗ്ഗളിച്ച ദിവ്യസ്വനം ശ്രവിക്കയാൽ കടലിലെ മത്സ്യനിരപോലും അയാളെ പിന്തുടർന്നതായി ഒരു കഥയുണ്ട്. ഇതായിരുന്നിരിക്കാം അന്നത്തെ കവിതാപാരായണത്തിന്റെ അവസ്ഥ. തലകുലുക്കാത്തവരും കണ്ണീർപൊഴിക്കാത്തവരുമായി ആ ബോട്ടിലെ ശ്രോതാക്കളിൽ ആരുമുണ്ടായിരുന്നില്ല എന്നാണ് കേട്ടിട്ടുള്ളത്. ഹൃദയം കവരുന്ന കവിത, ഇന്ദ്രിയമോഹനമായ പാരായണരീതി, കരവിക്ഷേപം കൊണ്ടുള്ള രസസ്ഫൂർത്തി, നയനം കൊണ്ടുള്ള ലയം, ആകപ്പാടെ സമ്മോഹനം! അലൗകികമായ അനുഭൂതി - ഇതൊക്കെയാണ് ശ്രോതാക്കൾക്ക് അനുഭവവേദ്യമായത്.

മുകളിൽ ഉദ്ധരിച്ച വാക്കുകളും കെ സദാശിവന്റേതാണ്. അദ്ദേഹത്തിന്റെ സഹോദരിയാണ് കെ ഭാനുമതിയമ്മ എന്ന് പ്രത്യേകം ഓർമ്മിക്കണം. കുമാരനാശാന്റെ ഭാര്യയായ ഭാനുമതിയമ്മ.

പുഷ്പവാടി എന്ന കവിതാ സമാഹാരത്തിന്റെ മുഖവുരയിൽ ആശാൻ ഇങ്ങനെ എഴുതിയിരിക്കുന്നു.

"ഈ പ്രസിദ്ധീകരണത്തിൽ പ്രൂഫ് പരിശോധിച്ചും മറ്റും സഹായിച്ചത് ശ്രീമാൻമാർ കെ അയ്യപ്പൻ ബി എ, കെ സദാശിവൻ ബി എ എന്നിവരാണ്. ഈ ഭാഷാപ്രണയികൾ ചെയ്തുതന്നിട്ടുള്ള സഹായത്തെ ഞാൻ സസ്നേഹം സ്മരിക്കുന്നു."

നളിനിക്ക് ഏറ്റവും മികച്ച ഒരു ടിപ്പണി നല്കിയത് കെ അയ്യപ്പനാണ്. *സ്തോത്രകൃതികൾ* എന്ന പുസ്തകത്തിന്റെ രണ്ടാം പതിപ്പിന് അവതാരിക എഴുതിച്ചേർത്തതും അദ്ദേഹംതന്നെ. അതവസാനിക്കുന്നത് ഇങ്ങനെയാണ്.

അദ്വൈതവേദാന്തപ്രതിപാദകമാണ് ഈ പുസ്തകത്തിലെ സ്തോത്രങ്ങളെല്ലാം. സരസമായ കവിതയിൽക്കൂടി പ്രതിപാദിക്കപ്പെടുന്നതുകൊണ്ട് പ്രതിപാദ്യമായ ശാസ്ത്രത്തിന്റെ സഹജമായ ശുഷ്കത അറിയുന്നേ ഇല്ല. ഇതിലെ കൃതികൾ ഒരേസമയം സ്തോത്രങ്ങളും കാവ്യങ്ങളും തത്ത്വശാസ്ത്രഗ്രന്ഥങ്ങളുമാണ്. ആ മൂന്നു നിലയിലും ആ കൃതികൾ വളരെ ഉയർന്ന തലത്തിലുള്ളവയാണ്.

ആശാന് ഏറ്റവുമധികം ഇഷ്ടപ്പെട്ട ഒരു കാവ്യനിരൂപണം പ്രകാശിപ്പിച്ചു എന്നതും കെ അയ്യപ്പന്റെ നേർക്ക് അദ്ദേഹത്തിനുള്ള സ്നേഹം വർദ്ധിപ്പിച്ച സംഗതിയാണ്.

കുമാരനാശാൻ കവിതയെഴുതുന്ന രീതിയെപ്പറ്റി കെ സദാശിവൻ കുറിച്ചിരിക്കുന്നതിങ്ങനെയാണ്:

> ഏതെങ്കിലും ഈ സന്ദർഭത്തെ കവിതയ്ക്കു വിധേയമാക്കണമെങ്കിൽ ആ കവിത എഴുതിത്തുടങ്ങുന്നതിനു വളരെ മുമ്പുതന്നെ പൊതുവായി ഒന്ന് ആസൂത്രണം ചെയ്യും. ഇതിനുശേഷമാണ് എഴു

> താൻ ആരംഭിക്കുന്നത്. എങ്ങനെ എഴുതണമെന്നും വിഷയത്തെ ഏതുവിധവും പുരോഗമിപ്പിക്കണമെന്നും നേരത്തെതന്നെ തീരുമാനിക്കും. ചില അലങ്കാരങ്ങൾപോലും ബുദ്ധിയിൽ തിരഞ്ഞുവയ്ക്കും. കവിതയുടെ തുടക്കത്തിൽ കൂടുതൽ ശ്രദ്ധ ചെലുത്തും... എഴുതിയാൽ വെട്ടിത്തിരുത്തുക അത്ര സാധാരണമല്ല. മൂളിമൂളി പ്രയാസവും ലയവുമെല്ലാം ശരിപ്പെടുത്തിയതിനുശേഷമേ കടലാസ്സിൽ പകർത്താറുള്ളൂ. പദ്യങ്ങളുടെ സംഗീതാംശത്തിൽ പ്രത്യേകം ശ്രദ്ധിക്കും. കവിതന്നെ ഒരു ഗാനകലാപടുവായിരുന്നു. പദങ്ങൾ തമ്മിൽ അലിഞ്ഞു ചേരണം. ആശയങ്ങൾ ഒന്നിനൊന്നു തുടർന്ന് എല്ലാം കൂടി സമ്മിളിതമായിരിക്കണം. ഇതാണ് ആദർശം. ഒഴിഞ്ഞ മൂലയിലുള്ള ഒരു ചാരുകസേരയിലോ മറ്റോ പോയിരിക്കും. വണ്ടിനെപ്പോലെ മൂരളുന്നതും കേൾക്കാം. മൂളി ശരിയാക്കിയതിനുശേഷം അല്പംകൂടി ഉറച്ചസ്വരത്തിൽ ആലപിക്കും; സർവ്വാംഗസുന്ദരമായി എന്നു തോന്നിയാൽ ഉടനെ അതെഴുതും. പിന്നെ അടുത്ത പദ്യത്തിലേക്കോ വരികളിലേക്കോ പോവുകയായി. ചിലപ്പോഴൊക്കെ ഉലാത്തിക്കൊണ്ടായിരുന്നു കാവ്യരചന. ബോട്ടിലോ തീവണ്ടിയിലോ യാത്ര ചെയ്യുമ്പോൾ മറ്റ് ഉപദ്രവമൊന്നുമില്ലെങ്കിൽ കവിതയെഴുത്ത് അദ്ദേഹത്തിന് അസാദ്ധ്യമായിരുന്നില്ല. റോഡിൽക്കൂടി നടന്നുപോകുമ്പോഴും വസ്തുക്കളുടെ സൂക്ഷ്മസാദൃശ്യങ്ങളെപ്പറ്റിയും സ്വഭാവങ്ങളെപ്പറ്റിയും ചിന്തിച്ചുകൊണ്ടിരിക്കും. ചിലപ്പോൾ പെട്ടെന്ന് പരിസരങ്ങൾ മനസ്സിലാക്കണമെങ്കിൽ ഈ ദിവാസ്വപ്നങ്ങളിൽ നിന്ന് ഉണരേണ്ടതായി വന്നുകൂടും. കവിതയെഴുത്തിൽ മനസ്സലിഞ്ഞു വ്യാപൃതനായിരിക്കുമ്പോൾ ചുറ്റും നടക്കുന്ന കാര്യങ്ങൾ അദ്ദേഹം അറിയുകതന്നെയില്ല. അത്ര സമ്പൂർണ്ണമായ ഏകാഗ്രത അക്കാര്യത്തിൽ കവിക്കു സ്വാധീനമായിരുന്നു.

ഇതപ്പാടെ ആശാന്റെ രചനയ്ക്കിണങ്ങുന്നതല്ലെന്ന് നേരത്തെ വിവരിച്ച കാര്യങ്ങളിൽ നിന്ന് വ്യക്തമാകും. എങ്കിലും താൻ നേരിൽക്കണ്ട ലഘുകവിതാരചനകൾ ആധാരമാക്കിയാണ് കെ സദാശിവൻ ഇങ്ങനെ കുറിച്ചിട്ടുള്ളത്. പ്രത്യേക സന്ദർഭങ്ങൾ ആവശ്യപ്പെടുന്നതനുസരിച്ച് വേഗത്തിൽ കവിതയെഴുതിത്തീർക്കാൻ ആശാനു കഴിയുമായിരുന്നുവെന്ന് കെ സദാശിവൻ രേഖപ്പെടുത്തുന്നു. ദിവ്യകോകിലം എന്ന കവിതയുടെ രചനയെപ്പറ്റി അദ്ദേഹം പ്രത്യേകം പരാമർശിക്കുന്നുണ്ട്. അതേക്കുറിച്ച് പിന്നീട് വിവരിക്കുന്നതാണ്.

പത്രാധിപർ

രണ്ടു പത്രങ്ങൾ കുമാരനാശാന്റെ പത്രാധിപത്യത്തിൽ ഇറങ്ങിയിട്ടുണ്ട്. ആദ്യത്തെ പത്രമായ *വിവേകോദയ*ത്തെക്കുറിച്ച് മുമ്പ് പരാമർശിച്ചുകഴിഞ്ഞു. അതിന്റെ ഒന്നാംപതിപ്പിന്റെ കവർപേജ് താഴെ ചേർത്തിരിക്കുന്ന പ്രകാരമായിരുന്നു.

യോഗംവക പരസ്യം

ഈ തവണ യോഗത്തിൽ പണമടച്ചിട്ടില്ലാത്ത യോഗാംഗങ്ങൾക്ക് ഇതോടൊന്നിച്ച് ഓരോ അറിയിപ്പുകൂടി അയച്ചിരിക്കുന്നതും കഴിയുന്ന വേഗത്തിൽ അങ്ങനെയുള്ള യോഗാംഗങ്ങൾ അടയ്ക്കേണ്ട തുകകളെ യോഗം ആഫീസിൽ 'ഖജാൻജി'ക്ക് എന്ന മേൽവിലാസത്തിൽ ദയ ചെയ്ത് ഉടനെ അയച്ചുകൊടുക്കേണ്ടതും ആകുന്നു.

സെക്രട്ടറി - എൻ കുമാരനാശാൻ
അരുവിപ്പുറം ശ്രീ നാരായണധർമ്മ പരിപാലനയോഗം
പുത്തൻചന്ത
തിരുവന്തപുരം

അകത്ത് ഒന്നാം പേജിന്റെ സ്വരൂപമെങ്ങനെയായിരുന്നുവെന്ന് കൂടി നോക്കുക.

മംഗളം

അക്ഷീണക്രമമാർന്നുഴന്നു തിരിയും സംസാരചക്രത്തിനു-
ള്ളക്ഷംപോലെയു, മേകവിശ്വനിലയസ്തംഭോദയം പോലെയും
അക്ഷോഭം വിലസീടുമാദിപുരുഷൻ നമ്മെ കടാക്ഷങ്ങളാൽ
രക്ഷിക്കട്ട് 'അരുവിപ്പുറത്തടിയമർന്നീടുന്ന ദേവൻ ശിവൻ

പ്രസ്താവന

അരുവിപ്പുറം ശ്രീനാരായണധർമ്മപരിപാലനയോഗം ആരംഭിച്ചപ്പോൾത്തന്നെ അതിന്റെ ഉദ്ദേശ്യസാദ്ധ്യങ്ങൾക്കായി ഒരു പത്രഗ്രന്ഥംകൂടി പുറപ്പെടുവിക്കേണ്ടതാണെന്ന് ഞങ്ങൾ വിചാരിച്ചിട്ടുണ്ടായിരുന്നു. യോഗത്തിന്റെ തൽക്കാലാവസ്ഥയ്ക്ക് അപ്രകാരം ഒരു പത്രഗ്രന്ഥത്തിന്റെ ആവശ്യകത ഒഴിച്ചുകൂടാത്തതും ആകുന്നു. ഇത്രയുംകൊണ്ട് *വിവേകോദയം* എന്ന നിർദ്ദോഷമായ നാമത്തിൽ ഇപ്രകാരം യോഗംവകയായി പുറപ്പെടുന്ന ഈ ദ്വൈമാസിക പുസ്തകത്തിന്റെ ഉത്ഭവത്തെ സംബന്ധിച്ചും ചുരുക്കത്തിൽ ഞങ്ങൾക്കു പറയുവാനുള്ളതു കഴിഞ്ഞു. ഇനി ഉദ്ദേശ്യത്തെക്കുറിച്ചാണ് സ്വല്പം പറയേണ്ടിയുള്ളത്. യോഗസംബന്ധമായ വരവുചെലവുകണക്കുകൾ. യോഗത്തിൽ അപ്പോഴപ്പോൾ ഉണ്ടാകുന്ന നിയമങ്ങൾ, നടപടികൾ മുതലായ സംഗതികളെ എല്ലായോഗാംഗങ്ങളും യോഗത്തോടു മമതയുള്ളവരും അറിഞ്ഞിരിക്കുന്നതിലേക്കായി യോഗത്തിന്റെയും അവരുടെയും മദ്ധ്യേ ഒരു ദൂതസ്ഥാനം വഹിക്കുന്നതാകുന്നു *വിവേകോദയ*ത്തിന്റെ മുഖ്യോദ്ദേശ്യം. എന്നാൽ സമുദായത്തിന്റെ യോഗക്ഷേമങ്ങൾക്കു പൊതുവിൽ ഗുണപ്രദങ്ങളായ മാർഗ്ഗങ്ങളെ വിവേകപൂർവ്വം ഉപദേശിക്കുകയും ദോഷവശങ്ങളായവയെ ന്യായമായി ചൂണ്ടിക്കാണിക്കുകയും ആചാരപരിഷ്കരണാദികളിൽ ദൂരസ്ഥന്മാരായ സമുദായാംഗങ്ങൾക്ക് തമ്മിൽ ഏകമതാനുവർത്തിത്വം, പരസ്പരസാഹായ്യകരണം ഇവയെപ്പറ്റി സാമാന്യമായും സവിശേഷമായും ഉപന്യസിക്കുകയും ഐകമത്യം സമുദായസ്നേഹം മതഭക്തി, സദാചാരം ഇവയെ വർദ്ധിപ്പിക്കുന്നതിനായി സമുദായത്തെ വേണ്ടപോലെ ഗുണദോഷിക്കുകയും മറ്റും ചെയ്യുന്നതിനു യോഗത്തിന്റെ ഭക്തിമത്തായ ഒരു വാഗിന്ദ്രിയമായിരിക്കുക എന്നുള്ളതും ഇതിന്റെ ഉദ്ദേശ്യങ്ങളിൽ അതുപോലെതന്നെ പ്രാധാന്യം ഉള്ളതാകുന്നു.

ഇതിന്നും പുറമെ, ഓരോ സംഗതികളിൽ ഖ്യാതി സമ്പാദിച്ചിരുന്ന നമ്മുടെ പൂർവ്വപുരുഷന്മാരെയും പുരാതന കുടുംബാംഗങ്ങളെയും സംബന്ധിച്ചുള്ള വിശ്വാസയോഗ്യങ്ങളായ ഐതിഹ്യങ്ങൾ. സമുദായത്തിൽ അർവ്വാചീനന്മാരും ആധുനികന്മാരും ആയ മഹാന്മാരുടെ ജീവിതചരിത്രങ്ങൾ മുതലായവയും ഇതിന്റെ മുഖപ്രതിപാദ്യവിഷയങ്ങളായിരിക്കുന്നതാകുന്നു. സരസങ്ങളും സാരവത്തുക്കളുമായ കവിതകൾ, ആഖ്യായികകൾ, വിനോദകഥകൾ മുതലായവയെക്കൊണ്ടും സൗകര്യംപോലെ *വിവേകോദയം* സാധൂകരിക്കപ്പെടുന്നതാണ്. പരമഗുരുവായ നമ്മുടെ സ്വാമി അവർകളുടെ ധർമ്മശാസനങ്ങളെയും തത്ത്വോപദേശങ്ങളെയുംകൊണ്ട് ഇതിനെ എപ്പോഴും അലങ്കരിക്കണമെന്നും ഞങ്ങൾ വിചാരിക്കുന്നുണ്ട്. വിശ്വ

വിശ്രുതനും വന്ദ്യനും നമ്മുടെ പ്രത്യേകകൃതജ്ഞതയ്ക്കും ബഹുമാനത്തിനും പാത്രീഭൂതനും ആയ വിവേകാനന്ദസ്വാമി അവർകളുടെ സാരവത്തുക്കളായ ഉപന്യാസങ്ങളെയും ഉപദേശവാക്യങ്ങളെയും കൊണ്ട് പലപ്പോഴും ഇതിന്റെ പംക്തികൾ പ്രശോഭിതങ്ങളായിരിക്കുന്നതാകുന്നു.

ഇപ്പോൾത്തന്നെ ഇതിനു അഞ്ഞൂറോളം യോഗാംഗങ്ങളും അല്ലാതെയുള്ള പല മാന്യന്മാരും വായനക്കാരായി സിദ്ധിച്ചിട്ടുള്ളത് ഞങ്ങൾക്കു വേണ്ടപോലെ ധൈര്യത്തെയും ഉത്സാഹത്തെയും നല്കുന്ന ഒരു സംഗതിയാണ്. എങ്കിലും ഏറ്റവും വലുതായ നമ്മുടെ സമുദായത്തിൽ എപ്പോഴും സാർവ്വത്രികമായ പ്രചാരമാണ് ഇതിനു ആശിക്കപ്പെട്ടിട്ടുള്ളത്. യോഗാംഗങ്ങളിൽ എല്ലാവരും ഇതിനെ പ്രത്യേകം വായിച്ചിരിക്കണം എന്നും ആർക്കും യോഗത്തിൽ പണമടയ്ക്കുന്നതിനു പുറമേ ഇതും ഒരു പ്രത്യേകഭാരമായി തീർന്നുകൂടെന്നും ഉദ്ദേശിച്ചാണ് തല്ക്കാലം ഇതിനെ രണ്ടു മാസത്തിൽ ഒരിക്കൽ പ്രസിദ്ധപ്പെടുത്തുന്നതിനും യോഗാംഗങ്ങൾക്കു വിലയ്ക്കു കൊടുക്കുന്നതിനും നിശ്ചയിച്ചിട്ടുള്ളത്. അംഗങ്ങളല്ലാതെ വരിക്കാർക്ക് ഒരു ബ്രിട്ടീഷ് രൂപാ മാത്രം വിലവച്ചിട്ടുള്ളതും ഇതിന്റെ പ്രചാരസൗകര്യത്തെത്തന്നെ ഉദ്ദേശിച്ചിട്ടാകുന്നു. യോഗത്തിന്റെ ധനസ്ഥിതിയും വരിക്കാരുടെ സംഖ്യയും വർദ്ധിക്കുന്നതോടുകൂടി ഇതിൽ ഇപ്പോഴത്തേതിൽനിന്നും അധികം ഗണനീയങ്ങളായ പല പരിഷ്കാരങ്ങളും ചെയ്യപ്പെടുന്നതാണ്. താമസിയാതെ ഇതിനെ ഒരു പ്രതിമാസ പുസ്തകമാക്കുന്നതിനും ഞങ്ങൾക്ക് ഉദ്ദേശമുണ്ട്. എല്ലാറ്റിനും സമുദായത്തിലുള്ള എല്ലാ യോഗ്യന്മാരുടെയും ഔദാര്യത്തെ ഞങ്ങൾ എപ്പോഴും പ്രതീക്ഷിച്ചിരിക്കയാകുന്നു.

ഈ വർഷത്തെ പുസ്തകത്തിൽ പൊതുയോഗത്തിലെ നിശ്ചയങ്ങൾ, പ്രൊസീഡിങ്സ്, റിപ്പോർട്ടു മുതലായി യോഗസംബന്ധമായ പല സംഗതികളും അവശ്യം പ്രസിദ്ധപ്പെടുത്തേണ്ടവയായുള്ളതുകൊണ്ട് മേൽ പ്രസ്താവിച്ച എല്ലാ വിഷയങ്ങൾക്കും വേണ്ടിടത്തോളം സ്ഥലം കിട്ടാത്തതിൽ ഞങ്ങൾ വ്യസനിക്കുന്നു. അടുത്തലക്കം മുതൽ ആ പ്രതിജ്ഞ മിക്കവാറും പൂർത്തീകരിക്കുന്നതിനു സൗകര്യമുണ്ടാകുമെന്നും വിശ്വസിക്കുന്നു.

മുമ്പു പ്രസ്താവിച്ചതുപോലെ, പത്രാധിപരായി എം ഗോവിന്ദന്റെ പേരാണ് കാണുന്നതെങ്കിലും പത്രം ആസൂത്രണം ചെയ്തതും നടത്തിയിരുന്നതും ആശാൻതന്നെയാണ്. ഒരു വർഷം കഴിഞ്ഞപ്പോൾ ദ്വൈമാസികയായിത്തന്നെ അതു തുടർന്നു. എങ്കിലും സാമ്പത്തികവും മറ്റുമായ കാരണങ്ങളാൽ ഇടയ്ക്കു മുടങ്ങിപ്പോയി. മുഴുവൻ തുകയും വരിക്കാരിൽനിന്നാണല്ലോ കിട്ടേണ്ടിയിരുന്നത്. അവരാണെങ്കിൽ അത് കൃത്യമായി

കൊടുത്തിരുന്നതുമില്ല. അതുമൂലം പത്രം നടത്തിക്കൊണ്ടുപോകുന്നതിൽ അനുഭവിച്ച ബുദ്ധിമുട്ട് ഊഹിക്കാവുന്നതാണ്. കാര്യാന്തരവ്യഗ്രതകൾക്കിടയിൽ ഉള്ളടക്കം തികയ്ക്കുന്നതിനും നിലവാരമുള്ളതാകുന്നതിനും ആശാൻ ചില്ലറയൊന്നുമല്ല പാടുപെട്ടിട്ടുള്ളത്.

വ്യക്തിപരമായ നിലയിലാണ് അന്ന് പത്രങ്ങൾ നടന്നുപോന്നത്. *വിവേകോദയം* ഒരു സമുദായത്തിന്റെ പത്രമെന്ന നിലയിൽ വ്യത്യസ്തമായിരുന്നു രാജ്യഭരണത്തെ പ്രകീർത്തിക്കുക എന്ന ലക്ഷ്യം മാറ്റിവച്ചുകൊണ്ട്, സമുദായത്തിന്റെ അവകാശങ്ങൾ നേടിയെടുക്കുക എന്ന ലക്ഷ്യത്തിന് ആശാൻ പ്രാധാന്യം നല്കി. സമുദായത്തെ സാംസ്കാരികമായി ഉന്നമിപ്പിക്കുന്നതിനും *വിവേകോദയം* നിരന്തരം ശ്രദ്ധിച്ചുപോന്നു. ആളുകളുടെ ചപലവാസനകൾ പ്രീണിപ്പിക്കാനുള്ള പരിശ്രമം ഒരിക്കലും പത്രം നടത്തിയിരുന്നില്ല. 'ഒരു ഈഴവൻ അല്ലെങ്കിൽ ഒരു ഈഴവസ്ത്രീ എന്നു പറഞ്ഞാൽ എഴുതാനും വായിക്കാനുമെങ്കിലും അറിയാവുന്നവനെന്നോ അറിയുന്നവളെന്നോ അർത്ഥമായിരിക്കണം' എന്ന ഡോക്ടർ പല്പുവിന്റെ ആദർശം മുറുകെ പിടിച്ചുകൊണ്ട് സമുദായത്തെ ഉൽബോധിപ്പിക്കുന്നതിന് പത്രം അനവരതം ശ്രമിച്ചുകൊണ്ടിരുന്നു. രാഷ്ട്രീയപ്രബുദ്ധതയ്ക്കു തുല്യം പ്രാധാന്യം സാംസ്കാരികവികാസത്തിനു നല്കിയെന്നു സാരം.

ഗാംഭീര്യവും പ്രൗഢിയുമുള്ള ശൈലിയിൽ ആശാനെഴുതിയ മുഖപ്രസംഗങ്ങൾ പക്വമായ വീക്ഷണവും ഉദാരമായ സമീപനവും വായനക്കാരിൽ ഉളവാക്കാൻ പോന്നതായിരുന്നു. മൂന്നും നാലും പത്രാധിപക്കുറിപ്പുകൾ പല ലക്കങ്ങളിലും കാണാം. ഈഴവസമുദായത്തെ ലോകസമുദായത്തിന്റെ ഒരു ഭാഗമായി കണ്ടുകൊണ്ടല്ലാതെ ആശാൻ അവകാശങ്ങൾക്കുവേണ്ടി വാദിച്ചിരുന്നില്ലെന്നു കാണുന്നു.

പതിമ്മൂന്നിലധികം വർഷങ്ങൾ ആശാൻ *വിവേകോദയം* നടത്തി. ചില ലക്കങ്ങളിൽ നിശിതമായി മുഖക്കുറിപ്പുകൾതന്നെ കാണാം. പി എം രാമൻ എന്ന വിദ്യാർത്ഥിയെ ആറ്റിങ്ങൽ സർക്കാർ സ്കൂളിൽ ചേർക്കുന്നത് സവർണ്ണർക്ക് രുചിക്കുകയില്ലെന്ന ന്യായം പറഞ്ഞ്, സ്കൂൾ ഇൻസ്പെക്ടർ പി രാമസ്വാമി അയ്യർ അയാൾക്ക് പ്രവേശനം നിഷേധിച്ചു. അതേപ്പറ്റി രണ്ടാംലക്കം *വിവേകോദയ*ത്തിൽ ഇപ്രകാരം എഴുതിയിരിക്കുന്നു.

> സവർണ്ണർക്ക് മനസ്സുണ്ടെങ്കിൽ ഈഴവർ പഠിച്ചാൽ മതി. അല്ലെങ്കിൽ പോയി കഴുവേറട്ടെ എന്നു വയ്ക്കുന്ന ഈ ഇൻസ്പെക്ടറെപ്പോലെയുള്ള ഉദ്യോഗസ്ഥന്മാർ നിമിത്തമാണ് ഹരിപ്പാട്, പറവൂർ മുതലായ സ്ഥലങ്ങളിൽ ഈഴവരെ ചേർത്തപ്പോൾ മറ്റു ജാതിക്കാർ വിസമ്മതം കാണിക്കാൻ ഇടയായത്. ഗവൺമെന്റിന്റെ പ്രവൃത്തി ന്യായമായിരുന്നാൽ, പ്രതികൂലമായ അഭിപ്രായം കൊണ്ട് അതു ഭേദപ്പെടുത്തുന്നതല്ലെന്ന് കാണിക്കാൻ ചുമതലയുള്ള ഉദ്യോഗസ്ഥന്മാർ അടിയന്തരം പറയുമ്പോലെ ജനങ്ങളുടെ അനുവാ

> ദത്തെ ചോദിച്ചുകൊണ്ടു നടന്നാൽ അനുവദിക്കുന്നതിനു സമ്മതമില്ലെന്ന് ഏതാനും പേരെങ്കിലും പറഞ്ഞില്ലെങ്കിൽ അതിനെപ്പറ്റിയാണ് അത്ഭുതപ്പെടേണ്ടത്.

ഈഴവർക്ക് പ്രത്യേകം സ്കൂളുകൾ സ്ഥാപിക്കാമെന്ന ഒരാശയം സർക്കാർപക്ഷത്തുനിന്നുയർന്നപ്പോൾ *വിവേകോദയ*ത്തിൽ അതേപ്പറ്റി മുഖക്കുറിപ്പു വന്നു.

> എന്തൊരു വിലയേറിയ അഭിപ്രായം! ജാതികൾക്ക് ഓരോ സ്കൂൾ സ്ഥാപിക്കണമത്രേ... ജനങ്ങൾ തമ്മിൽ കടിപിടികൂടുകയോ എന്തോ ചെയ്തുകൊള്ളട്ടെ! ചിലരുടെ രാജ്യഭരണതന്ത്രജ്ഞതയുടെ ആഴത്തെ വിചാരിച്ചുനോക്കുമ്പോൾ തിരുവിതാംകൂറിലെ പരിഷ്കാരോദ്യമം എല്ലാംകൂടി ആ പടുകുഴിയിലേക്കു തള്ളിപ്പോകുമോ? ഉദ്യോഗസ്ഥന്മാർ ജാതികളുടെയല്ല. ജനങ്ങളുടെ ഭരണകർത്താക്കളായാണ് ഇരിക്കേണ്ടത്.

ഉദ്യോഗസംവരണത്തെ സംബന്ധിച്ച് കുമാരനാശാൻ പുലർത്തിയിരുന്ന അഭിപ്രായമെന്തെന്ന് നേരത്തെ വ്യക്തമാക്കിയിട്ടുണ്ടല്ലോ. എങ്കിലും ഉദ്യോഗത്തിൽ ന്യായമായ പ്രാതിനിധ്യം ലഭിക്കേണ്ടതാണെന്ന അഭിപ്രായത്തിൽനിന്ന് ആശാൻ ഒരിക്കലും വ്യതിചലിച്ചിട്ടില്ല. ആ മുഖക്കുറിപ്പിൽ അദ്ദേഹം എഴുതുന്നു.

> പ്രജകളുടെ പൊതുക്ഷേമത്തെ ഉദ്ദേശിച്ച് വിനിയോഗിപ്പാനായി രാജാവ് അവരിൽനിന്നും പിടിച്ചെടുക്കുന്ന നികുതിയെ മഹാകവി കാളിദാസൻ, ഭൂമിയെ മഴകൊണ്ട് സസ്യപൂർണ്ണമാക്കിച്ചെയ്യാനായി സൂര്യൻ അതിൽനിന്നും ആകർഷിച്ചെടുക്കുന്ന ആവിയോട് ഉപമിച്ചിരിക്കുന്നു... മാതൃകാരാജ്യം എന്നു പലപ്പോഴും അഭിമാനിക്കാറുള്ള തിരുവിതാംകൂറിലും ഭൂനികുതി അടച്ചും അസ്ഥി നുറുങ്ങി അദ്ധ്വാനിച്ചും ഖജനാവ് നിറയ്ക്കുന്ന അഞ്ചുലക്ഷം ഈഴവപ്രജകളെയും സംബന്ധിച്ച വിഷയത്തിൽ പ്രസ്തുതനയം എത്ര നിന്ദ്യമായും നിർദ്ദയമായും വിസ്മരിക്കപ്പെടുന്നു എന്നതിനെ സവ്യസനം ചൂണ്ടിക്കാണിക്കേണ്ടിയിരിക്കുന്നു.

പൊതുജനാരോഗ്യം, കൃഷി, വ്യവസായം തുടങ്ങിയവയെ സംബന്ധിക്കുന്ന ശാസ്ത്രീയ ലേഖനങ്ങൾക്ക് പത്രത്തിൽ എപ്പോഴും സ്ഥാനമുണ്ടായിരുന്നു. സയൻസിന്റെ ഏറ്റവും പുതിയ കണ്ടുപിടുത്തങ്ങൾവരെ ലളിതമായി വിവരിക്കുന്നതിനു ശ്രമിച്ചിരിക്കുന്നതും കാണാം. ഒൻപതാം പുസ്തകം മൂന്നാം ലക്കത്തിൽ 'പ്രഭാസ്വനവാഹിനി' (Optophone) എന്ന ശീർഷകത്തിലുള്ള ലേഖനം തുടങ്ങുന്നതു നോക്കൂ.

> കുരുടന്മാർക്കു പ്രകാശത്തെ കാണിച്ചു കൊടുക്കുന്നതാകുന്നു ഈ

> യന്ത്രം. ഈ യന്ത്രത്തിന്റെ സഹായംകൊണ്ട് കുരുടൻ പ്രകാശത്തെ കാണുകയല്ല കേൾക്കുകയാണ് ചെയ്യുന്നത്. പ്രകാശം ഈ യന്ത്രത്തിൽ പതിക്കുമ്പോൾ അതിൽ ഒരു വൈദ്യുതപ്രവാഹം ഉണ്ടാകുകയും ഈ പ്രവാഹം ഒരു ശബ്ദപരമ്പരയെ പുറപ്പെടുവിക്കുകയും ഈ യന്ത്രത്തോടു ഘടിപ്പിച്ചിരിക്കുന്ന ഒരു ടെലഫോൺ വഴി കുരുടന്റെ ശ്രവണപുടങ്ങളിൽ ഈ ശബ്ദം എത്തുകയും ചെയ്യുന്നു. പ്രകാശത്തിന്റെ കൂടുതൽ വെളിച്ചം മന്ദമായ ഒരു ശബ്ദത്തെ ഉണ്ടാക്കുന്നു. സൂര്യപ്രകാശം അത്യുച്ചത്തിൽ അലറുന്ന വെള്ളച്ചാട്ടം പോലെയുള്ള ശബ്ദത്തെ സൂചിപ്പിക്കുന്നു.

എത്ര ലളിതവും സുഗ്രാഹ്യവുമായ പ്രതിപാദനം! ജനങ്ങളെ പ്രബുദ്ധരാക്കുക, നവീനാശയങ്ങളുമായി പരിചയപ്പെടുത്തുക - മുഖ്യലക്ഷ്യങ്ങളായി പത്രപ്രവർത്തനത്തിൽ ആശാൻ അംഗീകരിച്ചത് ഇവയാണ്. മഹദ്വചനങ്ങൾ ഓരോ ലക്കത്തിലും ചൊരിയണമെന്ന് അദ്ദേഹത്തിനു നിർബ്ബന്ധമായിരുന്നു.

വിവേകോദയത്തിൽ സ്വന്തം കൃതികൾ മാത്രമല്ല താൻ ഇതരഭാഷകളിൽനിന്ന് പരിഭാഷപ്പെടുത്തിയ കൃതികൾ കൂടി ആശാൻ പ്രസിദ്ധീകരിച്ചിട്ടുണ്ട്. നാരായണഗുരുസ്വാമികളുടെ *ആത്മോപദേശശതകം* എന്ന കാവ്യത്തിന് ആശാൻ എഴുതിയ വ്യാഖ്യാനം ആദ്യത്തെ രണ്ടുമൂന്നു ലക്കങ്ങളിൽ കാണാം. കവിതയും ദർശനവും വേദാന്തവും ഇടകലർന്നിരിക്കുന്ന ആ കൃതിയെ ഇഴപിരിച്ചു വിശദമാക്കുന്നതിന് വ്യാഖ്യാതാവ് പ്രത്യേകം ശ്രദ്ധിച്ചിരിക്കുന്നു.

മൈത്രേയി എന്ന ആഖ്യായിക *വിവേകോദയ*ത്തിൽ ഖണ്ഡശഃ പ്രസിദ്ധീകരിച്ചുപോന്നു. ബംഗാളിക്കവിയും ദാർശനികനുമായ പണ്ഡിതസീതാനാഥതത്ത്വഭൂഷണൻ ഇംഗ്ലീഷിലെഴുതിയ പുസ്തകത്തിന്റെ പരിഭാഷയാണിത്. അതിന്റെ മുഖവുരയിൽ ആശാൻ പറയുന്നു:

> പ്രാചീനഹിന്ദുക്കളുടെയിടയിൽ സ്ത്രീകൾക്കുണ്ടായിരുന്ന മാന്യസ്ഥിതിയും വിദ്യാഭ്യാസത്തിൽ അവർ എത്തിയിരുന്ന സ്ഥാനവും മതസംബന്ധമായ ചിന്തകളിൽ അവർക്കുണ്ടായിരുന്ന സ്വാതന്ത്ര്യവും യോഗ്യതയും എത്ര അഭിലഷണീയമായിരുന്നുവെന്ന് വായനക്കാർക്ക് ഇതിൽനിന്നറിയറിയാം. ദുർബോധമായ അദ്വൈതരഹസ്യം ഇതിലെ മൂന്നും നാലും അദ്ധ്യായങ്ങളിൽ കാണുന്ന സരസസംഭാഷണങ്ങളിൽനിന്നും മനസ്സിലാക്കുന്നത്ര വെടിപ്പായും വെളിവായും പ്രൗഢഗ്രന്ഥങ്ങളിൽനിന്ന് ഗ്രഹിപ്പാൻ വിഷമമാണ്.

സമുദായപരിഷ്കരണപരമായ വശത്തോടൊപ്പം ദാർശനികമായ ഒരു വശവും ഈ കൃതിക്കുണ്ടെന്ന് ക്ഷമയോടെ വായിച്ചുനോക്കുന്നവർക്ക് ബോദ്ധ്യമാകും.

ജയിംസ് അല്ലൻ എഴുതിയ *As a Man Thinketh* എന്ന പുസ്തക

ത്തിന്റെ വിവർത്തനമാണ് *മനഃശക്തി*.

'മനഃശക്തി മനുഷ്യർക്ക് ജാതിമഭേദം കൂടാതെ പൊതുവിലുള്ള ജന്മ സിദ്ധമായ സ്വത്താകുന്നു. ഇത് ആത്മാക്കൾക്കുള്ള, ഉപയോഗിക്കും തോറും വർദ്ധിച്ചുവരുന്ന ഒരു ദിവ്യനിധിയാകുന്നു.'

മനുഷ്യന്റെ ഇച്ഛാശക്തിക്ക് അത്ഭുതങ്ങൾ കാട്ടാൻ കഴിയുമെന്ന ഇതിലെ വീക്ഷണം ആശാന്റെ കാവ്യങ്ങളിലെല്ലാം കലർന്നിട്ടുണ്ട്. നായികാനായകന്മാരുടെ ഇച്ഛാശക്തി ആ കാവ്യങ്ങളുടെ ഇതിവൃത്തഘ ടനയിൽ ആധിപത്യം ചെലുത്തിയിരിക്കുന്നതു കാണാം.

ഒരു ദൈവികമായ പ്രതികാരം എന്ന ആഖ്യായികയും *വിവേകോദ യ*ത്തിനുവേണ്ടിയാണ് ആശാൻ പരിഭാഷപ്പെടുത്തിയത്. 'ഇന്ത്യയിൽ പട്ടാ ളവകുപ്പിൽ വളരെനാൾ ഉദ്യോഗം വഹിച്ചിരുന്ന കർണ്ണൽ മിഡോസ ടൈലർ എന്ന യൂറോപ്യൻ ഗ്രന്ഥകാരൻ, മഹാരാഷ്ട്രചരിത്രത്തെ അടി സ്ഥാനമാക്കി എഴുതിയിട്ടുള്ള *താര* എന്ന വലിയ ആഖ്യായിക ഇംഗ്ലീ ഷിൽ വളരെ ശ്രുതിപ്പെട്ട ഒരു പുസ്തകമാണ്. *ദൈവികമായ പ്രതികാരം* എന്ന പേരിൽ പ്രസിദ്ധപ്പെടുത്തുന്ന ഈ മലയാളകഥ അതിന്റെ ഒരുഭാഗം എടുത്ത് പരിഭാഷപ്പെടുത്തീട്ടുള്ളതാകുന്നു (മുഖവുര).

സ്വാമി വിവേകാനന്ദന്റെ രാജയോഗം എഡ്വിൻആർനോൾഡിന്റെ *Light of Asia* എന്നിവയുടെ വിവർത്തനങ്ങളും *വിവേകോദയം* താളുക ളിലൂടെയാണ് ആദ്യം വെളിച്ചം കണ്ടത്. *നമ്മുടെ മൂടുപടം* (തർജ്ജമ - 1079 മേടം), *ഒരു യാത്രവാങ്ങൽ* (തർജ്ജമ - 1079 മിഥുനം), *അഹിംസ* (തർജ്ജമ - 1060 മേടം), *നെയ്ത്തുകാരുടെ പാട്ട്* (തർജ്ജമ - 1080 ഇട വം), *വിവേകാനന്ദസ്വാമികളുടെ ഒരു കവിത* (തർജ്ജമ - 1080 മിഥുനം), *ലോകം* (തുടർക്കവിത), *പണം* (1085 മിഥുനം) മുതലായവയും മംഗള ശ്ലോകങ്ങളുമായി അനേകം സ്വന്തമായ കൃതികൾ ആശാൻ *വിവേകോ ദയ*ത്തിൽ പ്രസിദ്ധപ്പെടുത്തിയിട്ടുണ്ട്.

ബ്രിട്ടീഷ് ഭരണത്തിന്റെ നേർക്ക് *വിവേകോദയം* എപ്പോഴും മതിപ്പാണ് പ്രകടിപ്പിച്ചിരുന്നത്. യാഥാസ്ഥിതികത്വത്തിന്റെ പിടിയിൽനിന്ന് ഇന്ത്യൻ ജനതയെ മോചിപ്പിക്കാൻ ആ ഭരണമാണ് സഹായകമെന്ന് ആശാൻ വിശ്വ സിച്ചിരുന്നു. 'നാം ഇപ്പോൾ അനുഭവിക്കുന്ന സമാധാനവും സ്വാതന്ത്ര്യവും മറ്റൊരു ഭരണത്തിൻകീഴും

> നാം അറിഞ്ഞിട്ടില്ലാത്തതാകുന്നു. നമുക്ക് ഇപ്പോൾ നല്കപ്പെട്ടിരി ക്കുന്ന വിദ്യാഭ്യാസം പ്രകാശമാനമായ ഒരു പുതിയ ലോകത്തെ നമുക്കായി സൃഷ്ടിച്ചിരിക്കുന്നു. ബ്രിട്ടീഷ് ഭരണനയം നമ്മുടെ അത്യുൽകൃഷ്ടമായ മതത്തിൽ നമുക്ക് അത്യാഹിതമായ സ്വാത ന്ത്ര്യത്തെ അനുവദിക്കുകയും എന്നാൽ പൈശാചികങ്ങളായ അനാ ചാരങ്ങളെയും അഴിമതികളെയും നിരോധിക്കുകയും ക്രൂരമായ ജാതിസർപ്പത്തിന്റെ ഭയങ്കരങ്ങളായ വിഷപ്പല്ലുകളെ പറിച്ചുകളയു കയും ചെയ്തിരിക്കുന്നു... ചുരുക്കത്തിൽ വിനാശോന്മുഖമായിരുന്ന

നമ്മുടെ പ്രിയമേറിയ ഇന്ത്യയെ ഉദ്ധരിപ്പാൻ കൃപാലുവായ ഈശ്വരനാൽ അയയ്ക്കപ്പെട്ടതാണ് ബ്രിട്ടീഷ്ശക്തി എന്നു പറഞ്ഞാൽ അതിനെപ്പറ്റി ഞങ്ങൾക്കുള്ള നിർവ്യാജമായ ആദരവും ഭക്തിയും അനുമോദനവും വർണ്ണിച്ചുകഴിഞ്ഞു

വിവേകോദയം തുലാം വൃശ്ചികം 1084).

വിമർശകനെന്ന നിലയിൽ തന്റെ വ്യക്തിത്വം ആശാൻ പ്രകാശിപ്പിച്ചതും *വിവേകോദയ*ത്തിന്റെ താളുകളിലൂടെയാണ്. എത്രയോ പുസ്തകങ്ങളെപ്പറ്റിയാണ് തന്റെ അഭിപ്രായം നിഷ്പക്ഷമായും ധീരമായും അദ്ദേഹം രേഖപ്പെടുത്തിയിട്ടുള്ളത്.

കുമാരനാശാനെ ഒന്നു കാണുന്നതിനുവേണ്ടി ഒരിക്കൽ *വിവേകോദയം* ഓഫീസിൽ പോയതിനെക്കുറിച്ച് ഡോ. ചേലനാട്ട് അച്യുതമേനോൻ. 'ഞാൻ കണ്ട ആശാൻ' എന്ന ഒരു അനുസ്മരണം എഴുതിയിട്ടുണ്ട് (*സുജാനന്ദിനി* 1947 ഒക്ടോ. 24), അതു ചുവടെ ചേർക്കുന്നു.

'മഹാകവി കുമാരനാശാൻ - ഒരു സ്മരണ'

ഡോ. ചേലനാട്ട് അച്യുതമേനോൻ

1915-1917 എന്നീ കൊല്ലങ്ങളിൽ തിരുവനന്തപുരം രാജകീയ കലാലയത്തിൽ വിദ്യാർത്ഥിയായിരുന്നപ്പോൾ മറ്റൊരു ഭാഗ്യം എനിക്ക് സിദ്ധിക്കുകയുണ്ടായി. അത് മഹാകവി കുമാരനാശാനെ കാണാൻ കഴിഞ്ഞതാണ്. ആ രണ്ടു കൊല്ലം എന്റെ ജീവിതത്തിൽ എന്നെന്നേക്കും സ്മരിക്കത്തക്കതായി തീർന്നിട്ടുണ്ട്.

പ്രൊഫസർ. എ ആർ തിരുമേനിയുടെ അന്തേവാസിയാവാൻ സംഗതിവന്നതാണ് ആദ്യത്തെ മഹാഭാഗ്യം. അക്കാലത്തെപ്പറ്റി മറ്റൊരു സന്ദർഭത്തിൽ പ്രസ്താവിക്കാനുദ്ദേശിക്കുന്നതാണ്. തല്ക്കാലം മഹാകവിയുടെ സന്നിധാനത്തിലേക്കുതന്നെ പോകാം. ആശാൻ അന്ന് തിരുവനന്തപുരത്ത് സ്ഥിരതാമസമാക്കിയിട്ടുണ്ടെന്ന് അന്നെനിക്ക് വിവരമുണ്ടായിരുന്നു. ഒറ്റപ്പാലത്ത് എന്റെ സതീർത്ഥ്യനായിരുന്ന മി. എൻ കൃഷ്ണൻ അവിടെ വിവേകോദയം ആഫീസിൽ പണിയെടുക്കുന്നുണ്ടെന്ന് എനിക്ക് അറിയാമായിരുന്നു. അദ്ദേഹത്തെ കാണാനായി ഞാൻ വിവേകോദയം ആഫീസിൽ പോയി. ഞാൻ കയറിച്ചെന്നത് മഹാകവി ഇരിക്കുന്ന മുറിയിലേക്കായിരുന്നു. എന്റെ സ്നേഹിതന്റെ പേരുപറഞ്ഞപ്പോൾ എന്തോ എഴുതിക്കൊണ്ടിരുന്ന അദ്ദേഹം മുഖമൊന്നുയർത്തി. വലതു ഭാഗത്തേക്ക് ചൂണ്ടിക്കാണിച്ചു. കറുത്തു കുറുകിയ ദേഹം, ഗൗരവത്തോടുകൂടിയ നോട്ടം. തലയിൽ രണ്ടുവശത്തും ചുരുണ്ടമുടി, ഇത്രയും എന്റെ മനസ്സിൽ പതിഞ്ഞു. ആഗതനെപ്പറ്റി യാതൊരു കൗതുകവും കാണിക്കാതെയാണ് അദ്ദേഹത്തിന്റെ ആംഗ്യം ഉണ്ടായത്. എനിക്ക്

കൗതുകം കൂടുകയാണുണ്ടായത്. മഹാകവിയാണ് അതെങ്കിൽ അങ്ങനെ കടന്നുപോയാൽ പറ്റില്ല. രണ്ടുവാക്ക് സംസാരിക്കണം. എന്നെനിക്കു തോന്നി. പക്ഷേ, രണ്ടാമതൊരു ചോദ്യം ചോദിക്കുവാൻ വഴിതരുന്ന മട്ടിലല്ല അദ്ദേഹത്തിന്റെ പെരുമാറ്റമുണ്ടായത്. ഞാൻ കുറച്ചുനേരം അദ്ദേഹത്തിനെ നോക്കിക്കൊണ്ടുതന്നെ നിന്നു. അദ്ദേഹമാകട്ടെ, താനെഴുതുന്ന കടലാസിലേക്കുതന്നെ ദൃഷ്ടി വീണ്ടും പതിച്ചു. എഴുത്തു തുടങ്ങുകയും ചെയ്തു. ഞാൻ സ്നേഹിതനിരിക്കുന്ന മുറിയിലേക്കുതന്നെ തിരിഞ്ഞു. ഇതാശാനായിരിക്കുമെന്ന് ഉള്ളിലുദിച്ച സംശയത്തിന് ഉറപ്പു കൂടി. സ്നേഹിതന്റെ മുറിയിൽ കടന്ന ഉടനെ 'കുമാരനാശാനല്ലേ അത്?' എന്ന് ഞാൻ അറിയാനുള്ള ആഗ്രഹം പ്രത്യക്ഷമാക്കി. അപ്പോഴേക്കും എന്നെ വന്ന് കെട്ടിപ്പിടിച്ച് സ്നേഹാദരമുറപ്പിച്ച സ്നേഹിതൻ "അതേ ധൃതിയായി എന്തോ എഴുതുകയാണ്. അതു കഴിഞ്ഞാൽ ഞാൻ പരിചയപ്പെടുത്താം." എന്ന് എന്നെ സമാധാനിപ്പിച്ചു. ഞങ്ങൾ അന്യോന്യം കുശലാന്വേഷണങ്ങൾ ചെയ്തുകൊണ്ടിരിക്കെ സ്നേഹിതനെ ആശാൻ വിളിച്ചു. അയാൾ ഒരു നിമിഷത്തിനകം പോയിവന്നു. "ഇങ്ങോട്ടുവരൂ ഇപ്പോൾ പരിചയപ്പെടുത്താം. എങ്ങോട്ടോ പോകുന്നുണ്ടെന്നു തോന്നുന്നു. പോയാൽപ്പിന്നെ ഇന്ന് തിരിയെ വരില്ലാ." എന്ന് പറഞ്ഞ് എന്നെ ആശാന്റെ സന്നിധിയിലേക്ക് ആനയിച്ചു. എന്റെ സ്നേഹിതൻ പരിചയപ്പെടുത്തിയതോടുകൂടി ഒറ്റപ്പാലത്ത് ഞങ്ങൾ ഒന്നിച്ച് പഠിച്ച കഥയും ഞാൻ മലയാളം, ബി എയ്ക്ക് ഐച്ഛികവിഷയമായെടുത്ത് പഠിക്കാൻ വന്ന വിവരവും മുഖവുരയായി പ്രസ്താവിച്ചപ്പോൾ മഹാകവി ഒന്നു മന്ദഹസിച്ചു. അതുവരെ മുഖത്തു പ്രകാശിച്ചിരുന്ന ഉഗ്രഭാവത്തിന് അങ്ങനെയൊരു മയം വന്നപ്പോഴേ എനിക്ക് സ്വാതന്ത്ര്യം ലഭിച്ചുള്ളൂ. *വീണപൂവും നളിനിയും* അപ്പോഴേക്ക് സഹൃദയലോകം ആസ്വദിച്ചു കഴിഞ്ഞിരുന്നു. *ലീല* പുറത്തിറങ്ങീട്ടേയുള്ളൂ. തൃശിവപേരൂരിൽനിന്ന് വള്ളത്തോളിന്റെയും കുണ്ടൂരിന്റെയും ആധിപത്യത്തിൽ പ്രസിദ്ധപ്പെടുത്തിയിരിക്കുന്ന *കേരളോപഹാരം* പത്രത്തിൽ ആ കൃതിയെപ്പറ്റി ആക്ഷേപസ്വരത്തിൽ എഴുതിയ ഒരു നിരൂപണവും ഞാൻ വായിച്ചിട്ടുണ്ടായിരുന്നു. അതിനെപ്പറ്റി വല്ല പ്രസ്താവവും ഉണ്ടാകുമെന്ന് പ്രതീക്ഷിച്ചിരുന്ന എന്നോട് മഹാകവി ചോദിച്ചത് തിരുവനന്തപുരത്ത് ആദ്യമായി വരികയാണോ? എന്നായിരുന്നു.

ഞാൻ: അതെ.

മഹാകവി: തിരുമേനിയുടെ ഇഷ്ടം സമ്പാദിക്കാൻ നോക്കണം. നിഷ്കളങ്കനാണദ്ദേഹം.

ഞാൻ: ജൂനിയർകാർക്ക് ആഴ്ചയിൽ ഒരു ദിവസമേ തിരുമേനിയുടെ ക്ലാസുള്ളൂ. അതുതന്നെ വ്യാകരണമാണുതാനും.

മഹാകവി: വ്യാകരണം മുഷിപ്പിക്കാതെ പഠിപ്പിക്കാൻ കഴിയുന്ന ദുർല്ലഭം ചില മഹാവിദ്വാന്മാരിൽ ഒരാളാണു തിരുമേനി.

ഞാൻ: അതനുഭവപ്പെട്ടു തുടങ്ങി. രണ്ടു ക്ലാസേ ഇതുവരെ കഴിഞ്ഞിട്ടുള്ളൂ. കേരള പാണിനീയത്തിന് പുതുതായി ഒരു മുഖവുര എഴുതുകയാണ്. അതിന് പരിഷ്കരിച്ച പതിപ്പും തയ്യാറാക്കി വരികയാണത്രേ.

മഹാകവി: തിരുമേനി പഠിപ്പിക്കുന്നതു കേൾക്കാൻ രസമുണ്ടെന്നാണ് പലരും പറയുന്നത്. പൊതുയോഗങ്ങളിൽ പ്രസംഗം എഴുതി വായിക്കയാണ് പതിവ്. പക്ഷേ, ആശയവും പ്രതിപാദനവും അളന്നു മുറിച്ചതുപോലിരിക്കും.

ഈ ഘട്ടത്തിൽ നമ്മുടെ സ്നേഹിതൻ ഒറ്റപ്പാലത്തു 'കവിസമാജ'ങ്ങൾ ഏർപ്പെടുത്തിയിരുന്നതും ഞങ്ങൾ ആഴ്ചയിൽ ഒരു ദിവസം കവിതയുണ്ടാക്കി സദസ്സിൽ പാരായണം ചെയ്തിരുന്നതും ധരിപ്പിച്ചു.

മഹാകവി: അപ്പോൾ കൃഷ്ണനും കവിതയുണ്ടല്ലോ? എന്തൊക്കെയായിരുന്നു നിങ്ങൾ എഴുതിയിരുന്നത്? സമസ്യാപൂരണങ്ങളായ സർക്കസൊക്കെ ഉണ്ടായിരുന്നു. ഇല്ലേ?

ഞാൻ: ഉവ്വ്. പക്ഷേ, അതു മാത്രമായിരുന്നില്ല. ഇടയിൽ ചില വർണ്ണനകളും അഷ്ടകങ്ങളായി ചൊല്ലിയിരുന്നു.

മഹാകവി: അതിന് വിഷയം ആരാ തന്നിരുന്നത്?

ഞാൻ: ഞങ്ങളുടെ മലയാളം മുൻഷി.

ആശാൻ: ഇതു രണ്ടും എനിക്ക് ഇഷ്ടമല്ല. സമസ്യ, മറ്റൊരാളുടെ ആശയം കണ്ടുപിടിക്കാനായി നിങ്ങൾ ചെയ്യുന്ന പരിശ്രമമാണ്. കവിതയ്ക്കു വിഷയം മറ്റൊരാൾ നിശ്ചയിക്കുമ്പോഴും നിങ്ങളുടെ മനസ്സ് സ്വതന്ത്രമായല്ല പ്രവർത്തിക്കുന്നത്. ഹൃദയത്തിൽനിന്ന് താനേ പ്രവഹിക്കുന്ന കവിതയേ കവിതയാകൂ. അതിനു സമയനിർണ്ണയം ചെയ്യുന്നതും അസ്വാതന്ത്ര്യത്തിലേക്ക് അടിച്ചിറക്കുകയാണ്.

ഞാൻ: വേണ്ട വിഷയം നിശ്ചയിക്കുന്നതുകൊണ്ട് ഒരു വഴികാട്ടുന്നുവെന്നല്ലാതെ, പോക്ക് കവിയുടേതുതന്നെയല്ലേ? ഭോജരാജാവ്, കാളിദാസൻ മുതലായവരോട് പന്തിനെപ്പറ്റിയും നെല്ലിനെപ്പറ്റിയും വർണ്ണിക്കാൻ ആവശ്യപ്പെട്ടിരുന്നത് ശരിയല്ലെന്നാണോ അഭിപ്രായം?

ആശാൻ: ആ വക ഒറ്റശ്ലോകങ്ങളൊക്കെ അങ്ങനെയുണ്ടായതെന്നാണോ വിചാരം? ആരാണ്ടോ എഴുതി ഓരോ കവികൾക്ക് വീതിച്ചു കൊടുത്തതല്ലേ അവയെല്ലാം? ശാകുന്തളം ഏഴുതവണ

തിരുത്തി എഴുതിയ കാളിദാസൻ അങ്ങനെ നിമിഷകവിതയുണ്ടാക്കാൻ മിനക്കെടുമെന്ന് ഞാൻ വിചാരിക്കുന്നില്ല. ആ മഹാകവിയുടെ കലാബോധം അത്രത്തോളം നിരുത്തരവാദപരമാവാനിടയില്ല.

ഞാൻ: *വീണപൂവി*ലും *നളിനി*യിലും എനിക്കു ചില സംശയങ്ങളുണ്ട്. അവയെപ്പറ്റി ചോദിക്കുന്നത് അഹിതമാവില്ലല്ലോ.

ആശാൻ: അലോഹ്യമൊന്നുമില്ല. പക്ഷേ, എന്റെ കവിതയെപ്പറ്റി നിർവ്വചനം ഞാനല്ല അന്യന്മാരാണ് ചെയ്യേണ്ടത്. കവി എല്ലാ വായനക്കാർക്കും പറഞ്ഞുകൊടുക്കാനായി നാടെല്ലാം നടക്കണമെന്ന് വന്നാൽ അത് അയാൾക്ക് വലിയ സങ്കടമാവുകയില്ലേ? കൃഷ്ണനും നിങ്ങളും തമ്മിൽ അതിനെപ്പറ്റി വാദപ്രതിവാദം ചെയ്വിൻ!

ഞാൻ: വള്ളത്തോളിന്റെ *ചിത്രയോഗത്തിനെപ്പറ്റി* എഴുതിയ നിരൂപണത്തിലും ചില സംശയങ്ങളുണ്ട്.

ആശാൻ: ഇപ്പോഴെഴുതിയത് അതിനെപ്പറ്റിയാണ്. അടുത്തലക്കം *വിവേകോദയ*ത്തിൽ അത് ചേർക്കുന്നുണ്ട്. അത് വായിച്ചതിനു ശേഷം സംശയമുണ്ടെങ്കിൽ പറയൂ, സമാധാനം തരാം.

അപ്പോഴേക്കും അദ്ദേഹത്തിനെ ഒരു യോഗത്തിലേക്ക് കൊണ്ടുപോകാനായി ചിലർ അവിടെ കയറിവന്നു. മഹാകവിയുമായുണ്ടായ ആദ്യത്തെ കൂടിക്കാഴ്ച അങ്ങനെ അവസാനിക്കുകയും ചെയ്തു.

അദ്ദേഹംപോയ ഉടനെ എന്റെ സ്നേഹിതൻ ഇങ്ങനെ വർത്തമാനം പറയാൻ ഒരുങ്ങിക്കാണാറില്ല. വലിച്ചുകയറി വെടിപറയാൻ തുടങ്ങിയവരോട് വലിയ പുച്ഛമാണ്. സ്വതേ വിദ്യാർത്ഥികളോട് വാത്സല്യം കലശലാണുതാനും. എന്ന് എന്നെ ധരിപ്പിച്ചു. പിന്നീട് മഹാകവിയെ എനിക്കു കാണാനോ അദ്ദേഹവുമായി സംസാരിക്കാനോ നിർഭാഗ്യവശാൽ എനിക്ക് സംഗതി വരികയുണ്ടായില്ല.

*വിവേകോദയ*ത്തിന്റെ മറ്റൊരു സവിശേഷതയായി പറയേണ്ടത്. ഇതര സമുദായങ്ങളുടെ നേർക്ക് ബഹുമാനം കാട്ടുന്നതിൽ എപ്പോഴും പുലർത്തിപ്പോന്ന ഉദാരവീക്ഷണമാണ്. തങ്ങളുടെ ഉയർച്ചയ്ക്ക് വിഘാതമായി നായർ സമുദായത്തെ കാണാനുള്ള വാസന അക്കാലത്ത് ഈഴവർ പൊതുവിൽ പുലർത്തിപ്പോന്നു (പരസ്പരം ഇണങ്ങാത്ത രണ്ടു സമുദായങ്ങളാണിവയെന്ന് സർ സി പി രാമസ്വാമി അയ്യർ പരിതപിച്ചതായി പി എൻ ശങ്കുണ്ണിപ്പിള്ള *ദേശബന്ധു* എന്ന ദിനപത്രത്തിലെഴുതിയത് പിന്നെയും എത്രകാലം കഴിഞ്ഞിട്ടാണ്). എന്നാൽ ഈഴവ സമുദായത്തിന്റെ അഭ്യുദയവും നായർസമുദായത്തിന്റെ ശ്രേയസ്സും അഭേദ്യമായി ബന്ധപ്പെട്ടിരിക്കുന്നു എന്ന വീക്ഷണമാണ് ആശാൻ പുലർത്തിയത്. 1061 വൃശ്ചികം ലക്കം *വിവേകോദയ*ത്തിൽ കേരളത്തിന് ഒരു പുതുജീവൻ എന്ന പേരിലുള്ള കുറിപ്പു നോക്കൂ.

> ബഹുമാനപ്പെട്ട സി ശങ്കരൻനായർ മുതലായ മാന്യന്മാർ തങ്ങളുടെ സമുദായത്തിന്റെ അഭ്യുദയത്തെ കാംക്ഷിച്ച് അതിലുള്ള അസംഖ്യം അവാന്തരവിഭാഗങ്ങൾക്കു തമ്മിൽ പരസ്പരം പന്തിഭോജനവും പാണിഗ്രഹണവും നടപ്പിൽ വരുത്തുന്നതിനായി ഈയിടെ ആരംഭിച്ചിരിക്കുന്ന പ്രശസ്തമായ ഉദ്യമം കേരളീയ ഹിന്ദുക്കളുടെ ക്ഷേമത്തെ ആഗ്രഹിക്കുന്ന ആരേയും അനുമോദിപ്പിക്കും. ഇതിന്റെ വിജയം നിശ്ചയമായും കേരളത്തിന് ഒരു പുതിയ ജീവനെ ഉണ്ടാക്കുന്നതാണെന്ന് ഞങ്ങൾ വിചാരിക്കുന്നു.

നായർ സമുദായാംഗങ്ങൾ സംഘടന രൂപീകരിക്കാൻ നടത്തുന്ന പരിശ്രമങ്ങൾ മുൻനിർത്തിയാണ് ഇതെഴുതിയിട്ടുള്ളത്. നായർസമാജം രൂപീകൃതമായതിനുശേഷം ആ സംഘടനയുടെ പ്രമേയങ്ങൾക്കും നടപടികൾക്കും വലിയ പ്രാധാന്യം പത്രത്തിൽ നല്കാൻ ആശാൻ എപ്പോഴും ശ്രദ്ധവയ്ക്കുകയും ചെയ്തുപോന്നു.

പുലയസമുദായത്തിലെ കുട്ടികളെ സ്കൂളിൽ ചേർക്കാൻ മുതിർന്നപ്പോൾ ആദ്യം കുറച്ച് കുഴപ്പങ്ങൾ ഉണ്ടായി. നായന്മാരും ഈഴവരും ചേർന്ന് പുലയർക്കെതിരെ ആക്രമണം നടത്തുകയാണ് ചെയ്തത്. അതിനെ ശക്തിയായെതിർക്കാനും പുലയർസമുദായത്തിന്റെ ആത്മാഭിമാന പരിരക്ഷയ്ക്കായി വാദിക്കാനും വിവേകോദയം മടിച്ചില്ല.

ഗ്രന്ഥനിരൂപണത്തിനും *വിവേകോദയം* പ്രാധാന്യം നല്കിപ്പോന്നു. *കുമാരനാശാൻ* അതിൽ അനേകം പുസ്തകങ്ങൾക്ക് നിരൂപണങ്ങൾ എഴുതി. ചിലതെല്ലാം വലിയ വിവാദങ്ങൾക്കിടയാവുകയും ചെയ്തു. വള്ളത്തോളിന്റെ *ചിത്രയോഗം* മഹാകാവ്യത്തെപ്പറ്റി എഴുതിയ നിരൂപണം പ്രസിദ്ധമാണല്ലോ (1091 കന്നി ലക്കം). അതിൽ വി ഉണ്ണികൃഷ്ണൻ നായർ എഴുതിയ പ്രത്യാഖ്യാനവും അതിന് ആശാൻ എഴുതിയ ശക്തിയുള്ള മറുപടിയും *വിവേകോദയ*ത്തിൽത്തന്നെയാണ് പ്രകാശിതമായത്. മഹാകാവ്യം എന്ന സാഹിത്യശാഖയുടെ നേർക്ക് ആശാന് പ്രത്യേകമായ ഒരു നിലപാടുണ്ടായിരുന്നു. അതിലുറച്ചുനിന്നുകൊണ്ടാണ് *ചിത്രയോഗം* മാത്രമല്ല *രുഗ്മാംഗദചരിതം, ഉമാകേരളം* തുടങ്ങിയ മഹാകാവ്യങ്ങളെയും ആശാൻ വിമർശിച്ചത്.

കുമാരനാശാന്റെ പത്രാധിപത്യത്തിൽ മറ്റൊരു മാസികകൂടി പ്രകാശിതമായിട്ടുണ്ട്. അതിന്റെ പേര് *പ്രതിഭ.*

എസ് എൻ ഡി പി യോഗത്തിൽ നിന്ന് വിട്ടുനിന്ന സന്ദർഭത്തിൽ ആശാനെ ആലുവാ അദ്വൈതാശ്രമം സെക്രട്ടറിയായും സംസ്കൃതസ്കൂൾ മാനേജരായും നാരായണഗുരുസ്വാമികൾ നിയമിച്ചു. അപ്പോൾ അദ്ദേഹം ആലുവയിലേക്ക് താമസം മാറ്റി. ചെറായി വിജ്ഞാനവർദ്ധിനി സഭയുടെ ഭാരവാഹികൾ ഒരു ദിവസം ആശാന്റെ തമസസ്ഥലത്തെത്തി. തങ്ങൾ നടത്താനുദ്ദേശിക്കുന്ന ഒരു മാസികയുടെ പത്രാധിപരായിരിക്കണമെന്ന അപേക്ഷ അവർ അദ്ദേഹത്തിന്റെ മുമ്പാകെ അവതരിപ്പിച്ചു. അതു സ്വീക

രിക്കാൻ അദ്ദേഹത്തിന് വൈമനസ്യമുണ്ടായില്ല. സാഹിത്യസംബന്ധമായ പ്രവർത്തനങ്ങൾക്ക് അതുപകരിക്കുമല്ലോ. *പ്രതിഭ*യുടെ ആദ്യലക്കം 1095 കന്നിയിൽ വടക്കൻ പറവൂരിലെ സരസ്വതീവിലാസം പ്രസിൽ അച്ചടിപ്പിച്ച് ചെറായിയിൽനിന്ന് പ്രകാശിപ്പിച്ചു. വാർഷിക വരിസംഖ്യ രണ്ടുരൂപ.

വിജ്ഞാനവർദ്ധിനി ഒരു സാമുദായികസഭയാണെങ്കിലും വിദ്യാഭ്യാസം മുതലായ വിഷയങ്ങളിലുള്ള അതിന്റെ ശ്രമങ്ങൾ സാർവ്വജനീനങ്ങളാണ്. അതുകൊണ്ട് പ്രതിഭയും സാമുദായികവും രാഷ്ട്രീയവും മറ്റുമായ വിഷയങ്ങൾക്കു പുറമേ, പൊതുജനങ്ങൾ വിജ്ഞാനപ്രദവും രസകരവുമായ സാഹിത്യത്തിൽക്കൂടി ദൃഷ്ടി വയ്പ്പാൻ വിശേഷിച്ചും വിചാരിക്കുന്നുണ്ട്.

മാസികയുടെ മുദ്രാവാക്യം ഇതായിരുന്നു.

"ഉദ്യമംകൊണ്ട് സിദ്ധിക്കും
വിദ്യാമാനധനാദികൾ"

പ്രതിഭ പതിനൊന്നു ലക്കം മാത്രമേ ഇറങ്ങിയുള്ളൂ. സ്വന്തമായ വ്യക്തിത്വം സ്ഥാപിക്കാനും വായനക്കാരുടെ ശ്രദ്ധ ആകർഷിക്കാനും ആ മാസികയ്ക്ക് സാധിച്ചു.

ഒന്നാം ലക്കത്തിൽ ആശാന്റെ 'ദീപാർപ്പണം' എന്ന മികച്ച കവിത സ്ഥാനം നേടിയിരുന്നു. കെ സുകുമാരൻ ബി എയുടെ 'തവള' എന്ന ശാസ്ത്രലേഖനവും മൂർക്കോത്തു കുമാരന്റെ 'സന്മാർഗ്ഗ സമ്പാദനം' എന്ന ചിന്താബന്ധുരമായ പ്രബന്ധവും അതിലുണ്ടായിരുന്നു. പിന്നീടുള്ള ലക്കങ്ങളിൽ 'സങ്കീർത്തനം,' 'പരുക്കേറ്റ കുട്ടി,' 'ഗുണനിഷ്ഠ' എന്നീ കവിതകൾ മാത്രമല്ല, *ക്ഷേമമാർഗ്ഗം* എന്ന പരിഭാഷയും കൂടി ആശാൻ പ്രകാശിപ്പിച്ചു. ജെയിംസ് അല്ലന്റെ *From Poverty to Power* എന്ന ഗ്രന്ഥത്തിന്റെ പരിഭാഷയാണ് *ക്ഷേമമാർഗ്ഗം*

കെ പി കറുപ്പന്റെ *ഭൈമീപരിണയ*ത്തെപ്പറ്റി ആശാൻ എഴുതിയ വിമർശനം 1095 ധനുലക്കത്തിലാണ് പ്രകാശിതമായത്.

കുടുംബജീവിതവും മറ്റും

നാല്പത്തഞ്ചാം വയസ്സിലാണ് കുമാരനാശാൻ വിവാഹിതനാകുന്നത്.

സി ഒ കേശവൻ എഴുതുന്നു.

> കവി 1093 ചിങ്ങത്തിൽ (1917) വിവാഹബന്ധത്തിൽ ഏർപ്പെട്ടു. ആശാന്റെ ഭാര്യാപദം അലങ്കരിക്കാനുള്ള മഹാഭാഗ്യം ലഭിച്ചത് തിരുവനന്തപുരം കുന്നുകുഴിയിൽ കമലാലയം ബംഗ്ലാവിൽ കെ ഭാനുമതിയമ്മയ്ക്കാണ്. കേവലം പതിനേഴുവയസ്സുമാത്രമേ അന്ന് അവർക്ക് പ്രായമുണ്ടായിരുന്നുള്ളൂ. ആശാന് അന്ന് നാല്പത്തഞ്ചു വയസ്സും. തിരുവനന്തപുരത്തെ അതിപുരാതനമായ തച്ചക്കുടിയിൽ വീട്ടിലെ കാരണവരായ കുമാരു അവർകളായിരുന്നു വധുവിന്റെ പിതാവ്. ഇദ്ദേഹം, സുപ്രസിദ്ധി ആർജ്ജിച്ചിട്ടുള്ള സഹോദരന്മാരായ റാവുബഹദൂർ പി വേലായുധൻ, ഡോ. പല്പു ഇവരുടെ അച്ഛന്റെ സഹോദരനായിരുന്നു.

അതൊരു പ്രണയവിവാഹമായിരുന്നു. കമലാലയം ബംഗ്ലാവിലെ സ്ഥിരം സന്ദർശകനായിരുന്നു കുമാരനാശാൻ. ഭാനുമതിയമ്മയുടെ മാതാപിതാക്കൾക്ക് അദ്ദേഹത്തിന്റെ നേർക്ക് അത്യധികം സ്നേഹവും ബഹുമാനവും ഉണ്ടായിരുന്നു. സുദൃഢമായ സ്നേഹബന്ധം അവർക്കിടയിൽ നിലനിന്നു. തരുണിയായിരിക്കെ ഭാനുമതിയമ്മയെ സംസ്കൃതം പഠിപ്പിക്കുന്നതിന് ആശാൻ നിയുക്തനായി. ആ ഗുരുശിഷ്യബന്ധം ക്രമേണ അനുരാഗബന്ധമായി രൂപാന്തരപ്പെട്ടു.

ഭാനുമതിയമ്മ ഓർമ്മിക്കുന്നു:

എന്നെ പ്രസവിച്ച ദിവസം ആശാൻ വീട്ടിൽ വന്നിരുന്നതായി അമ്മ പറഞ്ഞു കേട്ടിട്ടുണ്ട്. അക്കാലം മുതൽ തന്നെ ആശാൻ ഞങ്ങളുടെ കുടുംബത്തിന്റെ അഭ്യുദയകാംക്ഷികളിൽ ഒരാളായിരുന്നു. എനിക്ക് അഞ്ചാറ് വയസ്സുള്ളപ്പോൾ ഞാൻ എന്റെ ഇളയസഹോദരിയുമൊക്ക് മുറ്റത്ത് കളിച്ചുകൊണ്ടിരിക്കുകയായിരുന്നു. അപ്പോൾ ആശാൻ വീട്ടിലേക്കു ഗേറ്റ് കടന്നുവന്നു. അന്ന് അദ്ദേഹം പരക്കെ ചിന്നസ്വാമി എന്ന പേരിലാണ് അറിയപ്പെട്ടിരുന്നത്... അദ്ദേഹത്തെ കണ്ട മാത്രയിൽ ഞാൻ എന്റെ സഹോദരിയോട് പറഞ്ഞു. "ഈ പോകുന്നയാളിന്റെ പേരു നിനക്കറിയാമോ? അതാ ചിന്ന?"

"ചിന്ന എന്ന പേര് ആണുങ്ങൾക്കുണ്ടോ?" ചിന്നസ്വാമിയെന്ന് ആശാനെ വിളിച്ചുവന്നിരുന്നത് ലോപിച്ച് 'ചിന്ന' എന്നു ഞങ്ങൾ ധരിച്ചിരുന്നതാണ് അതിന് കാരണം. എന്റെ വിവാഹത്തിനുശേഷം ഞങ്ങൾക്കു പറ്റിയ ഈ അമളി ഞാൻ ആശാനോട് പറയുകയും അദ്ദേഹം വളരെ നേരം ചിരിക്കുകയും ചെയ്തു.

ബുദ്ധിശക്തിയും ഉത്സാഹവും പ്രയത്നശീലവും ഒത്തിണങ്ങിയ കുട്ടിയായിരുന്നു ഭാനുമതി. അതുകൊണ്ട് പഠനത്തിൽ വലിയ സാമർത്ഥ്യം കാണിച്ചു. ഓരോ ദിവസവും പഠിപ്പിക്കുന്നത് നല്ലവണ്ണം മനസ്സിലുറപ്പിക്കുകയും അടുത്ത പാഠം ഉൾക്കൊള്ളുന്നതിന് ഉത്സാഹം കാണിക്കുകയും ചെയ്തുപോന്നു. ആശാനാണെങ്കിൽ മികച്ച അദ്ധ്യാപകനുമായിരുന്നു. അതുകൊണ്ട് താൻ പറയുന്നതെല്ലാം ഉടനടി ഉൾക്കൊണ്ടുപോന്ന ശിഷ്യയോട് അദ്ദേഹത്തിന് അമിതമായ സ്നേഹം തോന്നിയതു സ്വാഭാവികം. വീട്ടുജോലികൾ ശിഷ്യയ്ക്ക് ബുദ്ധിമുട്ടുണ്ടാക്കിയതും ആശാൻ മനസ്സിലാക്കി. പഠനകാലത്തെപ്പറ്റി ഭാനുമതിയമ്മ ഓർമ്മിക്കുന്നു.

വീട്ടുജോലി ചെയ്യുന്നതിനുള്ള ചുമതല ഞാൻ വഹിക്കേണ്ടി വന്നു. എല്ലായ്പ്പോഴും വേലക്കാരൻ ഉണ്ടെന്നു വരികയില്ല. അപ്പോഴെല്ലാം വീട്ടു കാര്യത്തിൽ അമ്മയെ സഹായിക്കേണ്ട ചുമതല എന്നിൽ വന്നുചേർന്നിരുന്നു. എന്റെ മൂത്ത സഹോദരനും സഹോദരിമാരും പഠിച്ചുകൊണ്ടിരിക്കുകയായിരുന്നു. അധികസമയവും അടുക്കളജോലിയിൽ ഏർപ്പെടേണ്ടി വന്നതുകൊണ്ട് പഠിക്കുന്നതിനുള്ള സമയവും സൗകര്യവും കുറവു തന്നെയെന്നു പറയാം. പലപ്പോഴും ആശാൻ പഠിപ്പിക്കുന്നതിനായി വരുമ്പോൾ ഞാൻ അടുക്കളയിൽ ജോലികളൊതുക്കി പഠിക്കാൻ ഹാജരാവുകയാണ് പതിവ്. പഠിപ്പിച്ച പാഠങ്ങൾ വീണ്ടും നോക്കുന്നതിനോ ശുചിയായും വൃത്തിയായും ഹാജരാകുന്നതിനോ എനിക്കു പലപ്പോഴും കഴിയാതെ വരും. അങ്ങനെ അത്യധികമായ ഹൃദയഭാരത്തോടും സങ്കടത്തോടും കൂടിയായിരിക്കും ഞാൻ ആശാന്റെ മുന്നിൽ പ്രത്യക്ഷപ്പെടുന്നത്. എന്റെ വ്യാകുലഭാവം മുഴുവൻ ഒരു കണ്ണാടിയിലെന്ന

പോലെ എന്റെ മുഖത്ത് പ്രത്യക്ഷപ്പെടുക പതിവായിരുന്നു. അപ്പോൾ ആശാനിൽ നിന്നുള്ള ഒരു സാന്ത്വനവാക്കോ, അനുകമ്പാപൂർവ്വമായ ഒരു നോട്ടമോ മതിയാവും എന്റെ സങ്കടം, സൂര്യരശ്മിയിൽ ഹിമകണംപോലെ, അപ്രത്യക്ഷപ്പെടുവാൻ. എന്തൊരു മായാവിദ്യയാണോ ഇത്!

ആശാൻ എന്നെ പഠിപ്പിച്ചുകൊണ്ടിരുന്ന കാലത്താണ് അദ്ദേഹം 'കപോതപുഷ്പം' എന്ന മനോഹരകവിത എഴുതിയത്. കവിതയ്ക്ക് ആസ്പദമായ ആ പുഷ്പം കാഴ്ചബംഗ്ലാവ് തോട്ടത്തിൽനിന്നും പറിച്ചെടുത്തതാണെന്നാണ് എന്റെ ഓർമ്മ. ആ പുഷ്പത്തിനെ ഒരു നിധിപോലെ അദ്ദേഹം സൂക്ഷിച്ചിരുന്നു എന്നുമാണ് എന്നോട് പറഞ്ഞത്. ആയിടയ്ക്ക് അദ്ദേഹം വീട്ടിൽ വന്നപ്പോൾ പോക്കറ്റിൽ നിന്നും വാടിക്കരിഞ്ഞ ആ പൂവെടുത്ത് എനിക്ക് തന്നിട്ട് വിവരമെല്ലാം എന്നോട് പറഞ്ഞു. മനോഹരമായ ആ കവിതയും എന്നെ ചൊല്ലിക്കേൾപ്പിച്ചു.

"പറവയിൽ ചിലതുണ്ടവതാരമായ്
പറയുമങ്ങനെയാഗമവേദികൾ"

ഈ ഭാഗം ചൊല്ലിക്കേട്ടപ്പോൾ എനിക്ക് സ്വാഭാവികമായിത്തോന്നി, മനുഷ്യരിലും അങ്ങനെ വന്നുകൂടെന്നില്ലല്ലോ എന്ന്.

പ്രകാശമുള്ള കണ്ണുകൾ, വശ്യമായ പെരുമാറ്റം, ആകർഷകമായ മുഖം, സരസമായ സംഭാഷണം ഇവയൊക്കെയും ഭാനുമതിയമ്മയുടെ സവിശേഷതകളായിരുന്നു. സഹൃദയത്വമാണെങ്കിൽ ശ്ലാഘനീയവും. ആശാന്റെ കവിതകൾ പലതും ആ യുവതിക്ക് ഹൃദിസ്ഥമായിരുന്നു. അവയെപ്പറ്റി മർമ്മസ്പർശിയായ ആസ്വാദനം അവരിൽനിന്നു കേൾക്കുമ്പോൾ ആശാൻ അവാച്യമായ സുഖം അനുഭവിച്ചു. അങ്ങനെ അവരുടെ ബന്ധം അവാച്യമായ മാധുര്യങ്ങളോടുകൂടി വികസിക്കുകയും ചെയ്തു.

നക്ഷത്രം ഉദിക്കുന്നതുപോലെയാണ് ഒരു ഹൃദയത്തിൽ അനുരാഗം അങ്കുരിക്കുന്നത്. മുഗ്ദ്ധമായ ആ നിമിഷം കാലദേശങ്ങൾക്കതീതം.

ഇവർ കണ്ടുമുട്ടുകയും അനുരാഗബദ്ധരാവുകയും ചെയ്യണമെന്ന് വിധിയുടെ താളിൽ എവിടെയോ എഴുതിവച്ചിരിക്കുന്നു. അത് നടപ്പാവുകതന്നെ ചെയ്യും. സഫലമായാലും അല്ലെങ്കിലും അനുരാഗകഥയുടെ ലോകത്തിൽ അത് ശോഭിക്കുകയും ചെയ്യും.

കുമാരനാശാന്റെ ജീവിതത്തിൽ സംഭവിച്ചതും അതുതന്നെയാണ്. അതിന്റെ സാഹചര്യമേതെന്ന് അന്വേഷിക്കാതിരിക്കുക. ഏതു മുഹൂർത്തത്തിൽ അതാരംഭിച്ചു എന്നും.

ഒരു ദിവസം ഭാനുമതിയമ്മ ആശാനോടു പറഞ്ഞു. "അപവാദങ്ങൾ സഹിക്കാനാവുന്നില്ല."

ആശാനും അത് അറിഞ്ഞിരിക്കുന്നു. ഒരു നിമിഷം മൗനം പൂണ്ടതിനുശേഷം ആശാൻ പറഞ്ഞു. "നമുക്ക് വിവാഹത്തിലേർപ്പെട്ട് അപവാദത്തിന് അറുതിവരുത്താം. ഭാനുമതിക്ക് സമ്മതാണോ?"

"സമ്മതമാണോ എന്ന ചോദ്യം എത്ര നിരർത്ഥകം. എന്നെ ഞാൻ അങ്ങേക്ക് എന്നേ സമർപ്പിച്ചുകഴിഞ്ഞു."

വാസ്തവം അത് സമർപ്പണമായിരുന്നു. രണ്ടുപക്ഷത്തും കവിയെന്ന നിലയ്ക്കും സമുദായനേതാവെന്ന നിലയ്ക്കും സമുന്നതമായ സ്ഥാനം വഹിക്കുന്ന കുമാരനാശാൻ ആ ബന്ധത്തിൽ കക്ഷിയല്ല. സ്ത്രീയുടെ സ്നേഹത്തിനായി ദാഹിക്കുന്ന ഒരു പുരുഷന്റെ ഏകാകിതയാണ് അവിടെ ഭാനുമതിയമ്മയെ അഭിമുഖീകരിച്ചത്.

അനുഗ്രഹത്തിനുവേണ്ടി അപേക്ഷിക്കുന്ന ഒരു മനസ്സിന്റെ എളിമ അതിലുണ്ടായിരുന്നു. മറുവശത്ത് കുടുംബവ്യത്യാസവും പ്രായവും മറന്ന് തനിക്കഭിമതനായ ഒരു പുരുഷന്റെ മുമ്പാകെ സ്വയം സമർപ്പിക്കുന്ന സ്ത്രീത്വവും.

ആ ബന്ധത്തിൽ പൗർണ്ണമി തുളുമ്പിനിന്നിരുന്നു.

എങ്കിലും പുറത്ത് അപവാദത്തിന്റെയും എതിർപ്പിന്റെയും കാറ്റ് ചീറിയടിച്ചുകൊണ്ടിരുന്നു. ആശാന്റെ ശത്രുക്കൾക്ക് നല്ലൊരവസരമാണ് വീണുകിട്ടിയിരിക്കുന്നത്. അവർ അത് ശരിക്കും മുതലെടുത്തു. ഭാവനാവിലാസത്തോടുകൂടി അനേകം കഥകൾ കെട്ടിച്ചമച്ച് അവർ നാടുമുഴുവൻ പാടിനടന്നു. ഈഴവസമുദായത്തിൽ താണനിലയിലുള്ള ഉപജാതിക്കാരനാണ് ആശാനെന്നുവരെ അവർ ആരോപണമുന്നയിച്ചു.

പ്രക്ഷുബ്ധങ്ങളായ ദിവസങ്ങൾ ഒന്നൊന്നായി കടന്നുപൊയ്ക്കൊണ്ടിരുന്നു. അതേപ്പറ്റി മറ്റാരോടെങ്കിലും ആശാൻ പറഞ്ഞതായി അറിയില്ല. ഡയറിയിൽ ചെറിയൊരു സൂചന മാത്രമേയുള്ളൂ. 1917 ജൂലൈ ഒന്നാം തീയതിയിലെ കുറിപ്പ് ഇത്രമാത്രം.

'Spoke to Vaidyar about Bhanumathi's love towards me and asked him to see that alliance is arranged'

ഡോ. പല്പുവിന്റെ ഇളയസഹോദരനായ മാധവൻവൈദ്യരെയാണ് ഇതിൽ വൈദ്യരെന്ന് പറഞ്ഞിരിക്കുന്നത്. അദ്ദേഹത്തോടൊപ്പം ആശാൻ ഏറെക്കാലം താമസിച്ചിട്ടുണ്ട്. അവർ ഉറ്റ സുഹൃത്തുക്കളുമാണ്. അതിന്റെ അടിസ്ഥാനത്തിൽ അദ്ദേഹം പെണ്ണുചോദിക്കാൻ ഭാനുമതിയുടെ അച്ഛനെ സമീപിച്ചു. ആശാന്റെ ആരായിട്ടാണ് 'പെണ്ണു ചോദിക്കാൻ' വന്നിരിക്കുന്നതെന്ന ചോദ്യം കേട്ട് വൈദ്യർ ആദ്യമൊന്നു പരുങ്ങി. എങ്കിലും ഒരു സ്നേഹിതന്റെ ധൈര്യമവലംബിച്ചുകൊണ്ട് അദ്ദേഹം പറഞ്ഞു.

"ഒരു സ്നേഹിതനെന്ന നിലയിലാണ് ഞാൻ പെണ്ണു ചോദിക്കാൻ വന്നിരിക്കുന്നത്."

ഭാനുമതിയമ്മയുടെ പിതാവ് ആ ബന്ധത്തിന് അനുകൂലമായ മനോഭാവം പ്രകടമാക്കി. എന്നാൽ അത്രയുംകൊണ്ട് കാര്യം അവസാനിക്കുന്നില്ലല്ലോ. പ്രധാനപ്പെട്ട മറ്റു ബന്ധുക്കളുടെ അനുവാദംകൂടി കിട്ടേണ്ടി

യിരിക്കുന്നു. അതു വാങ്ങുന്ന ചുമതലകളും വൈദ്യർതന്നെ ഏറ്റെടുത്തു. അഥവാ ആ ചുമതലയും ആശാൻ വൈദ്യരെത്തന്നെ ഏല്പിച്ചു.

അടുത്തമാസം (ആഗസ്ത്) അഞ്ചാം തീയതിയിലെ ഡയറിക്കുറിപ്പിൽ ഇങ്ങനെ കാണുന്നു;

"I spoke to Mr. Kumaru of my Marriage" അതായത്, ഭാനുമതിയമ്മയുടെ അച്ഛനുമായി ആശാൻ നേരിൽ സംസാരിച്ചിരിക്കുന്നു. അന്നേ ദിവസം ആശാന്റെ ജ്യേഷ്ഠൻ കൃഷ്ണനും അനുജൻ ഗോവിന്ദനും അവിടെ എത്തുന്നതായും ഡയറിയിൽ കാണാം. വിവാഹം നടക്കുന്നതിനെക്കുറിച്ചുള്ള ഔപചാരികമായ ആലോചനകൾക്കാണെന്നു സ്പഷ്ടം.

ഇനി നമുക്കല്പം വ്യതിചലിക്കാം. ഭാനുമതിയമ്മയുടെ സഹോദരൻ ഇതേക്കുറിച്ചെഴുതുന്നു.

> ആശാൻ തന്റെ സഹധർമ്മിണിയായി തെരഞ്ഞെടുക്കാനുദ്ദേശിക്കുന്ന കന്യക എന്റെ കനിഷ്ഠ സഹോദരിയാണെന്ന വാർത്ത ഞാൻ ശ്രീ അയ്യപ്പനിൽനിന്നാണ് അറിയുന്നത്. എന്റെ അച്ഛനമ്മമാരും ആശാൻ തന്നെയും ഈ സംഗതി എന്തിനാണ് എന്നിൽനിന്ന് തല്ക്കാലം ഒളിച്ചുവച്ചതെന്ന് ശരിയായി അനുമാനിക്കാൻ എനിക്കിതുവരെ കഴിഞ്ഞിട്ടില്ല. ഏതായാലും ഈ വാർത്ത കേട്ടമാത്രയിൽ നിയന്ത്രിക്കാൻ കഴിയാത്ത മനക്ഷോഭമാണ് എനിക്കുണ്ടായത്. ഈ വികാരം ഞാൻ സൂക്ഷ്മമായി അപഗ്രഥനം ചെയ്തു നോക്കാതിരുന്നില്ല. ആശാൻ സാഹിതീലോകത്തിനും ജനസമുദായത്തിനു പൊതുവെയും ഒരു ശാശ്വതസ്വത്താണെന്നും അദ്ദേഹം ഗൃഹസ്ഥാശ്രമത്തിൽ പ്രവേശിക്കുന്നത് ഈ രണ്ടിന്റെയും നേർക്ക് ചെയ്യുന്ന ഒരു മഹാപരാധമാണെന്നും ഞാൻ വിധികല്പിച്ചു. എന്റെ ഈ ആശയഗതി മാതാപിതാക്കന്മാരെയും ശ്രീ അയ്യപ്പനെയും ഞാൻ അറിയിച്ചിരിക്കണം. എന്റെ ഈ വിരുദ്ധ നിലയെപ്പറ്റി ആശാൻ അറിഞ്ഞു കഴിഞ്ഞു. ഞങ്ങൾ രണ്ടാളും മാത്രമുള്ള ഒരവസരത്തിൽ ഇതിനെപ്പറ്റി ഒരു സംവാദം തുടങ്ങി. എന്റെ ക്ഷോഭഭാവം അപ്പോഴും നിലച്ചിരുന്നില്ല. അദ്ദേഹം ക്ഷോഭരഹിതനായി, ശാന്തനായി നിലകൊണ്ടു. എന്റെ വാദഗതികളെ ഒന്നൊന്നായി ഖണ്ഡിച്ചു. ക്ഷണനേരംകൊണ്ട് എന്നെ പരാജയപ്പെടുത്തിയെന്നു പറഞ്ഞാൽ മതിയല്ലോ. അദ്ദേഹത്തിന്റെ വാദഗതി ഇപ്രകാരം സംഗ്രഹിക്കാം.
>
> 'എന്റെ ജീവിതം എന്റെ വകയാണ്. മറ്റുള്ളവർക്ക് ഉപദ്രവകരമല്ലാത്ത വിധത്തിൽ എന്റെ ഉത്തമതാല്പര്യങ്ങളെ പരിരക്ഷിക്കാനും എല്ലാ കഴിവുകളെയും വികസിപ്പിച്ച് ഒരു പൂർണ്ണജീവിതം നയിക്കാനുമുള്ള അവകാശം എനിക്കുണ്ട്. അതിനെ നിങ്ങൾ തടയുന്നത് ധർമ്മമോ ബുദ്ധിയോ ആയിരിക്കുമോ?'
>
> അദ്ദേഹത്തിന്റെ ഗാർഹസ്ഥ്യജീവിതം കൈരളിക്കു തീരാനഷ്ടമായി

പരിണമിച്ചേക്കും എന്നുള്ള എന്റെ വാദത്തിനും അദ്ദേഹം സമാധാനം പറഞ്ഞു.

'വൈവാഹിക ജീവിതംകൊണ്ട് എന്റെ കവിതാവാസനകൾക്ക് പരിപുഷ്ടി മാത്രമേ ഉണ്ടാവുകയുള്ളൂ. ജീവിതത്തിന്റെ ആ വശം ഞാൻ കണ്ടിട്ടുള്ളതല്ല. ഉത്തമനായ ഒരു കവിയായിരിക്കണമെങ്കിൽ ജീവിതത്തിലെ എല്ലാ വശങ്ങളും ആനുഭവപ്പെട്ടിരിക്കണം. വിവാഹിതന്മാരാരും ഇതുവരെ നല്ല കവിത എഴുതീട്ടില്ലെന്ന് നിങ്ങൾ വാദിക്കുമെങ്കിൽ അത് സാഹിത്യചരിത്രത്തിന് കടകവിരുദ്ധമായ ഒരു സാഹസമായിരിക്കും. ഗൃഹസ്ഥാശ്രമങ്ങളിൽ നിന്നാണ് ലോകോത്തരങ്ങളായ കാവ്യങ്ങൾ ഉണ്ടായിട്ടുള്ളതെന്ന് ഓർമ്മിക്കണം. എന്റെ കവിത ഇനിമേലാണ് പ്രവഹിക്കാൻ പോകുന്നത് അതുനിങ്ങൾ നോക്കിക്കൊള്ളുക.'

'ഞാൻ ഉന്നയിച്ച മറ്റൊരു തടസ്സം ആശാനും വധുവും തമ്മിലുള്ള പ്രായത്തിലുള്ള അന്തരമാണ്. അതിനും അദ്ദേഹം തൃപ്തികരമായ് മറുപടി പറഞ്ഞു. 'നവയൗവനം കഴിഞ്ഞ് ഒന്നോ രണ്ടോ പ്രസവിക്കുമ്പോൾ സാധാരണയായി സ്ത്രീകൾക്ക് പ്രായം ഏറെ തോന്നിക്കും. നാല്പത്തഞ്ചിനു താഴെയുള്ള ഈ പ്രായം ഒരു വയസ്സായി ഞാൻ കരുതുന്നതേയില്ല. ജാതകത്തിലല്ല വയസ്സിരിക്കുന്നത്. എന്റെ ആരോഗ്യവും ശരീരശക്തിയും അനന്യസാധാരണമാണെന്ന് ഞാൻ അഭിമാനിക്കുന്നു. ഈ കൂടുവിട്ട് ജീവൻ പോകുന്നത് എങ്ങനെയെന്നുപോലും എനിക്ക് പലപ്പോഴും അത്ഭുതം തോന്നാതിരുന്നിട്ടില്ല. എന്തുകൊണ്ടും വയോവ്യത്യാസം കണക്കാക്കേണ്ട ഒരാക്ഷേപമായി ഞാൻ കരുതുന്നില്ല. വേറെ ഏതെങ്കിലും ആക്ഷേപമുണ്ടോ?' എന്നു ചോദിച്ചതിന് ഞാൻ മൗനമവലംബിച്ചതേയുള്ളൂ.

ഈ സംഭാഷണം നടക്കുന്നതിന് കുറച്ചുകാലം മുമ്പ് *വിവേകോദയ*ത്തിൽ ലോകവാർത്തകൾ എന്ന സ്ഥിരം പംക്തിയിൽ വന്ന ഒരു വാർത്ത നോക്കൂ.

എഴുപതു വയസ്സു പ്രായമുള്ള ഒരു പെൻഷൻസ് ഉദ്യോഗസ്ഥൻ തന്റെ പുത്രപൗത്രാദികളുടെയും ബന്ധുക്കളുടെയും മറ്റും തടസ്സത്തെ വകവെക്കാതെ പതിനാറു വയസ്സു പ്രായമുള്ള ഒരു ബാലികയെ വിവാഹം ചെയ്യാൻ തീർച്ചയാക്കിയിരിക്കുന്നതായി മദിരാശിയിലെ ചില പത്രങ്ങളിൽ കാണുന്നു. ഈ അനാശാസ്യമായ വിവാഹത്തിന്റെ ഔപചാരികക്കുറവിനെ ചൂണ്ടിക്കാണിച്ചവരോട് വധുവിന്റെ വീട്ടുകാർ പറയുന്നത് യുവാക്കന്മാരെ വിവാഹം ചെയ്ത അനേകം ബാലികകൾ വിധവകളായിത്തീർന്നിട്ടുണ്ടെന്നും നേരെ മറിച്ച് ബാലികകളെ വിവാഹം ചെയ്തശേഷം അനേകം വൃദ്ധന്മാർ ദീർഘകാലം ജീവിച്ചിരുന്നിട്ടുണ്ടെന്നും മറ്റുമാണ്. ഈ ദമ്പതിക

ളുടെ ദാമ്പത്യസുഖത്തിന് അടുത്തകാലത്തൊന്നും വിഘ്നം വരുത്താതിരിക്കാൻ പ്രാർത്ഥിക്കയല്ലാതെ നമുക്കെന്തു ചെയ്യാം? (*വിവേകോദയം* 1091 ധനു)

കുമാരനാശാൻ വളരെയധികം അസ്വാസ്ഥ്യമനുഭവിച്ച ഘട്ടമായിരുന്നു അത്. അസൂയാലുക്കളായ എതിരാളികൾ ഈ അവസരം അദ്ദേഹത്തിനെതിരായി ഏതെല്ലാം രീതികളിൽ ഉപയോഗിച്ചുകാണുമെന്ന് ഊഹിക്കാവുന്നതേയുള്ളൂ. മിത്രഭാവത്തോടുകൂടി അദ്ദേഹത്തോടടുത്തു നടന്നിരുന്ന ജംബൂകന്മാർ പലരും ഈ ഘട്ടത്തിൽ അടിസ്ഥാനരഹിതങ്ങളായ കഥകൾ പലതും ചമച്ചുണ്ടാക്കുകയും പറഞ്ഞുപരത്തുകയും ചെയ്തു. സുഹൃത്തായ ഒരു എഴുത്തുകാരന്റെ പൊടിക്കൈകൾ ആശാനിൽ ചില്ലറ വേദനയൊന്നുമല്ല ഉളവാക്കിയത്. എങ്കിലും.

"സത്തർക്കഴലിലഥവാ തുണയ്ക്കുവാ–
നെത്തും നിയതിനയോരോ വടിവിൽ"

എന്നു പറഞ്ഞതുപോലെ ഒരാൾ അദ്ദേഹത്തോടൊപ്പം ആ ഘട്ടത്തിൽ ദൃഢമായി ഉറച്ചുനിന്നു. അത് സഹോദരൻ അയ്യപ്പനായിരുന്നു. പുറത്തൊന്നും അകത്ത് മറ്റൊന്നും എന്ന സാമർത്ഥ്യം തീരെ വശമില്ലാതിരുന്ന ആ യുവധീരൻ ആശാന് എപ്പോഴും തുണയായി നിലകൊണ്ടു. സ്വതേ പരാതി പറയുന്ന ശീലക്കാരനല്ല കുമാരനാശാൻ. ഏകാന്തതയിൽ അദ്ദേഹം തന്നോടുതന്നെ അതെല്ലാം പറഞ്ഞ് ആശ്വാസമനുഭവിച്ചിരിക്കണം. *ചിന്താവിഷ്ടയായ സീത*യെപ്പോലെ (ഒടുവിൽ, ഏറെ സഹികെട്ടപ്പോഴാണ് *ഗ്രാമവൃക്ഷത്തിലെ കുയിൽ* രചിച്ചത്) എങ്കിലും സഹോദരനയ്യപ്പനോട് സർവ്വവും പറയാൻ അദ്ദേഹം മടിച്ചില്ല. ഉദാരമായ അനുഭാവത്തോടുകൂടി കെ അയ്യപ്പൻ അതു കേൾക്കുമെന്നു ആശാനുറപ്പുണ്ടായിരുന്നു. മറ്റാരാളോട് അതു പറയാതിരിക്കാനുള്ള സംസ്കാരവും അയ്യപ്പന്റെ പ്രത്യേകതയായിരുന്നു. ഏകാകിയായ ആശാന് അതെത്രമാത്രം ആത്മബലം നല്കിയിരിക്കുമെന്ന് പ്രത്യേകം വിവരിക്കേണ്ടതില്ലല്ലോ.

വിവാഹകർമ്മം മംഗളകരമായി നടക്കുന്നതിന് സഹോദരനയ്യപ്പന്റെ നിശ്ശബ്ദമായ പ്രവർത്തനം സഹായിക്കുകയും ചെയ്തു.

അധികകാലം കഴിയുന്നതിനുമുമ്പ് വളരെ ഒതുങ്ങിയ തോതിലും ശബ്ദം ഒന്നുംതന്നെ ഉണ്ടാകാതെയും വിവാഹം അങ്ങു കഴിഞ്ഞു. ചിരകാലത്തെ ബ്രഹ്മചര്യം പോറ്റിവന്ന കുമാരനാശാൻ ഗൃഹസ്ഥാശ്രമിയായി രൂപാന്തരപ്പെട്ടു (കെ സദാശിവൻ).

വിവാഹിതനായ കുമാരനാശാന് മംഗളം നേർന്നുകൊണ്ട് അനുമോദനം എന്ന ശീർഷകത്തിൽ സഹോദരനയ്യപ്പൻ തന്റെ പത്രത്തിൽ ഇങ്ങനെ എഴുതി.

ഭാവനാശക്തികൊണ്ടുമാത്രം *നളിനി, ലീല,* മുതലായ യഥാർത്ഥ പ്രേമമാതൃകകളെ വാർത്തുവിട്ട കവിശ്രേഷ്ഠൻ അനുഭവരസികനായതിന്റെ

ശേഷം സൃഷ്ടിക്കുന്ന കാവ്യരത്നങ്ങളെ ഓർത്ത് ഞങ്ങൾ കൈരളിയെ അനുമോദിക്കുന്നു.

വിവാഹച്ചടങ്ങ് നടക്കുന്നതിനുമുമ്പ് വിശുദ്ധമായ ഒരു ചുമതല നിർവ്വഹിക്കുന്നതിനെപ്പറ്റി മാത്രമേ ആശാന് ആലോചിക്കാനുണ്ടായിരുന്നുള്ളൂ. തന്റെ ഗുരുവും ദൈവവുമായ ശ്രീനാരായണഗുരുസ്വാമികളുടെ അനുഗ്രഹം തേടുക എന്ന ചുമതലയാണത്. ഡോ. പല്പുവിന് നേരത്തേതന്നെ കത്തെഴുതി വിവരങ്ങളൊക്കെയും വിശദമായറിയിച്ചിരുന്നു. ഏതാനും ദിവസം കൂടി കഴിഞ്ഞാണ് സ്വാമികൾക്ക് എഴുതുന്നത്. അതേപ്പറ്റി ഡയറിയിൽ ഇങ്ങനെ കുറിച്ചിരിക്കുന്നു.

"I wrote to Swami praying permission of my marriage, the prayer being in Sanskrit Slokams composed by me."

പില്ക്കാലത്ത് പദ്യകൃതികളിൽ 'ഒരു സമർപ്പണം' എന്ന പേരിൽ ചേർത്തിട്ടുള്ള ആ ശ്ലോകങ്ങൾ താഴെ കൊടുക്കുന്നു.

"സമയൈർ വിഭിന്നഗതിഭിർന്നിഷേവിതം
ക്ഷമയാനമൽസുകൃപയാ ച നിർഭരം
ഗുരുപാദലക്ഷണ മുപാസ്മഹേ സതാ-
മുപലഭ്യമാനവപുഷം മഹേശ്വരം"

(വിവിധ മാർഗ്ഗങ്ങളിൽക്കൂടി സഞ്ചരിച്ചുപോന്നിട്ടുള്ള ഭിന്നമതങ്ങളാൽ അന്വേഷിക്കപ്പെട്ടുപോരുന്നതും ഭക്തജനങ്ങളിൽ ക്ഷമയും കാരുണ്യവായ്പും ചൊരിഞ്ഞുകൊണ്ടിരിക്കുന്നതും സജ്ജനങ്ങളുടെ മുമ്പിൽ ആചാര്യരൂപത്തിൽ അവതരിച്ചരുളുന്നതുമായ മഹേശ്വരനെ, ഗുരുനാഥനെ, ഞാൻ ഉപാസിക്കുന്നു.

"അനർഘമിച്ഛാമി ശുചിത്വ മാത്മന
സദാമനസ്സീദതി വാച്യകാതരം
ഖലോഹി ലോകോപ്യപവാദകൗതികീ
കഥംനു ജീവാമ്യഥവാ കൃതം ഭിയാ."

(ഞാൻ ആത്മാവിന്റെ വിലമതിക്കാൻ പാടില്ലാത്ത ശുദ്ധിയെ ആഗ്രഹിക്കുന്നു. അപവാദഭയംകൊണ്ട് എന്റെ മനസ്സ് എപ്പോഴും ക്ഷീണിക്കുകയും ചെയ്യുന്നു. എന്തെന്നാൽ ദുഷ്ടജനങ്ങൾക്ക് അപവാദത്തിൽ കൗതുകം ഏറിയിരിക്കുമല്ലോ. ഞാൻ എങ്ങനെ ജീവിക്കും? അഥവാ ഭയപ്പെടേണ്ടതില്ല)

"രുചേശ്ചലത്വാ ദിതരൈശ്ച്വ ഹേതുഭി
ർഗുരോ ചരിഷ്യാമി ശിവം ഗൃഹവ്രതം
ഭവചരിതസ്യാശ്രയതേ നിരാശ്രയം
ന കേവലം ബ്രഹ്മതുരീയമാശ്രമം"

(രുചി ചഞ്ചലമാകയാൽ, ഒന്നിൽത്തന്നെ എന്നും ഉറച്ചു നില്ക്കാത്തതുകൊണ്ടും മറ്റ് അനേകം കാരണങ്ങളാലും പ്രിയഗുരോ, ഞാൻ ശിവശങ്കരമായ ഗൃഹസ്ഥവ്രതമാചരിക്കുവാൻ തുടങ്ങുന്നു. അങ്ങനെ ആശ്രയിക്കുന്നവർക്ക് നിരാശ്രയമായ ബ്രഹ്മചര്യാശ്രമവും നാലാമത്തെ സന്യാസാശ്രമവും മാത്രമല്ലല്ലോ ആശ്രയമായിട്ടുള്ളത്?)

"നിശ്ചയോയമപി മേ സ്വയംകൃതഃ
ശിഷ്യവത്സലതയാ നുമന്യതാം
യദ്ഗുരോ മമ നവേയമർത്ഥനാ
പ്രശ്രയാനതശിരഃകൃതാഞ്ജലേഃ"

(അങ്ങയെ അറിയിക്കാതെ ഞാൻ തന്നെ ചെയ്തതാണെങ്കിലും എന്റെ ഈ നിശ്ചയത്തെ ശിഷ്യവാത്സല്യം കൊണ്ട് അനുവദിക്കേണമേ. അല്ലയോ ഗുരോ, ഭക്തികൊണ്ടു തലതാഴ്ത്തി കൈകൂപ്പി ഞാൻ ആദ്യമായി ചെയ്യുന്ന പ്രാർത്ഥനയാണല്ലോ ഇത്)

കർക്കിടകം ഇരുപത്തെട്ടാം തീയതിയാണ് ഈ ശ്ലോകങ്ങൾ അയച്ചതായി കാണുന്നത്. അടുത്ത ചിങ്ങം ഏഴാം തീയതി വ്യാഴാഴ്ച രാത്രി 7.30 നുള്ള ശുഭമുഹൂർത്തത്തിൽ വിവാഹം അനാഡംബരമായി നടന്നു. സമുദായ സ്നേഹികളും സാഹിത്യാസ്വാദകന്മാരുമായ ധാരാളംപേർ, ബന്ധുക്കൾക്കു പുറമേ, ചടങ്ങിൽ സംബന്ധിച്ചിരുന്നു.

വിവാഹത്തിനു തലേദിവസം ആശാൻ നാരായണഗുരുസ്വാമികൾക്ക് അനുഗ്രഹം അർത്ഥിച്ചുകൊണ്ടു കമ്പിയടിച്ചു. കമ്പി വായിച്ചതിനു ശേഷം അടുത്തുനിന്ന ശിഷ്യന്മാരോട് സ്വാമി പറഞ്ഞു.

"കുമാരന് നമ്മുടെ അനുഗ്രഹം എപ്പോഴുമുണ്ടല്ലോ. അത് പ്രത്യേകമായി പറയണോ? വിവരം കുമാരനെ അറിയിക്കുക."

ആശാന്റെ എതിരാളികൾ ആ ഘട്ടത്തിൽ സ്വാമികളെ സമീപിച്ച് അപവാദങ്ങളുടെ കൂമ്പാരം നിരത്താൻ തുനിഞ്ഞു. അധികം സംസാരിക്കാൻ അദ്ദേഹം അവരെ അനുവദിച്ചില്ല. അഥവാ, ആ ഘനഗംഭീരമായ മൗനത്തിനു മുന്നിൽ അക്കൂട്ടർക്ക് അധികമൊന്നും സംസാരിക്കാൻ ധൈര്യം കിട്ടിയില്ല. ഏതാനും ദിവസം കഴിഞ്ഞ് ചിലർ, ആശാൻ വിവാഹത്തിലേർപ്പെട്ടത് ശരിയായില്ലെന്ന് പറഞ്ഞപ്പോൾ, സ്വാമികൾ പറഞ്ഞത് ഇത്രമാത്രം.

"അരിയാഹാരം കഴിച്ചുപോന്ന ഒരാൾ അതു നിർത്തി ഗോതമ്പാഹാരം കഴിച്ചുതുടങ്ങിയതുകൊണ്ട് കുഴപ്പമൊന്നുമില്ലല്ലോ."

ഭാര്യയോടുകൂടി കൈതമുക്കിലെ വീട്ടിൽ താമസമാക്കിയതോടെ കുമാരനാശാന്റെ ജീവിതത്തിൽ പ്രസാദത്തിന്റെ രശ്മികൾ തെളിഞ്ഞു. വീട്ടുകാര്യങ്ങളിൽ ഭാര്യയെ സഹായിക്കുന്നതിൽ അദ്ദേഹം പ്രകടമാക്കിയ സന്തോഷത്തിന് അതിരില്ല. വീട്ടിൽ വരുന്ന അതിഥികളെ സല്ക്കരിക്കുന്നതിൽ രണ്ടുപേർക്കും ഉത്സാഹമായിരുന്നു. ഭാവിജീവിതത്തെപ്പറ്റി ആസൂ

ത്രണം ചെയ്യാനും തുടങ്ങി.

നാലുവർഷം മുമ്പ് കുമാരനാശാൻ ഒരു ബുക്ഡിപ്പോ സ്ഥാപിച്ചിരുന്നു. ശാരദാബുക്ഡിപ്പോ. 1088 ഇടവം ഇരുപത്തേഴാം തീയതിയിലെ ഡയറിക്കുറിപ്പിൽ അതേക്കുറിച്ച് ഒരൊറ്റ വാക്യമുണ്ട്. 'I formally opened Sarada Grandhalaya' ഇന്നത്തെ ആയുർവ്വേദ കോളേജിനടുത്ത് ഒരു വൈദ്യശാലയോടു ചേർന്നുള്ള കെട്ടിടത്തിലാണ് അത് സ്ഥാപിച്ചിരുന്നത്. സ്വന്തം പുസ്തകങ്ങൾ മാത്രമേ അവിടെ അച്ചടിച്ചിരുന്നുള്ളൂ. മറ്റു ജോലികൾ കാര്യമായൊന്നും കിട്ടിയിരുന്നില്ല. അടുത്ത മിഥുനമാസത്തിൽ ആശാനെ ടെക്സ്റ്റ് ബുക്ക് കമ്മറ്റി മെമ്പറായി ഗവൺമെന്റ് നിയമിച്ചു. അപ്പോൾ കൂടുതൽ പുസ്തകങ്ങൾ തന്റെ പ്രസിൽ അച്ചടിക്കേണ്ടതായി വന്നിരിക്കണം.

ഈ ഘട്ടത്തിൽ രസകരമായ മറ്റൊരു കൃത്യത്തിലും ആശാൻ ഏർപ്പെടാൻ തുടങ്ങിയതിനെപ്പറ്റി മുമ്പു പരാമർശിച്ചു. സൈക്കിൾ ചവിട്ടാൻ പഠിക്കുക എന്ന കൃത്യമാണത്. ജഡ്ക്കായിലാണ് അക്കാലത്ത് ആശാൻ സ്ഥിരമായി സഞ്ചരിച്ചിരുന്നത്. എപ്പോഴും ജഡ്ക്ക കിട്ടുമായിരുന്നില്ല. അതുകൊണ്ടായിരിക്കണം സൈക്കിൾസവാരി ആയിക്കളയാം എന്നു തീരുമാനിച്ചത്. പണച്ചെലവ് കുറയ്ക്കാമെന്നും കരുതിയിരിക്കാം.

കൈതമുക്കിൽ സകുടുംബം താമസമാക്കിയതോടെ ബുക്ഡിപ്പോ അങ്ങോട്ടു മാറ്റി. വീട്ടുകാര്യങ്ങൾ നോക്കുന്നതിൽ പ്രഗത്ഭയായ ഭാനുമതിയമ്മ അതിന്റെ ചുമതലയും സ്വയം ഏറ്റെടുത്തു.

അടുത്തവർഷം ഫെബ്രുവരി പന്ത്രണ്ടാം തീയതി ഭാനുമതിയമ്മ ഒരാൺകുഞ്ഞിനെ പ്രസവിച്ചു. ശംഖുമുഖത്തുനിന്ന് വില്ലുവണ്ടിയിൽ യാത്ര ചെയ്യുന്നതിനിടയിൽ കണ്ണാസ്പത്രിയ്ക്കടുത്തുവച്ച് ഒരാന എതിരെ വരികയും കുതിര വിരളുകയും ചെയ്തു. അപ്പോൾ വണ്ടി പിന്നോട്ട് മറിഞ്ഞു. അതോടെ ഭാനുമതിയമ്മയ്ക്ക് വേദനയും തുടങ്ങി. അങ്ങനെ മാസം തികയാതെയായിരുന്നു പ്രസവം. ആ കുഞ്ഞിനെ ജീവനോടെ കിട്ടുമെന്ന കാര്യം സംശയത്തിലായിരുന്നു. ആ ഘട്ടത്തിൽ എപ്പോഴും ആശാന്റെ മുഖം കാർമേഘം മൂടിയതുപോലെ കാണപ്പെട്ടതായി ദൃക്സാക്ഷികൾ രേഖപ്പെടുത്തിയിട്ടുണ്ട്. ഇൻകുബേറ്റർ ഇല്ലാതിരുന്ന അക്കാലത്ത് ചൂടുവെള്ളം കുപ്പിയിലൊഴിച്ച് കുട്ടിയുടെ വശങ്ങളിൽ വച്ച് നിതാന്തജാഗ്രത പാലിച്ചതുകൊണ്ട് കുഴപ്പം കൂടാതെ കുഞ്ഞ് വളർന്നു വന്നു. ആ കുഞ്ഞാണ് കെ സുധാകരൻ.

ഡയറിയിൽ രേഖപ്പെടുത്തിയതിൽനിന്ന്

"I named my child (before the Pagoda of Sarada) as Sudhakaran"

കൈതമുക്കിൽ ആശാൻ താമസമാക്കി. അധികം കഴിയുന്നതിനുമുമ്പ് നാരായണഗുരുസ്വാമികൾ ആ വീട് സന്ദർശിച്ചു. സ്വാമികളുടെ പാദം തൊട്ടു നമസ്കരിച്ചു. നിവർന്ന ആശാന്റെ കണ്ണുകൾ നിറഞ്ഞിരുന്നു.

വീടിന്റെ മുറ്റത്ത് പിച്ചിയും മുല്ലയും രാജമല്ലിയും ആശാൻ അതീവ ശ്രദ്ധയോടെ വച്ചുപിടിപ്പിച്ചു. മുല്ല വളരെവേഗം വളരുകയും പുഷ്പിക്കു

കയും ചെയ്തു. വീടിന് മല്ലികാലയം എന്ന പേരും നല്കി.

അതിനുമുമ്പുതന്നെ കുമാരനാശാൻ *ബാലരാമായണം* രചിച്ചു കഴിഞ്ഞിരുന്നു. അതിന്റെ രചനയെപ്പറ്റി ആശാൻ എഴുതുന്നു.

> ഈ കൃതി എഴുതുന്നതിൽ രണ്ടു സംഗതികളാണ് പ്രധാന പ്രേരകങ്ങളായിട്ടുള്ളത്. ഒന്ന് ഉൽകൃഷ്ടമായ *രാമായണ*ത്തിലെ കഥാസാരം പാടുള്ളത്ര പ്രകൃത്യനുരൂപമായ വിധത്തിൽ ബാലഹൃദയങ്ങളിൽ പ്രതിഫലിപ്പിക്കുക. മറ്റേത്, വലിയ പദ്യകൃതികൾ വായിച്ചു രസിപ്പാൻ കുട്ടികളുടെ മനസ്സിൽ കൗതുകം ജനിപ്പിക്കുക. ഈ ഉദ്ദേശങ്ങളെ മുൻനിർത്തി കഥാപാത്രങ്ങളുടെ സ്വഭാവവാദികളെ ഒരുവിധം സൂക്ഷിച്ച് ഈ കൃതിയിൽ വെളിപ്പെടുത്തിയിട്ടുണ്ട്. ബാഹ്യപ്രകൃതിയെയും മാനസികഭാവങ്ങളെയും സംബന്ധിച്ച് അവിടവിടെ അല്പാല്പമായ ചില വർണ്ണനകളും ചെയ്തിട്ടുണ്ട്. ഈ രീതിയിൽ *രാമായണം* മുഴുവൻ എഴുതി പ്രസിദ്ധപ്പെടുത്താനാണ് വിചാരിക്കുന്നത്. *വാല്മീകി രാമായണ*ത്തിന്റെ ഛായയും രസവും പാടുള്ളത്ര ഈ ചെറിയ കൃതിയിൽ വരുത്താൻ നോക്കുന്നതുമാണ്. പാഠപുസ്തകമായി അംഗീകരിക്കുമെന്ന പ്രതീക്ഷയും ഇതിന്റെ രചനയ്ക്കു പിന്നിലുണ്ടായിരുന്നു. പ്രതീക്ഷ ഫലിക്കുകയും ചെയ്തു. പാഠപുസ്തകമായതോടെ നല്ലൊരു തുക ഒരുമിച്ച് ആശാന്റെ കൈയിൽ വന്നു ചേർന്നു.

അന്നത്തെ ഡയറിയിൽനിന്ന്.

"Saw Mr. Ramaswamy Iyer for Mr. Ayyappan. Ayyar kindly promised to appoint Ayyappan as a teacher immediately. Mr. Mathai came home and gave details of the sale of books. The sum received from both the sellers upto this day by my brother amounts Rs. 3000."

(ഇതിൽ മിസ്റ്റർ അയ്യപ്പൻ എന്നെഴുതിയിരിക്കുന്നത് സഹോദരൻ അയ്യപ്പനെപ്പറ്റിയാണ്.)

ബുദ്ധിമുട്ടുകളിൽനിന്ന് മോചനം നേടാൻ അതു സഹായകമായി. മാത്രമല്ല. തോന്നയ്ക്കൽ ഇരുപതേക്കർ വസ്തു സ്വന്തമായി വാങ്ങാനും സാധിച്ചു. വസ്തു ഏറ്റെടുത്തത് 21.9.1096 ലാണെന്ന് ഡയറിയിൽ കാണുന്നു.

പല നിലകളിലും ആശാന് അത്യാകർഷകമായി തോന്നിയ ഒരുസ്ഥലമാണത്. അവിടെനിന്നു നോക്കിയാൽ പടിഞ്ഞാറുവശത്ത് ഒരു വനത്തിന്റെ പ്രതീതിയാണ് ലഭിക്കുക. പച്ചത്തഴപ്പാർന്ന ഭൂഭാഗം. പരന്നുകിടക്കുന്ന നെല്പ്പാടങ്ങൾ, തെങ്ങിൻതോപ്പുകൾ എന്നിവ ആ ഭൂഭാഗത്തിന് ശബളാഭയരുളുന്നു. അതിനപ്പുറം കഠിനംകുളം കായൽ. എപ്പോഴും അലയടിച്ചാർക്കുന്ന അറേബ്യൻ സമുദ്രം ആകാശത്തിന്റെ തുടർച്ചയെന്നോണം അകലെ കാണാം. പുരയിടത്തിൽ നിന്നുകൊണ്ട് പ്രഭാതത്തിന്റെയും മദ്ധ്യാ

ഹനത്തിന്റെയും സായാഹനത്തിന്റെയും രാത്രിയുടെയും ശോഭാവിശേഷങ്ങൾ നിരീക്ഷിക്കുകയെന്നത് ആശാന് വളരെ പ്രിയമുള്ള അനുഭവമായിരുന്നു.

പകുതിയോളം കുറ്റിക്കാടായിരുന്ന ആ പ്രദേശം വെട്ടിത്തെളിക്കാനാണ് ആദ്യം മുതിർന്നത്. എന്നാൽ ധാരാളം പാമ്പുകൾ അതിന് തടസ്സം സൃഷ്ടിച്ചു. അതിന് ആശാൻ പെട്ടെന്ന് പരിഹാരം കണ്ടെത്തി. അകലെ നിന്ന് ഒരുകൂട്ടം കുറവന്മാരെ വരുത്തി പാമ്പുകളെ പിടിക്കാൻ ഏർപ്പാടു ചെയ്തു. കുടംവച്ച് പാമ്പുകളെ പിടിക്കുന്നതിൽ അവർ വിദഗ്ദ്ധരായിരുന്നു. ഒരു പാമ്പിനെ പിടിക്കുന്നതിന് നാലുചക്രമായിരുന്നു കൂലി. അങ്ങനെ പിടിച്ച പാമ്പുകളെ കൊല്ലരുതെന്നും അകലെയുള്ള വനത്തിൽ കൊണ്ടുവിടണമെന്നും ആശാൻ പ്രത്യേകം നിർദ്ദേശം നല്കി. ജന്തുക്കളുടെ നേർക്കുപോലും അത്രമാത്രം അനുകമ്പയുള്ള ഒരു മനസ്സായിരുന്നു അദ്ദേഹത്തിന്റേത്.

"ഒരു പീഡയെറുമ്പിനും വരു-
ത്തരുതെന്നുള്ളനുകമ്പയും സദാ
കരുണാകര! നല്കുകുള്ളിൽ നിൻ
തിരുമെയ് വിട്ടകലാതെ ചിന്തയും
എന്നെഴുതിയ ഗുരുവിന്റെ ശിഷ്യനാണല്ലോ അദ്ദേഹം
അണുജീവിയിലും സഹോദര
പ്രണയം ത്വൽകൃപയാലെ തോന്നണം"

എന്ന പ്രാർത്ഥന ആ ഹൃദയത്തിൽ സ്വാഭാവികമായാണ് ഉണർന്നത്.

വെട്ടിത്തെളിച്ച സ്ഥലത്ത് തെങ്ങിൻതൈകൾ വച്ചു. ഉഴുന്ന്, പയറ്, മുതിര, മരിച്ചീനി മുതലായവ കൃഷി ചെയ്യുന്നതിന് മറ്റൊരു സ്ഥലം മാറ്റിവെച്ചു. ആശാനും സഹധർമ്മിണിയും ചേർന്നാണ് അതു മുഴുവൻ ചെയ്തത്. അവിടെ അചിരേണ വീടുവച്ച് താമസം മാറ്റുകയും ചെയ്തു. അക്കാലത്തെപ്പറ്റി ആശാന്റെ പുത്രൻ ശ്രീ കെ സുധാകരന്റെ സ്മരണ.

> തോന്നയ്ക്കൽ താമസിക്കുന്ന കാലത്ത് ഒരിക്കൽ സ്വാമിതൃപ്പാദങ്ങൾ അവിടെ വന്നു. തിരിച്ചു വില്ലുവണ്ടിയിൽ യാത്ര പുറപ്പെടുമ്പോൾ അച്ഛൻ സ്വാമികളുടെ കാൽ തൊട്ടു വന്ദിക്കുന്നതു കാണാൻ എനിക്ക് ഭാഗ്യമുണ്ടായി. സ്വാമിയുടെ പാദത്തിന്റെ നിറം താമരപ്പൂവിനോടൊത്തതായിരുന്നു. അന്നോളം ഒരിക്കലും അച്ഛന്റെ തല കുനിഞ്ഞു ഞാൻ കണ്ടിട്ടില്ല. 'ഭഗവാന്റെ പരിശുദ്ധ പാദപത്മം തുടച്ച കയ്യാൽ' എന്ന് അച്ഛൻ എഴുതിയ വരികൾ ഓർമ്മിക്കുമ്പോഴെല്ലാം ആ രംഗം എന്റെ കൺമുമ്പിൽ തെളിയാറുണ്ട്...

മറ്റൊന്നുകൂടി:

> അന്നു തീരെക്കുഞ്ഞായിരുന്ന പ്രഭു ഉറക്കത്തിനുമുമ്പ് പലപ്പോഴും ശാഠ്യം പിടിച്ചു കരയുക പതിവായിരുന്നു ആ സമയത്ത് അച്ഛൻ അവനെ തോളിൽ കിടത്തി മൂളിപ്പാട്ടുമായി അല്പദൂരം നടക്കും. പാട്ടിന്റെ മാസ്മരികശക്തിയിൽ ലയിച്ച് അവൻ ഗാഢനിദ്രയെ പ്രാപിക്കാൻ ഏതാനും നിമിഷങ്ങളേ വേണ്ടിവന്നുള്ളൂ.

മറ്റു ചുമതലകൾ ആശാനെ പല ദിക്കുകളിലേക്കും നയിച്ചുകൊണ്ടിരുന്നു. തന്റെ സഹധർമ്മിണി ഒരു 'സർക്കീട്ടുസാധന'മായിരുന്നുകൊള്ളണമെന്ന് ആശാൻ ഫലിതമായിപറഞ്ഞിട്ടുണ്ട്. സർക്കീട്ടു കഴിഞ്ഞ് എത്ര ക്ഷീണിച്ചു വരുമ്പോഴും അദ്ദേഹത്തിൽ പ്രശാന്തത മാത്രമാണ് നിറഞ്ഞു നില്ക്കുക. കർത്തവ്യങ്ങൾ നിർവ്വഹിക്കുന്നതിൽ ഇത്രമാത്രം ജാഗ്രതയുള്ള മറ്റൊരാളെ കാണാൻ പ്രയാസമാണ്. ആ ബുദ്ധിമുട്ടൊഴിച്ചാൽ കുഞ്ഞുങ്ങളെ കളിപ്പിക്കാനും ഭാര്യയുമായി നർമ്മസല്ലാപത്തിൽ ഏർപ്പെടാനും അദ്ദേഹം സമയം കണ്ടെത്തിയിരുന്നു. സംസ്കൃതത്തിലും മലയാളത്തിലുമുള്ള കാവ്യങ്ങൾ വായിച്ചാസ്വദിച്ചുപോന്ന ഭാനുമതിയമ്മയ്ക്ക് അവയെ മുൻനിർത്തി സരസസംഭാഷണങ്ങളിലേർപ്പെടാനും കഴിയുമായിരുന്നു. സ്വന്തം കാവ്യങ്ങളെപ്പറ്റിയുള്ള ആസ്വാദനം അവരിൽനിന്നു കേൾക്കുന്നത് ആശാനെ അത്യധികം ആഹ്ലാദിപ്പിച്ചിരുന്നു.

കാവ്യരചനയിൽ ആശാൻ ഏകാഗ്രമായി ശ്രദ്ധ ചെലുത്തിയത് ഇക്കാലത്താണ്. എഴുതുന്ന ഭാഗങ്ങൾ ഭാര്യയെ വായിച്ചുകേൾപ്പിക്കുക പതിവായിരുന്നു. വേശ്യയെ നായികയാക്കി *കരുണ* രചിക്കാൻ തുടങ്ങിയതിൽ അവർ വിപ്രതിപത്തി കാണിക്കാതിരുന്നില്ല. എങ്കിലും രചനയുടെ രീതി കണ്ടപ്പോൾ അവർ അത് ആസ്വദിക്കാൻ തുടങ്ങിയെന്നു മാത്രമല്ല, അതു പൂർത്തിയാക്കാൻ നിരന്തരം പ്രേരിപ്പിച്ചുകൊണ്ടിരിക്കുകയും ചെയ്തു. ഇഷ്ടപ്പെട്ട സുഹൃത്തുക്കളാരെങ്കിലും വന്നാൽ എഴുതിയത്രയും ഭാഗങ്ങൾ വായിച്ചുകേൾപ്പിക്കാൻ ആശാൻ ഉത്സാഹം കാട്ടിവന്നു. അതിനുപറ്റിയ ഒരന്തരീക്ഷമായിരുന്നു അവിടെയുണ്ടായിരുന്നത്.

തോന്നയ്ക്കൽ താമസിക്കുന്ന കാലത്തുള്ള ഒരു സംഭവം ശ്രീ സുധാകരൻ പ്രത്യേകം കുറിക്കുന്നുണ്ട്.

> ഒരു സായാഹ്നം. അച്ഛൻ പതിവുപോലെ മുറിയിൽ എന്തോ എഴുതിക്കൊണ്ടിരുന്നു. ഇപ്പോൾ സ്മാരകമന്ദിരം നില്ക്കുന്നതിന്റെ വടക്കുകിഴക്കുഭാഗത്തായിട്ട് പണ്ട് ഒരു കുളമുണ്ടായിരുന്നു. അതിനുചുറ്റും ധാരാളം ആറ്റുവഞ്ചിയും പുല്ലും വളർന്ന് കുളത്തിലേക്ക് വീണു കിടന്നിരുന്നു. സാമാന്യം ആഴമുള്ളതുകൊണ്ട് അതു നിശ്ചലമായ ഒരു നീലത്തടാകംപോലെ കണ്ടിരുന്നു. ആ കുളത്തിൽ ആരും കുളിക്കുക പതിവില്ല.
>
> ഓടിവായോ ഓടിവായോ എന്ന് ഉച്ചത്തിൽ കരച്ചിലോടുകൂടിയ നിലവിളി കേട്ടതും അച്ഛൻ വരാന്തയിൽ നിന്ന് എടുത്തുചാടി ഓടി

യതും ഒപ്പം കഴിഞ്ഞു. ആ ചാട്ടത്തിൽ ഒരുകാലിന് അല്പം ഉളുക്കു പറ്റുകയും ചെയ്തു. അടുക്കളയിൽ ജോലി ചെയ്തുകൊണ്ടിരുന്ന രണ്ടുപെണ്ണുങ്ങളും ഊണു കഴിഞ്ഞ് ആരുമറിയാതെ ആ നീലത്തടാകത്തിൽ കുളിക്കാനിറങ്ങിയതായിരുന്നു. എങ്ങനെയോ കാൽതെറ്റി ഒരുവൾ ആഴത്തിലേക്ക് മറിഞ്ഞു. അവൾ സ്വരക്ഷയ്ക്കായി മറ്റൊരുവളുടെ കാലിൽ പിടിച്ചു. ജീവരക്ഷയ്ക്കു വേണ്ടിയുള്ള വിളിയാണ് കേട്ടത്. പെട്ടെന്ന് അച്ഛൻ വെള്ളത്തിൽച്ചാടി രണ്ടുപേരെയും വലിച്ച് കരയ്ക്കിട്ടു. ഒന്നുമറിയാത്തതുപോലെ തിരിച്ചുവന്ന് മുറിയിൽ കടന്നിരുന്നു ജോലികൾ തുടർന്നു (ആ സംഭവം ആശാൻ ഡയറിയിൽ കുറിച്ചിട്ടുണ്ട്).

പിന്നീട് ആലുവയിൽ താമസിക്കുന്ന കാലത്തും ഇപ്രകാരമൊരു സംഭവം ഉണ്ടായി. സമീപത്തുള്ള ആലുവാപ്പുഴയിലാണ് പതിവായി കുളിച്ചിരുന്നത്. വേനൽക്കാലത്തുപോലും പുഴയിൽ വെള്ളം കാണും. ഒഴുക്കുമുണ്ടായിരിക്കും. അതുകൊണ്ട് ആളുകൾ തീരത്തോടു ചേർന്നുനിന്നാണ് കുളിക്കുക. അങ്ങനെ കുളിച്ചുകൊണ്ടിരിക്കുന്നതിനിടയ്ക്ക് ഭാനുമയമ്മ കാൽവഴുതി ഒഴുക്കിൽപ്പെട്ടു മുങ്ങിപ്പോയി. ഒപ്പമുണ്ടായിരുന്ന കുമാരനാശാൻ അനായാസമായി അവരെ കരയ്ക്കു കയറ്റി. ഇപ്രകാരം മൂന്നു പ്രാവശ്യം സംഭവിച്ചിട്ടുണ്ടത്രേ.

ഒട്ടു ഫലിതമായി ആശാൻ പലരോടും പറയുമായിരുന്നു. നല്ലതു പോലെ നീന്തൽ വശമാക്കിയിട്ടേ പുഴയിലും കായലിലും പോകാവൂ എന്ന് (തന്നെപ്പോലെ).

കായിക്കര താമസിക്കുന്ന കാലത്ത് കായലിലും കടലിലും നല്ല പോലെ നീന്തുമായിരുന്നല്ലോ. സ്നേഹിതന്മാരുമൊത്ത് വളരെനേരം മത്സരിച്ചു നീന്തുകയെന്നത് അക്കാലത്തെ വിനോദമായിരുന്നുവെന്ന് മുമ്പു പ്രസ്താവിച്ചിട്ടുണ്ട്. അദ്ദേഹത്തിനു തുല്യമെത്താൻ മറ്റാർക്കും കഴിയുമായിരുന്നില്ല. ആർക്കെങ്കിലും ബുദ്ധിമുട്ടു തോന്നിയാൽ അവരെ ആശാൻ താങ്ങിയെടുത്ത് രക്ഷിച്ചിട്ടുണ്ട്.

തോന്നയ്ക്കൽ താമസിക്കുന്ന കാലത്തും നീന്തിക്കുളിക്കാനുള്ള ആവേശം അദ്ദേഹം കാണിച്ചിരുന്നു.

ഈ കുടുംബജീവിതകാലത്തെക്കുറിച്ച് ആദിച്ചൻ രാമൻ ഇപ്രകാരം ഓർമ്മിക്കുന്നു.

> കുമാരനാശാൻ തോന്നയ്ക്കൽ താമസിച്ചിരുന്ന കാലത്ത് ഞാൻ അവിടെ വേലക്കാരനായി നിന്നിട്ടുണ്ട്. കന്നുകാലികളെ നോക്കുന്നതായിരുന്നു എന്റെ ജോലി. അന്ന് എനിക്ക് ഏതാണ്ട് പന്ത്രണ്ട് വയസ്സ് പ്രായംവരും. അക്കാലത്തെ പതിവനുസരിച്ച് ഞാൻ അദ്ദേഹത്തെ തമ്പുരാൻ എന്നു വിളിച്ചു. അത് ഒട്ടും ഇഷ്ടപ്പെടാതെ എന്നെ ആശാൻ എന്നു വിളിച്ചാൽ മതി എന്ന് അദ്ദേഹം പറഞ്ഞു. തമ്പുരാൻ എന്ന വാക്കിന്റെ അർത്ഥവും എനിക്കു പറഞ്ഞുതന്നു.

> ഒരു തമ്പുരാനേയുള്ളൂ. അത് മുകളിലാണ് എന്ന് കൈചൂണ്ടിക്കൊണ്ട് അദ്ദേഹം പറഞ്ഞു.
>
> ഇതെല്ലാം കേട്ടെങ്കിലും ബാലനായിരുന്നു എനിക്ക് അദ്ദേഹത്തെ ആശാൻ എന്നു വിളിക്കാൻ കഴിഞ്ഞില്ല. തമ്പുരാനെന്നല്ലാതെ പറയാൻ അക്കാലത്ത് ഞങ്ങളുടെ നാക്ക് വളയുമായിരുന്നില്ല.
>
> ഞാൻ നാലാംക്ലാസ് വരെ പഠിച്ചിട്ടുണ്ട്. അവിടെ നിന്നിരുന്ന കാലത്ത് അമ്മ എന്നെ കൂടുതൽ പഠിച്ചിരുന്നു. അക്കാലത്താണ് അദ്ദേഹം *ചണ്ഡാലഭിക്ഷുകി* എഴുതിയത്. അതാണ് എനിക്ക് ഏറ്റവും ഇഷ്ടപ്പെട്ട കവിത. അത് ഞങ്ങൾക്കുവേണ്ടി എഴുതിയതാണ്. ഞങ്ങളെപ്പറ്റി എഴുതിയതാണ്.
>
> ഒന്നു പറയാൻ ഞാൻ വിട്ടുപോയി ഞാൻ ഒരു പറയനാണ്. ഞങ്ങൾക്ക് അദ്ദേഹം തമ്പുരാൻ തന്നെ.

ഇതിൽ പ്രതിഫലിക്കുന്നത് ആശാന്റെ സ്വാതന്ത്ര്യബോധമാണ്. അന്യരുടെ ആത്മാഭിമാനവും സ്വാതന്ത്ര്യവും പരിരക്ഷിക്കാനും ആദരിക്കാനുമുള്ള വെമ്പലാണ് സ്വാതന്ത്ര്യബോധത്തിന്റെ തീവ്രഘടകം. ലോകത്തിൽ ഒരാളും തന്നേക്കാൾ താഴ്ന്നവനല്ലെന്നേ സ്വാതന്ത്ര്യബോധമുള്ള ഒരാൾക്കു തോന്നൂ. കവിതകളിൽ ഈ മനസ്ഥിതി ആശാൻ കലർത്തിയിട്ടുണ്ട്. വ്യക്തിജീവിതത്തിലും അത് എപ്പോഴും നാനാരൂപങ്ങളിൽ പ്രകടമായിക്കൊണ്ടിരുന്നു.

കെ സദാശിവൻ ഒരു സംഭവം വിവരിക്കുന്നതു നോക്കൂ.

> ഒരു ദിവസം കാലത്ത് കുന്നുകുഴിയിലുള്ള എന്റെ വീടിന്റെ മുൻവരാന്തയിൽ എന്തോ സംഗതികൾ സംസാരിച്ചുകൊണ്ട് ആശാനും എന്റെ പിതാവും ഞാനും നില്ക്കുകയാണ്. ഞങ്ങളുടെ സംഭാഷണം ഒളിവിൽ ശ്രദ്ധിച്ചുകൊണ്ട് റോഡിൽ ഒരു പയ്യൻ നില്ക്കുന്നു. അവൻ ബലിഷ്ഠകായനും ക്രൂരത സ്ഫുരിക്കുന്ന മുഖഭാവമുള്ളവനുമായി കാണപ്പെട്ടു. പൊതുനിരത്തിലാണെങ്കിലും വീട്ടിനു മുൻവശം ഞങ്ങളുടെ സംഭാഷണം ഒളിവിൽ കേട്ടുകൊണ്ട് നിന്നത് അച്ഛനു രസിച്ചില്ല.
>
> 'എന്തടാ അവിടെ നില്ക്കുന്നത്.' എന്ന് അച്ഛൻ അവനോട് കയർത്തു.
>
> 'എടാ എന്നു വിളിക്കേണ്ടത് എന്നെയല്ല.' എന്ന് അല്പം മന്ദമായി പറഞ്ഞുകൊണ്ട് അവൻ മുമ്പോട്ട് നടന്നു അച്ഛൻ അതു കേട്ടോ എന്ന് എനിക്കു തീർച്ചയില്ല. ആശാൻ കേട്ടിട്ടില്ല എന്ന് എനിക്കറി

യാം. എന്തായാലും ഞാൻ കേട്ടു. ആ പെറുക്കിച്ചെറുക്കൻ പ്രതാപശാലിയായ എന്റെ അച്ഛനോട് അക്ഷന്തവ്യമായ അപരാധമാണ് കാണിച്ചെതന്ന് ഇതിനെ ഞാൻ വ്യാഖ്യാനിച്ചു. പെട്ടെന്ന് റോഡിൽ ഇറങ്ങി അവനെ ഞാൻ പിന്തുടർന്നു. എന്നെക്കണ്ട മാത്രയിൽത്തന്നെ അവൻ ഓടാൻ തുടങ്ങി. ഉദ്ദേശം രണ്ടു ഫർലോങ് പിൻതുടർന്ന് അവനെ ഞാൻ പിടികൂടി. അവൻ ശക്തനായിരുന്നെങ്കിലും എനിക്കന്ന് അവനേക്കാൾ ശക്തിയുണ്ടായിരുന്നു. അവനെ റോഡിൽക്കൂടി വലിച്ചിഴച്ച് അവൻ ധിക്കാരം പറഞ്ഞ സ്ഥലത്തു കൊണ്ടു നിർത്തി അവനെ മൂന്നാലു പ്രഹരിച്ചു. അവൻ നിലവിളി മുഴക്കിയപ്പോഴാണ് എന്റെ പ്രവൃത്തി അല്പം സാഹസമായിപ്പോയി എന്നെനിക്കു തോന്നിയത്. അവന്റെ നിലവിളി കേട്ട് അച്ഛനും ആശാനും വെളിയിലേക്കിറങ്ങിവന്നു. 'അയാളെ വിടുക' എന്ന് ആശാൻ ഗർജ്ജിച്ചു. കോപംകൊണ്ട് അദ്ദേഹത്തിന്റെ മുഖവും കണ്ണുകളും ചുവന്നിരുന്നു. ഞാൻ അവനെ വിടുകയും അവൻ ഓടിപ്പോവുകയും ചെയ്തു. ആശാൻ എന്നെ വിട്ടില്ല. റോഡിൽക്കൂടി ചുമ്മാപോയ ഒരുവനെ കൈയേറ്റം ചെയ്യാനുണ്ടായ കാരണം അദ്ദേഹം ആരാഞ്ഞു. ഞാൻ എന്റെ വശം പറഞ്ഞു കേൾപ്പിച്ചു. ആരും നീറിപ്പോകുന്ന ഒരു പുച്ഛരസമാണ് അപ്പോൾ അദ്ദേഹത്തിന്റെ മുഖശ്രീയെ മ്ലാനമാക്കിയത്. "നിങ്ങളാണോ സ്വാതന്ത്ര്യപ്രേമി, നിങ്ങളാണോ വിദ്യാസമ്പന്നൻ?" എന്നു തുടങ്ങി ഇംഗ്ലീഷിലും മലയാളത്തിലുമായി ഒരു ഭർത്സനം ആരംഭിച്ചു. സ്വാതന്ത്ര്യം കാമിക്കുന്നവർ അന്യരിൽ അത് അനുവദിച്ചുകൊടുക്കണമെന്നും അങ്ങനെയുള്ളവർ മാത്രമേ അതർഹിക്കുന്നുള്ളൂവെന്നും അദ്ദേഹം ധർമ്മവാദം ചെയ്തു.

"ആ ചെറുക്കനെ നിങ്ങൾ അനുമോദിക്കേണ്ടതായിരുന്നു. അയാളെ എടാ എന്നു വിളിച്ച് അപമാനിക്കാൻ ആർക്കാണധികാരമുള്ളത്? അതിൽ അയാൾ പ്രതിഷേധിച്ചുവെങ്കിൽ അത് പൗരുഷപ്രകടനം മാത്രമല്ലേ? കൈയൂക്കുണ്ടെന്ന് വിചാരിച്ച് ആരെയും എന്തും ചെയ്യാമെന്നു വയ്ക്കുന്നത് ഭീരുത്വവും ധിക്കാരവുമാണ്. മേലാൽ ഒരിക്കലും അങ്ങനെ ചെയ്യരുത്.'

ഈ ഭർത്സനം നമ്രശിരസ്കനായി ഞാൻ കേൾക്കേണ്ടിവന്നു... ഇതുപോലുള്ള മറ്റൊരു സ്വാതന്ത്ര്യമൂർത്തിയായിരുന്നു ശ്രീ. കെ അയ്യപ്പൻ (*കുമാരനാശാൻ ചില സ്മരണകൾ.* 82. 84).

മുറ്റത്തു പലതരം ചെടികൾ വച്ച്പിടിപ്പിക്കുന്നതിൽ ആശാൻ എപ്പോഴും ശ്രദ്ധിച്ചുപോന്നു. അവയുടെ കൂട്ടത്തിൽ മുല്ല, പിച്ചി എന്നിവയ്ക്ക് കൂടുതൽ സ്ഥാനം നല്കിയിരുന്നു. അവയുടെ സൗരഭ്യം രാത്രിയുടെ അന്തരീക്ഷത്തെ രോമാഞ്ചമണിയിക്കുമ്പോൾ ആശാൻ പറയും: "ദൈവമുണ്ടെന്നതിന് ഇതിനേക്കാൾ വലിയ തെളിവുവേണോ?"

തോന്നയ്ക്കൽ താമസിക്കുന്ന കാലത്താണ് ലൂയി കൂനി (Louis Koony) എന്ന ജർമ്മൻ ഡോക്ടറുടെ പ്രകൃതിചികിത്സാഗ്രന്ഥം (Neo Natruopathy) ആശാന്റെ കൈയിൽ കിട്ടുന്നത്. (മുൻകാലത്തും ആശാൻ കൂനിചികിത്സാസമ്പ്രദായം പരിശീലിച്ചിരുന്ന കാര്യം നേരത്തേ പ്രസ്താവിച്ചിട്ടുണ്ട്. പക്ഷേ, അന്ന് പുസ്തകം വായിച്ചിരുന്നില്ല. കേട്ടുകേഴ്‌വി വച്ചുകൊണ്ട് അതു ശീലിച്ചു എന്നു മാത്രമേയുള്ളൂ.) ഒറ്റയിരുപ്പിന് അദ്ദേഹം അതു വായിച്ചുതീർത്തു. അതിനു കീഴ്പ്പെട്ടെന്നുതന്നെ പറയാം. അതിലെ നിർദ്ദേശങ്ങൾക്കനുസൃതമായി ആഹാരക്രമങ്ങൾക്ക് അദ്ദേഹം മാറ്റം വരുത്തി. സ്വതേ സസ്യഭുക്കായ അദ്ദേഹത്തിന് അതൊട്ടും പ്രയാസമായിരുന്നില്ല. സ്റ്റീംബാത്ത് പ്രയോഗം കൂടെക്കൂടെ നടത്തിപ്പോന്നു. ടബ്ബിലിരുന്ന് വയറും അരക്കെട്ടും നനച്ച് തുണികൊണ്ട് തിരുമ്മുക. തവിടുകളയാത്ത അരി വറ്റിച്ച് ചോറുണ്ണുക, പകുതി പഴുത്ത പഴങ്ങളും സസ്യാഹാരങ്ങളും മാത്രം കഴിക്കുക തുടങ്ങിയ ചിട്ടകളെല്ലാം നിഷ്ഠയോടെ അനുസരിച്ചുപോന്നു. അദ്ദേഹം ഈ ചികിത്സാവിധിയുടെ പ്രചാരകനായി മാറുകയും ചെയ്തു. അയൽവാസികൾക്കൊക്കെയും അതു പറഞ്ഞു കൊടുക്കുന്നതിൽ വലിയ ഉത്സാഹമാണ് ആശാൻ കാട്ടിയത്. (ദിവസത്തെ ഡയറിയിൽ ഇപ്രകാരം കാണുന്നു "Told Swami about the system of Louis Kooni which he was really waiting for following").

ആശാൻ കൂനി സമ്പ്രദായം ഉപദേശിച്ചുകേൾപ്പിക്കുമെന്ന് ഭയന്ന് ചെറുക്കാൻ വഴിമാറി നടക്കാൻ തുടങ്ങിയെന്നും ചില കുസൃതികൾ അക്കാലത്തു പറഞ്ഞുപരത്തി.

1920 ൽ നാരായണഗുരുസ്വാമികൾ കുമാരനാശാനെ അദ്വൈതാശ്രമം കാര്യദർശിയായി നിയമിച്ചു. അതനുസരിച്ച് ആശാൻ ആലുവായിലേക്ക് താമസം മാറ്റി. അവിടെ താമസിക്കുന്ന കാലത്ത് *പ്രതിഭ* എന്ന പത്രം തുടങ്ങി. ആശാനായിരുന്നു പത്രാധിപർ. അതുപോലെതന്നെ ആലുവായിൽ നടന്നുപോന്ന ഒരു ഓട്ടുകമ്പനിയുമായി ആശാൻ ബന്ധപ്പെടുകയും ചെയ്തു. വ്യവസായത്തിൽ അദ്ദേഹത്തിനു വലിയ താല്പര്യമായിരുന്നു. പില്ക്കാലത്ത് അദ്ദേഹത്തിന്റെ സഹധർമ്മിണി ആ കമ്പനിയുടെ സാരഥിയായിത്തീർന്നു. അത് അഭിവൃദ്ധിപ്രാപിക്കുകയും ചെയ്തു. അതാണ് യൂണിയൻ ടൈൽ വർക്സ്.

ധന്യതയോടെ വസന്തം

വിവാഹത്തിനുശേഷം കുമാരനാശാന്റെ ജീവിതത്തിൽ തിരക്കു വർദ്ധിച്ചുവരികയാണ് ചെയ്തതെന്ന് സൂചിപ്പിച്ചുകഴിഞ്ഞല്ലോ. യോഗം സെക്രട്ടറിസ്ഥാനം മാത്രം മതി, ഒരാളുടെ മുഴുവൻ സമയവും അപഹരിക്കാൻ. അതോടൊപ്പം *വിവേകോദയം* എഡിറ്റ് ചെയ്ത് യഥാസമയം പ്രകാശിപ്പിക്കണം. അതിലേക്ക് ലേഖനങ്ങളോ കുറിപ്പുകളോ കവിതയോ സ്വന്തമായി എഴുതേണ്ടതായും വന്നു. സെക്രട്ടറിസ്ഥാനം വിട്ടപ്പോൾ ആലുവ അദ്വൈതാശ്രമം മാനേജരുടെ ചുമതലയും സ്വാമിയുടെ ആജ്ഞയനുസരിച്ച്, ചുമലിലേന്താതെ നിവൃത്തിയില്ലെന്നായി. പ്രയത്നഭാരം വർദ്ധിച്ചെങ്കിലും അവ ലാഘവബുദ്ധിയോടെ വഹിക്കുന്നതിൽ ആശാൻ പാടവം കാട്ടി. അതിനിടയിൽ കാവ്യരചനയും ഉത്സാഹപൂർവ്വം തുടർന്നു.

മുൻകാലയളവിനെ അപേക്ഷിച്ചു നോക്കിയാൽ ഇനിയുള്ള ഏഴെട്ടു വർഷക്കാലത്തിനിടയ്ക്കാണ് ആശാൻ കൂടുതൽ കാവ്യങ്ങൾ പൂർത്തീകരിച്ചതെന്നു കാണാം. 1919 ൽ *ഗ്രാമവൃക്ഷത്തിലെ കുയിൽ, പ്രരോദനം, ചിന്താവിഷ്ടയായ സീത* എന്നിവ പ്രകാശിപ്പിച്ചു.

1922 ൽ *പുഷ്പവാടി, ദുരവസ്ഥ, ചണ്ഡാലഭിക്ഷുകി* എന്നീ കൃതികൾ. 1923 ൽ *കരുണ*യും.

ചിന്താവിഷ്ടയായ സീത ഏകദേശം നാലുവർഷം മുമ്പാണ് എഴുതിത്തുടങ്ങിയത്. അതിനു പ്രചോദനമായതെന്താണെന്ന് ആശാൻ എഴുതിക്കാണുന്നില്ല.

'സീതാദേവി അന്തർദ്ധാനം ചെയ്യുന്നതിന്റെ തലേന്നാൾ രാത്രി വാല്മീകിയുടെ ആശ്രമത്തിൽ ഒരു ഏകാന്ത സ്ഥലത്തിരുന്ന് തന്റെ പൂർവ്വാനുഭവങ്ങളെയും ആസന്നമായ ഭാവിയെയും മറ്റും പറ്റി ചെയ്യുന്ന ചിന്തകളാണ് ഈ കൃതിയുടെ പ്രധാനവിഷയം.' എന്നുമാത്രമേ മുഖവുരയിലു

ള്ളൂ. എന്നാൽ, ആശാൻ കൈതമുക്കിൽ താമസിച്ചിരുന്ന വീടിന്റെ ചുമലിൽ അക്കാലത്ത് ഒരു ചിത്രം ഉണ്ടായിരുന്നതിനെപ്പറ്റി സഹോദരൻ പറഞ്ഞിട്ടുണ്ടല്ലോ. ബംഗാളിചിത്രകലയുടെ ശൈലിയിൽ ആലേഖനം ചെയ്തിട്ടുള്ള ചിത്രം. അതിൽ മരച്ചില്ലകൾക്കു കീഴിൽ ചിന്താലീനയായി, പരിസരം മറന്ന് നമ്രമുഖിയായിരിക്കുന്ന സീത ഹൃദയാവർജ്ജകമായ ഒരു രൂപമാണെന്നും സഹോദരൻ ഓർമ്മിക്കുന്നു. തന്നിൽ പ്രചോദനമായി വർത്തിച്ചത് ആ ചിത്രമാണെന്ന് ആശാൻ സഹോദരനോട് പറഞ്ഞിരുന്നു. ആദ്യം രചിച്ച എൺപതോളം ശ്ലോകങ്ങൾ വായിച്ചുകേൾക്കാനുള്ള ഭാഗ്യവും സഹോദരനുണ്ടായി. അതേപ്പറ്റി സഹോദരൻ പ്രശംസിച്ചപ്പോൾ ആശാൻ പറഞ്ഞതിപ്രകാരമാണ്.

"എന്റെ ഏറ്റവും മികച്ച കൃതി ഇതായിരിക്കുമെന്ന് ഞാൻ കരുതുന്നു."

എന്നാൽ, തുടർന്നെഴുതി കാവ്യം മുഴുമിപ്പിക്കാൻ അദ്ദേഹത്തിനു സമയം കിട്ടിയില്ല. അഞ്ചാറുവർഷങ്ങൾക്കുശേഷം മാത്രമാണ് അതിന്റെ പൂർത്തീകരണത്തിൽ മനസ്സു കേന്ദ്രീകരിക്കാൻ ആശാന് കഴിഞ്ഞത്. അതിനുള്ളിൽ ആശാന്റെ വിവാഹവും നടന്നു. ആദ്യത്തെ ശ്ലോകങ്ങൾ വായിച്ചുകേട്ട ഭാനുമതിയമ്മ കാവ്യം പൂർത്തീകരിക്കാൻ നിർബ്ബന്ധം തുടങ്ങി. അതിനാവശ്യമായ സ്വസ്ഥതയും ഏകാന്തതയും വീട്ടിൽ ഒരുക്കുകയും ചെയ്തു. അതുകൊണ്ട് ബാക്കി ഭാഗം വേഗത്തിൽ എഴുതിത്തീർത്തു. സഹോദരൻ അയ്യപ്പൻ അപ്പോഴും കൂടെക്കൂടെ സന്ദർശിച്ചുകൊണ്ടിരുന്നു. എഴുതിയത്രയും ഭാഗങ്ങൾ ആശാൻ ഉത്സാഹത്തോടെ വായിച്ചുകേൾപ്പിക്കുകയും സഹോദരനും ഭാനുമതിയമ്മയും അടങ്ങുന്ന സദസ്സ് അതിൽ മുഴുകുകയും ചെയ്തുപോന്നു. കാവ്യം പൂർത്തിയായതിനുശേഷം സഹോദരനെ കണ്ടപ്പോൾ ആശാൻ പറഞ്ഞു.

"കാവ്യം ഞാൻ പൂർത്തീകരിച്ചു. ഇത് തീർച്ചയായും കാലത്തെ അതിജീവിക്കും, എന്റെ മറ്റു കാവ്യങ്ങൾ വിസ്മൃതമായാലും ഇതു നിലനില്ക്കും."

മറ്റുകാവ്യങ്ങളും നിലനില്ക്കുമെന്ന്, തന്റെ സാഹിതീയബോധം അടിസ്ഥാനമാക്കി, സഹോദരൻ വിശദീകരിച്ചു. കുമാരനാശാൻ അതിൽ അത്യന്തം സന്തുഷ്ടനായി. അദ്ദേഹം വാചാലനാവുകയും ചെയ്തു. സ്വന്തം കവിയുടെ മൂല്യത്തിൽ അദ്ദേഹത്തിന് എത്രത്തോളം വിശ്വാസമുണ്ടെന്ന് ഈ വാക്കുകൾ വെളിപ്പെടുത്തി. വിനയം വിടാതെ തന്നെ അദ്ദേഹം പറഞ്ഞു.

"അയ്യപ്പൻ ഇതു കേൾക്കൂ എന്റെ കാവ്യങ്ങൾ ആസ്വദിക്കുന്നതിനുവേണ്ടി അന്യദേശക്കാർ മലയാളം പഠിക്കുന്ന ഒരുകാലം വരും."

*ചിന്താവിഷ്ടയായ സീത*യുടെ പ്രകാശനം സമ്മിശ്രമായ പ്രതികരണമാണ് സാഹിത്യലോകത്ത് ഉളവാക്കിയത്. അവതാരികാകാരനായ ആറ്റൂർ കൃഷ്ണപിഷാരടിക്കുതന്നെ കാവ്യം പൂർണ്ണമായും ഇഷ്ടപ്പെട്ടില്ല. കാവ്യത്തിലെ രാമോപാലംഭം തികച്ചും അനുചിതമാണെന്ന് പലരും അഭിപ്രായപ്പെട്ടു. നമ്മുടെ സംസ്കാരത്തിന് ഇണങ്ങാത്തതാണതെന്നുകൂടി

ചില പണ്ഡിതന്മാർ പറയാതിരുന്നില്ല. എങ്കിലും കാവ്യത്തിന്റെ സൗന്ദര്യാതിരേകം ഏവരെയും വശീകരിച്ചതായാണ് കണ്ടത്. അതിൽ ആശാൻ അഭിമാനം കൊള്ളുകയും ചെയ്തു. എതിരായി വന്ന അഭിപ്രായങ്ങൾ അദ്ദേഹം അവഗണിക്കുകയേ ചെയ്തുള്ളൂ.

അക്കാലത്ത് ആശാന്റെ ഹൃദയത്തെ മഥിച്ച ഒരു സംഭവമുണ്ടായി. എ ആർ രാജരാജവർമ്മയുടെ ദേഹവിയോഗമാണത്.

ആദ്യത്തെ രണ്ടു ഖണ്ഡകാവ്യങ്ങൾ പ്രകാശിപ്പിച്ചു കഴിഞ്ഞപ്പോൾത്തന്നെ കുമാരനാശാൻ സാഹിത്യലോകത്ത് ശ്രദ്ധാവിഷയമായിത്തീർന്നു. നേരിൽ കാണാത്തവർ പലരും അദ്ദേഹത്തെക്കുറിച്ച് അന്വേഷിക്കാൻ തുടങ്ങി. അങ്ങനെ അന്വേഷിച്ചവരിൽ ഒരാളാണ് എ ആർ രാജരാജവർമ്മ. ആശാനെ കാണാനും പരിചയപ്പെടാനും തനിക്ക് താല്പര്യമുണ്ടെന്ന് അദ്ദേഹം സി എസ് സുബ്രഹ്മണ്യൻപോറ്റിയോട് പറഞ്ഞു. അതനുസരിച്ച് സി എസിനോടൊപ്പം ആശാൻ എ ആർ തിരുമേനിയെ അദ്ദേഹത്തിന്റെ ഭവനത്തിലെത്തി കണ്ടു. താൻ എഴുതിത്തീർന്ന *നളിനി* എന്ന കാവ്യത്തിന് തിരുമേനിയെക്കൊണ്ട് അവതാരിക എഴുതിക്കുക എന്ന ഉദ്ദേശംകൂടി ആശാനുണ്ടായിരുന്നു. അങ്ങനെ ആഗ്രഹിച്ചതിന്റെ പശ്ചാത്തലം ആശാന്റെ വാക്കുകളിൽനിന്നുതന്നെ മനസ്സിലാകൂ.

“ഏഴുകൊല്ലം മുമ്പ് *നളിനി* എഴുതിത്തീർന്ന കാലത്തു മാത്രമാണ് പ്രൊഫസർ എ ആർ രാജരാജവർമ്മ കോയിത്തമ്പുരാൻ തിരുമനസ്സുമായി ആദ്യമായി മുഖപരിചയമാവാൻ എനിക്കു യോഗമുണ്ടായത്. ഏതാണ്ട് 20 (ഇരുപത്) കൊല്ലങ്ങൾക്കുമുമ്പ് ഞാൻ വിദേശങ്ങളിൽ വിദ്യാഭ്യാസം ചെയ്ത് താമസിച്ചിരുന്ന കാലത്തുതന്നെ ഇദ്ദേഹത്തിന്റെ *കേരളപാണിനീയ*ത്തെയും *മേഘദൂത്* തർജ്ജമയെയും മറ്റും പറ്റി കണ്ടും കേട്ടും അറിഞ്ഞിട്ടുണ്ടായിരുന്നു. എന്നാൽ അന്നവയിൽ ഒക്കെ നേരു പറഞ്ഞാൽ ഒരനാസ്ഥയായിരുന്നു എനിക്കു തോന്നിയിരുന്നത്. കാരണം പ്രധാനമായും അദ്ദേഹത്തിന്റെ യോഗ്യതയിൽ അപ്പോൾ എനിക്കുണ്ടായിരുന്ന വിപ്രതിപത്തിതന്നെ ആയിരിക്കണം. സർവ്വകലാശാല മുഖേന സംസ്കൃത ബിരുദങ്ങൾ സമ്പാദിച്ചവരുടെ പാണ്ഡിത്യത്തിന്റെ അപൂർണ്ണതയെയും ഉപരിപ്ലവതയെയും അടിസ്ഥാനമാക്കിയുള്ള ഒരു പുച്ഛരസം ‘ഗുരുകുല ക്ലിഷ്ടന്മാരായ സംസ്കൃത വിദ്വാന്മാരുടെ ഇടയിൽ ഇന്നും സാധാരണമാണെന്നുള്ളത് രഹസ്യമല്ല. സംസർഗ്ഗം കൊണ്ട് ആ സാംക്രമികരോഗം ശിഷ്യപരമ്പരയിലും പടർന്നു പിടിക്കുന്നു. എന്നാൽ ഈ വിധി കേവലം ‘ഔത്സർഗ്ഗിക’ മാണെന്നും ഇതിന് അപവാദങ്ങൾ ധാരാളമുണ്ടാകുമെന്നുമുള്ള വസ്തുതകൂടി അവർ വിസ്തരിച്ചുകളയുമെന്നതാണ് കഷ്ടം. എന്റെ മേൽ സൂചിപ്പിച്ച അനാസ്ഥയും ഈ ദുർധാരണയുടെ ഛായാ സംക്രമമല്ലയോ എന്നുകൂടി സംശയിപ്പാൻ കാരണമുണ്ട്.

ചുരുക്കത്തിൽ *ആംഗലസാമ്രാജ്യം* ഒരാവൃത്തി യദൃച്ഛയാ വായിച്ചുനോക്കാൻ ഇടയായപ്പോഴാണ് ഒരു കവിയുടെ നിലയിൽ പ്രഫസർ കോയിത്തമ്പുരാൻ തിരുമേനിയുടെ യോഗ്യത എനിക്കു ബോദ്ധ്യമായത്. പ്രതി

പാദ്യമായ ആ നവീനരാജ്യചരിത്രാസ്ഥിതിശകലങ്ങളെവിടെ? സരളവും രസമസൃണവുമായ ആ കാവ്യതല്ലജമെവിടെ? അപൂർണ്ണവും ഉപരിപ്ലവവുമായ പാണ്ഡിത്യമെവിടെ? അർത്ഥശബ്ദങ്ങളുടെ സ്വച്ഛവും അതലസ്പർശവുമായ ആ മഹാപ്രവാഹമെവിടെ? എന്തിനേറെപ്പറയുന്നു കാളിദാസശൈലിയിൽ ഒരു സംസ്കൃതമഹാകാവ്യം കാണുന്നതിന് ആ കവിസാർവ്വഭൗമന്റെ കാലശേഷം ഇത്രയും ശതാബ്ദങ്ങൾ ലോകം കാത്തിരിക്കേണ്ടിവന്നു എന്നുള്ള വസ്തുത നിർമ്മൽസരന്മാരായ സഹൃദയന്മാർ മുക്തകണ്ഠം സമ്മതിക്കുമെന്നാണ് എന്റെ വിശ്വാസം. വിശേഷിച്ച് രഘുവംശാദികളിലെ പുരാണകഥകൾ പ്രകൃത്യാ കാവ്യചമല്ക്കാരമുള്ളവ. സാമ്രാജ്യത്തിലെ ഇതിവൃത്തം നേരെമറിച്ചുള്ളത്. അതുമല്ല, അന്ന് സംസ്കൃതത്തിന്റെ ജീവദശ, ഇപ്പോൾ അത് ഒരു മാതൃഭാഷ, പിന്നെ ആ മഹാകവി ഔത്തരാഹൻ; നമ്മുടെ കവി ദാക്ഷിണാത്യൻ. ദേശഭേദകൃതമായ ആകാരഭേദം സംസ്കൃതഭാഷയ്ക്കുമുണ്ട്. ദക്ഷിണോത്തരദേശീയരുടെ കൃതികൾ മിക്കവാറും സാധാരണ ശ്രവണമാത്രയിൽ തിരിച്ചറിയാവുന്നവയാണ്. അതുകൊണ്ട് ഈ പ്രാതികൂല്യങ്ങളുടെ വിജയത്തിലുള്ള മെച്ചം ആ 'കവികുലഗുരു' തന്നെ അവരജനായ രാജരാജകവിക്കു സമ്മതിച്ചുകൊടുത്തേ തീരൂ. പ്രാചീനമായ അക്ലിഷ്ടശുദ്ധരീതിയിൽ *ആംഗലസാമ്രാജ്യം* പോലെയുള്ള ഒരു കൃതി എഴുതാൻ പരിപക്വമായ പാണ്ഡിത്യവും കാലദേശങ്ങളെ അതിശയിച്ച വാസനാവിശേഷവും കൊണ്ടേ സാദ്ധ്യമാവൂ എന്നുള്ളത് നിരാക്ഷേപമാണ്.

*നളിനി*ക്കു തിരുമേനിയെക്കൊണ്ടുതന്നെ ഒരു അവതാരികയെഴുതിക്കാൻ ഞാനാഗ്രഹിച്ചത് അവിടുത്തെ നേർക്ക് ഇങ്ങനെ നിർവ്യാജമായ ബഹുമാനം തോന്നിയതിനുശേഷമാണ്. കേരളവർമ്മ വലിയകോയിത്തമ്പുരാൻ തിരുമനസ്സിലെ സാഹിത്യസംബന്ധമായ അഭിപ്രായങ്ങളും അഭിനന്ദനങ്ങളും അതിദാക്ഷിണ്യങ്ങളും നിമിത്തം അവ്യാവർത്തകങ്ങളായി കലാശിച്ചതും അവിടത്തെ പ്രിയഭാഗിനേയനെ അന്വേഷിപ്പാൻ എനിക്കു പ്രേരകാന്തരമായിത്തീർന്നു എന്ന വസ്തുതകൂടി തുറന്നു പറയുന്നതിനും വിരോധമില്ല. ഒടുവിൽ ഞാൻ പ്രൊഫസർ തിരുമേനിയുടെ സംസ്കൃത്തിലും മലയാളത്തിലുമുള്ള പല കൃതികളും ശ്രദ്ധയോടെ വായിക്കുകയും അവിടുത്തെ പാണ്ഡിത്യം പ്രതിഭാവിശേഷം, കവിത്വം ഇവയിൽ എനിക്കു നാൾക്കുനാൾ ബഹുമാനം വർദ്ധിച്ചു വരുകയും ചെയ്തു. ചില സന്ദർഭങ്ങളിൽ തിരുമേനിയെ ഞാൻ വസതിയിൽച്ചെന്നു കാണുകയും സംഭാഷണമദ്ധ്യേ ശാസ്ത്രീയമായ പല അഭിപ്രായശകലങ്ങളും ആ പണ്ഡിതവര്യന്റെ മുഖത്തുനിന്നു പുറപ്പെടുന്നത് ശ്രദ്ധിക്കുകയും ചെയ്തിട്ടുണ്ട്. അതെല്ലാം അദ്ദേഹത്തിന്റെ സർവ്വതോമുഖമായ വൈദുഷ്യത്തെപ്പറ്റി എനിക്ക് അധികമധികം കൗതുകാത്ഭുതങ്ങൾ ജനിപ്പിച്ചു. അദ്ദേഹത്തിന്റെ സഹജമായ ദാക്ഷിണ്യാദിഗുണങ്ങൾ അതിനിടയിൽ എന്റെ ഹൃദയത്തെ അധികമധികം വശീകരിക്കുകയും ചെയ്തിരുന്നു.

'വ്യാകരണം, ഛന്ദസ്സ്, അലങ്കാരം (സാഹിത്യശാസ്ത്രം) ഈ വിഷ

യങ്ങളിൽ കൂലങ്കഷമായ പരിചിന്തനം ചെയ്തു പ്രൗഢങ്ങളും പര്യാപ്തങ്ങളുമായ ഗ്രന്ഥങ്ങൾ നിർമ്മിച്ചു ഭാഷയുടെ സ്ഥിതിയെ ഇത്ര ശോഭനവും സുപ്രതിഷ്ഠവുമാക്കിത്തീർത്ത മറ്റൊരു മഹാൻ കേരളഭൂമിയിൽ ഇതുവരെ ജനിച്ചിട്ടില്ലെന്നുള്ളത് നിർവിവാദമാണ്. കവിതാവിഷയത്തിൽ തിരുമേനിയുടെ ഒടുവിലത്തെ നാടകതർജ്ജമകൾ, വിശേഷിച്ച് *മാളവികാഗ്നിമിത്രം ചാരുദത്തൻ* ഇവ. അത്യുത്തമരീതിയിലുള്ള മാതൃകകൾ തന്നെയാണ്. എന്നു തന്നെയല്ല. ചാരുദത്ത നാടകം ഭാസശൂദ്രകവികളുടെ കൃതികളെ കൂട്ടിച്ചേർത്തിട്ടുള്ള ഒരു സ്വതന്ത്ര തർജ്ജമയാണെന്നും അതിൽ തിരുമേനി അവസരോചിതമായ ത്യാഗയോഗങ്ങൾ ചെയ്തു വരുത്തീട്ടുള്ള പരിഷ്കാരങ്ങളെപ്പറ്റി ചിന്തിച്ചാൽ മിക്കവാറും അത് ഒരു ഉത്തമസ്വതന്ത്രകൃതിയുടെ യശസ്സിനുതന്നെ അവിടുത്തെ അർഹനാക്കീട്ടുണ്ടെന്ന് സമ്മതിക്കേണ്ടിവരും. ചുരുക്കിപ്പറഞ്ഞാൽ താമസിയാതെ അടുത്തൂൺവാങ്ങി സർക്കാർജോലിയിൽനിന്നു പിരിഞ്ഞു ജീവിതശേഷം മുഴുവൻ മാതൃഭാഷയുടെ ഉൽക്കർഷാതിശയത്തിനായി ഗ്രന്ഥനിർമ്മാണ മാർഗ്ഗേണ ഇനിയും ശ്രമിച്ചുകൊണ്ടിരിപ്പാൻ ദീക്ഷിച്ചിരുന്ന ആ മഹാനുഭാവന്റെ പൊടുന്നനെ ഉണ്ടായ ഈ ദേഹവിയോഗം കൈരളിയുടെ ഭാഗ്യത്തിന് അശനിപാതമാണെന്നുതന്നെ പറയണം. തിരുമേനിയുടെ കീഴിൽ ഭാഷയ്ക്ക് ഒരുപുതുജീവനും പുഷ്ടിയും ഉണ്ടായി. അവിടത്തെ അധികാരവും അഭിപ്രായവും അല്പകാലത്തിനുള്ളിൽ ഭാഷാസാമ്രാജ്യം മുഴുവൻ പ്രബലമായിത്തീർന്നു. ഈ സ്ഥിതിയിൽ കുറേക്കാലം കൂടിക്കഴിഞ്ഞ് പരിപൂർണ്ണൈശ്വര്യം അനുഭവിപ്പാൻ കൈരളിക്കു ഭാഗ്യമുണ്ടായില്ലല്ലോ."

അവർക്ക് പരസ്പരം അടുക്കാൻ അധികസമയം വേണ്ടിവന്നില്ല. ഭാഷയെയും സാഹിത്യത്തെക്കുറിച്ചും മാത്രമല്ല വേദാന്തത്തെക്കുറിച്ചുപോലും അവർ സംഭാഷണത്തിൽ ഏർപ്പെട്ടു. സമയം പോയതറിഞ്ഞില്ല. തിരുമേനി നല്കിയ സല്ക്കാരം സ്വീകരിച്ചതിനുശേഷമാണ് ആശാനും സി എസ് സുബ്രഹ്മണ്യൻപോറ്റിയും മടങ്ങിയത്. അവതാരിക എഴുതാമെന്ന് തിരുമേനി സമ്മതിച്ചത് സന്തോഷത്തോടെയാണ്.

മുണ്ടശ്ശേരി പറയുന്നതുപോലെ തമ്പുരാനായി ജനിച്ചെങ്കിലും തമ്പുരാനേക്കാളേറെ മനുഷ്യനായി ജീവിച്ച എ ആർ തിരുമേനിയുടെ പെരുമാറ്റം കുമാരനാശാന്റെ മനസ്സിൽ ഗാഢമായി പതിഞ്ഞു. തമ്പുരാൻ തന്റെ നേർക്കു കാട്ടിയ ദാക്ഷിണ്യത്തെക്കുറിച്ചോർത്തപ്പോൾ ആശാന് അവാച്യമായ ആത്മസംതൃപ്തി അനുഭവപ്പെടുകയും ചെയ്തു. വിവിധ വിഷയങ്ങളിൽ മാത്രമല്ല, കാവ്യത്തിന്റെ വിവിധ ശാഖകളിൽപ്പോലും തമ്പുരാൻ എത്രമാത്രം വൈഭവം നേടിയിട്ടുണ്ടെന്ന് കണ്ടപ്പോൾ അദ്ദേഹത്തിന്റെ നേരെ ആശാനു തോന്നിയ ബഹുമാനത്തിന് അളവില്ലായിരുന്നു. നവീനമായ ഒരഭിരുചിയുടെ ഉദയമുണ്ടാകാതെ സമകാലിക സാഹിത്യം ചലനാത്മകമാവുകയില്ലെന്ന് തിരുമേനിക്ക് അഭിപ്രായമുണ്ടായിരുന്നു. ആ അഭിരുചിയുടെ അങ്കുരം ആശാന്റെ കാവ്യങ്ങളിൽ താൻ കാണുന്നതായി അദ്ദേഹം പറയുകയും ചെയ്തു.

പിന്നീട് സമയം കിട്ടുമ്പോഴെല്ലാം തിരുമേനിയെ സന്ദർശിക്കാൻ ആശാൻ ഉത്സാഹം കാട്ടിപ്പോന്നു. അടുക്കുന്തോറും അധികമധികം ബഹുമാനം തോന്നിക്കുന്ന ആഴം എ ആർ തിരുമനിയുടെ വ്യക്തിത്വവിശേഷതയായിരുന്നു. അതുകൊണ്ട് ആശാൻ ആരാധനാഭാവത്തോടെയാണ് അദ്ദേഹത്തെ നോക്കിക്കണ്ടത്. തിരുമേനിയാകട്ടെ ആശാനുമായുള്ള സൗഹൃദം തന്റെ ജീവിതത്തിലെ വലിയൊരു നേട്ടമായി കരുതുകയും ചെയ്തു.

ഇപ്രകാരം പരസ്പരം സ്നേഹം പകർന്നും ഒരേ അന്വേഷണത്തിൽ പങ്കുചേർന്നും സാമാന ഹൃദയരായി കഴിയുന്നതിനിടയിലാണ് എ ആർ രാജാരാജവർമ്മ പെട്ടെന്ന് ദിവംഗതനായത്.

അതേപ്പറ്റി ആശാൻ മുഖവുരയിൽ എഴുതുന്നു.

...കഴിഞ്ഞ മിഥുനം ആദ്യം ഞാൻ ഉത്തരതിരുവിതാംകൂറിൽ സഞ്ചരിക്കുന്ന അവസരത്തിലാണ് ഹൃദയാരുന്തുദമായ ആ ചമരവൃത്താന്തം അറിവാൻ ഇടയായയത്. എത്ര അപ്രതീക്ഷിതവും അസഹ്യവുമായ ഒരു പ്രഹരണമായിരുന്നു അത്! ഹൃദയം മരവിച്ചുപോയി എന്നുതന്നെ പറയാം.

ആ അവസ്ഥയിൽ ആശാന്റെ മനസ്സ് മൗനത്തിലൊതുങ്ങുകയാണ് ചെയ്തത്. അദ്ദേഹം എഴുതുന്നു.

> പല പ്രധാന വർത്തമാനക്കടലാസുകാരും മാസികക്കാരുമെല്ലാം മാമൂലനുസരിച്ച് ചരമപദ്യങ്ങൾ ആവശ്യപ്പെട്ടുതുടങ്ങി. അത് അധികം മർമ്മഭേദകമായിട്ടാണ് തോന്നിയത്. ഒരക്ഷരം എഴുതാൻ എനിക്കു കഴിഞ്ഞില്ല. കുറേക്കഴിഞ്ഞ് പലരും മുഖദാവിലും എഴുത്തുമൂലവും തിരുമേനിയെപ്പറ്റി ചരമപദ്യം എഴുതാത്തതിനെക്കുറിച്ചു ചോദിച്ചു തുടങ്ങി. ഹൃദയത്തിന്റെ താല്ക്കാലികമായ അമർത്തലിന് സ്വാഭാവികമായി ക്രമേണ ശൈഥില്യം ആരംഭിക്കുകയും ചെയ്തു. തിരുമേനിയെക്കുറിച്ചുള്ള സ്മരണകളും ചിന്തകളും ബഹുമുഖമായി വർദ്ധിച്ചു. അവ തിങ്ങിഞെരുങ്ങി മനസ്സ് കേവലം അസ്വസ്ഥമായിത്തീർന്നു. ഒടുവിൽ ഒരു ചരമകാവ്യമെഴുതി ഈ ഹൃദയഭാരം ലഘൂകരിക്കാൻ ഞാൻ തീർച്ചയാക്കി.

തിരുമേനിയുടെ സുഹൃത്താണ് താനെന്ന് കുമാരനാശാൻ അവകാശപ്പെടുന്നില്ല. അന്നത്തെ അവസ്ഥയിൽ അങ്ങനെ അവകാശപ്പെടാൻ സാദ്ധ്യവുമല്ല. ആശാൻ എഴുതുന്നു.

"നിർവ്യാജസ്നേഹബഹുമാനാതിശയമുള്ള ഒരു പരിചിതന്റെ സ്ഥാനം മാത്രമാണ് എനിക്കു തിരുമേനിയെ സംബന്ധിച്ചുണ്ടായിരുന്നത്. ആ സ്ഥാനത്തിൽ നിന്നുകൊണ്ടാണ് അവിടുത്തെ യോഗ്യതകളെയും ഗുണഗണങ്ങളെയും ഞാൻ നോക്കുന്നത്."

ഇപ്രകാരം ആ ബന്ധത്തിന്റെ സ്വഭാവം വെളിപ്പെടുത്തുന്നതിന് കാരണമുണ്ട്. അതുകൊണ്ട് ജീവചരിത്രീയമായ വിവരണങ്ങളിൽ പലതിനും ഈ കാവ്യത്തിൽ പ്രസക്തിതന്നെയില്ല എന്നു ആശാൻ വെളിപ്പെടു

ത്തുന്നു. അതിനുശേഷം കാവ്യപരമായ ഒരു സൂചനയും അതേപ്പറ്റി നല്കുന്നു. "കാവ്യം രസപ്രധാനമാണ്. സംഭവപ്രധാനമല്ല. അതുകൊണ്ട് ആ വക വിവരണങ്ങളെപ്പറ്റി ഞാൻ നിഷ്കർഷിച്ചന്വേഷിച്ചിട്ടുമില്ല."

ഒരു കർക്കിടകം എട്ടാംതീയതിയാണ് *പ്രരോദന*ത്തിലെ ആദ്യത്തെ രണ്ടുമൂന്നു ശ്ലോകങ്ങൾ നെയ്യാറ്റിൻകരയിൽവച്ച് ആശാൻ എഴുതിത്തീർക്കുന്നത്. പല അസൗകര്യങ്ങളാൽ ഉടനെ തുടർന്നെഴുതാൻ കഴിഞ്ഞില്ല. അടുത്ത കന്നി അവസാനത്തിൽ ഒരു സുഹൃത്ത് യാദൃച്ഛികമായി അതു വായിച്ചു കേൾക്കാൻ ഇടയായി. എ ഗോപാലമേനോൻ ആയിരുന്നു ആ സുഹൃത്ത്. ഗുരുവിന്റെയും സഹാദ്ധ്യാപകന്റെയും ഇഷ്ടമിത്രത്തിന്റെയും നിലയിൽ തനിക്ക് എത്രയും സ്നേഹബഹുമാനങ്ങളുള്ള തിരുമേനിയുടെ സ്മാരകമായി ആരംഭിച്ച ഈ കൃതി പൂർത്തിയാക്കുന്ന വിഷയത്തിൽ എന്നെ അദ്ദേഹം അത്യന്തം ഉത്സാഹിപ്പിക്കുകയും ധനുമാസം ആറാം തീയതി ഈ കാവ്യം എഴുതിത്തീരുന്നതുവരെ ആ നിർബ്ബന്ധം തുടർന്നുകൊണ്ടിരിക്കുകയും ചെയ്തു. അദ്ദേഹം ഇങ്ങിനെ ത്വരിപ്പിച്ചിരുന്നില്ലെങ്കിൽ ഈ പരിമിതകാലത്തിനുള്ളിൽ ഇത് എഴുതിത്തീർപ്പാൻ കഴിയുമായിരുന്നോ എന്നെനിക്കു സംശയമാണ്.

ഒടുവിലത്തെ മൂന്നു മാസംകൊണ്ടാണ് കാവ്യത്തിലെ മുക്കാൽ ഭാഗവും എഴുതിത്തീർത്തതെന്ന് ഇതിൽനിന്നു മനസ്സിലാക്കാം. അതിനു മുമ്പുള്ള കാലം അദ്ദേഹം കാവ്യരൂപത്തെക്കുറിച്ചു പഠിക്കാനും ചിന്തിക്കാനും ചെലവഴിച്ചു. ഇംഗ്ലീഷിലുള്ള പല വിലാപകാവ്യങ്ങളും അതിനിടയിൽ ആശാൻ ശ്രദ്ധാപൂർവ്വം വായിച്ചു. മിൽട്ടന്റെ *ലിസിഡസ്* ടെന്നിസന്റെ *ഇൻമെമ്മോറിയം,* ഷെല്ലിയുടെ *അഡോണെയ്സ്* എന്നിവയുടെ രൂപഘടന പ്രത്യേകമായി പഠിക്കുകതന്നെ ചെയ്തു. അതിന്റെ അടിസ്ഥാനത്തിലാണ് *പ്രരോദനം*, എതു രീതിയിൽ രചിക്കണമെന്ന തീരുമാനം എടുത്തത്. *അഡോണെയ്സ്* ആണ് അദ്ദേഹത്തിന് അനുകരണീയമായി തോന്നിയത്. അപ്പോൾ വൃത്തത്തെക്കുറിച്ചുപോലും ചിന്തിക്കേണ്ടതായിവന്നു. അതെപ്പറ്റി ആശാൻ എഴുതുന്നു.

> വിലാപപ്രമേയത്തിൽ സംസ്കൃതത്തിലും മലയാളത്തിലും കവികൾ വിയോഗിനി വൃത്തമാണ് പ്രായേണ തെരഞ്ഞെടുക്കാറ്. സംസ്കൃതവൃത്തങ്ങളിൽ ചെറിയ വൃത്തങ്ങളാണ് ഞാൻ എന്റെ മറ്റു കൃതികളിൽ പലതിനും ഉപയോഗിച്ചിട്ടുള്ളതും. എന്നാൽ *പ്രരോദന*ത്തിന് ശാർദ്ദൂലവിക്രീഡിതം അനുഗുണമായിരിക്കുമെന്നു തോന്നാൻ ചില കാരണങ്ങളുണ്ട്. വർണ്ണനാപ്രചുരമായ കാവ്യങ്ങളിൽ അതാത് ഉല്ലേഖങ്ങളോടു കൂടി അന്വയം അതാതു പദ്യങ്ങളിൽത്തന്നെ അവസാനിക്കുന്നത് ശ്രോതാക്കൾക്ക് അധികം സുഖകരമായി തോന്നുന്നതാണ്. അതുകൊണ്ട് വിവക്ഷിതാനുസാരമായി ഈ ദീർഘവൃത്തം സ്വീകരിക്കേണ്ടിവന്നതാകുന്നു.

മറ്റൊരു കാരണംകൂടി, തന്റെ സ്വന്തം അനുഭവത്തിൽനിന്ന് ആശാന് ഉന്നയിക്കാനുണ്ട്. *ഒരു അനുതാപം* എന്ന പേരിൽ എന്റെ പ്രിയ മാതാവിന്റെ ദേഹവിയോഗം സംബന്ധിച്ച് ഏതാനും കൊല്ലങ്ങൾക്കുമുമ്പ് ഞാൻ ഈ വൃത്തത്തിൽത്തന്നെ കുറേ പദ്യങ്ങൾ എഴുതിയിരുന്നു. അതിനെ ഇന്നത്തെ ഭാഷാഭിമാനികളിൽ അഗ്രഗണ്യനും പണ്ഡിത കവിവര്യനുമായ ഉള്ളൂർ എസ് പരമേശ്വരയ്യർ അവർകൾ (ബി എ ബി എൽ) *പദ്യമഞ്ജരി* ഏഴാംഭാഗത്തിൽ തെരഞ്ഞെടുത്തു പ്രസിദ്ധീകരിച്ചിട്ടുണ്ട്. അതിന്റെ രചനയിലുണ്ടായ അനുഭവവും ഈ വൃത്തത്തിൽ എനിക്കു പക്ഷപാതവിശേഷം ജനിപ്പിക്കാതിരുന്നിട്ടില്ല.

എത്രമാത്രം പഠിച്ചും ആലോചിച്ചും ആസൂത്രണം ചെയ്തുമാണ് കാവ്യരചന നിർവ്വഹിച്ചിട്ടുള്ളതെന്ന് ഈ വാക്കുകളിൽനിന്ന് മനസ്സിലാക്കാം.

> "മൂടും കാർമുകിലാലകാലതിമിരം വ്യാപിച്ചു മായുന്നിതാ
> കാടും കായലുമിക്കടൽത്തിരകളും സഹ്യാദ്രികൂടങ്ങളും
> ചൂടേറ്റുള്ളമെരിഞ്ഞെഴുന്ന പുക ചൂഴ്ന്നിമ്മട്ടു വൻവൃഷ്ടിയാൽ
> പാടേ കേരളഭൂമി കേണു ഭുവനം കണ്ണീരിൽ മുക്കുന്നിതേ"

എന്ന ഒന്നാം ശ്ലോകം കാവ്യത്തിന്റെ അന്തരീക്ഷസൃഷ്ടി നടത്തുന്നു. അക്കാലത്ത് ഗ്രാമീണമായ ഒരു തറവാട്ടിൽ മരണമുണ്ടായാൽ തറവാട്ടംഗങ്ങൾ സങ്കടം നിയന്ത്രിച്ചു നിർത്താറില്ല. അവരുടെ കൂട്ടക്കരച്ചിലാണ് മരണവിവരം ഗ്രാമീണരെ അറിയിക്കുന്നത്. അന്നത്തെ പരസ്പരബന്ധം സ്നേഹത്തിന്റെ ദാർഢ്യമുള്ളതുമായിരുന്നു. അതുമൂലം ബന്ധുക്കളും മിത്രങ്ങളും നിർവ്യാജമായി കണ്ണീരൊഴുക്കുകയും ചെയ്യുന്നു. നിയന്ത്രണം അസാദ്ധ്യം.

അറിഞ്ഞവരറിഞ്ഞവർ ഒന്നൊന്നൊയി മരണവീട്ടിൽ വന്നെത്തുന്നു. അകലെയുള്ള ബന്ധുമിത്രാദികളും ആവതും വേഗത്തിൽ, പാഞ്ഞെത്തുന്നു. തറവാട്ടിലെ മരണം അന്ന് ഒരു മഹാസംഭവമായിരുന്നു

ആ സംഭവത്തിന്റെ ഗൗരവവും അപ്പോൾ ഉളവാകുന്ന അന്തരീക്ഷവും വാക്കുകളിലൂടെ ആവാഹിച്ചെടുക്കുന്നതിന് ആശാൻ നല്ലവണ്ണം ശ്രദ്ധിച്ചിട്ടുണ്ട്. ഒന്നാം പദ്യത്തിന്റെ ഗംഭീരമായ സ്വരവിശേഷം തന്നെ ഉദാഹരണം. തറവാട് ഇവിടെ കേരളക്കരയായി മാറുന്നു. എ ആർ രാജരാജവർമ്മ കേരളത്തിന്റെ അഭിമാനഭാജനമാണല്ലോ. മൂന്നാംശ്ലോകത്തിൽ കൈരളിയെ അവതരിപ്പിക്കുന്നു. അവൾ 'കണ്ണുപൂട്ടി വിളറിക്കാൽനീട്ടി നിശ്ചേഷ്ടയായാണ് ശയിക്കുന്നത്. കൈരളി വായനക്കാരുടെ ശ്രദ്ധ മാവേലിക്കരയിലേക്ക് തിരിക്കുന്നു. അവിടെ ശാരദാലയം ആ തറവാട്ടിൽനിന്ന് ആകാശത്തിലേക്ക് ഒരു ചിതയുടെ പുകയുയരുന്നു.

ഇതോടെ കാവ്യസന്ദർഭം വ്യക്തമാകുന്നു. കേരളഭൂമിയോട് കവിക്ക് ഒന്നേ പറയാനുള്ളൂ. 'വസുധേ കേണീടു കേണീടു നീ.'

വിലാപം തുടരുന്നതിനിടയിൽ ബന്ധുക്കൾ വന്നുചേർന്നു. തിരുവിതാംകൂറും കൊച്ചിയും മലബാറും മക്കളാണല്ലോ. അവരുടെ ആഗമനം നോക്കൂ.

"അന്നെറ്റിച്ചരിവിങ്കൽ നാഗഫണധമ്മില്ലങ്ങൾ ചിന്നീടുവോർ,
ചെന്നെല്ലിൻ കതിരൊത്ത കേരമലരിൻമാല്യങ്ങൾ പൂണ്ടുള്ളവർ
ഇന്നെണ്ണാം നവതാള പത്രഹരിതച്ഛത്രങ്ങളേന്തി ദ്രുതം
വന്നെത്തുന്നിതു ദേവിമാർ സഹജമാം സാമ്യംപെടും മൂന്നുപേർ."

വീണ്ടും അന്തരീക്ഷം സൃഷ്ടിക്കുന്ന മറ്റൊരു ശ്ലോകം.

"കൂവീടുന്നു കുറുക്കനും നിലവിളിച്ചീടുന്നു ഭേകങ്ങളും.
ചീവീടും കരയുന്നു കൂമനുമിതം കേഴുന്നിതൂഴങ്ങളിൽ
ആവിശ്ശോകമൊടിന്നിവറ്റകളിലാവേശിച്ചു തദ്ദേവർതാൻ
വാവിട്ടാർത്തു പുലമ്പുകല്ലി? നിശതാൻ രോദിക്കുമാറുഗ്രമായ്."

അവിടെനിന്നാണ് സ്മരണയിലേക്ക് കവി തിരിയുന്നത്. ഒരു കാലത്ത് ഏവർക്കും അഭിമാനകാരണമായിരുന്ന പരേതന്റെ ഗുണങ്ങൾ ഇപ്പോൾ വേദനാജനകമായി അനുഭവപ്പെടുന്നു. സർവ്വത്തിന്റെയും മീതെ മൃതി ആധിപത്യം ചെലുത്തുന്നു.

മൃത്യുവിന്റെ സാന്നിദ്ധ്യം മാനവാത്മാവിൽ അപാരമായ നിശ്ശബ്ദതയായി രൂപം കൊള്ളുന്നു. അവാച്യവും ഉദാത്തവുമായ ആ ഭാവവിശേഷം കവി ചിത്രീകരിക്കുന്നതു നോക്കൂ.

"ലോകത്തെജ്ജഡമാക്കി നിർഭരനിശീഥത്തിന്റെ സന്താനമാം
മൂകത്വത്തെ മുതിർന്നു തൻ മുലകുടിപ്പിക്കും മഹത്ത്വത്തോടും
ഹാ കർണ്ണങ്ങളിലുഗ്രശംഖ മുരജധ്വാനങ്ങളേല്ക്കാതെയും
ഭൂകമ്പിക്കിലനങ്ങിടാതെയുമിതാ! പൊങ്ങുന്നു നിശ്ശബ്ദത."

*പ്രരോദന*ത്തിന് ഒരുചരമവാക്യം എന്നാണ് ആശാൻ പേരു നല്കിയിരിക്കുന്നത്. വിലാപകാവ്യത്തിന്റെ ലക്ഷണങ്ങൾ അതിൽ കണ്ടെത്താൻ ശ്രമിക്കുന്നതിലർത്ഥമില്ല. ലക്ഷണങ്ങളുടെ ചട്ടക്കൂടിൽ കാവ്യത്തെ ഒതുക്കിക്കാണുന്നതും നല്ലതല്ല. ഇവിടെയും ആശാൻ നിയമലംഘകനാണ്. മരണം എന്ന ബിന്ദുവിൽ കേന്ദ്രീകരിച്ചുകൊണ്ട്, മൂന്നു മേഖലകളെ പരസ്പരം സമ്മേളിപ്പിച്ച് ചമച്ചിരിക്കുന്ന കാവ്യശില്പമാണ് *പ്രരോദനം.* ലൗകികമായ മേഖലയാണെന്ന്. പരേതനെ സംബന്ധിക്കുന്നതെല്ലാം അതിൽപ്പെടുന്നു. അതോടൊപ്പം ഭാവനയുടെ ഒരു മേഖലകൂടിയുണ്ട്. ചരമത്തിൽ മരവിച്ചുപോയ മനസ്സ് അതിൽനിന്നുണർന്ന് ഭാവനയിൽ വിഹരിക്കുന്നു. അവിടെ പരലോകകവാടം തുറക്കപ്പെടുന്നു. പരേതാത്മാക്കൾ പലതും പ്രത്യക്ഷപ്പെടുന്നു. രാജരാജവർമ്മയുടെ ജീവിതവുമായി ബന്ധപ്പെട്ട അനശ്വരാത്മാക്കൾ - ബാഹടൻ, പാണിനി, കാളിദാസൻ തുടങ്ങിയവർ. അവ

രിൽ പ്രാധാന്യമേറെയുള്ളത്, രാജരാജവർമ്മയ്ക്കും കുമാരനാശാനും ഒരുപോലെ പ്രിയങ്കരനായ കാളിദാസനാണ്. അനശ്വരതയുടെ തേജോവലയം അണിഞ്ഞുകൊണ്ട് പ്രത്യക്ഷമാകുന്ന പരേതരുടെ ചിത്രം സമുജ്ജ്വലകാന്തിയോടുകൂടി കാവ്യത്തിൽ പ്രത്യക്ഷപ്പെടുന്നു. കാളിദാസൻ രാജരാജവർമ്മ സ്വാഗതം ചെയ്തുകൊണ്ട് പറയുന്ന വാക്കുകൾ, കാളിദാസകവിതയുടെ കാതലറിഞ്ഞ ഒരു കവിക്കല്ലാതെ എഴുതുക സാദ്ധ്യമല്ലെന്നു തോന്നും.

"ആമന്ത്രിച്ചഴലാർന്ന ഭൂമിയെ വെടിഞ്ഞെത്തും ഭവാനാദ്യമായ്
ശ്രീമൻ, ബാഷ്പസമാവിലാക്ഷരമുരച്ചീടുന്നു ഞാൻ സ്വാഗതം
ഹാ! മർത്ത്യൻ സുരഭാവമാർന്നിടുകിലും ഭൂസ്നേഹിഃ നിർഹേതുക-
പ്രേമം തന്നെ ജയിപ്പു ലോകമതുതാനാനന്ദദുഃഖാത്മകമം.
ഏകാന്തം സുഖമിങ്ങു നിത്യമഴലാം താഴെത്തമോഭൂമിയിൽ
പോകാസക്തി തമഃ പ്രകാശശബളശ്രീയൊത്ത മദ്ധ്യോർവ്വിയിൽ
ഷേകാത്മാ ചലഭോഗഭൂവിൽനിമിഷന്തോറും രസോന്മേഷിയാം
ശ്രീകാളും രസകാമധേനു രസയാമോർക്കിൽ കവിക്കെന്നുമേ,
ഹേമക്ഷ്മാധരകൂടകല്പകമലർക്കാവിന്റെ ഭാഗങ്ങളിൽ
പ്രേമത്തിൽ സുരയൗവനതങ്ങളനിശം പാടുന്ന മദ്വാണികൾ
സാമഞ്ജസ്യമെഴും ഭവൽഫണിതിയിൽ സഹ്യാദ്രിസാനുക്കളിൽ
ഭൂമൻ, ഭൗമ കുമാരരോതുവതെനിക്കേകുന്നു രോമദ്ഗമം"

ഇമ്മാതിരി അനശ്വരാത്മാക്കൾക്കു പിന്നാലെ ആ ഭാവനാലോകത്തിലെത്തുന്നത് സാക്ഷാൽ വാഗീശ്വരിയാണ്. കൈരളിയെ ആശ്വസിപ്പിക്കാൻ. എന്നാൽ ആ ഭാവനാദീപ്തി ഏറെനേരം നിലനില്ക്കുന്നില്ല. അതൊക്കെയും ദിവാസ്വപ്നങ്ങളാണെന്ന് കവി അറിയുന്നു. യാഥാർത്ഥ്യം ഒന്നു മാത്രമാണ് – 'നട്ടുച്ചയായ് നിന്നാ ഭാസ്കരനസ്തമിച്ചു, മുഴുകീ കണ്ണീരിലർണ്ണോജനി' ആ വിപത്തിനെച്ചൊല്ലിയുള്ള വിലാപം ക്രമേണ മരണത്തെ സംബന്ധിച്ച ചിന്തയിലേക്ക് നീങ്ങുന്നു. ചിന്താഗൗരവത്തിന്റെ പരിസമാപ്തിയിൽ ഒരു ദർശനം ഉദയം ചെയ്യുന്നു. പൂർണ്ണചന്ദ്രന്റെ പ്രഭയോടും സൗന്ദര്യത്തോടുംകൂടി ഉരുത്തിരിഞ്ഞുവരുന്ന ആ ദർശനം കാവ്യത്തിന്റെ താഴികക്കുടമായി വിലസുന്നു.

പ്രരോദനം തീർച്ചയായും അതിഗഹനമായ ഒരു കാവ്യംതന്നെയാണ്. ആവർത്തിച്ചു വായിക്കുന്തോറും അനേകലോകങ്ങൾ വെളിപ്പെട്ടുവരുന്ന കാവ്യം. അതീതലോകങ്ങളിലേക്ക് അതു അനുവാചകരെ ഉയർത്തിക്കൊണ്ടുപോകുന്നു. അതിന്റെ പരിസമാപ്തിയെക്കുറിച്ച് ഉദാത്തമെന്നല്ലാതെ മറ്റെന്തു പറയാൻ!

"ആകാശങ്ങളെയണ്ഡരാശികളോടും ഭക്ഷിക്കുമാകാശമാ
യിക്കാണുന്ന സഹസ്രരശ്മിയെയിരുട്ടാക്കും പ്രഭാസാരമായ്
ശോകാശങ്കയെഴാത്ത ശുദ്ധസുഖവും ദുഃഖീകരിക്കുന്നതാ
മേകാന്താദ്വയശാന്തിഭൂവിനു നമസ്കാരം നമസ്കാരമേ"

മഹത്തായ സംഗീതംപോലെ നമ്മുടെ മനസ്സിൽ നിശ്ശബ്ദമായി ആയുഷ്ക്കാലം മുഴുവൻ അനുരണനം ചെയ്തു നില്ക്കാൻ ആ കാവ്യത്തിനു കഴിവുണ്ട്. ചിന്തകളാണ് മൂന്നാമത്തെ കാവ്യതലം.

*പ്രരോദന*ത്തിന്റെ ഈ പ്രത്യേകത ആശാൻ സ്വയം മനസ്സിലാക്കിയിരുന്നു. പണ്ഡിതരായ സഹൃദയർ പലരും അതേച്ചൊല്ലി അദ്ദേഹത്തെ അനുമോദിക്കുകയും ചെയ്തു. എങ്കിലും, കാവ്യത്തെക്കുറിച്ച് അതർഹിക്കുന്ന നിലയിലുള്ള നിരൂപണങ്ങൾ ഉണ്ടായില്ല. അതിനു പറ്റിയ ഒരു നിരൂപക പ്രതിഭ മലയാളത്തിൽ ഇല്ലെന്നുള്ളതാണ് വാസ്തവം. അക്കാലത്ത് *പ്രരോദന*ത്തെ മുക്തകണ്ഠം പ്രശംസിച്ചുകൊണ്ട് പ്രകാശിതമായ ഒരു വിമർശനം ശ്രദ്ധയിൽപ്പെടുത്തിയപ്പോൾ ആശാൻ പറഞ്ഞത്രേ.

"ഓ വല്ലതും മനസ്സിലാക്കിയിട്ടാണോ ഇതെഴുതിയിരിക്കുന്നത്. വെറുതെ സ്തുതിച്ചിരിക്കുന്നെന്നുമാത്രം."

തന്നെ സ്തുതിക്കുന്ന ഒരു നിരൂപണത്തെപ്പറ്റി ഇങ്ങനെ പറയാൻ മറ്റൊരു കവി മുതിരുമെന്ന് തോന്നുന്നില്ല.

2

പിന്നീട് ആശാന്റെ ശ്രദ്ധതിരിഞ്ഞത് *ചിന്താവിഷ്ടയായ സീത* പൂർത്തീകരിക്കുന്നതിലാണ്. ഭാനുമതിയമ്മ അതിന് പ്രേരിപ്പിച്ചുകൊണ്ടിരിക്കുകയും ചെയ്തു. അധികം താമസിപ്പിക്കാതെ അത് എഴുതിത്തീർക്കാൻ കഴിഞ്ഞു എന്നത് ഒരു അത്ഭുതംതന്നെയാണ്. മുഖവുരയിൽ ആശാൻ എഴുതുന്നു.

"ഈ കൃതി എഴുതാൻ ആരംഭിച്ചത് 1914 ആഗസ്ത് പത്താംതീയതിയാണ്. ആദ്യത്തെ എൺപതു പദ്യങ്ങൾ അന്നുമുതൽ പല അവസരങ്ങളിലായി എഴുതിയിട്ടുള്ളതും ശേഷം മുഴുവൻ ഈയിടെ ഏതാനും ദിവസങ്ങൾകൊണ്ട് എഴുതിയിട്ടുള്ളതുമാകുന്നു." തുടർന്നുള്ള ഒരു വാക്യം ഞാൻ നേരത്തെ ഉദ്ധരിച്ചിട്ടുണ്ടല്ലോ.

ജീവിതാനുഭവങ്ങൾകൊണ്ടും ചിന്താശീലംകൊണ്ടും പരിപാകമാർജ്ജിച്ച ഒരു മനസ്സാണ് കാവ്യത്തിന്റെ പ്രാരംഭത്തിൽ പ്രത്യക്ഷപ്പെടുന്നത്. ലോകതത്ത്വങ്ങൾ സ്വാഭാവികമായി അതിൽനിന്നു പുറപ്പെടുന്നു. സാവധാനത്തിൽ സീതാദേവിയുടെ മനസ്സ് ഭൂതകാലത്തിലേക്ക് തിരിയുന്നു. അഥവാ, പൂർവ്വകാലസ്മരണകൾ സർവ്വനിയന്ത്രണങ്ങളെയും ഭേദിച്ചുകൊണ്ട് ഉയർന്നുവരുന്നു. അവയുടെ സാന്നിദ്ധ്യത്തിൽ സീതാദേവി, തന്റെ നേർക്ക് ചെയ്യപ്പെട്ട ഘോരമായ അനീതിയെപ്പറ്റി ബോധവതിയാകുന്നു. അവിടെ ദേവിയുടെ മൗനം ജ്വലിക്കുന്നു. തന്നെ നിർദ്ദയം കാട്ടിൽ തള്ളിയതല്ല, തന്റെ പേരിലുയർന്ന അപവാദം, അത് അസത്യമാണെന്നറിയുന്ന ഭർത്താവുതന്നെ, ലോകത്തിന്റെ മുന്നിൽ സ്ഥിരീകരിച്ചതാണ് ആ മനസ്സിൽ ഏറെ രോഷമുയർത്തിയത്. സ്ത്രീയുടെ വ്രണിതമായ ആത്മാഭിമാനം അപ്പോൾ ആളിപ്പടരുന്നു. എന്നാൽ അത് സാവധാനത്തിൽ കെട്ടടങ്ങുകയും ആർഷസംസ്കാരത്തിന്റെ സംയമനത്തിൽ ഒതുങ്ങുകയും

ചെയ്യുന്നു. അപ്പോൾ വിരക്തിയാണ് ആധിപത്യം ചെലുത്തുന്നത്. സുഖ ദുഃഖങ്ങൾ അഭേദമായി ഭവിക്കുന്നു. ഇനി ഒന്നുമാത്രമേ അഭികാമ്യമായി ട്ടുള്ളൂ. നിതക്യമായ ശാന്തി. വേദനയിലൂടെ അറിവുനേടി ജീവിതത്തിന്റെ പൊള്ളത്തരം മനസ്സിലാക്കിയ ആ മനസ്സ് മൃതിയിൽ ശാന്തി കണ്ടെ ത്തുന്നു. ഏതു സാഹിത്യത്തിനും അഭിമാനിക്കാവുന്ന മൃത്യുദർശനം ആ ഘട്ടത്തിൽ ഉരുത്തിരിഞ്ഞുവരുന്നു. സ്വന്തം മാതാവായ വസുന്ധരയുടെ മടിയിൽ ലയിക്കുന്ന താൻ നിത്യതയുടെ വിഹായസ്സിൽ നക്ഷത്രമായി തെളിയുമെന്ന് സീതാദേവി സങ്കല്പിക്കുന്നു.

"തടിനീജലബിംബതാംഗിയായ്
ക്ഷമയെക്കുമ്പിടുവോരു താരപോൽ
സ്ഫുടമായ് ഭവദംഘ്രിലീന ഞാ-
നമലേ ദ്യോവിലുയർന്ന ദീപമാം

ദ്യോവിലെ ആ അവസ്ഥയോ?
കനമാർന്നെഴുമണ്ഡമണ്ഡലം
മനയും മണ്ണിവിടില്ല താഴെയാം
ദിനരാത്രികളറ്റു ശാന്തമാ
മനഘസ്ഥാനമിതാദിധാമമാം"

അവിടെ നിലകൊള്ളുമ്പോൾ ശ്രീരാമന്റെ നേർക്ക് സഹതാപം മാത്രമേ ആ സാധ്വിക്ക് തോന്നുന്നുള്ളൂ. അവൾ ആശംസിക്കുന്നു.

"രുജയാൽ പരിപക്വസത്വനായ്
നിജഭാരങ്ങളൊഴിഞ്ഞു ധന്യനായ്
അജപൗത്ര! ഭവാനുമെത്തുമേ
ഭജമാനൈക വിഭാവ്യമിപ്പദം!"

ഒടുവിൽ ദേവിയുടെ തിരോധാനം ചിത്രീകരിച്ചുകൊണ്ട് കാവ്യം സമാ പിക്കുന്നു.

ദാർശനികമായ പ്രശാന്തത, ധാർമ്മികമായ ജ്വലനം, മൃത്യുദർശനം എന്നീ മൂന്നു ഭാവങ്ങൾ, വേർതിരിക്കാനാവാത്തവിധം ഇഴുകിച്ചേർന്ന് രൂപ പ്പെട്ടിരിക്കുന്ന ഈ കാവ്യശില്പം ആശാന്റെ മാസ്റ്റർ പീസ് ആണെന്ന് പലർക്കും അഭിപ്രായമുണ്ട്.

രചന തുടർന്നിരുന്നെങ്കിലും കാവ്യം പുസ്തകരൂപത്തിൽ പ്രസിദ്ധീ കരിക്കുന്നത് 1922 ൽ മാത്രമാണ്.

ഏപ്രിൽ മാസത്തിൽ *പുഷ്പവാടി* പ്രകാശിതമായി. മുഖവുരയിൽ ആശാൻ എഴുതുന്നു.

എന്റെ കൃതിശകലങ്ങളിൽ ചിലതിനെ തിരഞ്ഞെടുത്ത് *പുഷ്പവാടി* എന്ന പേരിൽ ഒരു പുസ്തകമായി പ്രസിദ്ധപ്പെടുത്താൻ ഉദ്ദേശി

ച്ചിട്ട് ഇപ്പോൾ ഒരു വ്യാഴവട്ടത്തിനുമേലാകും. ഏതാണ്ടു പത്തു കൊല്ലംമുമ്പ് *വീണപൂവ്* എന്ന ഖണ്ഡകൃതി പ്രത്യേക പുസ്തകമായി പ്രസിദ്ധപ്പെടുത്തിയപ്പോൾ അതിന്റെ പുറംകടലാസിൽ ഒരു പരസ്യം വഴിയായി ആ സംഗതി പ്രതിജ്ഞാപിച്ചിരുന്നതായും ഓർക്കുന്നു. അന്നുമുതൽ രേഖാമൂലമായും മുഖദാവിലും *പുഷ്പവാടി* ആവശ്യപ്പെട്ടുകൊണ്ട് എന്നെയും എന്റെ പുസ്തകവ്യാപാരികളെയും പല സുഹൃത്തുക്കളും ബുദ്ധിമുട്ടിച്ചുവന്നു എന്ന വസ്തുതയും വിസ്മരിക്കാവുന്നതല്ല.

പുസ്തകത്തിന്റെ സ്വഭാവത്തെക്കുറിച്ചും ആശാന് പറയാനുള്ളത് ഇതാണ്:

സാർവ്വജനീനമായ ചെറുകൃതികൾ മാത്രമാണ് ഇതിൽ തെരഞ്ഞെടുത്തു ചേർത്തിട്ടുള്ളത്. അതിൽ ആദ്യമാദ്യം കാണുന്നവ പ്രായേണ ബാഹ്യപ്രകൃതിയിലുള്ള ഏതാനും മനോഹരവസ്തുക്കളെയും സരസസന്ദർഭങ്ങളെയും ഒടുവിലുള്ളവ ഈശ്വരഭക്തി മുതലായ ചില ഉൽകൃഷ്ടമനോഭാവങ്ങളെയും പരാമർശിച്ച് എഴുതിയിട്ടുള്ളതാകുന്നു. ആദ്യഭാഗം അധികം ബാലന്മാരുടെ അഭിരുചിയെ ലാക്കാക്കിയും ഒടുവിലത്തെഭാഗം പ്രായമായവർക്കുകൂടി രസിക്കത്തക്കവണ്ണവും ഉള്ള ഉദ്ധരണങ്ങളുമാണ്. ഓരോ കൃതിയുടെയും അടിയിൽ അതെഴുതിയ കാലത്തെയോ സന്ദർഭത്തെയോ സൂചിപ്പിക്കുന്ന കുറിപ്പുകളും കൊടുത്തിട്ടുണ്ട്.

പ്രൂഫ് പരിശോധിച്ചും മറ്റും സഹായിച്ച രണ്ടു ഭാഷാപ്രണയികളെ ഇതിൽ സസ്നേഹം സ്മരിക്കുകയും ചെയ്യുന്നു. അവർ കെ സദാശിവൻ, കെ അയ്യപ്പൻ എന്നിവരാണ്.

*പുഷ്പവാടി*യിലെ പതിനാറു കവിതകളുടെ കൂട്ടത്തിൽ നാലും പ്രാർത്ഥനകളാണ്. പഴയ സ്തോത്രകൃതികളുടെ കർത്താവ് ഇവിടെ മറ്റൊരാളായി മാറിയിരിക്കുന്നു. ഈശ്വരനെ ഇവിടെ സകലാശ്രയമായി രാത്രിയും പകലും എരിഞ്ഞുനില്ക്കുന്ന പ്രദീപമായിട്ടാണ് ആശാൻ വാഴ്ത്തുന്നത്. പ്രഭാത പ്രാർത്ഥന, നിശാപ്രാർത്ഥന, സങ്കീർത്തനം, ദീപാർപ്പണം എന്നീ നാലു പ്രാർത്ഥനാഗീതങ്ങളിലും കൂടി തെളിഞ്ഞു വരുന്നത് അലൗകിക ദീപ്തിയാർന്ന ഒരു മഹനീയ ദൈവസങ്കല്പമാണ്. അവിടെ പ്രപഞ്ചസ്നേഹം കെടാവിളക്കായി തെളിയുകയും ചെയ്യുന്നു.

"ജഗതിക്കു സമൃദ്ധി കൂടണം
ഭഗവൻ, ത്വൽകൃപയെന്നിൽ വായ്ക്കണം.
അഘമൊക്കെയകന്നുദിക്കണം
സുഖമിങ്ങെന്റെ വിരോധികൾക്കുമേ

(നിശാപ്രാർത്ഥന)

അതുപോലെ, "ഈ വല്ലിയിൽനിന്നു ചെമ്മേ" എന്നാരംഭിക്കുന്ന ശിശു കവിതയും ഇതിലാണുള്ളത്.

3

അഞ്ചുമാസങ്ങൾക്കുശേഷം മലയാളസാഹിത്യത്തിൽ കോളിളക്കമുണ്ടാക്കിയ *ദുരവസ്ഥ* ആശാൻ പ്രകാശിപ്പിച്ചു. ചെറുശ്ശേരി മട്ടിൽ 1700 ശീലുകളുള്ള ഈ കൃതി രചിക്കുന്നതിന് മൂന്നുമാസം മാത്രമേ എടുത്തിട്ടുള്ളൂ. അതിന്റെ മുഖവുര ആശാൻ അവസാനിക്കുന്നത് ക്ഷമാപണസ്വരത്തിലാണ്.

സാഹിത്യസംബന്ധമായ വലിയ ഉൽക്കർഷമൊന്നുമില്ലെങ്കിലും ഇത് അർഹിക്കുന്ന സ്ഥാനത്തിൽ സഹൃദയലോകം ഇതിനെയും സന്തോഷപൂർവ്വം സ്വീകരിക്കുമെന്നുള്ള പ്രതീക്ഷയോടുകൂടി പുറത്തയച്ചുകൊള്ളുന്നു.

മുഖവുരയുടെ ആദ്യഭാഗത്തുതന്നെ വിലക്ഷണരീതിയിലുള്ള കാവ്യമെന്ന് ആശാൻ കുറിച്ചിട്ടുണ്ട്. അതിനോട് മുകളിലുദ്ധരിച്ചിട്ടുള്ള വാക്യം ചേർത്തുകൊണ്ടാണ് പലരും ദുരവസ്ഥയിൽ അപകർഷം കാണാൻ തുനിഞ്ഞിട്ടുള്ളത്.

വാസ്തവത്തിൽ കുമാരനാശാന്റെ ധീരസാഹസികമായ ഒരുപരീക്ഷണമാണ് *ദുരവസ്ഥ.*

കാലദേശങ്ങളിൽ വിദൂരമായി വർത്തിക്കുന്ന പ്രമേയങ്ങളാണ് കാവ്യോചിതമെന്ന ഒരു ധാരണ അന്നു നിലനിന്നിരുന്നു കാല്പനിക പ്രസ്ഥാനത്തിന് സഹജമായുള്ള ധാരണകളിൽ ഒന്നാണത്. കാവ്യത്തിന് ഐന്ദ്രജാലികശക്തി പ്രദാനം ചെയ്യാൻ ഭൂതകാലത്തിനും വിചിത്രദേശങ്ങൾക്കും ഒരുപോലെ കഴിയും. റൊമാന്റിക് ഭാവനയെ തീവ്രമായി ആകർഷിക്കുന്നതും അവതന്നെ. അതിൽനിന്നു ഭിന്നമായി സമകാലിക വിഷയങ്ങളെക്കുറിച്ച് ആശാൻ ലഘുകവിതകൾ എഴുതിയതിനെപ്പറ്റി മുമ്പു പരാമർശിച്ചിട്ടുണ്ടല്ലോ. അതുസംബന്ധിച്ച് സഹോദരൻ കെ അയ്യപ്പനുമായി നടന്ന സംവാദത്തെപ്പറ്റിയും സമകാലികസമൂഹത്തെ പീഡിപ്പിക്കുന്ന രോഗങ്ങൾ ചികിത്സിക്കാനുള്ള ഔഷധമായി കവിതയെ ഉപയോഗപ്പെടുത്തണമെന്ന് സഹോദരൻ ശക്തിയായി വാദിച്ചുപോന്നു. അങ്ങനെ ഉപയോഗപ്പെടുത്താത്ത കവി സ്വധർമ്മ നിർവ്വഹണത്തിൽ പരാജയപ്പെടുന്നു എന്നുവരെ സഹോദരൻ വാദിച്ചുപോന്നു. സ്വന്തം സിദ്ധികൾ സമകാലികർക്കുവേണ്ടി സമർപ്പിക്കുന്നതിന്റെ ഭാഗമാണത്.

"പരനില്ലുപകാരമെങ്കിലീ
നരജന്മത്തിന്നുമാറ്റുമറ്റുപോം"

എന്നു വിശ്വസിക്കുന്ന കുമാരനാശാൻ ആ വാദം അംഗീകരിച്ചതിൽ അത്ഭുതപ്പെടാനില്ല.

അനേകം പേരുമായി നിരന്തരം സമ്പർക്കത്തിലേർപ്പെടുന്ന സാഹചര്യത്തിലാണ് കുമാരനാശാൻ ജീവിച്ചുപോന്നത്. പല സ്ഥലങ്ങളിൽവച്ചും ആളുകൾ തന്റെ കവിത ചൊല്ലുന്നതു കേൾക്കാൻ അദ്ദേഹത്തിനു ഭാഗ്യമുണ്ടായിട്ടുണ്ട്. കവിതയുടെ പേരിൽ അദ്ദേഹത്തെ അനുമോദിക്കാൻ അനേകംപേർ ചുറ്റിക്കൂടിയിരുന്നു. അവർ തങ്ങളുടെ ഒരാഗ്രഹം അദ്ദേഹത്തിന്റെ മുമ്പാകെ സമർപ്പിച്ചുപോന്നു– *സിംഹനാദം* പോലുള്ള ഒരു ഖണ്ഡകാവ്യം രചിച്ചുകാണണമെന്ന ആഗ്രഹം.

അവരുടെ ആഗ്രഹത്തിൽ ഒരുജനതയുടെ നിശ്ശബ്ദമായ അഭ്യർത്ഥനയുണ്ടെന്ന് ആശാൻ കണ്ടു. അവർ പറയുന്നു. എന്തൊരു മായാവ്യവസ്ഥയിലോ ഞങ്ങൾ ജാതികൃമായ അടിമത്തത്തിൽ ആണ്ടുകിടക്കുന്നു. അതിൽനിന്ന് ഞങ്ങളെ ഉയർത്താൻ അങ്ങയുടെ പ്രതിഭ പരിശ്രമിക്കില്ലേ? നിശ്ശബ്ദമായ ആ ചോദ്യം അദ്ദേഹത്തിന്റെ ഹൃദയഭിത്തികളിൽ മുഴങ്ങിനിന്നിരുന്നു. ആ മനസ്സ് തീരുമാനമെടുത്തു. അതെ. സ്നേഹിക്കുന്ന സ്നേഹം വർഷിക്കുന്ന ഈ ജനതയ്ക്കു വേണ്ടി ഒരു കാവ്യം രചിക്കണം.

മറ്റൊരു സാഹചര്യവും ഇവിടെ സൂചിപ്പിക്കേണ്ടതായുണ്ട്. മലയാളത്തിൽ ഹരികഥാകാലക്ഷേപം ആവിർഭവിക്കുന്ന കാലമാണത്. ആ കലയിൽ പ്രാവീണ്യം നേടിയ സത്യദേവൻ എന്നു പേരായ ഒരു യുവാവ് കേരളീയജനതയെ ആകർഷിക്കാൻ തുടങ്ങി. കാവ്യമൂല്യങ്ങൾ ജനഹൃദയങ്ങളിൽ എത്തിക്കുന്നതിൽ ആ കലാരൂപത്തിനുള്ള കഴിവ് ഒന്നിനൊന്നുവെളിപ്പെട്ടുപോന്നു. ഏതു കവിയും തന്റെ കാവ്യസന്ദേശം ആവുന്നിടത്തോളം വ്യാപകമാകാനല്ലേ ആഗ്രഹിക്കൂ. ഇതാ അതിനുപകരിക്കുന്ന ഒരു പുതിയ കലാപ്രസ്ഥാനം, അതിന്റെ ഉപജ്ഞാതാവായ യുവാവ്, സ്വാമി സത്യദേവൻ നേരിട്ട് കുമാരനാശാനെത്തന്നെ സമീപിക്കയും ചെയ്തു. ജനങ്ങൾക്കുവേണ്ടി ഒരു കാവ്യം രചിച്ചുതരൂ. കാലഘട്ടത്തിന്റെ ദൗത്യം ഏറ്റെടുക്കുന്ന കാവ്യം. ഇതും ജനകീയകാവ്യരചനയിൽ ആശാന് പ്രേരണയായി ഭവിച്ചു.

1700 ശീലുകളുള്ള ഈ കൃതി മൂന്നുമാസക്കാലംകൊണ്ട് എഴുതിത്തീർത്തു എന്നതിന്റെ അർത്ഥം ആശാൻ ഇതിൽ വേണ്ടത്ര ശ്രദ്ധ ചെലുത്തിയിട്ടില്ലെന്നതല്ല. രൂപഭാവങ്ങളെപ്പറ്റി ആലോചിക്കുന്നതിന് അദ്ദേഹം വേണ്ടത്ര സമയം എടുത്തിരിക്കണം. വേഗത്തിൽ രചന നിർവ്വഹിക്കാനുള്ള കഴിവ് അദ്ദേഹത്തിനുണ്ടായിരുന്നു. മറ്റു ജോലിത്തിരക്കുകളിൽ നിന്ന് താരതമ്യേന വിമുക്തമായിരുന്ന ഒരു സന്ദർഭത്തിൽ അദ്ദേഹത്തിന് ചുരുങ്ങിയ കാലംകൊണ്ട് ഇത് പൂർത്തിയാക്കാൻ കഴിഞ്ഞു.

ഒരു മ്യൂറൽ പെയിന്റിങ്ങിന്റെ രൂപശില്പമാണ് *ദുരവസ്ഥ*യിൽ കവി അംഗീകരിച്ചിട്ടുള്ളത്. ആഖ്യാനം, ഉൽബോധനം, സംഭവചിത്രണം, സ്മൃതിയാത്ര മുതലായ പല ഘടകങ്ങളും ഈ ശില്പത്തിൽ അലിഞ്ഞുചേർന്നിരിക്കുന്നു. സാവിത്രീസത്യവാന്മാരുടെ കഥ കാവ്യത്തിന്റെ ശ്രീകോവിലിൽത്തന്നെ കവി പ്രതിഷ്ഠിച്ചിട്ടുണ്ട് മരണത്തിന്റെ പിടിയിൽനിന്ന് സത്യവാനെ വീണ്ടെടുത്ത സാവിത്രിയുടെ പേരു തന്നെയാണ് ഇതിലെ നായി

കയ്ക്കും നല്കിയിട്ടുള്ളതെന്നോർക്കണം. നൂറ്റാണ്ടുകളായി മൃതമാക്കപ്പെട്ട മാനുഷികഭാവങ്ങളുണർത്തി ഒരു ചെറുമനെ ജീവിതത്തിലേക്ക് കൊണ്ടുവരികയാണ് ഇതിലെ നായികയും ചെയ്യുന്നത്. ആ സത്യം ഓർമ്മിച്ചുകൊണ്ട് പരിശോധിക്കുമ്പോൾ *ദുരവസ്ഥ*യിലെ അലങ്കാരനിർമുക്തമായ ഭാഷയും പാട്ടുരീതിയും ആത്മാലാപവും മറ്റും അനുഷ്ഠിക്കുന്ന കാവ്യധർമ്മങ്ങൾ വ്യക്തമാകും. പാട്ട് ഗാനകൃതി എന്നും മറ്റുമാണ് ആശാൻ ഇതേക്കുറിച്ച് എഴുതിയിട്ടുള്ളതെന്നും ഓർമ്മിക്കുക. *വീണപൂവി*നു തുല്യം *ദുരവസ്ഥ*യും മലയാളകാവ്യചരിത്രത്തിലെ ധീരനൂതനമായ ഒരു പരീക്ഷണമാകുന്നു.

സാവിത്രിയുടെയും ചാത്തന്റെയും കവിയുടെയും ശബ്ദങ്ങൾ ഇതിൽ ഒരു ഓർക്കസ്ട്രയിലെന്നപോലെ സമ്മേളിക്കുന്നത് ശ്രദ്ധാലുക്കൾക്ക് മനസ്സിലാക്കാൻ കഴിയും.

അപ്പോൾ,

"ഇപ്പാഴുപാട്ടാമെളിയവിജ്ഞാപനം
മുൽപ്പാടുവച്ചു വണങ്ങിടുന്നേൻ"

എന്ന വരികൾ കവിയുടെ തന്റേടമുള്ള വിനയം മാത്രമാണെന്ന് മനസ്സിലാക്കാൻ കഴിയും. *ദുരവസ്ഥ* നേടിയ പ്രചാരം അത്ഭുതകരമായിരുന്നു. എഴുത്തും വായനയും അറിഞ്ഞുകൂടാത്തവർപോലും അതിലെ ഈരടികൾ ചൊല്ലുകയും അവയിൽനിന്ന് ആവേശം ഉൾക്കൊള്ളുകയും ചെയ്തുപോന്നു. 'എത്ര പെരുമാക്കൾ ശങ്കരാചാര്യന്മാർ...'എന്നാരംഭിക്കുന്ന ഭാഗം കുഗ്രാമങ്ങളിലും അന്ന് മാറ്റൊലിക്കൊണ്ടിരുന്നു. അതുപോലെ,

"മാറ്റുവിൻ ചട്ടങ്ങളെ സ്വയമല്ലെങ്കിൽ
മാറ്റുമതുകളീ നിങ്ങളെത്താൻ"

എന്നവരികൾ, വികാരജനകമായ മുദ്രാവാക്യമായി അന്ന് അധസ്ഥിതരുടെ ആത്മാക്കളിൽ ചലനം സൃഷ്ടിച്ചു.

അതേ വർഷംതന്നെ പതിനൊന്നു മാസങ്ങൾക്കുശേഷം ആശാൻ *ചണ്ഡാലഭിക്ഷുകി* എന്ന കാവ്യം പ്രസിദ്ധീകരിച്ചു. അതിന്റെ മുഖവുര നോക്കൂ.

> ഈയാണ്ടു ചിങ്ങത്തിൽ പ്രസിദ്ധീകരിച്ച *ദുരവസ്ഥ*യുടെ സഹോദരിയായി അടിയിൽ കാണുന്ന മറ്റൊരു ഗാനകൃതിയെ ഇത്രവേഗത്തിൽ വായനക്കാരുടെ മുമ്പാകെ സമർപ്പിക്കുവാൻ സാധിക്കുമാറായതിൽ സന്തോഷമുണ്ട്. ബുദ്ധമതസംബന്ധമായ ഒരു പ്രാസംഗികവൃത്താന്തശകലമാകുന്നു ഇതിലെ കഥാവസ്തു. അതിനെ കാവ്യാനുകൂലമായ വിധത്തിൽ വിസ്തരിക്കുമ്പോൾ ചരിത്രസംബന്ധമായോ മതത്വവിഷയമായോ ഉള്ള പ്രമാദങ്ങൾ വരാതിരിപ്പാൻ പ്രത്യേകം ദൃഷ്ടിവച്ചിട്ടുണ്ട്.

ഈ മുഖവുരയ്ക്ക് കീഴിലാണ് അവതാരികാകാരന് നന്ദി പറയുന്ന കുറിപ്പ്

"പണ്ഡിതകേസരിയും കവിശിരോമണിയുമായ ഉള്ളൂർ എസ് പരമേശ്വരയ്യർ അവർകളുടെ മനോഹരമായ ഈ അവതാരിക മുഖവുര അച്ചടിച്ചുകഴിഞ്ഞതിനുശേഷം കിട്ടിയതാകുന്നു. അദ്ദേഹത്തിനു സവിനയം നന്ദി പറഞ്ഞു കൊള്ളുന്നു."

ഇതിന്റെ രചനയ്ക്ക് എത്ര കാലം വേണ്ടിവന്നു എന്ന് ആശാൻ പറയുന്നില്ല. നാലു ഭാഗങ്ങളായി 704 വരികളുള്ള ഒരു ജനകീയകാവ്യമാണ് *ചണ്ഡാലഭിക്ഷുകി.* കഥാഖ്യാനം പഴയ രീതിയിൽ പ്രാരംഭം മുതൽ പണ്ടുത്തരഹിന്ദുസ്ഥാനത്തിൽ... എന്ന് തുടങ്ങുന്നു. ആഖ്യാനം അനുക്രമം തുടരുകയും ചെയ്യുന്നു. ഇതര കാവ്യങ്ങളിലെ സംവിധാനം ഇങ്ങനെയല്ലല്ലോ. അവ പൊതുവിൽ സന്ദർഭപ്രതിഷ്ഠിതങ്ങളാണ്. ഒരു നാടകീയമുഹൂർത്തത്തിൽ കഥാഖ്യാനം ആരംഭിക്കുന്നു. ആ മുഹൂർത്തത്തിനു രൂപം നല്കിയ ഭൂതകാലം പിന്നീടാണ് വെളിപ്പെടുക. അതുകൊണ്ട് കാവ്യങ്ങൾക്ക് ഏകാഗ്രതയും തീവ്രതയും ഏറി നില്ക്കുന്നു. *ചണ്ഡാലഭിക്ഷുകി* ഇതിൽനിന്ന് വ്യത്യസ്തമാണ്. അത് ചൈനീസ് ചിത്രകലയെ അനുസ്മരിപ്പിക്കുന്നു. അതുകൊണ്ട് ആശാൻകവിതകളുടെ കൂട്ടത്തിൽ താരതമ്യേന ലളിതമായിട്ടുള്ളത് ഈ കാവ്യമാണ്. സാധാരണക്കാരുടെ സൗന്ദര്യബോധത്തെ പ്രീണിപ്പിക്കാനുള്ള കഴിവും ഈ കാവ്യത്തിന് ഏറിനില്ക്കുന്നു. അക്കാര്യത്തിൽ ആശാൻ പ്രത്യേകമായ ശ്രദ്ധ പതിപ്പിച്ചിട്ടുണ്ട്. ഓരോ ഭാഗത്തും പ്രയോഗിച്ചിട്ടുള്ള വൃത്തത്തിന്റെ ഈണമേതെന്നുപോലും ഇതിൽ കാണിച്ചിരിക്കുന്നു.

സ്വാമി സത്യദേവൻ ആയിടയ്ക്ക് ആശാനെ കാണാൻ ചെന്നിരുന്നു. ആ യുവാവിനെ കണ്ടതിൽ ആശാൻ സന്തുഷ്ടനായി. സത്യദേവനോട് ആശാൻ പറഞ്ഞു.

"ഇതാ, സത്യദേവനു പറ്റിയ ഒരു കാവ്യം. ഇതു കൊണ്ടുപോവുക നമ്മുടെ ഗ്രാമീണ ജനങ്ങളുടെ ഹൃദയങ്ങളിൽ ഇത് എത്തിക്കുക."

നിറകണ്ണുകളോടെയാണ് സത്യദേവൻ ഈ കാവ്യം ആശാന്റെ കൈയിൽനിന്ന് വാങ്ങിയത്. അതിനു മുമ്പുതന്നെ ആശാൻ സത്യദേവനെ സഹായിച്ചിരുന്നു. കഥാപ്രസംഗമായവതരിപ്പിക്കുന്നതിന് ഉപകരിക്കുന്ന ഒരു കൃതി സ്വകാര്യമായി ആശാൻ ആ യുവാവിന് രചിച്ചുകൊടുക്കുന്നു. *മാർക്കണ്ഡേയചരിതം* ആയിരുന്നു അത്. മൃത്യുവിന്റെമേൽ വിജയം നേടിയ മാർക്കണ്ഡേയന്റെ കഥ കുട്ടിക്കാലം മുതൽക്കേ ആശാനെ ആകർഷിച്ചിരുന്നല്ലോ. ആ പുരാണം വായിക്കാൻ അത്യധികമായ ഉത്സാഹമാണ് ബാല്യത്തിൽ അദ്ദേഹത്തിനുണ്ടായിരുന്നത്. മറ്റുള്ളവരെ അതു പറഞ്ഞു കേൾപ്പിക്കുന്നതിലും അളവറ്റ ഉത്സാഹം കാണിച്ചുപോന്നു. ആ കഥ ഉപജീവിച്ച് ഒരു കൃതിയും അദ്ദേഹം രചിക്കുകയുണ്ടായി. അത് നമുക്ക് കിട്ടിയിട്ടില്ല. *മൃത്യുഞ്ജയം* നാടകം പോലെ.

അസാധാരണമായ പ്രചാരമാണ് *ചണ്ഡാലഭിക്ഷുകിക്ക്* ലഭിച്ചത്

അക്ഷരാഭ്യാസമില്ലാത്തവർപോലും അതിലെ പല വരികളും ഹൃദിസ്ഥമാക്കിയിരുന്നു. ഓണംകേറാമൂലകളിൽ അതിലെ ഈരടികൾ നവചൈതന്യം സൃഷ്ടിച്ചു. സ്വാമി സത്യദേവന്റെ കഥാപ്രസംഗംകൂടിയായപ്പോൾ ആ കാവ്യം കേരളീയജീവിതത്തിൽ പ്രബുദ്ധതയുടെ സൗന്ദര്യം സംക്രമിപ്പിക്കുകതന്നെ ചെയ്തു.

ശ്രാവസ്തിക്കു സമീപമുള്ള ഒരു ഗ്രാമം വേനലിൽ വെന്തുനില്ക്കുന്നത് ചിത്രീകരിച്ചുകൊണ്ടാണ് *ചണ്ഡാലഭിക്ഷുകി* ആരംഭിക്കുന്നത്. പാന്ഥർക്ക് ശരണമേകാൻ ഒരുവൻമരം മാത്രം അവിടെ ശംഖോപശാഖാഞ്ചിതമായി നിലകൊള്ളുന്നു. അവിടേക്ക് വെയിലേറ്റു ദാഹിച്ചു തളർന്നെത്തുന്ന ഭിക്ഷു പ്രതീകാത്മകമായ ചിത്രമാണ്. അനാചാരങ്ങളുടെ ദാഹകമായ അന്തരീക്ഷത്തിൽ ശാന്തിതേടി അലയുന്ന മനുഷ്യാത്മാവിന്റെ പ്രതീതി അതു ജനിപ്പിക്കുന്നു. ആ വടവൃക്ഷമാകട്ടെ, നിത്യശാന്തിയുടെ വാഗ്ദാനമായ തഥാഗതന്റെ പ്രതീതി ഉണർത്തുകയും ചെയ്യുന്നു. അത് പേരാൽമരമാണെന്നുള്ളത് അർത്ഥഗർഭമാണ്. പൗരസ്ത്യരിൽ മതാത്മകബോധമുണർത്തുന്ന പേരാൽ (*കരുണ*യിലും അരയാലുണ്ട്). മാതംഗി വന്നുചേരുന്നതോടുകൂടി ആ ഭാഗം അവസാനിക്കുന്നു. ഒടുവിലത്തെ വരികൾ നോക്കുക.

"സത്തർക്കഴലിലഥവാ തുണയ്ക്കുവാ-
നെത്തും നിയതിയൊരോരോവടിവിൽ"

രണ്ടാംഭാഗത്തിൽ ആനന്ദഭിക്ഷു ചണ്ഡാലയുവതിയായ മാതംഗിയെ സമീപിച്ച് വെള്ളം വാങ്ങിക്കുടിക്കുന്നതും അവളെ അനുഗ്രഹിച്ച് വിടപറയുന്നതും ചിത്രീകരിച്ചിരിക്കുന്നു. അനുഗ്രഹത്തിന്റെ സ്വഭാവം നോക്കൂ.

നിർവ്വാണനിധികണ്ട മഹാസിദ്ധൻ
സർവ്വലോകൈകവന്ദ്യൻ ദയാകുലൻ
ഗുർവ്വധീശനനുഗ്രഹിക്കും നിന്നെ-
പ്പർവ്വചന്ദ്രവദനേ, ഞാൻ പോകുന്നു.

അതിനുശേഷം ശാന്തഗംഭീരദർശനനായ ആ സൗഗതൻ ആൽച്ചുവട്ടിൽ വിശ്രമം കൊള്ളുന്നു. അദ്ദേഹത്തെ നോക്കിക്കൊണ്ട് മാതംഗി, ആത്മാവിൽ രോമാഞ്ചമണിഞ്ഞവളായി, നില്ക്കുന്നതോടെ രണ്ടാംഭാഗം അവസാനിക്കുന്നു. ആ നില്പും ഭാവോജ്ജ്വലമാണ്. ഒരോമനപ്പൂങ്കുല ഒടിച്ചെടുത്ത് അതിന്റെ ഭംഗി നോക്കിയതിനുശേഷം അവൾ മരത്തിൽ ഇടതുതോൾ ചാരി ചാഞ്ഞുനിന്നുകൊണ്ട്, അകലെയിരിക്കുന്ന ഭിക്ഷുവിനായി ചരിഞ്ഞമിഴികളാൽ കടാക്ഷമാകുന്ന കരുംതാരിണമാല നിർമ്മിച്ചുകൊണ്ട് നില്ക്കുന്ന ആ നില്പ് അവിസ്മരണീയംതന്നെ. അവിടെ ഒരുപമയുമുണ്ട്. മാരദൂതിപോൽ ഒരു ഉപമ. ഭാവോദ്ദീപകമായ ഈ ചിത്രം അവതരിപ്പിക്കുന്നതിനുമുമ്പ് അപൂർവ്വമനോഹരമായ നാലുവരികൾ കവിയുടെ വചനമായി ഈ ഭാഗത്ത് നിബന്ധിച്ചിരിക്കുന്നു.

"പുണ്യശാലീനി നീ പകർന്നീടുമീ
തണ്ണീർത്തന്നുടെയോരോരോ തുള്ളിയും
അന്തമറ്റ സുകൃതഹാരങ്ങൾ നി-
ന്നന്തരാത്മാവിലർപ്പിക്കുന്നുണ്ടാവാം."

അതുവായിച്ച അനുഭവത്തെപ്പറ്റി കൊളത്തേരി ശങ്കരമേനോൻ എഴുതുന്നു.

> ...ഈ ഭാഗം വായിച്ചപ്പോൾ ഞാനറിയാതെതന്നെ എന്റെ കണ്ണുകളിൽ ജലം നിറഞ്ഞു. പിന്നീട് രണ്ടുതവണ ശ്രമിച്ചിട്ടും വികാരംകൂടാതെ വായിക്കുവാൻ സാധിച്ചില്ല. പിറ്റേദിവസം മാത്രമേ ആ ഗ്രന്ഥം പൂർണ്ണമായി വായിക്കുവാൻ സാധിച്ചുള്ളൂ.
>
> അഞ്ചാറുദിവസം കഴിഞ്ഞപ്പോൾ— അതായത് 98 കുംഭത്തിലാണെന്നു തോന്നുന്നു. ആശാൻ എന്നെ കാണുവാൻ ആഫീസിൽ വന്നു. അന്ന് ആ സംഗതി ഞാൻ വിസ്തരിച്ചു പറഞ്ഞുകേൾപ്പിച്ചു. ആ ഭാഗം എഴുതിയത് കണ്ണുനീർ വർഷിച്ചുകൊണ്ടായിരുന്നു എന്നാണ് ആശാൻ എന്നോടുപറഞ്ഞത്. അതിനുശേഷം ആശാന്റെ കൃതികളിൽ ഇത്രയും ഹൃദയാവർജ്ജകമായ ഒരു പ്രമേയം ഇല്ലെന്നുള്ള എന്റെ അഭിപ്രായത്തെ ഞാൻ ആശാനോടു പറഞ്ഞു.
>
> ഉടനെ കാളിദാസൻ, മാഘൻ മുതലായവർക്കു കിട്ടിയ ബിരുദനാമങ്ങളെപ്പോലെ ആശാനു നല്കുന്ന ബിരുദനാമം സുകൃതഹാരം കുമാരനാശാൻ എന്നായിരിക്കുമെന്നു പറഞ്ഞപ്പോൾ ആശാൻ സാദരം കഴുത്തുകുനിച്ച് കണ്ഠത്തിലർപ്പിച്ചേക്കൂ. എന്ന് മധുരസ്വരത്തിൽ പറഞ്ഞു. സുകൃതഹാരം അന്തരാത്മാവിൽ അർപ്പിച്ചിരിക്കുന്നു എന്ന മറുപടി കേട്ട് ആശാൻ മന്ദസ്മിതം തൂകി.

മാതംഗിയുടെ അവാച്യമായ അസ്വാസ്ഥ്യം, അതിന്റെ പാരമ്യത്തിൽ വീടിനോട് വിടപറഞ്ഞുകൊണ്ട് ഭിക്ഷുവിന്റെ പാദമുദ്രകൾ നോക്കി അവൾ ഇറങ്ങിത്തിരിച്ച് ആശ്രമത്തിൽച്ചെന്നു കയറുന്നത്, ഇവ അകൃത്രിമലളിതമായി മൂന്നാംഭാഗത്തിൽ ചിത്രീകരിച്ചിരിക്കുന്നു.

ഭിക്ഷുണിയായി അവൾക്കങ്ങനെ പ്രവേശനം ലഭിച്ചതുമൂലം ഉണ്ടാകുന്ന കലാപവും ബുദ്ധഭഗവാൻ അതിനു വരുത്തുന്ന ശമനവും വിവരിക്കുന്നതാണു നാലാംഭാഗം.

പ്രൊഫ. ലക്ഷ്മീ നരസുവിന്റെ *The Essence of Buddisam* എന്ന ഗ്രന്ഥത്തിൽനിന്നു സ്വീകരിച്ചിട്ടുള്ളതാണ് ഈ കാവ്യത്തിലെ കഥ. ശ്രീബുദ്ധന്റെ ജീവിതം ആശാനെ എത്രമേൽ വശീകരിച്ചിട്ടുണ്ടെന്നു പലപാടു സൂചിപ്പിച്ചുകഴിഞ്ഞു (*Light of Asia* പരിഭാഷ ചെയ്യുക എന്നത് ജീവിതകാലം മുഴുവൻ നീണ്ടുനിന്ന ആഗ്രഹമായിരുന്നല്ലോ).

*ചണ്ഡാലഭിക്ഷുകി*യിൽ ജാതിക്കെതിരായ പോരാട്ടത്തിനാണ് മുഖ്യ

സ്ഥാനം നല്കിയിട്ടുള്ളത്. 1917 ൽ ആശാൻ ജാതിനശീകരണാർത്ഥമുള്ള പ്രവർത്തനങ്ങളിൽ സജീവ താല്പര്യം കാട്ടിപ്പോന്നു. കോഴിക്കോട്ട് ആനി ഹാളിൽവച്ച് ബ്രാഹ്മണരും നായൻമാരും തീയരും പങ്കുകൊണ്ട് ഒരു മിശ്ര ഭോജനം നടന്നു. ആനിബസന്റും അതിൽ പങ്കുകൊണ്ടിരുന്നു. ആനി ബസന്റിനെ ആശാൻ ആരാധനാഭാവത്തോടെയാണ് കണ്ടിരുന്നത്. അതേ വർഷത്തിൽത്തന്നെ *മിതവാദി*യിൽ ജാതിസങ്കടം എന്ന തലക്കെട്ടിൽ ഒരു നീണ്ടലേഖനം ആശാൻ പ്രസിദ്ധപ്പെടുത്തി. അതിൽ *ചണ്ഡാലഭിക്ഷുകി* യുടെ കഥ വിവരിച്ചിട്ടുണ്ട്. ജാതിയുടെ കറ കലർന്നിട്ടില്ലാത്തതും വിശിഷ്ടവുമായ മതം ബുദ്ധമതമാണെന്നുള്ളതിന് തെളിവായിട്ടാണ് കഥ ചേർത്തിട്ടുള്ളത്. ആ സ്ഥിതിക്ക് *ചണ്ഡാലഭിക്ഷുകി*യിലെ പ്രമേയം ആശാന്റെ മനസ്സിൽ ഏറെക്കാലം ബീജാവസ്ഥയിൽ കിടന്നിരുന്നു എന്ന് അനുമാനിക്കാവുന്നതാണ്.

ദുരവസ്ഥ എന്ന കാവ്യം കേരളത്തിൽ ഒരു കോളിളക്കം തന്നെ സൃഷ്ടിച്ചു. അന്തർജ്ജനത്തെയും പുലയയുവാവിനെയും അഗ്നിസാക്ഷിയായി യോജിപ്പിക്കുക എന്നത് സങ്കല്പിക്കാൻപോലും കഴിയുന്ന കാര്യമായിരുന്നില്ല. അന്ന് അതുകൊണ്ട് ആശാന് വേണ്ടുവോളം ശകാരം കേൾക്കേണ്ടതായിവന്നു. കാവ്യവിമർശനം എന്ന വ്യാജേനയും ശകാരം പുറപ്പെടാതിരുന്നില്ല, മൂല്യങ്ങളുടെ അടിസ്ഥാനത്തിൽ കാവ്യത്തിന്റെ ഗുണം വെളിപ്പെടുത്താൻ തുനിഞ്ഞത് പി ശങ്കരൻ നമ്പ്യാർ മാത്രമാണ്. അതിൽ ആശാൻ സന്തുഷ്ടനാവുകയും ചെയ്തു.

എന്നാൽ അപ്രതീക്ഷിതമായ ഒരു കേന്ദ്രത്തിൽനിന്ന് ആ കാവ്യത്തിനെതിരെ ആക്രമണമുണ്ടായപ്പോൾ ആശാൻ അസ്വസ്ഥനായി. ദുരവസ്ഥയിൽ മുസ്ലീം വിദ്വേഷമുണ്ടെന്ന് സി വി കുഞ്ഞുരാമൻ കണ്ടെത്തി. അങ്ങനെ കണ്ടെത്തിയ അദ്ദേഹത്തെ പ്രേരിപ്പിച്ചത് *ഗ്രാമവൃക്ഷത്തിലെ കുയിൽ* എന്ന കാവ്യത്തിലെ ഒരു പരാമർശമാണ്. 'രാ കണ്ടു വന്നു കടവാതിലിൽ കവർച്ച ചെയ്യാൻ' എന്ന ഭാഗം സി വി കുഞ്ഞുരാമനെ പരാമർശിക്കുന്നതാണെന്ന് പരക്കെ കരുതിപ്പോന്നു. അക്കാര്യം മനസ്സിൽ വച്ചിരുന്ന അദ്ദേഹം *ദുരവസ്ഥ*യിലെ ചില പ്രയോഗങ്ങൾ തനിക്ക് തിരിച്ചടിക്കാൻ പറ്റിയ ആയുധമാണെന്ന് കണ്ടു. അവ ഇസ്ലാംസമുദായത്തെ അധിക്ഷേപിക്കുന്നതാണെന്ന് അദ്ദേഹം പലയിടത്തും പറഞ്ഞുപോന്നു. അതിനു ഫലമായി ആലപ്പുഴയിൽ മുസ്ലീം യുവജനസംഘം താഴെ കാണും വിധം ഒരു പ്രമേയം പാസാക്കി.

> എൻ കുമാരനാശാൻ അവർകൾ രചിച്ചിട്ടുള്ള *ദുരവസ്ഥ* എന്ന പദ്യകൃതിയിൽ ഇസ്ലാംമതത്തെയും സമുദായത്തെയും അകാരണമായും അടിസ്ഥാനരഹിതമായും അവഹേളിക്കുന്ന ഒട്ടനേകം പ്രയോഗങ്ങൾ കാണുന്നതിനാൽ പ്രസ്തുത കൃതിയോട് മുസ്ലീമിങ്ങൾക്കുള്ള വെറുപ്പിനെ ഈ യോഗം രേഖപ്പെടുത്തുന്നു. പരസ്പരം സൗഹാർദ്ദത്തിൽ വർത്തിച്ചുവരുന്ന ഹിന്ദുമുസ്ലീം സമുദായങ്ങളെ ഭിന്നിപ്പിക്കാതിരിക്കുന്നതിനും മുസ്ലീമിങ്ങൾക്കുണ്ടായിട്ടുള്ള അവജ്ഞയെ

ഇല്ലാതാക്കുന്നതിനുംവേണ്ടി പ്രസ്തുതകൃതിയുടെ പ്രസിദ്ധീകരണത്തെ പിൻവലിക്കണമെന്ന് ഈ യോഗം അദ്ദേഹത്തോട് ആവശ്യപ്പെടുന്നു.

23-4-1998ൽ പാസാക്കിയ ഈ പ്രമേയം എഴുതിക്കൊടുത്തതും സി വി കുഞ്ഞുരാമനാണെന്ന് സംസാരം പരന്നിരുന്നു.

പ്രമേയത്തിന് മറുപടി അയയ്ക്കാൻ കുമാരനാശാൻ ഒട്ടുംതന്നെ വൈകിയില്ല. വൃശ്ചികം ഇരുപത്തെട്ടാം തീയതിതന്നെ അദ്ദേഹം താഴെ കാണുന്ന മറുപടി നല്കി.

തോന്നയ്ക്കൽ

98 വൃശ്ചികം 28

മുസ്ലീം യുവജനസംഘം കാര്യദർശി അവർകൾക്ക്,

ആലപ്പുഴ

മാന്യരെ,

നിങ്ങളുടെ ഇരുപത്തിനാലാം തീയതിയിലെ കത്തും പ്രതിഷേധയോഗത്തിലെ പ്രമേയത്തിന്റെ പകർപ്പും കിട്ടി.

ദുരവസ്ഥ എന്ന എന്റെ കൃതിയിൽ നിങ്ങളുടെ മതത്തെയും സമുദായത്തെയും പൊതുവെ സ്പർശിക്കുന്നതായി സഭ്യേതരമായ യാതൊരു വാക്കും പ്രയോഗിച്ചിട്ടുള്ളതായി ഓർക്കുന്നില്ല. മലബാറിൽ ലഹള നടത്തിയ അക്രമികളായ മുഹമ്മദീയരെയും മതഭ്രാന്തിനെ മുൻനിർത്തിയുള്ള അവരുടെ പൈശാചികമായ പ്രവൃത്തികളെയും അതിൽ കാവ്യയോഗ്യമായ വിധത്തിൽ വർണ്ണിച്ചിട്ടുണ്ട്. ആ സന്ദർഭങ്ങളിൽ രസാനുഗുണമായും ലഹളയെ സംബന്ധിച്ചും ഞാൻ അറിഞ്ഞിട്ടുള്ള വാസ്തവങ്ങളെ അടിസ്ഥാനമാക്കിയും ചെയ്തിട്ടുള്ള പദപ്രയോഗങ്ങൾ അവരെയും അവരുടെ പ്രവൃത്തികളെയും മാത്രം കുറിക്കുന്നവയാണ്. ദൂരസ്ഥമായ മതത്തെയോ സമുദായത്തെയോ അതുകൾ വിവക്ഷിക്കുന്നില്ല. ശാന്തമായ മനസ്ഥിതിയോടുകൂടി പുസ്തകം ദയ ചെയ്ത് ഒരിക്കൽക്കൂടി വായിച്ചുനോക്കിയാൽ വാസ്തവം നിങ്ങൾക്കുതന്നെ വെളിവാകുന്നതാണ്.

ഈ കൃതിയുടെ ഉദ്ദശ്യംതന്നെ സമുദായപരിഷ്കരണമാകുന്നു. ഒരു കാവ്യത്തിൽ ദോഷങ്ങളെ ദുഷിപ്പിക്കുന്നത് അവയിൽനിന്നു മുക്തമാക്കി വ്യക്തികളെയും സമുദായത്തെയും ശുദ്ധീകരിക്കണമെന്നുള്ള സദുദ്ദേശത്തോടുകൂടിയാണ്. ഈ കൃതിയിലും അപ്രകാരമേ ചെയ്തിട്ടുള്ളൂ. ഹിന്ദുമതത്തിലേയും മുഹമ്മദുമതത്തിലെയും ഉത്തമാദർശങ്ങൾക്കും രണ്ടു മതത്തിലെയും ഉത്തമാനുയായികൾക്കും അതിൽ ആക്ഷേപാർഹമായി ഒന്നും ഉണ്ടായിരിക്കുകയില്ലെന്നാണ് എന്റെ ദൃഢമായ വിശ്വാസം.

> വിശേഷിച്ചും പല സംഗതികളിലും എനിക്കു ബഹുമാനമുള്ള മുസ്ലീം മതത്തെയും അനവധി യോഗ്യന്മാരും എനിക്കുതന്നെ പല മാന്യസ്നേഹിതന്മാരുമുള്ള നിങ്ങളുടെ സമുദായത്തെയും വൃഥാ ആക്ഷേപിച്ച് അതൃപ്തി സമ്പാദിക്കാനുള്ള ഉദ്ദേശ്യത്തോടുകൂടി യാണ് ഈ കൃതി എഴുതാൻ ഞാൻ സമയവ്യയം ചെയ്തതെന്ന് തീരുമാനിക്കുന്നതു കഷ്ടമല്ലേ?
>
> അതുകൊണ്ട്, വൃഥാ തെറ്റിദ്ധരിച്ച് ക്ഷോഭമുണ്ടാക്കാതിരിപ്പാൻ പ്രതിഷേധയോഗക്കാരോട് ഞാൻ സ്നേഹപൂർവ്വം അപേക്ഷിക്കുന്നതായി അറിയിപ്പാൻ താല്പര്യപ്പെടുന്നു.
>
> എന്ന്, എൻ കുമാരനാശാൻ

ഈ മറുപടി മനസ്സിൽവച്ചുകൊണ്ട് *കേരളകൗമുദി* 6.5.1098 ൽ ഒരു മുഖപ്രസംഗം എഴുതി. അതിലെ ഒരു ഭാഗം

> ....മാപ്പിള ലഹളക്കാലത്ത് എല്ലാവരും നടത്തിയതോ യഥാർത്ഥത്തിൽ നടത്തിയതെന്ന് എല്ലാവരും പരസ്യമായി പറഞ്ഞുവരുന്നതോ ആയ സംഭവങ്ങളെ വിവരിച്ച് ലഹളക്കാരുടെ നിഷ്കണ്ടകത്വത്തെ വെളിപ്പെടുത്തുവാനായി അവരെ ക്രൂരന്മാരെന്നും രാക്ഷസന്മാരെന്നും കവിസാധാരണമായ വിശേഷണപദങ്ങളെയും കവി ഉപയോഗപ്പെടുത്തി. ഈ വിശേഷണങ്ങൾ ലഹളക്കാർക്കല്ലാതെ അവരുടെ വർഗ്ഗത്തിലോ മതക്കാരിലോ പെട്ട നിരപരാധികൾക്കും യോഗ്യന്മാർക്കും കൂടി സംബന്ധിക്കും എന്നു വിചാരിക്കാൻ കാര്യമൊന്നുമില്ലെങ്കിലും മാന്യന്മാരായ ചില മുഹമ്മദീയർ ആ വക പദപ്രയോഗങ്ങൾ മുഹമ്മദീയ ലോകത്തിന് പൊതുവെ ആക്ഷേപകരമായി തീർന്നിരിക്കുന്നു എന്ന് വ്യക്തമായി പ്രതിഷേധം ചെയ്യുന്നു. ആശാൻ അവർകളുടെ ഉദ്ദേശശുദ്ധിയിൽ ഞങ്ങൾക്ക് ലേശം സംശയമില്ലെങ്കിലും, ഈ കൃതി ഉദ്ദേശിക്കുന്ന *ദുരവസ്ഥ*യെ വെളിപ്പെടുത്തുന്നതിന് ഈ വക പദപ്രയോഗങ്ങൾ ആവശ്യമാണെന്ന് ഞങ്ങൾ വിചാരിക്കുന്നില്ല. സാഹിത്യധർമ്മം അനുസരിച്ച് ആ പ്രയോഗങ്ങൾക്ക് നിരാക്ഷേപമായ സമാധാനം പറയുവാൻ കഴിയുമെന്ന് ഞങ്ങൾ അറിയുന്നുണ്ടെങ്കിലും മുഹമ്മദീയ സമുദായത്തിലുള്ള ഈ തെറ്റിദ്ധാരണയെ സമാധാനം പറഞ്ഞ് സാധൂകരിക്കുകയേക്കാൾ, അവരിൽ മാന്യന്മാരുമായി ആലോചിച്ചശേഷം ആക്ഷേപകരമെന്ന് ശരിയായിട്ടായാലും തെറ്റായിട്ടായാലും അവർ യഥാർത്ഥത്തിൽ വികസിക്കുന്ന പദപ്രയോഗങ്ങൾ *ദുരവസ്ഥ*യിൽനിന്ന് നീക്കിക്കളയുന്നതാണ് നന്നെന്ന് ഞങ്ങൾക്ക് തോന്നുന്നു.

പിന്നീട് ഒരു സുഹൃദ്സദസ്സിൽവച്ച് കുമാരനാശാനോട് ഇതേപ്പറ്റി സി വി കുഞ്ഞുരാമൻ ഫലിതരൂപത്തിൽ സംസാരിച്ചു. ആ പദപ്രയോഗങ്ങൾ മാറ്റിക്കൂടേ എന്ന് അദ്ദേഹം വീണ്ടും ചോദിച്ചപ്പോൾ ആശാൻ കൈ

ചുരുട്ടി മേശപ്പുറത്തിടിച്ചുകൊണ്ട്, ആലോചിക്കാതെ ഞാൻ എഴുതിയെന്നാണോ കുഞ്ഞുരാമൻ വിചാരിക്കുന്നത് എന്ന് ഗൗരവത്തോടെ തിരിച്ചു ചോദിച്ചു. ആ രംഗം തങ്ങൾ ഭംഗിയായി ആസ്വദിച്ചതിനെക്കുറിച്ച് സഹോദരൻ കെ അയ്യപ്പൻ പറയുന്നതു കേട്ടിട്ടുണ്ട്. ആശാനും സി വി യും തമ്മിലുള്ള സൗഹൃദം വീണ്ടും പഴയപടി തുടർന്നു.

ഇതൊന്നും ആശാനെ ബാധിച്ചില്ല. അദ്ദേഹത്തിന്റെ ആലോചന കൂടുതൽ ഗൗരവമുള്ള വിഷയങ്ങളെപ്പറ്റിയായിരുന്നു. അടുത്ത കാവ്യം രചിക്കുന്നതിനുള്ള പരിശ്രമം അദ്ദേഹം തുടങ്ങുകയും ചെയ്തിരുന്നു. അതിന്റെ പ്രമേയവും ബുദ്ധമതസാഹിത്യത്തിൽനിന്നാണ് സ്വീകരിച്ചത്. ബുദ്ധമതത്തിന്റെ നേർക്ക് ആശാന് എത്രയധികം അഭിമുഖ്യമുണ്ടെന്ന് മുമ്പു നാം കണ്ടുവല്ലോ. *വിവേകോദയ*ത്തിൽ അദ്ദേഹം സ്നേഹവും ധർമ്മവും എന്ന തലക്കെട്ടോടെ എഴുതിയ ഒരു നീണ്ട കുറിപ്പിന്റെ തുടക്കം നോക്കൂ.

ഇക്കൊല്ലം ഇന്ത്യ മുഴുവൻ പ്രത്യേകം സ്മരിക്കത്തക്ക ഒന്നാണ്. ഈ കൊല്ലമാണ് ഭഗവാൻ ബുദ്ധൻ തന്റെ ഉപദേശങ്ങളും ജീവിതവും കൊണ്ട് ഈ രാജ്യത്തിനുതന്നെയല്ല, ലോകത്തിനു മുഴുവൻ ചെയ്തിട്ടുള്ള അളവറ്റ ഗുണങ്ങളുടെ സ്മാരകമായി അഭിജ്ഞന്മാർ, ആ പുണ്യാത്മാവ് ഈ രാജ്യനിവാസികൾക്കു ചെയ്ത ധർമ്മവിളംബരത്തിന്റെ രണ്ടായിരത്തി അഞ്ഞൂറാമത് വാർഷികോത്സവം കൊണ്ടാടാൻ പോകുന്നത്.... (1096 മിഥുനം-കർക്കിടകം).

ഈ മമതമൂലം ബുദ്ധമതഗ്രന്ഥങ്ങളിൽ ആശാൻ വലിയ പരിജ്ഞാനം നേടിയിരുന്നു. അതിനിടയിലാണ് വാസവദത്തയുടെ കഥയുമായി സന്ധിച്ചത്. മനുഷ്യമനസ്സിന്റെ നിഗൂഢവ്യാപാരങ്ങളിൽ തല്പരനായ കവിയെന്ന നിലയ്ക്ക് അവളുടെ മനപരിവർത്തനകഥ അദ്ദേഹത്തെ അത്യധികം ആകർഷിച്ചു. ഈ പരിവർത്തനം അതിന്റെ സങ്കീർണ്ണതയോടുകൂടി ആവിഷ്കരിച്ച് മലയാളത്തിന് ഒരു മാതൃക കാട്ടണമെന്നും അദ്ദേഹം ആഗ്രഹിച്ചു. അതനുസരിച്ച് രചന തുടങ്ങിയെങ്കിലും വിചാരിച്ച രീതിയിൽ അത് തുടരാൻ കഴിഞ്ഞില്ല മുഖവുര നോക്കൂ.

> ..... കഴിഞ്ഞകൊല്ലം ഏതാണ്ട് ഈ സമയത്തുതന്നെ പ്രസിദ്ധപ്പെടുത്തിയ *ചണ്ഡാലഭിക്ഷുകി*യെപ്പോലെ കരുണ എന്ന ഈ കൃതിയും ഒരുബുദ്ധമതകഥയെ അടിസ്ഥാനമാക്കിയാണ് എഴുതിയിട്ടുള്ളത് Dr. Paul Carus എന്ന അമേരിക്കൻ പണ്ഡിതന്റെ *The Gospel of Buddha* എന്ന പുസ്തകത്തിൽ കാണുന്ന പ്രകാരം ആ കഥയെ താഴെ ഉദ്ധരിക്കുന്നു. കഴിഞ്ഞ കർക്കിടകത്തിലാണ് ഇത് എഴുതാൻ ആരംഭിച്ചത്. പല അസൗകര്യങ്ങളാൽ ഇപ്പോൾ മാത്രമേ പൂർത്തിയാക്കാൻ സാധിച്ചുള്ളൂ.
>
> കുമാരനാശാൻ
>
> തോന്നയ്ക്കൽ
> 29-11-1923

മുഖവുരയ്ക്കുശേഷം ഇംഗ്ലീഷിലുള്ള കഥ ഉദ്ധരിച്ചു ചേർത്തിരിക്കുന്നു. അതിന്റെ ചുവടെ തർജ്ജമയും വേണമെന്നുള്ളവർക്ക് മൂലകഥയുമായി താരതമ്യംചെയ്ത് പഠിക്കാൻ ഇതുപകരിക്കണമെന്ന് ആശാൻ ഉദ്ദേശിച്ചിരിക്കണം.

മുഖവുരയിൽ കുറിച്ചിട്ടിരിക്കുന്നതനുസരിച്ചു നോക്കിയാൽ കരുണയിലെ 510 വരികൾ രചിക്കുന്നതിന് അഞ്ചു മാസത്തോളം സമയമെടുത്തിരിക്കുന്നതായി കാണുന്നു. 'പലേ അസൗകര്യങ്ങളാൽ' എന്നെഴുതിയിരിക്കുന്നത് അതിനിടയിൽ ആശാൻ അസംബ്ലി തിരഞ്ഞെടുപ്പിൽ മത്സരിച്ചതിനെ ഉദ്ദേശിച്ചായിരിക്കണം. എങ്കിലും സാമാന്യാധികമായ ശ്രദ്ധ ഇതിന്റെ രചനയിൽ കവി ചെലുത്തിയിട്ടുണ്ടെന്ന് മനസ്സിലാക്കാം. പല നിലകളിലും അദ്ദേഹത്തിന് ഏറ്റവും ഇഷ്ടപ്പെട്ട കാവ്യം *കരുണ*യല്ലേ എന്ന് ഞാൻ വിചാരിക്കുന്നു

മൂന്നു ഭാഗങ്ങളായിട്ടാണ് ഈ കാവ്യം വിഭജിച്ചിട്ടുള്ളത്. ഒന്നാം ഖണ്ഡത്തിന്റെ തുടക്കത്തിൽ വാസവദത്ത കഞ്ജബാണന്‍ തന്റെ പട്ടം കെട്ടിയ രാജ്ഞിയെപ്പോലെ വീടിന്റെ മലർമുറ്റത്ത് പരിലസിക്കുന്നത് നാം കാണുന്നു. അവൾ അസ്വസ്ഥയാണ്. അസ്വാസ്ഥ്യത്തിന്റെ കാര്യമെന്തെന്ന് തോഴിയുടെ ആഗമനത്തോടുകൂടി വെളിപ്പെടുത്തുന്നു. വിശുദ്ധമായ അനുരാഗത്തിന്റെ വേദനയാണിത്. അതിന്റെ പാരമ്യത്തിൽ അവൾ വ്യർത്ഥതാബോധം അനുഭവിക്കുകയും ചെയ്യുന്നു.

"അർത്ഥഭാണ്ഡങ്ങൾതൻ കനം കുറഞ്ഞുപോകുന്നു തോഴീ
യിത്തനുകാന്തിതൻ വിലയിടിഞ്ഞിടുന്നു
വ്യർത്ഥമായ് തോന്നുന്നു കഷ്ടം! അവൻ കാണാതെനിക്കുള്ള
നൃത്തഗീതാദികളിൽ നൈപുണിപോലും."

ഒരു ഗണികയിൽ ഇത് സ്വാഭാവികമല്ല. എന്നാൽ അന്തരംഗത്തിന്റെ നിഗൂഢതയിൽ അനുരാഗം അങ്കുരിച്ചുപോയാൽ ഇങ്ങനെയേ സംഭവിക്കാൻ പറ്റൂ. ഭോഗലാലസമായ ജീവിതത്തിലേക്ക് അവളെ പ്രത്യാനയിപ്പിക്കാൻ തോഴി നടത്തുന്ന പരിശ്രമം വിഫലമാവുന്നു. ഈ സാഹചര്യത്തിലാണ് ചെട്ടിയാർ എന്ന ധനാഢ്യന്റെ ആർഭാടമായ ആഗമനം. ആ പ്രലോഭനം അവളെ വീണ്ടും ഉണർത്തുന്നു. ചിരപരിചിതമായ പാപത്തിന്റെ വഴിയിലേക്ക് അരയന്നപ്പിടപോലെ അവൾ മടങ്ങുകയും ചെയ്യുന്നു.

ഇതിനു നേർവിപരീതമായ ഒരു രംഗമാണ് രണ്ടാംഭാഗത്തിൽ. ചുടുകാടാണ് അവിടെ ദൃശ്യമാകുന്നത്. ഒന്നാം ഭാഗത്തിൽ വാസവദത്തയെയും ചെട്ടിയാരെയും വർണ്ണിച്ചിരിക്കുന്നതുപോലെ ചുടുകാടും വിസ്തരിച്ചാണ് ചിത്രീകരിച്ചിരിക്കുന്നത്. ആരിലും വിരക്തി ജനിപ്പിക്കുന്ന ഒരു രംഗം ഒടുവിൽ.

"ഇടമിതിഹലോകത്തിൻ പരാമവധിയാണൊരു
ചുടുകാടാണതു ചൊല്ലാതറിയാമല്ലോ"

എന്നു നേരിൽ പറയുന്നു. അതിനുശേഷം വിവരണം വാസവദത്തയിലേക്കു കേന്ദ്രീകരിക്കുന്നു. ഇപ്പോൾ അവൾ 'രൂപവിധുരമായ ഒരു പിണ്ഡം മാത്രമായി ശേഷിച്ചിരിക്കുന്നു. വില്പാനിറക്കിയിട്ട കുങ്കുമപ്പൊതിപോലെ ചോര പുരണ്ട് ആ മാംസപിണ്ഡം കിടക്കുന്നു. അവിടെ നിന്ന് നമ്മുടെ ശ്രദ്ധ കവി ഉപഗുപ്തനിലേക്ക് തിരിക്കുന്നു. ഭാനുമാനിൽനിന്ന് കാറ്റിൽ കടപൊട്ടി പറന്നെത്തും കതിരുപോലെ ഈ ഭാസുരാകൃതി വ്യഗ്രതയോടെ നടന്ന് വാസവദത്തയുടെ ചാരത്തണയുന്നു. ഞാൻ ഉപഗുപ്തൻ എന്ന് അദ്ദേഹം പറയുന്നതു കേൾക്കുമ്പോൾ ആ മാംസപിണ്ഡം അനങ്ങുന്നു. അദ്ദേഹത്തിന്റെ വാക്സുധ മൃതസഞ്ജീവനിയാണോ എന്ന് സംശയിച്ചുപോകുന്നു.

"അഹഹ! മൃത്യുവിന്നിരുട്ടാഴിയിൽ മുങ്ങിയ സത്വം
മുഹുരിന്ദ്രിയവാതിലിൽ മുട്ടുകല്ലല്ലി?"

എന്നു കവിയിൽ നിന്ന് ഒരു വിസ്മയം ഉയർന്നുപോകുന്നു! (സർവ്വവും കൺമുന്നിൽ കാണുന്നതുപോലുള്ള ചിത്രീകരണം)

അതിനുശേഷമാണ് അത്യധികം സംക്ഷിപ്തമായി ഇടക്കാലകഥ വിവരിക്കുന്നത്. മലർമുറ്റത്ത് ഒരു വാസരാന്തത്തിൽ നാം ദർശിച്ച വിശ്വമോഹിനി ഇവിടെ, ഇതാ, കരചരണനാസികകൾ ഛേദിക്കപ്പെട്ട്, ഒരു മാംസപിണ്ഡം മാത്രമായി അവശേഷിക്കുന്നു. ഇതെങ്ങനെ സംഭവിച്ചു? അതു വിവരിക്കുന്നതിനുമുമ്പ്, കവി ഒരു ലോകതത്ത്വം ഓർമ്മിച്ചുപോകുന്നു.

"ഹാ! സുഖങ്ങൾ വെറും ജാലം, ആരറിവു നിയതിതൻ
ത്രാസ്സുപൊങ്ങുന്നതും താനേ താണുപോവതും"

മൂന്നാം ഭാഗത്തിൽ, ഉപഗുപ്തൻ വാസവദത്തയോടു പറയുന്ന വാക്കുകൾക്കാണ് പ്രാധാന്യം. അവളെ അദ്ദേഹം ഭഗിനീ എന്നു സംബോധന ചെയ്യുന്നു. വിപത്തിനെ അതുല്യാനുഗ്രഹമായി കരുതണമെന്ന് അദ്ദേഹം ഉപദേശിക്കുന്നു. മാത്രമല്ല, അംഗുലീമാലനുപോലും അർഹത പദമേകിയ തുംഗമാം കരുണയിൽ വിശ്വസിക്കണമെന്നും. ഉപദേശത്തിന്റെ ഒടുവിൽ അദ്ദേഹം ശരണരത്നങ്ങൾ അവളുടെ ആത്മാവിനെ അണിയിക്കുന്നു. *കരുണയിലെ* ഏറ്റവും ഉജ്ജ്വലമായ മുഹൂർത്തമാണിത്.

വാസവദത്തയുടെ മുഖത്ത് ശോണരേഖകൾ മറയുകയും തൽസ്ഥാനത്ത് നവതേജസ്സ് തെളിയുകയും ചെയ്യുന്നു. താൻ അനിർവ്വചനീയമായ പരമശാന്തിരസത്തിന്നുറവയാണെന്ന് അവൾക്ക് സ്വയം തോന്നുന്നു. അവളുടെ ഉടൽ കുളിർത്തു. സിരകൾ ചലിച്ചു. കടക്കണ്ണിൽ ബാഷ്പബിന്ദുക്കൾ സ്ഫുരിച്ചു. അവൾ ആത്മീയവിശുദ്ധി നേടുന്ന ആ നിമിഷത്തിലേക്ക് പ്രപഞ്ചം മുഴുവൻ ചുരുങ്ങി എന്നുവരെ കവി വർണ്ണിക്കുന്നു.

ക്ഷണത്തിൽ ചെന്നു ഞെരുങ്ങി പ്രപഞ്ചം നിന്നഹോ ഹിമ—
കണത്തിൽ ബിംബിച്ചുകാണും കാനനംപോലെ

സാധാരണഗതിയിൽ വാക്കുകളിൽ ഒതുങ്ങാത്ത ഒരു മുഹൂർത്തമാണ് ആശാൻ, അനുഗൃഹീതമായ പാടവത്തോടുകൂടി ഇവിടെ ആവിഷ്കരി

ച്ചിരിക്കുന്നത്. അതിന് പൂരകമെന്നോണം ബാഹ്യലോകം കൂടി കവി അവതരിപ്പിക്കുന്നു.

"യമുനയിൽ ഇളംകാറ്റ് തിരതല്ലി, ശാഖചലി-
ച്ചമരസല്ലാപം കേൾക്കായരയാലിൻമേൽ,
താണുടനെ രണ്ടു നീണ്ട ഭാനുകിരണങ്ങളങ്ങു
ചേണിയന്ന കനകനിഃശ്രേണിയുണ്ടാക്കി"

പിന്നീട്, നിർവ്വഹണഘട്ടവും ഇതേ ചാതുര്യത്തോടുകൂടി കവി, തേജസ്സാർന്ന നിലയിൽ, സംക്ഷേപിച്ചിരിക്കുന്നു. ഒടുവിലത്തെ,

"നമസ്കാരമുപഗുപ്ത, വരിക ഭവാൻ നിർവ്വാണ
നിമഗ്നനാകാതെ വീണ്ടും ലോകസേവയ്ക്കായ്
പതിതകാരുണികരാം ഭവാദൃശസുതന്മാരെ
ക്ഷിതിദേവിക്കിന്നു വേണമധികം പേരെ"

എന്ന നാലു വരികൾ. ഉദാത്താനുഭൂതിയുളവാക്കുന്ന സംഗീതത്തിന്റെ അന്ത്യംപോലെ അനുവാചകമനസ്സുകളിൽ മുഴങ്ങി നില്ക്കും.

ജഡികമായ തലത്തിൽ ആരംഭിച്ച് പടിപടിയായുർന്ന്, സൂര്യലോകസീമകളെ തഴുകുന്ന അവസ്ഥയിൽ ഭാവമേഖല എത്തിച്ചേരുന്നു എന്നത് ഈ കാവ്യത്തിന്റെ ശില്പപരമായ ഔൽകൃഷ്ട്യമാണ്. കുമാരനാശാന്റെ ഏറ്റവും മികച്ച കാവ്യമാണിതെന്ന് ഞാൻ കരുതുന്നു.

കരുണ പ്രകാശിപ്പിക്കുന്നതിനുമുമ്പുണ്ടായ കാര്യങ്ങളെക്കുറിച്ചു കൂടി ഇവിടെ പ്രതിപാദിക്കേണ്ടതുണ്ട്. വെയിൽസ് രാജകുമാരനിൽനിന്ന് ബഹുമതി (പട്ടും വളയും) സ്വീകരിക്കുന്നതാണൊന്ന്. അതേപ്പറ്റി 1921 ലെ *ദേശാഭിമാനി*യിൽ വന്ന വാർത്ത.

വെയിൽസ് രാജകുമാരൻ തിരുമനസ്സുകൊണ്ട് മദ്രാസ് സന്ദർശിക്കാൻ വരുമ്പോൾ സർവ്വകലാശാലയിൽവച്ച് മലയാളഭാഷാപണ്ഡിതന്മാരിൽ രണ്ടുപേരെ അവരുടെ സാഹിത്യവിദഗ്ദ്ധതയ്ക്കുവേണ്ടി ബഹുമതിചിഹ്നം കൊടുത്ത് ബഹുമാനിക്കാൻ നിശ്ചയിച്ചിരിക്കുന്നു. ഒരു കാശ്മീർ സാൽവയും സ്വർണ്ണത്തിലുള്ള കീർത്തിമുദ്രയും തിരുമേനി തൃക്കൈകൊണ്ട് സമ്മാനിക്കും. മുദ്രയ്ക്കും സാൽവയ്ക്കും കൂടി 400 ക വിലയുണ്ടായിരിക്കും. തെരഞ്ഞെടുക്കപ്പെട്ടിരിക്കുന്ന ഭാഷാപണ്ഡിതന്മാരിൽ ഒന്നാമൻ ശ്രീമാൻ കുമാരനാശാൻ അവർകളും രണ്ടാമൻ ശ്രീമാൻ വള്ളത്തോൾ നാരായണമേനോൻ അവർകളുമാണ്. ഷഷ്ടിപൂർത്തി സംബന്ധിച്ച് കവിതിലകന്മാരെ തെരഞ്ഞെടുത്തപ്പോൾ ആശാനവർകളെ വിസ്മരിച്ച കൊച്ചി വലിയതമ്പുരാൻ തിരുമേനിക്ക് വെയിൽസ് രാജകുമാരൻ തിരുമേനിയുടെ ഈ അഭിനന്ദനം അത്ഭുതജനകമായി തോന്നും.

ഗുണത്തെ അഭിനന്ദിക്കുന്നതിൽ വെള്ളക്കാരും നാട്ടുകാരും തമ്മിലുള്ള വ്യത്യാസം ഇങ്ങനെയാണ്.

1097 ധനു മുപ്പതാം തീയതി (1922 ജനു. 13) വെള്ളിയാഴ്ച മദ്രാസ് സെനറ്റ് ഹൗസിൽവച്ച് സമ്മാനദാന കർമ്മം നടന്നു. ആശാന്റെ ഡയറിയിലെ കുറിപ്പ്:

> Attended the Senate Hall function at noon. The prince reached the House at 12.30. The presents were all given to all the Pundits by H. Royal Highness just after his replay to the address of the Vice Chanceller on hebalf of the University. The present consisting of a bangle called Keletis and a medal and two shawls in a tray.

അടുത്ത ദിവസത്തെ ഡയറിയിൽ ചെറിയൊരു ഷോപ്പിങ്ങിനെപ്പറ്റി മാത്രമേ കുറിച്ചിട്ടുള്ളൂ. 6 രൂപ 8 അണയ്ക്ക് ഒരു വാട്ടർമാൻ പേന, 16 രൂപയ്ക്ക് ഒരു റിസ്റ്റ് വാച്ച്, 16 ഗജം സാരിബോർഡർ (വില കുറിച്ചിട്ടില്ല) ഇത്രയുമാണ് വാങ്ങിയത്. അതിനടുത്ത ദിവസം വൈസ് ചാൻസലർ ശ്രീനിവാസയ്യങ്കാരെ ആശാൻ സന്ദർശിച്ചു Talked to him about the Ezhava problems and appealed for his sympathy എന്ന് ഡയറിക്കുറിപ്പ്.

മദ്രാസിൽനിന്ന് കുമാരനാശാൻ കാഞ്ചീപുരത്തേക്ക് പോയി. പതിനേഴാം തീയതി കാമാക്ഷിയമ്മ, കൈലാസനട, വരദരാജവൈകുണ്ഠപ്പെരുമാൾ മുതലായ ക്ഷേത്രങ്ങൾ സന്ദർശിച്ചു. ഡയറിയിൽ ഇപ്രകാരം എഴുതിയിരിക്കുന്നു. The granite temples have given a bewildering impression of reverence, devotion, antiquity and wonder. ഈ ക്ഷേത്രങ്ങൾ അത്ഭുതവും ഭക്തിയും ആദരവും പൗരാണികതയുടെ നേർക്ക് താല്പര്യവും ജനിപ്പിക്കുന്നു എന്നു സാരം.

അവിടെയുള്ള ശ്രീനാരായണാശ്രമം സന്ദർശിക്കാൻ പ്രത്യേക താല്പര്യം കാണിച്ചു. ആ ആശ്രമത്തിൽവച്ചാണ് പട്ടും വളയും ധരിച്ചിരിക്കുന്ന ഫോട്ടോ എടുത്തത്. ഇന്ന് പ്രചാരത്തിലുള്ള ചിത്രം.

കാഞ്ചീപുരത്തുനിന്ന് ചിദംബരത്ത് പോവുകയും ക്ഷേത്രസന്ദർശനം നടത്തുകയും ചെയ്തു. അടുത്ത ദിവസം തിരുച്ചിറപ്പള്ളി ശ്രീ രംഗം ക്ഷേത്രം സന്ദർശിച്ചു. This temple is also equally wonderful and awe-inspiring but more gayful എന്ന് അതേപ്പറ്റി ഡയറിയിൽ കാണാം. (ഈ ദേവാലയവും തുല്യനിലയിൽ അത്ഭുതജനകവും ഭയാദരങ്ങൾ ഉളവാക്കുന്നതുമാണ്. അതേസമയം തന്നെ സുപ്രസന്നവും)

കേരളത്തിൽ മടങ്ങിയെത്തിയ ആശാനെ അനേകം സ്വീകരണങ്ങൾ കാത്തിരിപ്പുണ്ടായിരുന്നു. പ്രധാനമായത്, ആലുവ സംസ്കൃതസ്കൂ

ളിൽവച്ചു നടന്ന സ്വീകരണമാണ്. അതിൽ സി നാരായണപിള്ളയും ഒരു പ്രസംഗകനായിരുന്നു. ആശാന്റെ കവിതകളെ വിമർശനാത്മകമായ ഉൾക്കാഴ്ചയോടുകൂടി വിവരിച്ച് മികച്ച വാഗ്മിയായ അദ്ദേഹം സദസ്സിന്റെ അഭിനന്ദനം നേടി. മറ്റു പ്രസംഗങ്ങൾ സ്ഥിരം പ്രശംസകളായിരുന്നു. മറുപടി പ്രസംഗത്തിൽ ആശാൻ പ്രത്യേകമായി സി നാരായണപിള്ളയെ അഭിനന്ദിച്ചു.

"വെയിൽസിലെ രാജകുമാരനിൽനിന്ന് ലഭിച്ച പട്ടും വളയും അഭികാമ്യങ്ങൾതന്നെയാണെങ്കിലും ഇന്നിവിടെ പ്രസംഗിച്ച വിദ്യാർത്ഥിയായ എന്റെ യുവസ്നേഹിതനെപ്പോലുള്ള ചെറുപ്പക്കാർ തന്റെ കവിതകൾ ഹൃദിസ്ഥമാക്കി ചൊല്ലുന്നതു കേൾക്കുന്നതിൽ കൂടുതൽ അഭികാമ്യമോ അഭിമാനമോ ആയി യാതൊന്നുംതന്നെ എനിക്കു ലോകത്തിലില്ല."

സമ്മാനത്തിന് ആശാൻ കല്പിച്ച വില സാഹിതീയമൂല്യത്തെ അടിസ്ഥാനമാക്കിയുള്ളതല്ലെന്ന് പ്രത്യേകം പറയേണ്ടതില്ലല്ലോ.

തന്റെ പ്രസംഗത്തിൽ സി നാരായണപിള്ള ഒരു അഭ്യർത്ഥന ആശാന്റെ മുമ്പാകെ സമർപ്പിച്ചിരുന്നു. ആശാൻ ഒരു മഹാകാവ്യം രചിക്കണമെന്നാണ് ആ അഭ്യർത്ഥന. അതും മറുപടിയിൽ ആശാൻ പരാമർശിച്ചു.

> മി. നാരായണപിള്ളയുടെ അഭ്യർത്ഥന നിറവേറ്റുന്നതിൽ ഒരു വൈഷമ്യമുണ്ട്. മഹാകാവ്യങ്ങൾകൊണ്ട് മലയാളഭാഷ ഇപ്പോൾ വീർപ്പുമുട്ടുകയാണ്. അടുത്ത തലമുറ മഹാകാവ്യങ്ങൾ വായിക്കാൻ ഇഷ്ടപ്പെടുന്നവരായിരിക്കില്ല. പുരോഗമനചിന്തകളടങ്ങിയ ഖണ്ഡകാവ്യങ്ങളായിരിക്കും അവർക്ക് കൂടുതൽ പ്രിയം. സംസ്കൃതരീതി പിടിച്ചുള്ള നെടുങ്കൻ വർണ്ണനകൾ വായിക്കുവാൻ വേണ്ട ക്ഷമയുള്ളവർ വളരെയുണ്ടായിരിക്കുമെന്നു തോന്നുന്നില്ല.

അതിനുശേഷം കൊച്ചിയിൽവച്ച് ഒരു ഗംഭീര സ്വീകരണം. അതിൽ പങ്കുകൊണ്ടപ്പോഴും ആശാന്റെ മനസ്സ് ശിവഗിരിയിലെത്താൻ വെമ്പുകയായിരുന്നു. അതിന് ഏതാനും ദിവസംകൂടി വേണ്ടിവന്നു. 1922 ജനുവരി ഇരുപത്തിഒമ്പതാം തീയതിയിലെ ഡയറിക്കുറിപ്പിൽ ഇങ്ങനെ കാണുന്നു.

> Reached Sivagiri in the morning. Swami was present to our great surprise and delight. Spent the whole of the after-noon in the Mutt. One of the shawl was offered to Swami by me but he wanted to have it kept with me only for his own use when he comes to my place at Thonnakkal.

വർക്കലയിൽവച്ചും വലിയൊരു സ്വീകരണം നല്കപ്പെട്ടു. അതേപ്പറ്റി ആശാൻ എഴുതിയിരിക്കുന്നു.

I was taken in a procession in a boat accompanied by several boats with music, chorus etc. etc. Reached the meeting place at about 3.30. Meeting presided over by Changanachery Parameswaran pillai. There were very good speeches by K Ayyappan. C V Kunjuraman and others. The casket was black wood chest inlaid with White ivory works

ഇമ്മാതിരി സ്വീകരണങ്ങൾ അനേകം നടന്നു.

1923 ൽ ഒരു ഉപതിരഞ്ഞെടുപ്പിലും കുമാരനാശാൻ മത്സരിക്കുന്നുണ്ട്. കെ പി രാമൻപിള്ളയുടെ നിര്യാണം മൂലം ഉണ്ടായ ഒഴിവിൽ കൊല്ലം നിയോജകമണ്ഡലത്തിൽനിന്നാണ് മത്സരിച്ചത്. തിരുവിതാംകൂറിൽ ജനസംഖ്യയിൽ ഒന്നാം സ്ഥാനമുണ്ടായിരുന്നെങ്കിലും ഈഴവസമുദായത്തിലെ ഒരംഗത്തിനുപോലും തിരഞ്ഞെടുപ്പിൽക്കൂടി സാമാജികനാകാൻ സാധിച്ചിരുന്നില്ല. വൻഭൂവുടമകൾക്കുമാത്രമായിരുന്നല്ലോ വോട്ടവകാശം. ഈ സാഹചര്യത്തിൽ സംവരണസീറ്റുകൾ ആവശ്യമാണെന്ന് എസ് എൻ ഡി പി യോഗം വാദിച്ചു. അതിനിടയ്ക്കാണ് ഉപതിരഞ്ഞെടുപ്പ് ഉണ്ടാകുന്നത്. സർവ്വസമ്മതനായ ഒരു ഈഴവൻ മത്സരിച്ചാൽപോലും വിജയിക്കില്ലെന്ന് ബോദ്ധ്യമായാൽ സംവരണവാദത്തിന് ശക്തികൂടുമെന്ന് ഈഴവനേതാക്കൾ ചിന്തിച്ചു. ഇതാണ് ആശാൻ സ്ഥാനാർത്ഥിയാക്കി നില്ക്കാനുണ്ടായ സാഹചര്യം. അതിനു മുന്നോടിയായി ദിവാൻജിയെ കണ്ട് ആശാൻ സംസാരിച്ചു. He said he would be glad if I contest for the seat vacant in the L C എന്ന് ഡയറിയിൽ. പിന്നീട് ടി കെ മാധവന് ഒരു കത്തെഴുതി. ആശാൻ സ്ഥാനാർത്ഥിയായി നില്ക്കണമെന്ന് അദ്ദേഹവും മറുപടിയിൽ അഭിപ്രായപ്പെട്ടു. പിന്നീട് കൊല്ലത്തുള്ളവരുടെ ഒരു പൊതുയോഗം വിളിച്ചുകൂട്ടി അഭിപ്രായം അറിയണമെന്നു തീരുമാനിച്ചു. ഡയറിയിൽ Decided to call a meeting of the leading men of our community in the town as well as different villages in the Taluk and consult about the advisability of standing for the election എന്നു കാണുന്നു. ആ യോഗവും ആശാൻ മത്സരിക്കണമെന്നു തീരുമാനിച്ചു.

ശക്തിയായി മത്സരം നടന്നു. സത്യവ്രതസ്വാമികളും സി വി കുഞ്ഞുരാമനും മറ്റും ആശാനുവേണ്ടി രംഗത്തിറങ്ങി നല്ലവണ്ണം പ്രവർത്തിച്ചു. എങ്കിലും ആശാൻ പരാജയപ്പെട്ടു. അത് അപ്രതീക്ഷിതമായിരുന്നില്ല.

തിരഞ്ഞെടുപ്പു പരാജയത്തെക്കുറിച്ച് ടി കെ മാധവൻ *ദേശാഭിമാനി*യിൽ ഇങ്ങനെ എഴുതിയിരിക്കുന്നു.

കുമാരൻ ആശാൻ അവർകൾക്ക് പരാജയത്തിനേ മാർഗ്ഗമുള്ളൂ എന്നുള്ള വിശ്വാസത്തെ മുൻനിർത്തിക്കൊണ്ടുതന്നെയാണ് സ്ഥാനാർത്ഥിയായി നിന്നതെന്നുള്ള സംഗതി ആദ്യമേ പ്രസ്താ

> വിച്ചിട്ടുണ്ടല്ലോ. അങ്ങനെ നില്ക്കാനുള്ള കാരണങ്ങൾ ഇന്നതൊക്കെയാണ് എന്ന് പറഞ്ഞു കഴിഞ്ഞതാണ്. വോട്ടു ലഭിക്കുന്നതിനുവേണ്ടി ആശാനവർകൾക്ക് മറ്റുള്ളവരെപ്പോലെ വലിയ പണച്ചെലവോ ബുദ്ധിമുട്ടുകളോ ഒന്നും അധികമായി തോന്നിയിരുന്നില്ല. ഈഴവവോട്ടർമാർക്ക് അവരവരുടെ ചുമതലകളെ സംബന്ധിച്ചുണ്ടായ ബോധവും നിഷ്കളങ്കമായി ആശാനവർകളെ സഹായിക്കുന്നതിന് സമുദായ പ്രതിനിധികളിൽ ചിലർ പ്രദർശിപ്പിച്ച അതിയായ താല്പര്യവുമാണ് ഇതിലേക്കുള്ള കാരണം... ആശാനവർകൾക്ക് പരാജയമാണ് സിദ്ധിച്ചതെങ്കിലും ആ പരാജയത്തിൽ വലിയ വിജയം അന്തർഭവിച്ചിട്ടുണ്ടെന്ന് ആലോചിക്കുന്നവർക്ക് അറിയാൻ കഴിയുന്നതാണ്....

ഇലക്ഷൻ പ്രവർത്തനത്തെപ്പറ്റിയുള്ള ഓർമ്മകളുടെ കൂട്ടത്തിൽ സി വി കുഞ്ഞുരാമൻ രേഖപ്പെടുത്തിയ ഒരു സംഭവം

> ഒരിക്കൽ സത്യവ്രതസ്വാമിയെയും മറ്റും പരവൂരിൽ കൊണ്ടുചെന്ന് വണ്ടി കയറ്റി അയയ്ക്കുവാൻ രണ്ടുറുപ്പിക ആശാൻ എന്നെ ഏല്പിച്ചു. അവരെ വണ്ടി കയറ്റി അയച്ചശേഷം ബാക്കിയുണ്ടായിരുന്ന പന്ത്രണ്ടണ ഞാൻ കൊല്ലത്തുകൊണ്ടുവന്ന് ആശാൻ എന്നെ അന്വേഷിച്ചുവരുമ്പോൾ കൊടുത്തേക്കണം എന്നു പറഞ്ഞ് എന്റെ സഹോദരിയെ ഏല്പിച്ചിരുന്നു. തിരഞ്ഞെടുപ്പു കഴിഞ്ഞതിന്റെ പിറ്റേദിവസം പ്രഭാതമാകുന്നതിന് സ്വല്പം മുമ്പേ ആശാൻ കൊല്ലത്തു വന്ന് എന്നെ അന്വേഷിച്ചു. ഞാനില്ലായിരുന്നു. ആശാൻ യാത്രപറഞ്ഞു പോകാൻ ഭാവിച്ചപ്പോൾ മുക്കാൽ രൂപയുടെ കാര്യം എന്റെ സഹോദരി പറഞ്ഞു. അതിന്റെ കണക്ക് ഞങ്ങൾ തമ്മിൽ അടുത്ത ജന്മത്ത് തീർത്തുകൊള്ളാം എന്ന് മറുപടി പറഞ്ഞ് ചിരിച്ചുകൊണ്ട് ആശാൻ ഇറങ്ങിപ്പോയി. അതിൽപിന്നീട് ആശാനെ കാണാൻ ഇടയാകുന്നത് പല്ലനത്തോട്ടിന്റെ കരയിൽ കിടക്കുമ്പോഴായിരുന്നു.

അടുത്തതായി പറയേണ്ടത് രവീന്ദ്രനാഥടാഗോറിന്റെ കേരളസന്ദർശനത്തെപ്പറ്റിയാണ്. 1922 നവംബർ ഒൻപതാം തീയതിയാണ് ടാഗോർ തിരുവനന്തപുരത്തെത്തിയത്. അദ്ദേഹത്തോടൊപ്പം ദീനബന്ധു സി എഫ് ആൻഡ്രൂസും മകൻ രതീന്ദ്രനാഥടാഗോറും ഉണ്ടായിരുന്നു. വലിയൊരു സ്വീകരണം അദ്ദേഹത്തിനു നല്കാൻ സജ്ജീകരണങ്ങൾ ചെയ്തിരുന്നു. മള്ളൂർ ഗോവിന്ദപ്പിള്ളയായിരുന്നു സ്വീകരണസംഘാദ്ധ്യക്ഷൻ. അദ്ദേഹം ആവശ്യപ്പെട്ടതനുസരിച്ചാണ് 'ദിവ്യകോകിലം' എന്ന കവിത ആശാൻ എഴുതിയത്. അതിന്റെ രചനയെപ്പറ്റി കെ സദാശിവൻ എഴുതുന്ന വാക്കുകൾ ഉദ്ധരിക്കട്ടെ.

മഹാകവി രവീന്ദ്രനാഥ ടാഗോറിന്റെ ബഹുമാനാർത്ഥം ശ്രീ മള്ളൂർ ഗോവിന്ദപ്പിള്ള അവർകളുടെ ആവശ്യപ്രകാരം എഴുതിക്കൊടുത്ത താണിത്.... ഇതിന്റെ രചനയ്ക്ക് ഏതാനും സമയം മാത്രമേ കവി എടുത്തിട്ടുള്ളൂ.... എന്റെ താമസസ്ഥലത്തുവച്ച് ഞാൻ കൂടെയുള്ള പ്പോൾ രചിച്ചതാണ് ഈ കാവ്യരത്നം. ഇതിന്റെ രചനയിലും പാരാ യണത്തിലും കവിതന്നെ പുളകംപൂണ്ടിട്ടുണ്ട്. ഇതിൽ കവിക്കുണ്ടാ യിട്ടുള്ള അഭിമാനം മറ്റു വലിയ കൃതികളിൽത്തന്നെയും ഉണ്ടായി ട്ടില്ല. ഇതിന്റെ മാറ്റ് ഉരച്ചു നോക്കാനുള്ള ചാണയും ഇതുതന്നെ.

സ്വീകരണസമ്മേളനം നടന്നത് ഇപ്പോൾ യൂണിവേഴ്സിറ്റി ലൈബ്രറി സ്ഥാപിച്ചിരിക്കുന്ന സ്ഥലത്തുവച്ചാണ്. ഒരു മൂന്നുനിലപ്പന്തൽ അതിനു വേണ്ടി നിർമ്മിച്ചിരുന്നു. സമ്മേളനത്തിൽ പങ്കെടുക്കാൻ ഭാഗ്യമുണ്ടായ ശ്രീ കെ സി പിള്ള ഓർമ്മിക്കുന്നു.

നാലരമണിയോടെ പന്തലും പരിസരങ്ങളും ജനങ്ങളെക്കൊണ്ടു നിറഞ്ഞു. അഞ്ചടിക്കാൻ പത്തുമിനിറ്റുള്ളപ്പോൾ രാഘവയ്യ (ദി വാൻജി) യും കുടുംബാംഗങ്ങളും പന്തലിൽ പ്രവേശിച്ചു. കൃത്യം അഞ്ചു മണിക്കുതന്നെ ഗുരുദേവനും പാർട്ടിയും പന്തലിന്റെ പ്രവേ ശനദ്വാരത്തിലെത്തി. രാഘവയ്യയുടെ നേതൃത്വത്തിലുള്ള സ്വാഗ തസംഘാംഗങ്ങൾ വാദ്യഘോഷങ്ങളോടെ ചെന്ന് അദ്ദേഹത്തെ സ്വീകരിച്ച് വേദിയിലേക്ക് കൂട്ടിക്കൊണ്ടുപോയി. വേദിയിൽ ആദ്യ മായി നടന്നത് പെൺകുട്ടികളുടെ സ്വാഗതഗാനമായിരുന്നു. അതി നെത്തുടർന്നായിരുന്നു 'ദിവ്യകോകില' ഗാനം. സ്വാഗതസംഘ ത്തിന്റെ അപേക്ഷപ്രകാരം കുമാരനാശാൻ എഴുതിയ ആ മനോ ഹരഗാനം ഇന്ന് മലയാള സാഹിത്യത്തിൽ സ്ഥിര പ്രതിഷ്ഠ സമ്പാ ദിച്ച ഒരു കാവ്യശില്പമാണ്. ആ ഗാനം ആലപിച്ചത് ഗാനഗന്ധർവ്വ നായിരുന്ന സി കേശവനായിരുന്നു.

"അവ്യയനാമീശന്റെയാരാമരത്നം തന്നി-
ലവ്യാജകുതൂഹലം പാടിസഞ്ചരിക്കുന്ന
ദിവ്യകോകിലമേ..."

എന്ന് അഭിനയചാതുരിയോടെ ഗുരുദേവന്റെ നേരെ കൈകൾ നീട്ടി ക്കൊണ്ട്, അത്യാകർഷകമായ ഈണത്തിൽ സി കേശവൻ ഗാനമാലപി ക്കുന്നതു കേട്ട് കോൾമയിൽ കൊണ്ട് ആ മഹാസദസ്സ് ഒന്നടങ്കം ശബ്ദ ഘോഷം മുഴക്കി. ആ ശബ്ദത്തിനിടയിൽ 'പൊൻകണ്ഠനാളം തൂകും ഭവ്യ കാകളീപരിപാടി'കളുടെ വിജയം ആർക്കും കാണാൻ കഴിഞ്ഞില്ല.

ഇനി സി കേശവൻ അതേപ്പറ്റി കുറിച്ചിരിക്കുന്നത് നോക്കുക.

ആ മഹാസദസ്സിന്റെ ഒരു മൂലയിൽ ഒരു മഞ്ഞക്കോട്ടും തൊപ്പിയും

കഴുത്തിൽ ചുറ്റിയ ഒരു പുളിയിലക്കരയൻ നേര്യതുമായി ഇരുന്നിരുന്ന ആശാനെ ഞാൻ ഇടയ്ക്കിടയ്ക്ക് നോക്കി. ആ മുഖമണ്ഡലത്തിൽ തെളിഞ്ഞുനിന്ന നിർവൃതി- എന്നു തന്നെ പറയട്ടെ എനിക്ക് നൊടിയിടയിൽ ദർശിക്കാൻ സാധിച്ചു. എന്നെയും ആശാനെയും അനുമോദിക്കാതെ ആ ടാഗോർദിനത്തിൽ ആരുമുണ്ടായിരുന്നില്ല. ഒരു പ്രകാരത്തിൽ പറഞ്ഞാൽ എന്റെയും ആശാന്റെയും ഒരു വിജയദിനമായിരുന്നു അത്.

ആ കവിതയുടെ അവസാനഭാഗം സ്വന്തം കവിതയ്ക്കും ഇണങ്ങുന്നതാണെന്ന് ആശാൻ അറിഞ്ഞിരുന്നുവോ എന്തോ?

അതിശാന്തമെന്നാലും ശക്തിമാമതിൻധ്വനി
സതതം ചൂഴ്ന്നകാറ്റിൽ തിരകൾ തല്ലിത്തല്ലി
ക്ഷിതിഗോളത്തെജ്ജഗദീശരാജ്യത്തേയ്ക്കു
കുതികൊള്ളിക്കും നവ്യചലനമുണ്ടാകുന്നു.

ടാഗോറിന് ആലുവായിൽവച്ചും ഒരു സ്വീകരണം ഏർപ്പാടു ചെയ്തിരുന്നു. ആ സന്ദർഭത്തിൽ വായിക്കുന്നതിനുവേണ്ടിയാണ് ആശാൻ ‘സ്വാഗതപഞ്ചകം’ എന്ന സംസ്കൃതകവിത രചിച്ചത്.

ആശാന്റെ പുത്രനായ കെ സുധാകരൻ ആ സംഭവം അവ്യക്തമായി ഓർക്കുന്നുണ്ട്.

> അന്നു ഞാൻ തീരെ ചെറിയകുട്ടിയാണ്. ടാഗോർ മഹാകവിയെയും അദ്ദേഹത്തിന്റെ പ്രഭാഷണം മലയാളത്തിലാക്കി പറഞ്ഞുകൊണ്ടു നില്ക്കുന്ന അച്ഛനെയും ബാൽക്കണിയിൽ മേശപ്പുറത്തിരുന്നു കണ്ടത് ഓർമ്മയുണ്ട്. ഈ പ്രത്യേക സൗഭാഗ്യത്തിനുവേണ്ടി എന്നെ അവിടെക്കൊണ്ടിരുത്തിയത് അമ്മയുടെ അനുജത്തി മിസ് ജാനമ്മയായിരുന്നു. ഒന്നും കേട്ടു മനസ്സിലാക്കാൻ കഴിഞ്ഞില്ലെങ്കിലും അതിന്റെ പ്രഭാവം ഇന്നും മനസ്സിൽ തങ്ങിനില്ക്കുന്നു.

ടാഗോർ ശിവഗിരിയിലെത്തി നാരായണഗുരുസ്വാമികളെ സന്ദർശിക്കുകയും സംഭാഷണം നടത്തുകയും ചെയ്തപ്പോൾ ദ്വിഭാഷിയായി പ്രവർത്തിച്ചത് കുമാരനാശാൻ ആയിരുന്നു. അവർ എന്തെല്ലാം ആശയങ്ങൾ പരസ്പരം കൈമാറി എന്ന് നമുക്കറിഞ്ഞുകൂടാ. അത് രേഖപ്പെടുത്തിവയ്ക്കാതെ പോയത് വലിയൊരു നഷ്ടമാണെന്ന് പരിതപിക്കുകയേ നിവൃത്തിയുള്ളൂ.

ഇലക്ഷൻ മത്സരം, ടാഗോർ സന്ദർശനം മുതലായ പല കാര്യങ്ങളും സമയം അപഹരിച്ചതുമൂലമാണ് *കരുണ* പൂർത്തീകരിക്കാൻ അത്രയും സമയമെടുത്തത്. എങ്കിലും ഏകാഗ്രമായ ശ്രദ്ധ അതിൽ ആശാൻ ചെലുത്തിയിട്ടുണ്ട്. പല തവണ വെട്ടിയും തിരുത്തിയുമാണ് വാക്കുകൾ നിബന്ധിച്ചിരിക്കുന്നതെന്ന് കൈയെഴുത്തുപ്രതി വ്യക്തമാക്കുന്നു.

അനുബന്ധം

ആശാൻ ആലുവയിൽ

കെ മാധവൻ

ശ്രീനാരായണഗുരുസ്വാമികൾ 1087 -ാമാണ്ടോടടുത്താണ് (1912) ആലുവായിൽ അദ്വൈതാശ്രമം സ്ഥാപിച്ചത്. അക്കാലത്ത് മഹാകവി കുമാരനാശാൻ എസ് എൻ ഡി പി യോഗത്തിന്റെ ജനറൽ സെക്രട്ടറിയായിരുന്നു. യോഗകാര്യങ്ങൾക്കായി വടക്കോട്ടു സഞ്ചരിക്കുമ്പോൾ മഹാകവി ആശ്രമം സന്ദർശിക്കുകയും സ്വാമിതൃപ്പാദങ്ങളെക്കണ്ട് വന്ദിക്കുകയും പതിവായിരുന്നു. അക്കാലത്ത് ഒരു സംസ്കൃതവിദ്യാലയം ആശ്രമത്തോടനുബന്ധിച്ച് സ്ഥാപിക്കാനായിരുന്നു തൃപ്പാദങ്ങളുടെ ശ്രമം.

ഈ ഉദ്യമത്തിന് ആശാൻ വേണ്ട പ്രോത്സാഹനം നല്കുകയും അതിന്റെ നടത്തിപ്പിനായി പലതും പ്രവർത്തിക്കുകയും ചെയ്തു.,

1094-ാമാണ്ടിലാണെന്നു തോന്നുന്നു. ആലുവാ അദ്വൈതാശ്രമത്തിന്റെയും വിദ്യാലയത്തിന്റെയും മേൽനോട്ടം വഹിക്കുന്നതിന് സ്വാമി തൃപ്പാദങ്ങൾ ധർമ്മകർത്താവെന്ന സ്ഥാനപ്പേരോടുകൂടി ആശാനെ നിയോഗിച്ചത്. ആശാൻ വിശ്രമത്തിനായി എസ് എൻ ഡി പി യോഗത്തിന്റെ ജനറൽ സെക്രട്ടറി സ്ഥാനത്തുനിന്നൊഴിഞ്ഞ സന്ദർഭമായിരുന്നു അത്. അതുകൊണ്ട് കുടുംബസമേതം ആലുവായിൽ വന്നു താമസിക്കാൻ അദ്ദേഹത്തിനു സൗകര്യം ലഭിച്ചു. മൂത്ത പുത്രൻ സുധാകരൻ മാത്രമേ അന്നു സന്താനമായിട്ടുണ്ടായിരുന്നുള്ളൂ. സ്വാമി തൃപ്പാദങ്ങൾക്ക് പൂർണ്ണ തൃപ്തി ഉണ്ടാകത്തക്കവണ്ണം ആശാൻ ആശ്രമകാര്യങ്ങൾ നടത്തി.

1095 മേടമാസത്തിൽ വടക്കൻപറവൂർ വച്ച് വളരെ ആഘോഷപൂർവ്വം ഒരു അദ്ധ്യാപകസമ്മേളനം നടന്നു. ആ സമ്മേളനത്തിൽ ആശാൻ സന്നിഹിതനായി ഒരു കവിത പാരായണം ചെയ്യണമെന്ന് ഭാരവാഹികൾ മഹാകവിയോടപേക്ഷിച്ചു. അവരുടെ അഭ്യർത്ഥനമാനിച്ച് 'അദ്ധ്യാപകവൃത്തി' എന്ന മനോഹരമായ കവിത രചിക്കുകയും ആ സമ്മേളനത്തിൽ സന്നിഹിതനായി ആശാൻ തന്നെ അതു പാരായണം ചെയ്യുകയും ചെയ്തു. സഹൃദയനായ ഒരു അദ്ധ്യാപകൻ പ്രസ്തുത കവിതാപാരയണത്തെപ്പറ്റി പ്രസ്താവിച്ചത് ഇങ്ങനെയാണ്. കളകണ്ഠകണ്ഠമുരളീനാദംപോലെ ആശാന്റെ മനോഹരമായ ശബ്ദം ആ സദസ്സിൽ ഉയർന്നപ്പോൾ സദസ്സു മുഴുവൻ ആനന്ദത്തിൽ ആറാടി.

"ഭാവിയാം വഞ്ചിരാജ്യം സൃഷ്ടിപ്പാനുള്ള

കേവലമായ മണ്ണു നിങ്ങളെയേല്പിക്കുന്നു" എന്ന ഭാഗം പാരായണം ചെയ്തപ്പോൾ പല അദ്ധ്യാപകരും ആനന്ദാശ്രു പൊഴിച്ചു. അതിനു ശേഷം പലരും ആ വരികൾ മനഃപാഠമാക്കി പ്രസംഗങ്ങളിലും മറ്റും ഉദ്ധരിച്ചുപോന്നു.

മഹാകവി കുമാരനാശാനും തിരുവിതാംകൂർ സംസ്ഥാനത്തെ

ദിവാൻപദം അലങ്കരിച്ചിരുന്ന സർ എം കൃഷ്ണൻനായരും തമ്മിൽ വളരെ മൈത്രിയിലായിരുന്നു ആലുവാ അദ്വൈതാശ്രമം സംസ്കൃത വിദ്യാലയത്തിന്റെ ഉദ്ഘാടനകർമ്മം ചെയ്യിച്ചത് ദിവാനെക്കൊണ്ടായിരുന്നു.

ആശ്രമത്തിലെ ധർമ്മ കർത്താവെന്ന നിലയിൽ ആശാൻ ആലുവായിൽ താമസിക്കുമ്പോഴാണ് സർ എം കൃഷ്ണൻനായർ ദിവാൻപദം ഒഴിയുന്നത്. അദ്ദേഹത്തിന് ആലുവായിൽവച്ച് ഒരു മംഗളപത്രം നല്കണമെന്ന് ആശാൻ നിശ്ചയിച്ചു. അതനുസരിച്ച് സമ്മേളനത്തിന്റെ പരിപാടികൾ തയ്യാറായിവന്നു. അക്കാലത്ത് സംസ്കൃതത്തിലെ പ്രഥമാദ്ധ്യാപകൻ മഹാപണ്ഡിതനായിരുന്ന കെ കെ രാമപ്പണിക്കരായിരുന്നു. ഇദ്ദേഹം പിന്നീട് ആത്മാനന്ദസ്വാമി എന്ന പേരിൽ സന്ന്യാസം സ്വീകരിച്ച് കാഞ്ചീപുരത്തു പോവുകയും അവിടെ ശ്രീനാരായണസേവാശ്രമത്തിൽവച്ച് സമാധിയടയുകയുമുണ്ടായി. ആശാന്റെ കാവ്യരചനയിൽ ഹെഡ്മാസ്റ്ററായ വലിയ ഗുരുക്കൾക്ക് അളവറ്റ ബഹുമാനമാണ് ഉണ്ടായിരുന്നത്. ദിവാനു മംഗളപത്രം കൊടുക്കുന്ന ദിവസം ആശാന്റെ ഒരു കവിതകൂടി സദസ്സിൽ പാരായണം ചെയ്താൽ നന്നായിരിക്കുമെന്നും അതിനായി ആശാനോടഭ്യർത്ഥിക്കണമെന്നും വലിയ ഗുരുക്കൾ ശിഷ്യന്മാരോടു പറഞ്ഞു.

വിദ്യാർത്ഥികൾ വിദ്യാലയത്തിനടുത്തുള്ള ആശ്രമത്തിൽ പോയി സ്വാമി തൃപ്പാദങ്ങളെ വന്ദിക്കുക പതിവായിരുന്നു. അങ്ങനെ അവർ ആശ്രമത്തിലേക്കു പോകുമ്പോഴാണ് കവിതയുടെ കാര്യം വിദ്യാർത്ഥികളെ ഓർമ്മപ്പെടുത്തിയത്. സംസ്കൃതപാഠശാലയിലെ സാഹിത്യസമാജത്തിന്റെ സെക്രട്ടറി, സരസകവി മൂലൂർ എസ് പത്മനാഭപ്പണിക്കരുടെ മകൻ ഗംഗാധരനെയാണ് കവിതയുടെ കാര്യം ആശാനോടപേക്ഷിക്കാൻ ചുമതലപ്പെടുത്തിയത്.

അക്കാലത്ത് ഒരു വിദ്യാർത്ഥിയായിരുന്ന ഞാനും കൂട്ടത്തിൽ ഉണ്ടായിരുന്നു. ആശാൻ അന്നു പത്നീസമേതം സ്കൂളിനോടു തൊട്ടടുത്തുള്ള ഒരു കെട്ടിടത്തിലായിരുന്നു താമസം. ആശ്രമത്തിലേക്ക് പോകുന്നവഴിക്ക് ഞങ്ങൾ ആശാനെക്കണ്ട് അഭ്യർത്ഥന സമർപ്പിച്ചു. അപ്പോൾ മഹാകവി ഇങ്ങനെ മറുപടി പറഞ്ഞു. "ഇന്ന് എനിക്ക് വളരെ കാര്യങ്ങൾ നോക്കാനുള്ള ഒരു തിരക്കുപിടിച്ച ദിവസമാണ്. ആ തിരക്കിൽ കവിത വരുമോ എന്നു സംശയം. ഗംഗാധരൻ കവിയുടെ മകനല്ലേ? വെക്കേഷനു വീട്ടിൽ പോകുമ്പോൾ അച്ഛനോടു ചോദിക്കൂ. കവിത എഴുതാൻ ഒരു സ്വൈരവും ശാന്തതയുമൊക്കെ വേണ്ടേ? എന്നാലും ഞാനൊന്നു ശ്രമിക്കാം." എന്നു പറഞ്ഞു മുറിയിലേക്കു കയറിപ്പോയി.

ഞങ്ങൾ ആശ്രമത്തിൽ പോയി തൃപ്പാദങ്ങളെ വന്ദിച്ച് അരമണിക്കൂറിനകം മടങ്ങി. ഞങ്ങളെക്കണ്ടപ്പോൾ ആശാൻ വരാന്തയിലേക്ക് ഇറങ്ങിവന്ന് ഞങ്ങളെ വിളിച്ചു "കവിത ധൃതിയിൽ എഴുതിയതാണ്. നിങ്ങളുടെ വലിയ ഗുരുക്കൾക്ക് തൃപ്തിയാകുമോ എന്നു സംശയം" എന്നു പറഞ്ഞുകൊണ്ട് മനോഹരമായ ശബ്ദത്തിൽ ആ കവിത ചൊല്ലിക്കേൾപ്പിച്ചതിനു

ശേഷം അത് ഞങ്ങളെ ഏല്പിച്ചു. ദ്രുതകവനത്തിന് ആശാന് കഴിവു കുറവാണെന്ന് ചിലർക്കുണ്ടായിരുന്ന അഭിപ്രായം ശരിയല്ലെന്ന് ഈ സംഭവം തെളിയിക്കുന്നു. വിദ്യാർത്ഥികളോട് സ്വതവേ ആശാനുണ്ടായിരുന്ന വാത്സല്യമായിരിക്കണം അവരുടെ ആവശ്യം അത്രവേഗം നിറവേറ്റിയത്. ഭാഷയിലെ ആഖ്യായികാസാമ്രട്ടായിരുന്ന സി വി രാമൻ പിള്ളയുടെ പടം തിരുവനന്തപുരം കാഴ്ചബംഗ്ലാവിൽ അനാച്ഛാദനം ചെയ്തപ്പോൾ ആ മഹാനോടുള്ള ആദരവു പ്രകടിപ്പിക്കാൻ 'നിന്നുപോയ നാദം' എന്ന കവിത ആശാൻ എഴുതിയത് വളരെ വേഗത്തിലായിരുന്നുവെന്ന് ഇ വി കൃഷ്ണപിള്ള അദ്ദേഹത്തിന്റെ ആത്മകഥാകഥനത്തിൽ രേഖപ്പെടുത്തിയിട്ടുണ്ട്.

ഞങ്ങൾ കവിത കൊണ്ടുവന്ന് വലിയ ഗുരുക്കളുടെ കൈയിൽ കൊടുത്തു. അദ്ദേഹം അതു വായിച്ചിട്ട്- സ്ഫുടവിശ്രമം കൊതിച്ചു പൂരവേലകഴിഞ്ഞു തിരുനടയിലെത്തും നല്ലാനത്തലവൻപോലെ-വടിവിൽ ശ്രീവഞ്ചി ലക്ഷ്മീഭഗവതിയെത്തൊഴുതു- വിടവാങ്ങിപ്പോരും ഭംഗി കാൺമിൻ എന്നത് എത്രയോ സരസമായിരിക്കുന്നു എന്ന് പ്രത്യേകം പറഞ്ഞു. 'ഒരു യാത്രാവചനം' എന്ന ഈ കവിത പൊതുസമ്മേളനത്തിൽ പാരായണം ചെയ്യാൻ അക്കാലത്ത് സംസ്കൃത സ്കൂളിൽ ഒരു വിദ്യാർത്ഥിയായിരുന്ന പുലയ സഹോദരൻ ടി ടി കേശവശാസ്ത്രിയെ ഏല്പിക്കുകയും ആ വിദ്യാർത്ഥി അത് സദസ്സിൽ ഭംഗിയായി പാരായണം ചെയ്കയുമുണ്ടായി.

ആലുവ സംസ്കൃതവിദ്യാലയത്തിൽ സാഹിത്യമനോരമ എന്നൊരു സമാജം വിദ്യാർത്ഥികൾ നടത്തിയിരുന്നു. അതിന്റെ വാർഷികസമ്മേളനം എറണാകുളം കോളേജിൽ പ്രിൻസിപ്പലായിരുന്ന സാഹിത്യകുശലൻ പി ശങ്കരൻ നമ്പ്യാരുടെ അദ്ധ്യക്ഷതയിൽ കൊണ്ടാടി. മഹാകവിക്ക് അത്യാവശ്യമായ ചില ജോലികൾ ഉണ്ടായിരുന്നതുകൊണ്ട് ആ സദസ്സിൽ എത്തിച്ചേരാൻ സൗകര്യമുണ്ടായില്ല. എന്നാലും 'കാവ്യകല അല്ലെങ്കിൽ ഏഴാമിന്ദ്രിയം' എന്ന പേരിൽ സുപ്രസിദ്ധമായിട്ടുള്ള കവിത അയച്ചുതന്ന് ആ സമ്മേളനത്തെ അനുഗ്രഹിച്ചു. ഹെഡ്മാസ്റ്ററായിരുന്ന വലിയ ഗുരുക്കളുടെ മേൽവിലാസത്തിലാണ് കവിത അയച്ചിരുന്നത്. കവർ പൊട്ടിച്ച് കവിത വായിച്ചപ്പോൾ ശ്രോതാക്കളായി സത്യവ്രതസ്വാമികൾ, വിദ്വാൻ കുറ്റിപ്പുഴ, വിദ്വാൻ ശങ്കരൻ, കൃഷ്ണൻഗുരുക്കൾ മുതലായവ അദ്ധ്യാപകന്മാരും വിദ്യാർത്ഥികളും ഉണ്ടായിരുന്നു.

"മാനഞ്ചും മിഴിയുടെ ചാഞ്ഞ ചില്ലിമേലും
ധ്യാനസ്ഥൻ മുനിയുടെ ഹസ്തമുദ്രമേലും
നൂനം ചെറ്റൊരു ഭിദയെന്നിയെ ദേവിഭക്തൻ
പാനം ചെയ്‌വിതു ഭവദീയവാക്പ്രവാഹം"

എന്ന ഭാഗം വന്നപ്പോൾ സത്യവ്രതസ്വാമിയുടെയും മറ്റും ആവശ്യ പ്രകാരം മൂന്നോ നാലോ ആവൃത്തി വായിച്ചു. കവിത വായിച്ചുതീർത്ത തിനുശേഷം മഹാപണ്ഡിതനായ വലിയ ഗുരുക്കൾ ഇങ്ങനെ പറഞ്ഞു. 'കാളിദാസനുപമതാൻ - ഭാരവിക്കർത്ഥഗൗരവം' ഇവ രണ്ടും ഒരുപോലെ സമ്മേളിച്ചിട്ടുള്ള ഒരു ഭാവോജ്ജ്വലതയാണ് ആശാന്റെ ഈ കവിതയിൽ കാണുന്നത്. സമ്മേളനം തുടങ്ങുന്നതിനുമുമ്പ് എത്തിച്ചേർന്ന സാഹിത്യ കുശലൻ ശങ്കരൻനമ്പ്യാർ കവിത രണ്ടുമൂന്നാവർത്തി വായിച്ചുനോക്കി യിട്ട് പര്യായോക്തം അലങ്കാരം ഈ കവിതയിലുള്ളതുപോലെ ഭംഗിയാ യിട്ട് മലയാളസാഹിത്യത്തിൽ വേറെ ഉണ്ടെന്നു തോന്നുന്നില്ല" എന്ന് പ്രശം സിച്ചു പറയുകയും ചെയ്തു.

(ഒരു ശിശുവിന്റെ നിഷ്കളങ്കമായ മനസ്സോടെ ആ അനുസ്മരണം എഴുതിയ ശ്രീ കെ മാധവൻ നല്ലൊരു സഹൃദയനായിരുന്നു)

അവസാനത്തെ യാത്ര

കുമാരനാശാന്റെ ജീവിതത്തിലെ മുഖ്യപരിപാടികളിലൊന്ന് യാത്രയായിരുന്നു. അതിനാവശ്യമായ സാമഗ്രികൾ എപ്പോഴും ഒരുക്കിവച്ചിരിക്കുകയും ചെയ്യും. പൊതുപ്രവർത്തകർക്ക് കൃത്യമായ പരിപാടികളോടുകൂടി യാത്ര ചെയ്യുക സാദ്ധ്യമല്ല. അതവരുടെ കുറ്റമല്ല. സമയനിഷ്ഠപാലിക്കുക എന്നത് നമ്മുടെ പൊതുജീവിതം അംഗീകരിച്ചിട്ടുള്ള കാര്യമാണല്ലോ. എങ്കിലും കുമാരനാശാൻ കൃത്യനിഷ്ഠയ്ക്ക് വലിയ പ്രാധാന്യം നല്കിയിരുന്നു. മറ്റുള്ളവർ എന്തെല്ലാം അസൗകര്യം സൃഷ്ടിച്ചാലും തന്റെ പരിപാടികൾ കൃത്യമായി നീങ്ങണമെന്ന് അദ്ദേഹം നിർബ്ബന്ധം കാട്ടിപ്പോന്നു.

അങ്ങനെയുള്ള ജീവിതത്തിനിടയ്ക്കാണ് പതിവനുസരിച്ച് ആശാൻ വടക്കൻ ദിക്കിലേക്ക് 1099 മകരം മൂന്നാംതീയതി ഒരു യാത്ര പുറപ്പെട്ടത്. ആലുവായിൽ തനിക്കു ഷെയറുള്ള ഓട്ടുകമ്പനിയുടെ ഒരു മീറ്റിങ്ങിൽ സംബന്ധിക്കുകയായിരുന്നു യാത്രയുടെ ഒരു ലക്ഷ്യം. മടക്കയാത്രയിൽ കോട്ടയത്ത് ആചന്ദ്രതാരപ്രശോഭിനി എന്ന സംഘത്തിന്റെ വാർഷിക യോഗത്തിൽ സംബന്ധിക്കാമെന്നും ഏറ്റിരുന്നു.

മകരം മൂന്നാം തീയതി ബുധനാഴ്ച വൈകുന്നേരത്താണ് ആശാൻ തോന്നയ്ക്കൽനിന്നു യാത്ര തിരിച്ചത്. ഓഹരിക്കാരായിരുന്ന രണ്ടുപേർ —കുമാരു പണിക്കരും അയ്യാവുപണിക്കരും— കൂടെച്ചെല്ലാമെന്ന് ഏറ്റിരുന്നു. നിശ്ചിത സമയത്ത് അവർ വന്നില്ല. അതുകൊണ്ട് ആശാൻ ഒറ്റയ്ക്ക് പുറപ്പെട്ടു. ഇന്നു പോവണ്ട എന്നു ഭാനുമതിയമ്മ തടസ്സം പറഞ്ഞു. ആശാൻ മടങ്ങിവരികയും അല്പസമയം ഇരിക്കുകയും ചെയ്തു.

"ഞാൻ പോകാഞ്ഞാൽ പല തരക്കേടുകളുമുണ്ട്. ശനിയാഴ്ച ഞാൻ മടങ്ങിയെത്തിക്കൊള്ളാം." എന്ന് അദ്ദേഹം പറഞ്ഞു.

"നാളെപ്പോയിട്ട് ഞായറാഴ്ച വന്നാൽ മതി" എന്ന് ഭാനുമതിയമ്മ വീണ്ടും പറഞ്ഞെങ്കിലും ആശാൻ ഒന്നു ചിരിച്ചതേയുള്ളൂ. എഴുന്നേറ്റ് യാത്ര പുറപ്പെടുകയും ചെയ്തു.

'മുരിക്കുംപുഴ റയിൽവേ സ്റ്റേഷനിലെത്തിയപ്പോൾ സ്നേഹിതന്മാർ രണ്ടുപേരും അവിടെ വന്നുചേർന്നു. അവരോടൊപ്പം കൊല്ലത്തെത്തി. അപ്പോൾ ബോട്ടിനു സമയമായിരുന്നു. 'റഡീമർ' എന്ന ഒരു പുതിയ ബോട്ടിലാണ് ആശാൻ കയറിയത്. അത് ഒരു തരത്തിലും അറ്റകുറ്റങ്ങളില്ലാത്ത ഒരു പുതിയ ബോട്ടായിരുന്നു. അതിൽ യാത്ര ചെയ്യാനാണ് ഏവരും ഇഷ്ടപ്പെട്ടത്. അതിനോടു മത്സരിക്കാൻ മറ്റു ബോട്ടുകൾ ടിക്കറ്റ് ചാർജ് പകുതിയാക്കിയിരുന്നെങ്കിലും വലിയ പ്രയോജനം ഉണ്ടായില്ല. ചാർജ് കൂടിയാലും റഡീമർതന്നെയാണ് യാത്രക്കാർ ഇഷ്ടപ്പെട്ടത്.

ബോട്ടിൽ കയറിയപ്പോൾ ആശാനെ അറിയുന്നവർ ചുറ്റുംകൂടി. ഹരിപ്പാട്ടു സ്വദേശിയും സഹൃദയനുമായ ഒരു കൃഷ്ണൻനായർ സാഹിത്യത്തെക്കുറിച്ച് പലതും ചോദിച്ചുതുടങ്ങി. ആശാന് ഉത്സാഹമായി. അല്പം കഴിഞ്ഞപ്പോൾ ആശാൻ കവിത വായിച്ചു കേൾപ്പിക്കണമെന്നായി സഹയാത്രികർ. ആശാന് അതിഷ്ടമായി.

വഞ്ചിയാത്രയാണല്ലോ വഞ്ചിപ്പാട്ടുതന്നെയാകട്ടെ എന്ന് ഫലിതം പറഞ്ഞുകൊണ്ട് ആശാൻ തന്റെ പോക്കറ്റിലിരുന്ന *കരുണ* എടുത്തു വായിക്കാൻ തുടങ്ങി. ശ്രോതാക്കളും ആശാനും ഒന്നുപോലെ കാവ്യരസത്തിൽ മുഴുകി. സമയം ഏറെച്ചെന്നപ്പോൾ ആശാൻ വായന നിർത്തി.

"ഇനി ഞാൻ അല്പമൊന്നുറങ്ങട്ടെ." ആശാൻ പറഞ്ഞു, സീറ്റിന്റെ പുറത്ത് കിടക്ക വിരിച്ച് അദ്ദേഹം കിടന്നു. തണുപ്പുകാലമായതുകൊണ്ട് ഷർട്ടും കോട്ടുമിട്ട് കമ്പിളികൊണ്ട് മൂടിപ്പുതച്ചാണ് കിടന്നത്.

അപ്പോൾ ജലാശയം ശാന്തമായിരുന്നു. ആകാശവും നക്ഷത്രങ്ങളും തിരകളിളകുന്ന ജലത്തിൽ പ്രതിഫലിച്ച് ഒരത്ഭുതലോകത്തിന്റെ ആഴം പ്രദർശിപ്പിച്ചു. മറ്റൊരു താരാപഥഭാഗമായി ആ ലോകം പ്രശോഭിച്ചു. ഭയാനകമായ സൗന്ദര്യം അതിനുണ്ടായിരുന്നു.

കിടന്ന ഉടനെതന്നെ കുമാരനാശാൻ ഗാഢനിദ്രയുടെ ആശ്ലേഷത്തിലമർന്നു.

വെളുപ്പിന് അഞ്ചുമണിയോടുകൂടി റഡീമർ ബോട്ട് മുങ്ങി. ഇനി ഞാൻ അല്പമൊന്നുറങ്ങട്ടെ എന്ന ആശാന്റെ അവസാനവാക്കുകൾക്ക് കനിവറ്റ വിധി അംഗീകാരം നല്കിയില്ല. അതു നിത്യനിദ്രയായി.

റെഡീമർബോട്ടപകടഅന്വേഷണകമ്മിറ്റി റിപ്പോർട്ടിന്റെ പ്രസക്തഭാഗങ്ങൾ 1979 ഡിസംബർ ലക്കം കേരള ആർക്കൈവ്സ് ന്യൂസ് ലെറ്ററിൽ പ്രസിദ്ധീകരിച്ചിട്ടുണ്ട്. പ്രസ്തുത റിപ്പോർട്ടനുസരിച്ച് മഹാകവി കുമാരനാശാൻ സഞ്ചരിച്ചിരുന്ന ബോട്ട് 1099 മകരം നാലിന് വെളുപ്പിന് അഞ്ചുമണിക്കാണ് മറിഞ്ഞത്. ട്രാവൻകൂർ ആന്റ് കൊച്ചിൻ മോട്ടോർ സർവ്വീസ് വക റഡീമർ ബോട്ട് മകരം മൂന്നിന് രാത്രി 10.30 നാണ് കൊല്ലത്തുനിന്നും ആലപ്പുഴയിലേക്ക് യാത്ര പുറപ്പെട്ടത്. 95 യാത്രക്കാരെ കയറ്റാൻ

ലൈസൻസുണ്ടായിരുന്ന ബോട്ടിൽ അപകടസമയത്ത് 129 യാത്രക്കാരും എട്ടു ജീവനക്കാരുമുണ്ടായിരുന്നു. പല്ലനയാറ്റിൽ ഇടതുവശത്തേക്കുള്ള വളവുതിരിയുമ്പോൾ ബോട്ട് വലതുവശത്തേക്ക് ചരിഞ്ഞ് മറിയുകയാണു ണ്ടായിരുന്നത്. ബോട്ടിന്റെ പ്രൊപ്പെല്ലറും അടിമരത്തിന്റെ ഒരു ഭാഗവും മാത്രമേ ജലനിരപ്പിനു മുകളിൽ കണ്ടിരുന്നുള്ളൂ. അപകടസ്ഥലത്ത് 8 മുതൽ 10 അടി വരെ താഴ്ചയും ഏകദേശം 95 അടി വീതിയുമുണ്ടായി രുന്നു. 7 ജീവനക്കാർ ഉൾപ്പെടെ 112 പേർ രക്ഷപ്പെടുകയുണ്ടായി. ദുരന്ത ത്തിൽ മൊത്തം 24 പേരുടെ മൃതശരീരങ്ങളാണ് വീണ്ടെടുത്തത്. അപക ടദിനമായ മകരം നാലിന് 22 മൃതശരീരങ്ങളും ബോട്ടിനുള്ളിൽ കുരുങ്ങി ക്കിടക്കുകയായിരുന്നു. മകരം അഞ്ചിന് ആറ്റിൽ നിന്നു ലഭിച്ച രണ്ടു മൃത ശരീരങ്ങളിൽ ഒന്ന് കുമാരനാശാന്റേതായിരുന്നു (റിപ്പോർട്ടിന്റെ ഈ ഭാഗം അയച്ചുതന്നത് ശ്രീ എസ് വിശ്വംഭരൻ, ആനയറ).

അവസാനമായി ആശാൻ എഴുതിയ കത്തുകൾ താഴെ കൊടുക്കുന്നു.

തോന്നയ്ക്കൽ
20.5.99

Dear Mr. Sanku,

നിങ്ങളുടെ കത്തുകൾ രണ്ടും കിട്ടി. ഞാൻ സ്ഥലത്തില്ലായിരുന്നു. ഒരു കാര്യവശാൽ മദ്രാസിൽ പോയിരുന്നു. ഇന്നലെ മാത്രമേ മടങ്ങിയെ ത്തിയുള്ളൂ. യോഗത്തിനു വന്നുചേരാൻ പല അസൗകര്യങ്ങളുമുണ്ട്. മറ്റു വല്ലവരേയും അദ്ധ്യക്ഷനായി ക്ഷണിച്ച് എനിക്കു ഒഴിവു തന്നാൽ വലിയ ഉപകാരമായിരിക്കും. നിർബ്ബന്ധമാണെങ്കിൽ ഞാൻ വരാം. ഒരുദിവസത്തി ലധികം എന്നെ ബുദ്ധിമുട്ടിക്കരുത്. ഞാൻ തന്നെ വരണമെന്ന് തീർച്ചയാ ക്കുന്ന പക്ഷം വിവരത്തിന് മറുപടി ഉടൻ അയച്ചുതരുമല്ലോ.

എന്ന്
സ്വന്തം
എൻ കുമാരനാശാൻ

തോന്നയ്ക്കൽ
26. 5. 99

My dear Sanku,

എനിക്ക് മകരം ഒന്നാം തീയതി മുതൽ പതിനഞ്ചാം തീയതിവരെ പലേ സ്ഥലങ്ങളിൽ ചെന്നെത്തി സാധിക്കേണ്ട, ഒഴിച്ചുകൂടാത്ത പലേകാ ര്യങ്ങളാണുള്ളത്. അതിനിടയിലാണ് നിങ്ങളുടെ കാര്യവും. അതുകൊണ്ട് ആറാം തീയതി ഞാൻ അവിടെ വന്നു ചേരാൻ ശ്രമിക്കും. ഏഴാം തീയതി രാത്രിതന്നെ എന്നെ ഒരു ബോട്ടിൽ ആലപ്പുഴയ്ക്ക് എത്തിക്കുവാൻ നിങ്ങൾ ശ്രമിക്കയും വേണം. 8, 9 തീയതികളിൽ ശിവഗിരിയിൽ ഉത്സവവും സഭ യുമാണ്. തൃപ്പാദങ്ങൾതന്നെയിരുന്നു നടത്തുകയാണ്. അതിൽ സംബ ന്ധിക്കാതിരിക്കാൻ തരമില്ല. ഞാൻ അവിടെ ആറാംതീയതി വന്നു ചേരു

ന്നത് തെക്കുനിന്നോ വടക്കുനിന്നോ എന്ന് ഇപ്പോൾ പറവാൻ തരമില്ല. അത് ഒന്നാം തീയതിക്കുമുമ്പ് കൃത്യമായി അറിയിച്ചുകൊള്ളാം.

എന്ന്

സ്വന്തം

N. Kumaranasan

തോന്നയ്ക്കൽ

1.6.99

My Dear Sanku,

എഴുത്തും കാര്യപരിപാടിയും കിട്ടി. എനിക്ക് അവിടെ ആറാം തീയതിയോ ഏഴാം തീയതിയോ കാലത്തോ മാത്രമേ എത്താൻ കഴിയൂ. മീറ്റിങ് രാത്രിവരെ നീട്ടുന്നത് വിഷമമാണ്. കണക്കുകളും വഴക്കുകളും കീറാമുട്ടികളും ഒന്നും മീറ്റിങ്ങിൽ കൊണ്ടുവന്നിട്ട് സമയം കളയുകയും മുഷിപ്പിക്കുകയും ചെയ്യാതിരിക്കാൻ അപേക്ഷ.

ഞാൻ മറ്റന്നാൾ വൈകുന്നേരം ഇവിടം വിടുന്നു.

അതുകൊണ്ട് മേലാൽ ഇവിടുത്തേക്ക് കത്തയയ്ക്കേണ്ടതില്ല. ഒഴിച്ചുകൂടാത്ത വല്ല സംഗതിയും എനിക്ക് പക്ഷേ, വന്നുചേരാൻ കഴിയാതെ പോയാൽ സംഗതിക്ക് വിഘ്നംകൂടാതിരിപ്പാൻവേണ്ട മുൻകരുതലുകൾ ചെയ്തുകൊണ്ടാൽ നന്ന്. മിസ്റ്റർ സി വി അവിടെ ഉണ്ടായിരിക്കുമെന്ന് കരുതുന്നു. അതുകൊണ്ട് ആശ്വാസമുണ്ട്. എന്നെ വല്ലതും അറിയിക്കേണ്ടിവന്നാൽ അതിനുള്ള മേൽവിലാസവും മറ്റും നാളെയോ മറ്റന്നാളോ തീർച്ചയാക്കി അറിയിക്കാം.

എന്ന്

സ്വന്തം

N. Kumaranasan

തോന്നയ്ക്കൽ

3.6.99

Dear Mr. Sanku,

ഞാൻ ഇന്ന് ഇവിടെനിന്ന് ആലുവായ്ക്ക് പുറപ്പെടുന്നു. അവിടെ അത്യാവശ്യമായ ജോലിയുണ്ട്. അഞ്ചാം തീയതി അവിടെ എന്റെ ആവശ്യം ഒഴിച്ചുകൂടാത്തതാണ്. അടുത്തദിവസംതന്നെയും വളരെ ബുദ്ധിമുട്ടും അസൗകര്യവും കാര്യദോഷവും കൂടാതെ എനിക്ക് അവിടം വിടാൻ പ്രയാസമാണ്. എട്ടാം തീയതി ശിവഗിരിയിൽ എത്തുകയും വേണ്ടിയിരിക്കുന്നു. അതുകൊണ്ട് കോട്ടയത്തു വന്നുചേരുവാൻ വിഷമമുണ്ട്. ഞാൻ ശ്രമിച്ചുകൊള്ളാം

എന്ന്

സ്വന്തം

N. Kumaranasan

അവസാനത്തെ കത്താണിത്. ഇതെഴുതിയ ദിവസമാണല്ലോ കുമാരനാശാൻ 'റഡീമർ' ബോട്ടിൽ യാത്ര തിരിച്ചത്. ആ യാത്ര ഇഹലോക സീമകൾ പിന്നിട്ട്...

ജീവിതത്തിന്റെ അവസാനയാത്രയ്ക്ക് കാലദേശങ്ങൾ പരിധി കല്പിക്കാറില്ലല്ലോ.

എങ്കിലും ഈ ലോകത്തിന്റെ പരിമിതികളിൽ കഴിയുന്നവർ കരഞ്ഞു പോകുന്നു.

എന്നാലിപ്പണിതീർന്നു ഗോപുരമുണ-
ങ്ങീട്ടില്ലുറപ്പാർന്നതി-
ല്ലെന്നായഗ്ഗളനാളമെത്തിയ ഭവൽ-
പ്രാണങ്ങൾ കേണാകിലാം
എന്നായാധിയിവർക്കു; ഹാ! വിധി വിനോ-
ദിക്കുന്നു; നട്ടുച്ചയായ്
നിന്നാഭാസ്കരനസ്തമിച്ചു; മുഴുകീ
കണ്ണീരിലർണ്ണോജിനി

ഹാ! കഷ്ടം പ്രതിഭാപ്രകാശഭരമാർ-
ന്നർക്കോജ്ജ്വലൻ മർത്ത്യനും
ലോകത്തിമ്മൃതി തുല്യമിന്നു മൊളിക-
ണ്ടീടാത്ത കീടത്തിനും;
ഈ കർമ്മക്ഷമവിദ്യയൊന്നുമിനിയും
നല്കീല സാഹായ്യമീ-
ശോകത്തിന്നു, വൃഥാ കപാലഫലകം
കായിച്ചു നീണ്ടാൾ നരൻ!"

മൃത്യുഞ്ജയം

സന്താനലാഭത്തിനുവേണ്ടിയാണ് മൃകണ്ഡു ശിവനെ തപസ്സു ചെയ്തത്. അതിന്റെ ഫലമായി ശിവൻ പ്രത്യക്ഷപ്പെട്ട് ചോദിച്ചു.

"പതിനാറാം വയസ്സിൽ മരിച്ചുപോകുന്ന ഉത്തമപുത്രനെ വേണോ, അതോ ദീർഘായുസ്സും ബുദ്ധിഹീനനുമായ പുത്രനെ വേണോ?"

ഉത്തമപുത്രനെ മതിയെന്ന് പ്രാർത്ഥിക്കാൻ മൃകണ്ഡുവിന് ഒട്ടും ആലോചിക്കേണ്ടിവന്നില്ല. അങ്ങനെ ജനിച്ച കുട്ടിയാണ് മാർക്കണ്ഡേയൻ. ബാല്യത്തിൽത്തന്നെ വേദശാസ്ത്രാദികൾ മാർക്കണ്ഡേയന്റെ മനസ്സിൽ സ്വയം ഉദിച്ചു. ഗുരുജനങ്ങൾക്കേവർക്കും പ്രിയങ്കരനായി അവൻ വളർന്നു. വളർന്നുവരുന്തോറും തന്നെ കാണുന്ന മാതാപിതാക്കൾ അധികമധികം ശോകാധീനരാകാൻ തുടങ്ങുന്നത് മാർക്കണ്ഡേയൻ ശ്രദ്ധിച്ചു. അതിനുള്ള കാരണമാരാഞ്ഞ പുത്രനോട് സത്യം പറയാതിരിക്കാൻ അവർക്കു കഴിഞ്ഞില്ല.

അന്നുമുതൽ മാർക്കണ്ഡേയൻ ജടാവല്ക്കധാരിയായി തപസ്സു തുടങ്ങി. ദണ്ഡും കമണ്ഡലുവുമായി വ്രതാനുഷ്ഠാനങ്ങളിൽ മുഴുകുകയും ചെയ്തു. ദിനരാത്രങ്ങൾ കഴിഞ്ഞതോടെ മരണമുഹൂർത്തം വന്നെത്തി. ആ മുഹൂർത്തത്തിൽ മാർക്കണ്ഡേയൻ ദേവാരാധനയിൽ മുഴുകി സമാധിസ്ഥനായി കഴിഞ്ഞിരുന്നു. അതുകൊണ്ട് യമദൂതന്മാർക്ക് മാർക്കണ്ഡേയനെ സമീപിക്കാൻ കഴിഞ്ഞില്ല. ഒടുവിൽ യമൻതന്നെ നേരിട്ടുചെന്നു. അപ്പോൾ, രക്ഷയ്ക്കായി പ്രാർത്ഥിച്ച് മാർക്കണ്ഡേയൻ ശിവലിംഗത്തെ ആശ്ലേഷിച്ചു. തന്റെ പാശം മാർക്കണ്ഡേയനെയും ശിവലിംഗത്തെയും ലക്ഷ്യമാക്കി യമൻ എറിഞ്ഞു. ക്ഷുഭിതനായ ശിവൻ യമനെ വധിച്ചു.

ശിവന്റെ അനുഗ്രഹം ലഭിച്ച മാർക്കണ്ഡേയൻ കല്പാന്തംവരെ ത്രികാലജ്ഞാനിയായി, യോഗസിദ്ധനായി ജീവിക്കുന്നു.

പിന്നീട് ദേവേന്ദ്രന്റെ നിർദ്ദേശപ്രകാരം ദേവകന്യകമാർ, കാമദേവന്റെ സഹായത്തോടെ, പ്രലോഭിപ്പിച്ചിട്ടും മാർക്കണ്ഡേയൻ പാറപോലെ അചഞ്ചലനായി നിലകൊണ്ടതേയുള്ളൂ.

ഈ മാർക്കണ്ഡേയനാണ് കുമാരനാശാനെ ബാല്യം മുതലേ വശീകരിച്ചുപോന്ന കഥാപാത്രം. മാർക്കണ്ഡേയ കഥ മറ്റുള്ളവരെ പറഞ്ഞു കേൾപ്പിക്കാൻ അദ്ദേഹം എപ്പോഴും ഉത്സാഹം കാണിച്ചതിനെപ്പറ്റി നേരത്തേ സൂചിപ്പിച്ചിട്ടുണ്ടല്ലോ. ആദ്യകാലത്ത് അദ്ദേഹം രചിച്ച ഒരു നാടകം *മാർക്കണ്ഡേയചരിതം* അടിസ്ഥാനമാക്കിയുള്ളതാണ്. പില്ക്കാലത്ത്, സ്വാമി സത്യദേവന് കഥാപ്രസംഗത്തിനായി എഴുതിക്കൊടുത്തതും മാർക്കണ്ഡേയ ചരിതംതന്നെ. മൃത്യുവിനെ അതിലംഘിക്കുന്നതിൽ വിജയം വരിച്ച കഥാപാത്രമെന്ന നിലയിലാണ് ആശാന് ഈ കഥയുടെ നേർക്ക് ആഭിമുഖ്യം.

നാരായണഗുരുസ്വാമികൾ ആദ്യമായി നല്കിയ സമസ്യ ആശാൻ പൂരിപ്പിച്ചതെങ്ങനെയെന്ന് വീണ്ടും ഓർമ്മിപ്പിക്കട്ടെ.

കാലൻ കനിവറ്റു കുറിച്ചുവിടു-
ന്നോലപ്പടിയെന്നെയയയ്ക്കരുതേ.

മൃത്യുവിനെ അതിലംഘിക്കാനുള്ള ഈ അഭിനിവേശം ആശാന്റെ സ്തോത്രകൃതികളിലൊക്കെയും ശക്തമായ വികാരമായി കലർന്നിരിക്കുന്നു.

ലോകം മുഴുവൻ നിന്റെ മഹിമയാണെന്നറിഞ്ഞ് കാമാദി വെടിഞ്ഞ് ഞാൻ എന്നാണ് സന്ന്യാസിയായി ആമോദത്തോടെ കഴിയുക? ഞാനും ജഗദ്ഗുരുവും ഒന്നെന്ന ബോധമുദിച്ച് അഹന്തയറ്റ് മനസ്സിലെ ആനന്ദസമുദ്രത്തിൽ ഞാനെന്നാണ് മുഴുകുക? നിന്നെ ഭജിച്ച് നീയായിത്തീരുമ്പോൾ എന്റെ കർമ്മബന്ധം അറ്റുപോകും. അതോടെ വിധിയും അന്തകനും എന്നോടൊന്നും ചെയ്യാൻ കഴിവില്ലാത്തവരാകും. എന്നാണ്, ഹാ, എന്നാണ്, ഈ നില എനിക്കു കൈവരിക?'

ഇപ്രകാരമുള്ള ഒട്ടനവധി ആശയങ്ങൾ സ്തോത്രകൃതികളിൽ ആവർത്തിക്കപ്പെടുന്നു. അതിന്റെ പ്രേരണയാലാണ് ആശാൻ സന്ന്യാസമാർഗ്ഗത്തിൽ നീങ്ങിയത്. ലൗകികബന്ധങ്ങളിൽനിന്നു മാത്രമല്ല, മൃത്യുവിൽനിന്നുപോലും മോചനം നേടാനുള്ള പരിശ്രമമായിരുന്നു അത്.

ആ ലക്ഷ്യം ആശാന്റെ ജീവിതത്തിൽ സ്ഥിരമായി നിന്നു. അതിൽനിന്നാണ് സ്വാതന്ത്ര്യബോധം ഉദയംകൊണ്ടത്. സാമൂഹ്യവും മാനസികവും ആത്മീയവുമായ തലങ്ങളിൽ ആശാന്റെ സ്വാതന്ത്ര്യബോധം വ്യാപിച്ചിരിക്കുന്നു. അധഃകൃതരുടെ സ്വാതന്ത്ര്യത്തിനുവേണ്ടി അദ്ദേഹം പാടുന്നുണ്ട്. അവിടെ, മാനസികമായ സ്വാതന്ത്ര്യംകൂടി സൂചിതമാകുന്നു.

"മുമ്പോട്ടു കാലം കടന്നുപോയീടാതെ
മുമ്പേ സ്മൃതികളാൽ കോട്ടകെട്ടി
വമ്പാർന്നനാചാരമണ്ഡലഛത്രരായ്

നമ്പൂരാർ വാണരുളുന്ന നാട്ടിൽ

എന്ന വരികളിൽ, സ്മൃതി വിശ്വാസത്തിൽനിന്നുള്ള മോചനംവരെ സൂചിതമാകുന്നുണ്ടല്ലോ. അതുപോലെ,

“ഇന്നലെച്ചെയ്തോരബദ്ധം മൂഢർ-
ക്കിന്നത്തെയാചാരമാവാം
നാളത്തെശ്ശാസ്ത്രമതാവാം- അതിൽ
മൂളായ്ക സമ്മതം രാജൻ!”

എന്ന വാക്കുകളിലും അതേ സ്വാതന്ത്ര്യബോധംതന്നെയാണ് കലർന്നിട്ടുള്ളത്.

“സമതസമതയെന്ന മന്ത്രരത്നം
സതതമിയന്ന മുഖത്തൊടും സധൈര്യം
അമരിനയി, വിവേകനിത്യയന്ത്രം
വ്രതമൊടണിഞ്ഞൊരു നെഞ്ചൊടും ത്വരിപ്പിൻ”

എന്നും

“പരരിലലിവെഴാത്ത ദുർജ്ജനത്തിൻ
കരബലകല്പിതമാണു ജാതിഭേദം
ദുരയൊടവർ മിടഞ്ഞുവച്ച മൗഢ്യ-
ത്തിരയിലൊളിക്കരുതാരുമാത്മദീപം.”

എന്നും മറ്റും ‘സിംഹനാദ’ത്തിൽ ആശാനിലെ സിംഹം ആഹ്വാനം ചെയ്യുന്നത്, സാമൂഹ്യമായ അനീതിക്കെതിരെയാണ്.

നളിനിയുടെയും ലീലയുടെയും മാതംഗിയുടെയും വാസവദത്തയുടെയും അനുരാഗം ഈ സ്വാതന്ത്ര്യബോധത്തിന്റെ മറ്റൊരു രൂപത്തിലുള്ള പ്രകാശനമാണ്. പാരമ്പര്യത്തിനും സാമുദായികാചാരത്തിനും എതിരായ കലാപമാണത്. ഒരു ഘട്ടത്തിൽ നളിനി മോചനം കാംക്ഷിച്ച് ആത്മഹത്യക്ക് ശ്രമിക്കുന്നുണ്ട്. ലീലയാകട്ടെ, നേരിട്ട് സമുദായാചാരത്തെ അപലപിക്കുകയും ചെയ്യുന്നു.

“പ്രഭുതയിതഥവാ നിനക്കുതാ-
നഭിജനസങ്കടദേശചര്യമേ!
അഭയമണവൂ നിന്നെ ഹാ, ജനം
പ്രഭവമനർത്ഥപരമ്പരയ്ക്കു നീ.

അകതളിരെയറുപ്പു ഹന്ത!ധീ
വികലതയേകി വലപ്പുതെത്രതാൻ
അകരുണമനവദ്യലോകരെ-
പ്പകയോടു കൊല്വു പിശാചവൃത്തി നീ.”

ഇതിനേക്കാൾ കടുത്തശാപം സമുദായത്തിന്റെ നേർക്ക് തൊടുത്തുവിടാൻ ആർക്കാണു കഴിയുക?

വാസവദത്തയിൽ ‘കുലനയവിരുദ്ധമായ്’ കൊഴുത്തുവരുന്ന പ്രണയത്തെപ്പറ്റി കവി പ്രത്യേകം സൂചിപ്പിക്കുന്നു. മാതംഗിയും സാവിത്രിയും

നേടുന്ന മാനസികസ്വാതന്ത്ര്യം ഇക്കാലത്തുപോലും സങ്കല്പിക്കാനാവാത്തതാണ്.

അനുരാഗത്തിലൂടെ ഓരോ സ്ത്രീയും തന്റെ സ്വാതന്ത്ര്യം പ്രഖ്യാപിക്കുകയാണ് ചെയ്യുന്നതെന്ന് ഹാവ്‌ലോക് എല്ലിസ് ഖണ്ഡിതമായി പറയുന്നു. പരമ്പരയായി അടിമത്തത്തിൽ ആണ്ടുകിടക്കുന്നവരുടെ വർഗ്ഗത്തിൽ ഒരുവൻ, ഒരുനാൾ, നിവർന്നുനിന്ന്, ഞാൻ സ്വതന്ത്രനായ മനുഷ്യനാണ് എന്നു പ്രഖ്യാപിക്കുന്നതുപോലെയാണത്. അതിന്റെ ഫലം അവർ വധിക്കപ്പെടുന്നു എന്നതാവാം. എങ്കിലും, തന്റെ മരണത്തിൽക്കൂടി മോചനത്തിന്റെ ദീപശിഖയാണ് അവൻ കൊളുത്തുന്നത്. തോമസ് ഹാർഡിയുടെ നായികമാരെ മുൻനിർത്തി ഹാവ്‌ലോക് എല്ലിസ് രേഖപ്പെടുത്തുന്ന ഈ അഭിപ്രായം ആശാന്റെ നായികമാർക്കും ബാധകമാണ്.

സ്വാതന്ത്ര്യബോധത്തിന്റെ ആത്മീയമായ വശത്തെപ്പറ്റി വിശദീകരണം അധികം ആവശ്യമില്ല. സ്തോത്രകൃതികളിൽ ആ വശംമാത്രമാണല്ലോ തെളിഞ്ഞിട്ടുള്ളത്. നളിനിയുടെ അന്ത്യത്തിലും അതു കൂടുതൽ ഉജ്ജ്വലമായിത്തീരുന്നു *ഒരു സിംഹപ്രസവം* എന്ന ഖണ്ഡകാവ്യത്തിലെ മുപ്പത്തി ആറാമത്തെ ശ്ലോകം മുമ്പ് ഉദ്ധരിച്ചു ചേർത്തിട്ടുണ്ട്. വീണ്ടും അതു ശ്രദ്ധിക്കൂ:

"അതുമല്ലയി! നല്കിടുന്നു നിൻ
സ്ഥിതിയുൽക്കണ്ഠയെനിക്കു സിംഹമേ!
ഇതു കണ്ടു ശരീര പഞ്ജര-
സ്ഥിതനാം ജീവനെയോർത്തിടുന്നു ഞാൻ."

തൊട്ടുമുമ്പുള്ള ശ്ലോകത്തിൽ 'ജനമൊക്കെയുമസ്വതന്ത്രരാം' എന്നു കൂടി കാണാം. അപ്പോൾ ആത്യന്തികമായ സ്വാതന്ത്ര്യം പഞ്ചഭൂതങ്ങളുടെ പഞ്ജരത്തിൽനിന്നത്രേ.

സ്വന്തം ജീവിതമെന്നപോലെ തന്റെ നായികമാരുടെ ജീവിതവും അന്വേഷണമായിട്ടാണ് ആശാൻ നിർബന്ധിച്ചിട്ടുള്ളത്. നളിനിയും ലീലയും മാതംഗിയും നായകന്മാരെത്തേടി സ്വഭവനങ്ങളിൽനിന്ന് ഇറങ്ങിത്തിരിക്കുന്നു. ലോകത്തിൽ ഒന്നുംതന്നെ അവർക്ക് പ്രതിബന്ധമാകുന്നില്ല. നേരിട്ടുപോകുന്നില്ലെങ്കിലും വാസവദത്ത തോഴിയെ നായകസവിധത്തിലേക്ക് അയയ്ക്കുന്നു. അതും അന്വേഷണം തന്നെ. അവന്റെ വാക്കിൽ പ്രണയാങ്കുരം സ്ഫുരിക്കുന്നുണ്ടോ എന്ന് അവൾ പ്രത്യേകം ചോദിക്കുന്നു. സാവിത്രിയുടേത് വിപത്തിലകപ്പെട്ട ഒരവസ്ഥയായിരിക്കാം. എങ്കിലും ആ അവസ്ഥയെ അവൾ അതുല്യഭാഗ്യമായി അംഗീകരിക്കയും നാഗരികതയുടെ കാപട്യത്തിനു മുകളിൽ നൈസർഗ്ഗികസ്നേഹത്തിന്റെ ഗോപുരം പടുത്തുയർത്തുകയും ചെയ്യുന്നു. അതും അന്വേഷണഫലം.

സീതാദേവിയോ? സീതാദേവി എന്താണു തേടിയത്? മോചനമല്ലാതെ മറ്റെന്ത്? ആ മോചനത്തിന്റെ രൂപം കാവ്യത്തിലെ അവസാനശ്ലോകത്തിൽ എത്ര തേജോമയമായി ആശാൻ അവതരിപ്പിച്ചിരിക്കുന്നു!

"വേണ്ടാ ഖേദമെടോ സുതേ! വരികയെ-
ന്നോതും മുനീന്ദ്രന്റെ കാൽ-
ത്തണ്ടാർനോക്കി നടന്നധോവദനയായ്
ചെന്നസ്സഭാവേദിയിൽ
മിണ്ടാതന്തികമെത്തി, യൊന്നനുശയ-
ക്ലാന്താസ്യനാം കാന്തനെ-
ക്കണ്ടാൾ പൗരസമക്ഷ, മന്നിലയിലീ-
ലോകം വെടിഞ്ഞാൾ സതി"

നായികമാരുടെ മൃതിയിലാണ് കാവ്യങ്ങളേറെയും അവസാനിക്കുന്നത്. എന്നാൽ മൃതി ജീവിതത്തിന്റെ വിരാമചിഹ്നമല്ല. ജീവിതം പിന്നെയും തുടരുന്നു. പലപ്പോഴും നശ്വരതയുടെ ലോകത്തുനിന്നും അനശ്വരതയുടെ ലോകത്തിലേക്കുള്ള കവാടമാണ് മൃതി. അതിനാൽ അത് ഭീതിദമല്ല.

നളിനിയുടെ മരണംതന്നെ നോക്കൂ. ഞെട്ടറ്റുവീഴുന്ന പൂവും തൃണാഞ്ചലത്തോടു വിടപറയുന്ന ഹിമബിന്ദുവും എത്ര അനായാസമായിട്ടാണ് മൃതിയടയുന്നത്. എന്നാൽ അവയും നളിനിയുടെ മരണത്തിന്റെ സുഖം മോഹിച്ചുപോകും. അമ്മയുടെ മടിയിൽ ശാന്തമായുറങ്ങുന്ന ശിശുവിനെപോലെയാണ് അവൾ മരണത്തിന്റെ മടിത്തട്ടിൽ വിലയംകൊള്ളുന്നത്. അമ്മാതിരിയൊരു മരണം ആരും കൊതിച്ചുപോകും!

ലീലാമദനന്മാർ രേവാനദിയുടെ ഹ്രദങ്ങളിലാണ് തിരോഭവിക്കുന്നത്. എങ്കിലും അവർ മാധവിയുടെ മുമ്പാകെ വീണ്ടും പ്രത്യക്ഷപ്പെടുന്നു. അതീവസുന്ദരരായി; പരിവേഷമാർന്ന വദനശ്രീയോടുകൂടി. അവർ പറയുന്നതോ,

"ആരും തോഴീ! യുലകിൽ മറയു-
ന്നില്ല; മാംസം വെടിഞ്ഞാൽ
തീരുന്നില്ലീ പ്രണയജടിലം
ദേഹിതൻ ദേഹബന്ധം;
പോരും ഖേദം; പ്രിയസഖി, ചിരം
വാഴ്ക മാഴ്കാതെ; വീണ്ടും
ചേരും നാം കേൾ; വിരതഗതിയാ-
യില്ല സംസാരചക്രം."
എന്നും.

വാസവദത്തയ്ക്കും മരണം അനുഗ്രഹമാണ്. 'ചോരനപഹരിക്കാത്ത ശാശ്വതശാന്തിധനവും മാരനെയ്താൽ മുറിയാത്ത മനഃശോഭയും' മരണത്തിന്റെ മുഹൂർത്തത്തിലാണ് അവൾക്ക് ദിവ്യവരംപോലെ ലഭിക്കുന്നത്. *വീണപൂവിൽ* മരണാനന്തരമായ അവസ്ഥ എത്രമാത്രം തേജോമയമായി ചിത്രീകരിച്ചിട്ടുണ്ടെന്ന് നേരത്തെ നാം കണ്ടു കഴിഞ്ഞു.

ഒട്ടു മിക്കപ്പോഴും ജീവിതമരണങ്ങളുടെ അതിർത്തിദേശത്താണ് തന്റെ

കാവ്യങ്ങളിലെ മൂർദ്ധന്യാവസ്ഥ ആശാൻ പ്രതിഷ്ഠിച്ചിട്ടുള്ളത്. നശ്വരതയും നിത്യതയും അവിടെ സമ്മേളിക്കുന്നു. ആകാശം താണുവന്ന് ജലാശയത്തെ ചുംബിക്കുന്ന പ്രതീതി! ആ മുഹൂർത്തം അനുവാചകരെ ജീവിതത്തിന്റെ നേർക്ക് ഒരു പുതിയ മനോഭാവം അവലംബിക്കാൻ പ്രേരിപ്പിക്കുന്നു. ലൗകികമായ നേട്ടങ്ങൾ അവിടെ നിരർത്ഥകമായി മാറുന്നു. ക്ഷണികമായ ജീവിതം അർച്ചനാപുഷ്പത്തിന്റെ നിത്യവിശുദ്ധിയാണ് അവിടെ വച്ചുനേടുന്നത്. ആ വിശുദ്ധി സ്നേഹത്തിന്റേതാകുന്നു. ആശാന്റെ കാവ്യലോകത്തിൽ സ്നേഹം ജീവിതത്തിനുവേണ്ടിയുള്ളതല്ലാ. ജീവിതം സ്നേഹത്തിനുവേണ്ടിയുള്ളതാണ്. സ്നേഹം സമർപ്പണവും ആത്മബലിയുമാകുന്നു. അത് മോക്ഷത്തിന്റെ കനകനിശ്രേണി ചമയ്ക്കുന്നു. സ്നേഹിക്കുന്നവർ ഭാഗ്യശാലികൾ. അവർ എത്തിച്ചേരുന്നത് അമർത്ത്യതയിലത്രേ.

അനുവാചകഹൃദയങ്ങളിൽ ആശാൻ കവിത അവശേഷിപ്പിക്കുന്നത് അവാച്യലാവണ്യമാർന്ന ഈ ദർശനമാണ്.

ലൗകികജീവിതം- അത് കണ്ണീരിന്റെ കടലാണെന്ന് സഹജാവബോധത്തിലൂടെ ആശാൻ അറിയുന്നു. 'നരജീവിതമായ വേദന' എന്നെഴുതിയിരിക്കുന്നത് എത്ര ദൃഢമായ സ്വരത്തിലാണ്. ആ വേദനയിൽ അർഭകർ മാത്രമല്ല ഔഷധമാകുന്നത്. ലോകസേവനവും ആത്മാർപ്പണവും ദുഃഖസാഗരം താണ്ടുന്നതിന് മനുഷ്യർക്ക് ശക്തി നല്കുന്നു. അത് അക്ഷയമായ കർമ്മശേഷിയായി രൂപാന്തരപ്പെടുന്നു. നാരായണഗുരുസ്വാമികളും ഡോ. പല്പുവുമായി അടുത്തിടപഴകാൻ സൗഭാഗ്യമുണ്ടായ ഒരു സുമനസ്സ് ഈ സത്യം കണ്ടെത്തിയതിൽ, നേരിട്ടനുഭവിക്കുന്നതിൽ, അത്ഭുതമില്ല. ഇതേ സത്യത്തിന്റെ ഭാസുരപ്രതീകമാണ് ഭഗവാൻ ബുദ്ധൻ - ആയുഷ്കാലം മുഴുവൻ ആശാന്റെ ആത്മാവിൽ വെളിച്ചം ചൊരിഞ്ഞുനിന്ന ഭഗവാൻ ബുദ്ധൻ.

ജീവിതരഹസ്യത്തിന്റെ ഉള്ളറകളിലേക്ക് ആശാന്റെ കവിത അനുവാചകരെ കൂട്ടിക്കൊണ്ടുപോകുന്നു. ആ കാഴ്ച അവരെ വിസ്മയം കൊള്ളിക്കുന്നു. അസ്തിത്വത്തിന് ഇങ്ങനെയും ഒരു വശമോ? എന്ന് അവർ ചോദിച്ചുപോകും. ആ ചോദ്യത്തിന് ലോകോക്തികളുടേതായ ചില ഉത്തരങ്ങളെങ്കിലും ആശാന്റെ കവിതയിൽനിന്ന് ലഭിക്കാതിരിക്കില്ല. അത്തരം ആശയങ്ങൾ കാവ്യസൗന്ദര്യത്തിന്റെ അവിഭാജ്യഘടകമാക്കി മാറ്റാൻ സാധാരണമായ ഒരു പ്രതിഭയ്ക്ക് സാദ്ധ്യമല്ല. ശുഷ്കമായ ആശയങ്ങൾക്ക് ആത്മദീപ്തി നല്കി കാവ്യശോഭഹേതുക്കളാക്കി മാറ്റുക എന്നത് പ്രതിഭയുടെ വിസ്മയകരമായ പ്രവർത്തനത്തിന് തെളിവാണ്. അവിടവിടെയായി ചിതറിക്കിടക്കുന്ന അമ്മാതിരി ആശയങ്ങൾ ഒരു ദാർശനിക വിദ്യാർത്ഥിക്ക് ആയുസ്സ് മുഴുവൻ പഠിക്കാൻ വക നല്കുന്നു. ആശാൻ ദാർശനികനാണെന്നല്ല ഇതിന്റെ അർത്ഥം. ദാർശനിക കവിയാണെന്നു മാത്രം. സ്ഥൂലചിത്രങ്ങളിലൂടെ സൂക്ഷ്മമായ ദർശനത്തിന്റെ ശ്രീകോവിലിലേക്ക് സഹൃദയരെ നയിച്ചുകൊണ്ടുപോകുവാൻ കെല്പുള്ള കവി,

മാർക്കണ്ഡേയനെപ്പോലെ മരണത്തെ ജയിക്കുക എന്നതായിരുന്നു കുമാരനാശാന്റെയും ലക്ഷ്യം. അദ്ദേഹം ശിവപൂജയിലാണാരംഭിച്ചത്. അത് കാവ്യപൂജയായി മാറി. മൃത്യു എന്ന ഭീകരജന്തുവിനെ ആ കാവ്യോപാസന പാൽ ചുരത്തുന്ന കാമധേനുവാക്കി മാറ്റി.

(എന്തുനാണമിയലാ ഭവജ്ജിതൻ
ജന്തുഭീകരകരൻ ഖരൻ യമൻ?)

അതു നുകരുമ്പോൾ പാഴ്മണ്ണിലടിയുന്ന പുഷ്പം ഉദയാദ്രിയിൽ നിത്യഭാസുരതാരമായി ഉദയം ചെയ്യുന്നു.

കവിതയിൽ കുമാരനാശാൻ മരണത്തെ ജയിക്കുന്നത് മരണത്തിലൂടെയാണ്. ദുഃഖത്തെ ജയിക്കുന്നത് ദുഃഖത്തിലൂടെയും.

'ഉപാസിക്കുന്നു ദുഃഖത്തെ ഞാൻ' എന്ന പ്രഖ്യാപനത്തിൽ തുടിക്കുന്ന നിശ്ചയദാർഢ്യം എത്ര വിശിഷ്ടമാണ്! ആ ദുഃഖോപാസനയാണ് ദുഃഖത്തെ ജയിക്കാനുള്ള ആശാന്റെ മാർഗ്ഗം. അവിടെ മാനവാത്മാവ് ലൗകികമായ പ്രലോഭനങ്ങളിൽനിന്ന് വിമുക്തമായിത്തീരുന്നു. നിത്യതയിലേക്കുള്ള പ്രവേശനമാണത്. മിസ്റ്റിക്കിനെക്കുറിച്ച് പറയാറുള്ളതുപോലെ, നിത്യതയിൽ പുനർജ്ജനിക്കുന്ന പ്രതിഭയാണ് ആശാൻ പ്രകടമാക്കുന്നത്. കാവ്യമുഹൂർത്തങ്ങൾക്ക് അലൗകികഭാവം കൈവന്നിരിക്കുന്നത് ഇക്കാരണത്താലാണ്.

"ശാന്തവീചിയതിൽ വീചിപോലെ സം-
ക്രാന്തഹസ്തമുടൽചേർന്ന് തങ്ങളിൽ,
കാന്തനാദമൊടു നാദമെന്നപോൽ,
കാന്തിയോടപരകാന്തിപോലെയും.

ധന്യമാം കരണസത്വയുഗ്മമ-
ന്യോന്യലീനമറിവറ്റു നില്ക്കവേ,
കന്യകേവലസുഖം സമാസ്വദി-
ച്ചന്യദുർല്ലഭലോകസംഭവം"

എന്ന *നളിനി*യിലെ ശ്ലോകങ്ങൾ ആരെയാണ് വിസ്മയിപ്പിക്കാത്തത്. ആരുടെ മനസ്സിനെയാണ് ആ ഭാഗം മറ്റൊരു ലോകത്തിലേക്കുയർത്താതിരിക്കുക അതുപോലെ രേവാനദിയുടെ ധവളതരംഗകരങ്ങളിൽ സന്തോഷം ജീവനർപ്പിക്കുന്ന ലീലയുടെ ചിത്രവും ഇഹപരങ്ങളുടെ അതിർത്തിദേശത്താണ് നിബന്ധിച്ചിരിക്കുന്നത്.

"തെളിയുന്നു മനോനഭസ്സെനി-
ക്കൊളിവീശുന്നിതു ബുദ്ധിമേല്ക്കുമേൽ
വെളിവായ് വിലസുന്നു സിന്ധുവിൽ
കളിയായ് ചെന്നണയുന്നൊരിന്നദി

അപ്പോൾ, ദേവി വന്ദിക്കുന്നത് സന്ധ്യയെയാണ്
സ്വയമന്തിയിലും വെളുപ്പിനും

നിയതം ചിത്രവിരിപ്പുനെയ്തുടൻ
വിയദാലയവാതിൽ മൂടുമെൻ
പ്രിയസന്ധ്യേ! ഭവതിക്കു വന്ദനം!

മരണാനന്തരാവസ്ഥയെപ്പറ്റിയുള്ള അവളുടെ സങ്കല്പം അത്യന്തം ദീപ്തമാണ്. അമ്മയായ ഭൂമിയോടു സീത പറയുന്നു:

തടിനീജലബിംബിതാംഗിയായ്
ക്ഷമയെക്കുമ്പിടുവോരു താരപോൽ
സ്ഫുടമായ് ഭവദംഘ്രിലീന ഞാ-
നമലേ ദ്യോവിലുയർന്ന ദീപമാം."

ഇമ്മാതിരി ഭാഗങ്ങളെല്ലാം ആസ്വാദകരെ നയിക്കുന്നത് നിത്യഭാസുരമായ ഒരതീത ലോകത്തിലേക്കാണ്.

തുച്ഛവും നശ്വരവുമാണ് മർത്ത്യജീവിതം. എന്നാൽ ജീവിതത്തെ വിലപ്പെട്ടതും അനശ്വരവുമാക്കിത്തീർക്കാനുള്ള സിദ്ധികളും മനുഷ്യനിലടങ്ങിയിട്ടുണ്ട്. അവയുടെ കൂട്ടത്തിൽ ഏറ്റവും വിലപ്പെട്ടതായി ആശാൻ കാവ്യത്തെ കരുതുന്നു. വാച്യമായിത്തന്നെ ഈ ആശയം അദ്ദേഹം ആവിഷ്കരിച്ചിട്ടുണ്ട്. നോക്കുക: 'മനുഷ്യവർഗ്ഗത്തിന് ഇന്നുവരെയുള്ള സമ്പാദ്യങ്ങളിൽ ഏറ്റവും വിലയേറിയത് സാഹിത്യമാണ്. സാഹിത്യമില്ലായിരുന്നുവെങ്കിൽ ജീവിതം എത്ര വിരസവും നിഷ്പ്രയോജനവും ദുസ്സഹവുമായിരിക്കുമെന്ന് അല്പം വിചാരിച്ചാൽ ആർക്കും അറിയാം.'

ഈ വിശ്വാസം മൂർത്തരൂപം പ്രാപിച്ചതാണ് ആശാന്റെ കാവ്യങ്ങൾ. 'കാവ്യകല'യെപ്പറ്റി അദ്ദേഹം കുറിച്ച വാക്കുകൾ എത്ര അർത്ഥപൂർണ്ണമാണെന്ന് അവ വിളംബരം ചെയ്യുന്നു.

"ഏകാന്തം വിഷമമൃതമാക്കിയും വെറുംപാ-
ഴാകാശങ്ങളിലലർവാടിയാരചിച്ചും
ലോകാനുഗ്രഹപരയായെഴും കലേ, നിൻ
ശ്രീകാൽത്താരിണയടിയങ്ങൾ കുമ്പിടുന്നു."

അനുബന്ധം 1

ഡയറിക്കുറിപ്പുകൾ

വലിയ എഴുത്തുകാരിൽ പലരുടെയും ഡയറികളും നോട്ടുബുക്കുകളും ലോകത്തിനു ലഭിച്ചിട്ടുണ്ട്. അവരുടെ കാവ്യലോകം മനസ്സിലാക്കുന്നതിന് മാത്രമല്ല, രചനാരഹസ്യം അറിയുന്നതിനും അവ സഹായകമാണ്. സർഗ്ഗാത്മകവൃത്തിയിൽ ഓരോ എഴുത്തുകാരനും പല ദുർഘടങ്ങളെയും തരണം ചെയ്യേണ്ടതുണ്ട്. ചിലപ്പോൾ അവിടെവച്ച് അവർ രചന നിർത്തുകയും മറ്റൊരു തരത്തിൽ വീണ്ടും ആരംഭിക്കുകയും ചെയ്യുന്നു അതേപ്പറ്റി അവർ കുറിച്ചു വയ്ക്കുന്നത് ഡയറികളിലായിരിക്കും. ചിലപ്പോൾ ഒരൊറ്റ വാക്യമായിരിക്കും ആദ്യം എഴുത്തുകാരന്റെ മനസ്സിൽ ബീജമായി പതിക്കുക. അത് വികാസം പ്രാപിക്കാൻ വൈകിയെന്നു വരാം. ഒരു മിന്നലാട്ടം പോലെയാവാം അടുത്ത ഘട്ടവും മനസ്സിൽ വന്നുദിക്കുക. ഈ വക കാര്യങ്ങളും ഡയറി വെളിപ്പെടുത്തുന്നു. വളരെക്കാലം ആലോചിച്ചും പഠിച്ചുമായിരിക്കും ചില കാവ്യങ്ങൾക്ക് എഴുത്തുകാർ രൂപം നല്കുക. അതിന് പ്രേരകമായ ബാഹ്യസംഭവങ്ങളും കാണും. ഇവയുടെ വിവരങ്ങളും ഡയറിയിൽനിന്ന് നമുക്ക് ലഭിക്കുന്നു.

ചുരുക്കത്തിൽ, ഒരെഴുത്തുകാരന്റെ അന്തർമണ്ഡലമാണ്, ജലാശയത്തിൽ നീലാകാശം എന്നതുപോലെ, ഡയറിയിലും നോട്ടുബുക്കിലും പ്രതിഫലിച്ചു കാണപ്പെടുന്നത്.

ഈ ധാരണയോടുകൂടി കുമാരനാശാന്റെ ഡയറികൾ പരിശോധിക്കുന്നവർ നിരാശപ്പെടുകയേയുള്ളൂ.

എന്നു മുതല്ക്കാണ് ആശാൻ ഡയറി എഴുതിത്തുടങ്ങിയതെന്ന് നിശ്ചയമില്ല. ധാരാളം യാത്ര ചെയ്കയും, പലയിടങ്ങളിൽ താമസിക്കയും ചെയ്ത വ്യക്തിയെന്ന നിലയ്ക്ക് ഡയറികളെല്ലാം സൂക്ഷിച്ചുവയ്ക്കാൻ അദ്ദേഹത്തിനു കഴിഞ്ഞിരിക്കുകയില്ല. എങ്കിലും 1910 മുതല്ക്കുള്ള

ഡയറികൾ നമുക്ക് കിട്ടിയിട്ടുണ്ട്. എല്ലാ ദിവസവും ഡയറിയെഴുതുന്ന പതിവ് ആശാനുണ്ടായിരുന്നില്ലെന്ന് അതിൽനിന്ന് മനസ്സിലാക്കാം. എങ്കിലും 1910 മുതൽ 1923 വരെയുള്ള ഡയറികൾ ആശാന്റെ ജീവിതചര്യ മനസ്സിലാക്കാൻ സഹായകമാണ്.

ജീവിതചര്യ മനസ്സിലാക്കാൻ സഹായിക്കുന്നു എന്നുമാത്രമേ പറയാൻ പറ്റൂ. ആന്തരികമായ യാഥാർത്ഥ്യങ്ങൾ അവയിൽനിന്നു വെളിപ്പെടുന്നില്ല. യാത്ര, പണമിടപാട് ഔദ്യോഗികകാര്യങ്ങളെ സംബന്ധിക്കുന്ന സൂചനകൾ മുതലായവയാണ് മുഖ്യമായും രേഖപ്പെടുത്തിയിട്ടുള്ളത്. അതും വളരെ ചുരുക്കത്തിൽ മാത്രം. 'Dr. Palpu came from Trivandrum, Spent the day and night with me.' എന്നു മാത്രമാണ് ഒരു ദിവസത്തെ കുറിപ്പ് മറ്റൊരു ദിവസം അരുവിപ്പുറത്ത് കഴിഞ്ഞതിനെപ്പറ്റി 'Spent the day happily there. Had excellent bath in the river morning and evening. Enjoying meditation' എന്നു കുറിച്ചിരിക്കുന്നു. ഡോ. പല്പുവുമായി എന്തെല്ലാം പറഞ്ഞിരിക്കുമെന്ന് നമുക്കറിഞ്ഞുകൂടാ. ധാരാളം സുപ്രധാന കാര്യങ്ങൾ ചർച്ച ചെയ്തിരിക്കാം അവയെക്കുറിച്ച് ഒന്നുംതന്നെയില്ല. ഒരു കവിയുടെ കുറിപ്പാകുമ്പോൾ ഇവയൊക്കെ നാം പ്രതീക്ഷിക്കും. എന്തുകൊണ്ടോ, തന്റെ മനസ്സിന്റെ ചലനങ്ങൾ ഡയറിയിൽ പകർത്തിവയ്ക്കാൻ ആശാൻ തുനിഞ്ഞിട്ടില്ല.

കുമാരനാശാന്റെ ജീവിതം സംഭവ ബഹുലമായിരുന്നെന്ന് നാം കണ്ടു. മനസ്സിന് പ്രയാസവും സ്തോഭവും അന്തഃസംഘർഷവും ഉളവാക്കിയ എത്രയോ സംഭവങ്ങൾ ആ ജീവിതത്തിലുണ്ടായി. അദ്ദേഹം ആളുകളുടെ ശുദ്ധമായ സ്നേഹമറിഞ്ഞു. കൊടിയവഞ്ചന നേരിലനുഭവിച്ചു. അസൂയാജന്യമായ എതിർപ്പുകളും അനുഭവിച്ചു. അപവാദങ്ങളുടെ ശരങ്ങളേറ്റു. കാവ്യങ്ങളുടെ പേരിൽ പ്രശംസയും ബഹുമതിയും നേടി. ഇവയെല്ലാം ഉളവാക്കിയ വിവിധ വികാരങ്ങൾ ഏകാന്തവേളകളിൽ രേഖപ്പെടുത്തിവയ്ക്കാൻ ഏതു മനസ്സും തുനിയാവുന്നതാണ്. എന്നാൽ ആശാന്റെ ഡയറിക്കുറിപ്പുകളിൽ ഇവയൊന്നുമില്ല.

ആഴമുള്ള അനുഭവങ്ങൾ മനസ്സിന്റെ ഏതോ നിഗൂഢതയിൽ സൂക്ഷിച്ചുവയ്ക്കുക മാത്രമാണ് കുമാരനാശാൻ ചെയ്തത്. കാവ്യാനുഭവങ്ങളെക്കുറിച്ചും ഇതുതന്നെ പറയാം. പൂച്ചെടിയുടെ വേരുകളെന്നപോലെ ആ അനുഭവങ്ങൾ മനസ്സിന്റെ ആഴങ്ങളിൽ എപ്പോഴും ഒളിഞ്ഞിരുന്നു. കാവ്യങ്ങളാവട്ടെ, മനോരാജ്യംപോലെ, ദിവാസ്വപ്നംപോലെ, മുകളിലുള്ള ചില്ലകളിൽ വികസിച്ചു വരികയും ചെയ്തു. അതിനാവശ്യമായ വെള്ളവും വായുവും വളവും മറ്റും നല്കിയത് കവിയുടെ സംസ്കാരമായിരുന്നു. പല നിലകളിൽ കവി നേടിയ സംസ്കാരം. അത്രയേ നമുക്കറിയൂ. മറ്റുള്ളതൊക്കെയും അദൃശ്യം.

അതുകൊണ്ട് കവിയായ കുമാരനാശാനല്ല, ലൗകികനും സമുദായ നേതാവുമായ കുമാരനാശാനാണ് ഡയറിക്കുറിപ്പുകളിൽ പ്രത്യക്ഷപ്പെടുന്നത്. ആശാന്റെ വ്യക്തിത്വത്തിൽ കവിയും മനുഷ്യനും പലപ്പോഴും

വേറിട്ടു നിന്നു എന്നൂഹിക്കാൻ ഈ ഡയറിക്കുറിപ്പുകൾ നമ്മെ പ്രേരിപ്പിക്കുന്നു.

1910 മുതൽ 1923 വരെയുള്ള ഡയറികളിൽനിന്നും തെരഞ്ഞെടുത്ത കുറിപ്പുകൾ താഴെ കൊടുക്കുന്നു.

17th June 1910

Translated the favourite hymn of the late King Edward VIIth that appeared in the Dawn Society's magazine new series volume VI June 1910.[1]

7th Jan. 1913

Went and saw Mr. Raja Raja Varma at his residence at Perunthanni. He said his vedic sanskrit was finished. Cunsulted him regarding the admission of Ezhavas into the local Sanskrit College. He said that it is better to move the matter in the Assembly.

2nd Feb. 1913

In the morning wrote two verses of Leela. In the evening met Raman Menon at his Book Depot. Read with him some portion of Kumara Sambhavam rendered by Mr. A R R. I had a talk with him about the copyright of books written and also to be written hereafter by me. I did not feel inclined to give in. It appears he would not give me anything more on account of Nalini unless I yielded to his wishes. I did not like such an attitude on his part.[2]

17th Feb. 1913

Wrote 5 verses in connection with the birthday of H H. Kerala Varma Valia Koithamburan and gave it Raman Menon.[3]

7th Nove. 1913

Completed the poem Leela which I commenced on 27th July 1911.

Went through a number of answer paper for the Vernacular Education Committee. Saw Prof. Raja Raja Varma at the college

16th Dec. 1913

Paid a visit to Mr. K Parameswaran Pillai of Nandiar Veed who is laid up with abscess on one of his feet. Heard that Maitreyi is prescribed as a text book for IInd or IIIrd form.

Received Government order appointing me as a non-official member of the T&C. Trivandrum for a term of three years.[4]

Had an interview with Mr. Ravi Varma the artist at his Palace. He had promised to supply picture for Leela.[5]

26th Dec. 1913

Vernacular Education Committee began its sittings today at 11 A. M.

Finished reading Leela to Mr. Parameswaran Pillai, Nandiar Veed.

2nd Oct. 1914

Public meeting at the Jubilee Town Hall regarding the demise of Kerala Varma Koithamburan. A memeorial proposed and a committee appointed of which I am a member.

31st Jan. 1916

Wrote to Gangadharan for a copy of the book about Garisappa falls.[6]

11th Feb. 1921

Composed a few lines under the head *പ്രഭാതതാരകം* for the new monthly magazine entitled *ഗുരുനാഥൻ* at the request of Mr. C G Neelkanta Pillai and sent it to him by Anchal.

2nd March 1923

Recieved a letter from Mr. Sankaran Nambiar asking for a note of explanation on my *ദുരവസ്ഥ* to show that the criticism from Mohaammadans, who it is said, have petitioned the Dewan of Cochin to prohibit the circulation in Cochin, is groundless.[7]

(Courtesy Kumaran Asan Memorial, Thonnakkal -1)

1. എഡ്വേർഡ് ചക്രവർത്തിയുടെ പ്രിയപ്പെട്ട പ്രാർത്ഥന
2. ഇതേ സംഭവത്തെപ്പറ്റി ഭാനുമതിയമ്മ ഇപ്രകാരം ഓർമ്മിക്കുന്നു. പണം കൊടുക്കണമെങ്കിൽ *നളിനി*യുടെ സ്ഥിരം കോപ്പിറൈറ്റ് ഈ പ്രസാധകർ ആവശ്യപ്പെടുന്നതിനെപ്പറ്റി- തല്ക്കാലമുള്ള പണപ്രയാസം മൂലമാവാം- ക്ഷോഭിച്ച് ഭാനുമതിയമ്മയെ ആശാൻ വിവരിച്ചു കേൾപ്പിച്ചു. ആ ക്ഷോഭത്തിൽ പങ്കുപറ്റിക്കൊണ്ട് "ആ *ലീല*യുടെ പകർപ്പവകാശമാണെങ്കിലും വേണ്ടതില്ല!." എന്നു ഭാനുമതിയമ്മ തന്റെ ക്ഷോഭം പ്രകടിപ്പിച്ചപ്പോൾ "അതുകൊള്ളാം! നിനക്കു *ലീല*യുടെ വിലയറിയില്ല" എന്ന് ആശാൻ പറഞ്ഞത്രേ.
3. കേരളവർമ്മ തിരുനാൾ മംഗളം (വനമാല)
4. *പ്രരോദന*ത്തിന് അവതാരിക എഴുതിയിട്ടുള്ള നന്ത്യാർ വീട്ടിൽ കെ പരമേശ്വരൻപിള്ള.
5. ആർട്ടിസ്റ്റ് രാജാരവിവർമ്മ വരച്ച ചിത്രം *ലീല*യുടെ ആദ്യകാലപ്പതിപ്പുകളിലുണ്ടായിരുന്നു.
6. ഗംഗാധരൻ ഡോക്ടർ പല്പുവിന്റെ പുത്രനാണ്. ഗരിസപ്പ അരുവിയെപ്പറ്റി ആശാൻ രചിച്ച കാവ്യം അപൂർണ്ണരൂപത്തിൽ, ഒരു പാഠഭേദത്തോടൊപ്പം വനമാലയിലുണ്ട്.
7. പ്രൊഫ. പി ശങ്കരൻ നമ്പ്യാരാണ് *ദുരവസ്ഥയെപ്പറ്റി* ആദ്യം പ്രശംസാപരമായ നിരൂപണം എഴുതിയത്.

അനുബന്ധം 2

കവിയിലെ നിരൂപകൻ

സാഹിത്യ നിരൂപണത്തിന് മുഖ്യമായും രണ്ടു വിഭാഗങ്ങളുണ്ട്. ഒന്ന് തത്ത്വപരമായ വിശകലനമാണ്. സാഹിത്യത്തിന്റെ സ്വഭാവം, ഘടന, ലക്ഷ്യം മുതലായവ ഈ വിഭാഗത്തിൽ പൊതുവായി ചർച്ച ചെയ്യുന്നു. ഈ ചർച്ചയിലൂടെ എത്തിച്ചേരുന്ന നിഗമനങ്ങളുടെ അടിസ്ഥാനത്തിൽ പ്രത്യേകമായ കാവ്യങ്ങളെ വിശകലനം ചെയ്യുന്നതാണ് രണ്ടാമത്തെ വിഭാഗം. ആദ്യത്തേതിന് സിദ്ധാന്തപരമായ നിരൂപണമെന്നും രണ്ടാമത്തേതിന് മൂല്യനിർണ്ണയപരമായ നിരൂപണമെന്നും നമുക്ക് പേരു നല്കാം. ചില നിരൂപകന്മാർ സൈദ്ധാന്തികമേഖലയിലായിരിക്കും തങ്ങളുടെ വൈഭവം പ്രദർശിപ്പിക്കുക. കേവലം ഉദാഹരണങ്ങൾ എന്ന നിലയ്ക്കു മാത്രം സാഹിത്യകൃതികളെക്കുറിച്ച് അവർ പരാമർശിക്കുമെന്നേയുള്ളൂ. മറ്റു ചിലരാകട്ടെ, കാവ്യങ്ങളുടെ ആന്തരികശോഭ വിശകലനം ചെയ്തു വിശദീകരിക്കുന്നതിലാണ് വൈഭവം കാട്ടുക. അവരെക്കുറിച്ചാണ് ഉൽകൃഷ്ടകൃതികളുടെ വിശുദ്ധമായ സൂക്ഷ്മമേഖലകളിൽ വിഹരിക്കുന്ന തീർത്ഥാടകരെന്ന് പറഞ്ഞുപോരാറുള്ളത്. ചുരുക്കം ചിലർ ഈ രണ്ടു മേഖലകളിലും അനായാസമായി തങ്ങളുടെ വൈഭവം പ്രദർശിപ്പിക്കുന്നതായി കാണാറുണ്ട്.

കുമാരനാശാൻ ഇതിൽ ഏതു വിഭാഗത്തിൽപ്പെടുന്നു എന്നു, ചോദ്യത്തിന് ഇവിടെ പ്രസക്തിയില്ല. കാരണം അദ്ദേഹത്തെ നാമാരും നിരൂപകനായിട്ടല്ല പരിഗണിക്കുന്ന്. അദ്ദേഹം കവിയാണ്. എങ്കിലും ആശയങ്ങളുടെ ലോകത്തിൽ വിഹരിക്കാൻ വാസന കാണിക്കുന്ന ഒരു കവിയെന്ന നിലയ്ക്ക് സാഹിത്യതത്ത്വങ്ങളെക്കുറിച്ചുള്ള സ്വന്തം സങ്കല്പങ്ങൾ അദ്ദേഹം പലേ സന്ദർഭങ്ങളിലായി വെളിപ്പെടുത്തിയിട്ടുണ്ട്. അപ്രകാരം വെളിപ്പെടുത്തിയിട്ടുള്ള ഭാഗങ്ങൾ സമാഹരിച്ചു ക്രമീകരിച്ചാൽ ആശാന്റെ

സൈദ്ധാന്തികമായ നിരൂപണമായിരിക്കും അതിന്റെ ഫലമായി നമുക്ക് ലഭിക്കുക. ഈ പ്രബന്ധത്തിൽ അങ്ങനെ ഒരു കൃത്യമാണ് ആദ്യമായി ഞാൻ നിർവ്വഹിക്കുന്നത്. അതിനുശേഷം ആശാൻ രചിച്ചിട്ടുള്ള കാവ്യ നിരൂപണങ്ങളെക്കുറിച്ചും ചർച്ച ചെയ്യേണ്ടതുണ്ട്. പക്ഷേ, പലരും കരുതുന്ന രീതിയിൽ അത്ര വിസ്തരിച്ച് ചർച്ച ചെയ്യേണ്ടത്ര കാര്യങ്ങളൊന്നും ആ നിരൂപണങ്ങളിൽ ഇല്ലെന്നാണ് എനിക്കു തോന്നിയിട്ടുള്ളത്. അവയിലെല്ലാം ആശാൻ സ്വീകരിച്ചിട്ടുള്ള നിലപാടും അദ്ദേഹം അവലംബിച്ച നിരൂപണസമ്പ്രദായവും എന്താണെന്ന് മാത്രമേ ആ ഭാഗത്ത് വിശദമാക്കേണ്ടതുള്ളൂ.

രണ്ട്

മിക്ക സാഹിത്യമീമാംസകരെയുംപോലെ കുമാരനാശാനും സാഹിത്യത്തിന്റെ അനിർവ്വചനീയഭാവങ്ങളെക്കുറിച്ച് ബോധവാനാണ്. അതെന്താണെന്ന് എനിക്കറിയാം. പക്ഷേ, എന്താണെന്ന് വിശദീകരിക്കാൻ എനിക്കറിഞ്ഞുകൂടാ, എന്ന് സെന്റഗസ്റ്റിൽ ഈശ്വരാനുഭൂതിയെക്കുറിച്ചു പറഞ്ഞതുപോലെ ആയിരിക്കും ഒരു സഹൃദയന് സാഹിത്യത്തെക്കുറിച്ച് പറയാനുണ്ടാവുക. അനുഭവിച്ചുമാത്രം അറിയാൻ കഴിയുന്ന അവാച്യമാധുര്യമാണ് സാഹിത്യത്തിനുള്ളത്. അതുകൊണ്ടാണ്,

> "ആർക്കും നിൻവടിവറിയില്ല, യർഘ്യമാല്യം
> കോർക്കും നിൻ പ്രതിമകൾ നോക്കിയർച്ചകന്മാർ
> ഓർക്കും നിൻ മഹിമകളാരവർക്കു രോമം
> ചീർക്കുന്നുണ്ടതുമതിയംബ, വിശ്വസിപ്പാൻ."

എന്ന് ആശാൻ എഴുതുന്നത് കാവ്യകല അഥവാ ഏഴാം ഇന്ദ്രിയം എന്ന ലഘുകവിതയിലെ രണ്ടാമത്തെ ശ്ലോകമാണിത്. 1922 ലാണ് ആശാൻ ഇതു രചിച്ചത്. അതിനകം *കരുണ* ഒഴികെയുള്ള തന്റെ മികച്ച കവിതകളൊക്കെയും അദ്ദേഹം പ്രകാശിപ്പിച്ചു കഴിഞ്ഞു. അപ്പോൾ സ്വന്തം കാവ്യരചനയുടെയും കാവ്യപഠനത്തിന്റെയും കാവ്യനിരൂപണത്തിന്റെയും പശ്ചാത്തലത്തിൽ നിന്നുകൊണ്ടാണ് അദ്ദേഹം ആ ആശയം അവതരിപ്പിക്കുന്നത്. അപ്പോഴും താനേറെക്കാലം ഉപാസിച്ച വാഗ്ദേവതയുടെ രൂപം അനിർവ്വചനീയ ശോഭയാർന്നതാണെന്നാണ് ആശാനു പറയാനുള്ളത്. ആർക്കും നിൻ വടിവറിയില്ല. പക്ഷേ, ആ ദേവതയുടെ മഹിമകളെക്കുറിച്ച് ആരാണോ ഓർമ്മിക്കുന്നത്, അയാൾക്ക് രോമം ചീർക്കുമെന്നത് തീർച്ചയാണ്. അപ്പോൾ അനുഭവൈകവേദ്യവും ആലോചനാമൃതവുമായ സൗന്ദര്യം സജീവഘടകമായിട്ടുള്ള ഒരു സമുൽകൃഷ്ട സൃഷ്ടിയത്രെ കവിത.

ഈ കാവ്യസൗന്ദര്യം കാലത്തിന്റെ നശീകരണപ്രവർത്തനത്തെ അതിജീവിക്കുമെന്നും ആശാൻ വിശ്വസിക്കുന്നു. കാവ്യസൗന്ദര്യം അനശ്വരമാണെന്നർത്ഥം. സി വി രാമൻപിള്ളയുടെ കൃതികളെക്കുറിച്ച്

പ്രകീർത്തിക്കുന്ന സന്ദർഭത്തിൽ ആശാൻ ഈ ആശയം അവതരിപ്പിക്കുന്നു.

"ഹന്ത! നിസ്സർഗ്ഗമധുരമാം വസ്തുക്ക-
ളെന്തൊരവസ്ഥയിലും മധുരങ്ങൾതാൻ
വെന്തെരിഞ്ഞാലും മണക്കുന്നു ചന്ദനം
വെൺതിങ്കൾക്കാറടിഞ്ഞാലും വിലസുന്നു."

നിസ്സർഗ്ഗമധുരമായ വസ്തുക്കളുടെ കൂട്ടത്തിൽ അത്യന്തം പ്രമുഖമായ സ്ഥാനമാണ് കാവ്യത്തിനുള്ളത്. ഈ മാധുര്യം അനുവാചകരെ ആത്മവിസ്മൃതിയുടെ അലൗകികമേഖലകളിലേക്ക് നയിക്കുമെന്നും ആശാനു പക്ഷമുണ്ട്. *വീണപൂവിലെ*

"വൈരാഗ്യമേറിയൊരു വൈദികനാട്ടെ,യേറ്റ-
വൈരിക്കു മുമ്പുഴറിയോടിയ ഭീരുവാട്ടെ,
നേരെ വിടർന്നുവിലസീടിന നിന്നെ നോക്കി-
യാരാകിലെന്ത്? മിഴിയുള്ളവർ നിന്നിരിക്കാം"

എന്ന ശ്ലോകം വ്യഞ്ജിപ്പിക്കുന്നത് ഈ ആശയമാണന്ന് ഞാൻ കരുതുന്നു. പുഷ്പഭംഗിയെന്നത് ഇവിടെ കാവ്യസൗന്ദര്യമാണെന്ന് ധരിച്ചാൽ മതി. ആ കാവ്യസൗന്ദര്യം അനുവാചകനെ ആത്മവിസ്മൃതിയിലൂടെ അലൗകിക മേഖലഖളിലേക്കുയർത്തുന്നു.

ലൗകികജീവിതത്തിൽ ഇന്ദ്രിയാമോദകരമായി അനുഭവപ്പെടുന്ന സൗന്ദര്യത്തിൽനിന്ന് ഭിന്നമാണിത്. നിത്യജീവിതത്തിൽ ബീഭത്സമായോ ഭീകരമായോ അനുഭവപ്പെടാവുന്ന വസ്തുക്കൾ കാവ്യലോകത്തിൽ അവാച്യസൗന്ദര്യത്തിന്റെ ഘടകങ്ങളായി മാറുന്നതാണ് നാം കാണുന്നത്. ഇതും ആശാൻ ശരിക്ക് മനസ്സിലാക്കിയിരുന്നു. മാത്രമല്ല, ജീവിതത്തിന്റെ വിരുദ്ധഭാവങ്ങളെ ഏകോപിപ്പിച്ച് സൗന്ദര്യമാക്കി മാറ്റുന്ന രസതന്ത്രവിദ്യയിലാണ് കവിയുടെ വൈഭവം വെളിപ്പെടുന്നതെന്നും അദ്ദേഹത്തിനഭിപ്രായമുണ്ട്. കാവ്യകലയിൽ വാഗ്ദേവതയുടെ ചുവടുകൾ ഒരിക്കലും മായാത്തവണ്ണം തങ്ങിനില്ക്കുന്നതെവിടെയൊക്കെയാണെന്ന് അദ്ദേഹം വിവരിക്കുന്നതു നോക്കൂ:

"തുംഗശ്രീഗിരിശിഖരങ്ങൾ, ശുഭ്രവീചീ
ഭംഗവ്യാകുലജലമാർന്ന സാഗരങ്ങൾ
എങ്ങും പുഷ്പിതവനഭൂക്കളെന്നിവറ്റിൽ
തങ്ങും നിൻ ചുവടുകൾ ദേവി മാഞ്ഞുപോകാ."

ഉത്തുംഗമായ ഗിരിശൃംഗങ്ങൾ, തിരമാലകളിരമ്പുന്ന സാഗരങ്ങൾ, പുഷ്പിതവനങ്ങൾ - എത്ര വിഭിന്നമായ രംഗങ്ങൾ! അവിടെയെങ്ങും ഒരുപോലെ കാവ്യഭംഗി ഉദാരശോഭയോടെ തങ്ങിനില്ക്കുന്നു. അഥവാ കാവ്യ

ഭംഗിയുടെ ഭാഗമായിത്തീരുമ്പോൾ അവയൊക്കെയും നിത്യസൗന്ദര്യനികേതനങ്ങളായി മാറുന്നു. അതുപോലെ, 'ഓമൽപ്പൂ വിശദനിലാവിലും തമാലശ്രീമങ്ങും കൊടിയൊരു കൂരിരുട്ടിലും' കാവ്യദേവതയാകുന്ന തമ്പുരാട്ടി ഒരേതരത്തിൽ തൂമന്ദസ്മിതരുചി തൂവുമെന്നും ആശാൻ തുടർന്നു വിവരിക്കുന്നു. അതിന്റെ തൊട്ടു പിന്നാലെ വരുന്ന ശ്ലോകം ഈ ആശയത്തെ കൂടുതൽ ഹൃദയാവർജ്ജകമായി വെളിപ്പെടുത്തുന്നു.

"ചാരത്തജ്ജനനിമരിച്ചു ചിത്തതാപം
തീരാത്തുണ്ണികളുടെ കണ്ണുനീർക്കുളത്തിൽ
നീരാടും ചിലപ്പൊഴുതംബ, നീ ചിലപ്പോൾ
പോരാളിപ്പരിഷ ചൊരിഞ്ഞ ചോരയാറ്റിൽ."

ഇത്തരത്തിൽ അത്യന്തഭിന്നങ്ങളും വിരുദ്ധങ്ങളുമായ ഭാവങ്ങളെ ഏകോപിപ്പിക്കാനും രസമയമാക്കി മാറ്റാനുമുള്ള ഐന്ദ്രജാലികവൈഭവം കവിതയ്ക്കു മാത്രമുള്ളതാണെന്ന് ആശാൻ വിശ്വസിക്കുന്നു. അതുപോലെ പ്രപഞ്ചത്തിലെ ഗുരുവും ലഘുവുമായ എല്ലാ സംഗതികളിലും കാവ്യം വ്യാപരിക്കുന്നതായും അദ്ദേഹം ചിത്രീകരിക്കുന്നു.

"താരാമണ്ഡലമുരുസൂരയുഥമെന്ന
ല്ലോരോരേണുവുമതുപോലെ ചക്രമാക്കി
പാരാകെബ്ഭഗവതി ഭിന്നവേഗമായ് നിൻ
തേരോടുന്നിതു ബുധരെങ്ങു നോക്കിയാലും."

ഇങ്ങനെ വൈരുദ്ധ്യങ്ങളെ ഉൾക്കൊള്ളുകയും എന്തിനേയും ആഹ്ലാദജനകമായ സൗന്ദര്യമാക്കി മാറ്റുകയും ചെറുതും വലുതുമായ എല്ലാകാര്യങ്ങളിലും വ്യാപരിക്കുകയും ചെയ്യുന്ന കവിതയെ അത്യന്തം വിനയത്തോടുകൂടിയാണ് നാം സമീപിക്കേണ്ടത്. ഔദ്ധത്യത്തോടുസമീപിക്കുന്നവർക്ക് കവിതയുടെ 'ചാരുദ്യുതി' പ്രത്യക്ഷമാവുകയില്ല. മാത്രമല്ല കവിതയുടെ 'രസമയരാജ്യസീമ' കാണാൻ ഒരു 'ഏഴാമിന്ദ്രിയം' കൂടിയേ തീരൂ എന്നും ആശാന് പക്ഷമുണ്ട്. തിന്നും കുടിച്ചും സിനിമകണ്ടും കാശുണ്ടാക്കാനോടിനടന്നും ആയുസ്സൊടുക്കുന്ന വോട്ടറന്മാരായ സാധാരണക്കാർക്കെല്ലാം കവിത ആസ്വാദ്യമാവുകയില്ലെന്നർത്ഥം കാവ്യാസ്വാദനത്തിന് അതിന്റേതായ സഹജവാസന ആവശ്യമാണ്. കലാസാഹിത്യ മേഖലകളിൽ സാധാരണക്കാരുടെ ആധിപത്യത്തിനുവേണ്ടി വാദിക്കുന്ന ജനകീയവാദക്കാർ ഇതേക്കുറിച്ച് എന്തുപറയുമോ എന്തോ! തങ്ങളുടെ മാതൃകയായി അവർ പലപ്പോഴും ആശാനെ ചൂണ്ടിക്കാണിക്കുന്നത് കവിയുടെ ചിതാഭസ്മവും ഉച്ചരിക്കുന്ന വാക്കുകൾക്കൊപ്പം, കവിതയും നിപുണശ്രോതങ്ങൾക്കുമാത്രം കേൾക്കാവുന്നതാണ്. അശിക്ഷിതമായ കർണ്ണങ്ങൾക്കു കാവ്യലോകത്തിലെ മൗനസംഗീതം കേൾക്കുക സാദ്ധ്യമല്ല, തന്റെ ഒരു കാവ്യത്തെ ആരോ പ്രശംസാപരമായി വിമർശിക്കുന്നതുകേട്ടപ്പോൾ,

അവർക്കൊക്കെ അതു മനസ്സിലാകുമോ എന്നു ചോദിച്ച കവിയിൽ ഇങ്ങനെയൊരു സങ്കല്പം തികച്ചും സ്വാഭാവികം മാത്രം. ലോകത്തിൽ സാഹിത്യവിഷയകമായി നോക്കിയാൽ 'മുക്കാലും മൂഢരാണല്ലോ' എന്ന് ആശാൻ എഴുതിയിട്ടുള്ളതുകൂടി ഇവിടെ സ്മരണീയമാണ്.

വാഗ്ദേവതയെ 'കൊഞ്ചൽതേൻമൊഴിമണി'യെന്നു വിളിക്കുകയും കാവ്യലോകത്തെ 'രസമയരാജ്യസീമ'യെന്നു വിവരിക്കുകയും ചെയ്യുന്നതിലൂടെ കാവ്യഭംഗിയുടെ ആഹ്ലാദജനകത്വം ആശാൻ സൂചിപ്പിക്കുന്നു. പക്ഷേ, ആഹ്ലാദജനകമായ ഈ കാവ്യഭംഗി അർത്ഥനിരപേക്ഷമാണെന്ന് ആശാൻ ഒരിക്കലും കരുതിയിരുന്നില്ല. അർത്ഥരുചിയെന്നത് കാവ്യഭംഗിയുടെ സജീവഘടകംതന്നെയാണ്. രമണീയാർത്ഥപ്രതിപാദകമായ ശബ്ദമാണല്ലോ കാവ്യം. അതറിഞ്ഞിട്ടാണ്, 'സ്വാമിയാം രവിയെ നോക്കിനില്ക്കുമെൻ താമരേ', എന്നാരംഭിക്കുന്ന അർത്ഥചമല്ക്കാരം കലർന്ന നളിനീഗാനം കേട്ടു ഹൃദയം ചലിച്ച ദിവാകരയോഗിയിലൂടെ ആശാൻ.

"ഹാ വിശിഷ്ട മൃദുഗാനമിന്നി നീ
കൂവിടായ്ക കുയിലേ, യനക്ഷരം"

എന്ന് കുയിലിനോട് പറയുന്നത് കുയിലിന്റെ കൂജനം തീർച്ചയായും മധുരമാണ്. എന്നാൽ 'അനക്ഷരം' (അർത്ഥരഹിതം) കൂടിയാണിത്. അതിനേക്കാൾ വിശിഷ്ടമായിട്ടുള്ളത് അർത്ഥസമ്പുഷ്ടമായ കവിത തന്നെയാണ് 'വാക്കിലും പൊരുളിലും' രസസ്രവം വായ്ക്കുന്ന മധുരശബ്ദം. കാവ്യോപാസകനായ ആശാൻ ഇവിടെ സംഗീതത്തിലുമുപരിയായ സ്ഥാനം കവിതയ്ക്ക് കല്പിക്കുന്നുണ്ട്. ഇപ്രകാരം അർത്ഥത്തോടു ബന്ധപ്പെട്ടതാകകൊണ്ട് കാവ്യരചനയെന്നത് അത്യന്തം ക്ലേശം നിറഞ്ഞ ഒരു വ്യാപാരം തന്നെയാണ്. ആഗ്രഹിക്കുന്നത്ര ഉയർന്ന മേഖലയിലെത്താൻ ഒരു കവിക്കും കഴിയുന്നില്ല. നിയതാർത്ഥമുള്ള പദങ്ങളെക്കൊണ്ടു നിറഞ്ഞ ഭാഷ മാധ്യമമായതുകൊണ്ടാണ് ഈ അവസ്ഥ വന്നുപെടുന്നത്.

"തന്നതില്ല പരനുള്ളു കാട്ടുവാ-
നൊന്നുമേ നരനുപായമീശ്വരൻ
ഇന്നു ഭാഷയിതപൂർണ്ണമിങ്ങഹോ
വന്നുപോം പിഴയുമർത്ഥശങ്കയാൽ"

എന്ന നളിനീഭാഷണത്തിലൂടെ ഈ അവസ്ഥയെയാണ് ആശാൻ വെളിപ്പെടുത്തുന്നത്. നിയതാർത്ഥമുള്ള പദങ്ങളിലൂടെ അനിയതാഭയാർന്ന ആന്തരികാനുഭൂതിക്ക് ആവിഷ്കരണം നല്കാൻ ശ്രമിക്കുമ്പോൾ ഏതു കവിയും ഇങ്ങനെ വിലപിച്ചുപോകും. കവിക്കു മാത്രമേ ഇങ്ങനെ വിലപിക്കേണ്ട കാര്യവുമുള്ളൂ! സ്വന്തം കാവ്യരചനയെക്കുറിച്ച് ഒരു സന്ദർഭത്തിൽ വാച്യമായിത്തന്നെ ആശാൻ പ്രസ്താവിച്ചിട്ടുണ്ട്. കാവ്യരചനയെന്നത് എത്രമാത്രം ക്ലേശവും ശ്രദ്ധയും ആവശ്യപ്പെടുന്ന വ്യാപാരമാണെന്ന് അതിൽ അദ്ദേഹം വെളിപ്പെടുത്തുന്നു. ഞാൻ വളരെ കവിതകൾ എഴു

താറില്ലെങ്കിലും എഴുതുന്നിടത്തോളം വളരെ സൂക്ഷിച്ച് എഴുതാറാണ് പതിവ്. ഒരു ഉൽകൃഷ്ട കലയുടെ നിലയിൽ കവിതയുടെ സാങ്കേതികമായ ഗുണദോഷങ്ങളുടെ എല്ലാ അംശങ്ങളെയുംകുറിച്ച് ഗാഢമായും നിർദ്ദയമായും ചിന്തിച്ച് ത്യാജ്യങ്ങളെ പാടുള്ളത്ര ത്യജിച്ചും ഗ്രാഹ്യങ്ങളെ പാടുള്ളത്ര ഗ്രഹിച്ചും അല്ലാതെ ഞാൻ ഒരു മുക്തകംപോലെ രചിക്കാറില്ലെന്നുള്ളത് എനിക്കു നല്ല നിശ്ചയമുള്ള സംഗതിയാണ് (ഈ പ്രബന്ധത്തിന്റെ ഒടുവിൽ ചേർത്തിരിക്കുന്ന 'കവികൾക്കുപദേശം' എന്ന തുള്ളൽപ്പാട്ട് നോക്കുക. ആശാന്റെ അപ്രകാശിതമായ ഒരു കൃതിയാണത്. ശ്രീ. ജി പ്രിയദർശനനോട് കടപ്പാട്)

ഇപ്രകാരം ഗാഢമായും നിർദ്ദയമായും ചിന്തിച്ചു മാത്രം കാവ്യരചന ചെയ്യുന്നത്, അതു രമണീയാർത്ഥപ്രതിപാദകമാവണമെന്നു നിർബ്ബന്ധമുള്ളതുകൊണ്ടാണ്. ആ നിർബ്ബന്ധം കൂടാതെ ആയാസരഹിതമായി രചിക്കപ്പെടുന്ന കവിതകളുടെ നേർക്ക് ആശാൻ അസഹിഷ്ണുവുമായിരുന്നു. വള്ളത്തോളിന്റെ *ചിത്രയോഗം* മഹാകാവ്യം നിശിതമായി നിരൂപണം ചെയ്തുകൊണ്ട് ആശാൻ എഴുതിയ ആ വാക്കുകൾ നോക്കുക “ഛന്ദശാസ്ത്രത്തെയും വ്യാകരണത്തെയും മറ്റും സാഹിത്യനിയമങ്ങളെയും ഒന്നും അശ്ലേഷം വകവെക്കാതെ വെറും 'നിരങ്കുശത്വം' അവലംബിച്ച്, വന്ന വാക്കിനു പദങ്ങളെയും അർത്ഥങ്ങളെയും എവിടെയെങ്കിലും നോക്കിയിരുന്നുകൊള്ളുവാൻ പൂർണ്ണസമ്മതംകൊടുത്ത് ഒരു നിസ്സാരകൃതിയല്ല, ഒരു മഹാകാവ്യം— ഒരു പേരില്ലാത്ത പദ്യകൃത്തല്ല, ഒരു പ്രഖ്യാതനായ കവി എഴുതിവിടുന്നത് നോക്കിക്കൊണ്ട് എങ്ങനെയാണ് ഭാഷാപ്രണയികൾ മിണ്ടാതിരിക്കുന്നത്?” ഇതേ നിലപാടുതന്നെ അവലംബിച്ചുകൊണ്ടാണ് അർത്ഥനിരപേക്ഷമായ ശബ്ദഭംഗിയെക്കുറിച്ച് പ്രരോദനത്തിൽ അവജ്ഞയോടെ അദ്ദേഹം പരാമർശിക്കുന്നത്.

“ശങ്കാപേതമുദിക്കുമർത്ഥരുചിയെ
ങ്ങെങ്ങാ വെറും ശബ്ദമാ—
മങ്കോലക്കുരുവിന്റെയെണ്ണയിലെഴു-
ന്നാജ്ജാലകൗതൂഹലം?”

കാവ്യം ആഹ്ലാദജനകമാണെന്നംഗീകരിക്കുന്നുണ്ടെങ്കിലും ആ ആഹ്ലാദം തൊലിപ്പുറത്തു മാത്രം സ്പർശിക്കുന്ന പുന്നാരവികാരമല്ലെന്നറിയാവുന്നതുകൊണ്ടാണ് ആശാൻ അർത്ഥപക്ഷത്തുനിന്നുകൊണ്ട് ഇത്ര തീവ്രമായി വാദിക്കുന്നത്.

ഇപ്രകാരം ശബ്ദാർത്ഥസമ്മിളിതമായ കവിതയിൽ ലഭിക്കുന്ന ആഹ്ലാദം ശ്രേഷ്ഠതരമാണെന്നറിയുന്നതു നിമിത്തം കാവ്യലക്ഷ്യത്തെ സംബന്ധിച്ചും ഉൽകൃഷ്ടമായ സങ്കല്പമാണ് ആശാൻ പുലർത്തിയത്. വിഷം അമൃതമാക്കിയും 'പാഴാകാശങ്ങളിലലർവാടിയാരചിച്ചും ലോകാനുഗ്രഹപര'മായെഴുന്ന കലാദേവതയാണ് കവിത.

"ലോകാനുഗ്രഹപരയായെഴും കലേ, നിൻ
ശ്രീകാൽത്താരിണയടിയങ്ങൾകുമ്പിടുന്നു."
(കാവ്യകല)

എന്ന വരികളിൽനിന്ന് കവിതയുടെ നേർക്ക് ആശാൻ പുലർത്തിപ്പോന്ന ഭക്തിഭാവം എത്ര വലുതായിരുന്നു എന്നു മനസ്സിലാക്കാം.

1908 ൽ രചിച്ച 'സരസ്വതീപഞ്ചകം' എന്ന കവിതയിലും ആശാൻ ഈ ഭക്തിഭാവത്തിനാണ് പ്രകാശനം നല്കുന്നത്. 'വരമരുളീടേണമെൻ വാണിമാതാ' എന്ന പ്രാർത്ഥന, അതിലുണ്ട്. 'നീ വെടിഞ്ഞാൽ ഭുവനമഖിലവും ശാരദേ, സാരഹീനം' എന്നും 'നീ വെടിഞ്ഞാലുലകിടമുടനേ മൂകമാം ലോകവന്ദ്യേ' എന്നും ഒരു ഭക്തന്റെ വിശ്വാസദാർഢ്യത്തോടുകൂടി അതിൽ പ്രസ്താവിച്ചിരിക്കുന്നു. അവസാനത്തെ ശ്ലോകം ഈ ഭാവത്തിന് മകുടം ചാർത്തുന്നു. നോക്കൂ:

"മെല്ലായാലും സ്വയം നീ ജനനി കനിയുകിൽ-
ത്തേനൊഴുക്കാർന്ന വാക്കാൽ
വെല്ലാനും വിശ്വമെല്ലാം വിധിയെ വശഗനാ-
ക്കാനുമാർക്കാണശക്യക്ക?
വല്ലാതാർത്തിപ്പെടുന്നേനടിയനു വരദേ-
യാശ്രയം പാർക്ക തൃക്കാ—
ലല്ലാതില്ലംബ, വാഗീശ്വരീ കരുണലവം
പെയ്ക വയ്കാതെ തായേ!"

അത്രമാത്രം ഭക്തി പുലർത്താൻ അദ്ദേഹത്തെ പ്രേരിപ്പിച്ചതാകട്ടെ, കവിതയുടെ ലോകാനുഗ്രഹപരതയെക്കുറിച്ചുള്ള ഉയർന്ന സങ്കല്പവുമാണ്. പ്രരോദനത്തിൽ കാളിദാസകവിയെ അവതരിപ്പിക്കുന്ന സന്ദർഭം ഈ സങ്കല്പത്തിന്റെ ഔൽകൃഷ്ട്യമെന്തെന്ന് വാചാലമായി ഉപന്യസിക്കുന്നുണ്ട്. 'ഗൈർവാണിതൻ പ്രാണാധായകനാം മഹാദ്യുതിയെഴുന്നള്ളുന്നു' എന്നാണ് കാളിദാസന്റെ ആഗമനത്തെക്കുറിച്ച് ആശാൻ വിവരിക്കുന്നത്. 'കവീന്ദ്രപട്ട ബിരുദം പൂണ്ട് ഉജ്ജ്വലമൗലിയായ്' അദ്ദേഹം എഴുന്നള്ളുന്നത് വീണാപുസ്തകഹസ്തരായ പരിജനത്തോടുകൂടിയാണ്. മഹാനായ കവിയുടെ എഴുന്നള്ളത്താണത്. കാലത്തിന്റെ അനാദ്യന്തമായ രാജവീഥിയിൽ, യശസ്സിന്റെ സുവർണ്ണരഥത്തിലേറി, അനശ്വരതേജസ്സിന്റെ പരിവേഷമണിഞ്ഞ് ജൈത്രയാത്ര ചെയ്യുന്ന കവി ചക്രവർത്തികളിൽ ചക്രവർത്തിയാണ്. കവി അത്രത്തോളം ഉന്നതാത്മാവായി പ്രശോഭിക്കുന്നത് 'സത്വാഗ്നിയിൽ ശൃംഗാരക്കറപോയ്' സൗന്ദര്യസാരാകൃതിയായി തെളിഞ്ഞുയരുന്ന അവസ്ഥയിലുമാണ് (സ്വന്തം കൃതികളിലൂടെ പ്രേമത്തിന്റെ സാത്വികഭാവം ഉയർത്തിക്കാണിക്കാൻ മുതിർന്ന കവിയാണ് ഈ ചിത്രം വരയ്ക്കുന്നതെന്നോർക്കണം) അതുപോലെ ഈ ഭൂമിയുടെ എല്ലാ ശ്രേഷ്ഠഗുണങ്ങളും സഹൃദയർക്ക് ആസ്വാദ്യമാക്കിത്തീർക്കുന്നതും കവിയാണെന്ന് ഇവിടെ ആശാൻ തുടർന്ന് പ്രസ്താവിക്കുന്നു.

"താരിൻ സൗരഭധാടി തെന്നലതുപോൽ
സ്വച്ഛന്ദവാഗ്വീചിയാൽ
പാരിൻ പ്രാജ്യഗുണം പരത്തിയതിനെ-
ബ്ഭോഗാർഹമാക്കും മഹാൻ
നേരിൽ പ്രാണനിളയ്ക്ക്."

'ഇളയ്ക്ക് പ്രാണനെന്ന' പദവിക്ക് കവി അർഹനാകുന്നത് പവിത്രമായ സ്നേഹം കവിഹൃദയത്തിന്റെ സ്പന്ദനമായിത്തീർന്നിരിക്കുന്നതു മൂലമാണെന്നും ആശാൻ വിശ്വസിക്കുന്നു. ഏതു കാവ്യരചനയുടെ പിന്നിലും സജീവപ്രേരണയായി സ്നേഹം വർത്തിക്കുന്നു. 'ആമ്പൽ നിരയെ കുളുർതിങ്കൾ' എന്ന പോലെ ലോകത്തിലെ സർവ്വത്തെയും ആശ്ലേഷിക്കാൻ വെമ്പുന്ന വിശ്വസ്നേഹം. 'ടാഗോർ മംഗളം' എന്ന കവിതയിൽ ഈ സ്നേഹസങ്കല്പം ആശാൻ വിശദമാക്കുന്നുണ്ട്.

"ഏതു ദിക്കെന്നാകിലുമേതു ബീജമാകിലു
മേതു വർണ്ണമായാലും മൈത്രിയാൽ പുഷ്പങ്ങളെ
ഭേദമെന്നിയേ തലോടുന്ന പൊൻകരമേലും
ജ്യോതിസ്സേ, ജയിക്ക നീ, ജയിക്ക നിന്റെ ഗാനം."

ബീജത്തിന്റെയോ വർണ്ണത്തിന്റെയോ വ്യത്യാസം പരിഗണിക്കാതെ എല്ലാ പുഷ്പങ്ങളെയും മൈത്രിയാൽ തലോടാൻ കഴിയുന്ന കവികൾക്കു മാത്രമേ മഹത്വത്തിലേക്കുയരാൻ കഴിയൂ. ഒന്നുകൂടി വ്യക്തമായി പറഞ്ഞാൽ ദേശകാലാതീതമായി മനുഷ്യവംശത്തെ നോക്കിക്കാണാനും സ്നേഹിക്കാനും കഴിവുള്ളവനാണ് മഹാനായ കവി. ആ കവിക്കു മാത്രമേ ചക്രവർത്തികളിൽ ചക്രവർത്തിയായി അനശ്വരാഭയുടെ പരിവേഷമണിഞ്ഞ് വിരാജിക്കാനും കഴിയൂ.

അങ്ങനെ വിശ്വസ്നേഹം ജ്വലിച്ചുനില്ക്കുന്ന ആത്മാവോടുകൂടിയ കവിയുടെ തൂലികയിൽനിന്നു രൂപപ്പെടുന്ന കവിത എപ്പോഴും അനുവാചകഹൃദയങ്ങളെ ദൈവികമേഖലകളിലേക്കുയർത്തുവാൻ കഴിവുള്ളതായിരിക്കുമെന്നും ആശാൻ കരുതുന്നു. ആ കവിതാസുധയുടെ ലഹരികൾ ജളകർണ്ണത്തിനുപോലും കുളുർമ്മയരുളുന്നു. അത് സിരകൾ ചലിപ്പിക്കുന്നു. ചിത്തം ദ്രവിപ്പിക്കുന്നു; ആത്മാവിനെ തർപ്പണം ചെയ്യുന്നു. അതിന്റെ ഫലമായി ഈ ലോകം ഈശ്വരാഭിമുഖമായി കുതി കൊള്ളുകയും ചെയ്യുന്നു. ടാഗോർക്കവിതയെക്കുറിച്ച്,

"അതിശാന്തമെന്നാലും ശക്തമാമതിൻധ്വനി
സതതം ചൂഴ്ന്ന കാറ്റിൽ തിരകൾ തല്ലിത്തല്ലി
ക്ഷിതിഗോളത്തെജ്ജഗദീശരാജ്യത്തേക്കു
കുതികൊള്ളിക്കും നവ്യചലനമുണ്ടാക്കുന്നു"

എന്നെഴുതുമ്പോൾ ഈ ആശയത്തിനാണ് ആശാൻ ഊന്നൽ നല്കുന്നത്.

ഈശ്വരാഭിമുഖമായ ചിന്തയെന്നത് ആശാന്റെ ആത്മവത്തയുടെ ഒരു സജീവ ഘടകംതന്നെയാണല്ലോ. പക്ഷേ, ഭൗജീവിതത്തിന്റെ നേർക്ക് പരാങ്മുഖനാകാൻ ആ മനോഭാവം ആശാനെ പ്രേരിപ്പിക്കുന്നില്ല. മനുഷ്യസേനവത്തിലാണ് ആശാൻ ശരിയായ ഈശ്വരപൂജ ദർശിക്കുന്നത്.

"ഗുണമെന്നിയൊരാൾക്കുമെന്നിൽനി
ന്നണയായ്‌വാൻ തരമാകണം വിഭോ

എന്നും

അഘമൊക്കെയകന്നുദിക്കണം
സുഖമിങ്ങെന്റെ വിരോദികൾക്കുമേ"

എന്നും മറ്റുമാണ് അദ്ദേഹത്തിന്റെ പ്രാർത്ഥന. ആ സ്ഥിതിക്ക് ഏതു കവിയും തന്നെ ഉൾക്കൊള്ളുന്ന ഭൗമജീവിതവുമായി ഗാഢബന്ധം പുലർത്തുകതന്നെ വേണം. മഹാനായ കവി ജീവിതയാഥാർത്ഥ്യങ്ങളിൽനിന്ന് പലായനം ചെയ്യാനല്ല, അതിൽ ആണ്ടിറങ്ങാനായിരിക്കും യത്നിക്കുകയെന്നും അദ്ദേഹത്തിനു പക്ഷമുണ്ട്. (സാമൂഹ്യപ്രവർത്തനങ്ങളിൽ മുഴുകിയിരിക്കുന്നതിനിടയ്ക്കാണ് ആശാൻ തന്റെ മികച്ച കാവ്യങ്ങളധികവും രചിച്ചതെന്ന് ഇവിടെ ഓർമ്മിക്കുക) അതുകൊണ്ടാണ് സ്വർഗ്ഗത്തിലെത്തുന്ന രാജരാജവർമ്മയ്ക്ക് കാളിദാസകവി 'ബാഷ്പസമാവിലാക്ഷരം' സ്വാഗതമുരയ്ക്കുന്നതായി ആശാൻ ചിത്രീകരിച്ചത്. 'ഹാ! മർത്ത്യൻ സുരഭാവമാർന്നിടുകിലും ഭൂസ്നേഹി,' എന്നും 'ലോകമതുതാനാനന്ദദുഃഖാത്മകം' എന്നും ആ കവിശ്രേഷ്ഠൻ പറയുന്നുമുണ്ട്. അതേത്തുടർന്ന് സ്വർഗ്ഗത്തേക്കാൾ തങ്ങൾക്കഭികാമ്യമായിട്ടുള്ളത് ഭൂമിയാണെന്നു തന്നെ അദ്ദേഹം വെളിപ്പെടുത്തുന്നു. കാരണമെന്താണെന്നോ? നോക്കൂ.

"ഏകാന്തം സുഖമിങ്ങു, നിത്യമഴലാം
താഴെത്തമോഭൂമിയിൽ
പോകാസക്തി തമ: പ്രകാശശബള-
ശ്രീയൊത്ത മദ്ധ്യേർവ്വിയിൽ,
ഛേകാത്മാ ചലഭോഗഭൂവിൽ നിമിഷ
ന്തോറും രസോന്മേഷിയാം
ശ്രീകാളും രസകാമധേനു രസയാ
മോർക്കിൽ കവിക്കെന്നുമേ"

തമ:പ്രകാശശബളശ്രീയാർന്ന, രസകാമധേനുവായ, രസയെന്നതുകൊണ്ട് നാനാഭാവസമ്മിശ്രമായ ഈ ലോകജീവിതത്തെയാണല്ലോ ആശാൻ ഉദ്ദേശിക്കുന്നത്. ഇതേ ആശയംതന്നെ മറ്റൊരു രീതിയിൽ *ലീല*യിലും സൂചിതമാകുന്നുണ്ട് ക്ഷിതിയിൽ മർത്ത്യജീവിതം പ്രതിജനഭിന്നവിചിത്രമാർഗ്ഗമാണെന്നും, അതുകൊണ്ടാണ് മനുഷ്യകഥാനുഗായികളായ

കൃതികൾ പ്രതിനവരസമായിത്തീരുന്നതെന്നും അവിടെ അദ്ദേഹം പ്രസ്താവിക്കുന്നു. ഏകമായ സത്യത്തിലുള്ള സ്നേഹം മൂലം മോഹനമായ ഭുവന സംഗംവെടിഞ്ഞ ദിവാകരയോഗിക്ക് ഭൗമമേഖലയുടെ വിശുദ്ധി ബോദ്ധ്യപ്പെടുത്തിയ ആശാൻ, ഏതു കവിയും ഭുവനസംഗം പുലർത്തണമെന്ന ആദർശമാണ് അംഗീകരിച്ചിരിക്കുന്നത്. അതു കവിതയുടെ മാറ്റു വർദ്ധിപ്പിക്കാനേ ഉതകൂ എന്നും അദ്ദേഹം വിശ്വസിച്ചിരുന്നതായി കരുതാം. അതേ സമയംതന്നെ, ചിന്തയുടെ മണിമന്ദിരത്തിലിരുന്നു സൃഷ്ടികർമ്മം നിർവ്വഹിക്കുന്നവനായും അദ്ദേഹം കവിയെ സങ്കല്പിച്ചിരുന്നു. ഈ രണ്ടു നിലപാടുകളിൽക്കൂടി അദ്ദേഹം പുലർത്തുന്ന മനോഭാവം ഇതാണെന്നു പറയാം. കവിയുടെ ജീവിതം ഒരിക്കലും ദന്തഗോപുരത്തിലാവരുത്. മറിച്ച് മണ്ണിന്റെ യാഥാർത്ഥ്യങ്ങൾക്കിടയിൽത്തന്നെയാവണം. പക്ഷേ, കവി കാവ്യരചനയിലേർപ്പെടുന്നത് എപ്പോഴും ചിന്തയുടെ മണിമന്ദിരത്തിലിരുന്നുകൊണ്ടായിരിക്കട്ടെ. തിളച്ചു മറിയുന്ന സാമൂഹ്യചലനങ്ങളിൽ മുഴുകി ജീവിച്ചുകൊണ്ട് *വീണപൂവ്, നളിനി, ലീല* തുടങ്ങിയ കാവ്യങ്ങൾ രചിച്ച കവിയിൽ ഇങ്ങനെയൊരു വീക്ഷണഗതി സ്വാഭാവികം മാത്രം.

മൂന്ന്

ഇനി നമുക്ക് ആശാൻ രചിച്ചിട്ടുള്ള നിരൂപണങ്ങളിലേക്ക് തിരിയാം. നിരൂപണങ്ങളിലും സാഹിത്യസിദ്ധാന്തപ്രതിപാദകങ്ങളായ ഭാഗങ്ങൾ അവിടവിടെയായി കാണാൻ കഴിയും. സാഹിത്യത്തെ സംബന്ധിച്ച് ആശാൻ പുലർത്തിയിരുന്ന സങ്കല്പം എത്രമാത്രം ഉയർന്നതായിരുന്നു എന്ന് അദ്ദേഹത്തിന്റെ കാവ്യങ്ങളിലെ ആശയങ്ങളെ അടിസ്ഥാനമാക്കി നാം കണ്ടുകഴിഞ്ഞതാണല്ലോ. നിരൂപണങ്ങളിലും ആ സങ്കല്പത്തിന് ആശാൻ രൂപം നല്കിയിട്ടുണ്ട്. ഇതാ നോക്കൂ.

> മനുഷ്യവർഗ്ഗത്തിന് ഇന്നുവരെയുള്ള സമ്പാദ്യങ്ങളിൽ ഏറ്റവും വിലയേറിയത് സാഹിത്യമാണ്. സാഹിത്യമില്ലായിരുന്നുവെങ്കിൽ ജീവിതം എത്ര നീരസവും നിഷ്പ്രയോജനവും ദുസ്സഹവുമായിരിക്കുമെന്ന് അല്പം വിചാരിച്ചാൽ ആർക്കും അറിയാം. മനുഷ്യന്—ബുദ്ധിമാനും സഹൃദയനുമായ മനുഷ്യന് - ഏതു കാലഘട്ടത്തിലും ഏതവസ്ഥയിലും സാഹിത്യത്തിലുള്ള ആദരവും അനുരാഗവും കുറയാൻ തരമില്ല. അന്തഃകരണമുള്ള കാലംവരെ സാഹിത്യം അവനെ ആനന്ദിപ്പിക്കുകയും ആശ്വസിപ്പിക്കുകയും ചെയ്യാതിരിക്കുന്നതുമല്ല (*പ്രതിഭ* മാസികയിലെ സരസ്വതീരംഗം (പുസ്തക നിരൂപണപംക്തി).

ഉദ്ഘാടനം ചെയ്തുകൊണ്ട് *ഭാഷാഭൈമീപരിണയം* നാടകത്തെക്കുറിച്ച് ആശാൻ എഴുതിയ നിരൂപണത്തിൽനിന്ന്). ആനന്ദിപ്പിക്കുകയും ആശ്വസിപ്പിക്കുകയും ചെയ്യുന്ന സാഹിത്യം അതു മനുഷ്യവർഗ്ഗത്തിന് ഇന്നുവ

രെയുള്ള സമ്പാദ്യങ്ങളിൽ ഏറ്റവും വിലയേറിയത്. സ്വന്തം കാവ്യരചന യെക്കുറിച്ച് പരാമർശിക്കുന്ന ദിക്കിലും ഈ ഉൽകൃഷ്ടസങ്കല്പം ആശാൻ വെളിപ്പെടുത്തുന്ന ഭാഗം മുമ്പ് ഉദ്ധരിച്ചതാണ്. എങ്കിലും അതാവർത്തി ക്കുന്നു: "ഒരു ഉൽകൃഷ്ടകലയുടെ നിലയിൽ കവിതയുടെ സാങ്കേതിക മായ ഗുണദോഷങ്ങളുടെ എല്ലാ അംശങ്ങളെയും പറ്റി ഗാഢമായും നിർദ്ദ യമായും ചിന്തിച്ച്... അല്ലാതെ ഞാൻ ഒരു മുക്തകം പോലും രചിക്കാറി ല്ലെന്നുള്ളത് എനിക്ക് നല്ല നിശ്ചയമുള്ള സംഗതിയാണ്." (ആത്മപോഷി ണിയും പ്രരോദനനിരൂപണവും) കേവലമായ കരവിരുതുമാത്രം കൈമു തലായുള്ളവർക്ക് - അവർ എത്രമാത്രം സുശിക്ഷിതരായാൽപ്പോലും ഈ കലയുടെ മേഖലയിൽ വിജയം നേടുക സാദ്ധ്യമല്ല. *രുഗ്മാംഗദചരിതം, ഉമാകേരളം, ഭൈമീപരിണയം* എന്നീ കൃതികളുടെ പരാജയം ഈ സത്യ മാണു വിളംബരം ചെയ്യുന്നത്. പദങ്ങളുടെ പ്രയോഗവൈചിത്ര്യവും അർത്ഥങ്ങളുടെ നാനാശ്രയത്വവും കവിയുടെ കല്പനാസാമർത്ഥ്യവും കൊണ്ട് അനുവാചകരെ വിസ്മയിപ്പിക്കാനേ ഇത്തരം കവിതകൾക്കു കഴി യുന്നുള്ളൂ നല്ല കാവ്യത്തിന്റെ ചൈതന്യമായി വർത്തിക്കുന്ന സ്വഭാവം അതൊന്നുമല്ല. അനുവാചകരെ തന്മയീഭാവത്തിലേക്കു നയിക്കാനുള്ള കഴിവാണ് അത്. അതേക്കുറിച്ച് ആശാൻ എഴുതുന്നു:

> .... വേറൊരുതരം കാവ്യമുണ്ട്... അതുതന്നെയായിരിക്കും അധികം ജനസമ്മതിയുള്ള കാവ്യം. അതിന്റെ നോട്ടം ഉള്ളിലും വെളിയിലു മായി പ്രകൃതിവിലാസങ്ങളെ ആയാസലേശംകൂടാതെ ഭാഷാമാർഗ്ഗ മായി മനുഷ്യഹൃദയത്തിനു വെളിപ്പെടുത്തി ഉല്ലാസവും ആനന്ദവും ഉണ്ടാക്കുകയാകുന്നു. ഇതിനുപുറമെ മനുഷ്യനെ കൃത്യങ്ങളിൽ പ്രവർത്തിപ്പിക്കുകയും അകൃത്യങ്ങളിൽനിന്ന് നിവർത്തിപ്പിക്കു കയും ചെയ്യുകയെന്നുള്ള ധർമ്മ്യമായ ഉദ്ദേശ്യംകൂടി എല്ലാ ഉത്തമ കാവ്യങ്ങൾക്കും ഉണ്ടായിരിക്കുമെന്നുള്ളതും സാധാരണയായി കണ്ടുവരുന്നു. (ഈ) മാതിരി കാവ്യത്തിൽ കവിയെയോ അയാ ളുടെ പാണ്ഡിത്യത്തെയോ പറ്റി നമുക്കൊന്നും വിചാരിപ്പാൻ ഇട യുണ്ടാവുകയില്ല. മനസ്സു മുഴുവൻ കഥയിലെ അതാതു സന്ദർഭ ങ്ങളിൽ സ്വഭാവേന പ്രസരിപ്പിച്ചുകൊണ്ടിരിക്കുന്ന രസപ്രവാഹ ത്താൽ ആകർഷിക്കപ്പെട്ടിട്ട് കഥാപാത്രങ്ങളോട് തന്മയത്വത്തെ പ്രാപിച്ചു ലയിച്ചുനില്ക്കും. ഈ ലയംതന്നെയാണ് രസാസ്വാദനം. അതുതന്നെയാണ് കാവ്യത്തിന്റെ സാക്ഷാൽ പ്രയോജനം. (*ഉമാ കേരളം*) ഉൽകൃഷ്ടകലയായ കാവ്യത്തിന്റെ സ്വഭാവം.

ലക്ഷ്യം പ്രയോജനം എന്നിവ എന്താണെന്ന് ആശാൻ ഈ വാക്കു കളിൽ സംക്ഷേപിച്ചിരിക്കുന്നു.

ഇങ്ങനെയൊരു സങ്കല്പത്തോടുകൂടിയാണ് ആശാൻ ചില കാവ്യ ങ്ങൾ നിരൂപണം ചെയ്യാൻ മുതിർന്നതെന്നുള്ള കാര്യം നാം പ്രത്യേകം

ഓർമ്മവയ്ക്കണം. അങ്ങനെ മുതിർന്നപ്പോൾ അദ്ദേഹം സ്വീകരിച്ച നിലപാടെന്തെന്നും നാം അറിഞ്ഞിരിക്കേണ്ടതുണ്ട്. ആ നിലപാട് ചുരുക്കത്തിൽ ഇതാണ് "...ആളുവില കല്ലുവില" എന്ന നയമനുസരിച്ച് ഗ്രന്ഥാഭിപ്രായം പറയുന്ന ശീലം ഞങ്ങൾക്കില്ല. എന്നുതന്നെയല്ല. കൃത്രിമരത്നങ്ങളുടെ പ്രചാരം വർദ്ധിച്ചുവരുന്ന ഇക്കാലത്ത് കല്ലു പരിശോധിച്ചുനോക്കാതെ വില നിർണ്ണയിക്കുന്നത് ആശ്വാസ്യമല്ലതാനും. അതുകൊണ്ട്, പരിശോധിച്ചുതന്നെ അഭിപ്രായം പറയേണ്ടിയിരിക്കുന്നു". (*ഭാഷാഭൈമീപരിണയം*)

അപ്പോൾ കാവ്യത്തെ സംബന്ധിക്കുന്ന ഉൽകൃഷ്ടമായ സങ്കല്പവും നിരൂപണത്തിലവലംബിക്കേണ്ട നിഷ്പക്ഷവും കർക്കശവുമായ നിലാപടിനെക്കുറിച്ചുള്ള ശാഠ്യവും ഒത്തുചേർന്നു രൂപംനല്കിയതാണ് ആശാന്റെ ഗ്രന്ഥനിരൂപണങ്ങൾ. ഇക്കാര്യം മനസ്സിലാക്കിക്കഴിയുമ്പോൾ അവയുടെ സ്വരവും രീതിയും ഇപ്രകാരമായതെന്തുകൊണ്ടാണെന്ന് നമുക്ക് വിസ്മയിക്കേണ്ടിവരികയില്ല.

കാവ്യത്തെ ഒരു ഉൽകൃഷ്ടകലയുടെ നിലയിൽ വിലമതിക്കുന്ന ഒരു സുമനസ്സിന് മഹാകാവ്യപ്രസ്ഥാനത്തിന്റെ നേർക്ക് എതിർപ്പു തോന്നുക സ്വാഭാവികമാണല്ലോ. ആ എതിർപ്പ് *രുഗ്മാംഗദചരിതം, ഉമാകേരളം* എന്നീ മഹാകാവ്യങ്ങൾ നിരൂപണം ചെയ്തപ്പോൾതന്നെ ആശാൻ സൂചിപ്പിച്ചിട്ടുണ്ട്. എന്നാൽ *ചിത്രയോഗം* നിരൂപണത്തിലാണ് തന്റെ മനോഭാവം ആശാൻ വെട്ടിത്തുറന്ന് പ്രകടമാക്കുന്നത്. ആ ഭാഗം മുഴുവനായി ഇവിടെ ഉദ്ധരിക്കുന്നു.

> ....നഗരാർണ്ണവശൈലർത്തു, എന്നു തുടങ്ങിയുള്ള സംസ്കൃത മഹാകാവ്യവിധിയെ പിന്തുടർന്ന് മലയാളത്തിൽ ഇറങ്ങീട്ടുള്ള പുതിയ മഹാകാവ്യങ്ങളിൽ ഇത് അഞ്ചാമത്തേതാണെന്നു തോന്നുന്നു.
>
> ഇത്തരം കാവ്യങ്ങളുടെ ആവശ്യകതയെയും സ്പൃഹണീയതയെയും പറ്റി ഞങ്ങൾക്ക് പണ്ടേതന്നെ ഭിന്നാഭിപ്രായമാണുള്ളത്. *രുഗ്മാംഗദചരിത*ത്തെയും *ഉമാകേരള*ത്തെയും പറ്റി വിമർശിച്ച അവസരത്തിൽത്തന്നെ ഞങ്ങൾ അതിനെ സൂചിപ്പിച്ചിട്ടുണ്ട്. ഈവക കാവ്യങ്ങൾ കാണുമ്പോൾ ചില പഴയ ക്ഷേത്രങ്ങളിൽ ഇപ്പോഴും നടന്നുവരാറുള്ള നെടുങ്കുതിര കെട്ടിയെടുപ്പാണ് ഓർമ്മയിൽ വരുന്നത്. മുളയും കമുകും കൊണ്ട് മുപ്പതും നാല്പതും അടി ഉയരത്തിൽ ഗോപുരംപോലെ കെട്ടിയുണ്ടാക്കി വെള്ളയും ചുമപ്പും കൊണ്ടു പൊതിഞ്ഞു ജാലരുകൾ തൂക്കി അലങ്കരിച്ച് വമ്പിച്ച ചട്ടക്കൂടുകളിൽ ഉറപ്പിച്ച് താഴെ രണ്ടു വശത്തായി ഒരു കുതിരയുടെ വാലിന്റെയും തലയുടെയും ആകൃതി കാണിച്ച് കൃഷികൂടി തൊഴിലില്ലാതെ അലഞ്ഞുതിരിയുന്ന കരക്കാർ ചെറുപ്പക്കാർ ചേർന്നു ചുമലിലെടുത്തു വിഗ്രഹത്തിന്റെ പുറമെ എഴുന്നള്ളിച്ചുകൊണ്ടു

> പോകുന്ന ഒരു ബ്രഹ്മാണ്ഡമായ വാഹനമാണ് നെടുങ്കുതിരയെന്ന് വായനക്കാർ ഓർക്കുമല്ലോ. നമ്മുടെ മഹാകാവ്യങ്ങളോട് ഇതിന് വളരെ സാദൃശ്യമുണ്ടെന്ന് സ്വല്പം ആലോചിച്ചുനോക്കിയാൽ ആർക്കും അറിയാവുന്നതാണ്. നഗരവർണ്ണനം, സമുദ്രവർണ്ണനം, പർവ്വതവർണ്ണനം, ഋതുവർണ്ണനം തുടങ്ങിയ ഏതാനും വർണ്ണനകൾക്കായി ഒരു കഥയെ ബലി കൊടുത്ത് വാലും തലയും അങ്ങുമിങ്ങും കാണിച്ച് ബ്രഹ്മാണ്ഡാകൃതിയിൽ എഴുതിയുണ്ടാക്കുന്ന ഈവക ഗ്രന്ഥങ്ങൾ ഇക്കാലത്തുള്ള സാഹിത്യരസികന്മാരുടെ ഹൃദയാവർജ്ജനത്തിന് പര്യാപ്തമാകുമോ എന്നു ഞങ്ങൾ ബലമായി സംശയിക്കുന്നു.

മഹാകാവ്യ പ്രസ്ഥാനത്തിന്റെ നേർക്ക് ആശാൻ ദൃഢമായി പുലർത്തിയിരുന്ന മനോഭാവത്തിന്റെ സ്വഭാവം വെളിപ്പെടുത്തുന്നതിനാണ് ഇത്രയും ഇവിടെ ഉദ്ധരിച്ചത്. പ്രതിഷേധവും പരിഹാസവും ആ മനോഭാവത്തിലുണ്ട്. മലയാളത്തിൽ അന്ന് (1915) വളരാൻ തുടങ്ങിയ നവീനകവിതാപ്രസ്ഥാനത്തിന് കളമൊരുക്കുന്നതിനും ഈ നിരൂപണം പരോക്ഷമായി ശ്രമിക്കുന്നുണ്ട്. ആശാന്റെതന്നെ ശൈലിയിൽ പറഞ്ഞാൽ, വികൃതഭേദകൃഷ്ടമാം സാഹിതീലോകത്തിന്റെ ദുഷിച്ചുപോയ രുചിയെ പ്രത്യാനയിപ്പാനുള്ള ശ്രമം കവിത ഉൽകൃഷ്ടകലയാണെന്ന സങ്കല്പം സാക്ഷാൽകൃതമാകണമെങ്കിൽ ഈ രീതിയിൽ ജാഗ്രതയോടെ പ്രവർത്തിക്കുകതന്നെ വേണമെന്ന ബോധം നിരൂപകനായ ആശാനുണ്ടായിരുന്നു. അഭിരുചിനവീകരണത്തിനുവേണ്ടിയുള്ള പരിശ്രമത്തിന്റെ ആദ്യപടിയെന്ന നിലയ്ക്ക് അഭിരുചി വൈകൃതത്തെക്കുറിച്ച് ആസ്വാദകരെ ബോധവാന്മാരാക്കേണ്ടതുണ്ടല്ലോ. *ഉമാകേരളം* നിരൂപണം ചെയ്യുന്ന ദിക്കിൽ ആശാൻ ഇക്കാര്യം സൂചിപ്പിക്കുന്നതു നോക്കുക. പണ്ഡിതകവിയായ ഉള്ളൂർ പരമേശ്വരയ്യർ സംസ്കൃതമഹാകാവ്യങ്ങൾക്കുള്ള ഒരു വക കൃത്രിമപ്രൗഢി ഭാഷയ്ക്കും ഉണ്ടാകട്ടെ എന്നുവച്ചാണ് ഇങ്ങനെ എഴുതിവിടുന്നതെന്നുള്ളതിന് സംശയമില്ല. പക്ഷേ, സാധാരണവായനക്കാർ സംഗതി തെറ്റിദ്ധരിക്കും. ഇങ്ങനെയുള്ള കവിതകളിൽ ഭ്രമിച്ച് അവയെ മാതൃകയാക്കി അനുകരിച്ചുതുടങ്ങും. ആ വക കളകൾ ഉത്തമസാഹിത്യത്തിന്റെ വളർച്ചയ്ക്ക് ഹാനിയുണ്ടാക്കും. കാദംബരിയിൽ ബാണഭട്ടൻ ആരംഭിച്ച ഈ വക കോലാഹലം പിൻഗാമികളായ അനേകം കവികളെ വ്യാമോഹിപ്പിച്ചിട്ടുണ്ട്. ഈ അനുഭവത്തെ നാം ഒരിക്കലും വിസ്മരിച്ചുകൂടാ.

എന്നാൽ വള്ളത്തോളിന്റെ *ബന്ധനസ്ഥനായ അനിരുദ്ധന്* നാലപ്പാട്ടു നാരായണമേനോന്റെ *പുകയിലമാഹാത്മ്യം* മുതലായ (അക്കാലത്തെ) നവീനകൃതികളെക്കുറിച്ചെഴുതുമ്പോൾ ആശാൻ ഉദാരമായ സൗമനസ്യത്തിന്റെ ഭാഷയാണ് ഉപയോഗിക്കുന്നത്. ഈ കവിത ആകപ്പാടെ നന്നായിരിക്കുന്നു എന്ന വാക്യം *ബന്ധനസ്ഥനായ അനിരുദ്ധനെ*ക്കുറിച്ചെഴുതിയ നിരൂപണത്തിൽ എഴുന്നുനില്ക്കുന്നു. പുകയിലമാഹാത്മ്യത്തെക്കു

റിച്ച് ഇതിനേക്കാൾ ഭംഗിയിലാണ് നിരൂപണമെഴുതിയിട്ടുള്ളത്. "വർണ്ണനകൾക്കുള്ള തന്മയത്വവും സന്ദർഭങ്ങളുടെ രമ്യതയും പല നല്ല ഉല്ലേഖങ്ങളുംകൊണ്ട് ഇത് ഉത്തമകാവ്യകോടിയിൽ ഗണിക്കാൻ യോഗ്യമായ ഒരു ചെറുകൃതിയാണ്."

ടി എസ് എലിയറ്റ് പറയുന്നതുപോലെ സാഹിത്യനിരൂപണത്തിന് രണ്ടു ധർമ്മങ്ങളാണ് അനുഷ്ഠിക്കാനുള്ളത്. ആദ്യത്തേത് കാവ്യങ്ങളുടെ കാതലായ നിഗൂഢലാവണ്യം സാധാരണക്കാർക്ക് അനുഭവവേദ്യമാകുമാറ് വെളിപ്പെടുത്തുക എന്നതാണ്. രണ്ടാമത്തേത്, ദുഷിച്ചുപോയ അഭിരുചിയെ തിരുത്തുക, അല്ലെങ്കിൽ കാലാനുകൂലമായി പരിഷ്കരിക്കുക എന്നതുമാണ്. ഈ രണ്ടാമതു പറഞ്ഞ ധർമ്മം നിർവ്വഹിക്കുന്നതിലാണ് ആശാന്റെ നിരൂപണങ്ങൾ മുഖ്യമായി ശ്രമിച്ചിരിക്കുന്നത്. പത്രപ്രവർത്തനത്തിന്റെ ഒരു ഭാഗമെന്ന നിലയ്ക്ക് സമകാലിക സാഹിത്യകൃതികളെക്കുറിച്ച് നിരൂപണമെഴുതിയതുകൊണ്ടാണ് ഇങ്ങനെ സംഭവിച്ചത്. തന്റെ ആസ്വാദനത്തിനും ആരാധനയ്ക്കും പാത്രമായ കൃതികളെക്കുറിച്ചല്ല ആശാൻ എഴുതിയത്. മികച്ച കൃതികളെക്കുറിച്ചല്ലെന്നും നമുക്കറിയാം. അക്കാലത്ത് പ്രകാശിതമായതും പത്രത്തിനയച്ചു കിട്ടിയതുമായ കൃതികളെക്കുറിച്ച് അദ്ദേഹത്തിനെഴുതേണ്ടിവന്നു എന്നുമാത്രം. എങ്കിലും *പുകയിലമാഹാത്മ്യം* നിരൂപണം ചെയ്യുമ്പോൾ അതിന്റെ നിഗൂഢലാവണ്യം വിശദമാക്കാൻ കൂടി ലഘുവായെങ്കിലും അദ്ദേഹം ശ്രദ്ധിക്കാതിരുന്നില്ല. "ആകപ്പാടെ നോക്കിയാൽ ചെറുതെങ്കിലും ഇതു സാരസ്യമുള്ള ഒരു കൃതിയാണെന്ന് സമ്മതിച്ചേ തീരൂ. കിളിപ്പാട്ടിനേക്കാൾ തുള്ളൽപ്പാട്ട് ഈ പ്രമേയത്തിന് അധികം പറ്റുമായിരുന്നില്ല എന്ന് ശങ്കിക്കുന്നു. ഒരുമുനിയുടെ ചിരിയിൽ സ്ഫുരിക്കാവുന്നമാതിരി വിചാരഗർഭമായ ഹാസ്യരസം കൊണ്ടാണ് *പുകയിലമാഹാത്മ്യം* സഹൃദയരെ ആകർഷിക്കുന്നത്.." എന്നതുപോലെ മർമ്മസ്പർശികളായ വാക്യങ്ങൾ അവിടെ കാണാം.

നിരൂപണത്തിനിടയ്ക്ക് കാവ്യത്തിലെ പ്രാസം, വൃത്തം, അലങ്കാരം മുതലായ അംശങ്ങളെക്കുറിച്ച് ചർച്ച ചെയ്യുന്നത് ആശാന്റെ ഒരു രീതിയാണ്. അതെക്കുറിച്ചെല്ലാം സ്പഷ്ടമായ അഭിപ്രായങ്ങളും അദ്ദേഹം രേഖപ്പെടുത്തുന്നുണ്ട്- സ്വന്തം നിലപാട് വ്യക്തമാക്കുന്നതിനുവേണ്ടി "...പ്രാസത്തിനായി കവി പദ്യത്തെ ബലികൊടുത്തത് ക്ഷുദ്രഭൂതപ്രീതിക്കായി പുത്രനെ ബലികൊടുക്കുന്നതുപോലെ നിന്ദ്യമാകുന്നു" എന്ന് പ്രാസത്തെക്കുറിച്ച് പറഞ്ഞിരിക്കുന്നു. (അതേസമയംതന്നെ, പ്രാസഭംഗി മലയാളകവിതയ്ക്ക് ആവശ്യമാണെന്ന വിശ്വാസം സ്വന്തം കാവ്യരചനകളിൽ ആശാൻ പ്രകടമാക്കുന്നതു കാണാം) പ്രാസവും അലങ്കാരവുമെല്ലാം വിദ്യുൽപ്രഭകളായി വർത്തിച്ച് രസത്തെ അത്യന്തം ദീപ്തിമത്താക്കുന്നിടത്തു മാത്രമേ കാവ്യശോഭഹേതുക്കളായിത്തീരുന്നുള്ളൂ എന്നതാണ് അദ്ദേഹത്തിന്റെ നിലപാട്. ഈ നിലപാടവലംബിച്ചുകൊണ്ടാണ് കർക്കശമെന്നു തോന്നിക്കുന്ന പല നിരീക്ഷണങ്ങളും അദ്ദേഹം നടത്തിയിട്ടുള്ളത്. ചില ഉദാഹരണങ്ങൾ നോക്കൂ

(1) *രുഗ്മാംഗദചരിത*ത്തിലെ ചിത്രസർഗ്ഗത്തെക്കുറിച്ച്

"ശബ്ദങ്ങളുടെ വിനോദകരമായ സർക്കസ്സുവിദ്യകൾ ഇതിൽ ധാരാളമുണ്ട്. കലപ്പയുടെയും ഒലക്കയുടെയും അകത്തുകൂടിയൊക്കെ കവിത കടന്നുപോകുന്നത് കണ്ടാൽ പലർക്കും അത്ഭുതവും കൗതുകവും തോന്നും."

(2) *ഉമാകേരള*ത്തിലെ ശബ്ദാലങ്കാരങ്ങളെക്കുറിച്ച്

"വെറും ശബ്ദഗതമായ സാദൃശ്യത്തെ അടിസ്ഥാനമാക്കി ഉപമിക്കയോ ഉല്പ്രേക്ഷിക്കയോ സന്ദേഹിക്കുകയോ ഒക്കെ ചെയ്യുന്നത് മിതവാക്കുകളും രസൈകദൃഷ്ടികളുമായ ഉത്തമകവികൾക്ക് ഒരു വക സാഹസമായി തോന്നണ്ടയോ? ഊണിന്റെ വട്ടം കാണുമ്പോൾ കളമെന്നോ പോർക്കളമെന്നോ ഒക്കെ തോന്നിത്തുടങ്ങിയാൽ എന്തൊരു നിവൃത്തിയാണ്?"

(3) *ചിത്രയോഗ*ത്തിലെ ശ്ലേഷപ്രയോഗത്തെക്കുറിച്ച്

> ഞങ്ങളുടെ അഭിപ്രായം ഈ കൃതിയിലെ ഒന്നു പാതി അസ്വാരസ്യത്തിനെങ്കിലും ഉത്തരവാദി ശ്ലേഷമാണെന്നാണ്. ശ്ലേഷമില്ലാതെ ഏതാനും പദ്യങ്ങൾ ചേർത്തുകൊണ്ട് വായിക്കാൻ ഇതിൽ കിട്ടുമോ എന്നു സംശയമാണ്. ഈ ക്ലേശമാണ് ഉത്തമസാഹിത്യമെന്ന് തെറ്റിദ്ധരിച്ച് തർജ്ജന്യമായ രുചിവൈകല്യങ്ങൾക്കു വശപ്പെട്ട് സാഹിത്യത്തിന്റെ പാവനമായ ഫലാസ്വാദനത്തിന് ഇടവരാതെയും മനഃസംസ്കാരം സിദ്ധിക്കാതെയും ജനങ്ങളും കാലാനുരൂപമായ അഭിവൃദ്ധി സിദ്ധിക്കാതെ ഭാഷയും കുഴങ്ങുന്നതിന് ഈ വക കൃതികൾ ഇടയാകുമെന്നാണ് ഞങ്ങളുടെ ഭയം

കാവ്യങ്ങളുടെ ഗുണദോഷങ്ങൾ ചർച്ച ചെയ്യുന്നിടത്ത് പ്രാചീനമായ ഭാരതീയാചാര്യന്മാരെയാണ് ആശാൻ ഒട്ടു മിക്കപ്പോഴും ആശ്രയിക്കുന്നത്. ഭരതൻ, ദണ്ഡി, നീലകണ്ഠദീക്ഷിതർ, വിദ്യാനാഥൻ, ആനന്ദവർദ്ധനൻ തുടങ്ങിയ ആചാര്യന്മാരുടെ പ്രമാണങ്ങൾ അവിടെ ഉദ്ധരിക്കപ്പെടുകയോ പരാമർശിക്കപ്പെടുകയോ ചെയ്യുന്നു. രചനാ ദോഷം, കാവ്യദോഷം മുതലായവയെക്കുറിച്ച് ചർച്ച ചെയ്യുന്നത് അലങ്കാരശാസ്ത്രത്തിന്റെ ശൈലികളിലൂടെയാണ്. നിരർത്ഥകം, അപുഷ്ടാർത്ഥം, ന്യൂനപദത്വം തുടങ്ങിയ കാവ്യദോഷങ്ങളും ഹതവൃത്തം അല്ലെങ്കിൽ ഛന്ദോഭംഗം, അപ്രയുക്തം, അധികപദം, പുനരുക്തം, അനുചിതാർത്ഥം, പ്രക്രമഭംഗം, നേയാർത്ഥം തുടങ്ങിയ രചനാദോഷങ്ങളും അദ്ദേഹം ചൂണ്ടിക്കാണിക്കുന്നുണ്ട്. ചിലപ്പോൾ കവിതയിൽ ഉപയോഗിച്ചിട്ടുള്ള വൃത്തത്തിന്റെ ഔചിത്യവും ചിന്താവിഷയമായിത്തീരുന്നു. സ്വന്തം നിലപാടു നീതീകരിക്കാനുള്ള ശ്രമത്തിൽ തർക്കശാസ്ത്രം അദ്ദേഹം ഭംഗിയാംവിധം പ്രയോജനപ്പെടുത്തുന്നുണ്ട്. ആകെക്കൂടി സാങ്കേതികസ്വഭാവമുള്ളതും യുക്തിവാദനിപുണവുമായ ഒരു രീതിയാണ് നിരൂപണത്തിന്റെ വിശദാംശങ്ങളിൽ ആശാൻ പ്രയോഗിച്ചിട്ടുള്ളത്.

കവികൾക്കുപദേശം

"മലവെള്ളംപോലീയിടെ കവിതകൾ
പലവകവന്നുപരന്നു കവിഞ്ഞൊരു
നിലയില്ലാതെ ചമഞ്ഞതു നമ്മുടെ
മലയാം ഭൂമിയെ മുക്കുകയല്ലേ
അവശതയതുകൊണ്ടണയായ്‌വാനിനി
യവരവരളവതു ചെയ്യണമിത്തിരി
കവികൾക്കുപദേശം ചൊൽവതിനിതൊ
രവസരമെന്നിഹ ചൊന്നീടുന്നേൻ
മംഗളമണവതിനരുളുവാതണിതി-
ലുണ്ടൊരഹംകൃതിയോർത്തല്ലതുമ-
ല്ലാംഗല കവിയാം ഡ്രൈഡൻ ചൊല്ലിയ-
തങ്ങനെതന്നെ പകർത്തുകയത്രേ
എഴുതും കൃതികളിലൊക്കെബ്ഭാഷയിൽ
വഴിയാംവണ്ണം ദൃഷ്ടി പതിക്കുവി-
നഴകെഴുമർത്ഥം വഴിമതിപൊങ്ങിയ
പൊഴുതിലുമണുവളവതു വെടിയായ്‌വിൻ.
പാരമൊഴുക്കുണ്ടെങ്കിലുമർത്ഥം
ചേരുന്നേറ്റവുമെങ്കിലുമിഹകൃതി
നീരസമാമപശബ്ദം തടവുകി-
ലാരിലുമറിക വെറുപ്പുണ്ടാകും
വായ്ക്കും ശബ്ദാഡംബരവും വക
വയ്ക്കായ്‌വിൻ കൃത്രിമ ഭംഗികളും
ചൊല്ലാം സാരം ഭാഷാസൗഷ്ഠവ-
മില്ലാതെഴുതിവിടും കവിതകളാൽ
ഇല്ലൊരു ഗുണവുമില്ലെന്നല്ല നമുക്കതു
തെല്ലൊരു സുഖവും തരികില്ലറിവിൻ
ചിന്തിച്ചീടാൻ സമയമെടുക്കാ-
തെന്തും ദ്രുതഗതിയായെഴുതായ്‌വിൻ
എന്തിനു വെറുതെ ദ്രുതകവിയാവാൻ
ചിന്തയിതതിലൊരു കഥയില്ലറിവിൻ"
(കുമാരനാശാന്റെ അപ്രകാശിത കൃതികളിലൊന്ന്)

അനുബന്ധം 3

മതപരിവർത്തനരസവാദം

ബുദ്ധഭഗവാന്റെ നേർക്കും ബുദ്ധമതത്തിന്റെ നേർക്കും ഭക്തിഭാവമാണ് ആശാൻ എപ്പോഴും പുലർത്തിയിരുന്നതെന്ന് നാം കണ്ടു. എങ്കിലും ഈഴവർ ഹിന്ദുമതം ഉപേക്ഷിച്ച് ബുദ്ധമതത്തിൽ ചേരണമെന്ന വാദം അദ്ദേഹത്തിന് സ്വീകാര്യമായില്ല. എസ് എൻ ഡി പി യോഗം വാർഷികത്തിൽ അദ്ധ്യക്ഷപ്രസംഗം ചെയ്തുകൊണ്ട് (1923) മത്തിവർത്തനവാദത്തെ അദ്ദേഹം എതിർത്തു. അതേത്തുടർന്ന് *മിതവാദി* പത്രം ആശാന്റെ വാദഗതികൾ ഖണ്ഡിച്ചു കൊണ്ട് ഒരു വിമർശം പ്രസിദ്ധം ചെയ്തു. ആ വിമർശനത്തിനുള്ള മറുപടിയാണ് ചുവടെ കൊടുക്കുന്നത്. കളങ്കമില്ലാത്ത പൊതുപ്രവർത്തനത്തിന്റെ ഉടമയാണ് മിതവാദി പത്രാധിപർ സി കൃഷ്ണൻ എന്ന് ആശാന്നറിയാമായിരുന്നു. എങ്കിലും ഈ മറുപടി എഴുതാതിരിക്കാൻ നിവൃത്തിയില്ല എന്ന് അദ്ദേഹം കരുതി.

ലഘുലേഖ എന്ന നിലയിൽ ഇത് പ്രകടമാക്കുന്ന സംസ്കാരവും നിലവാരവും സമാദരണീയമാണ്. ആശാന്റെ മനസ്സ് ഏതെതെല്ലാം ആശയലോകങ്ങളിൽ വിഹരിച്ചിരുന്നെന്ന് മനസ്സിലാക്കാൻ ഇതുപകരിക്കുന്നു.

മ. രാ. രാ മിതവാദി പത്രാധിപർ അവർകൾക്ക്

മാന്യസുഹൃത്തെ

നിങ്ങളുടെ മെയ് 28(1923) ലെ ഇംഗ്ലീഷിലും മലയാളത്തിലും ഉള്ള മുഖപ്രസംഗങ്ങൾ വായിച്ചു. കൊല്ലത്തുവച്ച് ഈയിടെ കൂടിയ എസ് എൻ ഡി പി യോഗത്തിലെ അദ്ധ്യക്ഷന്റെ നിലയ്ക്ക് ബുദ്ധമതത്തെയും നിങ്ങളെയും സംബന്ധിച്ച് എന്റെ പ്രസംഗത്തിൽ സന്ദർഭാനുസാരം സൂചിപ്പിക്കേണ്ടിവന്ന, ചില അഭിപ്രായങ്ങളെ ആക്ഷേപിപ്പാൻ നിങ്ങൾ അതിൽ യുക്തിപൂർവ്വം ശ്രമിച്ചിരിക്കുന്നു. ഞാൻ ഈ മറുപടി എഴുതുന്നത് എന്റെ അഭിപ്രായങ്ങളെല്ലാം നിരാക്ഷേപമാണെന്നുള്ള ശഠതകൊണ്ടല്ല. അത്

എനിക്ക് നിശ്ശേഷം ഇല്ലെന്നാണ് എന്റെ വിശ്വാസം. നിങ്ങളുടെ ആക്ഷേപങ്ങളെ ഓരോന്നായി പ്രതിയുക്തികളെക്കൊണ്ട് ഖണ്ഡിച്ച് വാദത്തിൽ വിജയം നേടാമെന്നുള്ള ദുരഭിമാനംകൊണ്ടുമല്ല, ആ വിജയം അല്ലെങ്കിൽ പരാജയമാകട്ടെ നമ്മൾക്കു പൊതുവും സ്വകാര്യത്തേക്കാൾ പ്രിയതമവും ആയ നമ്മുടെ സമുദായകാര്യത്തിന് യാതൊരു നന്മയും ഉണ്ടാക്കുന്നതല്ലല്ലോ. അതുകൊണ്ട് എന്നെ ഇതിൽ പ്രേരിപ്പിക്കുന്നത് ഒന്നാമതായി നിങ്ങളോട് എനിക്കുള്ള നിർവ്യാജമായ സ്നേഹബഹുമാനമാകുന്നു. മതപരിവർത്തനവിഷയത്തിൽ എന്റെ സ്ഫുടതരമായ അഭിപ്രായം സമുദായാംഗങ്ങളിൽ വല്ലവരും പ്രതീക്ഷിക്കുന്നുണ്ടെങ്കിൽ അതിന് അത് ഉപയുക്തമാവുമല്ലോ എന്നുള്ള പ്രയോജനാന്തരവും ഉണ്ടാകാവുന്നതാണ്.

മിതവാദിയിൽ നിങ്ങൾ ഉദ്ധരിച്ചിരിക്കുന്ന എന്റെ അഭിപ്രായങ്ങൾ എസ് എൻ ഡി പി യോഗത്തിന്റെ മൂലധനങ്ങളെ പുരസ്കരിച്ചും എന്റെ പ്രസംഗത്തിന്റെ പൂർവ്വോത്തരഭാഗങ്ങളോട് യോജിച്ചും ഉള്ളവയാണ്. അങ്ങനെയാണെങ്കിലും എന്റെ സ്വന്തം അഭിപ്രായമായിട്ടാണ് അവയെ പ്രസ്താവിച്ചിട്ടുള്ളതെന്ന സംഗതി ഞാൻ വിസ്മരിക്കുന്നില്ല. സ്വന്തം അഭിപ്രായങ്ങൾ എന്തുതന്നെയായാലും വേറൊന്നും നോക്കാതെ വിളിച്ചുപറയുക എന്നത് അന്തഃകരണശുദ്ധിയുടെ ഏറ്റവും ഉയർന്ന ഒരുപരിണാമത്തിൽ സംഭവിക്കുന്ന ഒരു സദ്ഗുണമാണെന്ന് എനിക്കറിയാം. ആ ആദർശത്തിൽ എനിക്ക് ആത്മാർത്ഥമായ ഒരു ബഹുമാനവുമുണ്ട്. എന്നാൽ അങ്ങനെയുള്ള മഹാന്മാർ സാധാരണദൃഷ്ടിയിൽ അലൗകികന്മാരാണ്. അവർക്ക് ഒരു പ്രത്യേകസമുദായത്തെ നിർദ്ദിഷ്ടമാർഗ്ഗങ്ങളിലൂടെ നയിക്കേണ്ട ചുമതല ഉണ്ടായിരിക്കില്ല. ഉണ്ടായിരുന്നാൽ അവർക്ക് അതിൽ വിജയം സിദ്ധിക്കുകയുമില്ല. നല്ലതെന്നു തോന്നുന്നത് അവർ വിളിച്ചുപറയും. മറ്റുള്ളവർ കേട്ടാലും കേട്ടില്ലെങ്കിലും അവർക്ക് വഴക്കുമില്ല.

“ശ്രീനാരായണധർമ്മപരിപാലനയോഗം” തീയരുടെ ഗുണത്തിനായി ഒരു വ്യവസ്ഥിതമായ കാര്യപരിപാടിയെ മുൻനിർത്തി പ്രവർത്തിച്ചുകൊണ്ടിരിക്കുന്ന സംഘമാണ്. അതിന്റെ ഉദ്ദേശങ്ങളിൽ പ്രധാനമായ ഒന്ന്, മതപരിഷ്കരണമാകുന്നു. ശ്രീനാരായണധർമ്മം എന്ന പദംതന്നെ ശ്രീനാരായണഗുരുവിന്റെ മതം എന്ന അർത്ഥത്തെയാണ് വിവക്ഷിക്കുന്നത്. ഒരു ജാതി, ഒരു മതം, ഒരു ദൈവം മനുഷ്യന് എന്നുള്ളതാണ് ആ മതം എന്ന് നിങ്ങൾക്കും അറിയാമല്ലോ. സ്വാമിതൃപ്പാദങ്ങളുടെ ഈ ആദർശത്തെ ലാക്കാക്കിയുള്ള മതപരിഷ്കരണമാണ് എസ് എൻ ഡി പി യോഗത്തിന്റെ കാര്യപരിപാടിയിൽ ഉള്ളതെന്ന് ഇനി വ്യാഖ്യാനിക്കേണ്ടതില്ലല്ലോ. ഇതിനും ബുദ്ധമതത്തിനും തമ്മിൽ സാരമായ വ്യത്യാസങ്ങളുണ്ട്.

സ്വാമിയെ ‘അഭിനവബുദ്ധൻ’ എന്നു നമ്മിൽ ചിലർ ചിലപ്പോൾ വിശേഷിപ്പിക്കാറുണ്ട്. അതു ബുദ്ധഭഗവാനോടുള്ള ശീലസാമത്തെ അടിസ്ഥാനമാക്കി നമ്മൾ ചെയ്യുന്ന അപദാനമാകുന്നു. ആദ്ധ്യാത്മികമായ അഭിപ്രായത്തിലുള്ള സാമ്യത്തെ അടിസ്ഥാനമാക്കി ചെയ്യുന്നതല്ല. എന്തുകൊണ്ടെന്നാൽ ‘പല മതസാരവുമേകം’ എന്ന സ്വാമി പറയുന്നു. ബുദ്ധദേ

വൻ ഒരിക്കലും അങ്ങനെ പറഞ്ഞിട്ടില്ല. ബുദ്ധമതതത്ത്വങ്ങൾക്ക് ഈ അഭിപ്രായം പ്രത്യക്ഷവിരുദ്ധവും ആകുന്നു. 'ഒരു മതം' എന്ന സ്വാമികളുടെ സിദ്ധാന്തവും മേൽപ്രകാരം സാരനിർണ്ണയം ചെയ്തു സിദ്ധിക്കുന്ന ഏകത്വത്തെ ആസ്പദീകരിച്ചുള്ളതാകുന്നു. അതുകൊണ്ട് സ്വാമിക്ക് എല്ലാമതത്തെയും അതാതിനുള്ള ആദ്ധ്യാത്മികമായ ലക്ഷ്യത്തിന്റെ അഭേദത്തെ ആധാരമാക്കി സ്നേഹിപ്പാൻ കഴിയുന്നു. നമ്മളിൽ ചിലരാകട്ടെ, ഹിന്ദുമതത്തെ കഠിനമായി ആക്ഷേപിക്കുകയും ബുദ്ധമതത്തെ അമിതമായി സ്തുതിക്കുകയും ചെയ്യുന്നു.

സ്വാമിയുടെ മതത്തിനും ബുദ്ധമതത്തിനും തമ്മിലുള്ള വേറൊരു വ്യത്യാസം ഏറ്റവും സാരമായ വ്യത്യാസം - സ്വാമി ഒരുദൈവം മനുഷ്യന് എന്ന് സിദ്ധാന്തിച്ചിരിക്കുന്നതാകുന്നു. ആ സിദ്ധാന്തവും ബുദ്ധമതവും തമ്മിൽ രാവും പകലുംപോലെ വ്യത്യസ്തങ്ങളാകുന്നു. ദൈവം എന്ന ശബ്ദത്താൽ വിവക്ഷിച്ചിരിക്കുന്ന ഈശ്വരന് ബുദ്ധമതത്തിൽ യാതൊരു സ്ഥാനവും ഇല്ല. ഈ സംഗതി കുറേക്കൂടി വിസ്തരിച്ച് ഞാൻ ഒടുവിൽ പറയാം.

എസ് എൻ ഡി പി യോഗത്തിന്റെ കാര്യപരിപാടിയിലുള്ള തുല്യപ്രധാനമായ മറ്റൊരു സംഗതി സുസമ്മതമായ ആധുനികാദർശങ്ങൾ അനുസരിച്ച് തീയരുടെ സാമുദായികജീവിതത്തെ അല്ലെങ്കിൽ സമുദായത്തിനുള്ള ലൗകികമായ സകല ശ്രമങ്ങളും ഉൾപ്പെടുന്നു. പുതിയ രാജ്യഭരണനയം അനുസരിച്ച് സമുദായത്തിന്റെ പൗരാവകാശങ്ങളെ സ്ഥാപിപ്പാൻ നടത്തുന്ന പ്രക്ഷോഭണങ്ങൾക്കും ഈ ശ്രമങ്ങളിൽ പ്രധാനമായ ഒരു സ്ഥാനമാണുള്ളത്. ഇതിൽ നമ്മൾ മുഖ്യമായി സഹായിക്കുന്നത് നമ്മുടെ സംഘബലമാകുന്നു. സ്വാമിയുടെ മതം ഈ സംഘത്തിന് അനുഗുണമായിട്ടുള്ളതാണ്. ബുദ്ധമതം, ആലോചിച്ചു നോക്കുന്ന ചിലർക്ക് ഇതിൽ പ്രതികൂലമായിരിക്കുമെന്ന് തോന്നുകയില്ലെങ്കിലും പെട്ടെന്നു പറയുമ്പോൾ ഭിന്നമതമാണെന്നുള്ള പ്രതീതി കൊണ്ടുതന്നെ, അതിൽ പലർക്കും ഭിന്നാഭിപ്രായമുണ്ടാകുമെന്നുള്ളത് അനുഭവസിദ്ധമാണ്. ഈ ഭിന്നാഭിപ്രായം തന്നെ വാശിയുള്ളവരുടെ ഇടയിൽ കക്ഷിവഴക്കായി തീരാവുന്നതും, അങ്ങനെയുള്ള ഭിന്നിപ്പ് സമുദായശക്തിയെ നാമാവശേഷമാക്കിച്ചെയ്യുന്നതുമാണ്. ഈ പരിതാപകരമായ പതനത്തെ എസ് എൻ ഡി പി യോഗം സ്വരക്ഷയെ ഓർത്ത് സഹജമായിത്തന്നെ ഭയപ്പെടേണ്ടതാകുന്നു. അതുപോലെ കൊച്ചിയിലെ തീയർമഹാജനയോഗവും മലബാറിലെ തീയർ മലബാർയോഗവും ജ്ഞാനോദയയോഗവും എന്നുവേണ്ട നമ്മുടെ സമുദായം മുഴുവനും ആ സംഗതിയിൽ ഭയപ്പെടേണ്ടതാകുന്നു. അതുകൊണ്ടും സമുദായത്തിന്റെ പ്രാതിനിധ്യം വഹിക്കുന്ന എസ് എൻ ഡി പി യോഗത്തിന്റെ വാർഷികസമ്മേളനത്തിൽ ആദ്ധ്യക്ഷ്യം വഹിച്ച ഒരു സമുദായസ്നേഹിയുടെ മസ്തിഷ്കാണുക്കൾ ഈ വക വിചാരങ്ങളാൽ വിസ്ഫുരിതങ്ങളായിരിക്കുന്നെങ്കിൽ അതു തെറ്റാണോ? തെറ്റായാൽക്കൂടി നിങ്ങളെപ്പോലുള്ള ഒരു നേതാവ് അതിനെ സ്നേഹബുദ്ധ്യാ ക്ഷമിക്കേണ്ടതല്ലയോ?

നിങ്ങളുമായി എനിക്കു പതിനെട്ടു കൊല്ലത്തിൽ കുറയാത്ത കാലത്തെ പരിചയമുണ്ട്. എസ് എൻ ഡി പി യോഗത്തിന്റെ ദൂതന്റെ നിലയിൽ ആദ്യം ഞാൻ മലബാർ സന്ദർശിച്ചപ്പോൾ ഒന്നാമതായി വന്നുകണ്ടത് നിങ്ങളെയായിരുന്നു. സമുദായത്തിന്റെ ദയനീയാവസ്ഥയെപ്പറ്റി ഇത്ര ഗാഢമായും ദൈർഘ്യമായും സർവ്വഥാ ചിന്തിച്ചുകൊണ്ടിരിക്കുന്ന നിങ്ങളെപ്പോലെ അനുതാപശാലിയായ ഒരു നേതാവിനെ ഞാൻ ഇന്നുവരെ കണ്ടിട്ടില്ല. ആ അനുതാപം നിങ്ങൾക്ക് നിങ്ങളെ ചിന്തിച്ചിട്ടുള്ളതല്ല. ലോകത്തിലുള്ള ഏത് അഭിജാതമാന്യനോടും അർദ്ധാസനം അർഹിക്കുന്ന എല്ലാ യോഗ്യതകളും ഭാഗ്യങ്ങളും നിങ്ങൾക്ക് സ്വായത്തമാണെന്ന് മുഖസ്തുതിശങ്ക കൂടാതെ പറയാവുന്നതാണ്. ജാതികൃത്യമായ അസ്വാതന്ത്ര്യം നിങ്ങൾക്ക് മാനസികമായല്ലാതെ ബാഹ്യമായി അനുഭവിക്കേണ്ടതില്ലെന്നുള്ള വസ്തുത നിങ്ങളുടെ സ്ഥിതിയെപ്പറ്റി വിവരമുള്ള ആർക്കും അറിയാവുന്നതാണ്. പിന്നെ നിങ്ങളുടെ അനുതാപം നിഷ്കളങ്കവും ഗാഢവും ആയ സമുദായസ്നേഹത്തിൽനിന്ന് മാത്രം ഉണ്ടായതാകുന്നു. എന്നാൽ ഈ സ്നേഹമെല്ലാം ഒലിച്ചുചെന്ന് വല്ല മരുഭൂമിയിലും താണുപോകയാണെന്ന് നിങ്ങൾ ഒരിക്കലും ശങ്കിക്കരുത്. കേരളത്തിലെ ഇരുപതുലക്ഷത്തോളം ഹൃദയങ്ങളിൽ അത് അനുസ്പന്ദനം ചെയ്തുകൊണ്ടിരിക്കുകയാണെന്ന് എനിക്ക് ശപഥം ചെയ്യാൻ കഴിയും.

എന്നാൽ നിങ്ങളുടെ മതപരിവർത്തനപ്രസ്ഥാനത്തെപ്പറ്റി സമുദായത്തിൽ പ്രാധാന്യവും ബുദ്ധിശക്തിയും അന്തസ്സും ഉള്ള മറ്റു പല മാന്യന്മാർക്കും വിപ്രതിപത്തിയാണുള്ളതെന്ന് ഞാൻ അറിഞ്ഞിട്ടുള്ള വസ്തുതയെ ഈ സന്ദർഭത്തിൽ പറയാതിരിപ്പാൻ നിവൃത്തിയില്ല. തിരുവിതാംകൂറിൽ ഇതിന് അനുകൂലിക്കുന്നവർ വളരെ വളരെ ചുരുക്കമാകുന്നു. കൊച്ചിയിൽ ചില മാന്യന്മാർ ബുദ്ധമതപക്ഷപാതികളായി ഉണ്ടെങ്കിലും അവിടത്തെയും ബഹുജനാഭിപ്രായം ഇപ്പോൾ അനുകൂലമല്ലെന്നാണ് എനിക്ക് മനസ്സിലായിട്ടുള്ളത്. മലബാറിലും അങ്ങനെതന്നെയാണെന്നാണ് എന്റെ അറിവ്. എന്നാൽ ഈ വിപ്രതിപത്തി അല്ലെങ്കിൽ വൈമനസ്യത്തിൽ നൂറ്റിനു തൊണ്ണൂറും ഗുണദോഷചിന്തയുടെ ഫലമായിട്ടുള്ളതല്ലെന്നും നേരെമറിച്ച് മനസ്സിന്റെ സ്ഥിതിസ്ഥാപകസ്വഭാവം കൊണ്ട് മാത്രം ഉണ്ടായതാണെന്നും നമുക്കൊക്കെ അറിയാവുന്നതാണ്. ഈ മനഃസ്ഥിതിയെപ്പറ്റിയാണ് ഞാൻ എന്റെ പ്രസംഗത്തിൽ സൂചിപ്പിച്ചിട്ടുള്ളത്.

ഒരു സമുദായ നേതാവിന്റെ നിലയിൽ നിങ്ങൾ നിങ്ങളുടെ സമൂഹത്തോട് പ്രത്യേകമായി മതം മാറാൻ പറയുമ്പോൾ, അത് ബുദ്ധി മുനി പറയുന്നതുപോലെ ഓരോ വ്യക്തിയുടെയും നിർവ്വാണത്തെ മതം ഉദ്ദേശിച്ചല്ലെന്നും ലൗകികമായ സ്വാതന്ത്ര്യത്തിനായി സംഘത്തോടെ മതം മാറാൻ (Wholesale Conversion) വിവക്ഷിച്ചുകൊണ്ടാണെന്നും മനസ്സിലാക്കുന്നതിന് അസാധാരണ ഊഹാപോഹശക്തികളൊന്നും വേണമെന്നില്ല. ജനങ്ങളുടെ മേൽ സൂചിപ്പിച്ച മനസ്ഥിതിയിൽ അതു സാദ്ധ്യമാവാൻ ഇനി എത്ര ശതവർഷങ്ങൾ വേണമെന്നും അതിനിടയിൽ ലോക

ത്തിൽ എന്തെല്ലാം മാറ്റങ്ങളാണ് വരാൻപോകുന്നതെന്നും ആർക്കറിയാം? ജ്യോതിശാസ്ത്രസംബന്ധമായോ പ്രകൃതിശാസ്ത്രസംബന്ധമായോ ഉണ്ടായിട്ടുള്ള പുതിയ ഉപജ്ഞാനങ്ങൾപോലെ, ജനങ്ങളുടെ വിശ്വാസത്തെ പാടെ മാറ്റത്തക്ക അത്ഭുതകരമായ ശക്തിയൊന്നും നമ്മുടെ ഇടയിൽ 25000 കൊല്ലമായി ഏറെക്കുറെ അറിയപ്പെട്ടിരിക്കുന്ന പഴയ ബുദ്ധമതത്തിന് ഉണ്ടാവാൻ തരമില്ലെന്നാണ് എനിക്കു തോന്നുന്നത്. സെയിന്റ് അഗസ്റ്റിനും മാർട്ടിൻ ലൂതറും മതം പ്രസംഗിച്ചത് ഓരോ രാജ്യത്തെ മുഴുവൻ ജനതയോടായിരുന്നു. ചെറിയ ഒരു ജനവിഭാഗത്തോടായിരുന്നില്ല. പ്രത്യേക അസ്വാതന്ത്ര്യങ്ങളാൽ കഷ്ടപ്പെടുന്ന ഒരു പ്രത്യേക ജനവിഭാഗത്തോടായിരുന്നില്ല. അവരുടെ പ്രധാന ഉദ്ദേശ്യവും മതപരിഷ്കാരമായിരുന്നു. ജാതിപരിഷ്കാരമായിരുന്നില്ല. എന്നിട്ടുതന്നെ എത്ര ഭയങ്കരമായ വിപ്ലവങ്ങളാണ് അതുനിമിത്തം ഉണ്ടായത്. തീയരുടെ ഇടയിലും ഇങ്ങനത്തെ വിപ്ലവങ്ങൾ ഉണ്ടാകുന്നത് ഇന്നത്തെ സ്ഥിതിക്ക് ആശാസ്യമാണോ? അതു സമുദായശക്തിയെ വൃഥാ ക്ഷയിപ്പിച്ച്, പുരോഗതിയെ തടയുകയില്ലയോ? പക്ഷേ, സമുദായത്തെത്തന്നെ ശിഥിലമാക്കി ഭിന്നമതങ്ങളിൽ ലയിപ്പിച്ച് സ്വരൂപനാശം വരുത്തിയെന്നും വരാവുന്നതല്ലയോ? അങ്ങനെയായാൽ നിങ്ങളുടെ ഉദ്ദേശ്യം സഫലമാകുമോ? അതുകൊണ്ട് ആ വക ഉപമകളും ചരിത്രങ്ങളും പ്രസംഗത്തിന്റെ ഭംഗിക്കും പ്രൗഢിക്കുമല്ലാതെ പ്രകൃതത്തിന് അനുയുക്തമല്ലെന്ന് പറയേണ്ടിവരുന്നതിൽ വ്യസനിക്കുന്നു.

ഇനി ജാതിജന്യമായ സകല അവശതകൾക്കും ബുദ്ധമതം ഏകസഞ്ജീവനിയാണെന്ന് നിങ്ങൾ ഉറപ്പു പറയുന്നതിനെത്തന്നെ നോക്കാം. ഒരു തീയർ ബൗദ്ധനായിക്കഴിഞ്ഞാൽ ഉയർന്ന ജാതി ഹിന്ദുക്കൾ, ഹിന്ദുവെന്ന നിലയിൽ അവനെ താണജാതിക്കാരനായി പിന്നെ ഗണിക്കയില്ലെന്നും അതുകൊണ്ട് സ്വതേതന്നെ അവനു സമുദായനിലയിൽ കയറ്റം കിട്ടുമെന്നും നിങ്ങൾ പറയുന്നു. ഇതും വെറും ഒരു ഊഹം അല്ലെങ്കിൽ സങ്കല്പം മാത്രമാകുന്നു. ക്രിസ്ത്യാനിമതത്തിൽ ചേർന്ന പുലയരും പറയരും നമ്മുടെ നാട്ടിൽ പലേടത്തുമുണ്ട്. മതപരിവർത്തന രസവാദം ആ കാരിരുമ്പുകളെ ഇനിയും തങ്കമാക്കീട്ടില്ല. ബുദ്ധമതം പ്രചരിക്കുന്ന സിലോൺ മുതലായ രാജ്യങ്ങളിൽ താണ വർഗ്ഗക്കാരും ഉണ്ട്. ആ മതം അവർക്കും കയറ്റം കൊടുത്തിട്ടില്ല. നേരെമറിച്ച് ഹിന്ദുമതം പല താണ വർഗ്ഗക്കാരെയും പൊക്കീട്ടുണ്ട്. ശങ്കരൻ, രാമാനുജൻ, ശ്രീകൃഷ്ണചൈതന്യൻ മുതലായ പല ആചാര്യന്മാരും പല വർഗ്ഗക്കാരെ ഉന്നമിപ്പിച്ചിട്ടുണ്ട്. ഇങ്ങനെയുള്ള ഉന്നമനം ഉന്നമിപ്പിക്കുന്നവരുടെ പവിത്രതയെയും കാലദേശാവസ്ഥകളെയും അനുസരിച്ച് സാദ്ധ്യമാക്കുന്നതാണ്. അതുകൊണ്ടാണ് അത് നമ്മൾ വിചാരിക്കുമ്പോഴൊക്കെ സംഭവിക്കാത്തത്. വിശേഷിച്ചും ഈ വക സംഗതികൾ - താണ വർഗ്ഗക്കാരുടെ സാമുദായികസ്ഥിതിയെ പൊക്കുക മുതലായ ബാഹ്യകാര്യങ്ങൾ - ഒന്നും ഈ മത

ത്തിന്റെയോ ആ മതത്തിന്റെയോ പ്രത്യേകഗുണങ്ങളായി ഞാൻ വിചാരിക്കുന്നില്ല.

നാമൊക്കെ ഇന്ന് ബുദ്ധമതക്കാരായാൽ വെളിയിൽ നിന്ന് നമ്മുടെ സ്ഥിതിയെ പെട്ടെന്ന് ഉന്നമിപ്പിക്കത്തക്ക ശക്തിയായ സഹായങ്ങൾ വല്ലതും ഉണ്ടാക്കുമെന്ന് നിങ്ങൾ വിചാരിക്കുന്നുവോ? തങ്ങളുടെ രാജ്യത്തു തന്നെ മതസംബന്ധമായ ഉണർച്ചയുണ്ടാക്കാൻ കഴിയാതിരിക്കുന്ന നിർജ്ജീവമായ ഇന്നത്തെ ബുദ്ധസംഘങ്ങളിൽനിന്ന് നമ്മൾക്ക് എന്തു സഹായമാണ് പ്രതീക്ഷിക്കാവുന്നത്? അങ്ങനെയാണെങ്കിൽ ടി കെ മാധവൻ അവർകൾ പറയുന്നതുപോലെ എന്തുകൊണ്ട് നമ്മൾക്ക് ക്രിസ്ത്യാനികളായിക്കൂടാ? ലോകം മുഴുവൻ ശക്തിപ്പെട്ടിരിക്കുന്ന ക്രിസ്തീയസഭകളിൽ ഏതിലെങ്കിലും നിന്ന് പ്രായോഗികവും പ്രബലവുമായ സഹായങ്ങൾ നമ്മൾക്ക് കിട്ടുന്നതാണല്ലോ. കേരളത്തിൽ ഇപ്പോൾത്തന്നെയുള്ള പതിനാലുലക്ഷം ക്രിസ്ത്യാനികളോടുകൂടി പതിനെട്ടുലക്ഷം തീയരെയും ചേർത്തുനോക്കുക. ആ സമുദായബലംതന്നെ ഇതരവർഗ്ഗങ്ങൾ ഭയപ്പെടത്തക്കതായിരിക്കുമല്ലോ. അല്ലെങ്കിൽ സി വി കുഞ്ഞുരാമൻ അവർകൾ സൂചിപ്പിക്കുംപോലെ വഴിതെറ്റാൻ പറയുന്ന മേൽജാതിക്കാരന്റെ മൂക്കിനുനേരെ മുഷ്ടി ചുരുട്ടാൻ ഹസ്തരസിരകളെ ത്വരിപ്പിക്കുന്ന പൗരുഷമുള്ള ഇസ്ലാംമതം സ്വീകരിപ്പാൻ എന്തുകൊണ്ട് നിങ്ങൾ ഞങ്ങളോടു ഉപദേശിക്കുന്നില്ല? ഇസ്ലാംമതത്തേക്കാൾ സമഭാവയനയ്ക്കും ഐകമത്യത്തിനും വിശ്രുതമായ മതം വേറെ ഇല്ലെന്നുള്ളത് പ്രസിദ്ധമാണല്ലോ. ഇവിടെ നിങ്ങൾ നിശ്ചയമായും നോക്കിയത് സമുദായത്തിന്റെ മനസ്ഥിതിയാകുന്നു. സമുദായത്തിന്റെ ഇന്നത്തെ മതത്തോട് ബുദ്ധമതത്തിനുള്ള ചില സാമ്യവും സാമീപ്യവും ആകുന്നു നിങ്ങളെ പ്രേരിപ്പിച്ചത്. ഞാൻ പറഞ്ഞ മനഃശാസ്ത്രീയമായ പ്രവണതയെ നിങ്ങൾ അറിയാതെയാണെങ്കിലും ഇവിടെ പരിഗണിച്ചിരിക്കുന്നു. അങ്ങനെ ആയാൽത്തന്നെ ഹിന്ദുമതത്തോടു കുറേക്കൂടി ആന്തരസാമ്യമുള്ള ആര്യസമാജത്തെ നിങ്ങൾ എന്തുകൊണ്ട് അവഗണിക്കുന്നു? പഞ്ചമനെ അവന്റെ കുടിലിൽ ചെന്നു പിടിച്ചുകൊണ്ടുവന്ന് ബ്രഹ്മണനാക്കാൻ സഫലമായി യത്നിച്ചുവരുന്ന ദയാനന്ദമതത്തെ എന്തുകൊണ്ട് നിങ്ങൾ ബഹുമാനിക്കുന്നില്ല? എന്തുകൊണ്ട് തീയർക്ക് ആര്യബ്രാഹ്മണരായിക്കൂടാ? മതത്തിന്റെയും സമസൃഷ്ടിസ്നേഹത്തിന്റെയും പേരിൽ നിങ്ങളുടെ മുറ്റത്തു നടക്കുന്ന ആര്യസമാജക്കാരുടെ അത്ഭുതകരമായ ഉദാരപ്രവൃത്തികൾ ലോകത്ത് ഇന്നുള്ള ഏതു ബുദ്ധസംഘങ്ങളിൽനിന്ന് നിങ്ങൾക്ക് പ്രതീക്ഷിക്കാൻ കഴിയും? പൂണൂലുകെട്ടാനും ഹോമം കഴിക്കാനും ഉള്ള മടികൊണ്ടായിരിക്കാം നിങ്ങൾ അതിനെ സ്വീകരിക്കാത്തത്. എന്നാൽ ബ്രഹ്മമതം അംഗീകരിക്കരുതോ? നവീനജീവിതാദർശങ്ങൾക്ക് അനുഗുണവും ഉൽകൃഷ്ടമതശാസ്ത്രങ്ങൾക്ക് വിരുദ്ധവുമായി രാജാരാമമോഹനറായി മുതലായ വിശ്വവിശ്രുതപണ്ഡിതന്മാർ സ്ഥാപിച്ചതും ഡോക്ടർ രവീന്ദ്രനാഥടാഗോർ മുതലായ ഋഷിമാരും ഇന്ത്യൻ രാഷ്ട്രീയനേതാക്കന്മാരുടെ മുന്നണിയിൽനി

ല്ക്കുന്ന അനേക പുരുഷരത്നങ്ങളും സ്ത്രീരത്നങ്ങളും അംഗങ്ങളായിട്ടുള്ളതും നമ്മളിൽ ചില മാന്യസഹോദരർ അവിടവിടെ ഇപ്പോൾത്തന്നെ വെച്ചിരിക്കുന്നതുമായ, ജാതിയില്ലാത്ത ബ്രഹ്മസമാജം എന്തുകൊണ്ട് നിങ്ങളുടെ ശ്രദ്ധയെ ആകർഷിച്ചില്ല? അതിന്റെ പ്രചാരത്തിന്റെ മന്ദത കണ്ടിട്ടുണ്ടായിരിക്കാം; അല്ലെങ്കിൽ തീയന്റെ ജാതിക്കറ അതുകൊണ്ട് നീങ്ങുന്നില്ലെന്ന് കണ്ടിട്ടായിരിക്കാം.

ബുദ്ധമതത്തിനു സമുദായത്തിൽ ശീഘ്രതരമായ പ്രചാരം സിദ്ധിക്കുമെന്ന് നിങ്ങൾ എങ്ങനെ മുൻകൂട്ടി നിർണ്ണയിച്ചു? അതിനു നിങ്ങൾക്കുള്ള ഗമകങ്ങൾ എന്തായിരുന്നു? ഒരു തീയൻ ബൗദ്ധൻകൂടിയായാൽ അവന്റെ കറ മലിനതരമാകയില്ലെന്ന് തീർച്ചയാക്കാൻ നിങ്ങൾ ധൈര്യപ്പെട്ടത് എങ്ങനെ? തീയന് ബുദ്ധമതം സ്വാതന്ത്ര്യം നല്കുമെങ്കിൽ ചെറുമനും ആ മതം സ്വീകരിച്ചാൽ ഉടനെ സ്വാതന്ത്ര്യമുണ്ടാകുമോ? തീയർ ആയിരം കൊല്ലത്തിനുമുമ്പ് ലങ്കാദ്വീപിൽനിന്ന് കേരളതീരത്തിൽ ഇറങ്ങിയപ്പോൾത്തന്നെ ബുദ്ധമതക്കാരായിരുന്നതിനാൽ അവർ വീണ്ടും ആ മതം സ്വീകരിക്കുന്നത് ഉത്തമമാണെന്ന് ചിലർ അഭിമാനിക്കുന്നതായി കാണുന്നു. തീയരുടെ ആഗമനത്തെ സംബന്ധിച്ച ഈ ഐതിഹ്യം ഇന്നും സിദ്ധാന്തദശയിൽ എത്തീട്ടില്ലാത്ത ചരിത്രസംബന്ധമായ ഒരു ഊഹം മാത്രമേ ആകുന്നുള്ളൂ. അതിനെ സമ്മതിച്ചാൽത്തന്നെ ക്രിസ്തുവിനു മുമ്പ് 250 ൽ സിലോണിൽ ബുദ്ധമതം എത്തുന്നതിനുമുമ്പ് തീയരുടെ പൂർവ്വന്മാർ അവിടെയായിരുന്നെങ്കിൽ, അവരുടെ അന്നത്തെ മതം നമുക്കിന്ന് അത്യുത്തമമായി തോന്നേണ്ടതാകുന്നു. എന്നുതന്നെയല്ല നമ്മളെല്ലാം ഈ നിലയിൽ ഇന്നു കേരളം വിട്ടു വല്ല ബുദ്ധമതരാജ്യത്തും അഭിനിവേശിപ്പാൻ പോകയാണെങ്കിൽ അവിടെ നമ്മുടെ സന്താനങ്ങൾ അവരുടെ പൂർവ്വന്മാരുടെ മതമായ ഹിന്ദുമതത്തെ അഭിമാനപൂർവ്വം പുനഃസ്വീകരിക്കയും ആയിരംകൊല്ലത്തിനുമേലായി അടുത്ത പൂർവ്വന്മാർ അനുഷ്ഠിച്ചുവന്ന മതത്തെ പരിത്യജിച്ചുകളഞ്ഞ നമ്മളുടെ മതാഭിമാനത്തെ അവഹേളിക്കുകയും പൗരുഷത്തെ സംശയിക്കുകയും ചെയ്യാവുന്നതുമല്ലേ? വിശേഷിച്ചും അതെല്ലാം പൂർവ്വാചാരപ്രിയന്മാരുടെ ഒരുവക ദുരഭിമാനങ്ങളാകുന്നു. ഉൽപതിഷ്ണുവായ നിങ്ങൾക്ക് അതു വരാൻ തരമില്ല. അതുകൊണ്ട്, അതല്ല; പിന്നെയോ? ബുദ്ധമതം നല്ലതെന്നു തോന്നി, അതിനു സ്വീകരിച്ചു; സ്വീകരിപ്പാൻ സമുദായത്തെ ഉപദേശിക്കുകയും ചെയ്യുന്നു. നല്ലതിനെ ആർക്കും തെരഞ്ഞെടുക്കാം. ആർക്കും ഉപദേശിക്കുകയും ചെയ്യാം; എന്നാണു പറയുന്നതെങ്കിൽ ശരി, ഇനി അതിന്റെ നന്മയെപ്പറ്റി ആലോചിച്ചാൽ മതിയല്ലോ.

ഒരു മതത്തിനു പ്രധാനമായി ധർമ്മം, മോക്ഷം എന്നീ രണ്ടു വശങ്ങളാണുള്ളത്. ബുദ്ധമതത്തിലെ ധർമ്മമാർഗ്ഗത്തെപ്പറ്റി ആർക്കും ആക്ഷേപിക്കുവാൻ തരമില്ലാത്തതാകുന്നു ധർമ്മം (സദാചാരം) തന്നെ സർവ്വപ്രധാനമായി കരുതുന്ന മതം ഇതുപോലെ ലോകത്ത് വേറൊന്നില്ലെന്നുള്ളത് പ്രസിദ്ധമാണ്. മോക്ഷം എന്നത് ജീവിതത്തിന്റെ അവസാനാവസ്ഥ

യാകുന്നു. അത് തത്ത്വശാസ്ത്രപ്രതിപാദ്യമായ വിഷയമാണ്. ബുദ്ധമതത്തിലെ തത്ത്വശാസ്ത്രം വളരെ പ്രൗഢമാകുന്നു. അതിലെ സിദ്ധാന്തപ്രകാരം ജീവിതം, അനവധി ജന്മങ്ങൾക്കുശേഷം ജ്ഞാനത്താൽ സർവ്വ സംസ്കാരങ്ങളും നശിച്ചു നിർവ്വാണം പ്രാപിക്കുന്നു. ഈ നിർവ്വാണം സർവ്വനാശം, അല്ലെങ്കിൽ, ശൂന്യം ആകുന്നു, ഇതിനെപ്പറ്റി ഇവിടെ വിസ്തരിച്ചു പറവാൻ തരമില്ല. പ്രമാണജഡന്മാരല്ലാത്ത സ്വതന്ത്ര ചിന്തകന്മാർക്ക് ഈ ഭാഗം വിചാരരമണീയമായിട്ടുള്ളതാകുന്നു.

ആംഗലതത്ത്വജ്ഞാനിയായ ജോൺസ്റ്റുവർട്ട് മിൽ ബുദ്ധമതക്കാരുടെ നിർവ്വാണം ഒരിക്കൽ ലോകത്തു സർവ്വസമ്മതമായിത്തീർന്നേക്കാമന്ന് സൂചിപ്പിച്ചിട്ടുള്ളതിനെ ഞാൻ ഈ അവസരത്തിൽ അഭിമാനപൂർവ്വം സ്മരിക്കുന്നു. ഒരു മതത്തിന്റെ പാരമ്യത്തെപ്പറ്റി ഇതിലധികം പറഞ്ഞിട്ട് ആവശ്യമില്ല. എന്നാൽ ഇത് പുസ്തകത്തിലെ ബുദ്ധമതത്തെപ്പറ്റിയുള്ള അഭിപ്രായമാണ് അല്ലെങ്കിൽ മതഗ്രന്ഥങ്ങളിലെ സാരാംശങ്ങളെ മാത്രം നോക്കി പറയുന്നതാണ്. ആ വക സാരാംശങ്ങൾ എല്ലാ മതങ്ങളിലും ഏറക്കുറെ ഉൽകൃഷ്ടങ്ങളായിത്തന്നെ ഇരിക്കും വിശേഷിച്ചും. വൈദികമതത്തിന്റെ രത്നകിരീടങ്ങളായ ഉപനിഷത്തുകളെക്കുറിച്ച് കാന്റ് മുതലായ പാശ്ചാത്യതത്ത്വവിത്തുകൾ ഇതിലധികം ശ്ലാഘിക്കുന്നുണ്ട്. ബുദ്ധമതത്തിലെ പഞ്ചശീലങ്ങളും ദശകുശലങ്ങളും മറ്റും വേദാന്തത്തിലെ യമനിയമാദികളേക്കാൾ ശക്തിയും വ്യാപ്തിയും ഉള്ള സദാചാരങ്ങളാണോ? അഹിംസയെ ബുദ്ധമതം ഉച്ചമായി ഘോഷിക്കുന്നു. എങ്കിലും അത് ഇന്ന് അധികമായി ഘോഷിക്കുന്നത് ഹിന്ദു വൈദികന്മാരാകുന്നു. കേവലം സസ്യഭുക്കായ ഒരു സമുദായം ഹിന്ദുക്കളിലല്ലാതെ കാണാൻ കഴിയുകയില്ല. ബുദ്ധമതം പഴയ വൈദികമതത്തിന്റെ പരിശുദ്ധമായ തെളി മാത്രമാണെന്നു പറയുന്നവരോട് ഇന്നത്തെ ഹിന്ദുമതം പഴയ ബുദ്ധമതത്തിന്റെ സത്താണെന്ന് അവരുടെ എതിരാളി പറയും. മതങ്ങളെല്ലാം മലയരുവികൾപോലെ ഉന്നതങ്ങളായ സ്ഥാനങ്ങളിൽനിന്നും പുറപ്പെടുന്നവയാണ്. അവയുടെ അതാതു കാലത്തെ ശുദ്ധി അവ ഒഴുകുന്ന ദിക്കുകളുടെ ഗുണദോഷങ്ങളെ ആശ്രയിച്ചിരിപ്പാനേ തരമുള്ളൂ.

നിങ്ങൾ ഹിന്ദുമതത്തിലെ ജാതിശല്യത്തെയാണ് എപ്പോഴും ഊന്നിപ്പറയുന്നത്. ജാതിയെപ്പറ്റി പറവാനുള്ളതും ചുരുക്കത്തിൽ ഞാൻ മുമ്പു തന്നെ പറഞ്ഞുകഴിഞ്ഞു. ബുദ്ധമതഗ്രന്ഥങ്ങളിൽ ചാതുർവർണ്ണ്യം വിധിച്ചിട്ടില്ലെന്നുള്ളതു ശരിതന്നെ. ബുദ്ധസംഘങ്ങളിൽ വർണ്ണവ്യത്യാസം ഗണിച്ചു വന്നിരുന്നില്ലെന്നുള്ളതും ശരിതന്നെ. എന്നാൽ സംഘങ്ങൾക്കു ജനങ്ങളുടെ മേൽ ലൗകികാധികാരം ഉണ്ടായിരുന്നില്ല. ജനങ്ങളുടെ ഇടയിൽ മുമ്പുതന്നെ മുളച്ചുവളർന്ന ജാതിവിചാരങ്ങളെ പറിച്ചു കളവാൻ സംഘങ്ങൾ കാര്യമായി പ്രവർത്തിച്ചിട്ടുമില്ല. ഇത് ചരിത്രസിദ്ധമായ വസ്തുതയാകുന്നു. ബുദ്ധമതരാജ്യങ്ങളിൽ ജാതിബാധ തീരെ ഇല്ലെന്നു പറയാവുന്നതായി അറിയപ്പെടുന്ന രാജ്യം ബർമ്മ മാത്രമാകുന്നു. അതു ദേശീയമായ വല്ല കാരണങ്ങളാലും സംഭവിച്ചതാണെന്നു വാദിക്കാം. ജപ്പാനിൽ

അടുത്തുകാലത്തുവരെ ഭയങ്കരമായ ജാതിശല്യം ഉണ്ടായിരുന്നു. അത് രാഷ്ട്രീയമായ ആവശ്യം പ്രമാണിച്ച് അവിടെ നിർത്തൽ ചെയ്യുകയാണ് ഉണ്ടായത്. ഇവിടെയും രാഷ്ട്രീയമായ ആവശ്യം ജാതിയോടു മല്ലിട്ടുതുടങ്ങിയതിനു ചില ദൃഷ്ടാന്തങ്ങൾ ഇന്നു നമ്മൾ കാണുന്നുണ്ടല്ലോ. ഭാരത മഹാസഭയുടെ കീഴിൽ ഇപ്പോൾ നടക്കുന്ന അയിത്തവർജ്ജനപ്രസ്ഥാനവും മിശ്രഭോജന സംരംഭവും ഫലപ്രദമായിത്തീരുമെങ്കിൽ ജാതി നിർജ്ജീവമായിത്തീരുന്നതാണ്. ജനാഭിപ്രായത്തിന് ശക്തി ഉണ്ടാകുമ്പോൾ ശാസ്ത്രസമ്മതി സിദ്ധിച്ച അനാചാരങ്ങൾകൂടി മാറിപ്പോകുന്നതാണെന്ന് ലോകചരിത്രം നമ്മെ പഠിപ്പിക്കുന്നു.

മേല്പറഞ്ഞ സംഗതികളാൽ, നിങ്ങൾ ഉദ്ദേശിച്ച മെച്ചം ബുദ്ധമതത്തിന് ഇല്ലെന്ന് വിശദമാക്കുന്നു. എന്നാൽ തീയരുടെ ഇന്നത്തെ ഹിന്ദുമതത്തേക്കാൾ ബുദ്ധമതം അവർക്ക് നല്ലതെന്നാണ് നിങ്ങൾ സങ്കല്പിക്കുന്നതെങ്കിൽ അതും ശരിയെന്നു സമ്മതിപ്പാൻ തരമില്ലെന്നു കാണുന്നതിൽ വ്യസനിക്കുന്നു. ഞാനും നിങ്ങളും ശ്രീനാരായണഗുരുസ്വാമിയും തീയസമുദായത്തിലെ അംഗങ്ങളാണ്. നമ്മൾ ആരും കുരുതി കഴിക്കാനും പൂരം തുള്ളാനും പോകാറില്ല. നമ്മളെപ്പോലെ അനേകായിരം ആളുകൾ വേറെയും ഉണ്ട്. അവരും അതിനു പോകാറില്ല. സമുദായത്തിലെ പാമരജനങ്ങൾ മാത്രമേ ആ വക ആരാധനകൾ തുടർന്നുകൊണ്ടിരിക്കുന്നുള്ളൂ. നമ്മളേക്കാൾ ഉയർന്നവരെന്നഭിമാനിക്കുന്ന വർഗ്ഗക്കാരിൽ ഉള്ള അപരിഷ്കൃതാംഗങ്ങളും അത് ചെയ്യുന്നുണ്ടുതാനും. ഒരേ മതം അനുഷ്ഠിക്കുന്ന ആളുകൾ അസംഖ്യങ്ങളായിരിക്കും. അവരുടെയെല്ലാം നടപടികൾ ഒന്നുപോലെ ഇരുന്നുവെന്ന് ഒരിടത്തും വരുന്നതല്ല. അതിനു സമുദായസ്ഥിതിയെ അല്ലാതെ മതത്തെ കുറ്റം പറയുന്നത് ശരിയുമല്ല. അങ്ങനെയുള്ള കുറ്റങ്ങളെ തിരുത്തേണ്ടത് സമുദായനേതാക്കളുടെ ജോലിയാകുന്നു. സ്വാമിതൃപ്പാദങ്ങളും എസ് എൻ ഡി പി മുതലായ സ്ഥാപനങ്ങളും നമ്മുടെ സമുദായത്തിലെ ആവക ന്യൂനതകൾ പരിഹരിക്കുവാൻ വളരെയധികം പരിശ്രമിച്ചിട്ടുണ്ട്.

ബുദ്ധമതത്തിന്റെ ദുഷിച്ച ഭാഗങ്ങളിലും ഈ വക അനാചാരങ്ങൾ പലതും ഉണ്ടായിരിക്കും. ഉത്തരദേശബുദ്ധമതം, അല്ലെങ്കിൽ മഹായാന ബുദ്ധമതം മന്ത്രങ്ങൾ, തന്ത്രങ്ങൾ, കൂടപത്രങ്ങൾ, ജന്തുബലികൾ എന്നു വേണ്ട, ദുഷിച്ച ഹിന്ദുമതത്തിലുള്ളതിൽ പതിന്മടങ്ങു ഭയങ്കരമായ അനവധി ദുരാചാരങ്ങൾക്ക് അട്ടിപ്പേറ്റു സിദ്ധിച്ച തറവാടാണെന്നുള്ളത് പ്രസിദ്ധമാണ്. ഹീനയാനബുദ്ധമതവും അതിന്റെ ആദിസിദ്ധാന്തങ്ങളിൽ നിഷ്കർഷയോടുകൂടിയല്ല ഇന്നു ദക്ഷിണദേശങ്ങളിൽ അനുഷ്ഠിച്ചുവരുന്നത്. അതുകൊണ്ട് ആ സങ്കല്പവും ശരിയല്ല.

ഇവിടെ ഒന്നുകൂടി പറവാനുണ്ട്. ബുദ്ധമതത്തെപ്പറ്റി നിങ്ങൾ പറയുമ്പോഴൊക്കെ അതിന്റെ നിർദ്ദോഷഭാഗങ്ങളെ മാത്രവും, ഹിന്ദുമതത്തെപ്പറ്റി പറയുമ്പോൾ അതിന്റെ ദോഷാംശങ്ങളെ മാത്രവും ഉദാഹരിക്കുന്നതായി കാണുന്നു. ഈ താരതമ്യവിവേചനരീതി ശാസ്ത്രീയമല്ല. ഇത് അറി

യാതെ വരുന്നതാണെങ്കിൽ പരിഹരിക്കേണ്ടുന്ന ന്യൂനതയും അറിഞ്ഞുകൊണ്ടു ചെയ്യുന്നതാണെങ്കിൽ നിന്ദ്യമായ ഒരു അപരാധവും ആകുന്നു. എന്തുകൊണ്ടെന്നാൽ ആ ദൂഷണത്താൽ നിങ്ങളുടെ മനഃസാക്ഷി വഞ്ചിതമാവുകയും വിവരമില്ലാത്ത അനവധി ശ്രോതാക്കൾ സംഗതികൾ തെറ്റിദ്ധരിക്കുകയും ചെയ്യുന്നു. പുതിയ പരിവർത്തനത്തിന്റെ തിരക്കിൽ നിങ്ങൾ അത് ഓർക്കുന്നുണ്ടായിരിക്കയില്ല. അതിനെപ്പറ്റി ഞാൻ നിർവ്യാജം വ്യസനിക്കുന്നു.

ഒടുവിൽ എനിക്കു പറവാനുള്ളത് ബുദ്ധമതത്തിനുള്ള ഒരു പ്രത്യേക വൈഷമ്യത്തെപ്പറ്റിയാകുന്നു. ഈ മതത്തിൽ 'ആത്മാവ്' എന്നൊരു വസ്തുത അംഗീകരിച്ചിട്ടില്ല. രൂപവേദവിജ്ഞാനാദികളായ അഞ്ചു സ്കന്ധങ്ങൾ അല്ലെങ്കിൽ അന്തഃകരണശാസ്ത്രീയങ്ങളായ ഏതാനും തത്ത്വങ്ങൾ അല്ലാതെ ജീവിതത്തിന്റെ ഘടകമോ നിയാമകമോ ആയ മറ്റൊരു ചൈതന്യവസ്തു ആവശ്യമില്ലെന്നാണ് അവർ പറയുന്നത്. ആത്മാവിനെത്തന്നെ അംഗീകരിക്കാത്ത സ്ഥിതിക്ക് പരമാത്മാവായ ഈശ്വരന്റെ കഥ പറയേണ്ടതില്ലല്ലോ. അതുകൊണ്ട് ആത്മാവും ഈശ്വരനും ഇല്ലാത്ത ഈ മതവും ഇതിന്റെ ഉപയോഗവും കടന്ന ബുദ്ധിശാലികൾക്കോ യോഗീന്ദ്രന്മാർക്കോ മനസ്സിലാക്കാൻ കഴിയുമെന്നല്ലാതെ സാധാരണജനങ്ങൾക്ക് വിശേഷിച്ചും ആത്മാവിന്റെ അനിഷ്ടനാശത്തിനോ ഇഷ്ടലാഭത്തിനോ വേണ്ടി ദേവതകൾക്ക് ആടും കോഴിയും കുരുതികഴിപ്പാൻ നടക്കുന്ന പ്രാകൃതജനങ്ങൾക്ക് ഊഹിപ്പാൻ തന്നെ പ്രയാസമാണെന്ന് ആർക്കും അറിയാം. ഈശ്വരഭയം ഉണ്ടായിരുന്നിട്ടുപോലും അകൃത്യങ്ങൾ ചെയ്യാൻ മടിക്കാത്ത സാധാരണജനങ്ങൾ സദാചാരത്തിനുവേണ്ടി മാത്രം സദാചാരമനുഷ്ഠിച്ച് ധർമ്മശൂരന്മാരായിത്തീരാൻ ശക്തരാണെന്ന് വിചാരിക്കുന്നത് കുറേ സാഹസമാകുന്നു. അതുകൊണ്ട് ഈ മതം പരിഷ്കൃതാശയരായ പ്രത്യേകാംഗങ്ങൾക്കല്ലാതെ സമുദായത്തിന് അനുഷ്ഠിപ്പാൻ സാദ്ധ്യമായതല്ലെന്ന് വിശേഷിച്ചും ഓർമ്മിക്കേണ്ടതാകുന്നു.

എന്നാൽ ലോകത്തിലുള്ള അമ്പതുകോടിയോ അധികമോ അത് എങ്ങനെ അനുഷ്ഠിച്ചുവരുന്നുവെന്ന് നിങ്ങൾ ചോദിക്കുമായിരിക്കാം. അതിനെപ്പറ്റി ഞാൻ മുമ്പേതന്നെ സൂചിപ്പിച്ചിട്ടുണ്ട്. അവർ വിശ്വസിച്ചുവരുന്നത് നമ്മൾ പറയുന്ന ശുദ്ധമായ ബുദ്ധമതമല്ല. അതിന്റെ പുറത്ത് പടർന്നുകയറിയിരിക്കുന്ന കാടും പടർപ്പുകളുമാകുന്നു. അവർ ബുദ്ധമുനിയെത്തന്നെ ഈശ്വരനിർവ്വിശേഷമായി ആരാധിക്കുകയും അവതാരങ്ങളിലും അത്ഭുതകഥകളിലും ദേവന്മാരിലും യക്ഷന്മാരിലും പിശാചുകളിലും വിശ്വസിക്കുകയും എല്ലാപ്രകാരത്തിലുമുള്ള അന്ധപാരമ്പര്യത്തെയും അബദ്ധവിശ്വാസങ്ങളെയും പുലർത്തുകയും ചെയ്യുന്നു. ദക്ഷിണ ബുദ്ധമതത്തിന്റെ കേന്ദ്രങ്ങളായ സിലോണും ബർമ്മയും തന്നെ ഭീമാകൃതികളായ ബുദ്ധവിഗ്രഹങ്ങൾ പ്രതിഷ്ഠിച്ചിട്ടുള്ളതും അവതാരകഥാപാത്രങ്ങൾ കൊത്തിവെച്ചിട്ടുള്ളതുമായ ചൈത്യങ്ങളാൽ നിബിഡമായിരിക്കുന്നു. ഈ വിഗ്രഹങ്ങളുടെ മുന്നിൽ അവർ നമസ്കരിക്കുകയും ആരാധിക്കുകയും

പുഷ്പാഞ്ജലി ചെയ്യുകയും ചെയ്യുന്നു. ഹിന്ദുദേവാലയങ്ങളിലെപ്പോലെ ഇവയിൽ സാധാരണയായി അഭിഷേകവും നൈവേദ്യവും ചെയ്യാറില്ലെന്നേയുള്ളൂ. പുരാതന മതമാഹാത്മ്യത്തിന്റെ സ്മരണയെ നിലനിർത്തുന്ന ഈവക ഉപചാരങ്ങളെ ഞാൻ കേവലം ആക്ഷേപിക്കയല്ല. ഞാൻ ഇവിടെ ചെയ്യുന്നത് ഈ വിഷയത്തിലും ഇന്നത്തെ ഹിന്ദുമതത്തേക്കാൾ ബുദ്ധമതത്തിന് പറയത്തക്ക മെച്ചമൊന്നുമില്ലെന്ന് സൂചിപ്പിക്കുക മാത്രമാകുന്നു. വിശേഷിച്ചും ഈശ്വരനില്ലാത്ത മതത്തെ തങ്ങൾക്കായി പ്രഖ്യാപനം ചെയ്ത ഭഗവാൻ ശ്രീബുദ്ധനെത്തന്നെ തങ്ങളുടെ ഈശ്വരനായി വരിച്ച് ജനങ്ങൾ ആരാധന തുടങ്ങിയ വസ്തുതയിൽ ഒളിച്ചിരിക്കുന്ന കൗതുകകരമായ വിധിവിലാസം നമ്മെ എന്തു പഠിപ്പിക്കുന്നു? ശുദ്ധബുദ്ധമതം ജനസാമാന്യത്തിന്റെ നിലയിൽ ഒരു പരാജയമാണെന്ന് അത് വിശദമാക്കുന്നു.

രാജരാമ മോഹൻറോയി മുതലായ മഹാന്മാർ ഹിന്ദുമതത്തിൽ അവർക്ക് സ്ഥാനമില്ലെന്ന് പറഞ്ഞതായി നിങ്ങൾ വാദിക്കുന്നു. രാമമോഹൻ റോയി ഹിന്ദുമതത്തെ നിരസിച്ചിട്ടില്ല. വേദാന്തമതത്തെ അദ്ദേഹം ശ്ലാഘിക്കുന്നു. മഹാകവി ടാഗോർ ഉപനിഷത്തുകളിൽ വളരെ അഭിമാനമുള്ള ദേഹമാണ്. അവരെല്ലാം ഹിന്ദുമതത്തിന്റെ ചില വശങ്ങളെ മാത്രമേ ആക്ഷേപിക്കുന്നുള്ളൂ എന്നല്ല. ഇവരാരും ബുദ്ധമതം അംഗീകരിപ്പാൻ ജനങ്ങളോട് ആവശ്യപ്പെടുന്നുമില്ല. ആ പണ്ഡിന്മാർ ബുദ്ധമതത്തെപ്പറ്റി നമ്മെപ്പോലെയോ അധികമോ അറിഞ്ഞിരിക്കാമെന്നുള്ളതുമാണ്. ശ്രീവിവേകാനന്ദസ്വാമി ബുദ്ധമതത്തെപ്പറ്റി വളരെ പരിജ്ഞാനവും ബഹുമാനവും ഉള്ള മഹാനായിരുന്നില്ലേ. ജാതിശല്യത്തെപ്പറ്റി നിഷ്കരുണമായി ആക്ഷേപിക്കുകയും ഗാഢമായി അനുതപിക്കുകയും ചെയ്ത വിശാലഹൃദയനായിരുന്നില്ലേ? എന്തുകൊണ്ട് അദ്ദേഹം ഹിന്ദുമതത്തെ പരിഷ്കരിപ്പാൻ അല്ലാതെ ബുദ്ധമതത്തെ ഉജ്ജീവിപ്പിക്കാൻ ഉപദേശിച്ചില്ല? ഈ സംഗതികളെപ്പറ്റി നമ്മൾ നിശ്ചയമായും ചിന്തിക്കേണ്ടതാണ്.

തീയരെ അടുപ്പിക്കാത്ത ഹിന്ദുക്ഷേത്രങ്ങളിലേക്കാൾ ഈശ്വരസാന്നിദ്ധ്യം അധികമുള്ളത് മുസ്ലീംപള്ളികളിലാണെന്ന് ജസ്റ്റിസ് സദാശിവയ്യർ പറഞ്ഞതിനെ നിങ്ങൾ എടുത്തുകാണിക്കുന്നു. ഇത് പേയാംശങ്ങളെ ചൂണ്ടിക്കാണിച്ചു മതത്തെ പരിഷ്കരിപ്പാനുള്ള ഉത്സാഹത്തെ മുൻനിർത്തി ചെയ്യുന്ന ഉപലാഭം മാത്രമാകുന്നു. അല്ലെങ്കിൽ ഉൽകൃഷ്ട ഹിന്ദുസഭ സ്ഥാപിപ്പാൻ ക്ലേശപ്പെടുന്നതിനേക്കാൾ അദ്ദേഹം ഇസ്ലാം മതം സ്വീകരിച്ച് സുഖമായി ഇരിക്കുമായിരുന്നു. അദ്ദേഹവും ബുദ്ധമതത്തെപ്പറ്റി പറയുന്നില്ലെന്നുള്ളത് സ്മരണീയമാണ്. മദ്രാസിലെ പച്ചയ്യപ്പാസ് കോളേജിൽ ഇതുവരെ പഞ്ചമന്മാർക്ക് പ്രവേശനം അനുവദിച്ചിട്ടില്ലെന്നുള്ള സംഗതി, സാമൂതിരികോളേജിൽ ഇപ്പോൾ തീയവിദ്യാർത്ഥികൾ കയറിപ്പോകുന്നത് കണ്ണുകൊണ്ടു കാണുന്ന നിങ്ങൾക്ക് അത്ര നൈരാശ്യജനകമായിരിപ്പാൻ ഇടയില്ലെന്നും വിശ്വസിക്കുന്നു.

ഇനി അപ്രധാനമെങ്കിലും ഒരു സംഗതി കൂടി പറഞ്ഞ് അവസാനി

പ്പിക്കേണ്ടിയിരിക്കുന്നു. അതു നമ്മൾ ബുദ്ധമതക്കാരായി മാറിയാൽത്തന്നെ ഒരു മതപരിവർത്തനത്തിന്റെ ക്ലേശങ്ങളല്ലാതെ അതിന്റെ പൂർണ്ണമായ ഫലം സിദ്ധിക്കാൻ ഇടയില്ലെന്നുള്ളതാകുന്നു. കാരണം, ബുദ്ധമതം ഭിന്നമാണെങ്കിലും ഇന്ത്യയിലെ പുരാതന മതത്തിന്റെ പ്രസ്ഥാനങ്ങളിൽ ഒന്നും അതിന്റെ സ്ഥാപകൻ ഹിന്ദുപുരാണപ്രസിദ്ധമായ അവതാരങ്ങളിൽ ഒന്നും ആയിരിക്കുന്നതുതന്നെ. ബുദ്ധമതത്തെ ഹിന്ദുമതത്തോടു സംബന്ധിച്ചു പറഞ്ഞാൽ കൂടി ക്ഷമകേടു കാണിക്കാൻ ചിലർ ഈയിടെ നമ്മുടെയിടയിൽ ഉണ്ടെന്ന് എനിക്കറിയാമെങ്കിലും ആ സംബന്ധം ആർക്കും അപലപിക്കത്തക്കതല്ലെന്നുള്ള വസ്തുത ഇവിടെ പറഞ്ഞേ തീരൂ. സാംഖ്യം, വൈശേഷികം മുതലായ മതങ്ങളെപ്പോലെ ബുദ്ധമതവും ഒരു ദർശനമാകുന്നു. ഇതിനെ ഹിന്ദുക്കളുടെ പല ദർശനഗ്രന്ഥങ്ങളിലും എന്നുതന്നെയല്ല ഉത്തരമീമാംസയിൽത്തന്നെയും പൂർവ്വപക്ഷത്വേന നിരൂപണം ചെയ്തിട്ടുള്ളതാകുന്നു. ഈ ദർശനത്തിന് ഈ അത്ഭുതകരമായ പ്രചാരം സിദ്ധിപ്പാൻ പല കാരണങ്ങളും ഉണ്ടായിരിക്കാം. എന്നാൽ ഏറ്റവും പ്രധാനമായ ഒന്ന് ഇതിന്റെ സ്രഷ്ടാവിന്റെ ആ ലോകസാമാന്യമായ മാഹാത്മ്യമായിരുന്നു. ഈ സംഗതികളെ സംക്ഷേപിച്ച് ഈ വിഷയത്തിൽ പ്രധാന പ്രാമാണികനായ ജെ ഡബ്ല്യു റോയിഡ് ഡേവിഡ്സ് (J W Royad Davids) പറയുന്നത് അദ്ദേഹത്തിന്റെ ഭാഷയിൽത്തന്നെ കേൾക്കുക.

> Budhism was the child and then product of Hinduism. Goutoma's whole training was Brahminism. He probably deemed himslef to be then the most correct exponent of the spirit as distinct from the letter of the ancient faith, and it can only be claimed for him that he was the greatest and wisest and best of the Hindus.'

ബുദ്ധമതം ഹിന്ദുമതത്തിന്റെ സന്താനവും ഫലവും ആണെന്നും ഗൗതമബുദ്ധൻ അദ്ദേഹത്തിന്റെ അഭിപ്രായമനുസരിച്ച് ആ പഴയ മതത്തിന്റെ സാരാംശം വ്യാഖ്യാനിക്കുക മാത്രമാണ് ചെയ്തതെന്നും അദ്ദേഹം അത്ര മഹാനും അതിബുദ്ധിമാനും അത്യുത്തമനും ആയ, ഹിന്ദുവാണെന്നും മറ്റുമാണ് ഈ പണ്ഡിതൻ പറയുന്നത്. ഇദ്ദേഹം ഒരു ഹിന്ദുവല്ല ഹിന്ദുപക്ഷവാദിയുമല്ല. ബുദ്ധമതത്തിലെ ഒരു വലിയ വിശ്വാസിയും ഒരു യൂറോപ്യനും ആകുന്നു. വന്ദ്യനായ അനംഗാരികധർമ്മപാലൻ നിങ്ങൾക്ക് എഴുതിയിരിക്കുന്ന ഇംഗ്ലീഷ് കത്തിൽ വായിപ്പാൻ ചൂണ്ടിക്കാണിച്ചിരിക്കുന്ന ഗ്രന്ഥങ്ങളിൽ ഒന്ന് ഇദ്ദേഹം എഴുതീട്ടുള്ളതുമാകുന്നു.

അത്യന്തവന്ദ്യനായ ശ്രീനാരായണഗുരുപാദർക്കുപോലും ഇവിടത്തെ സവർണ്ണഹിന്ദുക്ഷേത്രങ്ങളിൽ ജാതിനിമിത്തം പ്രവേശനമില്ലെന്നുള്ള സംഗതി നിശ്ചയമായും അഭിമാനമുള്ള ഹിന്ദുക്കളുടെ ഹൃദയത്തിൽ തറയ്ക്കത്തക്ക ദയനീയമായ ന്യൂനതതന്നെ. അതിൽ സമുദായാഭിമാനിയായ നിങ്ങൾക്ക് ഉദ്വേഗം തോന്നുന്നതും ശരിതന്നെ. എന്നാൽ അതിന്റെ പരി

ഹാരമാർഗ്ഗം ഏതാണെന്നുള്ളതിലാണ് പക്ഷാന്തരമുള്ളത്. വാസ്തവത്തിൽ പരമഹംസരായ തൃപ്പാദങ്ങളുടെ ഹൃദയത്തിൽ തനിക്കുവേണ്ടി ഇതരക്ഷേത്രങ്ങളിൽ പ്രവേശിപ്പിക്കാനുള്ള താല്പര്യം ഒരിക്കലെങ്കിലും അങ്കുരിച്ചിട്ടുണ്ടോ എന്ന് സംശയിക്കുന്നുവോ? ഉണ്ടെങ്കിൽ ആ മഹാത്മാവിന്റെ അമോഘമായ മനശ്ശക്തി ഇതിനുമുമ്പുതന്നെ അതു സാധിക്കുമായിരുന്നു എന്നാണ് എന്റെ വിശ്വാസം. അല്ലെങ്കിൽ ആ മഹാത്മാവിന്റെ ജന്മഭൂമിയായി തിരുവിതാംകൂറിൽ ശക്തിമത്തായി ഇപ്പോൾ നടന്നുവരുന്ന ക്ഷേത്രപ്രവേശനവാദംതന്നെ അവിടത്തെ മനശ്ശക്തിയുടെ രൂപാന്തരമല്ലെന്ന് ആർക്കറിയാം?

ഞാൻ യോഗത്തിൽവച്ച് പറഞ്ഞ അഭിപ്രായങ്ങൾക്കു വിരുദ്ധമാണെന്നുള്ള നാട്യത്തിൽ എന്റെ കൃതിയായ *ദുരവസ്ഥ*യിൽനിന്നു ചില ഭാഗങ്ങൾ നിങ്ങൾ ഉദ്ധരിക്കുന്നതിൽ കൗതുകം തോന്നുന്നു. എന്റെ അഭിപ്രായസ്ഥൈര്യത്തെ ഉരച്ചുനോക്കാൻ അത് ശരിയായ കല്ലല്ലെന്നുള്ളത് ഇവിടെ പറയാതിരിപ്പാൻ നിവൃത്തിയില്ല. *ദുരവസ്ഥ*യിലോ *ചണ്ഡാലഭിക്ഷുകി*യിലോ എന്നല്ല എന്റെ ഏതെങ്കിലും കൃതികളിൽ മതത്തെ ഉപലംഭിച്ചു ഞാൻ ചെയ്യുന്ന നിർദ്ദേശങ്ങളെല്ലാം മത പരിഷ്കരണത്തെ മാത്രം ഉദ്ദേശിച്ചുകൊണ്ടാണെന്നും പരിവർത്തനത്തെ മുൻനിർത്തിയല്ലെന്നും നിഷ്കർഷിച്ചു വായിച്ചുനോക്കുന്ന ആർക്കും അറിയാമെന്നാണ് എന്റെ ധാരണ. പരിഷ്കരണത്തിൽ എന്റെ ആദർശം മുമ്പു പറഞ്ഞിട്ടുള്ള 'ഒരു ജാതി, ഒരു മതം, ഒരു ദൈവം' എന്നുള്ള ശ്രീനാരായണമതം ആണെന്ന് ഞാൻ ഒരിക്കൽക്കൂടി പറഞ്ഞേക്കാം. നിങ്ങളുടെ തൃശൂർ ലേഖകൻ, ശ്രീമാൻ കുഞ്ഞുണ്ണി, ഞാൻ ആറ്റിങ്ങൽ വച്ച് ഈയിടെ ചെയ്ത ഒരു പ്രസംഗത്തിൽ എന്റെ മതം ബുദ്ധമതമാണെന്ന് പ്രസ്താവിച്ചതായി കാണുന്നു. ഞാൻ അങ്ങനെ പറഞ്ഞിട്ടില്ല. എനിക്ക് ബുദ്ധഭഗവാനിലും ബുദ്ധമതത്തിലും ഭക്തിബഹുമാനങ്ങൾ ഉണ്ടെന്നുള്ളതു ശരിതന്നെ. അത് എന്റെ ഇപ്പോഴത്തെ ആദർശത്തിനു വിരുദ്ധമല്ലായ്കയാൽ തുടർന്നുകൊണ്ടിരിക്കുമെന്നുള്ളതുമാകുന്നു. സമുദായത്തിലെ പ്രത്യേകാംഗങ്ങൾക്ക് ആത്മാർത്ഥമായി മതം മാറാൻ തോന്നുമ്പോൾ അങ്ങനെ ചെയ്യുന്നതിന് എനിക്ക് വിരുദ്ധമല്ലെന്ന് എന്റെ പ്രസംഗത്തിൽത്തന്നെ സൂചിപ്പിച്ചിട്ടുണ്ട്. ചട്ട മാറുംവണ്ണം മതം മാറാൻ ഉപദശിക്കരുതെന്ന് ഞാൻ പറയുന്നത് സമുദായത്തെ ഉദ്ദേശിച്ചാണ്. ക്ഷേത്രം കെട്ടാൻ മരം ചുമന്ന വേദന ഇതുവരെ ആറീട്ടില്ലാത്ത ചുമലിൽ വിഹാരംപണിക്ക് കല്ലു ചുമക്കാൻ ധൃതിപ്പെട്ടാൽ സാധുക്കൾ കുഴങ്ങുമെന്നു മാത്രമേ അതിനർത്ഥമുള്ളൂ. വിശേഷിച്ചും നമ്മിൽ ചിലരുടെ അഭിപ്രായ ഗതിയനുസരിച്ച് ആദ്ധ്യാത്മവിഷയത്തിൽ സ്ഥിരപ്രതിഷ്ഠയുള്ള സ്വാമിതൃപ്പാദങ്ങൾ മതം മാറുന്നതല്ലെന്നും എനിക്കു തീർത്തു പറവാൻ കഴിയും. നമ്മുടെ മതഗുരുവിനെ നമ്മൾ മതം മാറ്റാൻ ശ്രമിക്കുന്നത് ഗുരുത്വമല്ലെന്നു പറയേണ്ടിവന്നതിൽ ഞാൻ വ്യസനിക്കുന്നു. സമുദായത്തിന്റെ ഇന്നുവരെയുള്ള പല ശ്രേയസ്സിനും ഹേതുഭൂതനായി, സമുദായത്തിനു പൊതുവിൽ സമ്മതനായി സമുദായത്തിന്റെ ഭാഗ്യത്താൽ

സിദ്ധിച്ചതെന്ന് നാമൊക്കെ അഭിമാനിക്കുന്ന മാഹനുഭാവനായ ഒരു ആചാര്യനെ ഉപേക്ഷിച്ച് പുരോഹിതന്മാർക്കായി സിലോണിലേക്കോ ടിബറ്റിലേക്കോ ഓടുന്ന, കൈയിൽ കിട്ടിയ കനകമുപേക്ഷിച്ചുള്ള ഓട്ടവും ശ്രേയസ്കരമല്ലെന്നാണ് എന്റെ വിനീതമായ അഭിപ്രായം.

സ്വാതന്ത്ര്യത്തെപ്പറ്റി നിങ്ങൾ വളരെ പറയുന്നു. ബുദ്ധമതസ്വീകരണം കൊണ്ട് അത് സിദ്ധിക്കുന്നത് സംഭവ്യമല്ലെന്നു ഞാൻ കാണിച്ചു കഴിഞ്ഞു. ഒരു വലിയ സമുദായത്തിന്റെ ആയിരത്തിൽച്ചില്വാനം കൊല്ലം മുമ്പു നഷ്ടപ്പെട്ടുപോയ സ്വാതന്ത്ര്യത്തെ പുനർസ്ഥാപനം ചെയ്യുക എന്നത് ഒരു വമ്പിച്ച കാര്യമാകുന്നു. അതിനെ വല്ല പൊടിവിദ്യയുംകൊണ്ട് ലഘുവായി സാധിക്കാമെന്ന് എനിക്ക് വിചാരിപ്പാൻ കഴിയുന്നില്ല. വാസ്തവം പറഞ്ഞാൽ നമ്മുടെ സ്വാതന്ത്ര്യലാഭത്തിനായി ഇതുവരെ നമ്മൾ പറയത്തക്കവണ്ണം ഒന്നും പ്രവർത്തിച്ചിട്ടില്ലെന്നാണ് എനിക്കു തോന്നുന്നത്. സമുദായത്തിന്റെ സ്ഥിതിയും നമ്മിൽ ഓരോരുത്തരുടെയും ശക്തിയും പൗരുഷത്തിനും അനുരൂപമായ വിധത്തിൽ അതിനായി എന്തു ശ്രമം ചെയ്തു എന്നു നമ്മളോടുതന്നെ ചോദിച്ചാൽ നമ്മൾ ലജ്ജിക്കേണ്ടി വരും. നമ്മൾ പ്രധാനമായി ഇതുവരെ ചെയ്തിട്ടുള്ളത് കുറേ ലേഖനങ്ങൾ എഴുതുകയും കുറേ പ്രസംഗങ്ങൾ ചെയ്കയും ആകുന്നു. അത് നിഷ്ഫലമായിത്തീർന്നിട്ടുമില്ല. തളിറോഡിൽക്കൂടി നിങ്ങൾ നടന്നതും അതിലെ പോവാൻ നിങ്ങളുടെ സഹോദരങ്ങൾക്ക് സ്വാതന്ത്ര്യം സമ്പാദിച്ചുകൊടുത്തതും നിങ്ങൾ ഹിന്ദുവായിരുന്നപ്പോഴായിരുന്നു. അതുപോലുള്ള പല കൃത്യങ്ങളും ഒരു തീയന് അവന്റെ സ്ഥാനത്തിരുന്നുകൊണ്ട് ചെയ്യാവുന്നതും അങ്ങനെയുള്ള പ്രവൃത്തികളുടെ ഏകോപിപ്പിച്ചുള്ള ഫലത്താൽ നമ്മുടെ സ്വാതന്ത്ര്യത്തെ പൂർണ്ണമായി വീണ്ടെടുക്കാവുന്നതും ആകുന്നു. നമ്മുടെ പ്രവൃത്തികൾക്ക് ശരിയായ ശക്തി വർദ്ധിപ്പിക്കുന്ന രണ്ടേ രണ്ടു സാധനങ്ങൾ ധനവും വിദ്യയും ആകുന്നു. ദീർഘദർശിയായ നമ്മുടെ സ്വാമി അവയെപ്പറ്റി കൂടെക്കൂടെ നമ്മോട് ഉപദേശിക്കാറുള്ളത് നിങ്ങൾ ഓർക്കുന്നില്ലേ? ഇങ്ങനെ നമ്മൾ വീണ്ടെടുക്കുന്ന സ്വാതന്ത്ര്യം നമ്മുടേതായിത്തന്നെ ഇരിക്കും. ആ വിജയത്തിന് അവകാശികൾ നമ്മൾ തന്നെയായിരിക്കും. നമ്മൾ കടം വാങ്ങുന്ന മതമോ, ആശ്രയിക്കുന്ന മതക്കാരോ ആയിരിക്കയില്ല. അതല്ലേ ശരിയായ സ്വാതന്ത്ര്യം? അതല്ലേ ശരിയായ പൗരുഷം?

നിങ്ങൾ സൂചിപ്പിച്ച ആക്ഷേപങ്ങൾക്ക് മിക്കവാറും മറുപടി ഈ കത്തിൽ അടങ്ങീട്ടുണ്ടെന്നു വിചാരിക്കുന്നു. ഞാൻ ഈ പറയുന്നത് നിങ്ങളുടെ പ്രസ്താവത്തിൽ ഞാൻ കാണുന്ന വൈഷമ്യങ്ങളെയും അനൗചിത്യങ്ങളെയുംപറ്റി മാത്രമാകുന്നു. നിങ്ങളുടെ സ്നേഹിതന്റെയും സമുദായാംഗത്തിന്റെയും നിലയിൽ പറയേണ്ടത് എന്റെ കർത്തവ്യമാകുന്നു. എന്നാൽ ഈവക സംഗതികൾ ഗണ്യമല്ലെന്നു നിങ്ങൾക്ക് ശരിയായി നിശ്ചയവും നിങ്ങളുടെ വിജയത്തിൽ പൂർണ്ണമായ വിശ്വാസവും ഉണ്ടെങ്കിൽ നിങ്ങൾ അതിനെ പിന്തുടർന്നുകൊള്ളുക. ഞാൻ നിങ്ങൾക്കു സർവ്വവിജയവും ആശംസിക്കുന്നു.

ഈ കത്ത് വളരെ ദീർഘമായിപ്പോയിരിക്കുന്നതിനാൽ അവസാനിപ്പിക്കുന്നു. ഈ വാദം തുടർന്നുകൊണ്ടിരിപ്പാൻ എനിക്കു സൗകര്യവും മനസ്സും ഇല്ലെന്നുള്ള വിവരവും ഞാൻ ബഹുമാനപൂർവ്വം അറിയിച്ചുകൊള്ളുന്നു.

എന്ന്,

സ്നേഹിതൻ,

എൻ കുമാരനാശാൻ (ഒപ്പ്)

തോന്നയ്ക്കൽ

15.6.1923

www.ingramcontent.com/pod-product-compliance
Lightning Source LLC
LaVergne TN
LVHW101403051026
849519LV00005BC/1637
9789386637284